ആരണ്യക്

Aranyak

Bhibhutibushan Bandhopadhya

Translation
Mini Menon

CHINTHA PUBLISHERS
Thiruvananthapuram

First Edition
July 2024

Second Impression
April 2025

Published
Chintha Publishers, Thiruvananthapuram

Printed at
Repro India Ltd, Mumbai

Cover Design
Vinod Mangoes

Cover Painting
Mondrian

ISBN : 978-81-973995-8-9

CO - 3491 / 7403

₹ 400

Email: chinthapublishers@gmail.com
Website: www.chinthapublishers.com

A version is available at National Libraries
Kolkata, Mumbai, Chennai and Delhi

Distribution
DESHABHIMANI BOOK HOUSE
H O Thiruvananthapuram 695035

Branches & Agencies
Head Office Kunnukuzhi • Statue Thiruvananthapuram
Saphalyam Complex Thiruvananthapuram
Machingal Lane Thrissur • IG Road Kozhikode
Mavoor Road Kozhikode • NGO Union Building Kannur
Central Bus Terminal Complex Thavakkara Kannur
Revenue Tower Ernakulam • Sulthanpetta Palakkad
Postoffice Road Kottaym • Hospital Road Nilamboor
Old Municipal Bus Stand Kalpatta

ആരണ്യക്

ബിഭൂതി ഭൂഷൺ ബന്ദോപാധ്യായ

പരിഭാഷ
മിനി മേനോൻ

ചിന്ത പബ്ലിഷേഴ്സ്
തിരുവനന്തപുരം-695 035
വില : ₹ 400

ബിഭൂതി ഭൂഷൺ ബന്ദോപാധ്യായ

പശ്ചിമ ബംഗാളിലെ 24 ഉത്തര പർഗാനസ് ജില്ലയിലെ ഗോപാൽ നഗറിൽ ജനനം. മൃണാളിനി ദേവി, മഹാനന്ദ ബന്ദോപാധ്യായയും മാതാപിതാക്കൾ. ബോൻഗാഡ് സ്കൂൾ, കൊൽക്കത്തയിലെ സുരേന്ദ്രനാഥ് കോളേജ് എന്നിവിടങ്ങളിൽ വിദ്യാഭ്യാസം. തുടർന്ന് ഹുഗ്ലിയിൽ അദ്ധ്യാപകനായി. അന്ത്യംവരെ അദ്ധ്യാപകവൃത്തി തുടർന്നു. 1920 ൽ ഗൗരിയെ വിവാഹം കഴിച്ചു. പ്രസവത്തോടെ അവർ (ഒരു വർഷത്തിനകം) മരണമടഞ്ഞു. നിരന്തരം യാത്രകൾ ചെയ്തു. 1940 ൽ റൊമാ ചതോപാധ്യായയെ വിവാഹം കഴിച്ചു. 1921 ൽ ആദ്യകഥ ബംഗാളി മാസികയായ *പ്രവാസി*യിൽ അച്ചടിച്ചുവന്നു. *പഥേർ പാഞ്ചാലി, അപരാജിതോ, ദൃഷ്ടി പ്രദീപ്, ആരണ്യക്, ആദർശ് ഹിന്ദു ഹോട്ടൽ, ബിപിക്കൻ സംസാർ, ഇച്ഛാമതി, അശിനി സങ്കേത്* എന്നിവയാണ് ശ്രദ്ധേയ രചനകൾ. ഇതിനുപുറമെ 21 ലേറെ കഥാസമാഹാരങ്ങൾ. ഏഴോളം ബാലസാഹിത്യകൃതികളും ഏഴോളം യാത്രാ വിവരണങ്ങളും രചിച്ചു. സത്യജിത് റായിയുടെ *അപുത്രയം* ബിഭൂതിഭൂഷന്റെ *പഥേർ പാഞ്ചാലി, അപരാജിതോ* എന്നീ നോവലുകളെ ആസ്പദമാക്കി എടുത്തിട്ടുള്ളതാണ്. സത്യജിത് റായിയുടെ *അശനി സങ്കേത്* എന്ന സിനിമയ്ക്കു പുറമെ അഞ്ചു ചലച്ചിത്രങ്ങൾക്കുകൂടി ബിഭൂതിഭൂഷന്റെ കഥകൾ ആസ്പദമായിട്ടുണ്ട്.

മിനി മേനോൻ

1965 ഫെബ്രുവരി 1 ന് കൊടുങ്ങല്ലൂരിലെ പുല്ലൂറ്റ് ജനിച്ചു. ഗവ. ഹൈസ്കൂൾ പുല്ലൂറ്റ്, മലബാർ ക്രിസ്ത്യൻ കോളേജ് കോഴിക്കോട്, കോഴിക്കോട് സർവ്വകലാശാല എന്നിവിടങ്ങളിൽ വിദ്യാഭ്യാസം.

ഇപ്പോൾ കോയമ്പത്തൂർ ആർ വി എസ് ആർട്സ് ആന്റ് സയൻസ് കോളേജിൽ അദ്ധ്യാപിക.

മനസ്സിലേക്കൊരു കിളിവാതിൽ, മനസ്സും മനസ്സും, അന്നാക്കരനീന, ഡോൺ ശാന്തമായൊഴുകുന്നു, മോണ്ടിക്രിസ്റ്റോ പ്രഭു (വിവർത്തനങ്ങൾ) എന്നിവ ഉൾപ്പെടെ നിരവധി പരിഭാഷാ കൃതികൾ.

പ്രസാധകക്കുറിപ്പ്

ലോക സാഹിത്യത്തിനുള്ള ഇന്ത്യൻ സംഭാവനയാണ് *ആരണ്യക്.* ബംഗാളിയിൽനിന്നും ഇംഗ്ലീഷിലേക്കും ഇതര ഭാഷകളിലേക്കും *ആരണ്യക്* പരിഭാഷപ്പെടുത്തപ്പെട്ടു. പടിഞ്ഞാറൻ ബീഹാറിലെ പൂർണ്ണിയ, ഭഗൽപ്പൂർ ജില്ലകളിൽ വ്യാപിച്ചുകിടക്കുന്ന വനമേഖലയിലൊരിടത്ത് തൊഴിൽ ചെയ്യാനെത്തിയ സത്യചരൺ എന്ന കൽക്കത്തക്കാരൻ ബംഗാളി യുവാവിന്റെ അനുഭവങ്ങളും ഭ്രമകല്പനകളും ആലേഖനം ചെയ്യപ്പെട്ട ഈ കൃതി ഒരു അത്ഭുത രചനയായി കണക്കാക്കപ്പെടുന്നു. സ്വാനുഭവം കുറിച്ചിട്ട ഡയറിക്കുറിപ്പുകളെ ആധാരമാക്കിയാണ് *ആരണ്യക്* എഴുതപ്പെട്ടിട്ടുള്ളത്. വനത്തോടുചേർന്ന് ജീവിക്കുന്ന ആദിവാസികൾ, വനം, വനത്തിന്റെ ഋതുഭേദങ്ങൾ, മാറിമറിയുന്ന യാഥാർത്ഥ്യത്തെക്കുറിച്ചുള്ള സങ്കല്പനങ്ങൾ, ആചാരങ്ങൾ, വ്യക്തിനിഷ്ഠവും ആത്മനിഷ്ഠവുമായ അനുഭവതലങ്ങൾ മനസ്സിലേല്പിക്കുന്ന ഭ്രമകല്പനകൾ എന്നിവ ഇഴപിരിച്ചെടുക്കാനാവാത്തവണ്ണം ഇഴുകിച്ചേർന്ന ഈ നോവൽ വനത്തെക്കുറിച്ചുള്ള എക്കാലത്തെയും മികച്ച രേഖകൂടിയാണ്. *ആരണ്യക്* വായിച്ചിട്ടില്ലാത്ത ഒരാളുടെ വായനാനുഭവം അപൂർണ്ണമായിരിക്കും. *ആരണ്യകിന്* മുൻ പരിഭാഷകളുണ്ട്. എന്നാൽ ഏറ്റവും നവമായ ഭാവുകത്വത്തിൽ മിനി മേനോൻ നടത്തിയ പരിഭാഷ വേറിട്ടു നിൽക്കും.

ചിന്ത പബ്ലിഷേഴ്സ്

ഒന്ന്

വളരെ കാലങ്ങൾക്കു മുമ്പ് - അതായത്, ഏകദേശം പത്തു പതിനാറു വർഷങ്ങൾക്കു മുമ്പു നടന്ന കാര്യങ്ങൾ-ബിരുദം നേടിയ ശേഷം ഞാൻ ജോലിയൊന്നുമില്ലാതെ വെറുതെ ഇരിക്കുന്ന സമയം. കൊൽക്കത്തയിലെ കമ്പനികളിൽ മുട്ടാത്ത വാതിലുകൾ ഇല്ല. ഒരിടത്തുനിന്നും എനിക്കൊരു ജോലി വാഗ്ദാനം ലഭിച്ചില്ല.

എനിക്ക് എല്ലാം കൃത്യമായി ഓർക്കാൻ കഴിയുന്നുണ്ട്. അന്നൊരു സരസ്വതീപൂജാ ദിവസമായിരുന്നു. വളരെ കാലങ്ങളായി ഞാനവിടെ താമസിക്കുന്നു എന്ന ഒറ്റക്കാരണം കൊണ്ടുമാത്രമാണ് ആ ഹോസ്റ്റൽ മാനേജർ എന്നെ പിടിച്ചു പുറത്താക്കാതിരിക്കുന്നത് എന്നാൽ വാടകക്കുടിശ്ശിക കൊടുക്കാൻ ആവശ്യപ്പെട്ടുകൊണ്ട് ഒന്നിനു പുറകെ ഒന്നായി അയാൾ നോട്ടീസുകൾ അയച്ചു കൊണ്ടിരിക്കുന്നുണ്ട്. നിസ്സഹായതയും വീർപ്പുമുട്ടലും ഒക്കെയായി വല്ലാത്തൊരു ദയനീയാവസ്ഥയിൽ ആയിരുന്നു ഞാൻ. സരസ്വതീദേവിയുടെ വിഗ്രഹം അലങ്കരിച്ചുവച്ച് ശബ്ദഘോഷങ്ങളോടെ അവിടെ വലിയ പൂജ നടക്കുന്നുണ്ട്. രാവിലെ ഉറക്കമുണർന്നപ്പോൾ തന്നെ, എനിക്കു തോന്നി ഇന്ന് എല്ലായിടവും അവധിയായിരിക്കും; ഒന്നു രണ്ടിടത്ത് ചെറിയ പ്രതീക്ഷയ്ക്ക് വകയുണ്ടായിരുന്നു. പക്ഷേ, എവിടെ പോയാലും ഒരിടത്തും ഒന്നും നടക്കുകയില്ല. അതുകൊണ്ട് തെരുവുകളിൽ ചുറ്റിനടന്ന് സരസ്വതീവിഗ്രഹങ്ങൾ കാണുകയായിരിക്കും നല്ലതെന്ന് തീരുമാനിച്ചു.

ആ സമയത്ത് ഹോസ്റ്റലിലെ ജോലിക്കാരൻ ജഗന്നാഥൻ ഒരു കഷണം കടലാസ് എന്നെ ഏല്പിച്ചു പോയി. ഞാനത് നിവർത്തി വായിച്ചു. ഒറ്റനോട്ടത്തിൽത്തന്നെ വാടകക്കുടിശ്ശിക ആവശ്യപ്പെട്ടുകൊണ്ടുള്ള നോട്ടീ

സാണെന്നു മനസ്സിലായി. സരസ്വതീപൂജയോടനുബന്ധിച്ച് ഹോസ്റ്റലിൽ ഒരു സദ്യവട്ടം ഒരുക്കുന്നുണ്ട്. ഞാനാകട്ടെ, രണ്ടുമാസത്തെ പണം കൊടുക്കാനുണ്ട്. അതുകൊണ്ട് ജോലിക്കാരൻ വശം കുറഞ്ഞത് പത്തുരൂപയെങ്കിലും കൊടുത്തുവിടണം. അല്ലാത്ത പക്ഷം അടുത്ത ദിവസം മുതൽ ഞാൻ ഭക്ഷണത്തിന് വേറെ എവിടെയെങ്കിലും ഏർപ്പാടു ചെയ്തേക്കണം എന്നതായിരുന്നു നോട്ടീസിന്റെ രത്നച്ചുരുക്കം.

വളരെ ന്യായമായ കാര്യം തന്നെയാണ് അയാൾ ആവശ്യപ്പെടുന്നത്. എന്നാൽ എന്റെ കൈയിൽ ആകെ രണ്ടുരൂപയും പിന്നെ കുറച്ചു ചില്ലറ പൈസയും മാത്രമേ ബാക്കിയുള്ളൂ. മറുപടി ഒന്നും പറയാതെ ജോലിക്കാരന്റെ കണ്ണിൽപ്പെടാതെ ഞാൻ പുറത്തിറങ്ങി. തെരുവു മുഴുവനും പൂജയോടനുബന്ധിച്ചുള്ള വാദ്യഘോഷങ്ങളാണ്. വഴിയിൽ കുട്ടികൾ ആർത്തുല്ലസിച്ച് കളിച്ചുകൊണ്ടിരിക്കുന്നു. പലഹാരക്കടയിൽ മനോഹരമായ താലങ്ങളിൽ വ്യത്യസ്തമായ നിറത്തിലും മണത്തിലുമുള്ള പലഹാരങ്ങൾ വളരെ ഭംഗിയായി അടുക്കിവച്ചിരിക്കുന്നു. പ്രധാനപാതയുടെ അരികിലുള്ള കോളേജ് ഹോസ്റ്റലിന്റെ വാതിൽക്കൽ നാലുപേർ ഷഹനായി വായിച്ചുകൊണ്ടിരിക്കുന്നു. ആ സംഗീതം തെരുവിൽ ഒഴുകുന്നു. പൂമാലകളും പൂജാസാധനങ്ങളും വാങ്ങിക്കൊണ്ടുപോകുന്ന ആളുകളെകൊണ്ട് തെരുവു നിറഞ്ഞിരിക്കുകയാണ്.

എങ്ങോട്ടു പോകണം എന്നാലോചിച്ചുകൊണ്ട് ഞാൻ ഒരു നിമിഷം നിന്നു. ജോറാസങ്കോ പ്രൈമറി സ്കൂളിലെ ജോലി ഉപേക്ഷിച്ചിട്ട് ഏതാണ്ട് ഒരു വർഷത്തിലേറെയായി. ജോലി ഉപേക്ഷിച്ച് വെറുതെ ഇരിക്കുന്നു എന്നുപറഞ്ഞാൽ അതു തെറ്റാകും. അന്നു മുതൽ ജോലി അന്വേഷിച്ച്, ചുരുങ്ങിയത് ഒരു പത്തു പ്രാവശ്യമെങ്കിലും കയറിയിറങ്ങാത്ത വ്യാപാര ശാലകളോ സ്കൂളുകളോ പത്രമാഫീസുകളോ എന്തിന്, ധനികഗൃഹങ്ങളോ ഒന്നുംതന്നെ ആ ജില്ലയിൽ ഇല്ല. എവിടെയെല്ലാം ഞാൻ പോയോ, അവിടെ നിന്നെല്ലാം എനിക്ക് ലഭിച്ചത് ഒരേ മറുപടിയായിരുന്നു. "ജോലി ഒഴിവില്ല."

നിരാശയിൽ ആണ്ടുമുങ്ങി നിൽക്കുന്ന സമയത്താണ് പെട്ടെന്ന് തെരുവിൽ വച്ച് സതീശനെ കണ്ടത്. ഞാനും സതീശനും ഹിന്ദുഹോസ്റ്റലിൽ ഒരുമിച്ചു താമസിച്ചിട്ടുണ്ട്. ഇപ്പോൾ അയാൾ ആലിപ്പൂർ കോടതിയിലെ വക്കീലാണ്. അയാളുടെ സ്ഥിതിയും വലിയ മെച്ചമൊന്നും അല്ല. ബാലിഗഞ്ജിൽ എവിടെയോ ഒരു ട്യൂഷൻ ഉണ്ട്. അയാളെ സംബന്ധിച്ചിടത്തോളം ആ ട്യൂഷൻ സംസാരസാഗരത്തിലെ ഒരു ചങ്ങാടം മാത്രമാണ്. സതീശന് അതെങ്കിലും ഉണ്ട്. എനിക്കാകട്ടെ, ചങ്ങാടം, പോയിട്ട് ഒടിഞ്ഞ പാമരത്തിന്റെ തണ്ടുപോലും സഹായത്തിനില്ല. കഴിയാവുന്നത്ര മുങ്ങിയും പൊങ്ങിയും വെള്ളം കുടിച്ചും എത്രകാലം ജീവിക്കാൻ സാധിക്കുമോ അത്രയും ജീവിക്കും. സതീശനെ കണ്ടതോടെ ഞാൻ അതെല്ലാം മറ

ന്നു. അതിനൊരു കാരണവും ഉണ്ട്. എന്നെ കണ്ടതും സതീശൻ പറഞ്ഞു.

"ഓ, സത്യചരൺ! നീ എങ്ങോട്ടു പോകുന്നു? വരൂ... നമുക്ക് ഹിന്ദു ഹോസ്റ്റലിലെ സരസ്വതീപൂജ കണ്ടിട്ടു വരാം. നമ്മുടെ പഴയ താവള മല്ലേ അവിടം? വൈകുന്നേരം അവിടെ സംഗീതാർച്ചനയുമുണ്ട്. ആറാം വാർഡിലെ അവിനാശിനെ ഓർക്കുന്നുണ്ടോ? മയ്മൻ സിങ്ങിലെ ജമീന്ദാരുടെ മകൻ? ഇപ്പോൾ അയാൾ വലിയ ഗായകനാണ്. ഇന്നുരാത്രി അയാളും പാടുന്നുണ്ട്. ഞാൻ ഇടയ്ക്കിടെ അവരുടെ എസ്റ്റേറ്റിലെ കൊച്ചു കൊച്ചു ജോലികൾ ചെയ്തുകൊടുക്കാറുണ്ട്. അതുകൊണ്ട് അയാൾ എനിക്കൊരു പാസ് കൊടുത്തയച്ചിട്ടുണ്ട്. നീയും വാ, നിന്നെ കാണുന്നത് തീർച്ചയായിട്ടും അയാൾക്ക് വലിയ സന്തോഷമാകും.

എന്റെ ചിന്തകൾ അഞ്ചാറുവർഷം പുറകിലുള്ള കലാലയദിനങ്ങളിലേക്ക് സഞ്ചരിച്ചു. ആഘോഷിക്കാനും ആഹ്ലാദിക്കാനുമുള്ള വക കിട്ടിയാൽപ്പിന്നെ എനിക്ക് മറ്റൊന്നും വേണ്ട. ആ മനോഭാവം എന്നിൽ ഇപ്പോഴും ഉണ്ടെന്നു തോന്നുന്നു. ഹിന്ദുഹോസ്റ്റലിലെ സരസ്വതിപൂജ കാണാൻ പോയതിനാൽ അന്നത്തെ ഉച്ചഭക്ഷണത്തിനുള്ള ക്ഷണവും ലഭിച്ചു. എന്റെ പഴയ പരിചയക്കാരായ പല ഗ്രാമവാസികളും ഇപ്പോഴും അവിടുത്തെ അന്തേവാസികളായിട്ടുണ്ട്. അവരാരും തന്നെ അവിടെ നിന്നും പോരാൻ സമ്മതിച്ചില്ല. "വൈകുന്നേരം സംഗീതവിരുന്നിന് വരുന്നുണ്ടല്ലോ! ഇപ്പോൾ എന്തിനാ? ഞാൻ ഹോസ്റ്റലിൽ പോയി ഭക്ഷണം കഴിച്ചിട്ട് വൈകുന്നേരം വന്നേക്കാം."

എന്റെ വാക്കുകൾ അവരാരും ചെവി കൊണ്ടില്ല. അങ്ങനെ ചെയ്തിരുന്നെങ്കിൽ സരസ്വതീപൂജ, ദിവസം പട്ടിണികിടക്കേണ്ടി വന്നേനെ! മാനേജരുടെ കടുത്ത ഭാഷയിലുള്ള നോട്ടീസ് ലഭിച്ചശേഷം അവിടെപ്പോയിരുന്ന് സരസ്വതീപൂജയുടെ വിഭവങ്ങൾ നിർല്ലജ്ജം കഴിക്കുവാൻ എനിക്കു സാധിക്കുമായിരുന്നില്ല. എനിക്കാകട്ടെ ഒരു രൂപ കൊടുക്കാൻ പോലും സാധിച്ചിട്ടില്ല. അതുകൊണ്ട് ഈ ക്ഷണം എനിക്ക് വളരെ സഹായകരമായി. വയറുനിറയെ നല്ലഭക്ഷണം കഴിച്ചു. വൈകുന്നേരം സംഗീതവിരുന്ന് ആസ്വദിക്കുവാനും സാധിച്ചു. മൂന്നുവർഷം മുമ്പ് ജീവിച്ച മനോഹരമായ കലാലയദിനങ്ങളിലെ ഉല്ലാസവും സന്തോഷവും തിരിച്ചു കിട്ടിയതുപോലെ. എനിക്കു ജോലി ഉണ്ടോ, ഇല്ലേ? ജോലി അന്വേഷിക്കുന്നില്ലേ, എന്ന കാര്യങ്ങളൊന്നും ഇവിടെ ആർക്കും അറിയേണ്ടതില്ല. ഹോസ്റ്റൽ മാനേജർ മുഖം വീർപ്പിച്ചിരിക്കുകയാണെങ്കിൽ അവിടെ ഇരിക്കട്ടെ!, ആര്, അതിനെക്കുറിച്ചെല്ലാം ഓർക്കുന്നു? എല്ലാം മറന്ന് സംഗീതവിരുന്ന് ആസ്വദിച്ചു കൊണ്ടിരുന്നപ്പോൾ നാളെ രാവിലെ എവിടെയായിരിക്കും? വായു ഭക്ഷിക്കേണ്ടിവരുമോ? എന്ന കാര്യങ്ങളെക്കുറിച്ചൊന്നും ആലോചിച്ചില്ല. സംഗീത കച്ചേരി അവസാനിച്ചപ്പോൾ രാത്രി പതിനൊന്നു കഴിഞ്ഞു. അതിനുശേഷം കുറച്ചുനേരം അവിനാശുമായി സംസാരിച്ചു.

ഹിന്ദുഹോസ്റ്റലിൽ താമസിക്കുന്ന കാലത്ത് ഞാനും അവിനാശും ഡിബേറ്റിങ് ക്ലബ്ബിലെ പ്രമുഖ അംഗങ്ങളായിരുന്നു. ഒരു പരിപാടിക്ക് ഗുരുദാസ ബന്ദോപാദ്ധ്യായ സാറിനെ ക്ഷണിച്ചുവരുത്തി അദ്ധ്യക്ഷസ്ഥാനം അലങ്കരിപ്പിക്കുകയുണ്ടായി. വിദ്യാഭ്യാസ സ്ഥാപനങ്ങളിൽ നിർബ്ബന്ധിത മതപഠനം ആവശ്യമോ എന്നതായിരുന്നു അന്നത്തെ വിഷയം. അവിനാശ് അതിനെ അനുകൂലിച്ചു സംസാരിച്ചപ്പോൾ ഞാനതിനെ പരിപൂർണ്ണമായി എതിർത്തുകൊണ്ടു സംസാരിച്ചു. അതിശക്തമായ ഭാഷയിൽ വാദപ്രതിവാദങ്ങൾ നടന്നു. അവസാനം അദ്ധ്യക്ഷൻ രണ്ടു വാദമുഖങ്ങളും സൂക്ഷ്മമായി വിലയിരുത്തിയശേഷം എന്റെ വാദങ്ങളാണ് ശരിയെന്ന് അഭിപ്രായപ്പെട്ടു. അന്നുമുതൽ ഞാനും അവിനാശും വളരെ അടുത്ത സുഹൃത്തുക്കളായി. കോളേജ് വിദ്യാഭ്യാസം കഴിഞ്ഞതിനുശേഷം ഇന്നാണ് ഞങ്ങൾ തമ്മിൽ കാണുന്നത്. അവിനാശ് പറഞ്ഞു. "ഞാൻ നിന്നെ കാറിൽ കൊണ്ടുപോയി വിടാം. നീ എവിടെയാണു താമസിക്കുന്നത്?" ഹോസ്റ്റൽ ഗേറ്റിൽ എന്നെ ഇറക്കിയശേഷം അവിനാശ് പറഞ്ഞു.

"നാളെ വൈകുന്നേരം നാലുമണിക്ക് എന്റെ വീട്ടിലേക്കു വരണം. നമുക്കൊന്നിച്ചു ചായ കുടിക്കാം. ഹാരിങ്ടൺ തെരുവിലാണ് ഞാൻ താമസിക്കുന്നത്. മുപ്പത്തിമൂന്നേ ബാർ രണ്ട്. എവിടെയെങ്കിലും കുറിച്ചു വയ്ക്കൂ!, അല്ലെങ്കിൽ മറന്നുപോകാൻ ഇടയുണ്ട്."

അടുത്ത ദിവസം ഹാരിങ്ടൺ തെരുവും അവിടെയുള്ള അവിനാശിന്റെ വീടും ഞാൻ തേടി കണ്ടുപിടിച്ചു. അത്ര ഗംഭീര വീടൊന്നും അല്ല. വലിയ തോട്ടങ്ങൾക്കു നടുവിലാണ് വീടു സ്ഥിതി ചെയ്യുന്നത്. ഗേറ്റിൽ വിസ്റ്റാറിയ വള്ളി മനോഹരമായി പടർത്തിയിരിക്കുന്നു. നേപ്പാൾ വംശജനായ കാവൽക്കാരൻ പിച്ചളകൊണ്ടുള്ള നെയിംപ്ലേറ്റിൽ രേഖപ്പെടുത്തിയിരിക്കുന്ന അവിനാശിന്റെ അച്ഛന്റെ പേര് തുടച്ചുവൃത്തിയാക്കിക്കൊണ്ടിരിക്കുന്നു. പുൽത്തകിടിക്കു നടുവിലൂടെ ഇഷ്ടികപ്പൊടിയും ചരലും പാകിയ നടപ്പാതയുടെ ഒരു വശത്ത് ചമ്പകം, തേന്മാവ്, മുചുകുന്ദം തുടങ്ങിയ വൃക്ഷങ്ങൾ നിരന്നു നിൽക്കുന്നു. വീടിന്റെ മുൻഭാഗത്തുള്ള കാർഷെഡിൽ ഒരു കൂറ്റൻ കാറ് നിൽക്കുന്നു. അതുകൊണ്ടുതന്നെ അതൊരു ധനികന്റെ വീടല്ല എന്ന് ആരും തെറ്റിദ്ധരിക്കുകയില്ല, പടികൾ കയറി നേരെ ചെല്ലുന്നത് സ്വീകരണമുറിയിലേക്കാണ്. എന്നെ കണ്ടപാടെ, അവിനാശ് ഇറങ്ങി വന്ന് കൂട്ടിക്കൊണ്ടുപോയി. വിനയപൂർവ്വം സ്വീകരിച്ച് ഇരുത്തി. വളരെ നേരം ഞങ്ങൾ പഴയ കാര്യങ്ങൾ സംസാരിച്ചിരുന്നു. അവിനാശിന്റെ അച്ഛൻ മയ്മൻ സിങ്ങിലെ വലിയൊരു ജമിന്ദാരാണ്. എന്നാൽ അവിനാശൊഴികെ മറ്റാരും തന്നെ കൊൽക്കത്തയിലെ ആ വീട്ടിൽ ഉണ്ടായിരുന്നില്ല. അവരെല്ലാം അവിനാശിന്റെ സഹോദരിയുടെ വിവാഹത്തോടനുബന്ധിച്ച് ഗ്രാമത്തിലെ തറവാട്ടു വീട്ടിലേക്കു പോയിരിക്കുകയാണ്. ഇതുവരെ അവരാരും തിരിച്ചെത്തിയിട്ടില്ല.

ദീർഘനേരത്തെ സംഭാഷണത്തിനുശേഷം അവിനാശ് എന്നോടു ചോദിച്ചു.

"സത്യാ, നീ ഇപ്പോൾ എന്തു ചെയ്യുന്നു?"

ഞാൻ പറഞ്ഞു. "ജോറാസങ്കോ സ്കൂളിൽ പഠിപ്പിച്ചു കൊണ്ടിരിക്കുകയായിരുന്നു. പക്ഷേ, ഇപ്പോ കുറച്ചു നാളായി വെറുതെ ഇരിക്കുകയാണ്. അദ്ധ്യാപകവൃത്തിയിലേക്ക് തിരിച്ചുപോകാൻ ഞാൻ ആഗ്രഹിക്കുന്നില്ല. മറ്റെന്തെങ്കിലും ജോലി കിട്ടുമോ എന്ന് അന്വേഷിച്ചു കൊണ്ടിരിക്കുകയാണ്. ഒന്നുരണ്ട് സ്ഥലത്ത് പ്രതീക്ഷയ്ക്ക് വകയുണ്ട്."

പ്രതീക്ഷയ്ക്കു വകയുണ്ട് എന്നു പറഞ്ഞത് വെറും നുണയാണ്. അവിനാശ് ധനികനായ ജമീന്ദാരുടെ മകനാണ്. അവർക്കു സ്വന്തമായി ധാരാളം കൃഷിയിടങ്ങൾ ഉണ്ട്. ഞാൻ ജോലിക്കുവേണ്ടി അവിനാശിനെ സമീപിച്ചിരിക്കുകയാണ് എന്ന് അവനു തോന്നരുതല്ലോ എന്നു കരുതിയാണ് അങ്ങനെ പറഞ്ഞത്.

അവിനാശ് കുറച്ചുനേരം എന്തോ ആലോചിച്ചിരുന്നു. അയാൾ സംസാരിക്കുവാൻ ആരംഭിച്ചു.

"നിന്നെപ്പോലെ വളരെ കഴിവുകളുള്ള യുവാവിന് ഒരു ജോലി കണ്ടുപിടിക്കുക എന്നത് വലിയ ബുദ്ധിമുട്ടുള്ള കാര്യമൊന്നും അല്ല. ഞാനൊന്നു ചോദിക്കട്ടെ? നീ നിയമം പഠിച്ചിട്ടുണ്ട്. അല്ലേ?"

"അതെ. ഞാൻ നിയമ പരീക്ഷയും പാസായിട്ടുണ്ട്. എന്നാൽ വക്കീൽ ജോലി ചെയ്യാൻ എനിക്കു വലിയ താല്പര്യം ഒന്നും ഇല്ല."

അവിനാശ് പറഞ്ഞു. "ശരി, അങ്ങനെയെങ്കിൽ ഞാനൊരു നിർദ്ദേശം മുന്നോട്ടു വയ്ക്കട്ടെ, ഞങ്ങൾക്ക് പൂർണിയ ജില്ലയിൽ ഏകദേശം മുപ്പതിനായിരം ഏക്കർ വിസ്തൃതിയുള്ള ഒരു വനം എസ്റ്റേറ്റ് ഉണ്ട്. കാര്യസ്ഥനായി ഒരാളെ ചുമതലപ്പെടുത്തിയിട്ടുണ്ടെങ്കിലും ഇത്ര ഭാരിച്ച ഉത്തരവാദിത്വം അയാളിൽ ഏല്പിക്കുന്നത് ശരിയല്ല. അതുകൊണ്ട് ഞങ്ങൾ അതിനു പറ്റിയ വിശ്വസ്തനായ ഒരാളെ അന്വേഷിച്ചുകൊണ്ടിരിക്കുകയാണ്. എന്താ, നിനക്ക് താല്പര്യം ഉണ്ടോ?"

മനുഷ്യനെ അവന്റെ കാതുകൾ പലപ്പോഴും വഞ്ചിക്കുമെന്ന് കേട്ടിട്ടുണ്ട്. എനിക്ക് ഉറപ്പാണ് ഞാൻ അവിനാശിന്റെ വാക്കുകൾ തെറ്റിദ്ധരിച്ചിരിക്കുകയാണ്. ഒരു ജോലിക്കുവേണ്ടി ഒരു വർഷത്തിലേറെയായി ഞാൻ കൊൽക്കത്തയിലെ തെരുവുകൾ തോറും അലഞ്ഞു നടക്കുന്നു. എന്നിട്ട് ഇന്ന് ചായസത്കാരവേളയിൽ ജോലി എന്നെ തേടി വന്നിരിക്കുന്നു.

മാനം കാക്കണമല്ലോ. മനസ്സിൽ തിക്കിക്കയറി വന്ന ആവേശമെല്ലാം ഒരുവിധം നിയന്ത്രിച്ചുകൊണ്ട് ഉദാസീനഭാവത്തിൽ പറഞ്ഞു.

"ശരി. ഞാനൊന്ന് ആലോചിക്കട്ടെ. നാളെ പറഞ്ഞാൽ മതിയല്ലോ അല്ലേ? നാളെ ഇവിടെ ഉണ്ടാവില്ലേ?"

അവിനാശിനെ എനിക്ക് വർഷങ്ങളായി അറിയാം. അവൻ തുറന്ന മനസ്സുള്ളവനും അത്യന്തം ഹൃദയാലുവും ആയ ഒരു ചെറുപ്പക്കാരനാണ്. അവിനാശ് പറഞ്ഞു. “സത്യാ, ഇതിലെന്താണ് ഇത്രമാത്രം ആലോചിക്കുവാൻ ഉള്ളത്? ഞാൻ ഇന്നു തന്നെ അച്ഛന് എഴുതുന്നുണ്ട്. വിശ്വസ്തനായ ഒരാളെയാണ് ഞങ്ങൾ അന്വേഷിച്ചുകൊണ്ടിരിക്കുന്നത്. നിന്നെപോലെ വിദ്യാഭ്യാസവും ബുദ്ധിയുമുള്ള ഒരാളെ. മുപ്പതായിരം ഏക്കർ ഭൂമിയുണ്ട്. അവിടെ പല പുതിയ കാര്യങ്ങളും ഏർപ്പാടാക്കേണ്ടതായിട്ടുണ്ട്. അത്തരം ചുമതലകൾ ആരുടെയെങ്കിലും കൈകളിൽ ഏല്പിക്കാവുന്നതല്ലല്ലോ. ഞാൻ നിന്നെ ഇന്നും ഇന്നലെയും കാണുന്നതൊന്നും അല്ല. നീ എന്റെ ഏറ്റവും അടുത്ത സുഹൃത്താണ്. നിന്നെ എനിക്ക് നന്നായി അറിയാം. അതുകൊണ്ട് നീ ഈ ഉത്തരവാദിത്വം ഏറ്റെടുക്കണം. ഞാൻ ഇപ്പോൾ തന്നെ അച്ഛന് എഴുതി നിയമനപത്രിക വാങ്ങിത്തരുന്നുണ്ട്.”

2

എനിക്ക് ജോലി കിട്ടിയതിന്റെ വിശദാംശങ്ങൾ ഇനി പറയേണ്ട കാര്യമില്ലല്ലോ. കാരണം ഈ കഥയുടെ ഉദ്ദേശ്യം സ്വതന്ത്രവും വസ്തുനിഷ്ഠവും ആണ്. അവിനാശിന്റെ വീട്ടിലെ ചായസത്ക്കാരം കഴിഞ്ഞ് ഏകദേശം രണ്ടാഴ്ച കഴിഞ്ഞ് ഒരു ദിവസം ഞാനെന്റെ സാധനസാമഗ്രികൾ ഒക്കെ കെട്ടിപ്പെറുക്കി ബി എൻ ഡബ്ല്യു റെയിൽവേയുടെ ഒരു ചെറിയ സ്റ്റേഷനിൽ ചെന്നിറങ്ങി.

തണുപ്പുകാലത്തെ ഒരു വൈകുന്നേരം. തുറസ്സായതും വിസ്തൃതമായതുമായ ആ വനപ്രദേശം ഇരുണ്ടു തുടങ്ങി. അങ്ങു ദൂരെ ഇടതിങ്ങി വളരുന്ന വൃക്ഷങ്ങളുടെ നെറുകയിൽ മൂടൽമഞ്ഞ് പരന്നിരിക്കുന്നു. തീവണ്ടിപ്പാതയുടെ ഇരുവശത്തും പയറുചെടികൾ നിരനിരയായി വളർന്നു നിൽക്കുന്നു. വയലുകളിൽ ഈർപ്പം നിലനിൽക്കുന്നുണ്ട്. തണുത്തകാറ്റ്, മനസ്സിനോട് ഒരു പുതുജീവിതം ആരംഭിക്കുവാൻ പോകുകയാണ് എന്നു മന്ത്രിക്കുന്നതുപോലെ തോന്നി. എന്നാൽ വിജനമായ ഈ ഭൂഭാഗത്തെ ഈറൻ സന്ധ്യപോലെ, അങ്ങു ദൂരെ കാണുന്ന നീലനിറം കലർന്ന കൊടുംകാടുപോലെ എന്റെ ജീവിതവും ഏകാന്തത നിറഞ്ഞതായിരിക്കും.

കാളവണ്ടിയിൽ ഏകദേശം മുപ്പത് മൈൽ യാത്ര ചെയ്തു. ആ യാത്ര മുഴുവനും രാത്രിയിൽ ആയിരുന്നു. വീട്ടിൽനിന്നും പോരുമ്പോൾ ഷാളും കമ്പിളിയും എല്ലാം എടുത്തിരുന്നു. വണ്ടിക്കു മേൽക്കൂര ഉണ്ടായിരുന്നിട്ടുപോലും മഞ്ഞിന്റെ കാഠിന്യത്താൽ അതെല്ലാം നനഞ്ഞു കുതിർന്നു. ഈ പ്രദേശത്ത് ഇത്ര കഠിനമായ മഞ്ഞുപെയ്ത്തുണ്ടാകുമെന്ന് ആരറിഞ്ഞു. നേരം പുലർന്നിട്ടും ഞങ്ങൾ യാത്ര തുടർന്നു. ഭൂമിയുടെ കാഴ്ച

യിൽ ചില വ്യത്യാസങ്ങൾ അനുഭവപ്പെടാൻ തുടങ്ങി. വയലുകൾ ഒന്നും കണ്ണിൽപ്പെട്ടില്ല. വീടുകളോ എന്തിന് കൊച്ചുകുടിലുകൾ പോലും കാണാൻ ഇല്ല. നോക്കെത്താത്ത ദൂരം പരന്നുകിടക്കുന്ന വനങ്ങൾ മാത്രം. ചിലയിടത്ത് ഇടതൂർന്ന വനങ്ങളാണെങ്കിൽ, മറ്റു ചിലയിടത്ത് കുറ്റിക്കാടുകൾ. അവയ്ക്കിടയിലായി നീണ്ട പുൽമേടു കാണാം. എന്നാൽ അവിടെയൊന്നും ഒരു തുണ്ടു കൃഷിഭൂമി പോലും കണ്ണിൽ പെട്ടില്ല.

രാവിലെ ഏകദേശം പത്തുമണിയോടെ എസ്റ്റേറ്റ് ഓഫീസിൽ എത്തി. കാടിന്റെ നടുവിൽ അഞ്ചാറേക്കർ സ്ഥലം വെട്ടിത്തെളിച്ച് വൃത്തിയാക്കി ഇട്ടിരിക്കുന്നു. അതിനകത്ത് മുളയും പുല്ലും ഉപയോഗിച്ച് നിർമ്മിച്ച കുറച്ച് കുടിലുകളും കയ്യാലപ്പുരകളും. മേൽക്കൂര വൈക്കോൽ മേഞ്ഞവയാണ് ഉണക്കപ്പുല്ലും നേർത്തകമ്പുകളുംകൊണ്ട് കെട്ടിയുണ്ടാക്കി അതിനു മുകളിൽ മണ്ണു തേച്ചുപിടിപ്പിച്ച ചുവരുകൾ. മുറിക്കകത്തേക്കു കടന്നതോടെ വൈക്കോലിന്റെ പുല്ലിന്റേയും മുളകളുടേയും എല്ലാം പുതുമണം മൂക്കിലേക്ക് അടിച്ചുകയറി. ആ കുടിലുകളും പുരയും എല്ലാം പുതുതായി കെട്ടിയുണ്ടാക്കിയതാണ്. മുമ്പ് വനത്തിന്റെ മറ്റൊരു ഭാഗത്തായിരുന്നു എസ്റ്റേറ്റ് ഓഫീസും താമസസ്ഥലവും എല്ലാം. അവിടെ തണുപ്പുകാലത്ത് വെള്ളം കിട്ടാനുണ്ടായിരുന്നില്ല. അതുകൊണ്ട് ഈ സ്ഥലത്ത് പുതുതായി പണികഴിപ്പിച്ചതായിരുന്നു ഈ ഓഫീസ്. സമീപത്തുകൂടി ഒരു അരുവി ഒഴുകുന്നതുകൊണ്ട് ഇവിടെ വെള്ളത്തിന് ഒരിക്കലും ക്ഷാമം നേരിടുകയില്ല.

3

ജീവിതത്തിന്റെ അധികകാലവും ഞാൻ കഴിച്ചുകൂട്ടിയത് കൊൽക്കത്തയിൽ ആയിരുന്നു. സുഹൃത്തുക്കൾ, വായനശാല, നാടകശാലകൾ, സിനിമ, ഗാനമേളകൾ - ഇതൊന്നും ഇല്ലാത്ത ജീവിതത്തെക്കുറിച്ച് സങ്കല്പിക്കുവാൻ പോലും സാധിക്കുമായിരുന്നില്ല. ജോലി ചെയ്ത് കുറച്ചു പണം സമ്പാദിക്കുവാൻ വേണ്ടി മാത്രമാണ് ഞാൻ ഇങ്ങോട്ടു പോന്നത്. എന്നാൽ ഇത്രമാത്രം വിജനമായ ഒരു സ്ഥലമായിരിക്കും എന്ന് ഞാൻ ഒരിക്കലും പ്രതീക്ഷിച്ചില്ല. ദിവസങ്ങൾ ഒന്നിനു പുറകെ ഒന്നായി കടന്നുപൊയ്ക്കൊണ്ടിരുന്നു. ഓരോ ദിവസവും പ്രഭാതത്തിൽ ദൂരെയുള്ള മലകളുടേയും വനത്തിന്റേയും മുകളിൽ സൂര്യൻ ഉദിച്ചുയരുന്നത് നോക്കി നിൽക്കും. വൈകുന്നേരങ്ങളിൽ നീണ്ട പുല്ലുകളുടെയും വൃക്ഷങ്ങളുടെയും അഗ്രത്തിൽ സിന്ദൂരവർണ്ണം പൂശി മുങ്ങിത്താഴുന്ന സൂര്യാസ്തമയവും കാണും. ഇതിനിടയിലുള്ള ശൈത്യകാലത്തെ പതിനൊന്നുമണിക്കൂർ നീണ്ടുനിൽക്കുന്ന പകൽ സമയത്തെ ശൂന്യത എന്നെ ശരിക്കും അലട്ടാൻ തുടങ്ങി. എങ്ങനെ ഈ ശൂന്യതയെ മറികടക്കാൻ സാധിക്കും?

ആദ്യത്തെ കുറച്ചു ദിവസം ഞാൻ നേരിട്ട ഏറ്റവും വലിയ പ്രശ്നം ഇതായിരുന്നു. ചെയ്യാനാണെങ്കിൽ വളരെയധികം കാര്യങ്ങളുണ്ട്. പക്ഷേ, ഞാൻ പുതുതായി എത്തിച്ചേർന്ന ആളല്ലേ? ഇവിടുത്തുകാരുടെ ഭാഷ എനിക്ക് ഒട്ടും മനസ്സിലാകുന്നില്ല. ജോലിക്കാര്യത്തിൽ എന്തെങ്കിലും ഭേദഗതി വരുത്താൻ എന്നെക്കൊണ്ട് സാധിക്കുന്നില്ല. മുറിക്കകത്തിരുന്ന് കൊണ്ടുവന്ന പുസ്തകങ്ങളും വായിച്ച് പകൽ സമയം തള്ളി നീക്കും. ജോലിക്കെത്തുന്ന ഗ്രാമീണരാകട്ടെ, ഒട്ടും സംസ്കാര സമ്പന്നർ ആയിരുന്നില്ല. ഞാൻ പറയുന്നതൊന്നും അവർക്ക് മനസ്സിലാകില്ല. അവർ പറയുന്നതൊന്നും എനിക്കും. ആദ്യത്തെ പത്തു പതിനഞ്ചു ദിവസം ശരിക്കും ഭീകരം തന്നെ ആയിരുന്നു എന്നു പറയാം. ഇത്തരത്തിലുള്ള ഒരു ജോലി വേണ്ടായിരുന്നു എന്നുപോലും തോന്നിയ സമയം. ഇവിടെ ഇങ്ങനെ കഴിയുന്നതിലും എത്രയോ ഭേദം അരവയറായി കൊൽക്കത്തയിൽ തന്നെ നിൽക്കുന്നതായിരുന്നു. അവിനാശിന്റെ വാക്കുകേട്ട് ചാടിപ്പുറപ്പെട്ടത് അബദ്ധമായിപ്പോയി. ഈ ഏകാന്തജീവിതം എനിക്കു വയ്യ.

ഒരു രാത്രിയിൽ മുറിക്കകത്തിരുന്ന് ഇപ്രകാരം ചിന്തിച്ചു കൊണ്ടിരിക്കുമ്പോൾ വാതിൽ തള്ളിത്തുറന്ന് ഓഫീസിലെ വൃദ്ധനായ ഗുമസ്തൻ ഗോഷ്ഠാചക്രവർത്തി അകത്തുകയറി. ഈ ഒരാളോടു മാത്രമായിരുന്നു ഞാൻ ബംഗാളി ഭാഷയിൽ സംസാരിച്ച് ആശ്വാസം കണ്ടെത്തിയിരുന്നത്. ഗോഷ്ഠാബാബു ഇവിടെ എത്തിയിട്ട് ഏതാണ്ട് പത്തു പതിനെട്ടുവർഷം കഴിഞ്ഞിരിക്കുന്നു. വർദ്ധമാൻ ജില്ലയിലെ വനപാശാസ്റ്റേഷന് അടുത്തുള്ള ഗ്രാമത്തിലാണ് അദ്ദേഹത്തിന്റെ വീട്.

“ഇരിക്കൂ. ഗോഷ്ഠാബാബു” ഞാൻ പറഞ്ഞു.

അദ്ദേഹം ഒരു കസേരയിൽ ഇരുന്നു.

“അങ്ങയോട് ഒരു കാര്യം പറയാനാണ് ഞാൻ വന്നത്. തികച്ചും സ്വകാര്യമായ കാര്യം. ഇവിടെയുള്ള ആരെയും കണ്ണടച്ചങ്ങ് വിശ്വസിക്കരുത്. ഇത് ബംഗാൾ അല്ല. ഇവിടെയുള്ള ഭൂരിഭാഗം ആളുകളും വളരെ ചീത്തയാണ്.” അയാൾ പറഞ്ഞു.

“ബംഗാളിൽ ഉള്ളവരെല്ലാം നല്ല ആളുകളാണെന്നാണോ അങ്ങ് കരുതുന്നത് ഗോഷ്ഠാബാബൂ.”

“അതെനിക്കറിയില്ല മാനേജർ ബാബു, മലേറിയ കാരണമാണ് ഞാൻ ആദ്യമായി ഇവിടേക്കു വന്നത്. ആദ്യമാദ്യം എനിക്കു വല്ലാത്ത വീർപ്പുമുട്ടലായിരുന്നു. ശ്വാസം മുട്ടുന്ന അവസ്ഥ. ഇപ്പോൾ അതെല്ലാം മാറി. പൂർണ്ണിയായിലോ പാറ്റ്നായിലോ എന്തെങ്കിലും ജോലിക്കു പോയാൽ രണ്ടുദിവസത്തിൽ കൂടുതൽ അവിടെ തങ്ങാൻ പറ്റില്ല.

ഗോഷ്ഠാബാബുവിന്റെ മുഖത്തേക്ക് ഉത്ക്കണ്ഠയോടെ നോക്കിക്കൊണ്ട് ഞാൻ ചോദിച്ചു.

“എന്ത്? എന്താണ് അങ്ങ് പറയുന്നത്?

അങ്ങേക്ക് അവിടെയൊന്നും താമസിക്കാൻ കഴിയുകയില്ലെന്നോ" കാട്ടിലെത്താൻ വെമ്പുകയാണെന്നോ?" ഞാൻ ചോദിച്ചു.

ഗോഷ്ഠാബാബു എന്നെ നോക്കി ചിരിച്ചുകൊണ്ട് പറഞ്ഞു. "അതു തന്നെ മാനേജർ ബാബു. അങ്ങേക്കും അതു ബോദ്ധ്യമാകും. അങ്ങ് കൊൽക്കത്തയിൽനിന്നും വന്നിട്ടല്ലേ ഉള്ളൂ. കൊൽക്കത്തയെ കുറിച്ചോർത്ത് അങ്ങയുടെ മനസ്സ് കേഴുകയായിരിക്കും. കുറച്ചുനാൾ കഴിയട്ടെ, അപ്പോ എല്ലാം കൃത്യമായി മനസ്സിലാകും."

"എന്തു മനസ്സിലാകാനാ?"

"ഈ വനം അങ്ങയെ സ്വന്തമാക്കിയിരിക്കും. ആളും ബഹളവും ഒന്നും അങ്ങേക്ക് ഇഷ്ടമല്ലാതാകും. എനിക്ക് അങ്ങനെയാണ് സംഭവിച്ചത്. ഞാൻ കഴിഞ്ഞമാസം ഒരു കേസിന്റെ കാര്യത്തിനുവേണ്ടി മുംഗേറിലേക്ക് പോവുകയുണ്ടായി. എപ്പോഴാണ് അവിടെനിന്നും തിരിച്ചുപോരാൻ സാധിക്കുക എന്നു മാത്രമാണ് ഞാൻ സദാ ചിന്തിച്ചുകൊണ്ടിരുന്നത്."

ഞാൻ മനസ്സറിഞ്ഞു പ്രാർത്ഥിച്ചു. "ദൈവമേ, ഈ ദുരവസ്ഥയിൽ നിന്നും എന്നെ രക്ഷിക്കണേ, ജോലി രാജിവച്ച് കൊൽക്കത്തയ്ക്കു മടങ്ങാൻ ഇടയാക്കണേ?" ഗോഷ്ഠാ ബാബു പറഞ്ഞു. "രാത്രിയിൽ, തോക്ക് തലയിണയ്ക്കിടയിൽ തന്നെ വച്ചുകൊണ്ടു വേണം ഉറങ്ങാൻ. ഈ സ്ഥലം അത്ര നല്ലതൊന്നും അല്ല. ഒരിക്കൽ ഓഫീസുമുറിയിൽ കളവു നടക്കുകയുണ്ടായി അതിനു ശേഷം പണമൊന്നും ഇവിടെ സൂക്ഷിക്കാറില്ല."

"എന്ത്? എന്താണു പറഞ്ഞത്? കളവോ, എന്നാണ് ഇവിടെ കളവു നടന്നത്?" ഞാൻ ജിജ്ഞാസാപൂർവ്വം ചോദിച്ചു.

"അത്രയധികം കാലമായിട്ടൊന്നും ഇല്ല. അഞ്ചെട്ടു വർഷം മുമ്പ്. അങ്ങിവിടെ കുറച്ചുകാലം കഴിയട്ടെ. ക്രമേണ സകലതും മനസ്സിലാകും. ഇതൊരു ചീത്ത പ്രദേശമാണ്. അതുമാത്രമല്ല, ഈ കൊടുംകാട്ടിൽ കൊള്ളയും കൊലയും നടന്നാൽ തന്നെ ആരുണ്ട് കാണാനും അറിയാനും?"

ഗോഷ്ഠാബാബു പോയി കഴിഞ്ഞപ്പോൾ ഞാൻ ജനവാതിലിനരികിൽ ചെന്ന് പുറത്തേക്കു നോക്കിനിന്നു. ചക്രവാള സീമയിൽ കാടുകൾക്കു മീതെ പൂർണ്ണചന്ദ്രൻ ഉദിച്ചുയർന്നു നിൽക്കുന്നു. നിലാവിൽ കുളിച്ചു നിൽക്കുന്ന അശോകമരത്തിന്റെ ശാഖകളും ഇലകളും ജപ്പാൻ ചിത്രകാരൻ ഹോക്കുസായ് വരച്ച മനോഹരചിത്രത്തിന്റെ പ്രതീതി ജനിപ്പിച്ചു.

ജോലി ചെയ്യാൻ മറ്റൊരു സ്ഥലവും കിട്ടിയില്ല! കഷ്ടമെന്നല്ലാതെ എന്തുപറയാൻ! ഇത്രമാത്രം ആപത്തും അപകടവും നിറഞ്ഞ സ്ഥലമാണെന്ന് ആദ്യം അറിയാൻ കഴിഞ്ഞിരുന്നെങ്കിൽ അവിനാശിനോട് ഒരി

ക്കലും സമ്മതം പറയുമായിരുന്നില്ല.

മനസ്സു നിറയെ ഇത്രമാത്രം വ്യാകുലചിന്തകൾ ഉണ്ടായിരുന്നെങ്കിലും പൂർണ്ണചന്ദ്രന്റെ വശ്യ സൗന്ദര്യം എന്നെ അത്യന്തം മുഗ്ദ്ധനാക്കി.

4

ഓഫീസിൽനിന്നും അല്പം അകലെയായി പാറകൾ നിറഞ്ഞ ഒരു കൊച്ചുകുന്നുണ്ട്. അതിനു മുകളിൽ വളരെ പ്രായംചെന്ന ഒരു ആൽവൃക്ഷം നില്പുണ്ട്. ഗ്രാന്റ് സാഹീബ് ആൽമരം എന്നൊരു പേരും അതിനുണ്ട്. ഈ പേര് എങ്ങനെ ഉണ്ടായി എന്ന് അന്വേഷിച്ചിട്ടും മനസ്സിലാക്കാൻ സാധിച്ചില്ല. ഒരു സായാഹ്നത്തിൽ നടക്കാനിറങ്ങിയ ഞാൻ നടന്നുനടന്ന് കുന്നിൻമുകളിൽ എത്തി. സൂര്യാസ്തമയം കാണുകതന്നെയായിരുന്നു ലക്ഷ്യം.

ആൽമരത്തിന്റെ ചുവട്ടിൽ സന്ധ്യാവെളിച്ചം മങ്ങുന്നതിന്റെ നിഴലിൽ നിന്നുകൊണ്ട് കലുടോലായിലെ എന്റെ ഹോസ്റ്റൽ, കപാലിടോലയിലെ ബ്രിഡ്ജുകാരുടെ കൂട്ടം, ഗോൾദിപ്പിയിലെ എന്റെ പ്രിയപ്പെട്ട ബെഞ്ച്.... എല്ലാ ദിവസവും ഈ നേരത്ത് അവിടെ ചെന്നിരിക്കാറുള്ളത്. കോളേജ് റോഡിലൂടെയുള്ള അനുസ്യൂതമായ ജനപ്രവാഹം! ഒപ്പം ചീറിപ്പായുന്ന മോട്ടോർ വാഹനങ്ങൾ! ഇതെല്ലാം എന്നും കാണാറുള്ളതല്ലേ! പെട്ടെന്ന് ഞാൻ എവിടെയാണ് എത്തിച്ചേർന്നിരിക്കുന്നത്? അതിൽ നിന്നെല്ലാം എത്രദൂരത്താണ് ഞാൻ ഇപ്പോൾ. ഇത്തരത്തിലുള്ള ചിന്തകൾ മനസ്സിനെ വല്ലാതെ അലട്ടിക്കൊണ്ടിരുന്നു. മനുഷ്യവാസമില്ലാത്ത ആരണ്യത്തിലാണ് ഇപ്പോഴെന്റെ സ്ഥാനം. കേവലം ഒരു ജോലിക്കുവേണ്ടി മാത്രമല്ലേ, ഞാനീ വൈക്കോൽപ്പുരയിൽ കഴിയുന്നത്. ഇവിടെ ഒരു മനുഷ്യജീവി ഇല്ല. തികച്ചും വിജനമായ പ്രദേശം. ഒന്നുമിണ്ടി പറയാൻപോലും ഒരാളില്ല ഇവിടെ. ഉള്ളവരാകട്ടെ, തികച്ചും പ്രാകൃതരും. അവർ പറയുന്നത് എനിക്കും ഞാൻ പറയുന്നത് അവർക്കും മനസ്സിലായില്ല. ഇത്തരക്കാരുടെ ഇടയിലാണ് എന്റെ ശിഷ്ടജീവിതം! സർവ്വവ്യാപിയായ ഈ വിജനസന്ധ്യയിൽ എന്റെ മനസ്സ് തളർന്നു പോയി. അകാരണമായ ഒരു ഭയം എന്നെ അലട്ടാൻ തുടങ്ങി. ഈ മാസം അവസാനിക്കുവാൻ ഇനി കുറച്ചുദിവസം കൂടിയേ ബാക്കിയുള്ളൂ. അടുത്തമാസം കൂടി എങ്ങനെയെങ്കിലും തള്ളി നീക്കാം. അതിനുശേഷം അവിനാശിനെ കാര്യങ്ങൾ വിശദമായി എഴുതി അറിയിക്കാം. തുടർന്ന് ജോലി ഉപേക്ഷിച്ച് കൊൽക്കത്തയ്ക്കു തിരിച്ചുപോകാം. അവിടെ എത്തിയാൽ സംസ്കാരസമ്പന്നരായ മനുഷ്യരോടൊപ്പം കഴിയാം. വിദ്യാഭ്യാസവും സംസ്കാരവുള്ള ബന്ധുക്കളോടു സഹവസിക്കാം. നല്ല ആഹാരം കഴിക്കാം. നല്ല സംഗീതം ആസ്വദിക്കാം. ജനത്തിരക്കിൽ ജീവിച്ച് അവരുടെ ഉല്ലാസപ്രദമായ ശബ്ദം

കേട്ട് പരിഷ്കൃത മനുഷ്യരുടെ ഇടയിൽ ജീവിക്കാം.

ആൾക്കൂട്ടത്തിനിടയിൽ ജീവിക്കാൻ തനിക്ക് ഇത്രമാത്രം ഇഷ്ടമായിരുന്നെന്ന് മുമ്പ് മനസ്സിലാക്കിയിരുന്നുവോ? ഞാൻ മനുഷ്യരെ ഇത്ര മാത്രം സ്നേഹിച്ചിരുന്നുവോ? അവരോട് എനിക്കുള്ള കർത്തവ്യം നിർവ്വഹിക്കുവാൻ എനിക്ക് ഇതുവരെ സാധിച്ചിട്ടില്ല. എങ്കിലും ഞാൻ അവരെ സ്നേഹിച്ചിരുന്നു. അത് നിശ്ചയമാണ്. അല്ലെങ്കിൽ അവരിൽനിന്നും അകന്നു പോന്നതിൽ ഞാൻ ഇത്രമാത്രം വിഷമിക്കുമായിരുന്നുവോ?

പ്രസിഡൻസി കോളേജിന്റെ മുന്നിൽ പഴയ പുസ്തകം വിൽക്കുന്ന വൃദ്ധനായ മുസൽമാൻ. എത്രനാളായി അയാളുടെ പുസ്തകങ്ങളും മാസികകളും മറിച്ചുനോക്കിയിട്ട്! പണം കൊടുത്ത് വാങ്ങേണ്ടതായിരുന്നു. ഇതുവരെ അതിനു കഴിഞ്ഞില്ല. ഇപ്പോൾ എനിക്കു തോന്നുന്നു ആ വൃദ്ധ വ്യാപാരി എന്റെ അടുത്ത ബന്ധുവാണെന്ന്. എത്ര കാലമായി അയാളെ കണ്ടിട്ട്?

ഓഫീസിൽ തിരിച്ചെത്തിയ ഞാൻ മേശപ്പുറത്ത് ഒരു വിളക്ക് കൊളുത്തിവച്ച് ഒരു പുസ്തകം എടുത്ത് നിവർത്തി വായിക്കാൻ തുടങ്ങി. എന്റെ സഹായി മുനീശ്വർ സിങ് അഭിവാദനം ചെയ്തുകൊണ്ട് അടുത്തുനിന്നു.

"എന്താ, മുനീശ്വർ?" ഞാൻ ചോദിച്ചു.

പ്രാദേശിക ഹിന്ദിയിലെ മുറിവാക്യങ്ങൾ പറയാൻ ഞാൻ ശീലിച്ചു തുടങ്ങിയിരുന്നു.

"യജമാനനേ, അങ്ങ് ഗോഷ്ഠാബാബുവിനോടു പറഞ്ഞ് എനിക്കൊരു ഇരുമ്പുപാത്രം വാങ്ങിത്തരുമോ?"

"എന്തിനാണ് ഇരുമ്പുപാത്രം?"

പ്രതീക്ഷയുടെ വെളിച്ചം മുനീശ്വറിന്റെ മുഖത്ത് കാണാം. അവൻ വിനയപൂർവ്വം പറഞ്ഞു,

"ഒരു ഇരുമ്പുപാത്രം ഉണ്ടെങ്കിൽ എത്ര സൗകര്യമാണെന്ന് അങ്ങേക്ക് അറിയാമോ? പോകുന്നിടത്തെല്ലാം അതുകൊണ്ടു പോകാം. അതിൽ അരിവയ്ക്കാം. സാധനങ്ങൾ സൂക്ഷിക്കാം. അതിൽത്തന്നെ ഭക്ഷണം കഴിക്കാം. തട്ടിമുട്ടി പൊട്ടിപ്പോകും എന്നു പേടിക്കുകയും വേണ്ട. അത്തരം ഒരു പാത്രം വേണമെന്ന് ഞാൻ വളരെ നാളുകളായി ആഗ്രഹിക്കുന്നു. ആറണ കൊടുക്കണം അങ്ങനെ ഒന്ന് കിട്ടാൻ. ഞാൻ എങ്ങനെ ഇത്ര വലിയ വിലകൊടുത്ത് അത് വാങ്ങും? അതുകൊണ്ടാണ് ഞാൻ ഈ ആവശ്യവുമായി അങ്ങയുടെ മുന്നിൽ വന്നത്. അങ്ങ് അനുവദിച്ചു തരുകയാണെങ്കിൽ എനിക്കൊരു ഇരുമ്പുപാത്രം സ്വന്തമായി കിട്ടും."

ഒരു ഇരുമ്പു പാത്രം ഇത്രമാത്രം പ്രയോജനകരമായ ഒന്നോ! അതിനുവേണ്ടി ഇവിടത്തുകാർ രാവും പകലും കിനാവുകാണുന്നു. ഇങ്ങനെ ഒരു കാര്യം ഞാൻ ജീവിതത്തിൽ ആദ്യമായി കേൾക്കുകയാണ്. ഇങ്ങ

നെയുള്ള ദരിദ്രനാരായണന്മാർ ഈ ഭൂമിയിൽ ഉണ്ടാകുമോ. കേവലം ആറണമാത്രം വിലയുള്ള ഇരുമ്പുപാത്രം സ്വന്തമായി കിട്ടിയാൽ സ്വർഗ്ഗം കിട്ടിയതുപോലെ സന്തോഷിക്കുന്നവർ. ഇവിടുത്തെ ആളുകൾ പരമദരിദ്രരാണെന്ന് കേട്ടിട്ടുണ്ടായിരുന്നു. എന്നാലും അവരുടെ ദാരിദ്യത്തിന്റെ കാഠിന്യം ഇത്രമാത്രം ഉണ്ടാകുമെന്ന് കരുതിയിരുന്നില്ല. എന്റെ മനസ്സ് അലിഞ്ഞുപോയി.

അടുത്ത ദിവസം ഞാൻ ഒപ്പിട്ടു കൊടുത്ത ഒരു കടലാസിന്റെ സഹായത്തോടെ മുനീശ്വർ നൗഗാച്ചിയ ബസാറിൽനിന്നും അഞ്ചാം നമ്പർ ഇരുമ്പുപാത്രം വാങ്ങിക്കൊണ്ടു വന്ന് എന്റെ മുന്നിൽ വച്ചു. തുടർന്ന് എന്നെ അഭിവാദനം ചെയ്ത് മാറി നിന്നു.

"അങ്ങയോട് എനിക്ക് വളരെയധികം നന്ദിയുണ്ട് യജമാനനേ, എനിക്കതു കിട്ടി. എന്റെ ആ മോഹം സാധിച്ചു."

അയാളുടെ സന്തുഷ്ടമായ മുഖത്തേക്ക് നോക്കിയപ്പോൾ ഒരു മാസത്തിനിടയിൽ അന്ന് ആദ്യമായി ഞാൻ ചിന്തിച്ചു എത്രമാത്രം നല്ലവരാണ് ഇവിടെയുള്ള മനുഷ്യർ. എത്രമാത്രം കഷ്ടപ്പാടും ദാരിദ്ര്യവുമാണ് ഇവിടുത്തുകാർ അനുഭവിക്കുന്നത്.

രണ്ട്

എത്ര ശ്രമിച്ചിട്ടും ഇവിടുത്തെ ജീവിതവുമായി പൊരുത്തപ്പെട്ടുപോകാൻ എനിക്കു സാധിക്കുന്നില്ല. ഞാൻ ബംഗാളിൽനിന്നും ഇവിടെ എത്തിയിട്ട് അധികമായിട്ടില്ല. ഇതിനു മുമ്പ് വളരെക്കാലം കൊൽക്കത്തയിലാണ് ജീവിച്ചിരുന്നത്. അങ്ങനെയുള്ള ഞാൻ എങ്ങനെ ഈ വിജനഭൂമിയിൽ കഴിഞ്ഞുകൂടും. നെഞ്ചിൽ ഒരു ഭാരം കയറ്റിവച്ചതുപോലുള്ള സ്ഥിതിയിലാണ് ഞാൻ.

ചില ദിവസം വൈകുന്നേരങ്ങളിൽ ഞാൻ വളരെ ദൂരം നടക്കും. ആഫീസിനരികിൽ മനുഷ്യരുടെ ശബ്ദം കേൾക്കാൻ സാധിക്കും. പത്തു നൂറുവാര ദൂരം നടന്നു നീങ്ങുമ്പോഴേക്കും ഓഫീസ് കെട്ടിടങ്ങൾ, കൊച്ചു വീടുകൾ, കുടിലുകൾ എന്നിവയെല്ലാം വനവൃക്ഷങ്ങളുടെയും ഉയർന്ന കാശപ്പുല്ലുകളുടെയും മറവിൽ പോകുന്നു. ആ സമയത്ത് എനിക്കു തോന്നും ഞാൻ ഈ ഭൂമിയിൽ ഒറ്റപ്പെട്ടവനാണെന്ന്. അവിടന്നങ്ങോട്ട് എത്ര ദൂരം നടന്നാലും മുന്നിൽ വിസ്തൃതമായ മൈതാനമോ, ഇടതൂർന്ന വനപ്രദേശമോ മാത്രമേ കാണാൻ സാധിക്കുകയുള്ളൂ. എല്ലായിടത്തും കുറ്റിക്കാടുകളും കൊച്ചുവനങ്ങളും നിബിഡവനങ്ങളും മാത്രം. വിവിധ വൃക്ഷങ്ങൾ, കാട്ടുമുളകൾ, ചൂരൽ, വള്ളിപ്പടർപ്പുകൾ എന്നിവയുടെ എല്ലാം മുകളിൽ അസ്തമയസൂര്യൻ കുങ്കുമം ചാർത്തുന്ന കാഴ്ച. സന്ധ്യാസമയത്ത് ആ പ്രദേശത്ത് വീശുന്ന മന്ദമാരുതനിൽ വനപുഷ്പങ്ങളുടെയും ഔഷധപ്പുല്ലുകളുടെയും സുഗന്ധം നിറഞ്ഞിരുന്നു. ഓരോ കുറ്റിക്കാടിലും കിളികളുടെ കളസംഗീതം ഉയരുന്നു. ആ പക്ഷികളുടെ കൂട്ടത്തിൽ ഹിമാലയത്തിൽനിന്നുള്ള കാട്ടുതത്തകൾ പോലും ഉണ്ട്. അനന്തതയിലേക്കു വ്യാപിച്ചു കിടക്കുന്ന പുൽത്തകിടിയുടെയും വനഭൂമിയുടെയും സമ്മേളനസ്ഥലം.

ഇത്തരം സമയങ്ങളിൽ പ്രകൃതിയുടെ രൂപ സൗന്ദര്യം മറ്റെവിടെയും കണ്ടിട്ടില്ലെന്ന് എനിക്ക് തോന്നാറുണ്ട്. കണ്ണെത്താവുന്നിടത്തോളം ഭൂമിയും മറ്റുവസ്തുക്കളും എല്ലാം എന്റെതാണെന്ന ഒരു തോന്നൽ. ഞാനൊരുത്തൻ മാത്രമാണ് ഇവിടെയുള്ള ഒരേ ഒരു പരിഷ്കൃത മനുഷ്യൻ. എന്റെ ഏകാന്തത തകർക്കാൻ ഇവിടെ ആരും വരുകയില്ല. തെളിഞ്ഞ നീലാകാശത്തിനു കീഴെ, ചക്രവാള സീമവരെ പരന്നു കിടക്കുന്ന സായംസന്ധ്യയിൽ ഞാൻ എന്റെ മനസ്സിനേയും ഭാവനയേയും അലയാൻ വിട്ടിട്ട് അങ്ങനെ നില്ക്കും.

ഓഫീസിൽനിന്നും ഏകദേശം രണ്ടു നാഴിക അകലെയായി ചതുപ്പു നിറഞ്ഞ ഒരു താണപ്രദേശം ഉണ്ട്. അതിലൂടെ നേർത്ത ഒരു അരുവി ഒഴുകുന്നുണ്ട്. അതിന്റെ പാർശ്വങ്ങളിൽ കാട്ടുലില്ലി വനംപോലെ വളർന്നു പന്തലിച്ചു നിൽക്കുന്നു. കൊൽക്കത്തയിൽ ആ ചെടിക്ക് ചിലന്തിലില്ലി എന്നാണ് പേരു പറയുന്നത്. ഞാൻ മുമ്പൊരിക്കലും ഇത്തരം ചിലന്തി ലില്ലി കണ്ടിട്ടില്ല. എനിക്ക് അറിയുമായിരുന്നുമില്ല. ഇവിടെ ഈ കാട്ടുപ്രദേശത്ത് ആരുടെയും ദൃഷ്ടിയിൽ പെടാതെ മെത്ത വിരിച്ചതുപോലെ കിടക്കുന്നു. കാറ്റ് അവയുടെ സുഗന്ധം എത്രയോ ദൂരേക്ക് എത്തിക്കുന്നു. എത്രയോ പ്രാവശ്യം ഞാനിവിടെ വന്നിരുന്ന് ഈ പൂക്കളുടെ സൗന്ദര്യം ആസ്വദിക്കുക പതിവായിരുന്നു. കൺമുന്നിൽ തുറന്നു കിടക്കുന്ന ആകാശവും സാവധാനത്തിൽ ഇറങ്ങിവരുന്ന സന്ധ്യയും ഏകാന്തതയിൽ നവ്യാനുഭൂതി പകരുന്നതായിരുന്നു.

ചിലപ്പോൾ ഞാൻ കുതിരപ്പുറത്ത് കയറി സഞ്ചരിക്കുന്ന പതിവുണ്ടായിരുന്നു. ആദ്യമാദ്യം കുതിരസവാരി എനിക്കു വളരെ ബുദ്ധിമുട്ടായിരുന്നു. ക്രമേണ അതു പരിചയിച്ചു. നന്നായി കുതിരയെ ഓടിക്കാൻ പഠിച്ചുകഴിഞ്ഞപ്പോൾ ഇതിനേക്കാൾ വലിയ ആനന്ദം ജീവിതത്തിൽ വേറെയില്ല എന്നു തോന്നിപ്പോയി. തീർത്തും വിജനമായ ഇതുപോലുള്ള ഒരു വനപ്രദേശത്ത് ശൂന്യാകാശത്തിനു കീഴെ സ്വന്തം ആഗ്രഹത്തിനനുസരിച്ച് കുതിരസവാരി നടത്താത്ത ഒരാൾക്ക് അതിലൂടെ ലഭിക്കുന്ന ആനന്ദം എത്രമാത്രമായിരിക്കുമെന്ന് പറഞ്ഞു മനസ്സിലാക്കിക്കൊടുക്കാൻ ആരാലും സാദ്ധ്യമല്ല. അത് അനുഭവിച്ചുതന്നെ അറിയേണ്ടതാണ്. ഓഫീസിൽനിന്നും പത്തുപതിനഞ്ചു മൈൽ അകലെയായി സർവ്വേ ജോലി നടക്കുന്നുണ്ട്. അതുകൊണ്ട് എല്ലാ ദിവസവും രാവിലെ ഒരു കപ്പ് ചായ കുടിച്ചശേഷം കുതിരപ്പുറത്തു കയറി അതിന്റെ കഴിഞ്ഞാൺ കൈയിലെടുത്ത് യാത്ര ആരംഭിക്കും. മിക്കവാറും ദിവസങ്ങളിൽ വൈകുന്നേരമാകും തിരിച്ചെത്താൻ. ചില ദിവസങ്ങളിൽ തിരിച്ചെത്തുമ്പോൾ നീലാകാശത്ത് നക്ഷത്രങ്ങൾ കണ്ണുചിമ്മി കളിക്കാൻ തുടങ്ങിയിട്ടുണ്ടാകും. ബൃഹസ്പതി നക്ഷത്രം വെട്ടിത്തിളങ്ങി നിൽക്കുന്നുണ്ടാകും. നിലാവുള്ള രാത്രികളിൽ വനപുഷ്പങ്ങളുടെ സുഗന്ധം നിലാവിലലിഞ്ഞ് ഒഴുകി വരും. കുറുക്കന്മാർ ഓരിയിടുന്നത് യാത്രയ്ക്ക് അകമ്പടിയായി ഉണ്ടാകും. കാട്ടുചീവീടുകളുടെ സംഗീതവും ഒപ്പം ഉണ്ടാകും.

2

ഞാൻ എന്തു ജോലി ചെയ്യാൻ വേണ്ടിയാണോ ഇവിടേക്കു വന്നത്, അതിനുവേണ്ടി വളരെയേറെ പ്രയത്നിക്കേണ്ടതായിട്ടുണ്ട്. ആയിരക്കണക്കിനു ഏക്കറുകൾ പരന്നുകിടക്കുന്ന കൃഷിഭൂമി പെട്ടെന്ന് ശരിയാക്കി എടുക്കുക എന്നത് എളുപ്പമുള്ള കാര്യമല്ല. ഇവിടെ വന്നതിനുശേഷം മറ്റൊരു കാര്യംകൂടി ഞാൻ മനസ്സിലാക്കുകയുണ്ടായി. ഏതാണ്ട് മുപ്പതു വർഷം മുമ്പ് ഈ ഭൂമി നദിയിൽ ആണ്ടുകിടക്കുകയായിരുന്നു. ഇത് ഉയർന്നു വന്നിട്ട് ഇരുപതു വർഷത്തോളമേ ആയിട്ടുള്ളൂ. തങ്ങളുടെ പിതൃപിതാമഹന്മാർക്കു സ്വന്തമായിരുന്ന കൃഷിഭൂമിയെല്ലാം ഗംഗാനദിയിൽ മുങ്ങിപ്പോയതോടെ സ്ഥലമുടമ മറ്റെവിടെക്കോ താമസം മാറിപ്പോയി. ബാക്കി ഉണ്ടായിരുന്ന പഴയ ആളുകളെ ഇവിടെ ജീവിക്കുവാൻ ജമീന്ദാർമാർ അനുവദിച്ചതും ഇല്ല. കൂടിയ നിരക്കിൽ പാട്ടത്തിനു കൊടുത്ത് വലിയ ആദായം ഉണ്ടാക്കുന്നതിനു വേണ്ടിയാണ് ഭൂമി പുതിയ ആളുകൾക്കു കൊടുക്കാൻ ജമീന്ദാർമാർ ഒരുങ്ങിയത്. ഭൂമിയും വീടും നഷ്ടപ്പെട്ടവരും മറ്റാശ്രയം ഇല്ലാത്തവരും ദരിദ്രനാരായണന്മാരുമായ പഴയ ആളുകളുടെ ഒരവകാശവും അവർ വകവച്ചു കൊടുത്തില്ല. അവർ വീണ്ടും വീണ്ടും വന്ന് ആവശ്യപ്പെട്ടിട്ടും അവരുടെ നഷ്ടപ്പെട്ടുപോയ അവകാശം തിരികെ കൊടുക്കാൻ ജമീന്ദാർമാർ തയ്യാറായില്ല. അവരുടെ വിലാപങ്ങൾക്കും അപേക്ഷകൾക്കും ഫലമൊന്നും ഉണ്ടാകാൻ പോകുന്നില്ല. അവർക്കൊരിക്കലും ആ ഭൂമി തിരിച്ചു കിട്ടില്ല.

ഈ ആവശ്യം ഉന്നയിച്ചുകൊണ്ട് എന്നെ കാണാനും പലരും വന്നിരുന്നു. അവരുടെ ദയനീയാവസ്ഥ കാണുമ്പോൾ വല്ലാത്ത ദുഃഖം തോന്നും. എന്നാൽ പഴയ കുടിയാന്മാരിൽ ഒരുത്തനുപോലും ഭൂമി കൊടുത്തു പോകരുതെന്നാണ് എനിക്കു ലഭിച്ചിരിക്കുന്ന കർക്കശ നിർദ്ദേശം. ഒരിക്കൽ അവരെ താമസിപ്പിച്ചാൽ അവരുടെ ഉടമസ്ഥാവകാശം നിയമപ്രകാരം അവർക്ക് അവകാശപ്പെടാൻ സാധിക്കും. ജന്മിമാരുടെ വടികൾക്കാണ് അവിടെ ഏറ്റവും കരുത്ത്. പഴയ കുടിയാന്മാർ അവരുടെ ഭൂമി നഷ്ടപ്പെട്ടതിനാൽ വീടില്ലാതെ അലഞ്ഞു നടക്കുകയാണ്. അവരിൽ ചിലർ നാടുവിട്ടുപോയി കൂലിപ്പണി ചെയ്ത് ദിവസം കൂലി വാങ്ങി അതുകൊണ്ട് എങ്ങനെയൊക്കെയോ ജീവിച്ചു പോകുന്നു. കുറച്ചുപേർ എങ്ങനെയൊക്കെയോ കുറച്ചു കൃഷിസ്ഥലം സ്വന്തമാക്കി. ധാരാളം ആളുകൾ മരിച്ചുപോയി. മരിച്ചവരുടെ അനാഥരായ കുട്ടികൾ ആരോരും സഹായത്തിനില്ലാതെ കഴിയുന്നു. അതിശക്തന്മാരായ ജമീന്ദാർമാരോട് ഏറ്റുമുട്ടി ജയിക്കാൻ അവർക്ക് കഴിയില്ല. നീരൊഴുക്കിൽ പെട്ട വൈക്കോൽ തുരുമ്പുകൾ പോലെ ഒഴുകിപ്പോകുകയേ ഉള്ളൂ.

പുതിയ കുടിയാന്മാരെ എവിടെ നിന്നാണ് ഇവർ കൊണ്ടുവരാൻ പോകുന്നത്? മുംഗേർ, പൂർണ്ണിയ, ഭഗൽപ്പൂർ, ഛാപര തുടങ്ങിയ സമീപ ജില്ലകളിൽ നിന്നുവരുന്ന ആളുകൾ ഭീമമായ പാട്ടത്തുക കേൾക്കുമ്പോൾ

പിന്തിരിഞ്ഞു പോകുന്നു. നാലഞ്ചുപേർ കുറച്ചുകൂടി ഏറ്റെടുക്കുവാൻ തയ്യാറാണ്. എന്നാൽ ഇത്ര വലിയ തുകയ്ക്ക് പത്തു മുപ്പതിനായിരം ഏക്കർ ഭൂമി ഓരോ കുടിയാന്മാർക്ക് കൊടുക്കണമെങ്കിൽ ചുരുങ്ങിയത് ഇരുപത്തഞ്ചു വർഷമെങ്കിലും വേണ്ടിവരും. യാതൊരു സംശയവും ഇല്ല.

ഇവിടെനിന്നും പത്തൊമ്പതു നാഴിക അകലെയായി ഒരു ജില്ലാ ഓഫീസുണ്ട്. അതും കൊടിയ വനപ്രദേശത്താണ്. ലബ്ടുലിയാ എന്നാണ് സ്ഥലനാമം. അവിടെ ഒരു ഓഫീസ് ഉണ്ടാക്കാൻ കാരണമുണ്ട്. ആ പ്രദേശം കന്നുകാലികളെ തീറ്റാൻ കാലിവളർത്തലുകാർക്ക് പാട്ടത്തിനു കൊടുക്കുക പതിവുണ്ട്. ഇതുകൂടാതെ അവിടെ പത്തുമുന്നൂറേക്കർ ബദരീവനമുണ്ട്. അരക്കു ലഭിക്കുന്ന പുഴുക്കളെ വളർത്താൻ ഈ ബദരീവനം ആളുകൾ ഉപയോഗിക്കുന്നുണ്ട്. അവരിൽനിന്നും പണം പിരിക്കുവാൻ ആളെ നിയമിച്ചിട്ടുണ്ട്. മാസം പത്തുരൂപ ശമ്പളം വാങ്ങുന്ന ആ മനുഷ്യന് അവിടെ ഒരു ചെറിയ ഓഫീസുണ്ട്.

ബദരീവനപ്രദേശം പാട്ടത്തിനു കൊടുക്കുവാനുള്ള സമയം ആഗതമായി. ഞാൻ ഒരു ദിവസം അതിരാവിലെ കുതിരപ്പുറത്തു കയറി ലബ്ടുലിയായിലേക്കു പോയി. എന്റെ ഓഫീസിനും ലബ്ടുലിയായ്ക്കും ഇടയിൽ ചെമ്മണ്ണു നിറഞ്ഞ ഒരു ചെറിയ കുന്നുണ്ട്. ഏകദേശം എട്ടു നാഴിക നീളം കാണും അതിന്. അതിന്റെ പേര് ഫുൽകിയ ബയിഹാർ എന്നാണ്. വിവിധങ്ങളായ ചെടികളും കുറ്റിക്കാടുകളും നിറഞ്ഞ പ്രദേശം. ഇടയ്ക്കിടയ്ക്ക് നിബിഡവനങ്ങളും ഉണ്ട്. കുതിരയുടെ ദേഹത്തിൽ മരത്തിന്റെ ചെറിയ കമ്പുകൾ കുത്തി നോവിപ്പിക്കാറുണ്ട്. ചിലപ്പോൾ ആഞ്ഞുതറയ്ക്കുന്നുണ്ട്. കുന്ന് ഇറങ്ങിവന്ന് സമതലഭൂമിയുമായി ചേരുന്നിടത്ത് ചാനൽ എന്നുപേരുള്ള ഒരു അരുവി ഒഴുകുന്നുണ്ട്. വർഷകാലത്ത് അത് നിറഞ്ഞു കവിഞ്ഞ് ഒഴുകുകയാണു പതിവ്. ഇപ്പോൾ മഞ്ഞുകാലമായതിനാൽ നീരൊഴുക്ക് വളരെ കുറവാണ്.

ഞാൻ ആദ്യമായാണ് ലബ്ടുലിയായിൽ വരുന്നത്. ഒരു കൊച്ചു വൈക്കോൽപ്പുര! ചുവരിന്റെ സ്ഥാനത്ത് കാശപ്പുല്ലും അശോകത്തിന്റെ ചില്ലകളുംകൊണ്ട് മറകെട്ടിയിരിക്കുകയാണ്. സന്ധ്യമയങ്ങുന്നതിനു മുമ്പായി ഞാനവിടെ എത്തിച്ചേർന്നു. ഞാൻ താമസിക്കുന്നിടത്തേക്കാൾ കഠിനമായ തണുപ്പാണ് ഇവിടെ. കൈകാലുകൾ മരവിച്ചു പോകുന്നു. ജോലിക്കാർ ഉണങ്ങിയ ചുള്ളിക്കമ്പുകളും ഇലകളും മറ്റും പെറുക്കിക്കൂട്ടി മുറ്റത്ത് തീയിട്ടു. ഒരു കൊച്ചു കസേരയിൽ തീ കാഞ്ഞുകൊണ്ട് ഞാൻ ഇരുന്നു. മറ്റുള്ളവരെല്ലാം തീകുണ്ഡത്തിനു ചുറ്റും വെറും നിലത്തിരുന്നു. ജോലിക്കാരിൽ ഒരാൾ വലിയ ഒരു രോഹുമത്സ്യം എനിക്ക് കാഴ്ച വച്ചു. അതാര് പാചകം ചെയ്യും എന്നത് വലിയ പ്രശ്നമായി. ഞാൻ എന്റെ പാചകക്കാരനെ കൂടെ കൊണ്ടുവന്നിട്ടില്ലായിരുന്നു. എനിക്കൊട്ടു പാചകം അറിയുകയും ഇല്ല. എന്നെ കാണാനായി അഞ്ചെട്ടു പേർ അവിടെ കാത്തുകെട്ടി നില്പുണ്ടായിരുന്നു. അവരുടെ കൂട്ടത്തിലുണ്ടായിരുന്ന കോൺടുമിശ്ര എന്ന പേരുള്ള ഒരു മൈഥിലി ബ്രാഹ്മണനെ പാച

കത്തിനായി ഏർപ്പാടാക്കി.

ഈ കൂടി നിൽക്കുന്ന ആളുകൾ വനം പാട്ടത്തിനെടുക്കാൻ വന്നവരാണോ എന്ന് ഞാൻ ശിപായിയോടു ചോദിച്ചു. "അല്ല യജമാനനേ, ഇവർ ആഹാരം മോഹിച്ചു വന്നിരിക്കുന്നവരാണ്. യജമാനൻ വരുന്നുണ്ടെന്ന് കേട്ടപ്പോൾ മുതൽ ഇവർ ഈ ഓഫീസിൽ വന്ന് കാവലിരിക്കുവാൻ തുടങ്ങിയതാണ്. ഇവിടുത്തുകാരുടെ ഒരു സ്വഭാവമാണത്. നാളെ ഇതിലും കൂടുതൽ ആളുകൾ വന്നേക്കും എന്നാണ് തോന്നുന്നത്." അയാൾ പറഞ്ഞു. ഇങ്ങനെ ഒരു കാര്യം ഞാൻ ഇതിനു മുമ്പൊരിക്കലും കേട്ടിട്ടില്ല.

"ഇതെന്താ ഇങ്ങനെ? ഞാൻ ഇവരെ ആരെയും ക്ഷണിച്ചിട്ടില്ലല്ലോ." ഞാൻ പറഞ്ഞു.

"ഇവരെല്ലാം വെറും പട്ടിണി പാവങ്ങളാണ്. ചോറെന്നൊരു സാധനം അവർക്ക് കണികാണാൻ കിട്ടുന്നില്ല. പയറും ചോളവും എല്ലാം വറുത്തു തിന്നുകയാണവർ. അങ്ങ് ഇവിടേക്കു വരുന്നു എന്ന് കേട്ടറിഞ്ഞിട്ട് രണ്ടു ദിവസമായി ഇവരിവിടെ അങ്ങയെ കാത്തിരിക്കുകയാണ്. ഒരു നേരത്തെ ചോറ് ഒരു സദ്യ പോലെയാണ് ഇവർ കണക്കാക്കുന്നത്. അങ്ങുവന്നാൽ തീർച്ചയായും ചോറുകിട്ടും എന്ന പ്രതീക്ഷയിലാണ് ഇവർ ഇവിടെ ഇരിക്കുന്നത്. ഇനി കുറെ ആളുകൾ എത്തിച്ചേരും എന്നാണ് തോന്നുന്നത്.

ബംഗാളിലെ മനുഷ്യർ ഇവരെക്കാൾ എത്രയോ സാംസ്കാരികമായി ഉയർന്നവരാണെന്ന് എനിക്കു തോന്നി. ഭക്ഷണം തേടിവന്ന ഈ സാധു ജനങ്ങൾ എനിക്ക് വളരെ പ്രിയപ്പെട്ടവരായി തീർന്നു. തീയിനു ചുറ്റും ഇരുന്ന് അവർ തമ്മിൽ തമ്മിൽ സംസാരിക്കുന്നത് ഞാൻ കേട്ടുകൊണ്ടിരുന്നു. ആദ്യമവർ തീയുടെ അടുത്തിരിക്കുന്ന എന്റെ അടുത്തു വന്നിരിക്കുവാൻ തയ്യാറായില്ല. എന്നോടുള്ള ബഹുമാന സൂചകമായ ഒരകലം അവർ പാലിച്ചു. ഞാനവരെ വിളിച്ച് എന്റെ സമീപത്തിരുത്തി. കോൻടു മിശ്ര എന്റെ അടുത്തുതന്നെ ഇരുന്ന് ഉണങ്ങിയ ചുള്ളിക്കമ്പുകൾ കത്തിച്ച് മത്സ്യം പാകം ചെയ്യുന്നുണ്ട്. അഷ്ടഗന്ധം പുകയ്ക്കുമ്പോൾ ഉണ്ടാകുന്ന ഗന്ധം അവിടമാകെ പരന്നു. തീയിനടുത്തുനിന്നും അല്പം മാറിയപ്പോൾ തണുപ്പ് സഹിക്കാൻ കഴിഞ്ഞില്ല. ആകാശത്തുനിന്നും മഞ്ഞു പെയ്യുന്നതുപോലെ! അത്രയ്ക്ക് അസഹ്യമായ തണുപ്പ്!

ഭക്ഷണം കഴിച്ചു കഴിഞ്ഞപ്പോൾ രാത്രി ഏറെ വൈകി. ആപ്പീസിലുണ്ടായിരുന്നവരെല്ലാം ഭക്ഷണത്തിനു ശേഷവും തീകായാൻ ചെന്നിരുന്നു. കഠിനമായ തണുപ്പുകാരണം രക്തം കട്ടപിടിക്കുന്നതുപോലെ തോന്നി. തുറന്ന സ്ഥലമായതുകൊണ്ടും ഹിമാലയം അധികം അകലെ അല്ലാത്തതുകൊണ്ടും ആകാം ഇത്ര കഠിനമായ തണുപ്പ് അനുഭവപ്പെടുന്നത്.

തീയിട്ടതിനടുത്ത് ഞങ്ങൾ എട്ടുപേരുണ്ട്. ഞങ്ങൾ ഇരിക്കുന്നതിനു മുന്നിലായി രണ്ടു ചെറിയ വൈക്കോൽ പുരകൾ. അതിലൊന്നിൽ ഞാനും രണ്ടാമത്തേതിൽ മറ്റുള്ളവരും രാത്രി കഴിച്ചുകൂട്ടും. ഞങ്ങളുടെ ചുറ്റും ഘോരവനമാണ്. തലയ്ക്കുമുകളിൽ നക്ഷത്രങ്ങൾ മിന്നിത്തിള

ങ്ങുന്ന വിസ്തൃത നീലാകാശം. എനിക്ക് വല്ലാത്ത അത്ഭുതം തോന്നി. ഞാൻ സ്ഥിരമായി പരിചയിച്ചിരുന്ന ഭൂവിഭാഗം വിട്ട് മഹാശൂന്യതയിലെ അന്യഗ്രഹത്തിൽ എത്തപ്പെട്ട് അജ്ഞാതവും അതീവരഹസ്യവുമായ ഒരു ജീവിതവുമായി കൂടിച്ചേർന്നു കഴിയേണ്ടതായി വന്നുവല്ലോ.

ആ ഗ്രാമീണരുടെ കൂട്ടത്തിൽ ഏകദേശം പത്തുമുപ്പതു വയസ്സു പ്രായം തോന്നിക്കുന്ന ഒരു യുവാവിന്റെ നേർക്ക് എന്റെ ശ്രദ്ധ തിരിഞ്ഞു. ഗനോരി തിവാരി എന്നാണ് അയാളുടെ പേര്. കറുത്ത നിറം. തടിച്ച ദേഹ പ്രകൃതി. നീണ്ട തലമുടി. നെറ്റിയിൽ നീളത്തിലുള്ള രണ്ടു പൊട്ടുകൾ. ഈ കൊടുംതണുപ്പിൽ ഒരു പുതപ്പല്ലാതെ മറ്റൊന്നും ശരീരത്തിലില്ല. നാട്ടുകാർ സാധാരണ ഉപയോഗിക്കുന്ന കോട്ടുപോലും ധരിച്ചിട്ടില്ല. അയാളെ ഞാൻ വളരെ നേരമായി ശ്രദ്ധിച്ചു കൊണ്ടിരിക്കുകയാണ്. മറ്റാളുകളെ ഒരു സങ്കോചത്തോടെ ആണ് അയാൾ നോക്കുന്നത്. ആരെന്തു പറഞ്ഞാലും അതിന് ഒരെതിരഭിപ്രായവും പറയുന്നില്ല. എന്നാൽ സംസാരത്തിനു പഞ്ഞമൊന്നും ഇല്ല.

ഞാൻ എന്തു ചോദിച്ചാലും അതിനുള്ള മറുപടി യജമാനനേ എന്നു മാത്രമാണ്.

ഈ ഗ്രാമീണർ, തങ്ങളെക്കാൾ സാമൂഹിക സ്ഥിതിയിലുള്ളവർ സംസാരിക്കുമ്പോൾ അതെല്ലാം തല കുലുക്കി സമ്മതിച്ചുകൊടുക്കുന്നവരാണ്.

“നിങ്ങൾ എവിടെയാണു താമസിക്കുന്നത്? തിവാരിജീ?” ഞാൻ ഗനോരിയോടു ചോദിച്ചു.

ഞാൻ വളരെ ബഹുമാനത്തോടെ അയാളോടു സംസാരിക്കുന്നതു കേട്ടപ്പോൾ അത്ഭുതപരതന്ത്രനായി എന്നെ നോക്കിയശേഷം പറഞ്ഞു.

“ഭീമാദാസ് ടോലാ, യജമാനനേ.”

തുടർന്ന് അയാൾ തന്റെ ജീവിതകഥ പറയാൻ തുടങ്ങി. തുടർച്ചയായി സംഭവ വിവരണം നടത്തുകയായിരുന്നില്ല. മറിച്ച് എന്റെ ഓരോ ചോദ്യത്തിനും ഉള്ള ഉത്തരമായിട്ട്.

ഗനോരി തിവാരിക്ക് പന്ത്രണ്ടു വയസ്സായപ്പോൾ അയാളുടെ അച്ഛൻ മരിച്ചു. അച്ഛന്റെ സഹോദരിയായ ഒരു വൃദ്ധയാണ് തുടർന്നുള്ള കാലം അയാളെ വളർത്തിയത്. അച്ഛൻ മരിച്ച് അഞ്ചുവർഷം കഴിഞ്ഞപ്പോൾ അച്ഛൻപെങ്ങളും മരിച്ചു. അതോടെ ജീവസന്ധാരണത്തിനുള്ള വഴി തേടി ഗനോരി വീടു വിട്ടിറങ്ങിയതാണ്. അയാൾ എത്തിച്ചേർന്നത് ഒരു ഇടുങ്ങിയ ലോകത്തായിരുന്നു. കിഴക്ക് പൂർണ്ണിയാ നഗരം, പടിഞ്ഞാറ് ഭഗൽപൂരിന്റെ അതിർത്തി മേഖല. തെക്കുഭാഗത്ത് ഈ ആൾപ്പെരുമാറ്റമില്ലാത്ത വനഭൂമിയായ ഫുൽകിയ ബയിഹാർ. വടക്ക് കുശീനദി. ഈ നാലതിരുകൾക്കു പുറത്തുള്ള കാര്യങ്ങളൊന്നും അയാൾക്ക് അറിയില്ല. ഗ്രാമീണരുടെ വീടുകളിൽ പൂജകൾ ചെയ്തു കൊടുത്തും ഗ്രാമീണ പാഠശാലയിലെ കുട്ടികൾക്ക് എഴുത്തും വായനയും പഠിപ്പിച്ചും എല്ലാം എങ്ങനെയൊക്കെയോ ആഹാരത്തിനു വഴി കണ്ടെത്തി. ഉഴുന്നിന്റെ കഞ്ഞിവച്ചു

കുടിച്ചും ചൈനാപ്പുല്ലിന്റെ വിത്തുപൊടിച്ച് റൊട്ടി ഉണ്ടാക്കി കഴിച്ചും എല്ലാം ജീവൻ നിലനിർത്തി പോന്നു. കഴിഞ്ഞ രണ്ടു മാസമായി ഒരു ജോലിയും ഇല്ല. മലയോരപ്പള്ളിക്കൂടം ഇപ്പോൾ പ്രവർത്തിക്കുന്നില്ല. ഫുൽകിയ ബയിഹാറിലെ പതിനായിരം ബീഘാ ശരിക്കും കാട്ടുപ്രദേശമാണ്. അവിടെ മനുഷ്യരാരും താമസിക്കുന്ന പതിവില്ല. ആടുമാടുകളെ തീറ്റാൻ വരുന്നവർ മൃഗങ്ങളെ കാട്ടിലേക്ക് മേയാൻ വിട്ടിട്ട് ഭക്ഷണത്തിനു വേണ്ടി അലഞ്ഞു നടക്കും. മാടുകളെ ഓരോ മേച്ചിൽ സ്ഥലങ്ങളിലേക്ക് കൊണ്ടു പോകുന്നതിനിടയിലാണ് ഞാനിവിടെ വരുന്നുണ്ടെന്ന വിവരം കിട്ടിയത്. അങ്ങനെ മറ്റുള്ളവരുടെ കൂടെ ഇവിടേക്കു വന്നു.

വരവിന്റെ ഉദ്ദേശ്യമാണ് ഏറ്റവും രസകരം.

"ഇവിടെ ഇത്രയും ആളുകൾ വന്നിരിക്കുന്നത് എന്തിനാണ്? തിവാരിജീ?"

"യജമാനനേ, സകലരും പറഞ്ഞു ഇന്ന് ഫുൽകിയയിലെ ഓഫീസിലേക്ക് മാനേജർ വന്നിട്ടുണ്ട്. അവിടെ പോയാൽ ചോറുകിട്ടും എന്ന്. അതിനാണ് ഈ ആളുകളെല്ലാം ഇങ്ങോട്ടു വന്നിരിക്കുന്നത്. അവരോടൊപ്പം ഞാനും പോന്നു."

"ഇവിടെ ആർക്കും ചോറു കഴിക്കാൻ കിട്ടാറില്ലേ?"

"എവിടന്നു കിട്ടാനാ യജമാനനേ, നൗഗാഛിയയിലെ മാർവാഡികൾ എന്നും ഊണുകഴിക്കുന്നുണ്ട്. ഞാൻ ഊണുകഴിച്ചിട്ട് മൂന്നുമാസം കഴിഞ്ഞു. കഴിഞ്ഞ ചിങ്ങമാസത്തിലെ സംക്രാന്തിദിവസം രാസ്ബിഹാരി സിങ്ങിന്റെ വീട്ടിൽ സദ്യ ഉണ്ടായിരുന്നു. രജപുത്രരല്ലേ, വലിയ ധനികർ! അന്നാണ് ഞാൻ ഊണു കഴിച്ചത്. അതിനുശേഷം ഉണ്ടാട്ടില്ല."

ഇവിടെ വന്നുകൂടിയിരിക്കുന്ന ഒരാൾക്കും ഈ ഭയാനകമായ തണുപ്പിൽപ്പോലും വേണ്ടത്ര വസ്ത്രം ഉണ്ടായിരുന്നില്ല. രാത്രി മുഴുവനും തീകാഞ്ഞുകൊണ്ട് ഇരിക്കുകയാണ്. വെളുപ്പാൻ കാലത്ത് തണുപ്പിന്റെ കാഠിന്യം ശക്തമാകുമ്പോൾ അവർ ഒന്നുകൂടി തീയുടെ അടുത്തേക്കു നീങ്ങും. നേരം പുലരുന്നതുവരെ അവരങ്ങനെ തൊട്ടുതൊട്ടിരിക്കും.

എനിക്ക് അവരോട് വളരെ പെട്ടെന്ന് വല്ലാത്ത അടുപ്പം തോന്നി. അവരുടെ കൊടിയ ദാരിദ്ര്യാവസ്ഥ, സരളസ്വഭാവം, കഠിനമായ ജീവിത സാഹചര്യവുമായി പൊരുതി നിൽക്കാനുള്ള അവരുടെ മനോബലം, കൊടിയ വനാന്തരത്തിലെ ദുസ്സഹമായ ജീവിതം, മഞ്ഞുപൊഴിയുന്ന നീലാകാശം എന്നിവയൊന്നും അവരെ ആനന്ദത്തിന്റെ വഴികളിലേക്കു തിരിച്ചുവിടാതെ, അവരെ കരുത്തരായ മനോബലമുള്ള യഥാർത്ഥ മനുഷ്യരാക്കി തീർത്തിരിക്കുന്നു. ഒരു നേരത്തെ ആഹാരത്തിനായി ഭീമാദാസ്ടോലായിൽനിന്നും ചുറ്റുമുള്ള പർവ്വതഗ്രാമത്തിൽനിന്നും ഒമ്പതുനാഴികയിലധികം നടന്ന് ഇവിടെ എത്തിയിരുന്നു. അതും ആരും ക്ഷണിച്ചിട്ടല്ല. അവർക്ക് നിസ്സാരകാര്യങ്ങളിൽ പോലും ആനന്ദം കണ്ടെത്തുവാൻ സാധിക്കുന്നു. ആഹ്ലാദം ഉൾക്കൊള്ളാനുള്ള അവരുടെ കഴിവ് അതിശയകരം തന്നെ.

അർദ്ധരാത്രിയിൽ എന്തോ വലിയ ശബ്ദം കേട്ട് ഞാൻ ഞെട്ടി ഉണർന്നു. തണുപ്പിന്റെ കാഠിന്യം കാരണം മുഖം പുറത്തേക്കു കാണിക്കുക എന്നതുതന്നെ ഏറ്റവും ബുദ്ധിമുട്ടുള്ള കാര്യമായിരുന്നു. ഇവിടത്തെ തണുപ്പ് ഇത്ര കഠിനമാണെന്ന് അറിയാത്തതുകൊണ്ട് ആവശ്യമുള്ളത്ര കമ്പിളി ഉടുപ്പുകൾ, കോസടി എന്നിവയൊന്നും ഞാൻ കൊണ്ടുവരികയുണ്ടായില്ല. കൊൽക്കത്തയിൽ വച്ച് പുതയ്ക്കാൻ ഉപയോഗിച്ചിരുന്ന പുതപ്പു തന്നെയാണ് ഞാൻ ഇങ്ങോട്ടും കൊണ്ടുവന്നിരുന്നത്. കൊടും തണുപ്പിൽ അത് നനഞ്ഞു കുതിരുകയും പതിവാണ്. ആരെങ്കിലും അടുത്തു കിടക്കുന്നുണ്ടെങ്കിൽ ആ ഭാഗത്തുനിന്നും ചെറിയ ചൂടു കിട്ടും. ഉറക്കത്തിൽ അറിയാതെ ഒരു വശം തിരിഞ്ഞു കിടന്നപ്പോൾ അവിടെ തണുത്ത വെള്ളം നിറഞ്ഞ കുളംപോലെ. ധനുമാസത്തിലെ പ്രഭാതത്തിൽ തണുത്തവെള്ളത്തിൽ കുളിച്ചതുപോലെ.

സമീപത്തുള്ള കാട്ടിൽനിന്നും ഒരുപാട് ആളുകളുടെ കാലടി ശബ്ദം. ആളുകൾ ഓടുന്നതുപോലെയും ചുള്ളിക്കമ്പുകൾ ഞെരിയുന്നതുപോലെയും ഉള്ള ശബ്ദം കേൾക്കാനുണ്ട്. ആരോ കിതച്ചുകൊണ്ട് കരിയിലകൾക്കു മുകളിലൂടെ ഓടുകയാണ്.

അവിടെ നടക്കുന്നത് എന്താണെന്ന് അറിയാത്തതുകൊണ്ട് പ്യൂൺ വിഷ്ണുറാം പാണ്ഡയേയും അദ്ധ്യാപകൻ ഹന്നേരി തിവാരിയേയും വിളിച്ചു. ഉറക്കം തൂങ്ങുന്ന കണ്ണുകളുമായി അവർ എഴുന്നേറ്റിരുന്നു. അഗ്നികുണ്ഡത്തിലെ അണയാൻ തുടങ്ങുന്ന അവസാനത്തെ ജ്വാലയിൽ അവരുടെ മുഖങ്ങൾ തെളിഞ്ഞു. ഉറക്കച്ചടവും ക്ഷീണവും അവരുടെ മുഖത്ത് വ്യക്തമായിരുന്നു. ഹന്നേരി തിവാരി ഒരു നിമിഷനേരം കാതോർത്തു നിന്നു. തുടർന്നയാൾ ലാഘവത്തോടെ പറഞ്ഞു.

"അത് കാര്യമാക്കാനില്ല യജമാനനേ, കാട്ടിലൂടെ കലമാൻ കൂട്ടം ഓടുന്നതിന്റെ ശബ്ദമാണ്."

ഇത്രയും പറഞ്ഞുകൊണ്ട് യാതൊരു പരിഭ്രമവും കൂടാതെ അയാൾ കിടക്കാൻ ഭാവിച്ചപ്പോൾ ഞാൻ ചോദിച്ചു.

"കലമാൻ കൂട്ടം രാത്രിയിൽ ഇങ്ങനെ ഇറങ്ങിയോടാൻ എന്താണു കാരണം?"

എന്റെ ചോദ്യം കേട്ട് വിഷ്ണുറാം പാണ്ഡേ ആശ്വസിപ്പിക്കുന്ന തരത്തിൽ പറഞ്ഞു.

"വേറെ ഏതെങ്കിലും മൃഗങ്ങൾ അവറ്റകളെ ഓടിക്കുന്നതു കൊണ്ടായിരിക്കും യജമാനനേ, അല്ലാതെ എന്തുണ്ടാകാനാ?"

"വേറെ മൃഗങ്ങളോ? അതേതു മൃഗം?"

"വേറെ ഏതുമൃഗം എന്നു ചോദിച്ചാൽ..... അത്.... അത് ചിലപ്പോൾ പുലിയോ കരടിയോ മറ്റോ ആകാം."

ഞാൻ കിടക്കുന്ന മുറിയുടെ വാതിലിലേക്ക് അറിയാതെ എന്റെ കണ്ണു പതിഞ്ഞു. ആ വാതിൽ പുല്ലും കാട്ടുവള്ളികളുംകൊണ്ട് നിർമ്മിച്ചതായിരുന്നു. ചുമര് എന്നുപറയാൻ കട്ടിയുള്ള യാതൊന്നും ഇല്ല. പുറ

ത്തുനിന്ന് ഒരു നായയ്ക്കു വേണമെങ്കിൽ പോലും ആ ചുവര് തള്ളിയിട്ട് അകത്തു കടക്കാം. അത്രയ്ക്കു ദുർബ്ബലമായിരുന്നു അത്. അത്തര മൊരവസ്ഥയിൽ വൈക്കോൽ പുരയ്ക്കു പുറത്ത് കാട്ടിൽ പുലിയും കര ടിയും ചമരിമാനുകളെ ഓടിച്ച് പിടിക്കാൻ ശ്രമിക്കുന്നു. ഈ വാർത്ത കേട്ടതിനുശേഷം എനിക്ക് മനസ്സമാധാനത്തോടെ കിടക്കാൻ സാധിച്ചില്ല എന്നു പറഞ്ഞാൽ മതിയല്ലോ. കുറച്ചു നേരം കഴിഞ്ഞപ്പോഴേക്കും നേരം പുലർന്നു.

3

ദിവസങ്ങൾ കടന്നുപോകുന്നതിനനുസരിച്ച് വനം എന്നെ കൂടുതൽ കൂടുതൽ മോഹിപ്പിച്ചു കൊണ്ടിരുന്നു. ഈ പ്രദേശത്തെ വിജനതയ്ക്കും സന്ധ്യയോടടുക്കുമ്പോൾ കുങ്കുമം പൂശിയതുപോലെ തോന്നിപ്പിക്കുന്ന വനവൃക്ഷങ്ങൾക്കും എത്രമാത്രം മനോഹാരിതയാണുള്ളതെന്ന് പറയാൻ എനിക്കു സാധിക്കുകയില്ല.

വിസ്തൃതവും ശാന്തവുമായ ഈ വനപ്രദേശവും ചക്രവാളത്തോളം നീണ്ടു പരന്നുകിടക്കുന്ന തുറസ്സായ പ്രദേശങ്ങളും വെയിലേറ്റ് ഉണങ്ങി വരണ്ടു കിടക്കുന്ന മണ്ണും പുതുമണ്ണിന്റെ സുഗന്ധവും എല്ലാറ്റിലും ഉപരി ഇവിടെ കിട്ടുന്ന സ്വാതന്ത്ര്യവും മുഗ്ധഭാവവും എല്ലാം വെടിഞ്ഞ്, ഇനി കൊൽക്കത്തയിലേക്കു തിരിച്ചുപോകാൻ എനിക്കു സാധിക്കുമെന്നു തോന്നുന്നില്ല എന്ന ചിന്ത സദാ മനസ്സിൽ തികട്ടി വരും. ഈ ഒരു തോന്നൽ പെട്ടെന്നൊരു ദിവസം ഉണ്ടായതല്ല. ഏതെല്ലാം വേഷത്തിലും ഏതെല്ലാം ഭാവത്തിലുമാണ് ഈ വന്യപ്രകൃതി അതിന്റെ മുഗ്ധസൗന്ദര്യം കാണിച്ച് സൗന്ദര്യബോധമില്ലാത്ത എന്റെ കണ്ണുകളെ വശീകരിച്ചു കൊണ്ടിരുന്നത്. സാന്ധ്യമേഘങ്ങളുടെ കിരീടവും ചൂടി സന്ധ്യകൾ എന്റെ മുന്നിലേക്ക് ഇറങ്ങി വന്നുകൊണ്ടിരുന്നു. നട്ടുച്ച നേരത്തെ കൊടും ചൂട് ഉന്മാദിയായ ചണ്ഡകിയെപ്പോലെ കൺമുന്നിൽ പ്രത്യക്ഷയായി. അർദ്ധരാത്രിയിൽ കൊടുംവനം ഒരു വനദേവതയെപ്പോലെ മഞ്ഞണിഞ്ഞ വനപുഷ്പങ്ങളുടെ മാലയണിഞ്ഞ് നിലാവിന്റെ ആവരണമണിഞ്ഞ് മുന്നിൽ പ്രത്യക്ഷപ്പെടും. കൂരിരുട്ടിൽ കാലപുരുഷന്റെ വാളും കൈയിൽ ഏന്തിയായിരിക്കും പ്രത്യക്ഷപ്പെടുക. ആ സമയത്ത് കാലസ്വരൂപിണി യായ കാളീദേവിയുടെ രൂപമായിരിക്കും.

4

ജീവിതത്തിൽ ഒരിക്കലും മറക്കാൻ ഇടയില്ലാത്ത ഒരു സംഭവം അന്നൊരിക്കൽ ഉണ്ടായി. ഭോൽപൂർണ്ണിമ ആഘോഷം നടക്കുന്ന ഒരു ദിവസമായിരുന്നു അന്ന്. ഓഫീസിലെ ജോലിക്കാരെല്ലാം അന്ന് അവധി

ആവശ്യപ്പെട്ടു. അവർ ഡോലക്ക് കൊട്ടി ആടിപ്പാടി ഹോളി ആഘോഷിച്ചു. നേരം സന്ധ്യമയങ്ങിയിട്ടും അവർക്ക് പാട്ടും നൃത്തവും അവസാനിപ്പിക്കുവാൻ ഭാവമുണ്ടായിരുന്നില്ല. ഞാൻ എന്റെ മുറിക്കകത്തു കയറി മേശപ്പുറത്തു വിളക്കു കത്തിച്ചു വച്ചു. ഹെഡ് ഓഫീസിലേക്ക് കത്തുകൾ എഴുതാൻ തുടങ്ങി. ജോലി കഴിഞ്ഞപ്പോൾ നേരം പാതിരയായി. വാച്ചെടുത്തു നോക്കിയപ്പോൾ കൃത്യം ഒരുമണി. തണുപ്പിന്റെ കാഠിന്യം കൂടിക്കൂടിവന്നു. ശരീരം തണുത്തു മരവിക്കും എന്നു തോന്നിയപ്പോൾ ഒരു സിഗരറ്റ് കത്തിച്ച് ജനവാതിലിനരികിൽ നിന്നു. പുറത്തെ കാഴ്ച എന്നെ വിസ്മയിപ്പിച്ചു. പൗർണ്ണമി രാത്രിയിലെ ആ പൂ നിലാവിന്റെ കാഴ്ച അവർണ്ണനീയം ആയിരുന്നു.

ഞാനിവിടെ എത്തിയിട്ട് ഇത്രയും കാലമായെങ്കിലും ഇതുവരെ അർദ്ധരാത്രിയിൽ ഒന്നു പുറത്തിറങ്ങുകയോ എന്തിന് പുറത്തേക്കൊന്നു നോക്കുകയോ പോലും ചെയ്തിരുന്നില്ല. അതിശൈത്യം ആയിരുന്നതു കൊണ്ടുതന്നെ ആണ് അങ്ങനെ ചെയ്യാതിരുന്നത്. ഇനി മറ്റെന്തെങ്കിലും കാരണമുണ്ടോ, അതും എനിക്ക് അറിഞ്ഞുകൂടാ.. എന്തായാലും നിലാവിൽ കുളിച്ചു നിൽക്കുന്ന രാത്രിയുടെ വന്യസൗന്ദര്യം ഇതുവരെ ഞാൻ കണ്ടിട്ടില്ല. ഇന്ന് ഇതാദ്യമായാണ് ഫുൽകിയ ബയിഹാറിലെ പൂർണ്ണചന്ദ്രന്റെ ശോഭ കാണുന്നത്.

വാതിൽ തുറന്ന് ഞാൻ പുറത്തിറങ്ങി നിന്നു. അവിടെയെങ്ങും ആരെയും കാണാനില്ല. പകൽ മുഴുവനും ആട്ടവും പാട്ടുമായി തിമിർത്ത് ആഘോഷിച്ചതിന്റെ ക്ഷീണത്തിൽ എല്ലാവരും ഉറക്കമാണ്. നിശ്ശബ്ദമായ കാനനം. നിശ്ചലവും വിജനവുമായ അർദ്ധരാത്രി! എങ്കിലും അവിടെ പരന്നിരിക്കുന്ന നിലാവിനെ വർണിക്കുവാൻ വാക്കുകളില്ല. ഈ കാട്ടിൽ വൻവൃക്ഷങ്ങളൊന്നുമില്ല. ചെറിയ ചെറിയ വൃക്ഷങ്ങൾ ഇടതൂർന്നു വളരുന്നുണ്ടെന്നു മാത്രം. ഈ മരങ്ങളുടെ നിഴലുകളും വളരെ ചെറുതാണ്. പഞ്ചാര മണൽ ചേർന്ന മണ്ണാണ് നിലത്ത്. രാത്രി കാലങ്ങളിലെ തണുപ്പും പകൽസമയത്തെ വെയിലും കാരണം കാശപ്പുൽക്കാടുകൾ പകുതി ഉണങ്ങിയിരിക്കുന്നു. അവയുടെമേൽ നിലാവു പതിക്കുമ്പോൾ അവർണ്ണനീയമായ സൗന്ദര്യമാണ് സൃഷ്ടിക്കപ്പെടുന്നത്. ആ വന്യസൗന്ദര്യം ആസ്വദിച്ചങ്ങനെ നിൽക്കുമ്പോൾ മനസ്സിൽ അകാരണമായ ഭയവും ജനിക്കും. മനസ്സിനകത്തിരുന്ന് ആരോ ശബ്ദമുണ്ടാക്കുന്നതുപോലെ... വളരെ നേരം ഏകാന്തവും നിശ്ശബ്ദവുമായ രാത്രിയിൽ പൂനിലാവിൽ കുളിച്ചു നിൽക്കുന്ന ആകാശത്തിനു കീഴിൽ നിൽക്കുമ്പോൾ സ്വർഗ്ഗ രാജ്യത്താണോ എത്തപ്പെട്ടിരിക്കുന്നത് എന്നുപോലും തോന്നും. അവരുടെ ലോകത്തേക്ക് അങ്ങനെ ഒരു സമയത്ത് കടന്നുകയറുന്നത് ഒരിക്കലും ശരിയല്ല.

പിന്നീട് ഞാൻ ഫുൽകിയ ബയിഹാറിലെ പൗർണ്ണമി രാത്രികൾ എത്രയോ തവണ കണ്ടിട്ടുണ്ട്. ചില കാലങ്ങളിൽ വനഭൂമി മുഴുവനും വെളുത്ത പൂക്കൾ വിരിഞ്ഞു നിൽക്കുന്നതു കാണുമ്പോൾ ആർക്കുവേ

ണ്ടിയാണ് ഇങ്ങനെ വെള്ളപ്പരവതാനി വിരിച്ചിരിക്കുന്നതെന്ന് തോന്നും. നിലാവുള്ള രാത്രിയിൽ ആ പൂക്കളുടെ സുഗന്ധവും പേറി മന്ദമാരുതൻ വന്ന് തഴുകുമ്പോൾ മനസ്സു നിറയും. അവിടെ നിന്ന് മതിവരുവോളം ആ സുഗന്ധം ആസ്വദിക്കും. ഓരോ പൗർണ്ണമിക്കും പുറത്തിറങ്ങി നിന്നു നോക്കുമ്പോൾ ഇത്ര സുന്ദരമായ ദൃശ്യം മുമ്പുകണ്ടിട്ടില്ല എന്നു തോന്നും. ആ കാഴ്ച മനസ്സിനെ ആലസ്യത്തിലേക്കു തള്ളിവിടും. ബംഗാളിൽ താമസിക്കുമ്പോൾ ഒരിക്കലും ഇത്തരം ഭാവനകൾ ചിറകുവിടർത്താറില്ല. അതിനെക്കുറിച്ച് ചിന്തിക്കാൻ തോന്നിയിട്ടും ഇല്ല. ഫുൽകിയ ബയിഹാറിലെ നിലാവുള്ള രാത്രികളെക്കുറിച്ച് വർണ്ണിക്കാൻ ശ്രമിച്ചാൽ ഈ ഉദ്യമത്തിൽ പരാജയപ്പെടുകയേ ഉള്ളൂ. എന്തുകൊണ്ടെന്നാൽ അത് വാക്കുകൾക്ക് അതീതമാണ്. നേരിൽക്കണ്ട് അറിഞ്ഞാലല്ലാതെ, അതിനെക്കുറിച്ച് കേട്ടതിനാലോ വായിച്ചാലോ യഥാർത്ഥ സൗന്ദര്യം ആസ്വദിക്കുക സാദ്ധ്യമല്ല. പരന്ന ആകാശവും നിശ്ശബ്ദതയും വന്യമായ വിജനതയും ചക്രവാളത്തോടു തൊട്ടുരുമ്മി കിടക്കുന്ന വനഭൂമിയും കൂടി ചേരുന്നിടത്തു മാത്രമേ ഇത്തരത്തിൽ ഒരു ദൃശ്യം സംഭവിക്കുകയുള്ളൂ. ജീവിതത്തിൽ ഒരിക്കലെങ്കിലും ഈ ഒരു കാഴ്ച ഓരോ മനുഷ്യനും കാണേണ്ടതാണ്. കണ്ടില്ലെങ്കിൽ ഈശ്വരന്റെ സൃഷ്ടികളിൽ വച്ച് ഏറ്റവും സുന്ദരവും പ്രധാനവുമായ ഒന്നിനെ കണ്ടിട്ടില്ല എന്നു കരുതേണ്ടിവരും.

5

ദിഹി ആജ്മാബാദിലെ സർവ്വേ ക്യാമ്പിൽനിന്നും ഒരു സന്ധ്യക്കു തിരിച്ചു വരുമ്പോൾ വനമദ്ധ്യത്തിൽ വച്ച് വഴി തെറ്റിപ്പോവുകയുണ്ടായി. വനഭൂമി സമതലപ്രദേശം ഒന്നുമല്ല. ചിലയിടത്ത് കുറ്റിക്കാടുകൾ നിറഞ്ഞ മൺകൂനകൾ. അവയ്ക്കിടയ്ക്ക് താഴ്ന്ന പ്രദേശങ്ങൾ! വനപ്രദേശം എവിടെയും അവസാനിക്കുകയില്ല. കുന്നിനുമുകളിൽ കയറിനിന്ന് നാലുപാടും നോക്കി. ഏതുഭാഗത്താണ് ഓഫീസിന് അടുത്തുള്ള മഹാവീരദ്ധ്വജം കാണാൻ സാധിക്കുക എന്ന് എത്ര ശ്രദ്ധിച്ചു നോക്കിയിട്ടും ഒരിടത്തും ഒരു വിളിക്കിന്റെ അടയാളം പോലും കാണാൻ സാധിച്ചില്ല. ചെറുതും വലുതുമായ കുന്നുകളും ഇടതിങ്ങി വളരുന്ന ഝാബൂക വനങ്ങളും കാശപ്പുല്ലുകളും നിറഞ്ഞു നിൽക്കുന്നു. ഇടയിൽ മാവുകളുടെ ഒരു കൊച്ചുവനവും ഉണ്ട്. രണ്ടു മണിക്കൂർ ചുറ്റിക്കറങ്ങിയിട്ടും വനാതിർത്തി കാണാൻ സാധിച്ചില്ല. നക്ഷത്രം നോക്കി ദിക്കു കണ്ടുപിടിക്കാൻ സാധിക്കും എന്നൊരു തോന്നൽ പെട്ടെന്നു മനസ്സിലേക്കു കടന്നുവന്നു. തലയ്ക്കു മുകളിൽ മകയീരം നക്ഷത്രം ജ്വലിച്ചു നിൽക്കുന്നു. അത് എവിടെ നിന്നു വന്നു എവിടേക്ക് പോകുന്നു എന്നൊന്നും അറിയാൻ യാതൊരു മാർഗ്ഗവും ഇല്ല. സപ്തർഷി മണ്ഡലം കാണപ്പെടുന്നുണ്ടോ എന്നു നോക്കി. ഇല്ല അതു കാണാനില്ല. അതോടെ നക്ഷത്രം നോക്കി ദിക്കു കണ്ടുപിടിക്കാ

മെന്ന മോഹം അവസാനിച്ചു. കുതിരയെ അതിന്റെ വഴിക്കു വിട്ടു. അങ്ങനെ രണ്ടു നാഴിക പിന്നെയും പോയപ്പോൾ വനത്തിനകത്ത് ഒരു വെളിച്ചം കണ്ണിൽപെട്ടു. ആ വെളിച്ചത്തെ ലക്ഷ്യമാക്കി കുതിരയെ പായിച്ചു. അവിടെ കാടിനു മദ്ധ്യത്തിലായി കുറച്ചധികം സ്ഥലം വൃത്തിയാക്കി വെട്ടിത്തെളിയിച്ച് അവിടെ വളരെ ഉയരം കുറഞ്ഞ ഒരു കുടിൽ നിർമ്മിച്ചിരിക്കുന്നതായി കാണാൻ സാധിച്ചു. ആ കുടിലിനുമുന്നിൽ വേനൽക്കാലമായിട്ടുപോലും തീയിട്ടിട്ടുണ്ടായിരുന്നു. തീയുടെ അടുത്തുനിന്നും കുറച്ചകന്നു മാറി ഒരാൾ ഇരുന്ന് എന്തോ ചെയ്യുന്നുണ്ടായിരുന്നു. എന്റെ കുതിരയുടെ കുളമ്പടി ഒച്ചകേട്ട് അയാൾ ഞെട്ടി എഴുന്നേറ്റിട്ട് ചോദിച്ചു.

"ആരാണ്?"

അയാൾക്ക് എന്നെ തിരിച്ചറിയാൻ കഴിഞ്ഞതുകൊണ്ട് വേഗം എന്റെ അടുത്തേക്ക് വന്നു. ശ്രദ്ധയോടെ എന്നെ കുതിരപ്പുറത്തുനിന്നും പിടിച്ചിറക്കി.

ഞാൻ ക്ഷീണിച്ചു വശം കെട്ടിരുന്നു. ഏതാണ്ട് ആറു മണിക്കൂറായി കുതിരപ്പുറത്ത് ചുറ്റിക്കറങ്ങുന്നു. അതിനുമുമ്പ് സർവ്വേയുടെ പിന്നാലെ വനത്തിൽ കുറേയധികം നടക്കേണ്ടതായി വന്നിട്ടുണ്ടായിരുന്നു. അയാൾ വിരിച്ചുതന്ന പുൽപ്പായയിൽ ഇരുന്നശേഷം ഞാൻ ചോദിച്ചു.

"നിങ്ങളുടെ പേരെന്താണ്?"

"ഗനു മാഹാതെ. ജാതി ഗാംഗോത" അയാൾ പറഞ്ഞു. ഈ ഭാഗത്ത് ഗാംഗോത ജാതിക്കാർ താമസിക്കുന്നുണ്ട്. കൃഷിയും കാലിവളർത്തലും ആണ് അവരുടെ ഉപജീവനമാർഗ്ഗം. ഈ കാര്യങ്ങളെല്ലാം ഇതിനോടകം ഞാൻ മനസ്സിലാക്കിയിരുന്നു. എന്നാൽ ഈ മനുഷ്യൻ ജനവാസമില്ലാത്ത കൊടും കാട്ടിൽ എന്തു ചെയ്യുന്നു?

"നിങ്ങൾ ഇവിടെ എന്തുചെയ്യുന്നു? നിങ്ങളുടെ വീട് എവിടെ ആണ്?" ഞാൻ ചോദിച്ചു.

"യജമാനനേ, ഞാനിവിടെ എരുമകളെ പരിപാലിക്കുകയാണ്. എന്റെ വീട് ഇവിടെനിന്നും ഇരുപതു നാഴിക അകലെയാണ്. ലച്മനിയടോലയിലെ ധരംപൂർ."

"എരുമകൾ നിന്റെ സ്വന്തമാണോ? എത്ര എണ്ണമുണ്ട്?"

അയാൾ വളരെ അഭിമാനപൂർവ്വം മറുപടി പറഞ്ഞു.

"എനിക്ക് അഞ്ച് എരുമകൾ ഉണ്ട്. യജമാനനേ അഞ്ചെണ്ണം." ഞാൻ ശരിക്കും അത്ഭുതപ്പെട്ടുപോയി. ഇരുപതുനാഴിക അകലെയുള്ള ഗ്രാമത്തിൽനിന്നും വെറും അഞ്ച് എരുമകളെ തീറ്റുന്നതിനുവേണ്ടി ഈ കൊടും കാട്ടിൽ അതും കാലികളെ തീറ്റുന്നതിനുള്ള കരമടച്ച് ഒരു കൊച്ചുകുടിൽ കെട്ടി പാർക്കുകയോ? അത് ഒന്നോ രണ്ടോ ദിവസമല്ല മാസങ്ങളോളം! ഒറ്റയ്ക്കു കഴിയുന്നു! കൊൽക്കത്തയിൽനിന്നും സമീപകാലത്ത് എത്തിച്ചേർന്ന നഗരജീവിതത്തിന്റെ പരിഷ്കാരത്തിലൂന്നിയ സുഖജീവിതം ആസ്വദിച്ചു പോന്നിരുന്ന എനിക്ക് ഇതു മനസ്സിലാക്കാൻ ബുദ്ധിമുട്ടാണ്.

എന്നാൽ ഈ നാടിനേയും നാട്ടുകാരേയുംകുറിച്ച് കൂടുതൽ അറിഞ്ഞപ്പോൾ എന്തുകൊണ്ടാണ് ഗനു മാഹാതെ ഇങ്ങനെ ജീവിക്കുന്നതെന്ന് മനസ്സിലാക്കാൻ സാധിച്ചു. ഇതല്ലാതെ അയാളുടെ മുന്നിൽ മറ്റു മാർഗ്ഗങ്ങളില്ല. അയാൾക്കു സ്വന്തമായുള്ള അഞ്ച് എരുമകളെ തീറ്റിപ്പോറ്റണമെങ്കിൽ വനത്തിൽ തന്നെ കഴിയണം. വനത്തിൽ താമസിക്കണമെങ്കിൽ ഒരു കൊച്ചുകുടിലെങ്കിലും വേണ്ടേ? അതുകൊണ്ട് ഒരു കുടിൽകെട്ടി അതിൽ കഴിയുന്നു. ഇതിൽ അതിശയിക്കാൻ എന്തിരിക്കുന്നു? തികച്ചും സാധാരണമായ ഒരു കാര്യം?

ഏതോ കാട്ടുമരത്തിന്റെ ഇലയിൽ പുകയില നിറച്ച് നീണ്ട ചുരുട്ടുപോലെ ആക്കി അയാൾ എന്റെ നേർക്കു നീട്ടി. അയാളത് വളരെ വിനയത്തോടും ബഹുമാനത്തോടും കൂടി എന്റെ കൈയിൽ വച്ച് എന്നോടു പുകവലിക്കാൻ അപേക്ഷിച്ചു. പുറത്ത് എരിയുന്ന തീയുടെ വെളിച്ചത്തിൽ ഞാൻ ഗനുവിന്റെ മുഖം തെളിഞ്ഞു കണ്ടു. വിശാലമായ നെറ്റിത്തടം, ഉയർന്ന മൂക്ക്, കറുത്ത നിറം, ദയനീയത തെളിഞ്ഞു കാണുന്ന മുഖം, അയാളുടെ മിഴിയും നോട്ടവും തികച്ചും ശാന്തമായിരുന്നു. വയസ്സു അറുപതിലധികം ആയിരിക്കണം. തലയിൽ കറുത്തമുടി ഒന്നുപോലും ഇല്ലെങ്കിലും ശരീരത്തിനു പറയത്തക്ക ക്ഷീണമൊന്നും ഇല്ല. മാത്രമല്ല ആരോഗ്യമുണ്ടുതാനും. ഈ പ്രായത്തിലും അയാളുടെ ശരീരത്തിലെ ഓരോ മാംസപേശിയും എണ്ണിത്തിട്ടപ്പെടുത്താം.

ഗനു കുറെക്കൂടി വിറകെടുത്ത് തീയിലേക്ക് ഇട്ടു. അയാൾ പിന്നെയും ഒരു ചുരുട്ടുണ്ടാക്കി. തീ ആളിക്കത്തിയപ്പോൾ അതിന്റെ പ്രകാശത്തിൽ അകത്ത് പിച്ചളപ്പാത്രങ്ങൾ തിളങ്ങുന്നതു കണ്ടു. തീയുടെ പ്രകാശവലയത്തിനപ്പുറത്ത് കട്ടപിടിച്ച ഇരുട്ടും ഘോരവനവുമാണ്.

“ഗനൂ, ഇവിടെ തനിച്ചു താമസിക്കുവാൻ പേടിയില്ലേ? കാട്ടുമൃഗങ്ങൾ നിറയെയുള്ള ഈ പ്രദേശത്ത്?”

“പേടി തോന്നിയാൽ ഞങ്ങളെങ്ങനെ ജീവിക്കും? യജമാനനേ, ഞങ്ങളുടെ ജോലി തന്നെ ഇതല്ലേ? ഇന്നാളൊരു സംഭവം ഉണ്ടായി. അത് അറിയണോ?

അന്നൊരു ദിവസം രാത്രിയിൽ ഈ കുടിലിനു പുറകിൽ ഒരു പുലി വന്നു. എന്റെ എരുമകളോടൊപ്പം രണ്ട് എരുമ കുട്ടികളും ഉണ്ടായിരുന്നു. അവയെ പിടിച്ചു തിന്നാനായിരുന്നു പുലിയുടെ വരവ്. ശബ്ദം കേട്ടതും ഞാൻ എഴുന്നേറ്റു. ഒരു ടിന്നെടുത്ത് ഉച്ചത്തിൽ കൊട്ടി ശബ്ദമുണ്ടാക്കി. പന്തം കൊളുത്തി ബഹളം വച്ചു. അന്നത്തെ രാത്രി എനിക്ക് ഉറങ്ങാനേ കഴിഞ്ഞില്ല. മഞ്ഞുകാലമായാൽ പിന്നെ രാത്രി മുഴുവനും കുറുക്കന്മാരുടെ ഓരിയിടലാണ്. ഉറങ്ങാനേ സാധിക്കുകയില്ല.”

“ഇവിടെ താമസിക്കുമ്പോൾ ആഹാരത്തിന് എന്തെങ്കിലും കിട്ടുമോ? കടകളൊന്നും ഇവിടെ എങ്ങും കാണാനില്ലല്ലോ. അടുക്കള സാധനങ്ങൾ എല്ലാം എവിടെ നിന്നാണ് വാങ്ങുക?

അരി, പരിപ്പ്, പച്ചക്കറി...

"യജമാനനേ, കടയിൽനിന്നും സാധനങ്ങൾ വാങ്ങാൻ മാത്രമുള്ള പണമൊന്നും ഞങ്ങളുടെ കൈയിൽ ഇല്ല. ബംഗാളിബാബുമാരെപ്പോലെ ഞങ്ങൾ ചോറുണ്ണുകയോ എന്തെങ്കിലും ആഹാരം കഴിക്കുകയോ പോലും പതിവില്ല. ഈ കാടിന്റെ പുറകിൽ എനിക്ക് രണ്ടു ബീഘാനില മുണ്ട്. അവിടെ കൃഷി ചെയ്യുന്ന ധാന്യമാണ് എന്റെ ആഹാരം. അതിന്റെ കൂടെ കാട്ടുചീര പറിച്ചെടുത്ത് അരിഞ്ഞ് ഉപ്പുചേർത്ത് വേവിച്ച് കഴിക്കും. ഫാൽഗുനമാസമായാൽ ഈ വനത്തിലെ ഗുഡ്മിക്ക് എന്ന കാട്ടുവള്ളി യിൽ നിറയെ കായ ഉണ്ടാകും. ആ കായ ഉപ്പുകൂട്ടി തിന്നാൻ നല്ല സ്വാദാണ്. ഒരു മാസക്കാലമേ ആ കായ നിലനിൽക്കൂ. ആ സമയത്ത് സമീപവാസി കളായ എത്രയോ ദരിദ്രർ ഇതിന്റെ കായ പറിച്ചു തിന്ന് വിശപ്പടക്കുന്നു ണ്ടെന്ന് അറിയുമോ? ഈ കായ ശേഖരിക്കുവാനായി കുടുംബങ്ങൾ കൊച്ചുകുട്ടികൾ സഹിതമാണ് ഇവിടെ തമ്പടിക്കുക."

"എല്ലാ ദിവസവും ഒരേ ആഹാരം അതും ധാന്യം കുറുക്കിയതും കാട്ടുചീരയും കഴിച്ചാൽ മടുക്കില്ലേ?" ഞാൻ ചോദിച്ചു.

"പിന്നെന്തു ചെയ്യാനാ? ഞങ്ങൾ അത്രയ്ക്കു പാവങ്ങളല്ലേ യജമാ നനേ, ഞങ്ങളുടെ ദാരിദ്ര്യത്തെക്കുറിച്ച് എന്തു പറയാനാ., ബംഗാളികൾ കഴിക്കുന്നതുപോലെ എന്നും ചോറു കഴിക്കണം എന്ന് ഞങ്ങൾക്ക് മോഹിക്കാൻ പറ്റുമോ? ഈ പ്രദേശത്ത് നിത്യവും ചോറുണ്ണുന്നവർ ആകെ രണ്ടുപേരാണ്. റാസ് ബിഹാരി സിങ്ങും നന്ദലാലയും. പകൽ സമയം മുഴുവൻ കന്നുകാലികളേയും തീറ്റി അലഞ്ഞു തിരിഞ്ഞു നടക്കും. സന്ധ്യ മയങ്ങുമ്പോൾ കുടിലിൽ തിരിച്ചെത്തും അപ്പോഴത്തെ വിശപ്പിന്റെ കാര്യം പറയാതിരിക്കുകയാണ് ഭേദം. ആ നേരത്തെ വിശപ്പ് സഹിക്കാൻ ഒക്കി ല്ല. എന്തുകിട്ടിയാലും അതിന് രുചി തോന്നും. അതു വാരി വിഴുങ്ങും."

"ഗന്നൂ, നീ കൊൽക്കത്താ നഗരം കണ്ടിട്ടുണ്ടോ?" ഞാൻ അവനോടു ചോദിച്ചു.

"ഇല്ല. യജമാനനേ, ഞാൻ പറഞ്ഞു കേട്ടിട്ടുണ്ട്. ഭഗൽപ്പൂർ നഗര ത്തിലേക്ക് ഒരുവട്ടം പോയിട്ടുണ്ട്. എന്തൊരു വലിയ പട്ടണമാണ് ഭഗൽപ്പൂർ! ഏതെല്ലാം വിധത്തിലുള്ള വണ്ടികളാണ് നിരത്തു മുഴുവനും. എന്നാൽ ഒരിടത്തും കുതിരയെ കണ്ടില്ല. എത്രമാത്രം ആളുകളാണ് തലങ്ങും വിലങ്ങും നടന്നുനീങ്ങുന്നത്.

നല്ല ആരോഗ്യത്തോടൊപ്പം അസാധാരണ മനോധൈര്യവും ഇയാൾക്കുണ്ടെന്ന് എനിക്കു തോന്നി. അയാളുടെ ജീവസന്ധാരണത്തി നുള്ള ഏകമാർഗ്ഗം ഈ എരുമകൾ മാത്രമാണ്. എന്നാൽ അവയുടെ പാലു വാങ്ങാൻ ഈ കാട്ടിൽ ആരും തന്നെ ഇല്ലല്ലോ. അതുകൊണ്ട് പാല് തൈരാക്കും. ആ തൈരിൽനിന്നും വെണ്ണയെടുക്കും. ഓരോ ദിവ സത്തേയും വെണ്ണ ഉരുക്കി നെയ്യാക്കി ശേഖരിച്ചു വയ്ക്കും. എന്നിട്ടു രണ്ടുമൂന്നു മാസം കൂടുമ്പോൾ ആ നെയ്യ് ഒമ്പതു നാഴിക അകലെയുള്ള ധരംപൂരിലെ അങ്ങാടിയിൽ കൊണ്ടുപോയി വിൽക്കും. ഇതു വാങ്ങാനാ യിട്ട് അവിടെ മാർവാഡികൾ ഉണ്ട്. പിന്നെയുള്ള ഒരു മാർഗ്ഗം അവന്റെ

രണ്ടു ബീഘാ നിലമാണ്. അവിടെ വിളയുന്ന ചാമ തിളപ്പിച്ചുണ്ടാക്കുന്ന കഞ്ഞിയാണ് ആ പ്രദേശത്തുള്ളവരുടെയെല്ലാം പ്രധാനാഹാരം.

ഗനു എന്നെ ഓഫീസിൽ എത്തിച്ചു. അവന്റെ സ്വഭാവവും പെരുമാറ്റവും എനിക്ക് വളരെയധികം ഇഷ്ടമായി. പിന്നീട് പല ദിവസങ്ങളിലും സന്ധ്യാ സമയത്ത് അവന്റെ കുടിലിനു മുന്നിൽ തീ എരിയുന്നതു കാണുമ്പോൾ ഞാൻ അങ്ങോട്ടു ചെല്ലും. ഞങ്ങൾ രണ്ടുപേരും അവിടെ ഇരുന്ന് തീ കാഞ്ഞുകൊണ്ട് പലതും സംസാരിക്കും. ആ നാട്ടിലെ പല പല കാര്യങ്ങൾ, തികച്ചും യാഥാർത്ഥ്യമായ സംഭവങ്ങൾ എന്ന ഭാവേനയാണ് എനിക്ക് കേൾക്കാൻ സാധിച്ചത്. മറ്റൊരാൾക്കും അത്രയും വിവരങ്ങൾ എനിക്കു പറഞ്ഞു തരാൻ കഴിഞ്ഞിട്ടില്ല.

വിചിത്രവും അത്ഭുതകരവുമായ എത്രമാത്രം കഥകളാണ് ഗനു എനിക്ക് പറഞ്ഞു തന്നിട്ടുള്ളതെന്ന് അറിയാമോ? ഞാനതെല്ലാം അന്ധാളിച്ചിരുന്നുകൊണ്ട് കേൾക്കും. പറക്കുന്ന പാമ്പിന്റെ കഥ! ജീവനുള്ള പാറയുടെയും അപ്പോൾ ജനിച്ച കുട്ടി നടന്നതുമായ കാര്യങ്ങൾ. വിജനമായ കാടിന്റെ പശ്ചാത്തലത്തിൽ തനിച്ചു ജീവിക്കേണ്ടിവരുന്ന സന്ദർഭങ്ങളിൽ ഈ വക കഥകൾ അത്യന്തം രസകരവും ആശ്ചര്യകരവുമായി എനിക്ക് അനുഭവപ്പെടും. കൊൽക്കത്താ നഗരത്തിൽ ഇരുന്നാണ് ഇത്തരം കാര്യങ്ങൾ കേൾക്കുന്നതെങ്കിൽ ഇതെല്ലാം തികച്ചും അവിശ്വസനീയവും അസംബന്ധവുമായ കാര്യങ്ങളായേ തോന്നുകയുള്ളൂ. സമയത്തിലും സന്ദർഭത്തിലുമാണ് ഇത്തരം കഥകളുടെ സവിശേഷത നിലനിൽക്കുന്നത്. ഗനുവിന്റെ കഥകളിൽ എന്നെ ഏറെ ആകർഷിച്ചത് കാട്ടുപോത്തുകളുടെ ദേവതയായ ടയാൻസ്ബാറോയുടെ കഥയാണ്.

ഈ കഥയ്ക്ക് അത്ഭുതകരമായ പരിസമാപ്തി ഉള്ളതിനാൽ ഉചിതമായ സമയത്ത് പറയാം. എന്നാൽ ഞാൻ ഒരു കാര്യം ആദ്യംതന്നെ പറയുന്നു, ഗനു പറഞ്ഞിട്ടുള്ള കഥകളെല്ലാം കെട്ടുകഥകളുടെ ഗണത്തിൽപ്പെടുത്താവുന്നവയല്ല. എല്ലാം അയാളുടെ അനുഭവത്തിന്റെ വെളിച്ചത്തിലുള്ള കഥകൾ തന്നെയാണ്. സാധാരണക്കാരെ പോലെയല്ല ഗനു ജീവിതത്തെ നോക്കിക്കാണുന്നത്. ജനിച്ചനാൾ മുതൽ കാനനപ്രകൃതിയുമായുള്ള അഭേദ്യമായ ബന്ധം നിമിത്തം അയാളൊരു പ്രകൃതി ശാസ്ത്രജ്ഞന്റെ നിലയിലേക്ക് ഉയർന്നിരിക്കുന്നു എന്നു വേണമെങ്കിൽ പറയാം. അയാളുടെ വാക്കുകളും വാചകങ്ങളും നിസ്സാരമെന്നു കരുതി തട്ടിക്കളയാവുന്നതല്ല. നുണക്കഥകൾ കെട്ടിച്ചമച്ചു പറയാനുള്ള കഴിവ് ഗനുവിനുണ്ടെന്ന് ഞാൻ വിശ്വസിക്കുന്നില്ല.

മൂന്ന്

ഗ്രീഷ്മകാലം ആരംഭിച്ചപ്പോൾ ഗ്രാന്റ് സാഹിബിന്റെ വടവൃക്ഷത്തിനു മുകളിൽ പീർവൈന്തീമലപ്രദേശത്തുനിന്നും ഒരുകൂട്ടം കൊക്കുകൾ പറന്നുവന്ന് ചേക്കേറി. ദൂരക്കാഴ്ചയിൽ വൃക്ഷത്തിന്റെ അഗ്രഭാഗത്ത് നിറയെ വെളുത്ത പൂങ്കുലകൾ വിരിഞ്ഞു നിൽക്കുന്നതാണെന്നു തോന്നും.

പാതിയോളം ഉണങ്ങിക്കരിഞ്ഞു തുടങ്ങിയ കാശപ്പുല്ലുകളുടെ കാടിനു സമീപത്ത് കസേരയും മേശയും കൊണ്ടുവന്നിട്ട് ഞാനെന്റെ ജോലികൾ ചെയ്തുകൊണ്ടിരുന്ന ഒരു ദിവസം മുനീശ്വർ സിങ് എന്നു പേരുള്ള എന്റെ സഹായി അടുത്തുവന്നു പറഞ്ഞു:

"യജമാനനേ, നന്ദലാൽ ഓഝാ അങ്ങയെ കാണാൻ വന്നു നിൽക്കുന്നു."

അല്പ സമയത്തിനകം ഏകദേശം അമ്പതു വയസ്സു തോന്നിക്കുന്ന ഒരാൾ എന്റെ നേരെ മുന്നിൽ വന്നു നിന്ന് എന്നെ അഭിവാദനം ചെയ്തു. ഞാൻ പറഞ്ഞതനുസരിച്ച് അയാൾ സമീപത്തുണ്ടായിരുന്ന സ്റ്റൂളിൽ ഇരുന്നു. ഇരുന്ന ഉടനെ ഒരു കുട്ടിസ്സഞ്ചി പുറത്തെടുത്ത് അതിൽനിന്നും ഒരു പേനാക്കത്തിയും രണ്ടടയ്ക്കയും പുറത്തെടുത്തു. വെട്ടിനുറുക്കിയ അടയ്ക്കാ കഷണങ്ങൾ ഇരുകൈകൊണ്ടും പേർത്തു പിടിച്ച് മുന്നിലേക്കു നീട്ടിക്കൊണ്ട് ബഹുമാനപുരസ്സരം എന്നോടു പറഞ്ഞു.

"ഈ പാക്ക് അങ്ങ് സ്വീകരിക്കുമോ?"

എനിക്ക് അടയ്ക്ക വെറുതെ ശീലമില്ല. എന്നാലും അതു വാങ്ങിയില്ലെങ്കിൽ മര്യാദകേടാകുമല്ലോ എന്നോർത്ത് ഞാനതു സ്വീകരിച്ചു.

അതിനുശേഷം ഞാൻ ചോദിച്ചു.

"നിങ്ങൾ എവിടെ നിന്നുവരുന്നു? എന്താകാര്യം?"

“എന്റെ പേര് നന്ദലാൽ ഓഝാ. ഞാൻ മൈഥിലി വിഭാഗത്തിൽ പെടുന്ന ബ്രാഹ്മണനാണ്. വനത്തിന്റെ വടക്കു കിഴക്കുഭാഗത്തുള്ള ഓഫീസിൽനിന്നും ഏതാണ്ട് പതിനൊന്നു മൈൽ അകലെയായി ഷുങ്തിയാ ഗ്രാമത്തിലാണ് എന്റെ വീട്. കൃഷിയാണ് എന്റെ ജോലി. ഒപ്പം പണം പലിശയ്ക്കു കൊടുക്കുകയും ചെയ്യുന്നുണ്ട്.” അയാൾ പറഞ്ഞു.

അടുത്ത പൗർണ്ണമി ദിവസം അയാളുടെ വീട്ടിൽ ഒരുക്കിയിട്ടുള്ള വിരുന്നു സത്ക്കാരത്തിൽ പങ്കെടുക്കുന്നതിന് എന്നെ ക്ഷണിക്കാനാണ് അയാൾ വന്നിരിക്കുന്നത്. അയാളുടെ ക്ഷണം ഞാൻ സ്വീകരിക്കുമോ എന്നയാൾക്ക് അറിയണം. ഞാൻ അയാളുടെ ക്ഷണം സ്വീകരിച്ച് ആ വീട്ടിലേക്കു ചെന്നാൽ അതയാളുടെ പരമഭാഗ്യമായിരിക്കും എന്നു പറഞ്ഞു.

കഠിനമായ വേനലിൽ പതിനൊന്നു മൈൽ യാത്ര ചെയ്ത് സദ്യയുണ്ണാനുള്ള ആഗ്രഹം എനിക്ക് അല്പം പോലും ഉണ്ടായിരുന്നില്ല. എന്നാൽ നന്ദലാൽ ഓഝാ എന്നെ കഠിനമായി നിർബ്ബന്ധിച്ചതുകൊണ്ട് അയാളുടെ ക്ഷണം എനിക്ക് സ്വീകരിക്കേണ്ടതായി വന്നു.

ആ നാട്ടിലെ കുടുംബജീവിതം എങ്ങനെയാണെന്ന് അറിയാനുള്ള ആഗ്രഹവും എനിക്ക് ഉണ്ടായിരുന്നു. ഈ ഒരു യാത്രകൊണ്ട് അതു നടക്കുമല്ലോ എന്നും കരുതി.

പൗർണ്ണമി ദിവസം ഉച്ചയ്ക്ക് കാശപ്പുല്ലുകൾ വളർന്നു നിൽക്കുന്ന വനത്തിലൂടെ ഒരു ആന വരുന്നത് എന്റെ കണ്ണിൽപ്പെട്ടു. ആന എന്റെ ഓഫീസിനു മുന്നിൽ വന്നു നിന്നു. അത് നന്ദലാൽ ഓഝായുടെ ആനയാണെന്നും എന്നെ കൂട്ടിക്കൊണ്ടുപോകാൻ അയാൾ അയച്ചതാണെന്നും ആനക്കാരൻ പറഞ്ഞു.

“ആനയുടെ ആവശ്യമൊന്നുമില്ല. എനിക്ക് കുതിരയുണ്ട് ഞാൻ കുതിരപ്പുറത്ത് അങ്ങോട്ടു വരുമായിരുന്നു.”

എന്റെ വാക്കുകൾ ആനക്കാരൻ ചെവിക്കൊണ്ടില്ല.

എന്തായാലും ആനപ്പുറത്തു കയറി ഞാൻ നന്ദലാൽ ഓഝായുടെ വീട്ടിലേക്കു യാത്രയായി. പാതയുടെ ഇരുവശത്തുമുള്ള പച്ചനിറത്തിലുള്ള ചെടികളും പുല്ലുകളും എന്റെ കാൽക്കീഴേ.. തലയ്ക്കുമുകളിലുള്ള ആകാശം എന്റെ തല തൊടുന്നുണ്ടോ? ഏതോ മായിക ലോകത്തിലൂടെ ഉള്ള യാത്രയായി എനിക്കു തോന്നി. അങ്ങകലെ സ്വർഗ്ഗലോകത്തിലെ ഒരു ദേവൻ! വെളുത്ത പഞ്ഞിക്കെട്ടുപോലുള്ള മേഘങ്ങൾക്കു കീഴിലുള്ള വനഭൂമിയിലെ ഹരിതാഭമായ താഴ്‌വാരത്തിലൂടെ വായുമണ്ഡലം ഭേദിച്ചുകൊണ്ടുള്ള അസാധാരണമായ യാത്ര.

പോകുന്ന വഴിയിലാണ് ചാമ്ട എന്ന ചതുപ്പു നിലം. തണുപ്പു കാലം കഴിയാറായിട്ടും അവിടം മുഴുവൻ ചുവന്ന അരയന്നങ്ങൾ നിറഞ്ഞിരിക്കുകയാണ്. ചൂടുകാലം ആരംഭിക്കാനായാൽ അവയെല്ലാം കൂട്ടത്തോടെ പറന്നുപോകും. എങ്ങോട്ടാണാവോ പോകുന്നത്? അവിടവിടെയായി ദരിദ്ര ഗ്രാമീണരുടെ കുടിലുകൾ കാണാം. അടച്ചൊറപ്പില്ലാത്ത ചെറ്റക്കുടിലു

കൾ. തീർത്തും ദരിദ്രരാണ് ആ ഗ്രാമീണർ മുഴുവനും.

കള്ളിച്ചെടികൊണ്ടു വേലികെട്ടിയ പുകയില വയലുകൾ കാണാം. സമീപത്തായി കൊച്ചുകുടിലുകളും പട്ടിണിക്കോലങ്ങളും.

ഷുങ്ത്തിയ ഗ്രാമത്തിലേക്ക് ആന പ്രവേശിച്ചതും വഴിയുടെ ഇരുഭാഗത്തുമായി ആളുകൾ നിരന്നു നിൽക്കുന്നതും കാണാൻ സാധിച്ചു. എന്നെ സ്വീകരിക്കുവാനായി കാത്തു നിൽക്കുന്നവരാണ് അവരോരോരുത്തരും. അല്പദൂരം കൂടി സഞ്ചരിച്ചപ്പോൾ നന്ദലാലിന്റെ വസതിയായി.

ഓടുമേഞ്ഞ മൺവീടുകൾ എട്ടുപത്തെണ്ണമുണ്ട്. എല്ലാം ഒറ്റയ്ക്കൊറ്റയ്ക്കാണ് പണിതിരിക്കുന്നത്. ഞാൻ വീടിനടുത്തേക്കു കടക്കുന്ന സമയത്ത് രണ്ടുപ്രാവശ്യം തോക്കുപൊട്ടുന്ന ശബ്ദം കേട്ടു. ഞാൻ ഞെട്ടിപ്പോയി. ഉടനെ തന്നെ നന്ദലാൽ ഓഝാ ഇറങ്ങിവന്ന് നിറഞ്ഞ ചിരിയോടെ എന്നെ സ്വാഗതം ചെയ്ത് വീട്ടിനകത്തേക്കു കൂട്ടിക്കൊണ്ടുപോയി. വലിയ മുറിയിൽ ഇട്ടിരിക്കുന്ന കസേരയിൽ എന്നെ ഇരുത്തി. ആ കാട്ടിലെ മരംകൊണ്ട് ഉണ്ടാക്കിയതുതന്നെയാണ് കസേരകൾ. ആ നാട്ടിലെ ആശാരിമാർ തന്നെയാണ് അതു പണിതിരിക്കുന്നതും.

പത്തു പതിനൊന്നു വയസ്സുപ്രായം തോന്നിക്കുന്ന ഒരു പെൺകുട്ടി എന്റെ മുന്നിൽ ഒരു താലം കൊണ്ടുവന്നു വച്ചു. ആ താലത്തിൽ കുറച്ചു വെറ്റില, മുഴുവൻ അടയ്ക്ക, കൊച്ചു കിണ്ണത്തിൽ അത്തർ, അഞ്ചാറ് ഉണങ്ങിയ ഈന്തപ്പഴം എന്നിവ ഉണ്ടായിരുന്നു. ഇതുകൊണ്ട് എന്താണ് ചെയ്യേണ്ടത് എന്ന് എനിക്ക് ഒരു പിടിയും കിട്ടിയില്ല. ഞാൻ ചിരിച്ചുകൊണ്ട് അത്തറിൽ ഒന്നു വിരൽ മുക്കി എന്നു വരുത്തി. പെൺകുട്ടിയോട് ചിരിച്ചു സംസാരിച്ചു. അവൾ ആ താലം എന്റെ മുന്നിൽ വച്ചിട്ട് തിരിച്ചുനടന്നു.

തുടർന്ന് ഭക്ഷണത്തിനുള്ള ഒരുക്കങ്ങളായി. ഇത്ര വിഭവസമൃദ്ധമായ സദ്യ ഒരുക്കിയിട്ടാണ് അവരെന്നെ ഉണ്ണാൻ ക്ഷണിച്ചിരിക്കുന്നതെന്ന് എനിക്കറിയില്ലായിരുന്നു. എനിക്കിരിക്കാനായി വലിയ ഒരു മരപ്പലക കൊണ്ടുവന്നു വച്ചു. അതിനു മുന്നിലായി വിസ്താരമുള്ള ഒരു പിച്ചളക്കിണ്ണം. അതിൽ ആനച്ചെവിയുടെ വലുപ്പത്തിലുള്ള പൂരികൾ, ബാഥുയാച്ചീര പൊരിച്ചത്, വരട്ടിയ മുയലിറച്ചി, പച്ചപ്പുളികൊണ്ടുള്ള സൂപ്പ്, കക്കിരി ചേർത്ത സലാഡ്, കട്ടിത്തൈര്, പാൽപേഡ ഇത്രമാത്രം വിഭവങ്ങൾ നിരത്തിയ ഒരു സദ്യ ഞാനിതിനു മുമ്പൊരിക്കലും കണ്ടിട്ടില്ല.

എന്നെ കാണുന്നതിനുവേണ്ടി മുറ്റം നിറയെ ആളുകൾ നിരന്നു നിൽക്കുകയാണ്. മുമ്പു കണ്ടിട്ടില്ലാത്ത ഒരു അന്യഗ്രഹജീവിയെ നോക്കുന്ന തരത്തിലാണ് അവരെന്നെ തുറിച്ചുനോക്കിക്കൊണ്ടു നിന്നിരുന്നത്. ഈ ആളുകളെല്ലാം നന്ദലാലിന്റെ കുടിയാന്മാരാണെന്ന് എനിക്ക് മനസ്സിലായി.

സന്ധ്യ മയങ്ങുന്നതിനു മുമ്പു ഞാൻ തിരിച്ചുപോകാനായി ഒരുങ്ങി. ആ സമയത്ത് നന്ദലാൽ ഒരു കൊച്ചു സഞ്ചി എന്റെ കൈയിൽ വച്ചുതന്നിട്ടു പറഞ്ഞു.

“ഇത് അങ്ങേക്ക് എന്റെ ഒരു കൊച്ചുസമ്മാനം!”

ഞാൻ അത്ഭുതപ്പെട്ടുപോയി. ആ സഞ്ചിനിറയെ പണമായിരുന്നു. അമ്പതിൽ കുറയുകയില്ലാ ആ തുക. ഇത്ര വലിയ തുക ആരും ആർക്കും സമ്മാനമായി കൊടുക്കുക പതിവില്ല. തന്നെയുമല്ല, നന്ദലാൽ എന്റെ കുടിയാനുമല്ല. സമ്മാനം തിരിച്ചുകൊടുക്കുന്നത് അതുതന്നെ ആളെ അപമാനിക്കുന്നതിനു തുല്യമല്ലേ, അതുകൊണ്ട് സഞ്ചി തുറന്ന് അതിൽ നിന്നും ഒരു രൂപ എടുത്തശേഷം സഞ്ചി തിരികെ കൊടുത്തുകൊണ്ട് പറഞ്ഞു.

"ആ പണംകൊണ്ട് നിങ്ങളുടെ കുഞ്ഞുങ്ങൾക്കു പലഹാരം വാങ്ങിക്കൊടുക്കൂ!"

അയാൾ സമ്മതിച്ചില്ല. എന്നെ വല്ലാതെ നിർബ്ബന്ധിക്കുവാൻ തുടങ്ങിയപ്പോൾ അയാൾക്കു ചെവികൊടുക്കാൻ നില്ക്കാതെ വേഗം പുറത്തിറങ്ങി ആനപ്പുറത്തു കയറി.

അടുത്ത ദിവസം രാവിലെ തന്നെ നന്ദലാൽ എന്റെ ഓഫീസിൽ എത്തി. കൂടെ അയാളുടെ മൂത്തമകനും ഉണ്ടായിരുന്നു. ഞാനവരെ ആദരപൂർവ്വം സ്വീകരിച്ചിരുത്തി. ഭക്ഷണം കഴിക്കാൻ നിർബ്ബന്ധിച്ചപ്പോൾ അവർ ഒഴിഞ്ഞുമാറി. മൈഥിലി ബ്രാഹ്മണർ മറ്റു ബ്രാഹ്മണരുടെ പോലും ഭക്ഷണം കഴിക്കുകയില്ലത്രേ. മറ്റു പല കാര്യങ്ങളും സംസാരിച്ച ശേഷം അയാൾ കാര്യത്തിലേക്കു കടന്നു.

അയാളുടെ മകന് ഫുൽകിയാബയിഹാറിയിലെ തഹസിൽദാരായി നിയമിക്കണം. അവൻ ആ ജോലിക്ക് അപേക്ഷിച്ചിട്ടുണ്ട്. അവനെ ആ ജോലിയിൽ ഞാൻ നിയമിക്കണം. ഞാൻ ആശ്ചര്യത്തോടെ അവരെ നോക്കി.

"ഫുൽകിയയിൽ തഹസിൽദാർ ഉണ്ടല്ലോ. അവിടെ അങ്ങനെ ഒരു ഒഴിവില്ല."

അതിനു മറുപടിയായി അയാൾ കണ്ണിറുക്കി കാണിച്ചുകൊണ്ട് പറഞ്ഞു.

"യജമാനനേ, അങ്ങല്ലേ മാനേജർ? അങ്ങു വിചാരിച്ചാൽ എന്താണു നടക്കാത്തത്?"

ഞാൻ ശരിക്കും അമ്പരന്നുപോയി.

ഇപ്പോൾ ആ പദവിയിൽ ഇരിക്കുന്ന ആൾ വളരെ ഭംഗിയായി ആ ജോലി ചെയ്യുന്നുണ്ട്. പിന്നെ എന്ത് കുറ്റം ആരോപിച്ചാണ് അയാളെ മാറ്റുക?"

"എത്ര പണം? വെറ്റില, താങ്കൾക്കു വേണമെന്നു പറയൂ. ഇന്നു വൈകുന്നേരം തന്നെ അത് എത്തിച്ചുതരാം. എന്നാൽ എന്റെ മകനെ ഇവിടത്തെ തഹസിൽദാർ ആക്കണം. അങ്ങ് തുറന്നു പറയൂ യജമാനനേ, എത്ര പണം വേണം? അഞ്ഞൂറ്?"

നന്ദലാൽ ഇന്നലെ വിരുന്നു നൽകിയതിന്റെ യഥാർത്ഥ കാരണം എനിക്ക് ശരിക്കും മനസ്സിലായി. ഈ നാട്ടിലെ ആളുകൾ ഇത്ര വഞ്ചകരും സ്വാർത്ഥന്മാരും ആണെന്ന് അറിഞ്ഞിരുന്നെങ്കിൽ ഞാൻ ഇന്നലെ

അവിടെ പോവുകയോ അയാളുടെ ആതിഥ്യം സ്വീകരിക്കുകയോ ചെയ്യുമായിരുന്നില്ല. ശരിക്കും കുഴപ്പത്തിൽ തന്നെയാണ് ഞാൻ ചെന്നു ചാടിയിരിക്കുന്നത്.

നന്ദലാലിനോട് കാര്യങ്ങൾ വ്യക്തമായി പറഞ്ഞു മനസ്സിലാക്കി കൊടുത്തശേഷം തിരിച്ചയച്ചു. അയാൾ എന്നിട്ടും മോഹം കൈ വിട്ടിട്ടില്ല എന്നു മനസ്സിലായി.

പിന്നീടൊരു ദിവസം ഘോരവനത്തിനു സമീപം നന്ദലാൽ എന്നെയും കാത്തു നിന്നിരുന്നു. ഏതു കഷ്ടകാല സമയത്താണ് എനിക്ക് അയാളുടെ ക്ഷണം സ്വീകരിക്കുവാൻ തോന്നിയത്? രണ്ടു പൂരി തിന്നാൻ തന്നിട്ട് എന്നെ ഇങ്ങനെ ധർമ്മസങ്കടത്തിൽ ആക്കുമെന്ന് അറിഞ്ഞിരുന്നെങ്കിൽ അയാളെ ഞാൻ തീണ്ടാപ്പാട് അകലത്തിൽ പോലും നിർത്തുമായിരുന്നില്ല.

എന്നെ കണ്ടതും മധുരമായി പുഞ്ചിരിച്ചുകൊണ്ട് അയാൾ എന്റെ സമീപത്തേക്കു വന്നു.

"നമസ്കാരം യജമാനനേ!"

"എന്താ ഇവിടെ?"

"യജമാനന് എല്ലാ കാര്യങ്ങളും അറിയാമല്ലോ. ഞാൻ അങ്ങേക്ക് ആയിരത്തി ഇരുന്നൂറു രൂപ റൊക്കം തരാം. എങ്ങനെയെങ്കിലും എന്റെ മകന് ആ ജോലി ശരിയാക്കി കൊടുക്കണം."

"നിങ്ങൾക്കു ഭ്രാന്തുണ്ടോ നന്ദലാൽ? എനിക്ക് ആരെയും ജോലിയിൽ നിയമിക്കാനുള്ള അധികാരം ഒന്നും ഇല്ല. നിങ്ങൾ നേരിട്ടു പോയി ജമീന്ദാരെ കണ്ട് അപേക്ഷ നൽകുക. തന്നെയുമല്ല, ഇപ്പോൾ ജോലിയിൽ ഇരിക്കുന്ന തഹസിൽദാരെ എന്തുകാരണം പറഞ്ഞ് പിരിച്ചുവിടും?"

അയാളുടെ മറുപടിക്കു കാത്തുനിൽക്കാതെ ഞാൻ കുതിരയെ ഓടിച്ച് അവിടെ നിന്നുംപോയി. സംഭാഷണം ദീർഘിപ്പിക്കുവാൻ എനിക്ക് താല്പര്യം ഉണ്ടായിരുന്നില്ല.

എന്റെ കർക്കശമായ പെരുമാറ്റം അയാളെ എന്റെ ശത്രുവാക്കി മാറ്റി. അതിന്റെ തിക്തഫലം എനിക്ക് നല്ലതുപോലെ അനുഭവിക്കേണ്ടി വരുകയും ചെയ്തു.

2

പത്തൊമ്പത് നാഴിക അകലെയാണ് തപാലാഫീസ്. ഇവിടുത്തെ ഏറ്റവും അത്യാവശ്യമായ ഒരു കാര്യമാണ് അവിടെനിന്നും ഒരു തപാൽ എത്തുക എന്നുള്ളത്. അത്രയും ദൂരത്തുനിന്നും ദിവസേന ഒരു ആൾ വന്നുപോകുക പ്രായോഗികമല്ലാത്തതിനാൽ ആഴ്ചയിൽ രണ്ടുപ്രാവശ്യം മാത്രമാണ് അഞ്ചൽക്കാരന്റെ വരവ്. മദ്ധ്യ ഏഷ്യയിലെ വിജനവും ദുഷ്കരവും ഏറ്റവും ഭീഷണവുമായ ടാകലാമാക്കൻ മരുഭൂമിയിൽ ജീവിക്കേ

ണ്ടിവന്ന വിഖ്യാതയാത്രികൻ സോയൻ ഹെഡിനും ഒരു പക്ഷേ, ഇതു പോലെ തപാൽ വരുന്നതും കാത്തിരുന്നിട്ടുണ്ടാകും.

ഞാനിവിടെ എത്തിയിട്ട് ഒമ്പതു മാസത്തോളമായി. വനപ്രദേശത്തെ സൂര്യോദയവും സൂര്യാസ്തമയവും രാത്രി കാലങ്ങളിലെ ചന്ദ്രോദയവും നിലാവും നക്ഷത്രങ്ങളും കണ്ടും ചമരിയാടുകളുടെ ഓട്ടത്തിന്റെ ശബ്ദം ശ്രവിച്ചും അവറ്റകളുടെ ഓട്ടം കണ്ടും ജീവിക്കുക എന്നത് എനിക്കൊരു ശീലമായി മാറിക്കഴിഞ്ഞു. ആ ജീവിതത്തിനിടെ പുറംലോകവുമായുള്ള ബന്ധം ഇല്ലാതാകുന്നത് ഞാൻ അറിഞ്ഞിരുന്നില്ല. അല്പമെങ്കിലും ആ ബന്ധം നിലനിന്നിരുന്നത് വല്ലപ്പോഴും ലഭിക്കുന്ന കത്തുകളിലൂടെ ആയിരുന്നു.

നിർദ്ദേശിക്കപ്പെട്ട ദിവസങ്ങളിൽ ജവഹർലാൽസിങ് തപാൽ കൊണ്ടുവരാൻ പോകും. ഇന്നും പോയിട്ടുണ്ട്. ഉച്ചയ്ക്കു വരും. ഞാനും ബംഗാളി ഗുമസ്തനും ഇടയ്ക്കിടയ്ക്ക് വനത്തിനു നേരെ നോക്കുന്നുണ്ട്. ഓഫീസിന്റെ ഒന്നരമൈൽ അകലെയായി ഒരു ചെറിയ കുന്നുണ്ട്. അതിന്റെ മുകളിലൂടെയാണ്. അവിടെ എത്തിയാൽ ജവഹർലാൽ സിങ്ങിനെ വളരെ വ്യക്തമായി തന്നെ കാണാനാകും.

നട്ടുച്ചയായിട്ടും ജവഹർലാൽ വരുന്നതിന്റെ ഒരു ലക്ഷണവും കാണാനില്ല. ഞാൻ അക്ഷമനായി മുറിയിൽ അച്ചാലും പിച്ചാലും നടന്നുകൊണ്ടിരുന്നു. ഓഫീസ് ജോലിക്ക് ഇവിടെയും ഒരു കുറവുണ്ടായിരുന്നില്ല. ഓരോ സ്ഥലത്തുള്ള ഉദ്യോഗസ്ഥന്മാർ കൊണ്ടുവരുന്ന റിപ്പോർട്ടുകൾ പരിശോധിക്കണം. അതാതു ദിവസങ്ങളിലെ വരവു ചെലവു കണക്കുകൾ ശരിയല്ലേ എന്നു നോക്കണം. ഹെഡ് ഓഫീസിൽ നിന്നും വരുന്ന കത്തുകൾക്ക് മറുപടി അയയ്ക്കണം. പലവിധത്തിലുള്ള അപേക്ഷകൾ പരിശോധിച്ച് തീരുമാനമെടുക്കണം പൂർണ്ണിയാ, മുങ്ങോർ, ഭഗൽപ്പൂർ തുടങ്ങിയ സ്ഥലങ്ങളിലെ കേസുകൾ സംബന്ധിച്ച കാര്യങ്ങൾ പഠിച്ച് വക്കീലന്മാർക്കും കേസു നടത്തിപ്പുകാർക്കും വേണ്ട സഹായങ്ങൾ ചെയ്തു കൊടുക്കുക- തുടങ്ങി ചെറുതും വലുതുമായി പലവിധ കാര്യങ്ങൾ കൃത്യമായി ചെയ്തു തീർക്കണം. അതാതു ദിവസത്തെ ജോലികൾ അന്നു തന്നെ ചെയ്തു തീർത്തില്ലെങ്കിൽ അടുത്ത ദിവസം ശരിക്കും വെള്ളം കുടിക്കേണ്ടി വരും. ഒരിക്കൽ തപാൽ വന്നു കഴിഞ്ഞാൽ പിന്നെയും ജോലി ഇരട്ടിയാകും. നഗരത്തിന്റെ നാനാഭാഗത്തുനിന്നും വരുന്ന കത്തുകൾ ഉണ്ടാകും. ആ സ്ഥലത്തേക്കു പോയി അതു ചെയ്യുക, ഈ സ്ഥലത്തേക്കു പോയി ഇതു ചെയ്യുക, ഇന്ന ആളെക്കൊണ്ട് ഇന്നതു ചെയ്യിപ്പിക്കുക, മറ്റേ ആളെക്കൊണ്ട് വേറൊരു കാര്യം ചെയ്യിക്കുക എന്നിങ്ങനെ ജോലിക്ക് ഒരവസാനവും ഇല്ലാ എന്നു പറഞ്ഞാൽ മതിയല്ലോ.

നേരം ഉച്ചതിരിഞ്ഞ് മൂന്നുമണി ആവാറായപ്പോഴേക്കും ജവഹർലാലിന്റെ വെളുത്ത തലപ്പാവ് സായംകാലത്തെ വെയിലേറ്റ് പ്രകാശിക്കുന്നതായി കാണാൻ കഴിഞ്ഞു. ബംഗാളി ഗുമസ്തൻ എന്നെ വിളിച്ച് പറഞ്ഞു.

"മാനേജർ ബാബൂ പുറത്തേക്കു വരൂ. അഞ്ചൽക്കാരൻ വരുന്നുണ്ട്."

അതുകേട്ടപാടെ ഞാൻ ഓഫീസിനു പുറത്തിറങ്ങി. ഇതിനിടയിൽ കുന്നിറങ്ങിയ ജവഹർലാൽ വനത്തിനകത്തേക്ക് പ്രവേശിച്ചുകഴിഞ്ഞിരുന്നു. ഞാൻ ബൈനോക്കുലറിലൂടെ അകലേക്കു നോക്കി. അങ്ങകലെ കാശപ്പുല്ലുകൾ. ഇടതൂർന്നു വളർന്നു നിൽക്കുന്ന കാശപ്പുല്ലുകൾ വകഞ്ഞു മാറ്റിക്കൊണ്ട് അയാൾ വേഗത്തിൽ നടന്നുവരുന്നുണ്ട്. അതോടെ ഓഫീസിൽ ജോലിയിലുള്ള എന്റെ താല്പര്യം കുറഞ്ഞു. വിവരിക്കാനാവാത്ത വേദനയോടുകൂടിയ ഒരു പ്രതീക്ഷയാണത്.

ജവഹർലാലിനെ ഓഫീസിനരികെയുള്ള മണലു കലർന്ന ചതുപ്പുനിലത്തിനു സമീപത്തായി കണ്ടു തുടങ്ങി. ഞാൻ ഇരുന്നേടത്തുനിന്നും എഴുന്നേറ്റു. ഗുമസ്തനും എഴുന്നേറ്റ് പുറത്തേക്കിറങ്ങി. ജവഹർലാൽ മുന്നിലേക്ക് കടന്നുവന്ന് എന്നെ അഭിവാദനം ചെയ്തു. സഞ്ചിയിൽ നിന്നും കത്തുകളുടെ കെട്ട് പുറത്തേക്കെടുത്ത് ഗുമസ്തന്റെ കൈയിൽ കൊടുത്തു.

എനിക്ക് രണ്ടു കത്തുകൾ ഉണ്ടായിരുന്നു. ഏറ്റവും പരിചയമുള്ള കൈയക്ഷരം. കത്തു തുറന്നു വായിച്ചുകൊണ്ട് ചുറ്റുമുള്ള കാട്ടിലേക്കു നോക്കിയപ്പോൾ ഞാൻ ആശ്ചര്യപ്പെട്ടുപോയി. ഞാൻ എവിടെയാണ്? എത്രകാലം ഈ ഏകാന്തവാസം തുടരേണ്ടതായിവരും? ഒരിക്കലും ഇങ്ങനെ ഒരു സ്ഥലത്ത് ഇത്തരത്തിൽ ജീവിക്കേണ്ടി വരുമെന്ന് കരുതിയതേയില്ല. കൊൽക്കത്തെയിലെ സൗഹൃദക്കൂട്ടായ്മകൾ എല്ലാം ഉപേക്ഷിച്ച് ഈ ഏകാന്തവാസം എത്രകാലമായി തുടരുന്നു. ഇനിയും ഈ അജ്ഞാതവാസം എത്രനാൾ നടത്തേണ്ടിവരും?

ഒരു ഇംഗ്ലീഷ് മാസികയുടെ വരിക്കാരനാണ് ഞാൻ. ഇന്നത്തെ തപാലിൽ ആ മാസികയും വന്നിട്ടുണ്ട്. കവറിന്റെ പുറത്ത് 'എയർമെയിൽ വഴി' എന്ന് എഴുതിയിരിക്കുന്നു. ജനങ്ങൾ തിങ്ങിപ്പാർക്കുന്ന കൊൽക്കത്താ നഗരത്തിൽ ഇരുന്ന് ഇരുപതാം നൂറ്റാണ്ടിലെ ഇത്തരം പുതിയ പുതിയ കണ്ടുപിടുത്തങ്ങളെക്കുറിച്ച് അറിയാൻ കഴിയുമോ? അതിന്റെ സുഖം മനസ്സിലാക്കാൻ പറ്റുമോ? ഇവിടെ ഈ വിജനമായ വനപ്രദേശത്ത് സൂര്യനു കീഴിലുള്ള സകലവിഷയങ്ങളെക്കുറിച്ചും ചിന്തിക്കാനുള്ള അവസരമുണ്ട്. ഇവിടത്തെ സാഹചര്യങ്ങളുടെ സ്ഥിതിയും അവസ്ഥകളും അത്തരം അനുഭൂതി ഉളവാക്കുന്നവയാണ് എന്നു പറയാം.

ഒരു യഥാർത്ഥ്യം തുറന്നു പറയുകയാണെങ്കിൽ ചിന്തിച്ച് വിശകലനം ചെയ്ത് സ്വയം പഠിക്കാനും ജീവിതത്തെക്കുറിച്ച് പഠിക്കാനുള്ള അറിവും കഴിവും ലഭിച്ചത് ഈ കാട്ടിലെ ഏകാന്തവാസത്തിൽ നിന്നായിരുന്നു. എത്രയെത്രകാര്യങ്ങൾ മനസ്സിലേക്കു കടന്നുവരുന്നു. പഴയ ഓർമ്മകളും ചിന്തകളും പുതിയ മാനത്തിൽ കടന്നുവരുന്നു. സ്വന്തം മനസ്സിനെ ഇതുപോലെ പരുവപ്പെടുത്തിയെടുത്ത ഒരുകാലം എന്റെ ജീവിതത്തിൽ ഇതിനു മുമ്പുണ്ടായിട്ടില്ല. എന്റെ മനസ്സിനെ ഇതുപോലെ പ്രയോജനപ്പെടുത്തുവാൻ മുമ്പു കഴിഞ്ഞിട്ടും ഇല്ല.

ശാന്ത സമുദ്രത്തിലെ ഏതോ അജ്ഞാതവും വിജനവുമായ ദ്വീപിൽ ഒറ്റപ്പെട്ടിരിക്കുകയല്ല ഞാൻ എന്ന കാര്യം വാസ്തവമാണ്. മുപ്പത്തിരണ്ടു നാഴിക അകലെയായി റയിൽവേസ്റ്റേഷൻ ഉണ്ട്. അവിടെനിന്നും തീവണ്ടിയിൽ ഒരു മണിക്കൂർ യാത്ര ചെയ്താൽ പൂർണ്ണിയയിൽ എത്താം. മൂന്നു മണിക്കൂർ യാത്ര ചെയ്താൽ മുംഗോറിലും എത്തും. തീവണ്ടിയാത്രയാണ് ഏറ്റവും ദുർഘടം പിടിച്ച കാര്യം. അതെല്ലാം സഹിച്ച് പൂർണ്ണിയയിലും മുംഗോറിലും എത്തിയാൽ തന്നെ എന്തു ഫലം? അവിടെ എന്നെ പരിചയമുള്ള ഒരു മനുഷ്യനും ഉണ്ടാവില്ല. എനിക്കും ആരെയും പരിചയമില്ല. പിന്നെ കഷ്ടപ്പെട്ട് പോകുന്നത് എന്തിനാ?"

കൊൽക്കത്തയിൽനിന്നും ഇവിടെ എത്തിയ ദിവസങ്ങളിൽ സുഹൃത്തുക്കളുടെ അഭാവം എന്നെ വല്ലാതെ ദുഃഖിപ്പിച്ചിരുന്നു. അവരോട് എന്തെന്തെല്ലാം കാര്യങ്ങൾ സംസാരിച്ചിരുന്നു. എന്നതൊക്കെ ആലോചിക്കുമ്പോൾ ദുഃഖവും തോന്നാറുണ്ട്. ഈ ജീവിതം അസഹ്യമാണെന്ന തോന്നൽ നിരന്തരം വേട്ടയാടിക്കൊണ്ടിരുന്നു. എന്റെ ബന്ധുക്കളും സുഹൃത്തുക്കളും എല്ലാം കൊൽക്കത്തയിൽ ആണ്. പൂർണ്ണിയ, മുംഗോർ എന്നീ സ്ഥലങ്ങളിൽ എന്റേതെന്ന് പറഞ്ഞ് പോകാൻ അവിടെ ആരും ഇല്ല. എന്നാൽ ഹെഡ്ഓഫീസിൽനിന്നും അനുവാദം കിട്ടിയാലല്ലാതെ കൊൽക്കത്തയ്ക്കു പോകാൻ സാധിക്കുകയില്ല. അനുവാദം ലഭിച്ചാൽ തന്നെ ആ യാത്രയ്ക്ക് എത്രമാത്രം പണച്ചെലവുണ്ടെന്ന് അറിയുമോ? നാലഞ്ചു ദിവസത്തേക്കായി അത്രയും പണം ചെലവഴിക്കുവാൻ എനിക്കു താല്പര്യവും ഇല്ല. അതിനുള്ള കഴിവും ഇല്ല.

സുഖവും ദുഃഖവും നിരാശയും പ്രത്യാശയും എല്ലാമായി ഏതാനും മാസങ്ങൾ കടന്നുപോയി. ചൈത്രമാസത്തിന്റെ അവസാനമായതോടെ കാലം വളരെ മോശമാവാൻ തുടങ്ങി. പൗഷമാസത്തിലെ ഏതാനും ചില ദിവസങ്ങളിൽ ചെറിയ ചെറിയ മഴ പെയ്തു എങ്കിലും പിന്നെ മഴ പെയ്തതേയില്ല. വൈശാഖം പിറന്നിട്ടും മഴമേഘങ്ങളുടെ ലക്ഷണമൊന്നും ആകാശത്ത് ഉണ്ടായില്ല. ഗ്രീഷ്മം പിറന്നതോടെ ചൂട് അസഹ്യമാകാൻ തുടങ്ങി. വേനലിന്റെ ചൂടും ജലക്ഷാമവും കൂടി ആയതോടെ പ്രകൃതിയുടെ ഭയാനകത വിവരിക്കുവാൻ സാദ്ധ്യമല്ലാതായി. വടക്ക് ആങ്മാബാദ് മുതൽ തെക്ക് കിഷൻപൂരുവരെ, കിഴക്ക് ഫുൽകിയ ബയിഹാറും ലബ്ട്ടുലിയയും മുതൽ പടിഞ്ഞാറ് മുംഗേർ ജില്ലയുടെ അതിർത്തി വരെയുള്ള മുഴുവൻ പ്രദേശങ്ങളിലേയും സകല കിണറുകളും കുളങ്ങളും എല്ലാം വറ്റി വരണ്ടു. പുതുതായി കിണറുകഴിച്ചിട്ടും യാതൊരു ഫലവും ഉണ്ടായില്ല. മണൽ നിറഞ്ഞു കിടക്കുന്ന ഭാഗം കുഴിച്ചു നോക്കിയാൽ കുറേശ്ശെ വെള്ളം ഊറിവരും. ഒരു ചെറിയ പാത്രം വെള്ളം കിട്ടണമെങ്കിൽ മണിക്കൂറുകളോളം കാത്തു നിൽക്കണം.

എങ്ങോട്ടു തിരിഞ്ഞാലും വെള്ളത്തിനു വേണ്ടിയുള്ള ആർത്തനാദം മാത്രം. കിഴക്കുഭാഗത്തുള്ളവർക്ക് കുശീനദിയാണ് ഏക ആശ്രയം. അത് ഞങ്ങളുടെ ഓഫീസിനു മുന്നിലുള്ള വനത്തിൽനിന്നും വളരെ അകാല

ത്താണ് ഓഫീസിനടുത്തും വലിയ കിണറൊന്നും ഇല്ല. ചില മണൽക്കുഴികൾ ഉണ്ടെന്നു മാത്രം. കുടിക്കാനുള്ള വെള്ളമാണ് ഞങ്ങളുടെ ഏറ്റവും വലിയ പ്രഹേളിക. അതിരാവിലെ മുതൽ വൈകുന്നേരം വരെ ഭഗീരഥ പ്രയത്നം നടത്തിയാൽ രണ്ടോ മൂന്നോ ബക്കറ്റ് വെള്ളമാണ് കിട്ടുക.

മലയിൽനിന്നും മിഛി നദി എന്നൊരു നദി ഒഴുകി വരുന്നുണ്ട്. അതും ഞങ്ങൾക്ക് ഉപകരിക്കുന്നില്ല. ഞങ്ങളുടെ വാസസ്ഥലത്തുനിന്നും വളരെ അകലെ ആണെന്നതു തന്നെ കാരണം. നട്ടുച്ച നേരത്ത് പുറത്തിറങ്ങി വനത്തിലേക്കു നോക്കിയാൽ ശരിക്കും ഭയപ്പെട്ടുപോകും. ആകാശത്തുനിന്നും അഗ്നി വർഷിക്കുകയായിരിക്കും. ആ സമയത്ത് ചൂടുകാറ്റു വീശുമ്പോൾ ശരീരമാകെ ആളിക്കത്തുന്നതു പോലെയാണ്. സൂര്യന്റെ രൗദ്ര ഭാവം ഇത്ര കൊടിയ രീതിയിൽ ഇതിനു മുമ്പൊരിക്കലും എനിക്ക് അനുഭവപ്പെട്ടിട്ടില്ല. സൂര്യന് ഇങ്ങനെ ഒരു മുഖമുണ്ടെന്ന് ഒരിക്കലും ചിന്തിച്ചിട്ടുപോലും ഇല്ല.

ചില ദിവസങ്ങളിൽ പടിഞ്ഞാറു നിന്നു മണലോടുകൂടിയ കാറ്റു വീശും. ചൈത്ര-വൈശാഖമാസങ്ങൾ ഈ പ്രദേശത്ത് പടിഞ്ഞാറൻ കാറ്റിന്റെ കാലമാണ്. ആപ്പീസിൽനിന്നും നൂറുവാര അകലെയുള്ള സാധനങ്ങൾ വരെ മണലും പൊടിയുംകൊണ്ട് മൂടിപ്പോകും. ചൗക്കീദാർ രാംധനിയയ്ക്ക് എല്ലായ്പ്പോഴും കിണറ്റിൽ വെള്ളമില്ലല്ലോ യജമാനനേ എന്ന പരാതിയാണ്. മണിക്കൂറുകളോളം കൈകൊണ്ട് മണൽവാരി എടുത്ത് ഊറി വരുന്ന വെള്ളം കോരിയെടുക്കും. എനിക്കു കുളിക്കുവാനായി അര ബക്കറ്റ് വെള്ളം കൊണ്ടുവന്നു വയ്ക്കും. അസഹ്യമായ ചൂട് അനുഭവിക്കുന്ന അവസരത്തിൽ അതിന്റെ വില പറഞ്ഞറിയിക്കുവാൻ ആവാത്തതാണ്.

ഒരു ദിവസം ഉച്ചയ്ക്കുശേഷം ഓഫീസിന്റെ പുറകിലുള്ള കടുക്ക മരത്തിന്റെ താഴെയുള്ള കാക്കക്കാലിന്റെ തണലിൽ ഞാൻ നിൽക്കുകയായിരുന്നു. എന്റെ ചുറ്റുപാടും പ്രത്യക്ഷമായ ദൃശ്യത്തെക്കുറിച്ച് വിവരിക്കാനാവുന്നില്ല. മദ്ധ്യാഹ്നത്തിന്റെ ഇത്തരം ഒരു ഭാവം ഞാൻ മുമ്പൊരിക്കലും കണ്ടിട്ടില്ല. ഇവിടെയല്ലാതെ മറ്റൊരിടത്തും ഇങ്ങനെ ഒരു ദൃശ്യം കാണാൻ സാധിക്കുകയും ഇല്ല. ഇതിനു മുമ്പും ഉച്ചസമയം ഞാൻ എത്രയോ കണ്ടിരിക്കുന്നു. ഈ കൊടും വെയിലും ചൂടും ഞാൻ കണ്ടിട്ടും ധാരാളം അനുഭവിച്ചിട്ടും ഉണ്ട്. അന്നൊന്നും ഈ രൗദ്രഭാവം കണ്ടിട്ടില്ല. ആ കാഴ്ച എന്നെ മുഗ്ദ്ധനാക്കി എന്നു തന്നെ പറയാം. സൂര്യൻ അഗ്നികുണ്ഡം പോലെ കത്തിജ്വലിക്കുകയാണ്. അതിൽ എരിഞ്ഞടങ്ങാത്തതായി യാതൊന്നും ഇല്ല. പേര് അറിഞ്ഞതും അറിയാത്തതുമായ ആയിരക്കണക്കിനു ധാതുക്കളും മറ്റും കത്തിയെരിയുന്ന ഫർണസ് ആണ് അതെന്നു പറഞ്ഞാൽ ഒട്ടും അതിശയോക്തി ആവില്ല. അതിൽനിന്നും ഉയരുന്ന ആവിയും പുകയും ആണ് ഫുൽകിയ ബയിഹാറിലേയും ലോധായിടോലയിലേയും കാനനഭൂമിയിൽ വന്നുപതിക്കുന്നത്. വൃക്ഷങ്ങളുടെ തലപ്പുകളും പുല്ലും എല്ലാം കരിഞ്ഞുണങ്ങി നശിക്കുന്നു. അഗ്നി

നാളങ്ങൾ പ്രകൃതിയെ നശിപ്പിച്ചുകൊണ്ടിരിക്കുന്നു. വെയിലേറ്റു വാടി കത്തിയെരിഞ്ഞുണങ്ങിയ വൃക്ഷലതാദികൾക്കു മുകളിലെ വെയിൽ അകലെ നിന്നു നോക്കുമ്പോൾ അതിഭീകര ചൂടോടുകൂടിയ മൂടൽമഞ്ഞിനെ ഓർമ്മിപ്പിക്കും. തികച്ചും ശൂന്യമായ അന്തരീക്ഷം ഗ്രീഷ്മകാലത്ത് ഒരിക്കലും ആകാശം നീലനിറമായി കണ്ടിട്ടില്ല. കുരുവി മുതൽ കഴുകൻ വരെ ഒരുപക്ഷിപോലും ഇല്ല. പറവകൾ എല്ലാം എന്നേ നാടു വിട്ടുപോയിക്കഴിഞ്ഞിരിക്കുന്നു. ഉച്ചസമയത്തെ കത്തുന്ന സൂര്യന് ഒരു അലൗകിക സൗന്ദര്യം ഉണ്ട്. കൊടും ചൂടും വെയിലും അവഗണിച്ചുകൊണ്ട് ഞാൻ ഒരു കടുക്കാമരത്തിന്റെ ചുവട്ടിൽ നിന്നു. എത്രസമയം അങ്ങനെ നിന്നു എന്ന് എനിക്ക് ഓർമ്മയില്ല. ഞാൻ സഹാറ മരുഭൂമി കണ്ടിട്ടില്ല. അതുപോലെ പേരുകേട്ട ഒരു മരുഭൂമിയും ഞാൻ കണ്ടിട്ടില്ല. ഗോബി മരുഭൂമിയും എനിക്ക് കാണാൻ സാധിച്ചിട്ടില്ല. എന്നാൽ എന്റെ കൺമുന്നിലെ പ്രകൃതിയുടെ നട്ടുച്ച നേരത്തെ രൗദ്രഭാവം കാണുമ്പോൾ ആ വലിയ വലിയ മണൽക്കാടുകളുടെ വന്യസൗന്ദര്യം ഏകദേശം മനസ്സിലാക്കുവാൻ സാധിക്കുന്നുണ്ട്.

ഓഫീസിനു മൂന്നു മൈൽ അകലത്തായി വൃക്ഷങ്ങളാൽ ചുറ്റപ്പെട്ടു നിൽക്കുന്ന ഒരു തടാകത്തിൽ കുറച്ചു വെള്ളം ഉണ്ടായിരുന്നു. കഴിഞ്ഞ മഴക്കാലത്ത് ആ തടാകം വെള്ളം നിറഞ്ഞ് കിടന്നിരുന്നു. അതിൽ ധാരാളം മത്സ്യങ്ങളും ഉണ്ടായിരുന്നു. തടാകത്തിനു നടുവിൽ ആഴത്തിൽ ഒരു കുഴി ഉണ്ടായിരുന്നതിനാൽ ഈ കൊടിയ വരൾച്ചക്കാലത്തും അതു നിശ്ശേഷം വരണ്ടുണങ്ങിയിരുന്നില്ല. എന്നാൽ ആരും ആ ജലം ഒന്നിനും ഉപയോഗിക്കുകയുണ്ടായിരുന്നില്ല. ഒന്നാമത് അതിനു സമീപത്തൊന്നും മനുഷ്യവാസം ഉണ്ടായിരുന്നില്ല. വെള്ളം ശേഖരിക്കുകയും എളുപ്പമായിരുന്നില്ല. വെള്ളത്തിനും തീരത്തിനും ഇടയിലായി അരയോളം ഉയരത്തിൽ ചെളി പുതഞ്ഞു കിടക്കുകയാണ്. ആ ചെളിയിലേക്ക് കാലെടുത്തുവച്ചാൽ അരയോളം ചെളിയിൽ പുതഞ്ഞു പോകും. കുടം നിറയെ വെള്ളമെടുത്ത് അതിൽനിന്നും കയറിപ്പോരാൻ സാധിക്കുമെന്ന് കരുതേണ്ട. ആളുകൾ ആ വെള്ളം ഉപയോഗിക്കാതിരിക്കുവാൻ മറ്റൊരു കാരണം കൂടിയുണ്ട്. അത് ശുദ്ധജലമല്ല. കുടിക്കാനെന്നല്ല, കുളിക്കാൻ പോലും അതുപയോഗിക്കുവാൻ സാധിക്കുകയില്ല. ആ വെള്ളത്തിൽ എന്തോ അലിഞ്ഞു ചേർന്നിട്ടുണ്ട്. വെള്ളം വായിലൊഴിക്കുമ്പോൾ വല്ലാത്തൊരു ദുർഗ്ഗന്ധവും ദുസ്വാദുമാണതിന്.

ഒരു ദിവസം സന്ധ്യമയങ്ങുന്നതിനുമുമ്പ് പടിഞ്ഞാറൻ കാറ്റും ചൂടിന്റെ കാഠിന്യവും അല്പം കുറഞ്ഞസമയത്ത് കുതിരപ്പുറത്തു കയറി ചതുപ്പുനിറഞ്ഞു കിടക്കുന്ന തടാകത്തിനു സമീപത്തേക്കു പോയി. അതിന്റെ വശങ്ങളിൽ ഉയർന്ന മണൽക്കൂനകളും കാട്ടുമരങ്ങളും ഉണ്ട്. കാട്ടിലൂടെ പോകുന്നവഴിയിലേക്കു തിരിഞ്ഞപ്പോൾ ഗ്രാന്റ് സാഹിബ് വടവൃക്ഷത്തിന്റെ മറവിൽ സൂര്യൻ അസ്തമിക്കുവാൻ ഒരുങ്ങുകയായിരുന്നു. ഓഫീസിലേക്ക് ആവശ്യമുള്ള വെള്ളത്തിൽനിന്നും കുറച്ചെങ്കിലും

ലാഭിക്കുന്നതിനുവേണ്ടി കുതിരയ്ക്കു തടാകത്തിലെ വെള്ളം കൊടുക്കാമെന്നു കരുതിയാണ് ഇങ്ങനെ ഒരു യാത്രയ്ക്ക് ഒരുങ്ങിയത്. എത്ര വലിയ ചെളിക്കുണ്ടാണെങ്കിലും കുതിര അതിനെ അതിജീവിക്കും എന്നാണ് ഞാൻ കരുതിയത്. തടാകക്കരയിൽ എത്തിയപ്പോൾ അവിശ്വസനീയവും അത്ഭുതകരവുമായ ഒരു കാഴ്ചയാണ് അവിടെ കണ്ടത്. ചതുപ്പുനിറയെ ചെറുതും വലുതുമായ ഉഗ്രവിഷമുള്ള പത്തു പന്ത്രണ്ടു പാമ്പുകൾ. എന്നാൽ അതിനെ വകവയ്ക്കാതെ സമീപത്തു നിന്നുകൊണ്ട് മൂന്നു നാല് എരുമകൾ വെള്ളം കുടിച്ചുകൊണ്ടുനിൽക്കുന്നു. കരിമൂർഖനും ശംഖുവരയനും എല്ലാം അതിൽ ഉണ്ടായിരുന്നു. ഇത്തരത്തിൽ ഉഗ്രവിഷമുള്ള പാമ്പുകളെ ഈ പ്രദേശത്തെല്ലാം ധാരാളമായി കാണാം.

കാട്ടെരുമകളെ കണ്ടപ്പോൾ ഇത്തരം മൃഗങ്ങളെ ഞാൻ ഒരിക്കലും കണ്ടിട്ടില്ലെന്നു തോന്നിപ്പോയി. വളരെ വലിയ കൊമ്പുകൾ, ശരീരം മുഴുവനും നീണ്ടുകിടക്കുന്ന രോമം, തടിച്ചുകൊഴുത്ത ശരീരം! എന്നാൽ തടാകത്തിന്റെ സമീപത്തൊന്നും ആൾ താമസമുള്ളതായോ കാലിത്തൊഴുത്തുകൾ ഉള്ളതായോ തോന്നുന്നില്ല. പിന്നെ ഈ പോത്തുകൾ എവിടെനിന്നും വന്നു എന്ന് എത്ര ആലോചിച്ചിട്ടും എനിക്ക് പിടികിട്ടിയില്ല. ചിലപ്പോൾ മേയുന്നതിനു വേണ്ടുന്ന കരം കൊടുക്കാതെ ആരെങ്കിലും രഹസ്യമായി തൊഴുത്തു പണിത് സമീപത്ത് വസിക്കുന്നുണ്ടാകും.

തിരികെ ഓഫീസിലേക്കു വരുന്ന വഴി മുനീശ്വർ സിങ്ങിനെ കാണാൻ കഴിഞ്ഞു. കുറെ പർഗാനകളുടെ അധികാരിയാണ് മുനീശ്വർ സിങ്. സർക്കാർ ഉദ്യോഗസ്ഥനുമാണ്. തടാകതീരത്ത് ഞാൻ കണ്ട കാര്യങ്ങൾ അയാളോടു പറഞ്ഞപ്പോൾ അയാൾ അത്ഭുതപ്പെട്ടുപോയി. അയാൾ ഞെട്ടിത്തെറിച്ചു. അയാൾ പറഞ്ഞു:

"അങ്ങ് എന്തെല്ലാമാണീ പറയുന്നത്? അങ്ങയെ ഹനുമാൻ സ്വാമി രക്ഷപ്പെടുത്തിയതാണ്. അങ്ങ് അവിടെ കണ്ടത് കർഷകർ വളർത്തുന്ന പോത്തുകൾ അല്ല. അത് കാട്ടുപോത്തുകൾ ആണ്. അവയെല്ലാം മോഹൻപുര കാടുകളിൽനിന്നും ദാഹജലം തേടി വന്നിട്ടുള്ളതാണ്. അവിടെയും കുടിവെള്ളം കിട്ടാക്കനിയാണ്."

വളരെ വേഗത്തിലാണ് ഓഫീസിൽ ഈ വാർത്ത പരന്നത്. അവരെയെല്ലാവരും ഒരേ ശബ്ദത്തിൽ പറഞ്ഞത് ഇപ്രകാരമാണ്. "അയ്യോ! ഈശ്വരാധീനംകൊണ്ട് അവിടന്ന് രക്ഷപ്പെട്ടു. കടുവയുടെ മുന്നിൽ എത്തിയാൽ പോലും ചിലപ്പോൾ രക്ഷപ്പെട്ടു എന്നുവരാം. എന്നാൽ കാട്ടുപോത്തുകളുടെ മുന്നിൽചെന്നുപെട്ടാൽ. ജീവൻ തിരിച്ചുകിട്ടിയ ചരിത്രമില്ല. അതും ഈ സന്ധ്യാവേളയിൽ. വിജനതയിൽ... അവ പുറകെ വന്നിരുന്നു എങ്കിൽ കുതിരയെ ഓടിച്ച് രക്ഷപ്പെടുക അസാദ്ധ്യം തന്നെയാണ്."

നാലുചുറ്റും വനത്താൽ വലയം ചെയ്തു കിടക്കുന്ന ആ കൊച്ചു തടാകം വന്യമൃഗങ്ങൾക്കു കുടിവെള്ളത്തിനുള്ള സങ്കേതമായി തീർന്നു. മഴമേഘങ്ങൾ പിണങ്ങി നിൽക്കുക തന്നെയാണ്. ചൂടുകൂടുന്നതിനനുസരിച്ച് കാട്ടുതീയും നിയന്ത്രണാതീതമായി തുടർന്നു. ഈ കാലത്തിനി

ടയിൽ ആളുകൾ പല പുതിയ പുതിയ കഥകളുമായി വന്നു. കാടിനുള്ളിലെ വറ്റിത്തുടങ്ങിയ തടാകത്തിൽനിന്നും വെള്ളം കുടിക്കാനായി പുലി ഇറങ്ങുന്നതായി ചിലർ കണ്ടുവത്രേ. കാട്ടുപോത്തുകളും ചമരി ആടുകളും കലമാൻ കൂട്ടങ്ങളും സ്ഥിരമായി വരാറുണ്ട്. ഈ കാടുകളിൽ ഏറ്റവും കൂടുതൽ കാണുന്നത് ചമരി ആടുകളും കുറുക്കന്മാരുമാണ്.

നിലാവുള്ള ഒരു രാത്രിയിൽ ഞാൻ കുതിരപ്പുറത്തു കയറി തടാക സമീപത്തേക്കു പോയി. നായാട്ടായിരുന്നു എന്റെ ലക്ഷ്യം. എന്നോടൊപ്പം മൂന്നാലു ശിപായിമാരും മൂന്നു തോക്കും ഉണ്ടായിരുന്നു. അന്നത്തെ രാത്രിയിൽ അവിടത്തെ കാഴ്ച ഞാൻ ജീവിതത്തിലൊരിക്കലും മറക്കുകയില്ല. അത് മനസ്സിലാക്കണമെങ്കിൽ ഭാവന ഉപയോഗിച്ച് വിജനമായ രാത്രിയുടേയും വനപ്രദേശത്തെയും മനസ്സിൽ കാണാൻ കഴിയണം. അല്ലെങ്കിൽ ശരിയായ അനുഭവം ഉൾക്കൊള്ളാൻ സാധിക്കുകയില്ല.

ആ രാത്രിയും ചുടുകാറ്റ് ഉണങ്ങിയ കാശപ്പുല്ലുകളുടെ ഗന്ധവും പേറി വീശുന്നുണ്ടായിരുന്നു. ജനവാസപ്രദേശം വിട്ട് ഞാൻ വളരെ ഏറെ മുന്നോട്ടു പോയിരുന്നു. ശരിക്കും ദിഗ്ഭ്രമം ഉണ്ടായിപ്പോകുന്ന അവസ്ഥ. വഴിയും ദിക്കുകളും സ്ഥലവും ഒന്നും മനസ്സിലാക്കുവാൻ ഒരു വഴിയും ഇല്ല. തടാകത്തിലിറങ്ങി രണ്ടു ചമരിയാടുകൾ വെള്ളം കുടിക്കുന്നുണ്ട്. നിശ്ശബ്ദമായി നിന്നു വെള്ളം കുടിക്കുന്ന അവയുടെ രോമങ്ങൾ കണ്ടാൽ അവറ്റകൾ മാനുമല്ല, കാളയുമല്ല എന്നു തോന്നും. ചമരിമാനെന്നും മലങ്കാളയെന്നും എല്ലാം ഗ്രാമീണർ പേരുചൊല്ലി വിളിക്കാറുണ്ട്. അധികം അകലത്തല്ലാതെ രണ്ടു ഹയനകൾ നിശ്ശബ്ദമായി നിന്ന് വെള്ളം കുടിക്കുന്നുണ്ട്. മലങ്കാളകളും ഹയനകളും അന്യോന്യം നോക്കുന്നുണ്ട്. ഇതുകൾക്കിടയിൽ ഏതാണ്ട് രണ്ടുമൂന്നുമാസം മാത്രം പ്രായമുള്ള ഒരു ചമരിമാൻ കുഞ്ഞ്. ഇത്ര കാരുണ്യവും സഹതാപവും നിറഞ്ഞ ഒരു ദൃശ്യം ഞാൻ മുമ്പു കണ്ടിട്ടില്ല എന്ന് മുമ്പേ പറഞ്ഞുവല്ലോ. ദാഹിച്ച് അവശരായി നിന്ന് ആർത്തിയോടെ വെള്ളം കുടിക്കുന്ന വന്യമൃഗങ്ങളുടെ നേർക്ക് നിറയൊഴിക്കാൻ എനിക്ക് സാധിച്ചില്ല.

ദാഹിച്ചു വലഞ്ഞുകൊണ്ടു തന്നെ വൈശാഖമാസവും കടന്നുപോയി. മരുന്നിനുപോലും ഒരു തുള്ളിവെള്ളം കിട്ടാനില്ല. വലിയൊരു ആപത്തിന്റെ ആരംഭം പോലെ, വിസ്തൃതമായ വനഭൂമിയിൽ ആളുകൾ വഴി മറന്നുപോകുന്നു. ചിരപരിചിതമായ വഴിപോലും മറന്ന് ആളുകൾ വിഷമിക്കുന്നു. വഴി മനസ്സിലാകാതെ ആളുകൾ ജലത്തിന്റെ അഭാവത്തിന്റെ ജീവൻ വെടിയേണ്ടി വരുമോ എന്ന ആശങ്ക ജനങ്ങളുടെ ഇടയിൽ പരന്നു. ഫുൽകിയ ബയിഹാറിൽ നിന്ന് ഗ്രാന്റ് സാഹിബ് വടവൃക്ഷം വരെ നീണ്ടു പരന്നുകിടക്കുന്ന പുൽമേടയിൽ എവിടെയും ഒരു തുള്ളിവെള്ളം കിട്ടാനില്ല. മിക്കവാറും വറ്റിവരളാൻ തുടങ്ങിയ ചെറുകുഴികൾ അന്വേഷിച്ചു നടക്കുന്ന ഗ്രാമീണർക്ക് വഴിതെറ്റി പോകുന്നതും സർവ്വ സാധാരണമാണ്. ആർക്കായാലും അത് എളുപ്പമല്ല എന്നു മാത്രമല്ല, അത് അസാദ്ധ്യവുമാണ്.

ഒരു ദിവസം സംഭവിച്ച കാര്യത്തെക്കുറിച്ച് പറയാം. അന്നേ ദിവസം ഏതാണ്ട് നാലുമണി ആവാറായപ്പോൾ കഠിനമായ ചൂട് സഹിക്കാനാവാതെ ജോലിയിൽ ശ്രദ്ധപ്പതിപ്പിക്കാനാവാതെ ഒരു പുസ്തകം എടുത്ത് വായിക്കുവാൻ ആരംഭിച്ചു. ആ സമയത്ത് അവിടേക്ക് രാമ വിരിജ സിങ് കയറിവന്നു. ഒരു പ്രത്യേക വിവരവുമായിട്ടാണ് അയാൾ വന്നത്.

ഓഫീസിന്റെ പടിഞ്ഞാറുഭാഗത്ത് സ്ഥിതി ചെയ്യുന്ന ഉയരമുള്ള കുന്നിൻമുകളിൽ ഒരു വിചിത്ര മനുഷ്യൻ നിൽക്കുന്നു. അയാൾക്ക് ഭ്രാന്താണത്രേ. ഉയരത്തിൽ നിന്നുകൊണ്ട് അയാൾ കൈകാലുകൾ ഉയർത്തി ആംഗ്യം കാണിച്ചുകൊണ്ട് എന്തെല്ലാമോ പറയുന്നുണ്ട്.

ഇതുകേട്ട ഉടനെ ഞാൻ പുസ്തകമടച്ചു വച്ച് പുറത്തിറങ്ങി പടിഞ്ഞാറെ ഭാഗത്തേക്കു നോക്കിയപ്പോൾ അയാൾ പറഞ്ഞതുപോലെ ഒരാൾ അവിടെ നിൽക്കുന്നുണ്ട്. മദ്യപനെ പോലെ ആടിക്കുഴഞ്ഞ് അയാൾ ഞങ്ങളുടെ നേർത്ത് നടന്നുവരുന്നു. ഓഫീസിലെ സകല ജോലിക്കാരും അയാളെ കാണാനായി പുറത്തേക്കിറങ്ങിവന്നു. രണ്ടു ശിപായിമാരെ അയാളുടെ അടുത്തേക്കയച്ച് കൂട്ടിക്കൊണ്ടു വരാൻ ആവശ്യപ്പെട്ടു.

അവർ അയാളെ കൂട്ടിക്കൊണ്ടുവന്നു. കുപ്പായമൊന്നും ധരിച്ചിട്ടില്ല. വസ്ത്രമെന്നു പറയാനുള്ളത് ആകെ ഒരു വെളുത്ത ദോത്തി മാത്രം. നല്ല ആകാരസൗഷ്ഠവമുള്ള ആൾ. വെളുത്ത നിറം! ലക്ഷണമൊത്ത മുഖം. എന്നാൽ ആ മുഖത്തെ ഭാവം അതിഭീകരമായിരുന്നു. വായുടെ രണ്ടു വശത്തുകൂടി നുരയും പതയും ഒഴുകുന്നു. കണ്ണുകൾ ചുവന്ന ചെമ്പരത്തി പൂപോലെ, ഉന്മാദിയെപ്പോലെ വെള്ളം വച്ചിരിക്കുന്ന ബക്കറ്റിനടുത്തേക്കു ആടിയാടി നടന്നു. മുനീശ്വർ സിങ്ങിന് അയാളെ കണ്ടപ്പോൾ തന്നെ കാര്യം മനസ്സിലായി. അതുകൊണ്ട് ബക്കറ്റ് നീക്കി വച്ച് അയാളെ പിടിച്ച് ഒരു ഭാഗത്തിരുത്തി. അയാളുടെ വായ കണ്ടാൽ ആരും ഭയന്നു നിലവിളിച്ചുപോകും. നാവ് നീരുവന്ന് വീർത്തിരിക്കുന്നു. കടും ചുവപ്പു നിറമായിരുന്നു നാവിന്. വളരെ കഷ്ടപ്പെട്ട് നാവ് ഒരു വശത്തേക്കു ചരിച്ചു പിടിച്ച് വായിലേക്കു തുള്ളിതുള്ളിയായി വെള്ളം എറ്റിച്ചു കൊടുത്തു. ആ പ്രക്രിയ ഏതാണ്ട് അരമണിക്കൂർ നീണ്ടു നിന്നു. അപ്പോഴേക്കും അയാൾക്ക് കുറേശ്ശെ ആശ്വാസം ലഭിച്ചുതുടങ്ങി. ചെറുനാരങ്ങ നീരു ചേർത്ത അരഗ്ലാസുവെള്ളം കുടിച്ചതോടെ അയാൾ തന്റെ കഥ പറയാൻ തുടങ്ങി.

അയാളുടെ വീട് പാറ്റ്നയിലാണ്. കോലരക്ക് കൃഷി ചെയ്യുന്നതിനു വേണ്ടി ആ കാട്ടിൽ ബദരീവൃക്ഷങ്ങൾ നിറഞ്ഞ കാട് അന്വേഷിച്ച് ഇറങ്ങിയതാണ്. പൂർണ്ണിയായിൽനിന്നും യാത്ര ആരംഭിച്ചിട്ട് രണ്ടു ദിവസമായി. ഇന്ന് ഉച്ചയോടുകൂടി ഞങ്ങളുടെ എസ്റ്റേറ്റിൽ പ്രവേശിച്ചു. കുറെ നടന്നു കഴിഞ്ഞപ്പോൾ വഴി തെറ്റി. ഈ വനത്തിൽ വഴിതെറ്റാൻ എളുപ്പമാണ്. ഇവിടത്തുകാരല്ലാത്തവർ തീർച്ചയായിട്ടും വഴിതെറ്റും എന്ന കാര്യം ഉറപ്പാണ്. ഒരേ പോലുള്ള വൃക്ഷങ്ങൾ നിറഞ്ഞ വനപ്രദേശം നീണ്ടുപരന്നു കിടക്കുകയല്ലേ? ചിരപരിചിതർക്കുപോലും വഴിതെറ്റും അപ്പോൾ

പിന്നെ അപരിചിതരുടെ കഥ പറയേണ്ടതുണ്ടോ? ഭീഷണമായ വെയിലും ചൂടു നിറഞ്ഞ പടിഞ്ഞാറൻ കാറ്റും ഏറ്റുകൊണ്ട് ഒരു ദിവസം മുഴുവനും ചുറ്റിക്കറങ്ങി. ഒരു മനുഷ്യനെ പോലും കാണാൻ സാധിച്ചില്ല. ദാഹിച്ചു വലഞ്ഞു. തൊണ്ട നനയ്ക്കാൻ ഒരു തുള്ളി വെള്ളത്തിനു മാർഗ്ഗമുണ്ടായില്ല.

രാത്രിയിൽ ക്ഷീണിച്ചവശനായി ഒരു വൃക്ഷച്ചുവട്ടിൽ കിടന്നുറങ്ങി. ഇന്നു രാവിലെ മുതൽ പിന്നെയും ദിക്കറിയാതെയുള്ള ചുറ്റിക്കറങ്ങൽ. തല നേരെ നിന്നിരുന്നെങ്കിൽ സൂര്യനെ നോക്കി ദിക്കു കണ്ടുപിടിക്കാനെങ്കിലും കഴിയുമായിരുന്നു. ചുരുങ്ങിയ പക്ഷം പൂർണ്ണിയായിലേക്കു തിരിച്ചുപോകാനുള്ള വഴിയെങ്കിലും അയാൾക്കു കണ്ടുപിടിക്കാൻ സാധിക്കുമായിരുന്നു. മനസ്സിൽ ഭയം ചേക്കേറിയതോടെ അയാൾക്കു ദിശ തെറ്റി. അങ്ങോട്ടും ഇങ്ങോട്ടും ഓടാൻ തുടങ്ങി. ഒപ്പം കൂവി വിളിക്കാനും. ആരു കേൾക്കാൻ? ഫുൽകിയ ബയിഹാറിലെ വനപ്രദേശം മുതൽ ലബ്ടുലിയ വനം വരെ പടർന്നു കിടക്കുന്ന പത്തുപന്ത്രണ്ടു ചതുരശ്രമൈൽ നീണ്ടു കിടക്കുന്ന വനപ്രദേശം തികച്ചും വിജനമാണ്. അതുകൊണ്ടുതന്നെ അയാളുടെ കൂക്കിവിളിയും അട്ടഹാസവും ആരും കേട്ടില്ല എന്നതിൽ അതിശയിക്കാൻ ഒന്നും തന്നെയില്ല. കാട്ടിൽ വച്ച് തന്നെ യക്ഷിയോ ഗന്ധർവ്വനോ പിടികൂടിയാലോ എന്ന ഭയം അയാളെ പരവശനാക്കി. തന്നെ അദൃശ്യ ശക്തികൾ കൊലചെയ്യും എന്ന ചിന്ത ഉള്ളിൽ കടന്നതോടെ അയാൾ വല്ലാതെ അസ്വസ്ഥനായി. ചൂടും ദാഹവും അസഹ്യമായപ്പോൾ അയാൾ ധരിച്ചിരുന്ന മേൽക്കുപ്പായം എപ്പോഴോ ഊരി വലിച്ചെറിഞ്ഞു. അങ്ങനെ ആകെ വിഷമിച്ചു നിൽക്കുമ്പോഴാണ് എന്റെ ഓഫീസിനു മുകളിൽ പാറിക്കളിച്ചിരുന്ന ആഞ്ജനേയരുടെ കൊടി അയാളുടെ കണ്ണിൽ പെടുന്നത്. എന്റെ ശിപായിമാരുടെ കണ്ണിൽ പെട്ടില്ലായിരുന്നെങ്കിൽ അവിടെ കിടന്നുതന്നെ അയാൾ ജീവൻ വെടിയുമായിരുന്നു.

രൂക്ഷമായ ചൂടും വെയിലും ജലക്ഷാമവും അനുഭവിച്ചുകൊണ്ടിരിക്കുന്നതിനിടയിൽ ഇടിത്തീ പോലെ മറ്റൊരു വിവരം കാതിൽ എത്തി. വനത്തിൽ തീ പടരാൻ തുടങ്ങിയിരിക്കുന്നു. ആ തീ ഞങ്ങളുടെ ഓഫീസിനു നേർക്കാണ് പടർന്നു കൊണ്ടിരിക്കുന്നത്. വാർത്തകേട്ട ഉടനെ ഓഫീസിൽ ഉണ്ടായിരുന്നവരെല്ലാം പുറത്തിറങ്ങി നോക്കി. പുകയോടു കൂടിയ അഗ്നിനാളങ്ങൾ നാവു നീട്ടിക്കൊണ്ട് ആകാശത്തേക്ക് ഉയരുന്ന കാഴ്ചയാണ് എല്ലാവരുടേയും കണ്ണിൽ പെട്ടത്. അന്നും പടിഞ്ഞാറു നിന്നുള്ള ചൂടുകാറ്റ് ശക്തിയായി വീശി അടിക്കുന്നുണ്ടായിരുന്നു. വെയിലുകൊണ്ട് കരിഞ്ഞുണങ്ങിയ കാശപ്പുല്ലുകളും കാഞ്ചിമരങ്ങളും വെടിമരുന്നുപോലെ നിൽക്കുന്നു. അതിനടുത്തുകൂടി ഒരു തീപ്പൊരി പാറിയാൽമതി മുഴുവൻ വനപ്രദേശവും വെന്തുവെണ്ണീറായി മാറും. തീയ്ക്കുള്ളിൽ നിന്നും ഇടയ്ക്കിടയ്ക്ക് പൊട്ടിത്തെറിക്കുന്ന ശബ്ദവും കേൾക്കുന്നുണ്ട്. പടിഞ്ഞാറുനിന്നും കിഴക്കോട്ടേക്കു പടർന്നുപിടിക്കുന്ന തീയ്ക്ക് കൊടുങ്കാറ്റിന്റെ വേഗതയായിരുന്നു. ഉണക്കപ്പുല്ലും വൈക്കോലുംകൊണ്ട് മേഞ്ഞ

താണ് ഞങ്ങളുടെ ഓഫീസ് മുറികൾ. അഗ്നി പാഞ്ഞടുക്കുന്നത് അതിനു നേർക്കാണ്. സകല ആളുകളുടെയും മുഖം വാടിക്കരിഞ്ഞു പോയി. കാട്ടു തീയാണ് പരക്കുന്നത്. ഇവിടെ ഇങ്ങനെ നിന്നാൽ വളരെ എളുപ്പം ആ തീയിൽ എരിഞ്ഞടങ്ങേണ്ടിവരും എന്നതിനു സംശയമില്ല. ഒരു നിമിഷ നേരം പോലും ആലോചിച്ചു നിൽക്കുക സാദ്ധ്യമല്ല. ഓഫീസിൽ സൂക്ഷി ച്ചിട്ടുള്ള പ്രധാനപ്പെട്ട രേഖകളും ആധാരങ്ങളും സർക്കാരിലേക്ക് അട യ്ക്കേണ്ട പണവും എഴുതി തയ്യാറാക്കി വച്ചിരിക്കുന്ന റിപ്പോർട്ടുകളും കൂടാതെ ഓരോരുത്തരുടേയും സ്വന്തമായ സാധനസാമഗ്രികൾ എല്ലാം അഗ്നിക്കിരയാകും. ശിപായിമാരുടെ മുഖം ഒന്നുകൂടി വാടി വരണ്ടു. അവർ പറഞ്ഞു.

“തീ ഇങ്ങ് അടുത്തെത്തിക്കഴിഞ്ഞാലോ യജമാനനേ” “സകല സാധനങ്ങളും പുറത്തേക്ക് എടുക്കുക. പണവും ഔദ്യോഗിക രേഖകളും ആദ്യം” ഞാൻ പറഞ്ഞു. ഒരു കൂട്ടം ഗ്രാമീണരെ വിളിച്ച് ഓഫീസിനോടു ചേർന്നു നിൽക്കുന്ന ഉണക്കമരങ്ങളും പുല്ലുകളും വളരെ വേഗത്തിൽ വെട്ടിവൃത്തിയാക്കി. കാലിത്തൊഴുത്തിനരികിലേക്കു തീപടരുന്നതു കണ്ട പ്പോൾ കാലിമേയ്ക്കുന്ന കുറേപ്പേർ ഓടിവന്ന് ഓഫീസ് എങ്ങനെയെ ങ്കിലും അഗ്നിബാധയിൽ നിന്ന് രക്ഷിക്കുക എന്ന ദൗത്യത്തിൽ ഏർപ്പെ ട്ടു. പടിഞ്ഞാറൻ കാറ്റിന്റെ വേഗതകണ്ടപ്പോൾ തന്നെ ഓഫീസ് ഭീകര മായ അപകടത്തിൽ പെടാൻ പോകുകയാണെന്ന് അവർക്കു മനസ്സിലാ യി.

വല്ലാത്ത ഒരു രംഗമാണ് അവിടെ നടമാടിയത്. ഒരു വശത്ത് ആകാശം മുട്ടെ ഉയരത്തിൽ അഗ്നി നാളങ്ങൾ ഉയർന്നുപൊങ്ങുന്നു. മറു ഭാഗത്ത് തീയിൽ നിന്നു രക്ഷപ്പെടുന്നതിനുവേണ്ടിയുള്ള മൃഗങ്ങളുടെ മരണപ്പാച്ചിൽ. ചമരിമാൻ പറ്റത്തോടൊപ്പം കുറുക്കന്മാരും ഓടുന്നുണ്ട്. ചെവി ഉയർത്തിപ്പിടിച്ചുകൊണ്ട് മുയലുകൾ ഓടിപ്പായുന്നു. കാട്ടുപന്നിക ളുടെ ഒരു സംഘം കൊച്ചുകുഞ്ഞുങ്ങളടക്കം ഓഫീസിന്റെ മുറ്റത്തുകൂടെ പാഞ്ഞുപോയി. നാൽക്കാലികളും പ്രാണഭയത്താൽ ഓടുന്നതു കാണാം. പനംതത്തകൾ തലയ്ക്കു മുകളിലൂടെ മൂളിപ്പറക്കുന്നു. ഒന്നിനുപുറകെ ഒന്നായി ചുവന്ന അരയന്നങ്ങളും അവയ്ക്കു പിന്നാലെ പിന്നെയും മുള ന്തത്തകൾ, അതിനുപുറകിൽ വെളുത്ത അരയന്നങ്ങളുടെ സംഘം. “ഒരി ടത്തും വെള്ളം ഇല്ലല്ലോ. പിന്നെ ഇത്രയും അരയന്നങ്ങൾ എവിടെ നിന്നാണ് പരന്നുവരുന്നത്?” നിരാശയോടെ ഒരു ഗുമസ്തൻ ചോദിച്ചു. “താനൊന്നുമിണ്ടാതിരിക്കുമോ? മനുഷ്യൻ പ്രാണൻ കൈയിൽ പിടിച്ചു കൊണ്ട് ജോലി ചെയ്യുന്നതിനിടയിലാണ് അരയന്നങ്ങൾ എവിടെനിന്നും വരുന്നു എന്ന അന്വേഷണം? എവിടെനിന്നും വന്നാലെന്താ?” അസഹി ഷ്ണുവായ മറ്റൊരു ഗുമസ്തൻ പറഞ്ഞു.

ഇരുപതു നിമിഷങ്ങൾക്കകം കാട്ടുതീ പടർന്നുപിടിക്കാൻ തുടങ്ങി. കുറെയധികം ആളുകൾ വളരെ അധികം മണിക്കൂർ കഠിനാദ്ധ്വാനം ചെയ്ത് എങ്ങനെയോ എല്ലാം തീ അണച്ചു എന്നു പറയാം. ഒരു തുള്ളി

വെള്ളം എവിടെയും കിട്ടാനില്ല. പകുതി ഉണങ്ങിയ വൃക്ഷച്ചില്ലകളും മണലും മാത്രമാണ് ഉണ്ടായിരുന്ന ആയുധങ്ങൾ. തീയുമായി മല്ലിടുന്ന വരുടെ മുഖം ചൂടും വെയിലും ഏറ്റ് വളരെ ഭീഷണമായി കാണപ്പെട്ടു. ചുവന്നു തുടുത്ത അവരുടെ മുഖം രാക്ഷസന്മാരുടെ ഭീഷണമുഖത്തെ ഓർമ്മിപ്പിച്ചു. ശരീരം കരിയും പുകയും ഏറ്റ് കറുത്തിരുണ്ടിരുന്നു. ഇവ രുടെ കൈകാലുകളിൽ പൊള്ളലേറ്റതിന്റെ ധാരാളം പാടുകൾ ഉണ്ടായി രുന്നു. ഓഫീസിലെ സകല സാധനസാമഗ്രികളും കെട്ടിടത്തിന്റെ മുറ്റത്ത് വാരിവലിച്ചിട്ടിരിക്കുകയാണ്. എല്ലാം ഉന്തിയും വലിച്ചുമാണ് പുറത്തെ ത്തിച്ചത്. ഓരോ സാധനങ്ങളും എവിടെയാണ് കിടക്കുന്നതെന്ന് ഒരാൾക്കും അറിയുകയില്ല. പ്രധാന ഗുമസ്തനോട് പണം സൂക്ഷിക്ക ണമെന്ന് പ്രത്യേകം പറഞ്ഞേൽപ്പിച്ചിരുന്നു. ഒപ്പം പ്രധാനരേഖകൾ അടു ക്കിവച്ചിട്ടുള്ള പെട്ടിയും.

ഓഫീസിന്റെ മുറ്റവും സമീപസ്ഥലങ്ങളും വൃത്തിയാക്കിയിട്ടിരുന്ന തിനാൽ തീയ്ക്ക് ഓഫീസിനകത്തേക്ക് പടർന്നുപിടിക്കാൻ സാധിച്ചില്ല. ഒരുവിധത്തിൽ ഓഫീസ് കെട്ടിടം രക്ഷപ്പെട്ടു എന്നു പറഞ്ഞാൽ മതിയ ല്ലോ. സാധനസാമഗ്രികൾ എല്ലാം അകത്തേക്കു മാറ്റാനുള്ള ശ്രമം ആരം ഭിച്ചു. എങ്കിലും വളരെയധികം സമയം ചുറ്റുപാടുകളെ വിറപ്പിച്ചുകൊണ്ട് അഗ്നി സകലതും ചാമ്പലാക്കി തന്റെ താണ്ഡവം തുടർന്നു. അടുത്ത ദിവസം പ്രഭാതമായപ്പോഴേക്കും മോഹൻപുര സംരക്ഷിത വനമേഖല വരെ അഗ്നി എത്തിക്കഴിഞ്ഞിരുന്നു.

രണ്ടുമൂന്നു ദിവസങ്ങൾക്കു ശേഷമാണ് നാശനഷ്ടങ്ങളുടെ ശരിയായ കണക്കുകൾ കിട്ടിയത്. കുശീനദിയുടെ തീരത്തെ ചതുപ്പിൽ എട്ടുപത്ത് കാട്ടുപോത്ത്, രണ്ടു പുള്ളിപ്പുലി, കുറേ കലമാനുകൾ എന്നിവ പുത ഞ്ഞുകിടപ്പുണ്ടായിരുന്നു. തീ കണ്ട് ഭയന്ന് അവ തടാകത്തിൽ ചാടി രക്ഷ പ്പെടാൻ നോക്കിയതായിരുന്നു. അങ്ങനെ ചതുപ്പിൽ പുതഞ്ഞു പോയ തായിരിക്കും. സംരക്ഷിത വനമേഖല കുശീ-കോര നദീതീരത്തുനിന്നും ഏതാണ്ട് എട്ടൊമ്പതു മൈൽ അകലെയാണ്.

നാല്

വൈശാഖമാസവും ജേഷ്ഠമാസവും കടന്നുപോയി. ആഷാഢം പിറന്നു. ആഷാഢമാസത്തിലാണ് പുണ്യാഹോത്സവം. ഈ സ്ഥലത്ത് അധികം ആളുകളെ ഒന്നും കാണാൻ കിട്ടാറില്ല. അതുകൊണ്ടുതന്നെ എനിക്ക് ആരെയും പരിചയപ്പെടാനും സാധിച്ചിരുന്നില്ല. ചുറ്റുപാടുമുള്ള ഗ്രാമീണരെ എല്ലാം ക്ഷണിച്ചുവരുന്ന പുണ്യാഹോത്സവ ദിവസം ഒരു നേരത്തെ ആഹാരം കൊടുക്കണമെന്ന് ഞാൻ ആഗ്രഹിച്ചു. തൊട്ടടുത്ത് ഗ്രാമീണർ അധികം ഇല്ലാത്തതിനാൽ ഞങ്ങൾ ഗനോരി തിവാരിയെ പറഞ്ഞയച്ച് കുറെ അധികം ആളുകളെ ക്ഷണിച്ചു.

പുണ്യാഹോത്സവത്തിന്റെ തലേദിവസം ആകാശത്ത് മഴമേഘങ്ങൾ പ്രത്യക്ഷപ്പെട്ടു. ചെറിയ ചാറ്റൽ മഴയും പെയ്തു. പുണ്യാഹദിവസം ആകാശത്തുനിന്നും പൊട്ടിവീണതുപോലെ മഴ പെയ്തു. ഉച്ചയാകുന്നതോടെ ആളുകൾ വരാൻ തുടങ്ങി. ഭക്ഷണം ലഭിക്കും എന്ന ആഗ്രഹമാണ് ആളുകളെ കൂട്ടത്തോടെ അങ്ങോട്ട് ആകർഷിക്കുന്നത്. ആരും മഴയെ വകവയ്ക്കുന്നുണ്ടായിരുന്നില്ല. കൂട്ടംകൂട്ടമായി വന്നെത്തുന്ന ആളുകളെ സൗകര്യപ്രദമായി ഇരുത്താൻ സ്ഥലം ഉണ്ടായിരുന്നില്ല. കുട്ടികളും സ്ത്രീകളും അടങ്ങുന്ന സംഘമാണ് നിരനിരയായി വന്നുകൊണ്ടിരുന്നത്. സ്ത്രീകളെയും കുട്ടികളെയും ഓഫീസ് മുറിയിൽ കയറ്റിയിരുത്തി പുരുഷന്മാർ സൗകര്യമുള്ള സ്ഥലം കണ്ടുപിടിച്ച് ഇരുന്നു.

ഈ നാട്ടിലെ ആളുകൾക്ക് ആഹാരം കൊടുക്കാൻ യാതൊരു ബുദ്ധിമുട്ടും ഇല്ല. ഇതേ ദാരിദ്ര്യം നിറഞ്ഞ ഒരു പ്രദേശം ഭാരതത്തിൽ ഉണ്ടാകുമെന്ന് ഞാൻ കരുതിയിരുന്നില്ല. ബംഗാൾ ഒരു സമ്പന്നപ്രദേശം ഒന്നും ആയിരുന്നില്ല. എങ്കിലും അവിടത്തെ പരമദരിദ്രർ പോലും ഈ ഗ്രാമീണരെക്കാൾ എത്രയോ മെച്ചപ്പെട്ട നിലയിലാണ് കഴിയുന്നത്. തുള്ളി

ക്കൊരു കുടം കണക്കെ പെയ്യുന്ന മഴയെ വകവയ്ക്കാതെ, കൈക്കുഞ്ഞുങ്ങളുമായി നനഞ്ഞു പിഴിഞ്ഞ് ഇവരെത്തിയിരിക്കുന്നത് ഒരു നേരമെങ്കിലും വയറു നിറച്ച് ആഹാരം കിട്ടുമല്ലോ എന്ന പ്രതീക്ഷയിലാണ്. ചീനപ്പുല്ലിന്റെ അരിവേവിച്ചതും തൈരും ലഡ്ഡുവും പനഞ്ചക്കരയും ആണ് തീരുമാനിച്ചിരുന്നത്. ഇതെല്ലാമാണ് ഇവരുടെ വിശിഷ്ടഭോജ്യങ്ങൾ. അതുകൊണ്ടാണ് ഇവ വിളമ്പാൻ ഞാൻ തീരുമാനിച്ചത്.

ഏകദേശം പത്തുപന്ത്രണ്ടു വയസ്സു തോന്നിപ്പിക്കുന്ന അപരിചിതനായ ഒരു ബാലൻ നേരം വെളുത്തതുമുതൽ പിടിപ്പതു ജോലി ചെയ്യുന്നു. ഏതോ പാവപ്പെട്ട വീട്ടിലെ കുട്ടിയാണ്. ബിശുര എന്നാണ് അവന്റെ പേര്. ദൂരെ അകലെയുള്ള ഏതോ ഗ്രാമത്തിൽനിന്നും വന്നതായിരിക്കണം അവൻ. പത്തുമണി ആയപ്പോൾ എന്തെങ്കിലും തിന്നാൻ വേണമെന്ന് പറഞ്ഞു. ലബ്ടുലിയയിലെ ഗുമസ്തനായിരുന്നു കലവറ സൂക്ഷിപ്പുകാരൻ. അയാൾ അവന് ചൈനപ്പുല്ലിന്റെ അരിവേവിച്ചതും കുറച്ചു ഉപ്പും കൂടി കഴിക്കാനായി കൊടുത്തു.

ഞാൻ ഇതെല്ലാം കണ്ടുകൊണ്ട് തൊട്ടടുത്തു തന്നെ നില്പുണ്ടായിരുന്നു. അവന്റെ നിറം കറുപ്പാണെങ്കിലും ഐശ്വര്യം തുളുമ്പുന്ന മുഖം. ശ്രീകൃഷ്ണഭഗവാന്റെ ദിവ്യവിഗ്രഹം പോലെയായിരുന്നു അവന്റെ സ്വരൂപം. ധൃതിപിടിച്ച് അവന്റെ എട്ടുമുഴം നീളമുള്ള പരുക്കൻ മുണ്ടിന്റെ മടി വലിച്ചുനീട്ടി ആഹാരം വാങ്ങി. ആ സമയത്ത് അവന്റെ മുഖത്ത് തെളിഞ്ഞ സന്തോഷം വിവരിക്കുവാൻ വാക്കുകളെക്കൊണ്ടു സാദ്ധ്യമല്ല. എന്നാൽ മറ്റൊരു കാര്യം പറയാതിരിക്കുവാൻ നിവൃത്തിയില്ല. ബംഗാളിലെ ഒരു കുട്ടിയും ഇതുപോലുള്ള ആഹാരം കഴിക്കുകയില്ല. പിന്നെയല്ലേ സന്തോഷിക്കൽ! ഈ ആഹാരം ഞാൻ ഒരിക്കൽ പരീക്ഷിച്ചു നോക്കിയിട്ടുണ്ട്. അതുകൊണ്ടു തന്നെ അതിനെ തിന്നാൻ കൊള്ളാവുന്ന ആഹാരമായി കണക്കാക്കാൻ എനിക്കു സാധിക്കുകയില്ല.

പെരുമഴ പെയ്യുന്നതിനിടയിൽ തന്നെ ബ്രാഹ്മണഭോജനം ഒരുവിധത്തിൽ അവസാനിപ്പിച്ചു. വൈകുന്നേരമായപ്പോൾ മൂന്നു സ്ത്രീകൾ നനഞ്ഞുകുളിച്ച് വിരിച്ചിട്ട ഇലകളിൽ ഇരിക്കുന്നു. അവർ വളരെ നേരമായി ആ ഇരുപ്പ് തുടങ്ങിയിട്ട് എന്ന് അറിയാൻ കഴിഞ്ഞു. അവരോടൊപ്പം കൊച്ചുകുട്ടികളും ഉണ്ട്. അവരുടെ ഇലയിൽ അരിവേവിച്ചതല്ലാതെ തൈരോ പാലോ ലഡ്ഡുവോ ഒന്നും ആരും വിളമ്പിയിട്ടില്ല. അവർ ഓഫീസിനകത്തേക്കു തന്നെ നോക്കിക്കൊണ്ടിരിക്കുകയാണ്. കലവറ സൂക്ഷിപ്പുകാരനെ വിളിച്ച് ഞാൻ ചോദിച്ചു.

“ഇവർക്ക് ആരാണ് വിളമ്പുന്നത്? കുറെ സമയമായല്ലോ ഈ ഇരിപ്പ് തുടങ്ങിയിട്ട്. ഈ സമയത്ത് ഇവരെ കൊണ്ടു വന്നിരുത്തിയത് ആരാണ്?”

“യജമാനനേ, അവർ ദൊബാദ് ജാതിയിൽപെട്ടവരാണ്. തൊട്ടുകൂടാത്തവർ. അവരെ ഓഫീസ് മുറിക്കകത്തേക്കു കയറ്റിയിരുത്തിയാൽ അതിനകത്തുള്ള സകല സാധനങ്ങളും എടുത്ത് വലിച്ചെറിയേണ്ടി വരും. ബ്രാഹ്മണരും ഛത്രികളും ഗാംഗോതകളും ഒന്നും അവർ തൊട്ടാൽ

ആഹാരം കഴിക്കുകയില്ല. അതുകൊണ്ട് അവരെ എവിടേക്കു മാറ്റിയിരുത്താനാ? അങ്ങു തന്നെ പറയൂ." കലവറ സൂക്ഷിപ്പുകാരൻ പറഞ്ഞു.

പാവപ്പെട്ട ദോബാദ സ്ത്രീകളുടേയും കുഞ്ഞുങ്ങളുടേയും മുന്നിൽ ഞാൻ മഴ നനഞ്ഞ് നിൽക്കുന്നതുകണ്ടപ്പോൾ മറ്റുള്ളവരും തിടുക്കപ്പെട്ട് ഓടി വന്ന് വിളമ്പാൻ തുടങ്ങി. വിഭവങ്ങൾ ഓരോന്നും അവർ എത്ര മാത്രം കഴിച്ചു എന്നത് പറഞ്ഞാൽ ആരും വിശ്വസിക്കുകയില്ല. അത്തരത്തിൽ ഒരു സദ്യ ഈ ആളുകളെ ക്ഷണിച്ചുവരുത്തി കൊടുക്കാൻ എടുത്ത തീരുമാനം വളരെ ഉചിതമായി എന്ന് എനിക്ക് തോന്നി. അന്നു ഞാൻ മറ്റൊരു തീരുമാനം കൂടി എടുത്തു. ഒരു ദിവസം ഈ പട്ടിണിപ്പാവങ്ങളെ മാത്രം ക്ഷണിച്ചുവരുത്തി. ആഹാരം നൽകണം. രണ്ടുമൂന്ന് ആഴ്ച കഴിഞ്ഞപ്പോൾ ഞാൻ അങ്ങനെ ചെയ്യുകയും ചെയ്തു. അന്നവർക്ക് വിളമ്പിയത് പൂരി, മീൻകറി, മാംസക്കറി, പായസം, തൈര്, ചട്ണി എന്നിവയായിരുന്നു. അത്തരം ആഹാരങ്ങളൊന്നും അവരാരും ഇതിനു മുമ്പു കഴിച്ചിട്ടില്ലത്രേ. അവരുടെ അത്ഭുതവും ആനന്ദവും അവരുടെ മുഖത്തെ ചിരിയിൽ വ്യക്തമായിരുന്നു. അവരുടെ സന്തോഷത്തിന്റെ ഓർമ്മകൾ വളരെ നാളുകൾ എന്റെ മനസ്സിൽ തങ്ങിനിന്നിരുന്നു. അവിടെയെല്ലാം അലഞ്ഞു തിരിഞ്ഞു നടന്നിരുന്ന ഗാംഗോത ബാലനും അവരോടൊപ്പം ആഹാരം കഴിക്കാനായി വന്നിരുന്നു; ആദ്യദിവസം സഹായിക്കാനായി വന്ന് എല്ലുമുറിയെ പണിയെടുത്ത ബിശുര എന്ന കുട്ടി.

2

സർവ്വേ ക്യാമ്പിലെ ജോലി കഴിഞ്ഞ് ഞാൻ തിരിച്ചുവരുന്ന വഴി, വനമദ്ധ്യത്തിൽ കാശാപ്പുല്ലുകൾ നിറഞ്ഞ കുറ്റിക്കാടിനരികിൽ ഇരുന്ന് ഒരു മനുഷ്യൻ പയറുവറുത്തത് ഉരുട്ടിത്തിന്നുകൊണ്ടിരിക്കുന്നു. വിശിഷ്ടഭോജ്യം എന്നനിലയിലാണ് അയാൾ അത് കഴിച്ചുകൊണ്ടിരുന്നത്. തോളത്തെ നീണ്ട തുണിയിൽ അതു കുറെയധികം കെട്ടിവച്ചിട്ടുണ്ടായിരുന്നു. അതും അയാൾക്ക് കഴിക്കാനുള്ളതുതന്നെ. ഈ സാധനം ഇത്ര മാത്രം എങ്ങനെ അയാൾക്കു കഴിക്കാൻ കഴിയുന്നു എന്ന കാര്യം എനിക്കിതുവരെ മനസ്സിലായിട്ടില്ല. എന്നെ കണ്ടമാത്രയിൽ ആ മനുഷ്യൻ ബഹുമാനപുരസ്സരം എഴുന്നേറ്റുനിന്നു. ഭക്ഷണം കഴിക്കുന്നത് അവസാനിപ്പിച്ച് എന്നെ അഭിവാദനം ചെയ്തു.

"മാനേജർ സാബ്, ഞാൻ വല്ലാതെ വിശന്നതുകാരണം അല്പം ലഘുഭക്ഷണം കഴിക്കുകയാണ്. ക്ഷമിക്കണേ!" അയാൾ പറഞ്ഞു.

വിശക്കുന്ന ഒരു മനുഷ്യൻ അല്പം ലഘുഭക്ഷണം കഴിക്കുന്നതിന് ഞാൻ ക്ഷമിക്കുന്നത് എന്തിനാണെന്ന് എനിക്കു മനസ്സിലായില്ല.

"നിങ്ങൾ വേണ്ടത്ര കഴിച്ചോളൂ. എഴുന്നേൽക്കുകയൊന്നും വേണ്ട. നിങ്ങളുടെ പേരെന്താ?"

അയാൾ ഇരിക്കാൻ തയ്യാറായില്ല. നിന്നുകൊണ്ടുതന്നെ ബഹുമാനത്തോടെ പറഞ്ഞു.

"ഈ പാവപ്പെട്ടവന്റെ പേര് ധാവതാൽ സാഹു എന്നാണ് യജമാനനേ.." ഞാൻ അയാളെ സൂക്ഷ്മമായി നിരീക്ഷിച്ചു. അറുപതിനോടടുത്തുപ്രായം കാണും അയാൾക്ക്. മെലിഞ്ഞു നീണ്ട ശരീരം. കറുത്തനിറം. മുഷിഞ്ഞ മുണ്ടും ഇറുകിപ്പിടിച്ച കുപ്പായവുമാണ് ധരിച്ചിരുന്നത്. കാലിൽ ചെരുപ്പില്ല.

ധാവതാൽ സാഹുവിനെ ഇതാദ്യമായാണ് ഞാൻ കാണുന്നതും പരിചയപ്പെടുന്നതും.

ഓഫീസിൽ തിരിച്ചെത്തിയ ഞാൻ രാംജോത പട്‌വാരിയോടു ചോദിച്ചു.

"ധാവതാൽ സാഹുവിനെ അറിയുമോ?"

"അറിയും അങ്ങുന്നേ, ധാവതാൽ സാഹുവിനെ അറിയാത്തവരായി ആരാണ് ഈ നാട്ടിൽ ഉള്ളത്? അയാൾ വലിയ നിലയിൽ പണം ഇടപാടു നടത്തുന്ന ആളാണ്. ലക്ഷപ്രഭു. ഈ പ്രദേശത്തുള്ള സകല ആളുകളും അയാളുടെ കടക്കാരനാണ് നവ്ഛരിയ എന്ന സ്ഥലത്താണ് അയാളുടെ വീട്." രാംജോത പട്‌വാരിയ പറഞ്ഞു.

രാംജോത പട്‌വാരിയയുടെ വാക്കുകൾ എന്നെ അത്ഭുതപ്പെടുത്തി. ലക്ഷപ്രഭുവായ ഒരു മനുഷ്യൻ കൊടുങ്കാറ്റിൽ വന്നിരുന്ന് ഉഴുന്നു വറുത്തുപൊടിച്ച് വാരിത്തിന്നുകയോ? ബംഗാളിലെ ഒരു ധനികൻ ഇങ്ങനെ ജീവിക്കുമെന്ന് സങ്കല്പിക്കാൻ പോലും സാധിക്കുകയില്ല. ഇയാൾ ഒരുപക്ഷേ, കുറച്ച് അതിശയോക്തി കലർത്തി പറഞ്ഞതായിരിക്കും ഞാൻ മറ്റു ചിലരോടും ധാവതാൽ സാഹുവിനെക്കുറിച്ച് അന്വേഷിച്ചു. എല്ലാവരും പറഞ്ഞത് ഒരേ കാര്യം തന്നെ. ധാവതാൽ സാഹുവിന്റെ കൈവശമുള്ള പൈസയ്ക്ക് എന്തെങ്കിലും കണക്കുണ്ടോ?

കുറച്ചുദിവസം കഴിഞ്ഞപ്പോൾ വ്യക്തിപരമായ ഒരു കാര്യത്തിനു വേണ്ടി ധാവതാൽ സാഹു ഓഫീസിൽ വന്ന് എന്നെ കാണുകയുണ്ടായി. പിന്നെ ആ വരവ് പതിവാക്കി. പരിചയം കൂടിക്കൂടി വന്നപ്പോൾ എനിക്കൊരു സത്യം മനസ്സിലായി. ഞാൻ പുതുതായി പരിചയപ്പെട്ട ഈ മനുഷ്യൻ ഒരു വിചിത്ര സ്വഭാവി തന്നെ. ഇരുപതാം നൂറ്റാണ്ടിൽ ഇത്തരത്തിൽ ആളുകൾ ഉണ്ടാകുമോ? നേരിട്ട് കണ്ട് അറിഞ്ഞില്ലായിരുന്നെങ്കിൽ ആർക്കും വിശ്വാസം വരുകയില്ല.

ഞാൻ കരുതിയതുപോലെ അറുപത്തിമൂന്നോ അറുപത്തിനാലോ വയസ്സാണ് ധാവതാലിന്റെ പ്രായം. ഓഫീസിൽ നിന്നു പത്തുപന്ത്രണ്ടു നാഴിക അകലെയായി തെക്കു കിഴക്കുഭാഗത്താണ് നവ്ഛരിയ ഗ്രാമം. അവിടെയാണ് ധാവതാൽ സാഹുവിന്റെ വീട്. ആ ഗ്രാമത്തിലുള്ള സകല സാധാരണജനങ്ങളും കർഷകരും വ്യവസായികളും എന്തിന് ജമീന്ദാർമാർ വരെ ധാവതാലിന്റെ കടക്കാരാണ്. ഇതിൽ രസകരമായ ഒരു കാര്യം എന്താണെന്നു വച്ചാൽ പണം കടം കൊടുക്കുക എന്നല്ലാതെ അത്

കൃത്യമായി തിരിച്ചുവാങ്ങാൻ അയാൾക്ക് അറിയില്ലായിരുന്നു. അയാൾ അതിന് മിനക്കെടാറില്ല എന്നതാണ് സത്യം. അയാൾ പണം തിരികെ ചോദിക്കാത്തതുകൊണ്ട് ആരും അയാൾക്ക് കൊടുക്കില്ല. ഒരുപാട് പേർ ഇത്തരത്തിൽ അയാളെ പറ്റിച്ചിട്ടുണ്ട്. അയാളെപ്പോലെ നിരുപദ്രവിയും നിഷ്കളങ്കനുമായ ഒരുവൻ പണമിടപാട് നടത്തിയാൽ അതിൽ ഒരിക്കലും വിജയിക്കുകയില്ല. എങ്കിലും ഓരോരുത്തരും പണത്തിന്റെ ആവശ്യവും പറഞ്ഞ് അയാളുടെ മുന്നിൽ എത്തുമ്പോൾ അയാൾ അവരെ അവഗണിച്ച് തിരിച്ചയക്കുക പതിവില്ല. മുതലിനും പലിശയ്ക്കും കൂടിയാണല്ലോ പ്രമാണം എഴുതുന്നത്. അതുകൊണ്ട് ഒരിക്കലും തന്റെ പണം നഷ്ടപ്പെടുകയില്ല എന്ന് ആ പാവം വിശ്വസിച്ചു.

ഒരു ദിവസം ധാവതാൽ സാഹു എന്നെ കാണാനായി ഓഫീസിൽ വന്നു. തുണിയിൽ പൊതിഞ്ഞ ഒരു കെട്ടുപ്രമാണങ്ങളും അയാളുടെ കൈയിൽ ഉണ്ടായിരുന്നു. അതെല്ലാം എന്റെ മുന്നിൽവച്ചശേഷം അയാൾ പറഞ്ഞു.

"യജമാനനേ, ഇതൊന്നു നോക്കിത്തരുമോ, ഓരോരുത്തർക്കും പണം കടം കൊടുത്തതിന്റെ രേഖകളാണ്."

എല്ലാ കടലാസുകളും എടുത്ത് ഞാൻ പരിശോധിച്ചു. പതിനായിരം രൂപയോളം തിരിച്ചുകിട്ടാനുള്ളതിന്റെ രേഖകളാണ് അവ. എല്ലാം കാലാവധി കഴിഞ്ഞവയാണ്. അതുംകൊണ്ട് വാദിക്കാൻ പോയിട്ട് യാതൊരു കാര്യവും ഇല്ല.

മറ്റൊരു കെട്ട് അയാൾ പുറത്തേക്കെടുത്തു. ആദ്യത്തേതിലും പഴയതും കീറിയതും പൊടിഞ്ഞതുമായ കടലാസുകളാണ് അതിൽ ഉണ്ടായിരുന്നത്.

"ഇതെല്ലാം ഒന്നു നോക്കൂ യജമാനനേ, ഇതെല്ലാം ഒരു വക്കീലിനെ കാണിച്ചാലോ എന്നാണ് ഞാൻ ചിന്തിക്കുന്നത്. ഇതുവരെ ഞാൻ കേസിനും കൂട്ടത്തിനും ഒന്നും പോയിട്ടില്ല. അതെല്ലാം അപമാനകരമായ പ്രവൃത്തികൾ അല്ലേ? ഞാൻ പണം തിരികെ ചോദിക്കുമ്പോൾ അവർ തരാം തരാം എന്നു പറയുകയല്ലാതെ ആരും ഒന്നും തരുന്നില്ല.

ഞാൻ ആ കെട്ടും പരിശോധിച്ചു. പലിശയടക്കം അയ്യായിരത്തിലധികം രൂപ കിട്ടാനുണ്ട്. നല്ല മനുഷ്യരെ സകലരും കളിപ്പിക്കും. ഞാൻ അയാളോടു പറഞ്ഞു.

"സാഹുജീ, പണം പലിശയ്ക്കു കൊടുക്കുന്ന ഇടപാട് താങ്കളെപ്പോലെ ഒരാൾക്ക് യോജിച്ച പണിയല്ല. ഇങ്ങനെ ഒരു പ്രദേശത്ത് ഇത്തരത്തിലുള്ള ജോലിചെയ്യണമെന്ന് രാസ്ബിഹാരി സിങ് രാജ് പുത്തിനെപ്പോലെ പെരുമാറാൻ പഠിക്കണം. അയാളുടെ അധീനതയിൽ എട്ടുപത്ത് വടിപയറ്റുകാർ ഉണ്ട്. കുതിരപ്പുറത്തു കയറി പണം കടം കൊടുത്തവരുടെ അടുത്തു ചെന്ന് ഒരു നയാപൈസ ബാക്കിവയ്ക്കാതെ വാങ്ങിക്കൊണ്ടുവരും. കടംവാങ്ങിയ തുക തിരിച്ചു കൊടുക്കാത്ത ആളുകളുടെ കൃഷിഭൂമിയിൽ അതിക്രമിച്ചു കടന്ന് വിളകൊയ്തെടുത്ത് കൊണ്ടുപോകും.

അങ്ങനെ മുതലും പലിശയും വസൂലാക്കും. നിങ്ങളെപ്പോലെ സാധുമനസ്സുകൾക്ക് ആരും കടം വാങ്ങിയ തുക തിരിച്ചു തരില്ല. അതുകൊണ്ട് അങ്ങ് ഇനി ആർക്കും പണം കടം കൊടുക്കരുത്."

എത്രമാത്രം പറഞ്ഞുകൊടുത്തിട്ടും അയാളുടെ തലയിൽ അതൊന്നും കയറിയില്ല. അയാളെ മനസ്സിലാക്കി കൊടുക്കാൻ ശ്രമിക്കുന്നത് വൃഥാശ്രമമാണെന്ന് എനിക്ക് തോന്നി.

"എല്ലാവരും പറ്റിക്കുകയും ചതിക്കുകയും ഒന്നും ചെയ്യുകയില്ല യജമാനേ, ഇപ്പോഴും സൂര്യനും ചന്ദ്രനും ഉദിക്കുന്നില്ലേ? എല്ലാവരുടേയും തലയ്ക്കു മുകളിൽ ഒരാൾ എപ്പോഴും നിൽക്കുന്നുണ്ടല്ലോ. പണം വെറുതെ കൈയിൽ വച്ചുകൊണ്ടിരുന്നാൽ അത് വർദ്ധിക്കുകയില്ലല്ലോ. പലിശയ്ക്കു കൊടുത്താലല്ലേ പണം വലുതാകുകയുള്ളൂ. മാത്രമല്ല അതാണല്ലോ ഞങ്ങളുടെ തൊഴിൽ."

എത്ര പറഞ്ഞിട്ടും അയാളുടെ യുക്തി എനിക്ക് മനസ്സിലായില്ല. പലിശ കിട്ടാനുള്ള ആഗ്രഹംകൊണ്ട് പണം കടം കൊടുക്കുക. എന്നിട്ടോ പലിശയും മുതലും ഒരുമിച്ച് നഷ്ടപ്പെടുന്നു. എന്തുതരം വ്യവസായമാണിത്?

ധാവതാൽ സാഹു എന്റെ മുന്നിൽവച്ച് പതിനായിരം രൂപയുടെ മുദ്രകടലാസുകളും സമ്മതപത്രങ്ങളും ഒപ്പിട്ട പേപ്പറുകളും കാലഹരണപ്പെട്ടുപോയതിന്റെ പേരിൽ വലിച്ചുകീറിക്കളഞ്ഞു. എന്നാൽ അങ്ങനെ വലിച്ചുകീറിക്കളയുമ്പോൾ അയാളുടെ കൈ വിറച്ചില്ല. സംസാരിക്കുമ്പോൾ തൊണ്ട ഇടറിയതും ഇല്ല. അയാൾ പറഞ്ഞു.

"കടുകും ആവണക്കിൻ കുരുവും വിറ്റുണ്ടാക്കിയ പണമാണ് യജമാനനേ. എനിക്ക് പൈതൃകമായി അഞ്ചുപൈസ കിട്ടിയിട്ടില്ല. ഞാൻ കഷ്ടപ്പെട്ടു സമ്പാദിച്ച പണം ഞാൻ തന്നെ നശിപ്പിച്ചു കളഞ്ഞു. കച്ചവടത്തിൽ ലാഭവും നഷ്ടവും പതിവല്ലേ?"

അയാളുടെ ആ വാദം അംഗീകരിക്കാം. എന്നാൽ ഇത്രവലിയ നഷ്ടത്തെ ഇത്ര ഉദാസീനഭാവത്തോടെ നിസ്സാരകാര്യം എന്ന രീതിയിൽ തള്ളിക്കളയാൻ ആർക്ക് സാധിക്കും? സാഹുവിന്റെ വിശാലമനോഭാവത്തോടെയുള്ള പെരുമാറ്റം ഞാൻ ശ്രദ്ധിച്ചു. താൻ ധനികനാണ് എന്ന് കാണിക്കാനുള്ള ഒരു ത്വര അയാളിൽ ഞാൻ കണ്ടു. കൈയിലെ ചുവന്ന തുണിക്കെട്ട് തുറന്ന് അതിൽനിന്നും പാക്കുവെട്ടിയും അടയ്ക്കയും പുറത്തെടുത്ത് അടയ്ക്കവെട്ടി വായിലിട്ട് ചവയ്ക്കുന്നുണ്ട്.

"ഞാൻ എന്നും ഒരു സഞ്ചി അടയ്ക്കതിന്നും. എനിക്ക് അടയ്ക്കയ്ക്ക് വലിയ ചെലവാണ്."

പണത്തിന്റെ കാര്യത്തിലുള്ള നിസ്സംഗതയും ഗൗരവമില്ലായ്മയും വലിയ ധനനഷ്ടത്തെ വകവയ്ക്കാതിരിക്കലും ഒരു തത്ത്വജ്ഞാനിയുടെ ലക്ഷണമായി കണക്കാക്കാമെങ്കിൽ ധാവതാൽ സാഹുവിനെപ്പോലെ ഒരു തത്ത്വജ്ഞാനിയെ ഞാൻ ഇതിനു മുമ്പൊരിക്കലും കണ്ടിട്ടില്ല.

3

ഫുൽകിയ വനങ്ങളിൽ കൂടി പോകേണ്ടി വരുമ്പോൾ എപ്പോഴും ജയ്പാൽ കുമാറിന്റെ കുടിലിനു മുന്നിൽ കൂടി പോകേണ്ടതായി വരും. ചോളത്തിന്റെ ഉണങ്ങിയ ഇലകൾകൊണ്ടു മേഞ്ഞതാണ് ആ കുടിൽ. ഭൂഉടമയായ ബ്രാഹ്മണനാണ് ജയപാൽ.

വളരെ പഴക്കം ചെന്ന ഒരു ആൽമരത്തിന്റെ ചുവട്ടിലാണ് ജയപാലിന്റെ വീട്. അയാളുടെ വീട്ടിൽ വേറെ ആരും തന്നെ ഇല്ല. വയസ്സായ ആ മനുഷ്യൻ തനിച്ചു ജീവിക്കുന്നു. നല്ല ഉയരമുണ്ടെങ്കിലും മെലിഞ്ഞ ദേഹപ്രകൃതിയാണ് അയാൾക്ക്. നീണ്ടമുഖം, നരച്ചതെങ്കിലും തല നിറയെ മുടിയുണ്ട്. ഞാനാവഴി പോകുമ്പോഴെല്ലാം വീടിന്റെ മുൻഭാഗത്ത് കതകിനരികിലായി അയാൾ അനങ്ങാതിരിക്കുന്നതായി കാണാം. അയാൾക്ക് പുകയില തിന്നുന്ന ശീലമില്ല എന്നു തോന്നുന്നു. എന്നാൽ ഒരിക്കൽ പോലും അയാൾ എന്തെങ്കിലും ജോലി ചെയ്യുന്നത് ഞാൻ കണ്ടിട്ടില്ല. ഒരുപാട്ടുപാടുന്നതുപോലും കേട്ടിട്ടില്ല. യാതൊന്നും ചെയ്യാതെ ഒരു മനുഷ്യൻ ഇരുപത്തിനാലു മണിക്കൂർ വെറുതെ ഇരുന്ന് കഴിച്ചുകൂടുന്നതെങ്ങനെ എന്നത് എന്നിൽ കൗതുകം ജനിപ്പിക്കാറുണ്ട്. അത് എന്നെ അമ്പരപ്പിക്കുകയും ചെയ്യാറുണ്ട്.

ഒരു ദിവസം അയാളുടെ വീടിനു മുൻവശത്തുകൂടി കടന്നുപോകുമ്പോൾ കുതിരയെ നിർത്തി അയാളോട് എന്തെങ്കിലും രണ്ടുവാക്കു പറയണം എന്നു തോന്നി.

“ജയപാൽ നിങ്ങൾ എന്തു ചെയ്യുകയാണ് അവിടെ?”

“എന്തു ചെയ്യാനാ യജമാനനേ, വെറുതെ ഇരിക്കുന്നു.”

“നിങ്ങൾക്ക് എത്ര വയസ്സായി?”

“അതെല്ലാം ആർക്കറിയാം. ആരാ അതിന്റെ കണക്കുകൾ സൂക്ഷിക്കുന്നത്? കുശീനദിക്കു കുറുകെ പാലം പണിയുന്ന സമയത്ത് എനിക്ക് കാലികളെ തീറ്റാനുള്ള പ്രായമായിരുന്നു.”

“നിങ്ങൾ വിവാഹിതനാണോ? കുട്ടികൾ ഉണ്ടോ?”

“എന്റെ ഭാര്യ മരിച്ചിട്ട് ഇരുപത്തഞ്ചുവർഷമായി. രണ്ടു പെൺകുട്ടികൾ ഉണ്ടായിരുന്നു. അവരും മരിച്ചുപോയി. പതിനാലു വർഷം മുമ്പാണ് അവർ മരിച്ചത്. ഇപ്പോൾ ഞാൻ തനിച്ചാണ്.”

“അതുശരി. ഇങ്ങനെ തനിച്ചു ജീവിക്കുമ്പോൾ ആരോടെങ്കിലും എന്തെങ്കിലും പറയണം എന്നു തോന്നാറില്ലേ? നിങ്ങൾ എവിടെയും പോകാറില്ലേ? ഒരു ജോലിയും ചെയ്യാറില്ലേ? ഒന്നും ചെയ്യാതെ ഇങ്ങനെ വെറുതെ ഇരിക്കുമ്പോൾ മുഷിച്ചിലും മടുപ്പും എല്ലാം തോന്നില്ലേ?”

എന്റെ ചോദ്യങ്ങൾ കേട്ട് ജയ്പാൽ വിസ്മയത്തോടെ എന്നെ നോക്കി. അയാൾ പറഞ്ഞു.

“എന്തു മടുപ്പ് തോന്നാനാ? എനിക്ക് അങ്ങനെ മടുപ്പൊന്നും തോന്നാ

റില്ല. ഞാൻ സുഖമായി തന്നെയാണ് കഴിയുന്നത്."

ജയപാലന്റെ വാക്കുകൾ എനിക്ക് മനസിലാക്കാൻ ബുദ്ധിമുട്ട് തോന്നി. ഞാൻ കൊൽക്കത്തയിൽ കോളേജിൽനിന്നും പഠിച്ചു പാസായി വന്ന ആളാണ്. എന്തെങ്കിലും ജോലി ചെയ്തുകൊണ്ടിരിക്കുക, കൂട്ടുകാരുമായി സംസാരിക്കുക, പുസ്തകം വായിക്കുക, സിനിമ കാണുക, ഇതൊന്നുമല്ലെങ്കിൽ എവിടേക്കെങ്കിലും യാത്ര പോകുക. ഇതൊന്നും ചെയ്യാതെ ഒരാൾ എങ്ങനെ ജീവിക്കും. ഞാൻ അതേക്കുറിച്ച് ചിന്തിക്കാറുണ്ട്. ലോകത്തിൽ എന്തെല്ലാം പരിവർത്തനങ്ങൾ സംഭവിച്ചുകഴിഞ്ഞിരിക്കുന്നു. സ്വന്തം വീടിന്റെ ഉമ്മറത്ത് അനങ്ങാതെ ഇരുന്നുകൊണ്ട് കാലം കഴിച്ചുകൂട്ടുന്ന ജയപാൽ എന്തെങ്കിലും അറിയുന്നുണ്ടോ? അറിയണം എന്ന് അയാൾ ആഗ്രഹിക്കുന്നുണ്ടോ?

ഞാൻ പ്രൈമറി ക്ലാസുകളിൽ പഠിച്ചുകൊണ്ടിരിക്കുമ്പോഴും ജയ്പാൽ ഇതേ ഇരിപ്പ് തുടരുകയായിരുന്നു. ഞാൻ ബി എ പാസായി കഴിഞ്ഞിട്ടും ജയ്പാൽ അതേ ഇരിപ്പ് തുടർന്നു. അനങ്ങാതെ ഇരുന്നു തന്നെ അയാൾ ജീവിതം മുന്നോട്ടു കൊണ്ടുപോയി. ഈ കാലത്തിനിടയ്ക്ക് എന്റെ ജീവിതത്തിൽ ചെറുതും വലുതുമായ പല കാര്യങ്ങളും സംഭവിച്ചു. നിസ്സാരമായതും വിസ്മയകരവുമായ പല കാര്യങ്ങൾ! അവയുമായി താരതമ്യം ചെയ്യുമ്പോൾ ജയ്പാലിന്റെ ഈ സംഭവരഹിതമായ ഏകാന്തവാസം എന്നെ അമ്പരപ്പിച്ചു.

ജയപാലിന്റെ വീട് ഗ്രാമത്തിനു നടുവിലാണ്. എന്നാൽ അതിനു ചുറ്റും തരിശിട്ട ഭൂമിയും കുറെ ചോളപ്പാടങ്ങളും ഉണ്ട്. എന്നാൽ അടുത്തു വീടുകൾ ഒന്നും തന്നെയില്ല. ഫുൽകിയ ഒരു കൊച്ചുഗ്രാമമാണ്. അവിടെ ആകെ പത്തുപതിനഞ്ചുവീടുകളേ ഉള്ളൂ. അതിലുള്ള മനുഷ്യരും. അവിടെയുള്ള എല്ലാ ആളുകളും കാട്ടിൽ പോത്തിനെ പോറ്റി ജീവിതം തള്ളി നീക്കുന്നവരാണ്. അവർ നേരം വെളുത്താൻ ഇരുട്ടുന്നതുവരെ പോത്തുകളുടെ പിന്നാലെ കാട്ടിൽ ചുറ്റിത്തിരിഞ്ഞശേഷം സന്ധ്യയ്ക്കു വീട്ടിൽ എത്തിയാൽ ഉഴുന്നിന്റെ വൈക്കോൽ കത്തിച്ച് അതിനു ചുറ്റുമിരുന്ന് തീ കാഞ്ഞുകൊണ്ട് നാട്ടുവർത്തമാനം പറഞ്ഞ് ബാക്കിയുള്ള സമയം തള്ളി നീക്കും. ചിലർ പുകയില ചവയ്ക്കും. മറ്റുചിലർ സാലവൃക്ഷത്തിന്റെ ഇലയിൽ പുകയില ചുരുട്ടി ചുരുട്ടിന്റെ ആകൃതിയിലാക്കി പുകവലിക്കും. ഹുക്ക വലിക്കുന്ന സമ്പ്രദായം ഇക്കൂട്ടരുടെ ഇടയിൽ കാണാറില്ല. എന്നാൽ ഈ ഗ്രാമവാസികളിൽ ഒരാൾപോലും ജയപാലിന്റെ അടുത്തു പോയിരുന്ന് സംസാരിക്കുന്നത് കണ്ടിട്ടില്ല.

വയസ്സൻ അരയാൽ വൃക്ഷത്തിന്റെ കൊമ്പുകളിൽ ധാരാളം കൊക്കുകൾ കൂടുകൂട്ടി താമസിക്കുന്നുണ്ട്. ദൂരെ നിന്നു നോക്കുമ്പോൾ വൃക്ഷം നിറയെ വെളുത്ത പൂക്കൾ വിരിഞ്ഞു നിൽക്കുകയാണെന്ന് തോന്നും. ആ വൃക്ഷം ചുറ്റുപാടും തണൽ വിരിച്ച് നിൽക്കുകയാണ്. തീർത്തും വിജനമായ ഒരു ഭൂപ്രദേശം. അവിടെ നിന്ന് എങ്ങോട്ടു നോക്കിയാലും നീലമലകൾ മാത്രമാണ് കാണുക. കുട്ടികൾ കൈകോർത്തു

പിടിച്ച് വൃത്താകൃതിയിൽ നിൽക്കുന്നതുപോലെ ഈ നീലമലകളുടെ നിര കാണാം.

ആൽമരത്തിന്റെ തണലിൽ നിന്നുകൊണ്ട് ജയപാലനോടു സംസാരിക്കുമ്പോൾ ആ വൃക്ഷഛായയിലെ അനിർവ്വചനീയമായ ശാന്തിയാണ് മനസ്സിൽ പതിയാറുള്ളത്. ജയപാലന്റെ യാതൊരു പ്രത്യേകതകളുമില്ലാത്ത ജീവിതം, ആരുമായും അടുപ്പമില്ലാത്ത സ്വഭാവം, അയാളുടെ നിർവ്വികാരമായ ഭാവം അതിന്റെ സ്വാധീനശക്തി എന്നിലേക്കു പകരുന്നതായി തോന്നും. ഓടി നടന്ന് ജീവിച്ചിട്ട് എന്തുകാര്യം? എത്ര മനോഹരവും ആസ്വാദ്യകരവുമായ തണലാണ് ഈ മുത്തച്ഛൻ ആൽമരം പ്രദാനം ചെയ്യുന്നത്.

ജയപാലന്റെ ജീവിതരീതി എന്നിൽ വല്ലാതെ സ്വാധീനം ചെലുത്തുന്നുണ്ട്. എത്രമാത്രം ഉത്തരവാദിത്വങ്ങളും ചുമതലകളും എന്നെ ചുറ്റിപ്പറ്റി ഉണ്ടെങ്കിലും അതൊന്നും എന്നെ ബാധിക്കുന്നതേയില്ല. ഒരുതരം നിർവ്വികാരതയും ശൂന്യതാബോധവും എന്നെ പിടികൂടിയിരുന്നു. ഞാനും ജയപാലനെപ്പോലെ നിർവ്വികാരനും ഉദാസീനനും ആരുമായും അടുപ്പമില്ലാത്തവനുമായി മാറിക്കഴിഞ്ഞു. അതുമാത്രമല്ല, ജയപാലനെ കണ്ടുമുട്ടുന്നതിനുമുമ്പുവരെ അടഞ്ഞു പോയിരുന്ന എന്റെ കണ്ണുകൾ ഇപ്പോൾ തുറന്നതുപോലെ. മുമ്പൊരിക്കലും ചിന്തിക്കാതിരുന്ന പല കാര്യങ്ങളും ഇപ്പോൾ ചിന്തിച്ചു പോകുന്നു. ഇതിന്റെ ഫലമായി ഈ കാനനഭൂമിയെ ഞാൻ ഇഷ്ടപ്പെടാനും സ്നേഹിക്കുവാനും തുടങ്ങിയിരിക്കുന്നു. ജോലി സംബന്ധമായി പൂർണ്ണിയയിലേക്കോ മുംഗേറിലേക്കോ പോയാൽ പോലും തിരിച്ചെത്തുന്നതുവരെ മനസ്സ് കരയിൽ പിടിച്ചിട്ട മീനിനെപ്പോലെ പിടയാൻ തുടങ്ങും. അവിടെ ഒന്നും ഒരു രാത്രിപോലും തങ്ങാൻ ഞാൻ ആഗ്രഹിക്കുന്നില്ല. എത്രയും പെട്ടെന്ന് എന്റെ കാനന പ്രകൃതിയിലേക്ക് തിരിച്ചെത്തണം. ആ വനഭൂമിയിലെ വിജനത, രാത്രിയിലെ സുന്ദരമായ നിലാവ്, അത്യപൂർവ്വമായ അസ്തമയ ദർശനം, ചക്രവാളം നിൽക്കുന്ന ആകാശം, നീലാകാശത്തിലെ കാർമേഘങ്ങൾ, നക്ഷത്രങ്ങൾ തിളങ്ങുന്ന രാത്രി- ഇവയിൽ അലിയാൻ എന്റെ മനസ്സ് വെമ്പും.

തിരിച്ചു പോരുന്ന വേളയിൽ പരിഷ്കൃത സമൂഹത്തെ വളരെദൂരം പിന്നിലേക്കു തള്ളിയിട്ട് എന്റെ സ്വന്തം വനഭൂമിയിലേക്കു പ്രവേശിക്കുമ്പോൾ എന്റെ മനസ്സിനെ ആ വനഭൂമി തരളിതമാക്കുന്നു. നിബിഡമായ മഹാവനം, മൈതാനം, ശിലാസ്തൂപം, കാട്ടുതത്തകളുടെ കൂട്ടം, ഒരുമിച്ചു നീങ്ങുന്ന ചമരിമാൻ പറ്റം, ഈ പ്രദേശത്തെ പ്രത്യേക സൂര്യപ്രകാശം എല്ലാം നിമിഷനേരംകൊണ്ട് എന്നെ സന്തുഷ്ടചിത്തനാക്കി മാറ്റുന്നു.

അഞ്ച്

പൂനിലാവിൽ കുളിച്ചു നിൽക്കുന്ന രാത്രി. എല്ലുകളിൽ തുളച്ചുകയറുന്ന തണുപ്പ്. ധനുമാസത്തിലെ അവസാന ദിനങ്ങൾ. പ്രധാന ഓഫീസിൽനിന്നും ലബ്ടുലിയയിലെ ജില്ലാ ഓഫീസിലേക്ക് ഒരു പരിശോധന നടത്തുവാനായിപ്പോയി. ലബ്ടുലിയ ഓഫീസിൽ അത്താഴത്തിന്റെ പാചകജോലിയും അവസാനം ആഹാരം കഴിക്കലും എല്ലാം കഴിയുമ്പോൾ സമയം പതിനൊന്നു മണിയെങ്കിലും കഴിയും.

ഒരു ദിവസം ആഹാരം കഴിഞ്ഞ് അടുക്കളയിൽനിന്നും പുറത്തിറങ്ങി വെറുതെ നോക്കിനിന്നു. കഠിനമായി മഞ്ഞു പൊഴിയുന്ന ആ രാത്രിയിൽ ഒരു പെൺകുട്ടി ഓഫീസ് വളപ്പിന്റെ അതിരിൽ നിൽക്കുന്നതു കണ്ടു. അടുത്തുണ്ടായിരുന്ന ഗുമസ്തനോടു ചോദിച്ചു.

"അവിടെ നിൽക്കുന്നത് ആരാണ്?"

"അവളുടെ പേര് കുന്ത എന്നാണ്. അങ്ങ് വരുന്നുണ്ട് എന്ന വിവരം അറിഞ്ഞപ്പോൾ അവളെന്നോടു ചോദിച്ചു. അങ്ങയുടെ എച്ചിലിലയിലെ ആഹാരാവശിഷ്ടങ്ങൾ അവൾ എടുത്തുകൊണ്ടു പൊയ്ക്കോട്ടെ എന്ന്. അവളുടെ കുട്ടികൾ നിത്യ ദാരിദ്ര്യത്തിൽ നരകിക്കുകയാണ്. ഞാനവൾക്ക് അനുവാദം കൊടുത്തു.

ഞങ്ങൾ അവളെക്കുറിച്ചു സംസാരിച്ചുകൊണ്ടിരിക്കുമ്പോൾ ഓഫീസിൽ കാവൽജോലിക്കാരൻ വന്ന് ഞാൻ കഴിച്ച പാത്രത്തിൽ ബാക്കിവച്ചിരുന്ന ചോറും പാലും മീൻ കഷണവും എല്ലാം ഒന്നിച്ചു ചേർത്ത് പുറത്തേക്ക് എടുത്തുകൊണ്ടുപോയി. അയാൾ അത് കുന്തയുടെ പിച്ചള കിണ്ണത്തിൽ ഇട്ടുകൊടുത്തു. അവൾ അതുംകൊണ്ട് വളരെ വേഗം നടന്നു നീങ്ങി.

പത്തുദിവസം അവിടെ താമസിച്ച ശേഷമാണ് ഞാൻ ലബ്ടുലിയ

യിൽനിന്നും മടങ്ങിയത്. കുന്ത എല്ലാ രാത്രിയിലും കിണറ്റിൽകരയിൽ വന്നു കാത്തു നിൽക്കും. മരം കോച്ചുന്ന തണുപ്പും കൂരിരുട്ടും വകവയ്ക്കാതെയായിരുന്നു അവളുടെ നില്പ്. ഞാനുണ്ട പാത്രത്തിൽ ബാക്കി വയ്ക്കുന്ന ഭക്ഷണത്തിനു വേണ്ടിയാണ് അവൾ ഇത്തരം സാഹസത്തിനു മുതിർന്നത്. അവൾ ചുറ്റിയിരുന്ന മുഷിഞ്ഞ സാരിയുടെ തുമ്പുകൊണ്ട് പാത്രം മൂടിയിരിക്കും. അവളോടുള്ള സഹതാപംകൊണ്ടും അവളെക്കുറിച്ച് കൂടുതൽ അറിയാനുള്ള ഔത്സുക്യംകൊണ്ടും ഞാൻ കണക്കപ്പിള്ളയോടു ചോദിച്ചു.

"എന്നും ആഹാരത്തിന്റെ ബാക്കി കൊണ്ടുപോകുന്ന ഈ കുന്ത ആരാണ്? ഈ വനഭൂമിയിൽ അവളുടെ താമസം എവിടെയാണ്. പകൽ വെളിച്ചത്തിൽ ഒരിക്കൽ പോലും അവളെ കണ്ടിട്ടില്ലല്ലോ!"

"എല്ലാം വിശദമായി പറയാം യജമാനനേ" കണക്കപ്പിള്ള പറഞ്ഞു.

"ഏതാണ്ട് പത്തുവർഷം മുമ്പ് ഈ പ്രദേശം ആകെ ഇളക്കിമറിച്ച് ജീവിച്ചിരുന്ന ആളായിരുന്നു ദേവ്സിങ്രാജ്പുത്ത്. സകല ആളുകൾക്കും അയാളെ ഭയമായിരുന്നു. ഗാംഗോതകളും കർഷകരും കാലിനോട്ടക്കാരും എല്ലാം അയാളെ ഭയന്നുവിറച്ച് കഴിഞ്ഞുപോന്നു. ഒരു വട്ടിപ്പലിശക്കാരനായിരുന്നു ദേവ്സിങ്. അയാളുടെ കൈയിൽനിന്നും കൂടിയ പലിശയ്ക്ക് പണം കടം വാങ്ങുന്നവരാകട്ടെ ഈ പട്ടിണിപ്പാവങ്ങളും. പലിശ മുടങ്ങിയാൽ അതു വസൂലാക്കാൻ അയാൾ കുറെ ആളുകളെ തീറ്റിപ്പോറ്റിയിരുന്നു. അവർ ലാത്തിയുമായി ഇറങ്ങി, ആളുകളെ അടിച്ചും ഇടിച്ചും ഭയപ്പെടുത്തി പണം വസൂലാക്കും.

ഇപ്പോൾ അയാളുടെ പാത പിൻതുടരുന്ന ആളാണ് രാജ്ബിഹാരി സിങ്. അയാളും കൊള്ളപ്പലിശയ്ക്ക് പണം കടം കൊടുക്കുകയും തിരിച്ചു കൊടുക്കാൻ വഴിയില്ലാത്തവരെ അടിച്ചും ഭീഷണിപ്പെടുത്തിയും പണം വസൂൽ ചെയ്യുകയും ചെയ്യുന്നു.

ദേവ്സിങ് രാജ്പുത്ത് പൂർണ്ണിയയിൽ സ്ഥിര താമസമാക്കി. അയാൾ ആളുകൾക്ക് നിർബ്ബന്ധിച്ച് പണം കടം കൊടുക്കാൻ തുടങ്ങി. പണത്തിനു ബുദ്ധിമുട്ടുള്ള സാധുക്കളുടെ കൈയിൽ പണം കൊണ്ടുവച്ചുകൊടുക്കും. ഇങ്ങനെയാണ് അയാൾ ആളുകളെ തന്റെ വലയിൽ വീഴ്ത്തിക്കൊണ്ടിരുന്നത്.

കാലം കടന്നു പൊയ്ക്കൊണ്ടിരുന്നു. ഇതിനിടെ ദേവ്സിങ് കാശിയിലേക്ക് ഒരു യാത്രപോയി. അവിടെയുള്ള ഒരു ബായിജിയുടെ വീട്ടിൽ പതിവായി പാട്ടുകേൾക്കാൻ പോയിത്തുടങ്ങി. പാട്ടുകാരിയുടെ പതിനാലു വയസ്സുപ്രായമുള്ള മകളുമായി ദേവ്സിങ് അടുപ്പത്തിലായി. അയാൾ അവളേയും കൂട്ടി പൂർണ്ണിയായിലേക്കു പോന്നു. അന്ന് ദേവ്സിങ്ങിന്റെ പ്രായം ഇരുപത്തെട്ടു വയസ്സാണ്. ഈ ഗ്രാമത്തിൽ വച്ച് അയാൾ അവളെ വിവാഹംകഴിച്ചു. എന്നാൽ അവൾ ബായിജി വിഭാഗത്തിൽപെട്ടവളാണെന്നും പാട്ടുകാരിയുടെ മകളാണെന്നുമുള്ളകാര്യം ഈ ഗ്രാമത്തിൽ സകലരും അറിഞ്ഞു. അതിനെത്തുടർന്ന് ദേവ്സിങ്ങിന്റെ ജാതിക്കാരിൽ ആരും

തന്നെ അയാളോടൊപ്പം ആഹാരം കഴിക്കാൻ തയ്യാറായില്ല. അയാൾ തികച്ചും ഒറ്റപ്പെട്ടു. പണത്തിന്റെ അഹങ്കാരത്തിൽ മത്തനായ ദേവ്സിങ് അതൊന്നും വകവച്ചില്ല. അയാൾ തന്റെ ധൂർത്തും ആർഭാടജീവിതവും തുടർന്നു. അതിന്റെ ഫലമായി അയാളുടെ ധനസ്ഥിതി ക്ഷയിച്ചു തുടങ്ങി. രാജ്ബിഹാരി സിങ്ങുമായി അയാളുടെ കേസ് തുടർന്നുകൊണ്ടിരുന്നു. അധികം താമസിയാതെ ദേവ്സിങ് പൊളിഞ്ഞു പാപ്പരായി. നാലു വർഷം മുമ്പ് അയാൾ മരിച്ചു.

ഈ കുന്ത തന്നെയാണ് ദേവ്സിങ് രാജപുത്തിന്റെ വിധവ. ഒരു കാലത്ത് ഈ കുന്ത പളപളാന്നു മിന്നുന്ന പല്ലക്കിൽ കയറി കുശീനദിയുടെയും കലവലിയ നദിയുടെയും സംഗമസ്ഥാനത്ത് കുളിക്കാൻ പോകാറുണ്ട്. ഏറ്റവും വിശിഷ്ടമായ ഭോജ്യങ്ങളാണ് അവൾ കഴിച്ചിരുന്നത്. ബീക്കാനീറിലെ കൽക്കണ്ടം കഴിച്ച് ശുദ്ധജലം കുടിക്കും. ഇപ്പോഴത്തെ അവളുടെ അവസ്ഥ എന്താണ്? അവൾ ബായിജിയുടെ മകളായതിനാൽ അവളെ കൂടെ കൂട്ടാൻ ഈ ഗ്രാമത്തിലെ ഒരു ജാതിക്കാരും തയ്യാറായില്ല. ഗോതമ്പുവയലിലെ വിളവെടുപ്പുകഴിഞ്ഞാൽ കതിരിന്റെ അറ്റത്തു നിന്നും കൊഴിഞ്ഞു വീഴുന്ന ഗോതമ്പുമണികൾ പെറുക്കിയെടുത്ത് സൂക്ഷിച്ച് വച്ച് വർഷത്തിൽ രണ്ടു മാസം കുട്ടികൾക്ക് ആഹാരം കൊടുക്കും. എത്ര കൊടിയ ദാരിദ്ര്യത്തിൽ മുങ്ങിപ്പോയ അവസരത്തിൽ പോലും അവൾ ഭിക്ഷയെടുക്കുന്നത് കണ്ടിട്ടില്ല. ജമീന്ദാരുടെ മാനേജരായ അങ്ങയെ മഹാരാജാവിനു തുല്യമായി കണക്കാക്കുന്നു. അതുകൊണ്ടു തന്നെ ഇവിടെ നിന്നു ലഭിക്കുന്ന ആഹാരം അത് എച്ചിലാണെങ്കിൽ കൂടി അവൾ പ്രസാദംപോലെയാണ് സ്വീകരിക്കുന്നത്."

"അവരുടെ അമ്മ, ആ ബായിജി മകളെക്കുറിച്ച് അന്വേഷിക്കാറൊന്നുമില്ലേ?"

"ഇല്ല. ആ സ്ത്രീ ഒരിക്കലും ഈ ഭാഗത്തൊന്നും വന്നതായി ഒരാളും പറഞ്ഞു കേട്ടിട്ടില്ല. കുന്തയാകട്ടെ, ഒരിക്കലും അവളുടെ അമ്മയെ തേടി പോയതായും അറിവില്ല. അവൾ കഠിനമായ ദാരിദ്ര്യ ദുഃഖം അനുഭവിച്ചുകൊണ്ട് തന്റെ കുട്ടികളെ വളർത്തുകയും ജീവിതം തള്ളിനീക്കുകയും ചെയ്യുന്നു. ദേവ്സിങ്ങിന്റെ പ്രതാപകാലത്ത് കുന്ത ഇതുപോലെ ഒന്നുമായിരുന്നില്ല കാണാൻ. ജ്വലിക്കുന്ന സൗന്ദര്യത്തിന് ഉടമയായിരുന്നു അവൾ. അവളെപ്പോലെ ഒരു സുന്ദരിയെ ഈ പ്രദേശത്ത് ആരും തന്നെ കണ്ടിട്ടില്ല. ഇപ്പോൾ അവളെ അകാല വാർദ്ധക്യം ബാധിച്ചു. വിധവയായി. ദാരിദ്ര്യദുഃഖം അനുഭവിച്ച് ജീവിതം തള്ളിനീക്കുന്ന അവളുടെ മുഖ സൗന്ദര്യം മുഴുവനും നഷ്ടമായി. പട്ടുപോലത്തെ സ്വഭാവമാണ് അവളുടേത്. എന്നാൽ ഈ പ്രദേശത്ത് ഒരാൾക്കും അവളെ ഇഷ്ടമല്ല. നേർക്കുനേരെ കണ്ടാൽ അവരെല്ലാം മുഖം തിരിച്ചു നടക്കും. അത്രയ്ക്ക് അധഃപതിച്ച ഒരു സ്ത്രീയായിട്ടാണ് ഈ ഗ്രാമീണർ അവളെ നോക്കി കാണുന്നത്. അവരുടെയെല്ലാം കണ്ണിൽ അവൾ പാട്ടുകാരിയുടെ മകൾ മാത്രമാണ്."

“അതെല്ലാം എനിക്കു മനസ്സിലായി. ഈ പാതിര നേരത്ത് കൊടും കാട്ടിൽ കൂടി തനിച്ച് ലബ്ടുലിയയിലേക്കു നടന്നു പോവുകയോ? എത്ര ദൂരമുണ്ട്?”

“പേടിച്ചിരുന്നാൽ കാര്യം നടക്കുമോ? അവൾ എപ്പോഴും ഈ കൊടുങ്കാട്ടിലൂടെ ഒറ്റയ്ക്കു നടക്കുക തന്നെയാണ്. ആരുണ്ട് അവൾക്കൊരു കൂട്ടായിട്ട്?”

ഞാൻ അവിടെ തങ്ങിയത് പൗഷമാസത്തിലായിരുന്നു. ആ മാസത്തെ കണക്കുകൾ എല്ലാം പരിശോധിച്ച് ഞാൻ തിരികെ പോന്നു. മാഘമാസത്തിൽ എനിക്ക് പിന്നെയും പോകേണ്ടിവന്നു. കുറച്ചുകൂടി പാട്ടത്തിനു കൊടുക്കേണ്ട ആവശ്യത്തിനായി.

ലബ്ടുലിയയിൽ അപ്പോഴും കഠിനമായ തണുപ്പു തന്നെയാണ്. ഇടതടവില്ലാതെ പടിഞ്ഞാറൻ കാറ്റ് വീശിക്കൊണ്ടിരിക്കുകയും ചെയ്യുന്നു. സന്ധ്യമയങ്ങുന്നതോടെ തണുപ്പ് ഇരട്ടിയാകും.

ഒരു ദിവസം കൃഷിയിടത്തിന്റെ വടക്കേ അതിർത്തിയിലൂടെ സഞ്ചരിച്ച് ഓഫീസിൽനിന്നും വളരെ അകലെ പോകാൻ ഇടയായി. അവിടമെല്ലാം ബദരീവനമാണ്. വനത്തിനു പുറകിൽ മലകൾ. മലകളിലും മുൾമരങ്ങൾ കൊടുങ്കാടുപോലെ തിങ്ങി നിറഞ്ഞ് വളരുന്നു.

ഈ വനപ്രദേശം മുഴുവനും ഛാപര, മധവൽപുർ ജില്ലകളിലെ കലോയരവിഭാഗത്തിൽ പെട്ട ആളുകൾക്ക് കോലരക്ക് കൃഷി ചെയ്യാനായി പാട്ടത്തിനു കൊടുത്തിരിക്കുകയാണ്. അവർ കൃഷി വിജയകരമായി ചെയ്യുകയും അതിലൂടെ ധാരാളം പണം സമ്പാദിക്കുകയും ചെയ്തുപോന്നു.

ബദരീവനത്തിന്റെ ഉൾപ്രദേശത്തുവച്ച് എനിക്ക് കൃത്യമായും വഴിതെറ്റിയതായി തോന്നിത്തുടങ്ങി. പെട്ടെന്ന് ഒരു സ്ത്രീയുടെ ദയനീയമായ കരച്ചിൽ എന്റെ കാതിൽ വന്നു പതിച്ചു. ഒപ്പം കുട്ടികളുടെ കൂട്ടക്കരച്ചിലും. ചില പുരുഷന്മാർ ഉച്ചത്തിൽ പരുഷവാക്കുകൾ പറയുന്നുമുണ്ട്. ഞാൻ ആ ഭാഗത്തേക്ക് ചെന്നു. ചില പുരുഷന്മാർ ഒരു സ്ത്രീയുടെ മുടിക്കു ചുറ്റിപ്പിടിച്ച് അവരെ വലിച്ചിഴയ്ക്കുന്ന കാഴ്ചയാണ് ഞാൻ അവിടെ കണ്ടത്. മുഷിഞ്ഞതും കീറിപ്പറിഞ്ഞതുമായ ഒരു ചേലയാണ് ആ സ്ത്രീ ചുറ്റിയിരുന്നത്. അവളെ ചുറ്റിപ്പറ്റി ആർത്തു കരഞ്ഞുകൊണ്ട് മൂന്നു കുട്ടികളും. അവളെ ആക്രമിച്ചുകൊണ്ടിരുന്ന വേലക്കാരിൽ ഒരുവന്റെ കൈയിൽ ഒരു കുട്ട. ആ കുട്ടയിൽ പാതിയോളം ബദരിപ്പഴങ്ങൾ. എന്നെ കണ്ടതോടെ വേലക്കാരുടെ ഉത്സാഹം വർദ്ധിച്ചു. അവർ എന്നോടു പരാതി പറയാൻ തുടങ്ങി. അത് ഏതാണ്ട് ഇങ്ങനെ ആയിരുന്നു.

“ഞങ്ങളുടെ കൃഷിയിടത്തിൽനിന്നും ഈ ഗാങ്ങോതി കട്ടുപറിച്ചെടുത്ത ബദരിപ്പഴങ്ങളാണ് ഇതെല്ലാം. ആ കുറ്റത്തിന്റെ പേരിൽ വിചാരണ ചെയ്യാനായി അവളെ കച്ചേരിയിലേക്കു കൊണ്ടുപോകാൻ ഒരുങ്ങുകയാണ്. ഏതായാലും ഈ സമയത്ത് യജമാനൻ ഇങ്ങോട്ടു വന്നത് വളരെ നന്നായി.”

ഞാൻ ഉടനെ തന്നെ ആ ജോലിക്കാരെ ശാസിച്ച് ആ സ്ത്രീയെ അവരുടെ പിടിയിൽനിന്നും മോചിപ്പിച്ചു. ലജ്ജകൊണ്ടും ദുഃഖംകൊണ്ടും പരവശയായ ആ സ്ത്രീ ഓടിപ്പോയി ബദരീമരങ്ങൾക്കു പുറകിൽ മറഞ്ഞു നിന്നു. അവരുടെ ദയനീയസ്ഥിതി എന്നെ വല്ലാതെ ദുഃഖിപ്പിച്ചു.

ആ സ്ഥലം പാട്ടത്തിനെടുത്ത ആളുകളുണ്ടോ എളുപ്പത്തിൽ ഒഴിഞ്ഞു പോകുന്നു? ഞാനവരെ കാര്യങ്ങൾ പറഞ്ഞു മനസ്സിലാക്കിക്കുവാൻ വളരെയധികം പ്രയാസപ്പെട്ടു.

“നോക്കൂ, എത്രപാവമാണ് ആ സ്ത്രീ? അവർ അവരുടെ കുഞ്ഞുങ്ങൾക്കു തിന്നാൻ കൊടുക്കാനായി കുറച്ചു ബദരിപ്പഴങ്ങൾ അതും പഴുക്കാത്തവ, പെറുക്കി എടുത്തതാകും. അതുകൊണ്ട് നിങ്ങളുടെ ലാക്ഷാ കൃഷിക്ക് എന്തെങ്കിലും നാശം സംഭവിച്ചിട്ടുണ്ടോ? അതുകൊണ്ട് അവരെ വീട്ടിലേക്കു പോകാൻ അനുവദിച്ചേക്കൂ..”

അവരിൽ ഒരുവൻ പറഞ്ഞു. “യജമാനന് കാര്യങ്ങൾ അറിയാഞ്ഞിട്ടാണ്. ഇവളുടെ പേര് കുന്ത എന്നാണ്. ലബ്ടുലിയായിലാണ് വീട്. പഴങ്ങൾ മോഷ്ടിക്കലാണ് ഇവളുടെ തൊഴിൽ. ഇതിനു മുമ്പും ഇവളെ പഴം മോഷ്ടിച്ചതിന് പിടിച്ചിട്ടുണ്ട്. ഇത്തവണയും ഇവളെ ശിക്ഷിക്കാതെ വിട്ടയച്ചാൽ...”

കുന്ത എന്ന പേരുകേട്ടപ്പോൾ ഞാൻ ശരിക്കും ഞെട്ടിപ്പോയി. അവളെ എനിക്ക് തിരിച്ചറിയുവാൻ സാധിച്ചില്ലല്ലോ. പക്ഷേ, ഞാനവളെ പകൽ വെളിച്ചത്തിൽ കാണുന്നത് നടാടെയാണ്. അവിടെ കൂടി നിന്നിരുന്ന ആണുങ്ങളെയെല്ലാം ശാസിച്ചും ശകാരിച്ചും ഞാൻ അവളെ സ്വതന്ത്രമാക്കി. ലജ്ജകൊണ്ട് ഭൂമിയോളം താഴ്ന്നുപോയ കുന്ത കുട്ടികളെയും കൊണ്ട് വേഗത്തിൽ വീട്ടിലേക്കുപോയി. എന്നാൽ അവൾ ബദരിപ്പഴങ്ങൾ നിറച്ചകൂട കൊണ്ടുപോയില്ല എന്നത് പ്രത്യേകം ശ്രദ്ധിക്കേണ്ടുന്ന കാര്യമാണ്. അവൾ അത് അവിടെ വലിച്ചെറിഞ്ഞിട്ടാണ് പോയത്. പേടികൊണ്ടും നാണംകൊണ്ടും ആവാം അങ്ങനെ ചെയ്തത്. അവിടെ നിന്നിരുന്ന കർഷകരിൽ ഒരാളോട് കൂടയും ബദരിപ്പഴവും തോട്ടിയും എല്ലാം എന്റെ ഓഫീസിൽ എത്തിക്കുവാൻ പറഞ്ഞു. അവരെ അത് സന്തോഷിപ്പിച്ചു. അവൾക്ക് അത് കിട്ടുകയില്ലല്ലോ എന്ന സന്തോഷമായിരുന്നു അവർക്ക്.

ഓഫീസിൽ എത്തിയ ഉടനെ ഞാൻ പട്വാരിയെ വിളിച്ചു പറഞ്ഞു.

“നിങ്ങളുടെ നാട്ടുകാർ ഇത്രമാത്രം ക്രൂരന്മാരും നിഷ്ഠുരന്മാരും ആകാൻ എന്താണു കാരണം? ഇവിടത്തെ ആളുകളുടെ പ്രവൃത്തികൾ എന്നെ വല്ലാതെ ദുഃഖിപ്പിക്കുന്നു.”

ബൻവാരി പട്വാരി ഈ നാട്ടിലെ ആളുകളുമായി താരതമ്യം ചെയ്യുമ്പോൾ വളരെ നല്ലവനാണ്. അയാൾക്ക് കുറച്ചു ദയയും സഹാനുഭൂതിയും എല്ലാം ഉണ്ട്. കുന്തയുടെ കൂടയും തോട്ടിയും അവൾ ശേഖരിച്ച പഴങ്ങളും ഉടനെ തന്നെ കാവൽക്കാരൻ വശം അവളുടെ വീട്ടിലേക്കു കൊടുത്തയച്ചു.

അന്നുരാത്രിയിൽ കുന്ത ആഹാരത്തിന്റെ ബാക്കി വാങ്ങാനായി വന്നില്ല. ലജ്ജയും സങ്കടവും കാരണമാകും പിന്നീടൊരിക്കലും അവൾ വന്നതായി അറിഞ്ഞിട്ടില്ല.

2

തണുപ്പുകാലം സാവധാനത്തിൽ അവസാനിച്ചു. വസന്തം പടികട ന്നെത്തി. ഞങ്ങളുടെ അധീനതയിലുള്ള വനഭൂമിയുടെ തെക്കു കിഴക്കേ അതിർത്തിയിൽനിന്നും ഏതാണ്ട് പത്തുമുപ്പതു നാഴിക അകലത്തായി ഫാൽഗുനമാസത്തിൽ ഹോളിയോടനുബന്ധിച്ച് ഒരു ഗ്രാമീണ മേള നട ക്കാറുള്ളതായി കേട്ടിരുന്നു. ഇത്തവണ എന്തായാലും ആ ഗ്രാമീണോ ത്സവത്തിൽ പങ്കെടുക്കണമെന്ന് ഞാൻ മനസ്സിൽ ഉറപ്പിച്ചിരുന്നു.

ഗ്രാമീണരുടെ ഉത്സവവും മേളയും എല്ലാം എങ്ങനെയായിരിക്കുമെന്ന് കണ്ട് ആസ്വദിക്കാമല്ലോ. എന്നാൽ എന്റെ ഓഫീസിലുള്ള സകല മനു ഷ്യരും എന്നെ നിരുത്സാഹപ്പെടുത്തിക്കൊണ്ടിരുന്നു. അവിടേക്കുള്ള വഴി സഞ്ചാരയോഗ്യമല്ല. അവിടെ എത്തിച്ചേരണമെങ്കിൽ കൊടിയ വനത്തി ലൂടെയും മലയിടുക്കിലൂടെയും കുതിരയോടിച്ച് പോകണം. അവരുടെ വാക്കുകൾ വകവയ്ക്കാതെ എല്ലാം നിഷേധിച്ചുകൊണ്ട് ഞാൻ പോകാൻ തീരുമാനിച്ചു. മലമ്പാതയുടെ ഇരുവശങ്ങളിലും പുലികളുടെ ഉപദ്രവം ഉണ്ടാകാൻ സാദ്ധ്യതയുണ്ട്. ആ വഴിയിൽ ധാരാളം കാട്ടുപോത്തുകൾ ഉണ്ട്. കൊച്ചു ഗ്രാമങ്ങളും അവയിലെ കുടിലുകളും കാണണമെങ്കിൽ വളരെ ദൂരം സഞ്ചരിക്കേണ്ടതായിട്ടുണ്ട്. വഴിയിൽ എന്തെങ്കിലും ആപ ത്തു പിണഞ്ഞാൽ അവർക്കാർക്കും എത്തിച്ചേർന്ന് സഹായിക്കുവാൻ സാധിക്കുകയില്ല. അവരുടെ തടസ്സവാദങ്ങളും ഭയപ്പെടുത്തലുകളും ഒന്നും എന്നെ പിന്തിരിപ്പിക്കാൻ പോന്നതായിരുന്നില്ല.

എന്റെ ഇത്രയും കാലത്തെ ജീവിതത്തിനിടയിൽ ഒരിക്കൽപ്പോലും ഇതുപോലൊരു സാഹസത്തിൽ ഏർപ്പെടാൻ സാഹചര്യം ഒത്തു വന്നിട്ടുണ്ടായിരുന്നില്ല. ഈ പ്രദേശത്ത് താമസിക്കുന്നിടത്തോളം കാലം ഇവിടെ ഉള്ളതെല്ലാം കാണാനും മനസ്സിലാക്കാനും കിട്ടുന്ന അവസരം ഒന്നും പാഴാക്കിക്കളയരുത് എന്നത് എന്റെ ഒരു തീരുമാനമായിരുന്നു. കൊൽക്കത്തയിലേക്കു മടങ്ങിപ്പോയാൽ പിന്നെ കാടും മലയും എല്ലാം എനിക്ക് കാണാൻ കിട്ടുമോ? കടുവയും കാട്ടുപോത്തുമൊന്നും സ്വപ്ന ത്തിൽ പോലും വരുകയില്ല.

വരാൻ പോകുന്ന നാളുകളിൽ ഈ സാഹസികകഥകൾ എന്റെ മുഖത്തുനിന്നും കേട്ടുകൊണ്ടിരിക്കുന്ന കൊച്ചുമക്കളെ മനസ്സിൽ കണ്ടു കൊണ്ട് എല്ലാവിധ നിഷേധസ്വരങ്ങളേയും തൃണവത്ക്കരിച്ചുകൊണ്ട് കുതിരപ്പുറത്തുകയറി ഞാൻ യാത്ര പുറപ്പെട്ടു. ഞങ്ങളുടെ ഭൂപ്രദേശ ത്തിന്റെ അതിർത്തിയിൽ എത്താൻ തന്നെ ഏതാണ്ട് രണ്ടുമണിക്കൂർ

എടുത്തു. അതിന്റെ തെക്കുകിഴക്കേ അതിർത്തി തന്നെ ശരിക്കും കൊടും കാടാണ്. നേരായ വഴി ഒരിടത്തും ഇല്ല. യാതൊരുവിധ വാഹനവും ആ വഴിയിലൂടെ കടന്നുപോവുകയില്ല. കുതിര തന്നെ വളരെ ബുദ്ധിമുട്ടിയാണ് ആ വഴിയിലൂടെ കടന്നുപോകുന്നത്. പാറക്കെട്ടുകൾ ചിന്നിച്ചിതറി കിടക്കുന്നതു പോലെയാണ് അവിടമാകെ പരന്നിരിക്കുന്നത്. സാലവൃക്ഷങ്ങൾ ഇടതിങ്ങി വളരുന്ന വനപ്രദേശം. കയറ്റവും ഇറക്കവുമുള്ള ഒറ്റയടിപ്പാതകൾ. ഇടയ്ക്കിടയ്ക്ക് മണൽക്കുന്നുകൾ. ചെറിയ ചെറിയ മലകൾ. മലകളിൽ മുള്ളുമരങ്ങൾ ഇടിതിങ്ങി വളരുന്നു.

ഞാൻ ഈ വഴികളിലൂടെയെല്ലാം എന്റെ സൗകര്യം പോലെ കുതിരയെ പായിച്ചുകൊണ്ടിരുന്നു. ചില സമയത്ത് വളരെ വേഗത്തിൽ, മറ്റു ചിലപ്പോൾ തീർത്തും വേഗത കുറച്ചും. ആ വഴിയിലൂടെയുള്ള സഞ്ചാരം കുതിരയെ വല്ലാതെ ബുദ്ധിമുട്ടിച്ചിരുന്നു. ഒരു കാൽനടക്കാരന്റെ വേഗതയിലാണ് പലപ്പോഴും കുതിര സഞ്ചരിച്ചിരുന്നത്.

കച്ചേരിയിൽനിന്നും ഇറങ്ങിയതോടെ എന്റെ മനസ്സ് ആനന്ദത്തിൽ ആറാടുകയാണ്. ജോലിയായി ഇവിടെ വന്നതോടെ ഈ പ്രദേശത്തെ വിസ്തൃതമായ വനപ്രദേശങ്ങളും ആ പ്രദേശങ്ങളുടെ വശ്യതയും എന്നെ എന്റെ ജന്മനാടിനെ മറക്കാൻ സഹായിച്ചു. പരിഷ്കൃത മനുഷ്യന്റെ ആധുനിക സൗകര്യങ്ങളുള്ള നാഗരിക ജീവിതവും എന്റെ പരിഷ്കാരികളായ സുഹൃത്തുക്കളെയും ഞാൻ ക്രമേണ മറന്നുതുടങ്ങി. കുതിര വേഗത്തിൽ ഓടുകയോ സാവധാനത്തിൽ നടക്കുകയോ എന്തുവേണമെങ്കിലും ചെയ്യട്ടെ. പർവ്വതപ്രദേശങ്ങളിൽ വസന്തകാലത്തിന്റെ ആഗമനത്തെ വിളിച്ചറിയിക്കുവാൻ ഒരുങ്ങുന്ന പ്ലാശിന്റെ പൂക്കൾ. ഝുപ്സി മരങ്ങൾ പൂക്കൾ കൊണ്ട് നിറഞ്ഞിരിക്കുന്നു. കോസിമോസ് പൂക്കളുടെ സൗന്ദര്യം വർണ്ണനാതീതമാണ്. ഈ പൂക്കളുടെ സുഗന്ധം പോകുന്ന വഴിയിൽ മുഴുവനും വ്യാപിച്ചിരിക്കുന്നു. ഇതുവരെ എത്രദൂരം സഞ്ചരിച്ചു എന്നതിന്റെ കണക്കൊന്നും എന്റെ കൈയിൽ ഇല്ലായിരുന്നു.

എന്നാൽ കുറച്ചെങ്കിലും കണക്കു വയ്ക്കണ്ടതായിട്ടുണ്ടായിരുന്നു. അല്ലെങ്കിൽ തീർച്ചയായും വഴിതെറ്റിപ്പോകും. വനാതിർത്തി കടക്കുന്നതിനു മുമ്പുതന്നെ ആ കാര്യം എനിക്ക് മനസ്സിലായി തുടങ്ങി. കുറേദൂരം യാതൊന്നും ചിന്തിക്കാതെ മുന്നോട്ടുപോയി. ഞാൻ വേറെ എന്തെല്ലാമോ ചിന്തിച്ചുകൊണ്ടാണ് യാത്ര ചെയ്തിരുന്നത്. പെട്ടെന്നാണ് എന്റെ കൺമുന്നിൽ ചക്രവാള സീമവരെ നീണ്ടുകിടക്കുന്ന വനഭൂമി പ്രത്യക്ഷപ്പെട്ടത്. ഇത്ര വലിയ വനം എവിടെനിന്നും വന്നു? മൈഷണ്ഡിമേളയ്ക്ക് അടുത്ത് ഇത്ര വിശാലമായ വനം ഉണ്ടെന്ന കാര്യം എന്റെ ഓഫീസിലെ ഒരാളും എന്നോടു പറയുകയുണ്ടായില്ല. എനിക്ക് വഴിതെറ്റിയിരിക്കുന്നു എന്ന കാര്യം മനസ്സിലായി. എന്റെ മുന്നിൽ കാണുന്ന വിശാലമായ വനം മോഹൻപുര സംരക്ഷിത വനമേഖല ആയിരിക്കണം. ആ വനപ്രദേശം എന്റെ ഓഫീസിനു വടക്കുകിഴക്കേ ഭാഗത്താണ്. ശരിയായ വഴി എവിടെയും ഇല്ല. മനുഷ്യരാരും തന്നെ ഈ പ്രദേശത്തുകൂടെ നടക്കാറില്ല.

ഏതുഭാഗത്തുനോക്കിയാലും എല്ലാം ഒരുപോലെ പാറക്കെട്ടുകൾ നിറഞ്ഞ വഴി. ഒരേ തരത്തിലുള്ള കുന്നുകൾ. ആ വഴിയിലൂടെ പോയി പരിചയമില്ലാത്തവർക്കു വഴിതെറ്റിപ്പോകാൻ അധികം താമസമൊന്നുമില്ല.

കുതിരയെ പിന്നെയും തിരിച്ചുവിട്ടു. വളരെ ശ്രദ്ധാപൂർവ്വം ഞാൻ എത്തിച്ചേരേണ്ട സ്ഥലം എവിടെയാണെന്ന് മനസ്സിൽ കണക്കാക്കി ഓർത്തുവച്ചു. കുറേദൂരം സഞ്ചരിച്ചു കഴിഞ്ഞപ്പോൾ വഴികാണിക്കുന്ന ചൂണ്ടുപലക അതിവിദൂരതയിൽ കണ്ടപ്പോൾ രക്ഷപ്പെട്ടു എന്ന തോന്നൽ മനസ്സിലുണ്ടായി. കരകണാക്കടലിൽക്കൂടി കപ്പലോടിക്കുക, അനന്തമായ ആകാശത്തിലൂടെ ദിക്കറിയാതെ വിമാനം പറത്തുക എന്നതിൽനിന്നും പരിചയമില്ലാത്ത വനസ്ഥലികളിലൂടെ കുതിരയെ ഓടിക്കുക എന്നതിന് യാതൊരു വ്യത്യാസവും ഇല്ല. എല്ലാം ഒരേ രീതിയിലുള്ള സാഹസിക യാത്രകൾ തന്നെ. ഇത്തരത്തിലുള്ള യാത്രകൾ ജീവിതത്തിൽ ഒരിക്കലെങ്കിലും നടത്തിയിട്ടുള്ള ആളുകൾക്ക് ഞാൻ പറയുന്നതിലെ കാര്യങ്ങൾ വ്യക്തമായി മനസ്സിലാകും.

ഞങ്ങളുടെ വനപ്രദേശത്തിന്റെ അതിർത്തി ആരംഭിക്കുന്നിടത്ത് വലിയ ഒരു തൂണുനാട്ടി അതിനു മുകളിൽ മഹാവീരന്റെ കൊടിയോ അതുപോലുള്ള മറ്റെന്തെങ്കിലും അടയാളമോ നാട്ടിവയ്ക്കണമെന്ന് ഞാൻ മുകന്ദി ചാക്ലദാരോട് വളരെ മുമ്പുതന്നെ പറഞ്ഞേൽപ്പിച്ചിരുന്നു. പറഞ്ഞ് ഏൽപ്പിച്ചു എന്നല്ലാതെ, ഞാൻ പറഞ്ഞതുപോലെ ചെയ്തിട്ടുണ്ടോ എന്ന് പോയി നോക്കുകയോ അയാളോട് അന്വേഷിക്കുക പോലുമോ ചെയ്തിട്ടുണ്ടായിരുന്നില്ല. ചാക്ലദാർ ഞാൻ പറഞ്ഞത് അനുസരിച്ചിട്ടില്ല എന്ന് ഇപ്പോൾ മനസ്സിലായി. കൊൽക്കത്തയിൽനിന്നും വന്ന മാനേജർ ബാബു അതിർത്തിയിൽവന്ന് പരിശോധിക്കുകയില്ല എന്ന് അയാൾ കരുതിക്കാണും. അതുകൊണ്ടുതന്നെ അയാൾ അടയാളം വയ്ക്കുകയുണ്ടായില്ല. പഴയ പോലെ തന്നെ കിടക്കട്ടെ എന്നു കരുതി.

അതിർത്തിക്കപ്പുറത്ത് പനച്ചിമരത്തിന്റെയും നെല്ലിമരത്തിന്റെയും ഇടതൂർന്ന വനമാണ്. വഴിയിൽനിന്നും കുറച്ചകലെമാറി പുകപരക്കുന്നത് കണ്ട് ഞാൻ അങ്ങോട്ട് കുതിരയെ നടത്തിച്ചു. അവിടെ ഉണങ്ങിയ കാശപ്പുല്ലുകളും സാവായി പുല്ലുകളുംകൊണ്ട് മേഞ്ഞതും ചായ്ച്ചു കെട്ടിയതുമായ ഒരു ഷെഡ്ഡിനു താഴെയിരുന്ന് മൺകലത്തിൽ ചോളം വേവിച്ചത് സാലവൃക്ഷത്തിന്റെ പച്ചിലയിൽനിന്ന് എടുത്തുകൊണ്ട് ഗ്രാമീണർ കഴിച്ചുകൊണ്ടിരിക്കുകയാണ്. ആ സമയത്താണ് ഞാൻ അവിടെ എത്തുന്നത്. ഉപ്പല്ലാതെ മറ്റൊരു വസ്തുവും അതിൽ ചേർത്ത് കഴിക്കാനില്ല. അതിനടുത്തു തന്നെ വലിയ വലിയ കുഴികളിൽ മരക്കൊമ്പുകൾ കത്തിച്ച് കനലാക്കുന്നു. ഒരു കൊച്ചുബാലൻ അതിനടുത്തിരുന്ന് കൈയിലുള്ള ഒരു പച്ചക്കമ്പുകൊണ്ട് കത്തുന്ന കൊമ്പുകളെ ഇളക്കിമറിക്കുന്നു.

"എന്താണ് കുഴിയിൽ? എന്തെങ്കിലും ചുട്ടെടുക്കുകയാണോ?" ഞാൻ ചോദിച്ചു.

അവരെല്ലാവരും തീറ്റ അവസാനിപ്പിച്ച് എഴുന്നേറ്റുനിന്നു. എല്ലാവ

രുടേയും കണ്ണുകളിൽ ഭയം നിഴലിക്കുന്നുണ്ട്. ഒരാളും എന്റെ നേരെ നോക്കാൻ ധൈര്യപ്പെടുന്നില്ല. ഒരാൾ മടിച്ചു മടിച്ചു പറഞ്ഞു.

"വിറക്... കരി.. യജമാനനേ.."

കുതിരപ്പുറത്ത് ഇരിക്കുന്ന എന്നെക്കണ്ട് അവർ ഭയപ്പെട്ടു എന്നെനിക്ക് മനസ്സിലായി. ഞാൻ വനപാലകൻ ആണെന്നു കരുതിയായിരിക്കും അവർ ഇത്രമാത്രം ഭയപ്പെട്ടത്. ഈ ഭാഗത്തുള്ള വനഭൂമിയെല്ലാം സർക്കാർ അധീനതയിൽ ഉള്ളതാണ്. അനുവാദം കൂടാതെ മരംവെട്ടുന്നതും കരിയുണ്ടാക്കുന്നതും നിയമവിരുദ്ധമാണ്. അതുകൊണ്ടാണ് അവർ ഇത്രയ്ക്കു ഭയപ്പെട്ടത്. ഞാനവരെ ആശ്വസിപ്പിച്ചു.

"ഞാൻ വനവിഭാഗത്തിലെ ഉദ്യോഗസ്ഥനൊന്നും അല്ല. അതേക്കുറിച്ച് നിങ്ങൾ ഭയപ്പെടേണ്ട കാര്യമില്ല. നിങ്ങൾ നിങ്ങൾക്ക് വേണ്ടത്ര കരി ഉണ്ടാക്കിക്കോളൂ."

തുടർന്നു ഞാൻ അവരോടു ചോദിച്ചു.

"കുടിക്കാൻ കുറച്ചു വെള്ളം കിട്ടുമോ?"

കഴിച്ചുകൊണ്ടിരുന്ന ഭക്ഷണം താഴെവച്ച് അതിൽ ഒരുത്തൻ ഓടിപ്പോയി. തേച്ചുമിനുക്കിയ ഒരു വലിയ പിത്തളപ്പാത്രത്തിൽ നല്ല വെള്ളം കൊണ്ടുവന്നു തന്നു.

ശുദ്ധജലം എവിടെനിന്നാണ് കിട്ടുന്നത് എന്നുചോദിച്ചപ്പോൾ തൊട്ടടുത്തുകൂടി ഒരു അരുവി ഒഴുകുന്നുണ്ടെന്നും അതിലെ വെള്ളമാണെന്നും പറഞ്ഞു.

"അരുവിയോ?" എനിക്ക് ജിജ്ഞാസ വർദ്ധിച്ചു.

"ഏതു ഭാഗത്തു കൂടിയാണ് അരുവി ഒഴുകുന്നത് അങ്ങനെ ഒരു അരുവി ഒഴുകുന്നതിനെക്കുറിച്ച് ഞാൻ കേട്ടിട്ടില്ലല്ലോ."

"അരുവി എന്നൊന്നും പറഞ്ഞുകൂടാ യജമാനനേ. വിസ്താരമുള്ള ഒരു കുഴിയിൽ ഊറിവരുന്ന ജലമാണ്. അര സേർ വെള്ളം കിട്ടണമെങ്കിൽ ഒരു മണിക്കൂർ സമയം കാത്തു നിൽക്കണം. എന്നാൽ അങ്ങനെ കിട്ടുന്ന വെള്ളം ശുദ്ധജലമാണ്. വൃത്തിയുള്ളതും തണുപ്പുള്ളതുമായ ജലം."

ഞാൻ ആ സ്ഥലം കാണാൻ പോയി. വളരെ സുന്ദരമായ വനഭൂമി. തണുത്തകാറ്റ് വീശിക്കൊണ്ടിരിക്കുന്നു. വിജനമായ ആ കാനനപ്രദേശത്ത് ശരത്കാലത്തും വസന്തകാലത്തും അർദ്ധരാത്രിക്കുപോലും പക്ഷികൾ ജലകേളികൾക്ക് വരാറുണ്ടത്രേ. മരങ്ങൾ തിങ്ങി വളരുന്ന ആപ്രദേശം വളരെ പ്രത്യേകതകൾ നിറഞ്ഞതാണ്. കല്ലുരലിന്റെ ആകൃതിയിൽ ഒരു പാറക്കഷണം അവിടെ കണ്ടു. അതിന്റെ മുകളിൽ പൂത്തുലഞ്ഞ ഒരു ഇലഞ്ഞിക്കൊമ്പ് ചാഞ്ഞുകിടക്കുന്നുണ്ട്. ഇലഞ്ഞിപ്പൂക്കളുടെ പരിമളം ആ പരിസരമാകെ പരന്നിരിക്കുന്നു. പാറയുടെ വിടവിൽക്കൂടി ജലം തുള്ളി തുള്ളിയാക്കി വീഴുന്നുണ്ട്. വെള്ളം എടുത്തുകൊണ്ടു പോയിട്ട് അധിക സമയം ആയിട്ടില്ലാത്തതിനാൽ അരനാഴി വെള്ളം പോലും പാത്രത്തിൽ വീണുകഴിഞ്ഞിട്ടുണ്ടായിരുന്നില്ല. "ഇങ്ങനെ ഒരു ഉറവയുള്ള കാര്യം പുറ

ത്താർക്കും അറിയുകയില്ല യജമാനനേ.. ഞങ്ങൾ ഈ കാടുമുഴുവനും അലഞ്ഞുനടക്കുന്നവരല്ലേ? ഞങ്ങൾക്ക് അറിയാം."

അവിടെനിന്നും അഞ്ചുനാഴിക ദൂരെ സഞ്ചരിച്ചപ്പോൾ കാരോ നദി കണ്ടു. ഇരുവശത്തും ഉയർന്നു പൊങ്ങി നിൽക്കുന്ന മണൽത്തിട്ട. കുറച്ചധികം ഇറങ്ങിച്ചെന്നാൽ നദിയിൽനിന്നും വെള്ളം എടുക്കാം. ഇപ്പോൾ ആ നദിയിൽ വളരെ കുറച്ചുവെള്ളം മാത്രമേ ഉള്ളൂ. അതുകൊണ്ടുതന്നെ മണൽത്തിട്ട പ്രകാശിച്ചു കൊണ്ടുനിൽക്കുന്നു. ഏതോ വലിയ കുന്നിറങ്ങിവരുന്നതാണ് ആ നദിയെന്ന് തോന്നി.

കുതിരപ്പുറത്തിരുന്നുകൊണ്ട് നദിയുടെ മറുകരകടക്കാൻ ശ്രമിച്ചു കൊണ്ടിരിക്കേ കുതിരയുടെ ജീൻ വരെ വെള്ളം എത്തി. കാല് സൂക്ഷിച്ചു പിടിച്ച് വളരെ ശ്രദ്ധിച്ച് സാവധാനത്തിൽ മറുകര എത്തി. നദിയുടെ മറുകരയിൽ ചുവന്നപ്ലാശിന്റെ മഹാവനം. അവിടെയുള്ള ഉയർന്നതും താഴ്ന്നതുമായ പാറകൾക്ക് എല്ലാം ചുവന്ന നിറം. എവിടെ തിരിഞ്ഞു നോക്കിയാലും ചുവന്ന പ്ലാശിന്റെ പൂക്കൾ.

അങ്ങകലെ ചതുപ്പു നിറഞ്ഞ വനഭൂമിയിൽനിന്നും ഒരു കാട്ടുപോത്ത് കാടിറങ്ങി വരുന്നതുകണ്ടു. അത് തന്റെ കുളമ്പുകൊണ്ട് നിലം കുഴിക്കുന്നതുപോലെ തോന്നി. ഞാൻ കടിഞ്ഞാൺ മുറുകെ പിടിച്ചുകൊണ്ട് കുതിരപ്പുറത്ത് അനങ്ങാതെ ഇരുന്നു. എന്റെ മൂന്ന് ഭാഗത്തും നിബിഡവനം. ഒരു മനുഷ്യജീവിയെ മഷിയിട്ടു നോക്കിയാൽ കാണാൻ കിട്ടില്ല. ആ മൃഗം തന്റെ കൂർത്തുനീണ്ട കൊമ്പുമായി എന്റെ നേർക്കു വന്നാൽ രക്ഷപ്പെടാൻ യാതൊരു മാർഗ്ഗവും ഇല്ല. എന്റെ ഭാഗ്യമെന്നോ, ദൈവാധീനം എന്നോ, എന്താണ് പറയേണ്ടത് എന്നറിയില്ല ആ വന്യമൃഗം വന്ന വഴിയെ തിരിച്ചുപോയി.

നദീതീരം കടന്ന് കുറെക്കൂടി മുന്നോട്ടു നീങ്ങിയപ്പോൾ കൺമുന്നിൽ തെളിഞ്ഞ ദൃശ്യം അക്ഷരാർത്ഥത്തിൽ എന്നെ ഞെട്ടിച്ചു കളഞ്ഞു. വാക്കുകൾകൊണ്ടു വിവരിക്കാനാവാത്ത വിധം അതീവ മനോഹരമായ പ്രകൃതി! നേരം നട്ടുച്ച! അപരാഹ്നത്തിലെ നിഴലോ രാത്രിയിലെ നിലാവോ അവിടെയില്ല. വനപ്രദേശത്തെ ചൂഴ്ന്നുനിൽക്കുകയാണ് ശൈലങ്ങൾ. വെള്ളയും ചുവപ്പും പൂക്കൾ വിരിഞ്ഞു നിൽക്കുന്ന വൃക്ഷങ്ങൾ! ആ പ്രകൃതി സൗന്ദര്യം എന്നെ ശരിക്കും വിസ്മയിപ്പിച്ചു എന്നു പറയാം. വന്യമായ സൗന്ദര്യം, വിവിധ നിറങ്ങളിലുള്ള പൂക്കൾകൊണ്ട് നിറഞ്ഞതാണെങ്കിലും പേടിപ്പെടുത്തുന്ന വന്യത അവിടം മുഴുവനും ചൂഴ്ന്നു നിൽക്കുന്നുണ്ട്.

നട്ടുച്ചയ്ക്ക് കത്തുന്ന സൂര്യൻ! തലയ്ക്കു മുകളിൽ കടുംനീലാകാശം! അന്തരീക്ഷത്തിൽ ഒരു കുഞ്ഞിക്കിളി പോലും പറക്കുന്നില്ല. എങ്ങും ശുദ്ധശൂന്യം! ഈ പ്രദേശത്ത് ഒരു മനുഷ്യനോ മൃഗമോ പക്ഷിയോ ഇല്ല. ഭയാനകവും എന്നാൽ അതീവ സങ്കീർണ്ണവും ആയ നിശ്ശബ്ദത. ഞാൻ നാലുപാടും നോക്കി. വിജനമായ പ്രകൃതിയും അതിന്റെ സൗന്ദര്യവും എന്നെ വല്ലാതെ വശീകരിച്ചു എന്നുപറഞ്ഞാൽ മതിയല്ലോ.

നമ്മുടെ ഭാരതത്തിൽ ഇങ്ങനെ ഒരു സ്ഥലം ഉണ്ടെന്ന് എനിക്ക് ഊഹിക്കാൻപോലും സാധിക്കുമായിരുന്നില്ല. ചലച്ചിത്രങ്ങളിൽ മാത്രം കണ്ടുപരിചയിച്ചിട്ടുള്ള തെക്കെ അമേരിക്കയിലെ അരിസോണ, അതുമല്ലെങ്കിൽ നവാസൊ മരുഭൂമിയോ ആണോ? അതുമല്ല, ഹഡ്സന്റെ പുസ്തകത്തിൽ വർണ്ണിച്ചിട്ടുള്ള ഗിലാ നദിയുടെ തീരപ്രദേശമോ മറ്റോ ആണോ?

ഒരു മണിയായി ഗ്രാമോത്സവം നടക്കുന്ന സ്ഥലത്തെത്തിയപ്പോൾ. വളരെ വലിയ മേളതന്നെയാണ്. ശരിക്കും മഹോത്സവം! നീണ്ട താഴ്വാരത്തിലെ വഴിയിലൂടെ വരുമ്പോൾ ഏകദേശം ആറുനാഴിക ദൂരം താണ്ടിയാൽ ചെറിയ ഒരു മൈതാനം കാണാം. അവിടെയാണ് മേള നടക്കുന്നത്. മലയടിവാരത്തുള്ള സാലവൃക്ഷങ്ങൾ, പ്ലാശ് എന്നീ മരങ്ങൾ തിങ്ങി വളരുന്ന പ്രദേശത്തു തന്നെയാണ് മേള ഒരുക്കിയിരിക്കുന്നത്.

മഹിഷാരഡി, കഡാരി, തീൻടങ്ങ, ലഛ്മനിയടോല ഭീമാദാസ്ടോലാ, മഹാലിഖരൂപ് തുടങ്ങി അടുത്തും അകലെയുള്ള വിവിധ ഗ്രാമങ്ങളിൽനിന്നും ആളുകൾ പ്രത്യേകിച്ചും സ്ത്രീകൾ എത്തിച്ചേർന്നിരിക്കുന്നു. ചില സ്ത്രീകൾ മരംകൊണ്ടുള്ള വളഞ്ഞ ചീർപ്പ് തലമുടിയിൽ തിരുകിവച്ചിരിക്കുന്നു. ആരോഗ്യവതികളും സുന്ദരികളും ആയ സ്ത്രീകളുടെ ശരീരഘടന എടുത്തുപറയേണ്ടതുതന്നെയാണ്. ഇവരോടൊന്നിച്ചു വന്നിട്ടുള്ള പെൺകിടാങ്ങൾ ആർത്തുല്ലസിച്ച് മണിമാലകളും പളുങ്കുമാലകളും വാങ്ങുന്നു. ജപ്പാൻകാരും ജർമ്മൻകാരും ഉണ്ടാക്കിയ വില കുറഞ്ഞ സോപ്പുപെട്ടികൾ പെൺകിടാങ്ങൾ വിലപേശി വാങ്ങുന്നു. അതുകൂടാതെ ഓടക്കുഴൽ, മുഖംനോക്കുന്ന കണ്ണാടി, വില കുറഞ്ഞ വാസനദ്രവ്യങ്ങൾ എന്നിവയും വാങ്ങുന്നുണ്ട്. പൈസയ്ക്കു പത്തുവച്ചു കിട്ടുന്ന സിഗരറ്റു വിൽക്കുന്നവരെ ചുറ്റിപ്പറ്റി നിൽക്കുകയാണ് പുരുഷന്മാർ അധികവും. കുട്ടികൾ എള്ളുണ്ടയും ലഡുവും എണ്ണയിൽ വറുത്തെടുത്ത ഖാജാ എന്ന മധുരപലഹാരവും വാങ്ങി തിന്നുകൊണ്ട് ആർത്തുല്ലസിച്ചു നടക്കുന്നു.

പെട്ടെന്നാണ് സ്ത്രീകളുടെ ആർത്തനാദങ്ങളും കൂട്ടക്കരച്ചിലും എന്റെ കാതിൽ പതിച്ചത്. ഞാനാകെ പരിഭ്രമിച്ചു പോയി. കുറച്ച് അകലെയായി ഒരു കുന്നിന്റെ ചെരുവിലായി ചില യുവതീയുവാക്കൾ കളിചിരിയുമായി നിൽക്കുന്നത് കണ്ടിരുന്നു. സ്നേഹം വഴിഞ്ഞൊഴുകുന്ന രീതിയിലാണ് അവർ സംസാരിച്ചുകൊണ്ടിരുന്നത്. അതിനിടയിൽ നിന്നാണ് കൂട്ടക്കരച്ചിൽ ഉയർന്നു കേട്ടത്. എന്താണ് കാര്യം? അവരുടെ കൂട്ടത്തിൽ ആരെങ്കിലും പെട്ടെന്നു മരിച്ചുപോയോ? ഞാൻ ഒരാളോടു കാര്യങ്ങൾ ചോദിച്ചു മനസ്സിലാക്കി. അയാൾ എന്നോടുപറഞ്ഞ മറുപടി രസകരമായിരുന്നു. ഒരു നവവധു തന്റെ പിതൃഗൃഹത്തിലെ ആരെയോ അവിടെ വച്ച് കണ്ടെത്തിയതാണ്. അത് ഈ നാട്ടിലെ ഒരു രീതിയാണ്. കുറേക്കാലം പിരിഞ്ഞിരുന്ന ശേഷം ബന്ധത്തിൽ പെട്ട ആരെയെങ്കിലും കണ്ടുമുട്ടിയാൽ ഇങ്ങനെ ആർത്തലച്ച് കരയുന്നത് ആ നാട്ടിലെ ഒരു സമ്പ്രദായമാണ്. ഈ സമ്പ്രദായത്തെക്കുറിച്ച് അറിവില്ലാത്തവർ ഇത്തരത്തിലുള്ള കരച്ചിൽ കേട്ടാൽ ആരോ മരിച്ചുപോയി എന്നുതന്നെ തെറ്റിദ്ധരിക്കും.

സ്നേഹപ്രകടനത്തിന്റെ മറ്റൊരു രീതി എന്ന് ഇതിനെ കണക്കാക്കാം.

ഒരു സ്ഥലത്ത് ചാക്കുസഞ്ചിയിൽ പുസ്തകങ്ങൾ ഭംഗിയായി അടുക്കിവച്ചിരിക്കുന്നു. ഹിന്ദിയിലെ *ഗുലേബക്കാവലി, ലൈലാമജ്നു, വേതാള പഞ്ചമി, പ്രേമസാഗര* തുടങ്ങിയ പുസ്തകങ്ങൾ. പ്രായമായ ചില പുരുഷന്മാർ പുസ്തകങ്ങൾ മറിച്ചുനോക്കുന്നുണ്ട്. പുസ്തകക്കടയിൽ നിന്നു കൊണ്ട് പുസ്തകം വായിക്കുന്നരീതി അനാറ്റോൾ ഫ്രാൻസിന്റെ കാലത്തെ പാരീസിലെന്നപോലെ ഈ ഗ്രാമോത്സവസ്ഥലത്തും ഉണ്ടെന്നു മനസ്സിലായി. പണം കൊടുക്കാതെ പുസ്തകം വായിക്കുന്നവർ അധികം കാണുകയില്ല. എങ്കിലും കടക്കാരൻ തന്റെ വ്യാപാരം പൊടിപൊടിക്കുകയാണ്. വായനയിൽ മുഴുകി നിന്നിരുന്ന ഒരു മനുഷ്യനോട് കടക്കാരൻ പറഞ്ഞു.

“നിങ്ങൾ പുസ്തകം വാങ്ങുന്നുണ്ടോ? ഇല്ലെങ്കിൽ മറ്റുവല്ല പണിയും നോക്കൂ.”

മേള നടക്കുന്ന സ്ഥലത്തുനിന്നും കുറച്ചകലെയായി ഒരു സാലവൃക്ഷത്തിന്റെ തണലിൽ കുറെ ആളുകൾ നിന്ന് ഭക്ഷണം പാചകം ചെയ്യുകയും കഴിക്കുകയും ചെയ്യുന്നുണ്ട്. ഇത്തരത്തിൽ ആഹാരം പാചകം ചെയ്തു കഴിക്കുന്ന ആളുകൾക്കു വേണ്ടി പച്ചക്കറിച്ചന്ത തന്നെ നടക്കുന്നുണ്ട്. അവിടെ ചില മീൻ കച്ചവടക്കാരെയും കാണാം. സാലവൃക്ഷത്തിന്റെ ഇലകൊണ്ട് ഉണ്ടാക്കിയ കൊച്ചുകിണ്ണങ്ങളിൽ ചെറിയ ചെമ്മീനും പുളിയുറുമ്പിന്റെ മുട്ടകളും വിൽക്കാൻ വച്ചിട്ടുണ്ട്. ഉറുമ്പിന്റെ മുട്ട ഗ്രാമീണരുടെ വിശിഷ്ടഭോജ്യമാണ്. ഇവ കൂടാതെ പച്ചപപ്പായ, ഉണങ്ങിയ അത്തിപ്പഴം, അമരക്കായ, പേരയ്ക്ക തുടങ്ങിയ സാധനങ്ങളും അവിടെ വില്പനയ്ക്ക് വച്ചിട്ടുണ്ട്. പൂക്കളുടെ വലിയ ശേഖരവും വില്പനയ്ക്കുണ്ട്.

“മാനേജർ ബാബൂ.” പെട്ടെന്നാണ് പുറകിൽനിന്നും ഇങ്ങനെ ഒരു വിളി കേട്ടത്.

ഞാൻ തിരിഞ്ഞു നോക്കി. ആ ആൾത്തിരക്കിന്റെ ഉള്ളിൽനിന്നും ആളുകളെ തള്ളിമാറ്റിക്കൊണ്ട് ലബ്ടുലിയയിലെ ഗ്രാമാധികാരിയുടെ സഹോദരൻ ബ്രാഹ്മാ മഹോത വരുന്നതുകണ്ടു.

“യജമാനനേ അങ്ങ് എപ്പോൾ വന്നു? ആരുണ്ട് കൂടെ?” അയാൾ ചോദിച്ചു.

“ബ്രാഹ്മാ, ഈ മേള കാണാൻ വന്നതാണോ?”

“അല്ല യജമാനനേ, ഞാൻ ഇവിടത്തെ കരം പിരിവുകാരനാണ്. വരൂ. നമുക്ക് എന്റെ താവളത്തിലേക്കു പോകാം. വരൂ യജമാനനേ അങ്ങ് എന്നോടൊപ്പം വരാൻ ദയവു കാണിക്കണം.” അയാൾ അപേക്ഷിച്ചു.

മേള നടക്കുന്നതിന്റെ ഒരുവശത്തായാണ് കരം പിരിവുകാരുടെ കൂടാരം നിർമ്മിച്ചിട്ടുള്ളത്. മഹോത ബഹുമാനപുരസ്സരം എന്നെ അങ്ങോട്ടു കൂട്ടിക്കൊണ്ടുപോയി. അയാൾ എന്നെ ഒരു പഴയ കസേരയിൽ ഇരുത്തി.

ആ കൂടാരത്തിൽ ഞാനൊരു മനുഷ്യനെ കണ്ടു. അയാളെപ്പോലെ ഒരാൾ ലോകത്തിൽ ഒരിടത്തും കാണുകയില്ല എന്നെനിക്കു തോന്നി. ബ്രാഹ്മായുടെ കീഴിൽ ജോലി ചെയ്യുന്ന ആരെങ്കിലും ആവാം. നല്ല എണ്ണക്കറുപ്പു നിറം. കുപ്പായമൊന്നും ധരിച്ചിട്ടില്ല. തലയിൽ നര കയറിയിട്ടുണ്ട്. അയാളുടെ കൈയിൽ ഒരു തുണിസഞ്ചിയുണ്ട്. ആ സഞ്ചി നിറയെ പണമാണ്. കക്ഷത്തിൽ ഒരു പുസ്തകം ഇറുക്കിപ്പിടിച്ചിരിക്കുന്നു. ഉത്സവസ്ഥലത്തുചെന്ന് ആളുകളുടെ കൈയിൽനിന്നും നേരിട്ടു പണം പിരിച്ചെടുക്കുന്ന ആളായിരിക്കും അയാൾ. മഹോതയെ കണക്കുകൾ ബോധിപ്പിക്കുവാൻ വന്നതായിരിക്കണം.

അയാളുടെ നോട്ടവും മുഖത്തെ വിനയം കലർന്ന ദയനീയതയും എന്നെ വല്ലാതെ ആകർഷിച്ചു. അയാളുടെ കണ്ണുകളിൽ ചെറിയ ഭയം നിഴലിക്കുന്നുണ്ട്. എന്തിനാണ് അയാൾ ഇത്രമാത്രം വിനീതവിധേയനായി നിൽക്കുന്നതെന്ന് മനസ്സിലായില്ല. ബ്രാഹ്മാ മഹോത രാജാവോ ജഡ്ജിയോ ശിക്ഷ വിധിക്കുവാൻ അധികാരമുള്ള ആളോ അല്ല. സർക്കാർ വക കൃഷിഭൂമിയിലെ ധനികനായ ഒരു പ്രജമാത്രമാണ് അയാൾ. ഉത്സവസ്ഥലത്തു നിന്നും കരം പിരിക്കുന്നുണ്ടായിരിക്കാം. അതിന് ഇത്രമാത്രം താണുവണങ്ങി നിൽക്കേണ്ടതിന്റെ കാര്യം എന്താണ്?

ഞാൻ ആ കൂടാരത്തിൽ ചെന്നിരിക്കുകയും എന്നെ വളരെ ഭയഭക്തി ബഹുമാനത്തോടെ ബ്രാഹ്മാമഹോത സ്വീകരിക്കുകയും വിനീതവിധേയനായി അയാൾ എന്റെ സമീപം നിൽക്കുകയും ചെയ്യുന്നതു കണ്ടപ്പോൾ അയാൾക്ക് എന്റെ നേരെ കൂടുതൽ ഭയവും ബഹുമാനവും ജനിച്ചതുപോലെ. എന്നോടുള്ള ഭയംകൊണ്ട് അയാൾക്ക് എന്റെ നേരെ നോക്കാനുള്ള ധൈര്യം പോലും ഉണ്ടായിരുന്നില്ല. ഇയാൾ അതീവ ദരിദ്രൻ ആയിരിക്കുമോ അതുകൊണ്ടായിരിക്കുമോ മുഖത്ത് ഈ ദീനഭാവം. വീണ്ടും വീണ്ടും നോക്കാൻ പ്രേരിപ്പിക്കുന്ന എന്തോ ഒന്ന് അയാളുടെ മുഖത്തുണ്ടായിരുന്നു. ഇത്രമാത്രം സാധുവായ ഒരു മനുഷ്യനെ ഞാൻ ഇതുവരെ കണ്ടിട്ടില്ല.

ബ്രാഹ്മാമഹോതയോട് ഞാൻ ഇയാളെക്കുറിച്ച് വിശദമായി ചോദിച്ചു മനസ്സിലാക്കി. അയാളുടെ വീട് കഢാരിതിൻടാംഗയിൽ ആണ്. മഹോതയുടെ വീട് ഇരിക്കുന്ന അതേ ഗ്രാമത്തിൽ. അയാളുടെ പേര് ഗിരിധാരിലാൽ എന്നാണ്. ഗാംഗോത ജാതിയിലാണ് പിറന്നത്. അയാൾക്ക് ഒരു ചെറിയ കുട്ടിയല്ലാതെ ബന്ധുക്കളായി മറ്റാരും തന്നെ ഇല്ല. മഹോത ഗിരിധാരിലാലിനെ ഈ മേഖലയിലെ നികുതി പിരിക്കാൻ ഏല്പിച്ചിരിക്കുകയാണ്. ദിവസം നാലണയാണ് കൂലി, കൂടാതെ ഭക്ഷണവും.

ഗിരിധാരിലാലിനെ പിന്നെയും പലപ്പോഴും എനിക്ക് കാണാൻ ഇടയായിട്ടുണ്ട്. എന്നാൽ ഏറ്റവും പരിതാപകരമായ അവസ്ഥയിലാണ് അവസാനം ഞാൻ അയാളെ കാണുന്നത്. പലതരത്തിലുള്ള ആളുകളെ ഞാൻ കണ്ടിട്ടുണ്ട്. എന്നാൽ ഗിരിധാരിലാലിനെ പോലെ ഇത്രമാത്രം സത്യസന്ധനായ ഒരാളെ ഞാൻ കണ്ടിട്ടില്ല. കാലം എത്രയോ കടന്നുപോയി.

എന്നാൽ വളരെ കുറച്ചു പേരുടെ രൂപവും അവർ ചെയ്ത കാര്യങ്ങളും മാത്രമേ മനസ്സിൽ മായാതെ നിന്നിരുന്നുള്ളൂ. അവരിൽ ഒരാളാണ് ഗിരിധാരിലാൽ.

3

"നേരം വൈകുന്നു. എനിക്ക് ഇപ്പോൾ തന്നെ പുറപ്പെടണം." ബ്രാഹ്മാ മഹോതയോടു ഞാൻ യാത്ര ചോദിച്ചു. ബ്രാഹ്മാമഹോത അമ്പരന്ന് എന്നെ നോക്കി. അവിടെ കൂടി നിന്നിരുന്നവരെല്ലാം വലിയ അമ്പരപ്പോടെ എന്നെ നോക്കാൻ തുടങ്ങി.

"അസാദ്ധ്യമായ കാര്യമാണ് അങ്ങ് പറയുന്നത്. അങ്ങ് കൊൽക്കത്തക്കാരനായതുകൊണ്ടാണ് ഇങ്ങനെ ഒരു തോന്നൽ ഉണ്ടായത്. അങ്ങേക്ക് ഈ വഴിയെക്കുറിച്ച് അറിയാത്തതുകൊണ്ടാണ് ഇത്തരം തോന്നൽ. മുപ്പതു നാഴിക ദൂരം താണ്ടേണ്ടതുണ്ട്. പത്തുനാഴിക കഴിയുമ്പോഴേക്കും സൂര്യൻ അസ്തമിക്കും. രാത്രിയിൽ എത്ര നിലാവുണ്ടെങ്കിലും എത്ര വലിയ കാടും മലയും താണ്ടണം? പുലി, കാട്ടുപോത്ത് തുടങ്ങിയ വന്യമൃഗങ്ങൾ എല്ലാം കാടിറങ്ങി വരും. ബദരീപഴങ്ങൾ പഴുത്തു തുടങ്ങിയ കാലമാണ്. അതിന്റെ മണം പിടിച്ചുകൊണ്ട് കരടികൾ തീർച്ചയായും വരും. നദിയുടെ മറുകരയിൽ മഹാലിഖാരൂപിലെ വനത്തിൽ, കുറച്ചു ദിവസം മുമ്പ് ഒരു കാളവണ്ടിക്കാരനെ പുലി പിടിച്ചുകൊണ്ടുപോയി. ആ പാവം ഒറ്റയ്ക്കായിരുന്നു. അതുകൊണ്ട് അങ്ങ് ഒരിക്കലും ഈ രാത്രിയിൽ പോകരുത്. ഇന്നത്തെ രാത്രിയിൽ ഇവിടെ ഭക്ഷണം കഴിച്ച് ഉറങ്ങൂ. ഈ പാവപ്പെട്ടവന്റെ താമസസ്ഥലത്തേക്ക് വരാൻ ദയവുണ്ടായ സ്ഥിതിക്ക് ഇന്നിവിടെ തങ്ങാനും ദയവുണ്ടാകണം. സാവധാനത്തിൽ നാളെ രാവിലെ അങ്ങേക്കു തിരിച്ചുപോകാം."

വസന്തപൗർണ്ണമിയിലെ നിലാവു നിറഞ്ഞ രാത്രിയിൽ വിജനമായ മലയിടുക്കിലൂടെയും കാട്ടുവഴികളിലൂടെയും കുതിരപ്പുറത്തു കയറി ഒറ്റയ്ക്കു യാത്ര ചെയ്യാനുള്ള പ്രലോഭനത്തെ എനിക്കു നിയന്ത്രിക്കുവാൻ സാധിച്ചില്ല. ജീവിതത്തിൽ മറ്റൊരിക്കലും ഇതുപോലെ ഒരു അവസരം ഇനി കിട്ടിക്കോളണം എന്നില്ല. ചിലപ്പോൾ ഇത് അവസാനത്തേതും ആകും. വരുമ്പോൾ കണ്ടകാഴ്ച തന്നെ അവർണ്ണനീയം ആയിരുന്നു. നിലാവിൽ കുളിച്ചു നിൽക്കുന്ന രാത്രിയിൽ ആ കാഴ്ച എത്രമാത്രം മനോഹരം ആയിരിക്കും. ഇത്ര കഷ്ടപ്പെട്ട് ഇവിടേക്കു വന്നതിന്റെ ഉദ്ദേശ്യം ഇതുതന്നെ ആയിരുന്നില്ലേ?

അവിടെ കൂടിനിന്നിരുന്ന സകലരുടേയും നിർബ്ബന്ധപൂർവ്വമായ അപേക്ഷയെ നിരാകരിച്ചുകൊണ്ട് ഞാൻ യാത്ര പുറപ്പെട്ടു.

ബ്രാഹ്മാമഹോത പറഞ്ഞത് അക്ഷരാർത്ഥത്തിൽ ശരിയായിരുന്നു. നദീതീരത്തേക്ക് എത്തുന്നതിനുമുമ്പു തന്നെ സൂര്യൻ ചക്രവാളത്തിൽ

മറഞ്ഞു കഴിഞ്ഞു. അധികം ഉയരമില്ലാത്ത ശൈലത്തിനു പുറകിൽ സൂര്യൻ പോയി മറഞ്ഞത് വളരെ പെട്ടെന്നായിരുന്നു. കുതിര കാരോ നദിയുടെ മണൽത്തിട്ടയിലേക്ക് കാലെടുത്ത് വച്ചപ്പോഴാണ് സൂര്യാസ്തമയത്തിന്റെ ദൃശ്യം എന്റെ കണ്ണിൽ പെട്ടത്. ഉടനെ തന്നെ മോഹൻപുര സംരക്ഷിത വനമേഖലയ്ക്ക് മുകളിൽ ചന്ദ്രൻ പ്രത്യക്ഷപ്പെട്ടു. ഒരിടത്ത് അസ്തമയം! മറ്റൊരിടത്ത് ഉദയം! ഈ ദൃശ്യങ്ങൾ കണ്ട് ഞാനാകെ മോഹവലയത്തിൽപ്പെട്ടു പോയി. ഈ വിജനതയിൽ അപരിചിതമായ നദീതീരത്ത് കാണുന്നതെല്ലാം എനിക്ക് അവിശ്വസനീയമായി തോന്നി.

തുടർന്നുള്ള യാത്ര വനഭൂമിയിൽ കൂടിയായിരുന്നു. ഇടുങ്ങിയ വഴിയെ ഇരുവശത്തെ വനങ്ങളും വിഴുങ്ങാൻ നിൽക്കുന്നതുപോലെ. ഈ ചെറുവഴിയെ വനങ്ങൾ ഞെരുക്കുന്നതുപോലെ. അത്തരം വഴിയിലൂടെ കുറെ സഞ്ചരിച്ചുകഴിഞ്ഞാൽ വനങ്ങൾ നീങ്ങി വഴി നീണ്ടുകിടക്കുന്നു.

നാലുഭാഗത്ത് അതിഭീകരമായ എകാന്തത! പകൽ സമയത്തെ ദൃശ്യം ഇതിനു വിപരീതം ആയിരുന്നു. നിലാവുദിച്ചപ്പോൾ അജ്ഞാതവും അത്ഭുതസൗന്ദര്യവും ഉള്ള വനദേവതകളുടെ രാജ്യത്തിലൂടെയാണ് താൻ സഞ്ചരിക്കുന്നതെന്ന് തോന്നിപ്പോയി. അതോടൊപ്പം പുലിപ്പേടിയും എന്റെ മനസ്സിൽ കയറിക്കൂടി. ഓഫീസിൽ ഉണ്ടായിരുന്ന സകല ആളുകളും എന്നെ അതുപറഞ്ഞാണ് വിലക്കിയത്.

നന്ദകിശോർ ഗോസായി എന്നു പേരുള്ള ഒരാൾ, അയാൾ ഞങ്ങളുടെ മേച്ചിൽ സ്ഥലത്താണ് ജോലിചെയ്തിരുന്നത്. ഇടയ്ക്കിടയ്ക്കു ഓരോ കഥകൾ പറയുക പതിവുണ്ട്. അതിലധികവും മഹാലിഖാരൂപ വനത്തിൽ മനുഷ്യനെ പുലി പിടിച്ചു തിന്നുന്ന കഥകളാണ്. പോകുന്ന വഴിയിലെ ബദരീവൃക്ഷങ്ങൾ എല്ലാം പഴുത്ത കായകളെ കൊണ്ട് ചാഞ്ഞു നിൽക്കുകയാണ്. പഴുത്തതും ഉണങ്ങിയതുമായ കായകൾ നിലത്തു മുഴുവൻ പരന്നുകിടക്കുന്നുണ്ട്. അവ തിന്നുന്നതിനു വേണ്ടി കരടികൾ വഴിയിലേക്ക് ഇറങ്ങിവരാനും സാദ്ധ്യതയുണ്ട്. ഈ വനത്തിൽ കാട്ടുപോത്തുകൾ ഇല്ലെങ്കിലും മോഹൻപുരാവനത്തിൽനിന്നും ഈ ഭാഗത്തേക്ക് ഒറ്റയും തെറ്റയും ആയി എത്തിക്കൂടായ്കയില്ല. അവർക്കതിന് അധികം സമയമൊന്നും വേണ്ടല്ലോ. ഇനിയും വിജനമായ കാനനപാതയിലൂടെ പത്തുപതിനഞ്ചു നാഴിക വനപ്രദേശത്തുകൂടി യാത്ര ചെയ്യേണ്ടതുണ്ട്.

ഭയത്തിന്റെ അനുഭൂതി എനിക്കു ചുറ്റുമുള്ള സൗന്ദര്യം വർദ്ധിപ്പിക്കുന്നതുപോലെ തോന്നി. ചിലയിടങ്ങളിൽ പാതപൊടുന്നനവേ, തെക്കുനിന്ന് വടക്കോട്ട്, വടക്കുനിന്നും കിഴക്കോട്ട് എന്നിങ്ങനെ പെട്ടെന്നു തിരിയുന്നു. കാനനപാതയോടു വളരെ അടുത്തായി ഉയരം കുറഞ്ഞ മലനിരകൾ നീണ്ടുകിടക്കുന്നു. മലഞ്ചെരുവിൽ പ്ലാശുമരങ്ങളാണ് തിങ്ങിനിറഞ്ഞ് വളരുന്നത്. അവയ്ക്കിടയിൽ ഗോളാഗോളി എന്ന മരങ്ങളും വളരുന്നുണ്ട്. മുകളിലേക്കു പോയാൽ സാലവൃക്ഷങ്ങളുടെ ഒപ്പം എത്തുന്ന ആനപ്പുല്ലുകളും വളർന്നു നിൽക്കുന്നുണ്ട്. ചന്ദ്രിക പൂർണ്ണമായും തെളിഞ്ഞു. വൃക്ഷങ്ങളുടെ നിഴലുകൾ ചെറുതായി തുടങ്ങി. നിലാവിൽ കുളിച്ചു

നിൽക്കുന്ന ആ കാനനത്തിൽ പേരറിയാത്ത ഏതോ വനപുഷ്പത്തിന്റെ സുഗന്ധം നിറഞ്ഞു നിൽക്കുന്നു. അങ്ങകലെ സാന്താളന്മാർ അടുത്ത കൃഷിക്കു നിലം ഒരുക്കുന്നതിനു വേണ്ടി തീ ഇട്ടിരിക്കുന്നു. അതും അത്യപൂർവ്വം അതീവ ഹൃദ്യവും ആയ ഒരു കാഴ്ചയായിരുന്നു. ആരോ മലയെ അലങ്കരിക്കുന്നതിനുവേണ്ടി വെളിച്ചത്തിന്റെ മാല അണിയിച്ചതുപോലെ.

ഈ പ്രദേശത്ത് ഒരിക്കലും വന്നിട്ടില്ലായിരുന്നെങ്കിൽ, ആരെങ്കിലും ഇതെല്ലാം വിശദീകരിച്ചു തന്നാൽ പോലും വിശ്വസിക്കുവാൻ സാധിക്കുകയില്ല. നേരിട്ടു കണ്ടതുകൊണ്ടു മാത്രമാണ് ബംഗാളിനു വളരെ അടുത്തായി വിജനമായ ശൈലമാലകളും ഉണ്ടെന്നു വിശ്വസിക്കുവാൻ സാധിച്ചത്. അരിസോണയിലെ മരുഭൂമിയോടും റോഡേഷ്യയിലെ ബുഷ്വെൽഡറിനോടും കിടനിൽക്കുന്നതാണ് ഈ പ്രദേശത്തിന്റെ വന്യസൗന്ദര്യം! വന്യസൗന്ദര്യം ആസ്വദിച്ചുകൊണ്ട് വെറുതെ അലസമായി നടക്കുക എന്നത് ഇവിടെ തീർത്തും അപകടമാണ്. വിശേഷിച്ചും സന്ധ്യമയങ്ങി കഴിഞ്ഞ് പുലിയേയും കരടിയേയും ഭയപ്പെട്ട് നടക്കേണ്ടി വരുമ്പോൾ. അതുകൊണ്ടു തന്നെ നേരം ഇരുട്ടി കഴിഞ്ഞാൽ ആരും ഈ വഴിയിൽ നടക്കാറില്ല.

ചന്ദ്രിക പരന്നൊഴുകുന്ന ഈ വനപാതയിലൂടെ സഞ്ചരിക്കുമ്പോൾ, ഇത് ഒരു പ്രത്യേകതരം ജീവിതമല്ലേ, എന്നു ഞാൻ ആലോചിച്ചു.

മുറിയുടെ നാലു ചുവരുകൾക്കുള്ളിൽ തളച്ചിടാൻ ഇഷ്ടമില്ലാത്തവർക്കും കുടുംബജീവിതത്തിന് അപ്പുറത്തും ജീവിതം ഉണ്ടെന്നു കരുതുന്നവർക്കും ഉള്ളതാണ് ഇത്തരത്തിലുള്ള സാഹസിക യാത്രകൾ. കൊൽക്കത്തയിൽനിന്നും വന്ന ഉടനെ ഈ ഭീകരമായ വിജനതയും തീർത്തും ഒറ്റപ്പെടുത്തുന്ന വിധത്തിലുള്ള വന്യജീവിതയാത്രയും അത്യന്തം അസഹ്യമായി തോന്നിയിരുന്നു. എന്നാൽ ഈ ജീവിതം എനിക്ക് ഏറ്റവും ആസ്വാദ്യകരമായി തോന്നുന്നു. ഈ അപരിഷ്കൃതവും പരുഷവുമായ വന്യപ്രകൃതി എനിക്ക് സ്വാതന്ത്ര്യത്തിന്റെയും സ്വാശ്രയത്തിന്റെയും മന്ത്രം ഉപദേശിച്ചുതന്നു. കൂട്ടിലിട്ട പോലുള്ള നഗരജീവിതം എനിക്കിനി അസാദ്ധ്യമാണ്. വ്യക്തമായ വഴിയില്ലാതെ പാറക്കെട്ടുകളും ഇടതൂർന്നു വളരുന്ന വൃക്ഷങ്ങളും ഉള്ളകാട്ടിലൂടെ ശൂന്യാകാശത്തിനു കീഴിലൂടെ നിലാവിൽ കുളിച്ചു നിൽക്കുന്ന രാത്രിയിൽ ഒറ്റയ്ക്കു കുതിര ഓടിച്ചു പോകുന്നതിന്റെ ആനന്ദം ഈ ലോകത്തിലെ സകല സമ്പത്തുമായിട്ടും വച്ചു മാറാൻ ഞാൻ തയ്യാറാകുകയില്ല.

നിലാവ് കൂടുതൽ തെളിഞ്ഞു പ്രകാശിക്കുവാൻ തുടങ്ങി. നക്ഷത്രങ്ങൾ അപ്രത്യക്ഷമായി. ചുറ്റും കണ്ണോടിച്ചപ്പോൾ ഞാനിത്രനാളും കണ്ട ലോകമല്ല, ഇത് ഒരു സ്വപ്നഭൂമിയാണ്. ചക്രവാളസീമ വരെ പരന്നു കിടക്കുന്ന ഈ പ്രദേശത്ത്, നിലാവുദിച്ചുനിൽക്കുന്ന ഗംഭീര രാത്രിയിൽ അഭൗമജീവിതകൾ അർദ്ധരാത്രിക്ക് ഇവിടേക്ക് ഇറങ്ങിവരാറുണ്ട്. കാട്ടുപൂക്കളെ സ്നേഹിക്കാത്തവർ സുന്ദരമായതിനെ തിരിച്ചറിയാൻ കഴിയാത്തവർ, ദിഗ്വലയം ഒരിക്കലും കൈമാടി വിളിക്കാത്തവർ-

അവർക്കൊന്നും ഈ ഭൂമിദേവി ഒരു കാലത്തും പിടികൊടുക്കുകയില്ല.

മഹാലിഖാരൂപ വനം താണ്ടി നാലുനാഴിക കൂടി പിന്നിട്ടപ്പോൾ ഞങ്ങളുടെ അതിർത്തിയിൽ എത്തിച്ചേർന്നു. രാത്രി ഒമ്പതു മണി ആയപ്പോൾ ഞാനെന്റെ ഓഫീസിൽ എത്തി.

4

ഓഫീസിനു മുന്നിൽ ഡോലക്കിന്റെ ശബ്ദംകേട്ട് പുറത്തിറങ്ങി നോക്കിയപ്പോൾ ഒരു കൂട്ടം അപരിചിതരായ ആളുകൾ അവിടെ നില്ക്കുന്നതായി കണ്ടു. അവർ ഡോലക്ക് വായിച്ചുകൊണ്ടിരിക്കുകയാണ്. ശബ്ദം കേട്ട് ഓഫീസിലെ സകലജോലിക്കാരും ജോലി നിർത്തിവച്ച് അവർക്കു ചുറ്റും കൂടി. ആരെയെങ്കിലും വിളിച്ച് കാര്യം എന്തെന്ന് തിരക്കണം എന്നു കരുതിയപ്പോഴേക്കും ജമാദാർ മുക്തിനാഥസിങ് കതകിനരികിൽ വന്ന് അഭിവാദനം ചെയ്തുകൊണ്ടു നിന്നു.

"ദയവു ചെയ്ത് ഒന്നു പുറത്തേക്ക് ഇറങ്ങി വരുമോ?" അയാൾ ചോദിച്ചു.

"എന്താ ജമാദാർ, എന്താ കാര്യം?" ഞാൻ ചോദിച്ചു.

"യജമാനനേ, തെക്കൻ ദിക്കിൽ വിളവ് നശിച്ചതിനാൽ ജീവിക്കാൻ മറ്റു മാർഗ്ഗങ്ങളില്ലാതെ അവിടത്തെ ആളുകൾ നൃത്തസംഘത്തോടൊപ്പം നാടുചുറ്റുകയാണ്. അങ്ങയുടെ മുന്നിൽ അവരുടെ കലാവിരുത് പ്രകടിപ്പിക്കണമെന്ന് ആഗ്രഹമുണ്ട്. അവർ അങ്ങയുടെ അനുവാദത്തിനു വേണ്ടി കാത്തു നിൽക്കുകയാണ്."

നർത്തകസംഘം എന്റെ മുറിയുടെ മുന്നിൽവന്നു നിന്നു. "എന്തെല്ലാം നൃത്തങ്ങൾ നിങ്ങൾക്ക് ചെയ്യാൻ കഴിയും?" മുക്തിനാഥൻ ചോദിച്ചു.

അവരുടെ ഇടയിൽനിന്നും ഏതാണ്ട് അറുപതു വയസ്സുപ്രായം തോന്നിക്കുന്ന ഒരാൾ അഭിവാദനം ചെയ്തശേഷം വിനയഭാവത്തിൽ പറഞ്ഞു.

"ഹോ ഹോ നൃത്തവും ഛക്കർ ബാജി നൃത്തവും കാണിക്കാം യജമാനനേ."

ഇവരെ കണ്ടപ്പോൾ എനിക്ക് ഒരു കാര്യം ബോദ്ധ്യമായി. ഇവരിൽ നൃത്തം അറിയുന്നവരും അല്ലാത്തവരും ഉണ്ടാകും. എന്നാൽ എല്ലാവരുടെയും വരവിന്റെ ലക്ഷ്യം ഒന്നാണ്. വയറ്റിലേക്ക് എന്തെങ്കിലും കിട്ടുമോ എന്ന് അറിയണം. വളരെ നേരം അവർ പാട്ടും ആട്ടവും നടത്തി. സന്ധ്യയോടെ ആരംഭിച്ച നൃത്തം ചന്ദ്രോദയം കഴിഞ്ഞ് ഏറെനേരം കഴിഞ്ഞിട്ടും തുടർന്നുകൊണ്ടിരുന്നു. കൈകോർത്തു പിടിച്ചും വട്ടം തിരിഞ്ഞും എല്ലാം ചുവടുവയ്ക്കുന്നുണ്ട്. ആശ്ചര്യം ജനിപ്പിക്കുന്ന തരത്തിലുള്ളതായിരുന്നു അവരുടെ നൃത്തം. അവരുടെ നാടോടിപ്പാട്ടും ഹൃദ്യം തന്നെ ആയിരുന്നു. ആ വന്യപ്രകൃതിയോട് ഇണങ്ങി പോകുന്ന തരത്തിലുള്ള ആട്ടവും പാട്ടും.

അവരുടെ ഭാഷ എനിക്ക് കൃത്യമായി മനസ്സിലായില്ല. എങ്കിലും പാട്ടിന്റെ അർത്ഥം ഏതാണ്ട് ഇങ്ങനെ ആയിരുന്നു.

ശൈശവം സുഖദായകം ആയിരുന്നു.
ഗ്രാമത്തിനു പുറകിലെ മലകൾ!
അതിനു മുകളിലെ കേരുവനം
അവിടെ ഞാൻ കാട്ടുപഴങ്ങൾ തേടി അലഞ്ഞു.
ഇലഞ്ഞിപ്പൂക്കൾ കൊണ്ടുമാല കൊരുത്തു.
സുഖകരമായ ദിവസങ്ങൾ!
പ്രേമം എന്തെന്ന് അന്നു ഞാൻ അറിഞ്ഞിരുന്നില്ല. പാഞ്ചനഹരി നദിക്കരയിൽ അന്ന് കരരപക്ഷിയെ പിടിക്കാൻ പോയി.
എന്റെ കൈയിൽ മുളംകുഴലും മുളവടിയും ഉണ്ടായിരുന്നു. പൂക്കളുള്ള സാരിയുടുത്ത് നീ വെള്ളം കോരാൻ വന്നു.
"അയ്യേ പുരുഷന്മാർ മുളങ്കുഴൽകൊണ്ട് പക്ഷിയെ കൊല്ലുകയോ" നീ കളിയാക്കി.
ലജ്ജാവിവശനായ ഞാൻ മുളങ്കുഴൽ വലിച്ചെറിഞ്ഞു. മുളവടി എറിഞ്ഞു കളഞ്ഞു.
പക്ഷി പറന്നുപോയി.
എന്റെ മനസ്സാകുന്ന പക്ഷി നിന്റെ പ്രേമത്തിൽ കുടുങ്ങി.
മുളങ്കുഴൽകൊണ്ട് പക്ഷിയെ കൊല്ലരുതെന്ന് നീ വിലക്കി. നീ എനിക്ക് എന്തൊരു ദ്രോഹമാണു ചെയ്തത്.
ഇത് ഉചിതപ്രവൃത്തിയോ സഖീ.

പാട്ടിന് ഈണം ഉണ്ടായിരുന്നു. അത് കാതിന് ഇമ്പമേകി. ഇലഞ്ഞി കാടുകളുടേയും പർവ്വതങ്ങളുടേയും ഈണവുമായി ചേർന്നു പോകുന്ന ഗാനം! ഈ ചുറ്റുപാടിൽ അത് കൂടുതൽ ആസ്വാദ്യകരമായി തോന്നി. ഈ ചുറ്റുപാടിൽ മാത്രമേ അത്തരം ഗാനങ്ങൾ യോജിക്കുകയുള്ളൂ.

അവരുടെ പ്രതിഫലം വെറും നാലണയാണെന്നു കേട്ടപ്പോൾ ഞാൻ അത്ഭുതപ്പെട്ടു. ഓഫീസിലെ സകല ജോലിക്കാരും ഒരേസ്വരത്തിൽ പറഞ്ഞു.

"യജമാനനേ, അതു തന്നെ അവർക്കു പലയിടങ്ങളിൽനിന്നും ലഭിക്കുകയില്ല. അധിക പണം നൽകി അവരെ ചീത്തശീലം പഠിപ്പിക്കേണ്ട. ഇവർ പിന്നെ അത്രയും തുകനൽകിയാലേ പ്രകടനം നടത്തൂ എന്നു വരും. അതോടെ പാവപ്പെട്ട ഗ്രാമീണർക്ക് ഇവരുടെ കലാപ്രകടനം കാണാൻ അവസരം ഉണ്ടാകുകയില്ല.

എനിക്ക് വല്ലാത്ത അത്ഭുതം തോന്നി. രണ്ടുമൂന്ന് മണിക്കൂർ സമയം പത്തുപതിനെട്ടു പേര് അത്യദ്ധ്വാനം ചെയ്തതാണ്. എന്നിട്ട് കിട്ടുന്നത് നാലണ. അത് വീതിച്ചെടുത്താൽ ഒരാൾക്ക് ഒരു പൈസ പോലും കിട്ടുകയില്ല. ഞങ്ങളുടെ ഓഫീസിൽ വന്ന് കലാപ്രകടനം നടത്തുന്നതിനു വേണ്ടി എത്രദൂരം കാട്ടിലൂടെ യാത്ര ചെയ്തിട്ടാണ് ഇവർ ഇവിടെ എത്തിച്ചേർന്നിരിക്കുന്നത്. എന്നിട്ട് ആകെ ലഭിക്കുന്ന ആദായം നാലണയോ

ഇവിടെ അടുത്തൊന്നും ഇനി ഗ്രാമങ്ങൾ ഇല്ല. വേറെ ഒരു സ്ഥലത്തു കൂടി കലാപ്രകടനം നടത്തണം എന്നുവിചാരിച്ചാൽ കൂടി അതു നടക്കില്ല.

അവർക്കെല്ലാവർക്കും അന്ന് അത്താഴവും ഉറങ്ങാനുള്ള സൗകര്യവും ചെയ്തുകൊടുത്തു. രാവിലെ അവരുടെ സർദ്ദാരിനെ വിളിച്ച് അയാളുടെ കൈയിൽ രണ്ടുരൂപ വെച്ചുകൊടുത്തു. അയാൾ അതുകണ്ട് അമ്പരപ്പോടെ എന്നെ നോക്കി. നൃത്തപരിപാടി അവതരിപ്പിച്ചതിന്റെ പേരിൽ ആരും തന്നെ ഭക്ഷണം നൽകാറില്ല. ഭക്ഷണം നൽകി എന്നു മാത്രമല്ല, അവരെ സംബന്ധിച്ചിടത്തോളം വലിയ ഒരു തുക സമ്മാനമായി ലഭിക്കുകയും ചെയ്തു.

ആ നൃത്ത സംഘത്തിൽ പത്തുപന്ത്രണ്ടു വയസ്സായ ഒരു ബാലനും ഉണ്ടായിരുന്നു. നാടകസംഘത്തിലെ ശ്രീകൃഷ്ണ ഭഗവാനെ ഓർമ്മിപ്പിക്കുന്ന മുഖമായിരുന്നു അവന്. ചുരുണ്ടതും ഇടതൂർന്നതുമായ തലമുടി. ശാന്തമായ ഭാവം! മനോഹരമായ കണ്ണുകളും ചുണ്ടും. നല്ല എണ്ണ കറുപ്പു നിറം. നൃത്തസംഘത്തിന്റെ മുന്നിൽ നിന്നുകൊണ്ട് അവൻ ആദ്യം പാടി. ചിലങ്കയണിഞ്ഞ പാദങ്ങൾകൊണ്ടു നൃത്തചുവടുവച്ചു. ചുണ്ടുകളിൽ പുഞ്ചിരി കളിയാടി. അതിമനോഹരമായ ഹസ്തചലനങ്ങളോടെ അവൻ മധുരസ്വരത്തിൽ പാടി.

ഒരു നേരത്തെ ആഹാരം തന്നെയാണ് ആ ബാലന്റെയും ലക്ഷ്യം. ലഭിക്കുന്ന പണത്തിന്റെ ഓഹരിയായി ഒന്നും അവനു ലഭിക്കുന്നില്ല. ഭക്ഷണമെന്നു പറഞ്ഞ് കിട്ടുന്നത് എന്താണ്? ചീനപ്പുല്ലരി വേവിച്ചത് ഉപ്പു കൂട്ടി തിന്നാം. അത്യപൂർവ്വമായി മാത്രം എന്തെങ്കിലും കായോ കിഴങ്ങോ വേവിച്ചത്. ഉരുളക്കിഴങ്ങും പട്ടോലും ഒന്നുമല്ല. കാട്ടിൽനിന്നും ലഭിക്കുന്ന ഗുഡ്മിക്കായ വറുത്തത്. അല്ലെങ്കിൽ എന്തെങ്കിലും ചീരവേവിച്ചത്. ഇങ്ങനത്തെ ആഹാരം കഴിച്ചിട്ടു തന്നെ അവന്റെ മുഖത്ത് പുഞ്ചിരി മായാതെ നിൽക്കുന്നു. ശരീര സൗന്ദര്യവും അംഗലാവണ്യവും എടുത്തു പറയേണ്ടതുതന്നെ. നല്ല ആരോഗ്യം അവനുണ്ട്.

ഞാൻ നൃത്തസംഘത്തിന്റെ തലവനോടു പറഞ്ഞു.

"നിങ്ങൾ ധാതുരിയെ ഇവിടെ നിർത്തിയിട്ടു പോകുക. ഞാനവന് ഈ ഓഫീസിൽ എന്തെങ്കിലും ജോലി കൊടുക്കാം. ഇവിടെ താമസിപ്പിക്കുകയും ചെയ്യാം." വൃദ്ധനായ താടിക്കാരനാണ് ആ സംഘത്തിന്റെ രക്ഷാധികാരിയും നേതാവും. അയാളും അത്ഭുതമനുഷ്യനാണ്. അറുപത്തിരണ്ടാം വയസ്സിലും കുട്ടിയെപ്പോലെ തന്നെയാണ് അയാളുടെയും പെരുമാറ്റം.

അയാൾ പറഞ്ഞു. "അവന് ഇവിടെ താമസിക്കുവാൻ സാധിക്കുകയില്ല യജമാനനേ. ഗ്രാമത്തിലെ സകലരുടെയും കൂടെ ആയതുകൊണ്ടാണ് അവൻ സന്തോഷത്തോടെ ഇരിക്കുന്നത്. ഒറ്റയ്ക്കായാൽ അവന്റെ മനസ്സിനു വിഷമമാകും. കൊച്ചുകുഞ്ഞല്ലേ അവൻ. ഞാൻ അവനെ ഇനിയും ഇങ്ങോട്ടു കൊണ്ടുവരാം യജമാനനേ."

ആറ്

വനത്തിന്റെ പലഭാഗത്തും സർവ്വേ നടക്കുകയാണ്. ഞങ്ങളുടെ ഓഫീസിൽനിന്നും ഏതാണ്ട് അഞ്ചാറുനാഴിക അകലെയായി ബോമായി ബുരൂർ വനത്തിലെ ഞങ്ങളുടെ ആമീൻ രാമചന്ദ്രസിങ് ഇതു സംബ ന്ധിക്കുന്ന ജോലികൾക്കായി, കുറച്ചുദിവസമായി അവിടെ താമസിക്കു ന്നുണ്ട്. ഒരു ദിവസം രാവിലെ, എന്നെ ഞെട്ടിക്കുന്ന ഒരു വാർത്ത കേട്ടു. അയാൾക്കു രണ്ടു ദിവസമായി ഭ്രാന്തുപിടിപെട്ടിരിക്കുന്നുവത്രേ.

കുറച്ചു ആളുകളേയും കൂട്ടിക്കൊണ്ട് ഞാൻ ഉടനെ തന്നെ അവി ടേക്ക് പോയി. അത്ര നിബിഡവനമൊന്നുമല്ല ബോമായി ബൂരൂർ വനപ്ര ദേശം. എന്നാൽ ആ പ്രദേശത്തെ ഭൂമി കുണ്ടും കുഴിയും നിറഞ്ഞതാ ണ്. ഒറ്റയും തെറ്റയുമായി വൻമരങ്ങൾ കാണാം. അത്തരം മരങ്ങളുടെ ശാഖകളിൽനിന്നും ചരടുകൾ പോലെയുള്ള വള്ളികൾ കപ്പലിന്റെ പാമ രത്തോടു ചേർത്തു കെട്ടിയിട്ടുള്ള കയറുകൾ പോലെ തൂങ്ങിക്കിടപ്പുണ്ട്. ബോമായി ബുരൂർ വനത്തിൽ വീടുകൾ ഒന്നും തന്നെയില്ല.

നിബിഡമായ വൃക്ഷലതകളിൽനിന്നും അകന്ന് മാറി തുറന്ന മൈതാ നത്തിൽ കാശപത്രംകൊണ്ട് മേഞ്ഞ രണ്ടുകുടിലുകൾ ഉണ്ട്. ഒന്ന് ഇത്തിരി വലുതാണ്. അതിലാണ് രാമചന്ദ്രസിങ് താമസിച്ചിരുന്നത്. തൊട്ട ടുത്തുള്ള ചെറിയ കുടിലിൽ അയാളുടെ സഹപ്രവർത്തകർ അഷരഫി ടിണ്ഡെൽ താമസിക്കുന്നു. രാമചന്ദ്രസിങ് തന്റെ മരക്കട്ടിലിൽ കണ്ണുമ ടച്ച് കിടക്കുകയായിരുന്നു. ഞങ്ങളെ കണ്ടപാടേ അയാൾ എഴുന്നേറ്റി രുന്നു.

"എന്തുപറ്റി രാമചന്ദ്രാ, അങ്ങേക്ക് എന്തുപറ്റി?" ഞാൻ ചോദിച്ചു.

രാമചന്ദ്രൻ എന്റെ നേർക്ക് കൈകൂപ്പി നമസ്കാരം അറിയിച്ചശേഷം ഒന്നും മിണ്ടാതിരുന്നു. അതിനുള്ള മറുപടി അഷരഫിടിണ്ഡെൽ പറഞ്ഞു.

"ബാബൂ, വളരെ ആശ്ചര്യകരമായ ഒരു കഥയാണ്. കേട്ടാൽ അങ്ങ് വിശ്വസിക്കുകയില്ല. ഞാൻ ഓഫീസിലേക്കു വന്ന് വിവരങ്ങൾ അറിയിക്കണം എന്നു കരുതിയതായിരുന്നു. എന്നാൽ ആമീൻ ബാബുവിനെ തനിച്ചാക്കിയിട്ട് എങ്ങനെ വരുമെന്ന് വിചാരിച്ചു. സംഭവിച്ച കാര്യങ്ങൾ ഞാൻ വിശദമാക്കാം. കുറച്ചുദിവസമായി ആമീൻ ബാബു സ്ഥിരമായി എന്നോടു പറയും. ഒരു നായ വന്ന് തന്നെ ഉപദ്രവിക്കുന്നു എന്ന്. ഞാൻ ചെറിയ ടെന്റിലാണ് താമസിക്കുന്നത്. രണ്ടുദിവസം അങ്ങനെ കടന്നുപോയി. അപ്പോഴും അദ്ദേഹം പറയുന്നുണ്ട് നായ ആക്രമിക്കുന്ന കാര്യം. രണ്ടുമൂന്ന് ദിവസം അങ്ങനെ കഴിഞ്ഞുപോയി. ആമീൻ ബാബുവിന്റെ കട്ടിലിന്റെ കീഴേ നായ എന്നും വന്നുകിടക്കും, ശരീരം മുഴുവനും നക്കുകയും ചെയ്യും. എപ്പോഴും ഇത്തരത്തിൽ പറഞ്ഞുകൊണ്ടിരിക്കുമെങ്കിലും ഞാൻ അത് അത്ര കാര്യമായി ഗൗനിച്ചില്ല. കൃത്യം നാലു ദിവസം മുമ്പ് നേരം പാതിരയോട് അടുത്ത സമയത്ത് എന്നെ അലറി വിളിച്ചു കൊണ്ടു പറഞ്ഞു.

'അഷരഫീ.. അഷരഫീ... ഒന്നിങ്ങോട്ട് ഓടി വായോ.. ദേ നായ പിന്നെയും വന്നിരിക്കുന്നു. ഞാനതിന്റെ വാലിൽ പിടിച്ചു വച്ചിരിക്കുകയാണ്. വരുമ്പോൾ ഒരു വടിയും കൈയിൽ എടുക്കണം ട്ടോ.'

ഞാൻ ഞെട്ടിയുണർന്ന് ഒരു വടിയും വിളക്കും എടുത്ത് പുറത്തേക്കു വന്നുനോക്കി. ഞാനവിടെ കണ്ടകാഴ്ച പറഞ്ഞാൽ അങ്ങുന്ന് വിശ്വസിക്കുകയില്ല. ഞാൻ ഒരിക്കലും അങ്ങയോടു കള്ളം പറയുകയില്ല എന്ന് അറിയാമല്ലോ. ഒരു സ്ത്രീ മുറിക്കകത്തുനിന്നും ഇറങ്ങി പുറത്തേക്ക് ഓടിപ്പോകുന്നു. ആ കാഴ്ച എന്നെ വല്ലാതെ പരിഭ്രമിച്ചു. അകത്തുകയറി നോക്കിയപ്പോൾ ആമീൻ ബാബു തലയിണ ചുവട്ടിൽ തീപ്പട്ടി തപ്പുന്നതാണ് കണ്ടത്. അദ്ദേഹം എന്നോടു ചോദിച്ചു.

'നീ നായയെ കണ്ടില്ലേ?'

'നായയോ? നായ എവിടെ? അപരിചിതയായ ഒരു സ്ത്രീ ഇറങ്ങിപ്പോകുന്നതാണ് ഞാൻ കണ്ടത്.' ഞാൻ പറഞ്ഞു. ആമീൻ ബാബുവിന് വല്ലാതെ ദേഷ്യംവന്നു. അദ്ദേഹം എന്റെ നേരെ തട്ടിക്കയറി.

'നീ എന്ത് അസംബന്ധമാണ് പറയുന്നത്? എടാ ആൾക്കുരങ്ങേ.. ഈ കൊടുംകാട്ടിൽ പാതിരയ്ക്ക് എങ്ങനെ സ്ത്രീ വരും? ഞാൻ നായയുടെ വാല് പിടിച്ചുവച്ചതാണ്. അതിന്റെ നീണ്ട ചെവി എന്റെ ശരീരത്തിൽ തൊട്ടതാണ്. അത് കട്ടിലിന്റെ താഴെ കിടന്ന് കേ... കേ... എന്ന് കരയുകയും ചെയ്തു. നീ കള്ളുകുടിയും തുടങ്ങി എന്നാണ് തോന്നുന്നത്. അതെന്തായാലും ഞാൻ മേലുദ്യോഗസ്ഥന്മാർക്ക് റിപ്പോർട്ട് കൊടുക്കുന്നുണ്ട്.'

അടുത്ത ദിവസം രാത്രിയിലും ഞാൻ ഉറങ്ങാതെ കാത്തിരുന്നു. രാത്രി ഏറെ വൈകിയപ്പോൾ എന്റെ കണ്ണൊന്ന് അടഞ്ഞു പോയി. അപ്പോഴേക്കും ആമീൻ ബാബുവിന്റെ വിളികേട്ടു. ഞാൻ ഓടിച്ചെന്നു നോക്കിയപ്പോൾ ഒരു സ്ത്രീ ആമീൻ ബാബുവിന്റെ മുറിയുടെ വടക്കുഭാഗത്തെ

കതകിലൂടെ പുറത്തേക്കുകടന്ന് വനത്തിലേക്കു നടന്നു മറയുന്നതാണ് കണ്ടത്. അവൾക്കു പിന്നാലെ ഞാനും വനത്തിലേക്കു പോയി. ഇത്ര പെട്ടെന്ന് എവിടെ പോയി ഒളിക്കും? കണ്ടുപിടിക്കണമല്ലോ. ഞങ്ങൾ കാട് മൊത്തം അളന്നുതിട്ടപ്പെടുത്തുന്നവരല്ലേ? കാട്ടിനകത്തെ ഓരോ മുക്കും മൂലയും ഞങ്ങൾക്ക് വ്യക്തമായി അറിയാം. ഞാൻ ആ വനപ്രദേശം മുഴുവനും അരിച്ചുപെറുക്കി. ഒരു സ്ത്രീ നടന്നുപോയതിന്റെ യാതൊരു അടയാളവും അവിടെ ഒന്നും കാണാൻ സാധിച്ചില്ല. എവിടെയെങ്കിലും കാൽപ്പാടുകളെങ്കിലും പതിഞ്ഞിട്ടുണ്ടോ എന്നറിയാനായി നിലത്തേക്കു വെളിച്ചം അടിച്ചുനോക്കി. അവിടെ ഞങ്ങളുടെ ചെരിപ്പിന്റെ അടയാളം മാത്രം തെളിഞ്ഞു കണ്ടു.

ഈ കാര്യങ്ങളൊന്നും ഞാനന്ന് ആമീൻ ബാബുവിനോടു പറഞ്ഞില്ല. ഈ കൊടുങ്കാട്ടിനുള്ളിൽ ആകെ ഞങ്ങൾ രണ്ടു മനുഷ്യജീവികൾ മാത്രമല്ലേ താമസമുള്ളൂ. ഞാനാകെ പേടിച്ചു വിറച്ചു. ശരീരത്തിലെ രോമങ്ങളെല്ലാം എഴുന്നു നിന്നു. ബോമായി ബുരൂർവനത്തിന് ഒരു ചീത്തപ്പേരുള്ള കാര്യം ഞാൻ കുട്ടിക്കാലം മുതൽ കേട്ടിട്ടുണ്ട്. എന്റെ മുത്തച്ഛനാണ് ഈ കഥ പറയാറുണ്ടായിരുന്നത്. ബോമായിബുരൂർ പർവ്വതത്തിന്റെ മുകളിലായി ഒരു വടവൃക്ഷം തലയുയർത്തി നിൽക്കുന്നതു കണ്ടിട്ടില്ലേ, ഒരിക്കൽ മുത്തച്ഛൻ പൂർണ്ണിയായിൽനിന്നും ഉഴുന്നുവിറ്റ പണവുംകൊണ്ട് നിലാവുള്ള രാത്രിയിൽ കുതിരപ്പുറത്ത് കയറി കാട്ടുവഴിയിലൂടെ സഞ്ചരിക്കുകയായിരുന്നു. വടവൃക്ഷത്തിനു ചുവട്ടിൽ എത്തിയപ്പോൾ കണ്ട കാഴ്ച അദ്ദേഹത്തെ ഞെട്ടിച്ചു. ഒരു കൂട്ടം സുന്ദരികളായ പെൺകിടാങ്ങൾ കൈകോർത്തു പിടിച്ച് ചന്ദ്രികയിൽ നൃത്തം ചെയ്യുന്നു. ഈ പ്രദേശത്ത് അവരെ 'ഡാമാബാനു' എന്നാണ് വിളിക്കുക. ഒരുതരം യക്ഷികളാണ് അവർ. ആൾ പെരുമാറ്റം ഒട്ടും ഇല്ലാത്ത കൊടുംകാട്ടിലാണ് അവരുടെ താമസം. പുരുഷന്മാരെ ഒറ്റയ്ക്കുകണ്ടാൽ അവർ കൊന്നിട്ടു പോകുമത്രേ.

എന്റെ യജമാനനേ, അടുത്തദിവസം രാത്രിയിൽ ഞാൻ ആമീൻ ബാബുവിന്റെ കൂടാരത്തിൽ ഉറങ്ങാതെ കിടന്നു. രാത്രി ഉറങ്ങാതിരുന്ന് ഭൂമി അളന്നതിന്റെ കണക്കുകൾ എല്ലാം എഴുതി തിട്ടപ്പെടുത്തി. വെളുപ്പാൻ കാലമായപ്പോൾ ഒരു മയക്കം വരുന്നപോലെ എനിക്കു തോന്നി. പെട്ടെന്ന് എന്റെ തൊട്ടടുത്തു നിന്ന് എന്തോ ഒരു ശബ്ദം കേട്ടതുപോലെ എനിക്കു തോന്നി. തലയുയർത്തി നോക്കിയപ്പോൾ ആമീൻ ബാബുവിന്റെ കട്ടിലിനടിയിലേക്ക് എന്തോ കയറിപ്പോകുന്നതുപോലെ തോന്നി. തല കുനിച്ച് കട്ടിലിനടിയിലേക്കു നോക്കിയപ്പോൾ അവിടെ കണ്ട കാഴ്ച എന്നെ ഞെട്ടിച്ചു. മങ്ങിയ വെളിച്ചത്തിൽ എനിക്ക് വ്യക്തമായി കാണാൻ സാധിച്ചില്ല. എങ്കിലും അതൊരു പെൺകുട്ടിയാണെന്ന് എനിക്ക് മനസ്സിലായി. ആരോഗ്യവതിയായ ഒരു സ്ത്രീ! എന്റെ മുഖത്തേക്കു നോക്കി ചിരിച്ചുകൊണ്ടിരിക്കുന്നു. അങ്ങയുടെ കാലുതൊട്ടു ഞാൻ സത്യം ചെയ്യാം. യജമാനനേ, ആ പെൺകുട്ടിയുടെ തല നിറയെ നല്ല കറുത്ത

മുടി ഉണ്ടായിരുന്നു. അത് കെട്ടിവച്ചിരിക്കുകയാണ്. അപ്പോഴും മുറിയിൽ റാന്തൽ എരിയുന്നുണ്ടായിരുന്നു. അതിന്റെ വെളിച്ചത്തിലാണ് ഞാൻ കണക്കുകൾ നോക്കിയിരുന്നിരുന്നത്. ഒന്നുകൂടി വ്യക്തമായി നോക്കുന്നതിനു വേണ്ടി ഞാൻ റാന്തൽ കൈയിൽ എടുത്തപ്പോൾ എന്തോ ഒന്ന് കട്ടിലിനു ചുവട്ടിൽനിന്നും പുറത്തേക്ക് ഓടിപ്പോകുന്നതു കണ്ടു. റാന്തലിന്റെ വെളിച്ചത്തിൽ ഞാൻ വ്യക്തമായി തന്നെ കണ്ടു. അതൊരു നായ ആയിരുന്നു. ഒരു വെളുത്ത നായ കറുപ്പിന്റെ ഒരു പൊട്ടുപോലും അതിന്റെ ശരീരത്തിൽ ഇല്ല. ആമീൻ ബാബു ഉണർന്നു. അദ്ദേഹം ചോദിച്ചു. 'എന്താ, എന്താ ശബ്ദം കേട്ടത്?' ഞാൻ പറഞ്ഞു നായയോ കുറുക്കനോ മറ്റോ കടന്നു വന്നതാണ്. ആമീൻ ബാബുവിന് ഉത്കണ്ഠയായി. 'നായയോ എന്തുതരം നായ?' വെളുത്ത നായയാണെന്നു പറഞ്ഞപ്പോൾ ആമീൻ ബാബുവിന്റെ മുഖത്ത് നിരാശ നിഴലിച്ചു. നായ വെളുത്തതോ കറുത്തതോ എന്ന് ബാബു എന്നോടു പിന്നെയും പിന്നെയും ചോദിച്ചുകൊണ്ടിരുന്നു. വെളുത്ത നായ തന്നെ എന്ന് ഞാൻ തറപ്പിച്ചു പറഞ്ഞു.

ഞാൻ അത്ഭുതപ്പെട്ടു പോയി. നായ കറുത്തതായാലും വെളുത്തതായാലും എന്തുവിശേഷമാണുള്ളത്? എനിക്കു മനസ്സിലായില്ല. അദ്ദേഹം പിന്നെയും ഉറങ്ങി. എനിക്ക് ഉറങ്ങാൻ സാധിച്ചില്ല. വല്ലാത്ത ഭയവും അസ്വാസ്ഥ്യവും എന്നെ ബാധിച്ചു. ആ രാത്രി ഒരു പോള കണ്ണടയ്ക്കുവാൻ എനിക്കു സാധിച്ചില്ല. നേരം വെളുത്ത് പകൽവെളിച്ചം പരന്നപ്പോൾ ഞാൻ കട്ടിലിനടിയിൽ നല്ലതുപോലെ നോക്കി. അവിടെ ഒരു കെട്ട് തലമുടി കിടക്കുന്നുണ്ടായിരുന്നു. നല്ല കറുത്ത് മിനുസ്സമുള്ള മുടി. ഒരിക്കലും നായയുടെ ശരീരത്തിൽ അതും വെളുത്ത നായയുടെ ശരീരത്തിൽ. അങ്ങനെ കറുത്ത രോമം ഉണ്ടാവുകയില്ല. ഇത് ഈ കഴിഞ്ഞ ഞായറാഴ്ച നടന്ന സംഭവമാണ്. മൂന്നുനാല് ദിവസമായി. അന്നു മുതൽ ആമീൻ ബാബു ഉന്മാദാവസ്ഥയിൽ ആണ്. അടുത്ത ഇര ഞാനാവില്ലേ എന്ന ഭയമാണ് എനിക്ക്."

തീർത്തും അസംഭാവ്യങ്ങളായ കാര്യങ്ങളാണ് അയാൾ പറയുന്നത് എന്നെനിക്കു തോന്നി. തലമുടി കൈയിലെടുത്തു പരിശോധിച്ചിട്ടും എനിക്കൊന്നും മനസ്സിലായില്ല. അതൊരു സ്ത്രീയുടെ തലമുടിയാണ് എന്ന കാര്യത്തിൽ എനിക്കൊരു സംശയവും ഇല്ലായിരുന്നു. അഷരഫി ടിണ്ഡൽ ഒരു മര്യാദക്കാരനായ യുവാവാണ്. അയാൾ ലഹരി പദാർത്ഥങ്ങൾ ഒന്നും ഉപയോഗിക്കുകയില്ല എന്ന കാര്യം എല്ലാവർക്കും ഉറപ്പാണ്. ജനവാസമില്ലാത്ത മൈതാനത്തിന്റെയും കാടിന്റെയും ഇടയിലാണ് ഇവരുടെ കൂടാരം. ഇവിടെനിന്നും ഏറ്റവും അടുത്ത ജനവാസപ്രദേശം ലബ്ടുലിയ ആണ്. അത് ആറുനാഴിക അകലെയാണ്. ആറു നാഴിക താണ്ടി പാതിരയ്ക്ക് ഒരു പെൺകുട്ടി എങ്ങനെ ഇവിടെ എത്തും? അതും അർദ്ധരാത്രിയിൽ? സന്ധ്യമയങ്ങി കഴിഞ്ഞാൽ പുലിയും കാട്ടുപന്നിയും ഇറങ്ങി നടക്കുന്ന വഴികളാണ്. ഒരു മനുഷ്യജീവി ഇതിലെ വഴി നടക്കാൻ തയ്യാറാവില്ല.

അഷരഫി പറഞ്ഞകാര്യങ്ങൾ സത്യമാണെങ്കിൽ ഇത് അത്യന്തം നിഗൂഢമായ ഒരു കാര്യമാണ്. പാണ്ഡവന്മാർ പോലും ഉപേക്ഷിച്ചതാണ് ഈ വനം. അത്രയ്ക്കു വിജനമാണ് ഈ പ്രദേശം. ഇവിടേക്കുള്ള വഴി ഈ ഇരുപതാം നൂറ്റാണ്ടിൽ അന്വേഷിച്ചാൽ പോലും കണ്ടെത്താനാവാവില്ല.

ആ പ്രദേശത്തെ രണ്ടു കൂടാരങ്ങളും ഇളക്കിയെടുത്ത് ആമീൻ രാമചന്ദ്രനേയും അഷരഫിയേയും എന്റെ ഓഫീസിലേക്ക് കൂട്ടിക്കൊണ്ടുപോന്നു. ഓരോദിവസം ചെല്ലുംതോറും രാമചന്ദ്രന്റെ സ്ഥിതി കൂടുതൽ കൂടുതൽ മോശമായി വന്നു. ക്രമേണ അയാൾ മുഴുഭ്രാന്തനെപ്പോലെ ആയി. രാത്രിയിൽ ഉച്ചത്തിൽ നിലവിളിക്കും പാട്ടുപാടും. അവസാനം ഡോക്ടറെ കൊണ്ടുവന്നു പരിശോധിച്ചു. എന്തു ചെയ്തിട്ടും രോഗാവസ്ഥയ്ക്ക് ഒരു മാറ്റവും ഉണ്ടായില്ല. അവസാനം അയാളുടെ സഹോദരൻ വന്ന് വീട്ടിലേക്കു കൂട്ടിക്കൊണ്ടുപോയി.

ഈ കാര്യങ്ങൾക്ക് ഒരു പര്യവസാനം ഉണ്ട്. അത് ഏഴെട്ടു മാസങ്ങൾക്കു ശേഷമാണ് സംഭവിച്ചത്. എങ്കിലും ഇപ്പോൾ തന്നെ ഞാൻ അതിനെക്കുറിച്ച് ഇവിടെ പ്രതിപാദിക്കുന്നു.

ഈ സംഭവം നടന്ന് കുറച്ചു മാസങ്ങൾക്കുശേഷം രണ്ടുപേർ എന്നെ കാണാൻ വന്നു. ഒന്ന് പത്തറുപത്തഞ്ചു വയസ്സുപ്രായം തോന്നിക്കുന്ന ഒരു വൃദ്ധൻ. മറ്റത് അയാളുടെ മകൻ. ഇരുപതോ ഇരുപത്തിരണ്ടോ വയസ്സു കാണും. അവരുടെ വീട് ബാലിയാ ജില്ലയിലാണ്. അവരുടെ മാടുകൾക്കു മേയാൻ സ്ഥലം അനുവദിച്ചു കൊടുക്കുമോ എന്ന് അറിയാനാണ് അവർ വന്നിരിക്കുന്നത്. ഞങ്ങളുടെ അധീനതയിലുള്ള വനം ഭൂമിയിൽ കരം തന്ന് അവർക്ക് മേച്ചിൽ സ്ഥലങ്ങൾ അനുവദിച്ചുകൊടുക്കണം. ബാക്കിയുള്ള മേച്ചിൽ സ്ഥലങ്ങൾ എല്ലാം തന്നെ ഓരോരുത്തരായി വീതിച്ചെടുത്തു കഴിഞ്ഞിരുന്നു. ബോമായി ബുരൂർ വനം മാത്രം ആരും ഏറ്റെടുത്തിട്ടുണ്ടായിരുന്നില്ല. അത് അവർക്ക് പാട്ടത്തിനു കൊടുക്കാനുള്ള ഏർപ്പാടുകൾ ചെയ്തു. സ്ഥലം കണ്ട് വൃദ്ധനും മകനും തൃപ്തരായി.

"എത്ര വലിയ പുല്ല്! വളരെ നല്ല വനപ്രദേശം! അങ്ങ് ദയ കാണിച്ചില്ലെങ്കിൽ ഞങ്ങൾക്ക് അത് ലഭിക്കുകയില്ലായിരുന്നു."

അപ്പോൾ രാമചന്ദ്രന്റെയും അഷരഫിയുടെയും കാര്യം ഞാൻ ഓർത്തില്ല. ഓർത്തിരുന്നെങ്കിലും ആ കാര്യം വൃദ്ധനോടു പറയുകയില്ലായിരുന്നു. രാമചന്ദ്രന്റെ സംഭവം കഴിഞ്ഞശേഷം ആ പ്രദേശത്തുള്ള ആരും തന്നെ ആ സ്ഥലം പാട്ടത്തിനെടുക്കാൻ മുതിരുകയുണ്ടായില്ല. ജമീന്ദാർക്ക് നഷ്ടം വരരുത് എന്ന ചിന്തയായിരുന്നു എന്റെ മനസ്സു നിറയെ.

ഏതാണ്ട് ഒരു മാസം കഴിഞ്ഞപ്പോൾ വൃദ്ധൻ എന്റെ ഓഫീസിലേക്കു വന്നു. അയാൾ വല്ലാതെ കോപാകുലനായിരുന്നു. അയാളുടെ പുറകിൽ മകൻ നില്പുണ്ട്.

"എന്താ കാര്യം?" ഞാൻ ചോദിച്ചു.

വൃദ്ധൻ കോപംകൊണ്ടു വിറയ്ക്കുകയായിരുന്നു.

"ഈ കുരങ്ങനെ യജമാനനെ കാണിക്കാൻ കൊണ്ടുവന്നതാണ്. അങ്ങ് കാലിലെ ചെരിപ്പൂരി ഇവന് ഇരുപത്തഞ്ച് അടി കൊടുക്കൂ. ഇവനെ ഒന്ന് അടക്കണമല്ലോ."

"എന്താ കാര്യം?"

"യജമാനനോടു പറയാൻ തന്നെ എനിക്ക് നാണമാകുന്നു. ഇവൻ ഈ കുരങ്ങൻ, ഇവിടെ വന്നതോടെ തലതിരിഞ്ഞുപോയി. അഞ്ചെട്ടു ദിവസമായി ഇവനെ ഞാൻ ശ്രദ്ധിക്കുന്നു. അയ്യോ ആ കാര്യം ഞാൻ എങ്ങനെ പറയും?

അങ്ങയോടു പറയാൻ എനിക്കു ലജ്ജ തോന്നുന്നു. ഞങ്ങളുടെ കുടിലിൽനിന്നും എപ്പോഴും പെൺകുട്ടികൾ പുറത്തേക്ക് ഇറങ്ങിപോകുന്നതു കാണാം. പുല്ലുമേഞ്ഞ ആ കൊച്ചുകുടിലിലാണ് ഞങ്ങൾ രണ്ടുപേരും കിടക്കുന്നത്. എന്റെ കണ്ണിൽ പൊടിയിടുക എന്നത് അത്ര എളുപ്പമുള്ള കാര്യമല്ല. ഞാനവനോടു കാര്യമെന്താണെന്ന് അന്വേഷിച്ചു. അവൻ എന്റെ മുന്നിൽ ശരിക്കും അഭിനയിക്കുകയായിരുന്നു. അവന് യാതൊന്നും അറിയുകയില്ലത്രേ. ഞാനിവനെ പൊതിരെ തല്ലി. എന്റെ കൺമുന്നിൽ വച്ച് ചെറുക്കൻ തെമ്മാടിയായി പോകാൻ പാടില്ലല്ലോ. അതിനുശേഷവും അതുതന്നെ തുടരുന്നു. മിനിയാന്നു രാത്രിയിൽപോലും... അതുകൊണ്ടാണ് ഞാനിവനെ ഇങ്ങോട്ടുകൂട്ടിക്കൊണ്ടുപോന്നത്. യജമാനൻ ഇവനെ ശരിക്കൊന്നു ശാസിക്കണം."

രാമചന്ദ്ര ആമീന്റെ കഥകൾ അപ്പോഴാണ് എനിക്ക് ഓർമ്മ വന്നത്. ഞാൻ ചോദിച്ചു.

"എത്ര രാത്രികളിൽ കണ്ടു? ഏതാണ്ട് എത്ര മണി സമയത്ത്?"

"മിക്കവാറും രാത്രിയുടെ അവസാനയാമത്തിലാണ് നേരം വെളുക്കാൻ അല്പസമയം മാത്രം ബാക്കിയുള്ളപ്പോൾ ആണ് യജമാനനേ."

"നീ ശരിക്കും കണ്ടുവോ? പെൺകുട്ടി തന്നെ ആണോ?"

"എന്റെ യജമാനനേ... എന്റെ കണ്ണിന്റെ കാഴ്ചയ്ക്ക് യാതൊരു കുഴപ്പവും ഇല്ല. തീർച്ചയായിട്ടും അത് പെൺകുട്ടിതന്നെയാണ്. പ്രായം തീരെ കുറവാണ്. ചില സമയത്ത് വെളുത്തസാരി. ചില സമയത്ത് കറുത്തതാകും. അത്യപൂർവ്വമായി മാത്രം കറുത്തവസ്ത്രത്തിൽ. ഒരു ദിവസം അവൾ പുറത്തേക്കു കടന്നപ്പോൾ ഞാനും പിന്നാലെ ചെന്നു. കാശവനത്തിലേക്കു പോയ അവൾ അവിടെനിന്നും പൊടുന്നനവേ അപ്രത്യക്ഷയായി. എങ്ങോട്ടുപോയി എന്നറിയില്ല. ഞാൻ തിരിച്ചുവന്നു നോക്കുമ്പോൾ ഇവൻ നല്ല ഉറക്കത്തിലെന്നപോലെ കിടക്കുന്നു. ഞാൻ വിളിച്ചപ്പോൾ പരിഭ്രമിച്ച് എഴുന്നേറ്റു. അവന്റെ ഈ രോഗത്തിന് ഈ ഓഫീസിലല്ലാതെ മരുന്നില്ല എന്ന് എനിക്ക് അറിയാം. അതുകൊണ്ടാണ് ഞാനിവനെ താങ്കളുടെ അടുത്തേക്ക് കൊണ്ടുവന്നത്."

അവനെ രഹസ്യമായി വിളിച്ചുകൊണ്ടു പോയി ചോദിച്ചു.

"ഇതെന്തെല്ലാമാണ് നിന്നെക്കുറിച്ച് കേൾക്കുന്നത്?" അവൻ എന്റെ കാലിൽ കെട്ടിപ്പിടിച്ചുകരഞ്ഞു. "യജമാനനേ... അങ്ങ് ഞാൻ പറയുന്നത് കേൾക്കണം. ഈ പറഞ്ഞ കാര്യങ്ങളെക്കുറിച്ച് യാതൊന്നും എനിക്കറിയില്ല. പകൽ സമയം മുഴുവൻ ഞാൻ വനത്തിൽ കന്നുകാലികളെ മേച്ചു കൊണ്ട് നടക്കുകയാണ്. രാത്രിയിലാകട്ടെ, പോത്തുപോലെ കിടന്നുറങ്ങുന്നു. മുറിക്കകത്ത് തീപിടിച്ചാൽ പോലും ഞാൻ അറിയുകയില്ല."

"ആരെങ്കിലും ആ മുറിയിലേക്കു കടന്നു വരുന്നത് എപ്പോഴെങ്കിലും നീ കണ്ടിട്ടുണ്ടോ?"

"ഇല്ല. ഉറങ്ങി കഴിഞ്ഞാൽ പിന്നെ ഞാൻ ഒന്നും അറിയില്ല."

പിന്നീട് ഈ വിഷയത്തെക്കുറിച്ച് കൂടുതൽ സംസാരിക്കുകയുണ്ടായില്ല. ഞാനവനെ ഒറ്റയ്ക്കു വിളിച്ച് വേണ്ടതുപോലെ ഉപദേശിക്കുകയും ശാസിക്കുകയും ചെയ്തിട്ടുണ്ടെന്നു കരുതി വൃദ്ധൻ സന്തോഷത്തോടെയും സമാധാനത്തോടെയും തിരിച്ചുപോയി. രണ്ടാഴ്ചയ്ക്കുശേഷം ഒരു ദിവസം ആ പയ്യൻ എന്നെ കാണാൻ വന്നു.

"യജമാനനേ, അങ്ങയോട് ഒരു കാര്യം പറയാനുണ്ട്.

ഞാൻ അച്ഛനോടൊപ്പം വന്നപ്പോൾ ആരെങ്കിലും അകത്തേക്ക് വരുന്നത് കണ്ടുവോ എന്ന്."

"എന്തുകൊണ്ടാണ് എന്നോട് അങ്ങനെയൊരു ചോദ്യം ചോദിച്ചത്?

എന്താ കാര്യം പറയൂ."

"യജമാനനേ. ഈയിടെയായി ഞാൻ രാത്രി ഗാഢമായി ഉറങ്ങാറില്ല. അച്ഛൻ എന്തെങ്കിലും ചെയ്യുന്നുണ്ടോ എന്ന സംശയം എനിക്ക് ഉണ്ടായിരുന്നു. എന്തായാലും ഞാൻ രാത്രിയിൽ കൂടുതൽ ശ്രദ്ധിക്കുവാൻ തുടങ്ങി. കുറച്ചുദിവസമായി ഞാനും ഒരു കാര്യം കാണുന്നുണ്ട്. അർദ്ധരാത്രി ആയാൽ ഒരു വെളുത്തനായ എവിടെ നിന്ന് എന്നറിയില്ല അങ്ങോട്ടു വരുന്നുണ്ട്. ഞാൻ നോക്കുമ്പോൾ അത് കിടക്കയുടെ സമീപത്ത് എവിടെയെങ്കിലും ഇരിക്കുന്നുണ്ടാകും. ഞാൻ ഉണർന്ന് ശബ്ദമുണ്ടാകുമ്പോൾ അത് ഓടിപ്പോകും. ഏറെ ദിവസം ഞാൻ ആ നായയെ കണ്ടിട്ടുണ്ട്. ഇന്നലെ രാത്രിയിൽ ഒരു സംഭവമുണ്ടായി. ഈ കാര്യം അച്ഛൻ അറിഞ്ഞിട്ടില്ല. അങ്ങയോടു രഹസ്യമായി അതുപറയാനാണ് ഞാൻ ഇപ്പോൾ ഇങ്ങോട്ടുവന്നത്. ഇന്നലെ രാത്രിയിൽ ഞാൻ ഉറക്കം ഉണർന്നു നോക്കുമ്പോൾ നായ അവിടെ ഇരിപ്പുണ്ട്. അത് എപ്പോഴാണ് അവിടേക്കു വന്നതെന്ന് എനിക്കറിയില്ല. ഞാൻ ഉണർന്നതും അതു പുറത്തുപോയതും ഒരുമിച്ചായിരുന്നു. നായപോകുന്നതു ഞാൻ ജനലിലൂടെ നോക്കിയപ്പോൾ ഒരു പെൺകുട്ടി കാട്ടിലേക്കു നടന്നു മറയുന്നതാണു കണ്ടത്. ഞാൻ പുറത്തിറങ്ങി നോക്കിയപ്പോൾ ആരെയും കണ്ടതും ഇല്ല. ഈ കാര്യം ഞാൻ അച്ഛനെ അറിയിച്ചില്ല. ഇതെന്താണെന്നു മനസ്സിലാകുന്നില്ലല്ലോ യജമാനനേ."

"ഏയ് ചിലപ്പോൾ നിന്റെ തോന്നലായിരിക്കും." ഞാൻ ആശ്വസിപ്പിച്ചു.

അവിടെ കഴിയാൻ ഭയമുണ്ടെങ്കിൽ ഓഫീസിൽ വന്ന് രാത്രി കിടന്നുറങ്ങാം. എന്നു ഞാൻ പറഞ്ഞത് അവന്റെ അഭിമാനത്തിനു ക്ഷതമേൽപ്പിച്ചതുപോലെ തോന്നി. അവൻ പോയെങ്കിലും എന്റെ സമാധാനം നഷ്ടപ്പെട്ടു. ഇനി ഇങ്ങനെ എന്തെങ്കിലും കേട്ടാൽ രണ്ടുശിപായിമാരെ രാത്രി കിടക്കാൻ അങ്ങോട്ടയയ്ക്കണമെന്ന് തീരുമാനിച്ചു.

ഒട്ടും വിചാരിക്കാതെ സമയത്താണ് ആപത്ത് സംഭവിച്ചത്. മൂന്നുദിവസം കഴിഞ്ഞപ്പോൾ അതിരാവിലെ എന്നെ തേടി ഒരു വിവരം വന്നു. തലേന്നു രാത്രി ബൊമായിബുരൂർ വനത്തിലെ വൃദ്ധന്റെ മകൻ മരിച്ചു!!!

കുതിരപ്പുറത്തു കയറി ഞങ്ങൾ ഉടനെ അവിടേക്കു പോയി. കുടിലിനു പുറകിലെ കാശവനത്തിൽ ആ പയ്യന്റെ മൃതദേഹം കിടക്കുന്നത് ഞങ്ങൾ കണ്ടു. മുഖത്ത് പേടിച്ച ഭാവം! ഭയപ്പെടുത്തുന്ന എന്തോ കണ്ടതിന്റെ ആഘാതത്തിലാകാം, അവൻ മരിച്ചത്.

വൃദ്ധൻ കാര്യങ്ങൾ വിശദീകരിച്ചു. രാത്രി എഴുന്നേറ്റപ്പോൾ മകനെ കണ്ടില്ല. ഉടനെ റാന്തലെടുത്ത് അന്വേഷിക്കുവാൻ ഇറങ്ങി. നേരം വെളുക്കുന്നതിനു മുമ്പു കണ്ടത് അവന്റെ മൃതദേഹമായിരുന്നു. അവന്റെ ശരീരത്തിനു സമീപം വിളക്കും വടിയും കിടപ്പുണ്ടായിരുന്നു. എന്തിന്റെ പുറകെയാണ് അവൻ പോയതെന്ന് മനസ്സിലായില്ല. നനഞ്ഞ മണ്ണിൽ മകന്റെ കാലടിപ്പാടുകൾ മാത്രമേ പതിഞ്ഞിട്ടുള്ളൂ. മറ്റൊന്നിന്റെയും കാല്പ്പാടുകൾ കണ്ടില്ല. ഏതെങ്കിലും വിധത്തിൽ അക്രമം നേരിട്ടതിന്റെ അടയാളമൊന്നും അവന്റെ ശരീരത്തിലും ഉണ്ടായിരുന്നില്ല.

ബോമാബുരൂർ കാട്ടിലെ ഈ നിഗൂഢതയെക്കുറിച്ച് ഒരു തീരുമാനത്തിലെത്താൻ സാധിച്ചില്ല. ഞങ്ങൾ തിരികെ പോന്നു. ഈ സംഭവം എല്ലാവരെയും ഭയപ്പെടുത്തി. എപ്പോൾ വേണമെങ്കിലും ആപത്തിൽ പെടാം എന്ന ചിന്ത എല്ലാവരിലും രൂഢമൂലമായി. സന്ധ്യ കഴിഞ്ഞാൽ ആരും വനത്തിലേക്കു പോകാതായി.

കുറേ ദിവസത്തേക്ക് ഒറ്റയ്ക്കിരിക്കുമ്പോൾ അജ്ഞാതമായ ഒരു ഭയം എന്നെ പിടികൂടുന്നതുപോലെ ഒരു തോന്നൽ ഉണ്ടായി. സകലതും ഉപേക്ഷിച്ച് കൊൽക്കത്തെയ്ക്ക് തിരികെപ്പോയാലോ എന്ന് പലപ്പോഴും ചിന്തിച്ചു. ഇത്തരം പ്രദേശങ്ങളെ വിശ്വസിക്കുവാൻ കൊള്ളില്ല. ഇത്തരം സ്ഥലങ്ങൾ മനുഷ്യവാസയോഗ്യമല്ലേ? രാത്രിയുടെ റാണിമാരായ രാക്ഷസികളും യക്ഷികളും മനുഷ്യരെ മയക്കിക്കൊണ്ടു പോയി കൊന്ന് രസിക്കുന്നു. ശരീരമില്ലാത്ത ഇവരുടെ സാമ്രാജ്യമാണ് ഇത്. അവർ മാത്രമേ ഇവിടെ ജീവിക്കുവാൻ പാടുള്ളൂ എന്നായിരിക്കാം. ഇവരുടെ അധികാര പരിധിയിലേക്ക് മനുഷ്യർ കടന്നുകയറുന്നത് അവർക്ക് ഇഷ്ടമല്ലാത്തതുകൊണ്ട് തക്കം കിട്ടുമ്പോഴെല്ലാം അവർ ഇത്തരം രീതികളിൽ പ്രതികാരം ചെയ്തുകൊണ്ടിരിക്കും.

2

രാജു പാണ്ഡേ എന്ന യുവാവിനെ ആദ്യമായി പരിചയപ്പെട്ട ദിവസം ഞാൻ ഇന്നും വ്യക്തമായി ഓർക്കുന്നുണ്ട്. ഞാൻ എന്റെ ഓഫീസിൽ ജോലിയിൽ വ്യാപൃതനായിരിക്കുകയായിരുന്നു. വെളുത്ത സുമുഖനായ ഒരു ആഢ്യബ്രാഹ്മണൻ എന്റെ മുന്നിൽവന്ന് നിന്ന് അഭിവാദനം ചെയ്തു. അമ്പതിനോടടുത്ത പ്രായം ഉണ്ടെങ്കിലും അത്രയൊന്നും തോന്നില്ല. അയാളുടേതു പോലുള്ള ആരോഗ്യമുള്ള ശരീരം ബംഗാളിലെ യുവാക്കളിൽ പോലും കാണുകയില്ല. നെറ്റിയിൽ നീണ്ട കുറി തൊട്ടിട്ടുണ്ട്. വെളുത്ത അംഗവസ്ത്രംകൊണ്ട് പുതച്ചിരിക്കുന്നു. കൈയിൽ ഒരു ചെറിയ സഞ്ചിയുണ്ട്.

എന്റെ ചോദ്യത്തിന് ഉത്തരമായി അയാൾ പറഞ്ഞു.

“ഞാൻ വളരെ ദൂരെനിന്നും വരുകയാണ്. ഇവിടെ കുറച്ച് ഭൂമി കിട്ടുകയാണെങ്കിൽ കൃഷി ചെയ്ത് ജീവിക്കാമായിരുന്നു. പാട്ടം തരാനുള്ള സാമ്പത്തികസ്ഥിതി ഒന്നും എനിക്കില്ല. പകുതി പാട്ടത്തിനെങ്കിലും കുറച്ചുകൂടി കിട്ടിയാൽ ഉപകാരമായിരിക്കും.”

മനുഷ്യന്മാർ പലതരത്തിലുള്ളവരാണ്. ചില ആളുകൾക്ക് അവനവനെക്കുറിച്ച് അധികമൊന്നും പറയാൻ അറിയുകയില്ല. എന്നാൽ അവർ പാവങ്ങളാണെന്ന കാര്യം അവരുടെ മുഖം വിളിച്ചുപറയും. രാജു പാണ്ഡെയെ കണ്ടപ്പോൾ എനിക്ക് അങ്ങനെ തോന്നി. ധരംപൂർ പർഗാനയിൽനിന്ന് വളരെ അധികം ദൂരം നടന്നാണ് അയാൾ വന്നിരിക്കുന്നത്. കുറച്ചുഭൂമി ലഭിക്കും എന്ന പ്രതീക്ഷയിലാണ് അയാൾ. അതു ലഭിച്ചില്ലെങ്കിൽ യാതൊരു പരാതിയും പറയാതെ തിരിച്ചുപോകും. എന്നാൽ വളരെ വലിയ നിരാശയോടെ ആകും അയാൾ പോകുക.

ലബ്ടുലിയ ബയിഹാറിന്റെ വടക്കുഭാഗത്തായി കൊടുംകാടിന്റെ മദ്ധ്യത്തിലായി രണ്ടു ബീഘ നിലം രാജുവിനു പതിച്ചുകൊടുക്കാൻ വേണ്ട ഏർപ്പാടുകൾ ചെയ്തു. വലിയ പാട്ടമൊന്നും നിശ്ചയിച്ചില്ല. ആ പ്രദേശത്തെ കാട് വെട്ടിത്തെളിയിച്ച് അയാൾക്ക് അവിടെ കൃഷി ഇറക്കാം. ആദ്യത്തെ രണ്ടുവർഷം യാതൊന്നുംതന്നെ കൊടുക്കേണ്ടതില്ല. എന്നാൽ മൂന്നാമത്തെ വർഷം മുതൽ ഒരു ബീഘയ്ക്ക് നാലണ വച്ച് കരം അടയ്ക്കേണ്ടതാണ് എന്നും പറഞ്ഞേൽപ്പിച്ചു. ആ സമയത്തൊന്നും ഒരു വിചിത്ര മനുഷ്യന്റെ കൈയിലാണ് ഞാൻ ഭൂമി കൊടുത്തത് എന്ന് മനസ്സിലാക്കാൻ സാധിച്ചില്ല.

രാജു പാണ്ഡെ എന്നെ കാണാൻ വന്നത് ഭാദ്രമാസത്തിലോ അശ്വനി മാസത്തിലോ ആണെന്നു തോന്നുന്നു. ഭൂമി പതിച്ചു കിട്ടിയതോടെ അയാൾ അവിടെനിന്നും വേഗം പോകുകയും ചെയ്തു. രാജുവിന് ഭൂമി കൊടുത്ത കാര്യം ജോലിത്തിരക്കിനിടയിൽ ഞാൻ മറന്നുപോയി. ഒരു വർഷത്തിനുശേഷം മഞ്ഞുകാലത്തിന്റെ അവസാനത്തിൽ ഒരുദിവസം

ലബ്ടുലിയാ ഓഫീസിൽനിന്നും തിരിച്ചു പോരുന്ന വഴി, മരത്തണലിൽ ആരോ ഒരാൾ ഇരുന്ന് പുസ്തകം വായിക്കുന്നതു കണ്ടു. എന്നെ കണ്ട ഉടനെ അയാൾ പുസ്തകം അടച്ചുവച്ച് എഴുന്നേറ്റുനിന്നു. എനിക്ക് ആളെ മനസ്സിലായി. രാജു പാണ്ഡേ ഭൂമി ലഭിച്ച ശേഷം ഒരിക്കൽപ്പോലും ഓഫീസിലേക്കു വരിക ഉണ്ടായിട്ടില്ല. അതിന്റെ അർത്ഥം എന്താണെന്ന് ഞാൻ ചോദിച്ചു.

"എന്താ രാജു പാണ്ഡേ, നിങ്ങൾ ഇവിടെത്തന്നെ ഉണ്ടായിരുന്നോ, നിങ്ങൾ ഭൂമിയെല്ലാം ഉപേക്ഷിച്ച് തിരിച്ചു പോയിക്കാണും എന്നാണ് കരുതിയത്. എന്താ കൃഷി ചെയ്യുന്നൊന്നും ഇല്ലേ?"

രാജുവിന്റെ മുഖം ഭയംകൊണ്ട് വിളറി. എന്തു പറയണമെന്നറിയാതെ അയാൾ വാക്കുകൾക്കു പരതി.

"യജമാനനേ... അത്... കൃഷി... ഇത്തവണ... യജമാനനേ.."

എനിക്ക് കോപം നിയന്ത്രിക്കാൻ സാധിച്ചില്ല. പഞ്ചാരവാക്കുകൾ പറഞ്ഞ് മനുഷ്യരെ പറ്റിക്കുവാൻ ഇവരെല്ലാം മിടുക്കന്മാരാണ്.

"ഒന്നരവർഷമായിട്ട് നിങ്ങൾ ഓഫീസിലേക്ക് ഒന്നു കടന്നതേയില്ലല്ലോ. ഓഫീസിനെ കബളിപ്പിച്ച് വിളവെല്ലാം സ്വന്തം വീട്ടിൽ കൊണ്ടുപോയി നിറയ്ക്കുകയാണോ? പാട്ടം തരേണ്ട കാര്യം നിങ്ങൾ മറന്നുപോയോ? എത്രയാണ് തരേണ്ടതെന്ന് ഓർമ്മയുണ്ടോ?"

വിസ്മയത്തോടെ രാജു കണ്ണുകൾ തുറുപ്പിച്ച് എന്റെ നേരെ നോക്കി ആശ്ചര്യത്തോടെ പറഞ്ഞു.

"വിളവോ അങ്ങുന്നേ, എന്നാൽ പാട്ടം തരണമെന്ന കാര്യം ഞാൻ ചിന്തിച്ചതേയില്ല. ചീനപ്പുല്ലിന്റെ ധാന്യം. ഇങ്ങനെ ഒരു കാര്യം എന്റെ മനസ്സിൽ ഉദിച്ചതേയില്ല..."

അയാൾ പറയുന്നത് എനിക്ക് വിശ്വാസമായില്ല. ഞാൻ ചോദിച്ചു.

"ഈ ആറുമാസം താൻ ചീനപ്പുല്ലരി മാത്രം തിന്നു ജീവിക്കുകയായിരുന്നോ? മറ്റു കൃഷികൾ ഒന്നും ചെയ്യുന്നില്ലേ. എന്താ, നിങ്ങൾ ചോളം കൃഷിചെയ്യാത്തത്?"

"ഇല്ല. യജമാനനേ, ഈ കൊടുങ്കാട് എന്നെക്കൊണ്ട്, ഒറ്റയ്ക്കു വെട്ടിത്തെളിക്കുവാൻ സാധിക്കുന്നില്ല. പതിനഞ്ചു 'കാഠാ'നിലം വളരെ പ്രയാസപ്പെട്ടാണ് ഞാൻ വെട്ടിത്തെളിച്ച് എടുത്തത്. യജമാനൻ എന്നോടൊപ്പം വന്ന് എന്റെ കൃഷിസ്ഥലം കണ്ടാലും!"

ഞാൻ രാജുവിന്റെ പിന്നാലെ പോയി. കൊടുംകാട്ടിലൂടെ കുതിരയെ നടത്തിച്ചുകൊണ്ടു പോകാൻ വളരെ ബുദ്ധിമുട്ടേണ്ടി വന്നു. കുറച്ചുദൂരം ബുദ്ധിമുട്ടി നടന്നപ്പോൾ ഒരു ബീഘയിൽ അധികം സ്ഥലം വൃത്തിയാക്കിയെടുത്തിടത്ത് എത്തി. അവിടെ കാട്ടുപുല്ല് മേഞ്ഞ, ഉയരം കുറഞ്ഞ രണ്ട് ചെറിയ കുടിലുകൾ കണ്ടു. ഒരു കുടിലിൽ രാജു താമസിക്കുന്നു. മറ്റതിൽ വിളവുകൾ ശേഖരിച്ചുവച്ചിരിക്കുന്നു. വിളവ് ഒരു ചാക്കിൽ പോലും അല്ല വച്ചിരിക്കുന്നത്. വെറും നിലത്താണ് അതെല്ലാം കൂട്ടിവച്ചിരിക്കുന്നത്.

“രാജൂ, നീ ഇത്ര വലിയ മടിയനാണെന്ന് എനിക്ക് അറിയില്ലായിരുന്നു. ഒന്നരവർഷംകൊണ്ട് രണ്ടു ബീഘ നിലം വെട്ടിത്തെളിയിച്ച് വൃത്തിയാക്കാൻ നിങ്ങൾക്കു സാധിച്ചില്ലല്ലോ!”

“സമയം തീരെ ഇല്ല യജമാനനേ..” രാജു ഭയത്തോടെ പറഞ്ഞു.

“സമയമില്ലെന്നോ? പകൽ സമയം മുഴുവൻ നിങ്ങൾ എന്തുചെയ്യുന്നു.”

രാജു ലജ്ജകൊണ്ടു തലകുനിച്ച് ഒന്നും മിണ്ടാതെ നിന്നു. അയാളുടെ കുടിലിൽ സാധനങ്ങൾ എന്നുപറയാൻ ഒന്നുംതന്നെ ഉണ്ടായിരുന്നില്ല. ഒരു ലോട്ട ഒഴികെ മറ്റു ലോഹപാത്രങ്ങൾ യാതൊന്നും തന്നെ കണ്ടില്ല ലോട്ട വലിപ്പമുള്ളതുകൊണ്ട് അതിൽ തന്നെ അരിവേവിക്കുന്നു. ചീനപ്പുല്ലരിയാണ് ഇങ്ങനെ വേവിക്കുന്നത്. സാലവൃക്ഷത്തിന്റെ ഇലയിൽ അത് വിളമ്പി കഴിക്കുന്നു. അപ്പോൾ പിന്നെ കൂടുതൽ പാത്രങ്ങളുടെ ആവശ്യമൊന്നും ഇല്ലല്ലോ. അടുത്തുള്ള ജലാശയത്തിൽനിന്നും വെള്ളം എടുക്കുവാൻ സാധിക്കുന്നു. പിന്നെ എന്തുവേണം?

രാജുവിന്റെ കുടിലിന്റെ ഒരു വശത്ത് സിന്ദൂരം തൊടുവിച്ച രാധാകൃഷ്ണവിഗ്രഹം ഇരിക്കുന്നതു കണ്ടു. രാജു ഒരു ഭക്തനാണെന്ന് എനിക്ക് മനസ്സിലായി. ചെറിയ കല്ലുകൾകൊണ്ട് ഉണ്ടാക്കിയ തറയിൽ കാട്ടുപൂക്കൾകൊണ്ട് അലങ്കരിച്ച വിഗ്രഹം വച്ചിരിക്കുന്നു. അടുത്തായി രണ്ടു പുസ്തകം! പകൽ മുഴുവനും പൂജയും ജപവും പാരായണവും എല്ലാമായി കഴിയുന്നതുകൊണ്ടായിരിക്കും സമയമില്ല എന്നുപറയുന്നത്. ഇങ്ങനെ ഒരാൾക്ക് കൃഷി ചെയ്യാൻ എവിടെയാണ് സമയം?

രാജുവിന്റെ സ്വഭാവത്തിന്റെ ഒരേകദേശ സ്വഭാവം എനിക്കു പിടികിട്ടി.

രാജു പാണ്ഡേക്കു ഹിന്ദി എഴുതാനും വായിക്കുവാനും അറിയാം. കുറച്ചു സംസ്കൃതവും വശമുണ്ട്. മുഴുവൻ സമയ വായനയൊന്നുമില്ല. ഇടയ്ക്ക് ഒരു ഹിന്ദി പുസ്തകം കൈയിൽ എടുത്ത് വൃക്ഷത്തണലിൽ കുറെ സമയം ഇരിക്കും. ദൂരെയുള്ള പർവ്വതത്തിനു നേരെ നോക്കി ഇരിക്കുകയായിരിക്കും അധികം സമയവും. ഒരു ദിവസം ഒരു ചെറിയ പുസ്തകത്തിൽ തൂവലുകൊണ്ട് എന്തോ എഴുതുന്നു. എന്താണ് എഴുതുന്നതെന്ന് അറിയില്ല. ഇനി അയാൾ കവിത എഴുതുകയാണോ? നാണം കുണുങ്ങിയായ രാജു വളരെ കുറച്ചു മാത്രം സംസാരിക്കുകയുള്ളൂ. രാജുവിൽ നിന്നും എന്തെങ്കിലും മനസ്സിലാക്കുക എന്നുവച്ചാൽ അത് ഏറ്റവും പ്രയാസമുള്ള കാര്യമാണ്. തന്നെക്കുറിച്ച് യാതൊന്നും പറയാൻ അയാൾ ആഗ്രഹിക്കുന്നില്ല.

“പാണ്ഡേജീ, നിങ്ങളുടെ വീട്ടിൽ മറ്റാരും ഇല്ലേ?” ഒരു ദിവസം ഞാൻ ചോദിച്ചു.

“എല്ലാവരും ഉണ്ട് യജമാനനേ, മൂന്ന് ആൺകുട്ടികളും രണ്ട് പെൺകുട്ടികളും വിധവയായ അനുജത്തിയും എനിക്കുണ്ട്.”

“അവരെല്ലാം എങ്ങനെ കഴിയുന്നു?”

അയാൾ ആകാശത്തേക്കു കൈ ഉയർത്തി കാണിച്ചു.

"അവരെ ഭഗവാൻ സംരക്ഷിക്കുന്നു. അവർക്ക് ഒരു നേരത്തെ ആഹാരം കൊടുക്കുന്നിനു വേണ്ടിയാണ് ഞാൻ അങ്ങയോടു ഭൂമി ആവശ്യപ്പെട്ടത്. കാടു മുഴുവനും വെട്ടിത്തെളിച്ച് കൃഷി ഭൂമിയാക്കാൻ സാധിച്ചാൽ..."

"എന്നാൽ രണ്ടു ബീഘനിലത്തെ ആദായംകൊണ്ട് ഇത്ര വലിയ കുടുംബം പുലർത്താൻ സാധിക്കുന്നത് എങ്ങനെയാണ്? അതിനുവേണ്ടി നിങ്ങൾ എല്ലുമുറിയെ പണി പെയ്യുന്നുണ്ടോ?"

രാജു പെട്ടെന്ന് ഒരു ഉത്തരം പറയുകയുമുണ്ടായില്ല. അല്പസമയത്തെ മൗനത്തിനു ശേഷം അയാൾ സാവധാനത്തിൽ തുടർന്നു.

"നമ്മുടെ ജീവിതത്തിൽ ഏറ്റവും കുറവുള്ളത് സമയമാണ് യജമാനനേ... കാടുവെട്ടിത്തെളിച്ചുകൊണ്ടിരിക്കുമ്പോൾ എന്തെല്ലാം ഓർമ്മകളാണ് മനസ്സിൽ കയറിവരുന്നത് എന്നറിയാമോ? കാലങ്ങളായി ഏതെല്ലാം വിധത്തിലുള്ള പൂക്കളാണ് ഇവിടെ വിടരുന്നത്. എത്രതരം പക്ഷികൾ ഈ വനവൃക്ഷങ്ങളിൽ ഇരുന്ന് പാടുന്നു? കാറ്റിന്റെ ചലനങ്ങൾക്ക് ഒപ്പം ദേവതകൾ ഈ ഭൂമിയിൽ പാദങ്ങൾ വയ്ക്കുന്നുണ്ട്. ധനത്തിനോടുള്ള അത്യാഗ്രഹവും കൊടുക്കൽ വാങ്ങൽ ജോലികളും നടക്കുന്നിടത്തെ കാറ്റ് വിഷലിപ്തമായിരിക്കും. അത്തരം സ്ഥലങ്ങളിൽ ദേവതകളുടെ വാസം ഉണ്ടാകുകയില്ല. അതുകൊണ്ടുതന്നെ കൈയിൽ വെട്ടുകത്തിയും കൈക്കോട്ടും എടുത്താൽ ദേവതകൾ വന്ന് അതെല്ലാം തട്ടിത്തെറുപ്പിച്ച് കളയും. കാതിനരികിൽ വന്നുനിന്ന് എന്തെല്ലാമോ മന്ത്രിക്കുന്നു. അതു കേൾക്കുമ്പോൾ ഭൗതിക വിഷയങ്ങളെക്കുറിച്ചുള്ള താല്പര്യം മനസ്സിൽ നിന്നും അപ്രത്യക്ഷമാകും.

രാജു പാണ്ഡേ ഒരു കവി മാത്രമല്ല, തത്ത്വജ്ഞാനി കൂടിയാണെന്ന് എനിക്കു തോന്നി. ഞാൻ പറഞ്ഞു. "എന്നാൽ ഈ ഈശ്വരൻ ഒരിക്കലും ജോലി ചെയ്യേണ്ട എന്നോ മക്കളെ സംരക്ഷിക്കേണ്ട എന്നോ പറയുന്നില്ല. ഒരിക്കലും കുട്ടികളെ പട്ടിണിക്കിടരുത്. രാജു നന്നായി ജോലി ചെയ്യൂ. നിങ്ങൾ ജോലി ചെയ്യാൻ തയ്യാറല്ലെങ്കിൽ ഞാൻ ഭൂമി തിരിച്ചെടുക്കും."

കുറെ മാസങ്ങൾ പിന്നെയും കടന്നുപോയി. രാജുവിന്റെ കൃഷിസ്ഥലത്തേക്ക് ഞാൻ ഇടയ്ക്ക് പോകാറുണ്ട്. എന്താണെന്ന് അറിയില്ല, എനിക്ക് അയാളെ നല്ല ഇഷ്ടമായി. ലബ്ടുലിയ ബയിഹാറിലെ വിജനമായ വനപ്രദേശത്ത്, കാട്ടുപുല്ലുകൾകൊണ്ടു മേഞ്ഞ കുടിലിൽ ഒറ്റയ്ക്കു മാസങ്ങളോളം താമസിക്കുന്നതിനെക്കുറിച്ച് ചിന്തിച്ച് ഞാൻ ആശ്ചര്യപ്പെടാറുണ്ട്. എനിക്ക് ഒരു ഉത്തരവും കിട്ടാറില്ല.

സത്യത്തിൽ സാത്വികനായ ഒരു മനുഷ്യനാണ് രാജു പാണ്ഡേ. അയാൾ ചീനപ്പുല്ല് അല്ലാതെ യാതൊന്നും കൃഷി ചെയ്യുന്നില്ല. ഉള്ളതുകൊണ്ടു തൃപ്തിപ്പെട്ട് ഏഴെട്ടുമാസക്കാലം താമസിച്ചു. ആരെയും കാണണമെന്നോ ആരോടെങ്കിലും സംസാരിക്കണമെന്നോ ഒന്നും അയാൾ

ആഗ്രഹിച്ചിരുന്നില്ല. അതുകൊണ്ടുതന്നെ അയാൾക്ക് ദുഃഖങ്ങൾ ഇല്ല. എന്തെങ്കിലും കുറവുകൾ ഉണ്ടെന്ന് അയാൾ കരുതുന്നില്ല. യാതൊരു അസൗകര്യവും ഇല്ല. അയാളെ സംബന്ധിച്ചിടത്തോളം. അയാൾ സുഖമായി തന്നെ താമസിക്കുന്നു. ഉച്ചസമയത്ത് ആ വഴിയിലൂടെ പോകുമ്പോഴെല്ലാം രാജു തന്റെ കൃഷിഭൂമിയിൽ ജോലിചെയ്യുന്നതു കാണാം. സന്ധ്യാസമയത്ത് മരച്ചുവട്ടിൽ ഇരുന്നു വായിക്കുന്നതു കാണാം. ചില സമയത്ത് വെറുതെ ഇരിക്കുകയായിരിക്കും.

ഒരുദിവസം ഞാൻ രാജുവിനോടു പറഞ്ഞു.

"രാജൂ, നിങ്ങൾക്ക് കുറച്ചു കൃഷിഭൂമി കൂടി പതിച്ചുതരാം. കൂടുതൽ സ്ഥലത്ത് നീ കൃഷിചെയ്യ്. നിന്റെ വീട്ടിലുള്ളവർ പട്ടിണി കിടക്കാതെ കഴിഞ്ഞുപോട്ടെ."

രാജു ശാന്തസ്വഭാവിയായ മനുഷ്യനാണ്. പറയുന്ന കാര്യങ്ങളെല്ലാം വേഗം മനസ്സിലാകും. അഞ്ചാറുമാസം കഴിഞ്ഞിട്ടും പുതിയ സ്ഥലം വെട്ടി ഒതുക്കി കൃഷിയിറക്കുവാൻ പറ്റുന്ന അവസ്ഥയിൽ ആയിട്ടില്ല. രാവിലെ പൂജയും ഗീതാപാരായണവും കഴിഞ്ഞ് എഴുന്നേൽക്കുമ്പോൾ പത്തുമണി ആകും. അതിനു ശേഷമാണ് ജോലിക്ക് ഇറങ്ങുക. രണ്ടുമണിക്കൂർ ജോലി ചെയ്താൽ പിന്നെ ആഹാരം പാകം ചെയ്യാൻ എഴുന്നേൽക്കും. ആഹാരം പാകം ചെയ്ത് അതു കഴിച്ച് ശേഷം 5 മണിവരെ കട്ടിലിൽ കിടക്കും. അതിനുശേഷം മരച്ചുവട്ടിൽ എന്തെങ്കിലും ആലോചിച്ച് ഇരിക്കും. സന്ധ്യകഴിഞ്ഞാൽ പിന്നെ പൂജയും ഗീതാപാരായണവും.

ആ വർഷം രാജു കുറച്ച് ചോളം കൃഷി ചെയ്തു. ഉണ്ടായതെല്ലാം അയാൾ വീട്ടിലേക്ക് അയച്ചുകൊടുത്തു. അയാളുടെ മൂത്തമകൻ വന്നു കൊണ്ടു പോകുകയാണ് ചെയ്തത്. മകൻ എന്നെ കാണാൻ ഓഫീസിൽ വന്നിരുന്നു. ഞാനവനെ നന്നായി ശാസിച്ചു.

"പ്രായമായ അച്ഛനെ ജോലി ചെയ്യാൻ പറഞ്ഞു വിട്ടിട്ട് നിങ്ങൾക്ക് എല്ലാവർക്കും വീട്ടിലിരുന്ന് സുഖിക്കാൻ നാണമില്ലേ? സ്വന്തമായി എന്തെങ്കിലും തൊഴിൽ ചെയ്ത് സമ്പാദിക്കുവാൻ തയ്യാറാവാത്തത് എന്തുകൊണ്ടാണ്?"

3

വളരെ പെട്ടെന്നായിരുന്നു ശുയോർമാരി ഗ്രാമത്തിൽ അതിഭീകരമായ കോളറ പടർന്നു പിടിച്ചത്. രോഗത്തിന്റെ കാഠിന്യത്തെക്കുറിച്ച് ഓഫീസിലുള്ളവർ ചർച്ചചെയ്യാൻ തുടങ്ങി. ഞങ്ങളുടെ അധീനതയിൽ ഉൾപ്പെടുന്ന പ്രദേശമല്ല ശുയോർമാരിഗ്രാമം. ഓഫീസിൽനിന്നും എട്ടുപത്തു ക്രോശം അകലെയാണ്. ഓരോ ദിവസവും ധാരാളം ആളുകൾ മരിക്കുന്നു. കുശീനദിയിൽ ശവങ്ങൾ ഒഴുകി നടക്കുന്നു. സംസ്കരിക്കുവാൻ മാർഗ്ഗങ്ങളില്ല.

രാജു പാണ്ഡേ ആ ഗ്രാമത്തിൽ ചികിത്സകനായി പോയിരിക്കുന്നു എന്ന് അറിയാൻ കഴിഞ്ഞു. ഞാൻ കുറച്ചു ഹോമിയോ മരുന്നുമായി അവിടെ പോയിരുന്നു; ഡോക്ടറും വൈദ്യനും ഒന്നുമില്ലാത്ത ആ പ്രദേശത്ത് എന്നെക്കൊണ്ട് എന്തെങ്കിലും ചെയ്യാൻ സാധിക്കുമോ എന്ന് പരീക്ഷിക്കുവാൻ. ഓഫീസിലുള്ള മറ്റു ചില ഉദ്യോഗസ്ഥന്മാരും എന്നോടൊപ്പം വന്നിരുന്നു. ഗ്രാമത്തിൽ വച്ച് രാജുവിനെ കാണാൻ സാധിച്ചു. അയാൾ ഒരു സഞ്ചിയിൽ പച്ചില മരുന്നുകളും വേരുകളുംകൊണ്ട് വീടുവീടാന്തരം കേറി ഇറങ്ങുന്നു. എന്നെ കണ്ട ഉടനെ അയാൾ നമസ്കാരം പറഞ്ഞു.

"യജമാനനേ, അങ്ങേക്ക് ഇങ്ങോട്ടു വരാൻ തോന്നിയത് വലിയ ദയവുതന്നെ. താങ്കൾ വന്നത് നന്നായി. ആരെയെങ്കിലും രക്ഷിക്കുവാൻ സാധിക്കുമോ എന്നു നോക്കാം." രാജുവിന്റെ സംസാരം കേട്ടാൽ ഞാൻ വലിയ സിവിൽ സർജനോ മറ്റോ ആണെന്നു തോന്നും. ഞാൻ ഡോക്ടർ ചക്രവർത്തിയാണെന്നാണ് അയാളുടെ ഭാവം. അയാൾ എന്നെ രോഗികൾ ഉള്ള വീടുകളിലേക്കു കൊണ്ടുപോയി.

ഓരോ വീട്ടിലും രാജു മരുന്നു കൊടുക്കുന്നുണ്ട്. അസുഖം മാറിയാൽ മാത്രം മരുന്നിന്റെ വില കൊടുത്താൽ മതി എന്നാണ് കരാറ്. ദാരിദ്ര്യത്തിന്റെ ഏറ്റവും ഭയനാകമായ രൂപം ഓരോ കുടിലിലും കാണാം. ഓരോ വീട്ടിലും പട്ടിണിക്കോലങ്ങൾ നിരന്നു കിടക്കുന്നു. വൈക്കോൽ മേഞ്ഞ കൊച്ചുകുടിലുകൾക്ക് ജനവാതിൽ പോലും ഇല്ല. കുടിലിനകത്തേക്കു കാറ്റും വെളിച്ചവും കടക്കാൻ യാതൊരു മാർഗ്ഗവും ഇല്ല. മിക്കവാറും ഒന്നും രണ്ടും രോഗികൾ ഓരോ കുടിലിലും ഉണ്ട്. വെറും നിലത്ത് മുഷിഞ്ഞു നാറിയ വിരിപ്പിലാണ് രോഗികൾ കിടക്കുന്നത്. അവിടെ ഒന്നും ഡോക്ടറുമില്ല. മരുന്നുമില്ല. കഴിക്കാൻ ഭക്ഷണവും ഇല്ല. ആരും വിളിക്കാതെ തന്നെ രാജു ഓരോ വീട്ടിലും കയറിയിറങ്ങി തന്നാലാവുന്നതെല്ലാം ചെയ്തു കൊടുക്കുന്നു. രാത്രി ഉറങ്ങാതിരുന്നാണ് അയാൾ ഓരോ രോഗിയേയും ശുശ്രൂഷിക്കുന്നത്. എന്നാൽ ഈ സാംക്രമിക രോഗത്തിന് യാതൊരു ശമനവും ഉണ്ടായില്ല എന്നു മാത്രമല്ല ദിനംപ്രതി അതിന്റെ കാഠിന്യം കൂടിക്കൂടി വരികയാണ്.

രാജു എന്നെ ഒരു വീട്ടിലേക്ക് വിളിച്ചുകൊണ്ടുപോയി. ആ കുടിലിന് ആകെ ഒരു മുറിമാത്രമേ ഉള്ളൂ. നിലത്ത് പനയോല വിരിച്ച് അതിലാണ് രോഗി കിടക്കുന്നത്. അമ്പതോളം വയസ്സുപ്രായമുള്ള ഒരാൾ. വാതിലിനരികിൽ ഇരുന്ന് പത്തുപതിനേഴു വയസ്സുള്ള ഒരു പെൺകുട്ടി കണ്ണുനീർ വാർത്തുകൊണ്ടിരിക്കുന്നു. രാജു അവളെ സമാധാനിപ്പിച്ചു.

"കുഞ്ഞേ, നീ കരയാതിരിക്ക്! എന്നോടൊപ്പം യജമാനൻ വന്നിട്ടുണ്ട്. ഇനി പേടിക്കാനൊന്നുമില്ല. അസുഖം വേഗം ഭേദമാകും."

എന്റെ നിസ്സഹായത ഓർത്ത് ഞാൻ ലജ്ജിച്ചു. ഞാൻ ചോദിച്ചു. "രോഗിയുടെ മകളായിരിക്കും ഇവൾ അല്ലേ?"

"അല്ല യജമാനനേ, ഇയാളുടെ ഭാര്യയാണ്. ഇവൾക്ക് ആരുമില്ല. ഒരു വിധവയായ അമ്മ മാത്രമായിരുന്നു ഉണ്ടായിരുന്നത്. ഇവളുടെ

വിവാഹം കഴിഞ്ഞ ഉടനെ അവർ മരിച്ചുപോയി. യജമാനനേ, അങ്ങ് എങ്ങനെയെങ്കിലും ഇയാളെ രക്ഷിക്കണം. അല്ലെങ്കിൽ ഇവൾ അനാഥമായിപ്പോകും"

രാജുവിനോട് എന്തെങ്കിലും മറുപടി പറയാൻ ശ്രമിക്കുന്നതിനിടയിലാണ് രോഗിയുടെ തലയ്ക്കുമുകളിൽ ഒരു മരപ്പലകയിൽ ഒരു പാത്രം ചോറു തുറന്നുവച്ചിരിക്കുന്നു. ആ ചോറിൽ ഈച്ചകൾ അരിക്കുന്നുണ്ട്. നാശം! ഏറ്റവും ഭീകരമായ ഏഷ്യാറ്റിൽ കോളറയുടെ ബീജമാണ് ആ പാത്രത്തിൽ രോഗിയുടെ തൊട്ടടുത്ത് തുറന്നുവച്ചിരിക്കുന്ന പഴഞ്ചോറ്.

പകൽ മുഴുവനും രോഗിയെ പരിചരിച്ച ശേഷം ദരിദ്രയായ ഈ പാവം പെൺകുട്ടി വിശപ്പടക്കാൻ ആ ചോറ് ഉപ്പും മുളകും ചേർത്ത് കൊതിയോടെ കഴിച്ചെന്നു വരാം. ആ ചോറ് വിഷമാണ്. ഓരോ വറ്റിലും മരണത്തിന്റെ വിത്ത് ഒളിച്ചിരിക്കുന്നു. ആ പെൺകുട്ടിയുടെ നിസ്സഹായമായ ഈറനണിഞ്ഞ കണ്ണുകളിലേക്കു നോക്കിയപ്പോൾ ഞാൻ രാജുവിനോട് പറഞ്ഞു.

"ആ ചോറെടുത്ത് ദൂരെ കളയാൻ പറയൂ. രോഗി കിടക്കുന്ന സ്ഥലത്താണോ ഭക്ഷണം സൂക്ഷിക്കുന്നത്?"

അതുകേട്ട പെൺകുട്ടി വിസ്മയത്തോടെ ഞങ്ങളുടെ മുഖത്തേക്കു നോക്കി. ആ നോട്ടത്തിന്റെ അർത്ഥം എനിക്ക് വളരെ വേഗം പിടികിട്ടി. ആ ചോറ് എടുത്ത് കളയുന്നത് എന്തിനാണ്? അതു കളഞ്ഞാൽ പിന്നെ അവളെന്തു കഴിക്കും? ഓത്ഡജിയുടെ വീട്ടിൽനിന്ന് അവൾക്കു കഴിക്കാൻ കൊടുത്ത ചോറാണ് അത്. അതുകളഞ്ഞാൽ പിന്നെ അവളെന്തു കഴിക്കും? തലേദിവസം കിട്ടിയ ആ ചോറിന്റെ ബാക്കി ഇന്നു കഴിക്കാൻ മാറ്റിവച്ചിരുന്നതാണ്.

ഈ പ്രദേശത്ത് ചോറ് എന്ന് പറയുന്നത് വിശിഷ്ടഭോജ്യമാണ്. പൂരി, പുലാവ് എന്നെല്ലാം പറയുന്നതുപോലെ.

ഞാൻ ഗൗരവസ്വരത്തിൽ അവളോടു പറഞ്ഞു.

"ഇപ്പോൾ തന്നെ ആ ചോറെടുത്ത് പുറത്തുകളയൂ."

അവൾ ഭയന്നുപോയി. ഉടനെ തന്നെ ആ ചോറെടുത്ത് പുറത്തുകൊണ്ടുപോയി കളഞ്ഞിട്ടു വന്നു.

അവളുടെ ഭർത്താവിന്റെ ജീവൻ രക്ഷിക്കുവാൻ സാധിച്ചില്ല. സന്ധ്യയോടെ അയാൾ അന്ത്യശ്വാസം വലിച്ചു. ആ പെൺകുട്ടിയുടെ കരച്ചിൽ അതിദയനീയമായിരുന്നു. രാജുവും അവളോടൊപ്പം കരഞ്ഞ് അവശനായി.

രാജു മറ്റൊരു വീട്ടിലേക്ക് എന്നെ കൂട്ടിക്കൊണ്ടുപോയി. അത് രാജുവിന്റെ ഒരു അകന്ന ബന്ധുവിന്റെ വീടായിരുന്നു. ആദ്യമായി ഈ പ്രദേശത്ത് എത്തിയപ്പോൾ രാജു ആ വീട്ടിലായിരുന്നു താമസിച്ചിരുന്നത്. അവരോടൊന്നിച്ചായിരുന്നു അയാളുടെ ആഹാരവും. ആ വീട്ടിലെ അമ്മയ്ക്കും മകനും കോളറ പിടിപെട്ടിരിക്കുന്നു. അടുത്തടുത്ത മുറികളിലാണ് രോഗികളെ കിടത്തിയിരിക്കുന്നത്. രണ്ടുപേരും പരസ്പരം കാണാൻ വെപ്രാളം

കാണിക്കുകയാണ്.

മകൻ ആദ്യം മരിച്ചു. ആ വിവരം അമ്മയെ അറിയിച്ചില്ല. ഞാൻ നല്കിയ ഹോമിയോ മരുന്നുകൊണ്ട് അമ്മയുടെ സ്ഥിതി കുറേശ്ശെ മെച്ചപ്പെട്ടു വന്നു. അമ്മ മകനെ കാണാൻ തിടുക്കം കൂട്ടിക്കൊണ്ടിരുന്നു.

"ആ മുറിയിൽനിന്നും അനക്കമൊന്നും കേൾക്കുന്നില്ലല്ലോ. അതെന്താ, അവന് ഇപ്പോൾ എങ്ങനെയുണ്ട്?"

"അവന് ഉറങ്ങാനുള്ള മരുന്ന് കൊടുത്തിരിക്കുകയാണ്. ഉറങ്ങുന്നു." ഞാൻ പറഞ്ഞു.

ആ അമ്മ അറിയാതെ മകന്റെ മൃതദേഹം പുറത്തുകൊണ്ടുപോയി മറവുചെയ്തു.

ആ ഗ്രാമത്തിലുള്ള ജനങ്ങൾക്ക് ആരോഗ്യ സുരക്ഷാ നിയമങ്ങളെക്കുറിച്ചൊന്നും അറിയില്ല. ആ പ്രദേശത്ത് ജലസ്രോതസ്സ് എന്നു പറയാൻ ആകെ ഒരു കുളം മാത്രമേ ഉള്ളൂ. അതിൽത്തന്നെ കുളിക്കുകയും വസ്ത്രം കഴുകുകയും ചെയ്യും. ആ വെള്ളം തന്നെ കുടിക്കാനും ഉപയോഗിക്കും. അരുതെന്നു വിലക്കിയാൽ അത് എന്തുകൊണ്ടാണെന്ന് ആ പാവങ്ങൾക്ക് മനസ്സിലാവുകയില്ല. എത്രയോ ആളുകൾ സ്വന്തക്കാരെ എല്ലാം ഇട്ടെറിഞ്ഞ് എവിടേക്ക് എന്നില്ലാതെ യാത്രപോയി.

ഒരു വീട്ടിൽ ചെന്നപ്പോൾ അവിടെ ഒരു രോഗിമാത്രം മറ്റാരും തന്നെയില്ല. രോഗം ബാധിച്ച് കിടക്കുന്നവൻ ആ വീട്ടിലെ മകളുടെ ഭർത്താവാണ്. അയാൾ കഴിയുന്നത് ഭാര്യ വീട്ടിലാണ്. ഭാര്യ മരിച്ചുപോയി. അയാളുടെ രോഗം അധികരിച്ചതുകൊണ്ടോ, ഇനി ഭാരം ഏറ്റെടുക്കുവാൻ തയ്യാറല്ലാത്തതുകൊണ്ടോ എന്നറിയില്ല അയാളെ അവിടെ തനിച്ചാക്കി സകലരും വീടുപേക്ഷിച്ചു പോയി. രാവും പകലും കാവലിരുന്ന് രാജു അയാളെ ശുശ്രൂഷിച്ചു. ഞാൻ കൃത്യമായി മരുന്നുകൾ കൊടുക്കുകയും ചെയ്തു. അവസാനം അയാൾ രക്ഷപ്പെട്ടു. നിർഭാഗ്യവാനായ ആ മനുഷ്യന് ഇനിയും ഭാര്യവീട്ടിലെ ആഹാരം കഴിക്കേണ്ടി വരുമല്ലോ എന്നു ഞാൻ മനസ്സിൽ പറഞ്ഞു.

രാജു തന്റെ കൈസഞ്ചി തുറന്ന് പണം എണ്ണി നോക്കുന്നതുകണ്ടപ്പോൾ ഞാൻ ചോദിച്ചു.

"എത്ര കിട്ടി?"

കണക്കുകൂട്ടിനോക്കിയ ശേഷം രാജു പറഞ്ഞു.

"ഒരു രൂപ മൂന്നണ."

ആ തുക കൊണ്ടുതന്നെ രാജു സന്തുഷ്ടനാണ്. ഈ നാട്ടിലെ ആളുകളെ സംബന്ധിച്ചിടത്തോളം ഒരു പൈസ കിട്ടുക എന്നതു തന്നെ സൗഭാഗ്യമാണ്. അപ്പോൾ ഒരു രൂപ മൂന്നണ എന്നത് ചെറിയ തുക ഒന്നുമല്ല.

പത്തു പതിനാറു ദിവസമായി ഡോക്ടറായും നേഴ്സായും രാജു രാപ്പകൽ കഷ്ടപ്പെടുന്ന കാഴ്ച ഞാൻ നിത്യേന കാണുന്നു.

അർദ്ധരാത്രിയിൽ പെട്ടെന്ന് ഉറക്കെയുള്ള കരച്ചിൽ കേട്ടു. ഗ്രാമത്തിൽ ഒരാൾ കൂടി മരണമടഞ്ഞിരിക്കുന്നു. അന്നത്തെ രാത്രി ഉറക്കം

വന്നില്ല. ഗ്രാമത്തിൽ പലരും ഉറങ്ങിയില്ല. വീടുകൾക്കു മുന്നിൽ വിറകു കൊള്ളികൾ കത്തിച്ച് അതിൽ ഗന്ധകം പുകച്ചു. അവർ അതിനു ചുറ്റും ഇരുന്ന് വർത്തമാനം പറഞ്ഞ് സമയം തള്ളിനീക്കുന്നു. സകലരുടേയും മുഖത്ത് ഭയം നിഴലിച്ചിരുന്നു. എന്തോ ആപത്ത് വരാൻ പോകുന്നു എന്ന ആശങ്ക അവരുടെ എല്ലാം മുഖത്ത് വ്യക്തമായി നിഴലിക്കുന്നുണ്ട്. അടുത്തത് ആരുടെ ഊഴമാണ്?

അർദ്ധരാത്രിയായപ്പോൾ ഒരു വിവരം വന്നു. ആ യുവ വിധവ രോഗിയായിത്തീർന്നു എന്ന്. ഞാൻ വിവരം അറിഞ്ഞ ഉടനെ അവളെ കാണാൻ പോയി. ഭർത്തൃഗൃഹത്തിലെ തൊഴുത്തിലാണ് അവളെ കിടത്തിയിരുന്നത്. അകത്തെ മുറിയിൽ കിടക്കാൻ അവൾക്കു ഭയമാണത്രേ. അവളെ കുളിപ്പിക്കാൻ ആരും ഉണ്ടായിരുന്നില്ല. തൊഴുത്തിന്റെ ഒരു മൂലയിൽ ഏതാനും കെട്ട് വൈക്കോലുകൾ നിരത്തിയിട്ടിരുന്നു. അതിനു മുകളിൽ ഒരു പഴമ്പായ വിരിച്ച് അതിലാണ് അവൾ കിടന്നിരുന്നത്. ആകെ അസ്വസ്ഥമായ ആ പെൺകിടാവ് തിരിഞ്ഞും മറിഞ്ഞും കിടക്കുകയാണ്. ഞാനും രാജുവും നിർഭാഗ്യവതിയായ ഒരു പെൺകുട്ടിയെ എങ്ങനെയെങ്കിലും രക്ഷിക്കാൻ കിണഞ്ഞു ശ്രമിച്ചു. ഒരു റാന്തലോ കുടിക്കാൻ ഒരു തുള്ളി ശുദ്ധജലമോ കിട്ടാനില്ല. ഒരു മനുഷ്യജീവി പോലും വന്ന് എത്തിനോക്കുന്നില്ല. കോളറ എന്നുപേരുകേട്ടാൽ പിന്നെ അതിന്റെ ഏഴയൽപ്പക്കത്തുപോലും നിൽക്കാൻ ഒരാളെയും കിട്ടില്ല. അത്രയ്ക്ക് ഭയമാണ് എല്ലാവർക്കും. ഗ്രാമം മുഴുവൻ മരണഭീതിയിൽ പെട്ടു ഉഴറുകയാണ്.

നേരം പരപരാ വെളുത്തു തുടങ്ങി. രാജുവിന് നാഡി നോക്കാൻ നന്നായി അറിയാം. അയാൾ ആ പെൺകുട്ടിയുടെ നാഡി പരിശോധിച്ച ശേഷം പറഞ്ഞു.

“നാഡി ചലനം വളരെ മോശമാണ് അങ്ങുന്നേ.” എനിക്ക് എന്തു ചെയ്യാൻ സാധിക്കും? ഞാൻ ഡോക്ടറല്ലല്ലോ. സലൈൻ കൊടുക്കാൻ സൗകര്യമുണ്ടായിരുന്നെങ്കിൽ ആഗ്രാമത്തിലെ പലരും രക്ഷപ്പെടുമായിരുന്നു. ആ ഗ്രാമത്തിലോ അടുത്ത പ്രദേശത്തോ ഒരു ഡോക്ടർ ഉണ്ടായിരുന്നെങ്കിൽ പോലും പലരും മരിക്കില്ലായിരുന്നു.

രാവിലെ ഒമ്പതു മണിയോടെ അവൾ മരിച്ചു. ഞങ്ങൾ അവിടെ ഉണ്ടായിരുന്നതുകൊണ്ട് ആ പെൺകുട്ടിയുടെ മൃതദേഹം പുറത്തെടുക്കുവാൻ സാധിച്ചു. ഞങ്ങളുടെ നിർബ്ബന്ധവും അപേക്ഷയും കാരണം രണ്ടു കന്നു മേയ്ക്കുന്നവർ അവിടെ എത്തി. അവർ മുളയുടെ സഹായത്താൽ അവളുടെ മൃതദേഹം തട്ടി നീക്കി നദീതീരത്ത് എത്തിച്ചു.

“അവൾ രക്ഷപ്പെട്ടു യജമാനനേ... നിരാശ്രയയും നിസ്സഹായയുമായ ആ പെൺകിടാവിനെ രക്ഷിക്കാൻ ആരുണ്ട്? അവൾ എങ്ങനെ ജീവിക്കുമായിരുന്നു?” രാജു പറഞ്ഞു. “നിങ്ങളുടെ നാട് മഹാനിഷ്ഠുരമാണു രാജൂ.” ഞാൻ പറഞ്ഞു.

എന്റെ മനസ്സിൽ വളരെ വിഷമം തോന്നി. അവൾ ആഗ്രഹിച്ച അവസാനത്തെ ഒരു ഉരുള ചോറുണ്ണാൻ ഞാൻ അനുവദിച്ചില്ലല്ലോ? എന്നോർത്ത്.

4

അന്നത്തെ മദ്ധ്യാഹ്നം നിസ്തബ്ധമായിരുന്നു. വിദൂര സ്ഥലത്ത് സ്ഥിതിചെയ്യുന്ന മഹാലിഖാരൂപയിലെ പർവ്വതങ്ങളും വനങ്ങളും അതീവ നിഗൂഢതകൾ പേറുന്നതുപോലെ തോന്നി. ഒരിക്കൽ ആ പർവ്വതം മുഴുവനും ഒന്നു ചുറ്റിനടന്ന് കാണണമെന്ന് വളരെ കാലമായി ആഗ്രഹിക്കുന്നു. എന്നാൽ അതിന് ഒരിക്കലും സമയം കിട്ടാറില്ല. മഹാലിഖാരൂപത്തിലേക്കുള്ള വഴി ഏറ്റവും ദുർഗ്ഗമമാണ്. കൊടുങ്കാടുകളാൽ ചുറ്റപ്പെട്ടതുമാണ്. ആ പ്രദേശം ശംഖചൂഡസർപ്പങ്ങളുടെ ആവാസഭൂമിയാണത്രേ. കരടികളും കാട്ടുകോഴികളും ധാരാളത്തിൽ അധികമാണ്. പർവ്വതത്തിനു മുകളിൽ വെള്ളമില്ലാത്തതിനാലും സർപ്പങ്ങളെ ഭയപ്പെടുത്തുന്നതിനാലും വിറകുവെട്ടുകാർപോലും ആ മലമുകളിലേക്കു പ്രവേശിക്കുവാൻ ധൈര്യപ്പെടാറില്ല.

ചക്രവാള സീമയിൽ നീണ്ട നീല രേഖ പോലെ കാണപ്പെടുന്ന വനപർവ്വതങ്ങൾ രാവും പകലും എന്തെല്ലാം സ്വപ്നങ്ങളാണ് എന്റെ മനസ്സിൽ നിറയ്ക്കാറുള്ളത്. ഇവിടം അപ്സരസ്സുകളുടെയും യക്ഷികളുടെയും ആവാസഭൂമിയായിട്ടാണ് എനിക്കു തോന്നിയിട്ടുള്ളത്. ആ വന്യസൗന്ദര്യം എപ്പോഴും എന്റെ ഉള്ളിൽ അതിശയം ജനിപ്പിച്ചുകൊണ്ടിരിക്കുന്നു. ജീവിതത്തിൽ മറ്റൊരിടത്തുനിന്നും ലഭ്യമാകാത്ത അനുഭൂതി വിശേഷം ഈ പ്രദേശം പകർന്നു നൽകുന്നു. മോഹൻപുര സംരക്ഷിത വനമേഖലയും അതിന്റെ ചുറ്റുമുള്ള വനപ്രദേശവും ഉറ്റസമയത്ത് ഒരു സ്വപ്നനഗരം പോലെ തോന്നിപ്പിക്കും. എന്നാൽ വൈകുന്നേരമാകുമ്പോൾ മനസ്സിൽ നിസ്സംഗതയും അലസതയും നിറയുകയും ചെയ്യും.

പർവ്വതഭൂമി അടുത്തു കാണണം എന്ന ആഗ്രഹത്തോടെ ഒരു ദിവസം രാവിലെതന്നെ പുറപ്പെട്ടു. കുതിരപ്പുറത്തായിരുന്നു യാത്ര. മലമ്പാതയുടെ ഇരുവശത്തും ശൈലശൃംഖങ്ങൾ തലയുയർത്തി നിൽക്കുന്നു. ആ മലഞ്ചെരുവുകൾ ഇടതൂർന്ന വനവൃക്ഷങ്ങളക്കൊണ്ട് സമ്പന്നമാണ്. കുണ്ടും കുഴിയും നിറഞ്ഞതാണ് പാത. വളഞ്ഞു പുളഞ്ഞു പോകുന്ന വഴിയിലൂടെ സഞ്ചരിക്കുമ്പോൾ ചിലയിടത്ത് കാട്ടരുവികൾ മുകളിൽനിന്നും ഒഴുകി വന്ന് പാറക്കെട്ടുകളിൽച്ചിന്നിച്ചിതറുന്ന മനോഹരകാഴ്ചകൾ കാണാം. കാട്ടിൽ വളരുന്ന വനചന്ദ്രമല്ലിക പുഷ്പിച്ചു നിൽക്കുന്നത് ഇതുവരെ കാണാൻ സാധിച്ചില്ല. ചന്ദ്രമല്ലിക പൂക്കുന്നത് ഈ സമയത്തല്ല. പവിഴമല്ലി പൂക്കൾ പരവതാനി വിരിച്ചതുപോലെ പരന്നുകിടക്കുന്നു. പേരറിയാത്ത വേറെയും മനോഹരപുഷ്പങ്ങൾ ആ മലഞ്ചെരുവിൽ വിരിഞ്ഞ് സുഗന്ധം പരത്തി നിൽക്കുന്നുണ്ട്. ഏഴിലംപാലകളും ഇലഞ്ഞികളും അർജ്ജുനവൃക്ഷവും എല്ലാം ആകാശത്തേക്കു തലയുയർത്തി നിൽക്കുന്നത് അതിമനോഹരമായ കാഴ്ചയാണ്. അവയിൽ പടർന്നു കയറിയിരിക്കുന്ന വള്ളികളിലും പൂക്കൾ നിറയെ വിരിഞ്ഞു

നിൽപ്പുണ്ട്. ഒരു പ്രത്യേകതരം ഓർക്കിഡും ധാരാളമായി ഈ വനത്തിൽ കാണാം. പലവിധത്തിലുള്ള പൂക്കളുടെ സുഗന്ധം തേനീച്ചകളെ എന്ന പോലെ മനുഷ്യരേയും മത്തുപിടിപ്പിക്കുന്നു.

ഇത്രയും കാലം ഈ പ്രദേശത്ത് താമസിച്ചിട്ടും ഈ സുന്ദരഭൂമിയെ കുറിച്ച് എനിക്ക് അറിവില്ലായിരുന്നു. മഹാലിഖാരൂപവനങ്ങളെ സകല ജനങ്ങൾ ഭയപ്പെട്ടു. ഈ പർവ്വതത്തേയും അതിനു ചുറ്റുമുള്ള വനഭൂമികളെയും അടുത്തുനിന്ന് കണ്ട് ആസ്വദിക്കുവാൻ ഒരാളും ധൈര്യപ്പെട്ടില്ല. ഇവിടെ കടുവയുണ്ട്, പാമ്പുണ്ട്, പുലികളുടെ കൂട്ടമുണ്ട് എന്നാണ് ആളുകൾ കരുതിപ്പോരുന്നത്. ഇത്രദൂരം യാത്ര ചെയ്തിട്ടും ഞാൻ ഒരു കരടിയെപ്പോലും ഇതേവരെ കണ്ടതല്ല. കരടികൾ പാർക്കുന്ന കുറ്റിക്കാടുകൾ പോലും ഇവിടെയെങ്ങും ഞാൻ കണ്ടില്ല. എല്ലാം മനുഷ്യരുടെ അതിശയോക്തി കലർന്ന സംസാരമാണ്. യാഥാർത്ഥ്യം അതൊന്നും അല്ല.

മുന്നോട്ടു പോകുംതോറും വഴി ഇടുങ്ങി തുടങ്ങി. ഇടതൂർന്നു വളരുന്ന വൃക്ഷങ്ങൾ വഴിയെ ഞെരുക്കുന്നതുപോലെ വലിയ വലിയ വൃക്ഷങ്ങളുടെ ശാഖകൾ തമ്മിൽ കെട്ടുപിണഞ്ഞ് കിടക്കുന്നു. ചില കൂറ്റൻ വൃക്ഷങ്ങൾക്ക് കറുത്ത തടിയാണ്. അവയുടെ ചുവട്ടിൽ പലതരത്തിലുള്ള പന്നൽച്ചെടികൾ വളർന്നു നിൽക്കുന്നു. വൻമരങ്ങളുടെ ചെറുതൈകളും അവിടെ വളരുന്നുണ്ട്. വഴി കുത്തനെ മുകളിലേക്കു കയറി പോകുകയാണ്. വനം കൂടുതൽ കൂടുതൽ കറുത്തനിറം ആകുന്നു. മുന്നിൽ ഉയർന്ന കൊടുമുടി. അവിടെനിന്നും താഴേക്കു നോക്കുമ്പോൾ താഴെയുള്ള വൃക്ഷങ്ങളെല്ലാം കുറ്റിച്ചെടികൾ പോലെ. ഞാൻ പിന്നെയും മുകളിലേക്കു കയറി. പിന്നെ വഴി താഴേക്കാണ്. ആ വഴികളിലൂടെ കുറച്ചു ദൂരം ഇറങ്ങിയശേഷം ഒരു ഇലഞ്ഞിമരത്തിൽ കുതിരയെ കെട്ടി. ഞാനൊരു പാറപ്പുറത്ത് ഇരുന്നു. കുതിര വല്ലാതെ ക്ഷീണിച്ചിരിക്കുന്നു. ഇനി അതിനും കുറച്ചു വിശ്രമം ആവശ്യമാണ്.

അനങ്ങാതെ ഒന്നും മിണ്ടാതെ ഞാനാ പാറപ്പുറത്ത് എത്രനേരം ഇരുന്നു എന്നറിയില്ല. ഒരു കാട്ടരുവിയുടെ കളകളനാദം എന്റെ കാതിൽ പതിഞ്ഞു.

ഈ വനവും പർവ്വതവും എത്രകാലമായി ഇതേ നില്പ് തുടരുന്നു. അതിപുരാതനകാലത്ത് ആര്യന്മാർ പർവ്വത മാർഗ്ഗം താണ്ടി സിന്ധൂനദീതടത്തിൽ പ്രവേശിച്ചപ്പോൾ ഈ പർവ്വതം ഇതേ നില്പ് നിൽക്കുകയാണ്. ഗൗതമബുദ്ധൻ പത്നിയേയും പുത്രനേയും ഉപേക്ഷിച്ച് സകല ഐശ്വര്യങ്ങളും ത്യജിച്ച് വീടുവിട്ടിറങ്ങിയ ആ രാത്രിയിലും ഗിരിശൃംഖങ്ങൾ ചന്ദ്രികയിൽ മുങ്ങി നിന്നുകൊണ്ട് ചിരിച്ചിരിക്കാം. അവയുടെ അന്നത്തെ ഭാവത്തിന് ഇന്നും ഒരു മാറ്റവും ഇല്ല.

തമസാതീരത്തെ ഉടജാങ്കണത്തിൽ ഇരുന്ന് ആദികവി വാല്മീകി *രാമായണ*കാവ്യം എഴുതിക്കൊണ്ടിരിക്കുമ്പോൾ പെട്ടെന്ന് സൂര്യൻ അസ്തമയപർവ്വതത്തിനു പുറകിലേക്ക് യാത്രയായി. തമസാനദിയിലെ

കറുത്തജലത്തിൽ അരുണ നിറമാർന്ന മേഘങ്ങളുടെ പ്രതിബിംബം പതിയുന്നു. ആശ്രമമൃഗങ്ങൾ ആശ്രമത്തിലേക്ക് തിരിച്ചുപോകുന്നു. അന്നും പടിഞ്ഞാറൻ ചക്രവാളത്തിൽ നിന്നുള്ള അവസാന സൂര്യകിരണങ്ങൾ പതിഞ്ഞ് മഹാലിഖാരൂപവനവും ചുറ്റുമുള്ള പർവ്വത ശൃംഗങ്ങളും അരുണശോഭയോടെ നിന്നിരിക്കും. അതേ കാഴ്ച ഇന്ന് എന്റെ കൺമുന്നിൽ തെളിയുന്നു.

ഗ്രീക്കു ചക്രവർത്തിയായ ഹെലിയോഡോറസ് ഗരുഡ ധ്വജസ്തംഭം നിർമ്മിച്ചപ്പോൾ, ചന്ദ്രഗുപ്തൻ ആദ്യമായി സിംഹാസനാരോഹണം ചെയ്ത ദിവസം, സാമുഗഢിലെ യുദ്ധത്തിൽ തോറ്റ് നിർഭാഗ്യവാനായ മുഗൾ രാജാവ് ദാര ആഗ്രയിൽനിന്നും ദില്ലിയിലേക്ക് ഒളിച്ചോടിയ രാത്രിയിൽ, ശ്രീ ചൈതന്യ ദേവൻ ശ്രീവാസന്റെ വീട്ടിൽ സങ്കീർത്തനം ആലപിച്ചപ്പോൾ, പ്ലാസി യുദ്ധം നടന്ന സന്ദർഭങ്ങളിലും ഈ വനവും പർവ്വത ശിഖരങ്ങളും ഇതുപോലെ തന്നെ നിന്നിരുന്നു. ആ കാലങ്ങളിൽ മനുഷ്യരാരെങ്കിലും ഈ വനത്തിൽ താമസിച്ചിരുന്നുവോ?

ഈ വനത്തിൽനിന്നും അധികം അകലെ അല്ലാതെ ഒരു ഗ്രാമമുണ്ട്. അവിടെ ഒരിക്കൽ ഞാൻ പോയിട്ടുണ്ട് അവിടെ ഏതാനും ചില കുടിലുകൾ ഉണ്ട്. മഹുവയുടെ കായകളിൽ നിന്ന് എണ്ണ എടുക്കാൻ ഒരു പ്രത്യേകതരം ചക്ക് ഉണ്ട്. ആ ഗ്രാമത്തിൽ എൺപതു തൊണ്ണൂറു വയസ്സായ ഒരു വൃദ്ധയെ കണ്ടു. അവരുടെ തലമുടി വെഞ്ചാമരം പോലെ വെളുത്തിരിക്കുന്നു. അവരുടെ തൊലിയെല്ലാം ചുക്കിച്ചുളിഞ്ഞ് ജര ബാധിച്ചതുപോലെയാണ്. ഇളം വെയിലിലിരുന്ന് തലയിലെ പേൻ നോക്കുകയാണ്. ആ വൃദ്ധ ഒരു പ്രതീകമാണ്. ഈ പ്രദേശത്തിന്റെ തന്നെ പ്രതീകം. അനാദികാലം മുതൽ മനുഷ്യൻ ഈ വനത്തിൽ പാർത്തു വന്നിരുന്നു. യേശുക്രിസ്തുവിനെ കുരിശിൽ തറച്ച ദിവസവും അവർ മഹുവക്കുരുവിൽനിന്നും എണ്ണ എടുത്തിരിക്കും. അതേപ്രവൃത്തി ഇന്നും തുടരുന്നു. ഈശ്വരനെ സംബന്ധിച്ചോ ലോകത്തെക്കുറിച്ചോ എല്ലാമുള്ള അറിവും ചിന്തകളും ഒട്ടും തന്നെ ഇല്ല.

ചില വർഗ്ഗത്തിന്റെ സംസ്കാര ബീജം ഒളിവിൽ കിടക്കുന്നത് എന്തുകൊണ്ടാണെന്ന് എത്ര ആലോചിച്ചിട്ടും എനിക്ക് മനസ്സിലാകുന്നില്ല. കാലം കഴിഞ്ഞുപോകുമ്പോൾ ചിലരുടെ സംസ്കാരം ഔന്നത്യത്തിൽ എത്തും. എന്നാൽ ചിലരുടേത് ആയിരം സംവത്സരം കഴിഞ്ഞാലും ഒരു മാറ്റവും കൂടാതെ പഴയ സ്ഥിതി അതുപോലെ തുടരും. അസംസ്കൃത ചിത്തരായിരുന്ന ആര്യന്മാർ നാലായിരം വർഷങ്ങൾകൊണ്ട് എന്തെല്ലാം അത്ഭുതം സൃഷ്ടിച്ചു. വേദങ്ങൾ, ഉപനിഷത്തുക്കൾ, പുരാണങ്ങൾ, ഇതിഹാസങ്ങൾ, ജ്യോതി ശാസ്ത്രം, ചരകശുശ്രുത സംഹിതകൾ അങ്ങനെ എന്തെല്ലാം എഴുതി. എത്ര രാജ്യങ്ങൾ പിടിച്ചടക്കി. പുതിയ പുതിയ എത്ര സാമ്രാജ്യങ്ങൾ കെട്ടിപ്പടുത്തു. തീവണ്ടി, കപ്പൽ, വിമാനം, വിദ്യുച്ഛക്തി എന്നിങ്ങനെ എന്തെല്ലാം നൂതന കണ്ടുപിടുത്തങ്ങൾ. ഈ ലോകത്ത് എത്രമാത്രം പുതിയ രാജ്യങ്ങൾ ഉണ്ടെന്ന് മനസ്സിലാക്കാൻ സാധിച്ചു.

അതേസമയം എത്രയോ രാജ്യങ്ങളിലെ ആദിവാസികൾ ഇന്നും യാതൊരു മാറ്റവുമില്ലാതെ ജീവിച്ചു പോരുന്നു.

അതിപുരാതനകാലത്ത് ഞാൻ ഇരിക്കുന്ന ഈ പ്രദേശം മഹാസമുദ്രമായിരുന്നു. പുരാതനമായ ആ മഹാസമുദ്രം അടിച്ചുകയറ്റിയതാണ് ഈ മണൽത്തീരം. കാലക്രമേണ ഇപ്പോൾ അത് മഹാപർവ്വതമായി പരിണമിച്ചിരിക്കുന്നു. ഇന്ന് വനമദ്ധ്യത്തിലിരുന്ന് അന്നത്തെ നീല സമുദ്രം സ്വപ്നം കാണുന്നു.

സായം കാലത്തെ സുവർണ്ണശോഭയോടുകൂടിയ സൂര്യൻ മഹാലിഖാരൂപവനത്തിന്റെ തലമുകളിൽ പരക്കുവാൻ തുടങ്ങി. പവിഴമല്ലിക്കാട്ടിലെ സുഗന്ധം പേറി വരുന്ന മന്ദമാരുതനിൽ ഹേമന്തത്തിന്റെ ആരംഭത്തിലെ നേർത്ത തണുപ്പും കലർന്നിരുന്നു. ഇനി ഇവിടെ ഇരുന്ന് നേരം വൈകിക്കുന്നത് ശരിയല്ല. കൃഷ്ണപക്ഷത്തിലെ ഏകാദശിരാത്രിയാണ്. എന്നെത്തേടി വരുന്നത്. വനാന്തർ ഭാഗത്തുനിന്നും ഒരു കുറുനരി ഓരിയിട്ടു. ചിലപ്പോൾ കരടിയോ കടുവയോ വന്ന് വഴിമുടക്കിയാലോ. വഴിമുടക്കാതിരിക്കട്ടെ.

തിരിച്ചുപോരുന്ന വഴിക്ക് വനാന്തർഭാഗത്തുള്ള ഒരു പാറപ്പുറത്ത് കാട്ടുമയിലിനെ കണ്ടു. രണ്ടെണ്ണം ഉണ്ടായിരുന്നു. ഞാൻ അന്നാദ്യമായാണ് കാട്ടുമയിലിനെ കണ്ടത്. എന്റെ കുതിരയെ കണ്ട് പേടിച്ച് ആൺമയിൽ പോയി. എന്നാൽ അതിന്റെ കൂട്ടുകാരി എന്നെ കണ്ടഭാവം നടിക്കുകയോ ഇരുന്നേടത്തു നിന്ന് അനങ്ങുകയോ ചെയ്തില്ല. എനിക്ക് അതിനെ നോക്കി നിൽക്കാനുള്ള സമയം ഇല്ലായിരുന്നു. എന്റെ മനസ്സു നിറയെ പുലിയെക്കുറിച്ചുള്ള ഭയമായിരുന്നു. എങ്കിലും ഒരു നിമിഷം അതിന്റെ മുന്നിൽ ഞാൻ പകച്ചുനിന്നുപോയി. കാട്ടുമയിലിനെ ഞാൻ മുമ്പൊരിക്കലും കണ്ടിട്ടില്ലല്ലോ. ഈ പ്രദേശത്ത് ധാരാളമായി മയിലുകളുണ്ടെന്ന് ആളുകൾ പറഞ്ഞു കേട്ടിട്ടുണ്ട്. എന്നാൽ ഞാനത് വിശ്വസിച്ചിരുന്നില്ല. അതിന്റെ സൗന്ദര്യം ആസ്വദിച്ച് വളരെ നേരം നിൽക്കുന്നത് ശരിയല്ല. അതിനുള്ള ധൈര്യം എനിക്കില്ല. മഹാലിഖാരൂപവനത്തിൽ കടുവ ഉണ്ട് എന്ന ആളുകളുടെ പറച്ചിലും ഇതുപോലെ സത്യമായി വരുമോ?

ഏഴ്

ജന്മനാടിനെക്കുറിച്ചുള്ള മധുരസ്മരണകൾ അയവിറക്കുന്നത് ഏതൊരാളെ സംബന്ധിച്ചിടത്തോളവും ഏറ്റവും മധുരതരമായ അനുഭൂതി വിശേഷമാണ്. ജനിച്ചനാട്ടിൽ, തന്നെ സ്ഥിരമായി താമസിക്കേണ്ടിവരുന്ന ഒരാൾക്ക് ഈ വിചിത്രാനുഭൂതി അനുഭവിച്ച് അറിയുവാൻ സാധിക്കുകയില്ല. എന്നാൽ സ്വന്തക്കാർ ആരും കൂടെ ഇല്ലാതെ വിദേശത്ത് വളരെ ഏറെക്കാലം താമസിക്കേണ്ടിവരുന്ന ഒരുത്തനുമാത്രമേ സ്വന്തം നാടിനേയും സഹോദരങ്ങളെയും കുറിച്ച് മനസ്സ് എത്രമാത്രം വ്യാകുലപ്പെടുമെന്ന് മനസ്സിലാകുകയുള്ളൂ. പണ്ടുകഴിഞ്ഞ നിസ്സാരസംഭവങ്ങൾ പോലും ഇത്തരം ഏകാന്തതയിൽ ഏറ്റവും അത്ഭുതകരമായി തോന്നും. ആ നല്ല കാലമെല്ലാം അവസാനിച്ചു. ഇനി അതൊന്നും തിരികെ വരാൻ പോകുന്നില്ല എന്ന ചിന്ത മനസ്സിൽ ഉറയ്ക്കും. ലോകം തന്നെ ഉദാസീനമായി തോന്നും. ബംഗാളിലെ ഓരോ ദിവസവും അത്യന്തം പ്രിയങ്കരമായി തീരുന്നു.

വർഷങ്ങളായി ഇവിടെ താമസിച്ചുപോരുന്ന എന്റെ അവസ്ഥയും അങ്ങനെ ആയിരിക്കുന്നു. അവധി ആവശ്യപ്പെട്ട് പ്രധാന ഓഫീസിലേക്ക് എഴുതണം എന്ന് കരുതിയെങ്കിലും ജോലിയുടെ ആധിക്യം കാരണം ചോദിക്കുവാൻ വിഷമം തോന്നി. അങ്ങനെ ഒക്കെ ആണെങ്കിലും ഈ വിജനമായ വനഭൂമിയിൽ പുലി, കാട്ടുപോത്ത്, കരടി, ചെമ്മരിയാട് എന്നീ വന്യമൃഗങ്ങളുടെ ഇടയിൽ തികച്ചും ഏകനായി കഴിയുക, അതാകട്ടെ, ഏതാനും ദിവസങ്ങളല്ല വർഷങ്ങൾ ജീവിക്കുക എന്നത് ഏറ്റവും വിഷമകരമായ അവസ്ഥയാണ്. എന്റെ പ്രാണൻ ശ്വാസം മുട്ടി മരിച്ചു കൊണ്ടിരിക്കുന്നു. ബംഗാൾ എന്റെ മനസ്സിൽനിന്നും മറഞ്ഞുതുടങ്ങി. ഞാൻ ബംഗ്ലാദേശം കണ്ടിട്ട് എത്രയോ ദിവസമായി. ദുർഗ്ഗാപൂജ കണ്ടകാലം

ഓർമ്മയില്ല. ദേവാലയങ്ങളിലെ അഷ്ടഗന്ധത്തിന്റെയും സാമ്പ്രാണിയുടെയും ഗന്ധം അനുഭവിച്ചിട്ട് എത്രയോ കാലമായി. വൈശാഖകാലത്തെ പക്ഷികളുടെ കളകൂജനം എനിക്കിന്ന് ഓർമ്മയാണ്. വീട്ടിലെ അന്തരീക്ഷം, അടുക്കളയിൽ പാചകംചെയ്യുന്ന ഗൃഹാതുരത്വം ഉണർത്തുന്ന ഭക്ഷണം, കൊച്ചുസ്റ്റൂളിനു മുകളിൽവച്ച പാത്രത്തിലെ വെള്ളം, ചുമരിൽ തൂക്കിയിട്ടിരിക്കുന്ന ലക്ഷ്മീദേവിയുടെ ചിത്രം, സ്തോത്രപുസ്തകങ്ങൾ— എല്ലാം എല്ലാം എന്റെ മനസ്സിൽ വിദൂരകാലത്തെ ഓർമ്മ മാത്രമായി ത്തീർന്നിരിക്കുന്നു.

ശീതകാലം അവസാനിച്ചു. വസന്തം വന്നണഞ്ഞു. അതോടെ എന്റെ ചിന്തകളും സ്വപ്നങ്ങളും കൂടിക്കൂടി വന്നു.

ഇത്തരം ചിന്തകളോടെ കുതിരപ്പുറത്തുകയറി സരസ്വതീ തീരത്തേക്കു യാത്രയായി. ഒരു താഴ്വാരത്തിൽ എത്തിയപ്പോൾ കുതിരപ്പുറത്തുനിന്നും ഇറങ്ങി. അനങ്ങാതെ നിന്നു. എനിക്കു ചുറ്റും ഉയരത്തിലുള്ള മൺതിട്ടകൾ. ആ തിട്ടകൾക്കു മുകളിൽ കാഞ്ചിമരങ്ങളും കാശപ്പുല്ലുകളും ഇടതൂർന്നു വളർന്നു നിൽക്കുന്നു. എന്റെ തലയ്ക്കു മുകളിൽ നീലാകാശം കാണാം. നിറയെ മുള്ളുകളുള്ള ചെടികളുടെ മുകളിൽ വയലറ്റു നിറത്തിലുള്ള പൂങ്കുലകൾ വിടർന്ന് സുഗന്ധം പരത്തി നിൽക്കുന്നു. ആദ്യകാഴ്ചയിൽ വിദേശരാജ്യങ്ങളിൽ മാത്രം കാണുന്ന കോൺഫ്ളവർ പൂക്കൾ പോലെയുണ്ട്. ഓരോ പൂവായി എടുത്തു നോക്കിയാൽ ഈ പൂക്കൾക്കു പ്രത്യേകഭംഗി ഒന്നും ഇല്ല. എന്നാൽ വളരെ അധികം സ്ഥലത്ത് അവ കൂട്ടമായി പുഷ്പിച്ചു നിൽക്കുന്നതു കാണാൻ ഒരു കൗതുകമൊക്കെ ഉണ്ട്. നിവർത്തി വിരിച്ചിട്ടിരിക്കുന്ന ഒരു സാരിയുടെ പ്രതീതിയാണ് ആ കാഴ്ച നമ്മുടെ മനസ്സിൽ ഉണർത്തുക. നിറവും സൗന്ദര്യവും ഇല്ലാത്തതും പാതി ഉണങ്ങിയതുമായ കാശപ്പുല്ലുകളുടെ കാടിനു കീഴെ ഈ പൂക്കൾ വസന്തോത്സവത്തിൽ മതി മറന്നതുപോലെ നിൽക്കുന്നു. അവയ്ക്കു മുകളിൽ കാലങ്ങളായി വളർന്നു നിൽക്കുന്ന കാഞ്ചിമരങ്ങളുടെ കൊടുംകാട്. വിടർന്നു വിലസുന്ന ഈ പൂക്കളുടെ ബാലചാപല്യം കാണാൻ ആഗ്രഹമില്ലാത്ത വിധത്തിൽ ഈ മരങ്ങൾ അവജ്ഞയോടും ഉദാസീനതയോടും കൂടി മറുവശത്തേക്കും മുഖം തിരിച്ചു നിൽക്കുകയാണ്.

എത്രസമയം ഞാനവിടെ നിന്നു എന്ന് അറിയില്ല. ബംഗാളിന്റെ പുത്രനായ ഞാൻ കാട്ടുപൂക്കളുടെ സൗന്ദര്യം ആസ്വദിച്ചു നിൽക്കുകയാണ്. എന്നാൽ മൺതിട്ടകൾക്കു മുകളിലെ ഉന്നതഭൂമിയുടെ വനശോഭയ്ക്കു എന്തൊരു സൗന്ദര്യവും ഗാംഭീര്യവും ആണ്. ആ കാഴ്ച എന്നെ എത്ര നേരം അവിടെ പിടിച്ചുനിർത്തി എന്ന് അറിയില്ല. തലയ്ക്കു മുകളിലായി കാണുന്ന ഇത്തിരി മാത്രം പോന്ന ആകാശത്ത് ഒന്നുരണ്ടു നക്ഷത്രങ്ങൾ മിന്നിത്തിളങ്ങി നിൽക്കുന്നു. ആ സമയത്ത് തീർത്തും അപ്രതീക്ഷിതമായി ഉയർന്നുകേട്ട കുതിരക്കുളമ്പടി നാദം എന്നെ ഞെട്ടിച്ചു കളഞ്ഞു.

ആമീൻ പൂർണ്ണചന്ദ്! നാഢബയിഹാറിന്റെ പടിഞ്ഞാറെ അതിർത്തി

യിലെ വനഭൂമിയുടെ അളവു കഴിഞ്ഞ് അയാൾ ഓഫീസിലേക്കു തിരികെ പോവുകയാണ്. എന്നെ കണ്ടപാടെ അയാൾ കുതിരപ്പുറത്തുനിന്നും താഴെയിറങ്ങി.

“അല്ലാ, യജമാനൻ എന്താ ഇവിടെ?” അയാൾ ചോദിച്ചു.

“ഒന്നുമില്ല. വെറുതെ നടക്കാനിറങ്ങിയതാണ്.”

“സന്ധ്യാസമയത്ത് ഒറ്റയ്ക്ക് ഈ പ്രദേശത്ത് നിൽക്കുന്നതു ശരിയല്ല. നമുക്ക് ഓഫീസിലേക്കു പോകാം. ഈ സ്ഥലം ഒട്ടും നല്ലതല്ല. ഒരു ഭീകരൻ കടുവയെ നമ്മുടെ ടിണ്ഡേൽ സ്വന്തം കണ്ണുകൊണ്ടു കണ്ടിട്ടുണ്ട്. അത് ഈ കാശവനത്തിൽ സ്ഥിര താമസമാണ്. വേഗം വരൂ യജമാനനേ.”

അപ്പോഴും പൂർണ്ണചന്ദ്രന്റെ വളരെ പിന്നിൽ ഇരുന്നുകൊണ്ട് ടിണ്ഡേൽ പാടുന്നുണ്ടായിരുന്നു. “ഭയാ.. ഹോ... യീ... ജീ...”

അന്നത്തെ ദിവസംമുതൽ ഒരു മുൾച്ചെടിപ്പടർപ്പിലെ പൂക്കൾ കാണുമ്പോൾ എന്റെ മനസ്സ് ജന്മനാടായ ബംഗാളിനെ ഓർത്ത് ആവേശഭരിതമായിത്തീരുക പതിവാണ്. എന്നും ഛട്ടലാൽ ടിണ്ഡേൽ വൈകുന്നേരം ചപ്പാത്തി ചുടുമ്പോൾ അതേ ഗാനം ആലപിച്ചുകൊണ്ടിരിക്കുകയും ചെയ്യും.

“ഭയാ... ഹോ... യീ... ജീ...”

വരുന്ന ഫാൽഗുനമാസത്തിൽ മാവുപൂക്കുമ്പോൾ മാമ്പൂക്കൾ പൊഴിയുന്ന തണലിൽ പഞ്ഞിമരത്തിൽ പൂക്കൾ വിടർന്നു നിൽക്കുന്ന നദീതീരത്ത് നിന്ന് കുയിലുകളുടെ പാട്ടുകേൾക്കാനുള്ള ഭാഗ്യം ജീവിതത്തിൽ ഇനി ഒരിക്കലും ഉണ്ടാവുകയില്ലേ എന്ന്. ഇവിടെ ഈ വനത്തിൽ ഏകാന്തതയിൽ അലയുമ്പോൾ ഒരു ദിവസം വല്ല പുലിയോ കാട്ടുപോത്തോ എന്റെ കഥ കഴിച്ചെന്നുവരാം.

പിറന്ന നാടിനും വീടിനും വേണ്ടി മനസ്സ് കേഴുന്ന അവസരത്തിൽ രാസ്ബിഹാരിസിങ്ങിന്റെ വീട്ടിൽനിന്നും ഹോളി ഉത്സവത്തിൽ പങ്കുചേരാൻ എനിക്ക് ക്ഷണം ലഭിച്ചു. രാസ്ബിഹാരി ആ പ്രദേശത്തെ കുപ്രസിദ്ധനായ ഒരു വട്ടിപ്പലിശക്കാരനാണ്. മഹാജൻ എന്നാണ് അവരുടെ സ്ഥാനപ്പേര്. രാജപുത്രവിഭാഗത്തിൽ പെട്ടവൻ. കാരോനദിയുടെ തീരത്തെ സർക്കാർ വക കൃഷിഭൂമിയിലെ ഒരു അന്തേവാസി. ആ ഗ്രാമം എന്റെ ഓഫീസിൽനിന്നും പത്തുപതിനഞ്ചു നാഴിക വടക്കു കിഴക്കു ഭാഗത്തേക്കാണ്. മോഹൻപുര സംരക്ഷിത വനമേഖലയുടെ തൊട്ടടുത്തായി വരും.

ക്ഷണം സ്വീകരിച്ചില്ലെങ്കിൽ തീർച്ചയായും അയാൾക്ക് അത് അപമാനമാകും. എന്നാൽ രാസ്ബിഹാരി സിങ്ങിന്റെ വീട്ടിലേക്കു പോകാൻ എനിക്കു അല്പം പോലും താല്പര്യമില്ലാതാനും. ആ ഭാഗത്തുള്ള തീർത്തും ദരിദ്രരായ ഗാംഗോത ജാതിക്കാരുടെ മഹാജൻ ആണ് അയാൾ. ആ പാവങ്ങളുടെ രക്തം ഊറ്റിക്കുടിച്ചാണ് അയാൾ പണക്കാരനായത്. അയാളുടെ കടുത്തശാസനകൾക്കും ക്രൂരപ്രവൃത്തികൾക്കും എതിരെ നേർത്ത പ്രതിഷേധം ഉയർത്താൻ അവർക്കാർക്കും ധൈര്യമില്ല. ആരും

അതിനൊട്ടു തുനിഞ്ഞിട്ടും ഇല്ല. അയാളുടെ ആജ്ഞാനുവർത്തികളായ ഒരു സംഘം ക്രൂരന്മാർ കൈയിൽ വടിയുമായി എല്ലായിപ്പോഴും ചുറ്റിനടക്കുന്നുണ്ടാകും. ആരെയെങ്കിലും പിടിച്ചുകൊണ്ടുവരാൻ പറയുന്നത് കേൾക്കേണ്ട താമസം അവർ അയാളെ പിടിച്ചുകൊണ്ടുവന്ന് രാസ്ബിഹാരിയുടെ മുന്നിൽ ഹാജരാക്കും. ഏതെങ്കിലും ഒരാൾ തന്നെ വേണ്ടവിധത്തിൽ ബഹുമാനിക്കുന്നില്ല എന്ന തോന്നൽ രാസ്ബിഹാരിക്ക് ഉണ്ടായാൽ മതി പിന്നെ ആ മനുഷ്യന് ഒരു രക്ഷയും ഉണ്ടാവില്ല. ഏതെങ്കിലും വിധത്തിൽ ചെയ്യാത്ത കുറ്റം ആരോപിച്ച് അയാളെ കഠിനമായി ശിക്ഷിച്ചിട്ടേ രാസ്ബിഹാരി അടങ്ങൂ.

രാസ്ബിഹാരി സിങ് ആ പ്രദേശത്തെ കിരീടം വയ്ക്കാത്ത രാജാവാണെന്ന് ഞാൻ ഇവിടെ വന്ന ഉടനെ കേൾക്കുകയുണ്ടായി. അയാളുടെ സംസാരവും പെരുമാറ്റവും എല്ലാം ആ വിധത്തിൽ ആയിരുന്നു. പ്രജകൾ അയാളുടെ മുന്നിൽ പഞ്ചപുച്ഛമടക്കി നിൽക്കുന്നു. എത്രമാത്രം കഷ്ടപ്പാടുകൾ അനുഭവിക്കുന്നവരാണെങ്കിലും അയാളുടെ മുഖത്തുനോക്കി മറുത്തുപറയാനുള്ള ധൈര്യം ആർക്കും ഉണ്ടായിരുന്നില്ല. പൊലീസ് അയാളുടെ അധീനതയിലാണ്. ആ പ്രദേശത്തെ സർക്കാർ ഉദ്യോഗസ്ഥന്മാർ എല്ലാം അയാളുടെ വീട്ടിലെ നിത്യ സന്ദർശകരാണ്. അത്തരം അവസ്ഥയിൽ അയാൾ ആരെയെങ്കിലും വിലവയ്ക്കുമോ?

എന്റെ ആളുകളുടെ മേലും അയാൾ തന്റെ സ്വാധീനശക്തി പ്രയോഗിക്കുവാൻ ശ്രമിച്ചതാണ്. എന്നാൽ അതിനെ ഞാൻ ശക്തിയായി എതിർത്തു. അയാൾക്ക് ഞാൻ വ്യക്തമായി കാര്യങ്ങൾ പറഞ്ഞു മനസ്സിലാക്കി കൊടുത്തു.

“നിങ്ങളുടെ ഭൂമിയിലും അവിടെ ജോലിയെടുക്കുന്ന ആളുകളുടെ മേലും നിങ്ങൾ എന്തു വേണമെങ്കിലും ചെയ്തുകൊള്ളുക. എന്റെ ജോലിക്കാരുടെ തലമുടിയുടെ ഒരറ്റം സ്പർശിക്കുവാൻ പോലും ഞാൻ നിങ്ങളെ അനുവദിക്കുകയില്ല. സ്പർശിച്ചാൽ അതെനിക്കു സഹിക്കാനാവില്ല.”

കഴിഞ്ഞ വർഷം ഈ വിഷയത്തെ ചൊല്ലി രാസ്ബിഹാരിയുടെ വടിപയറ്റുകാരും എന്റെ ഓഫീസിലെ മുകുന്ദി ചകലാദാരുടെയും ഗണപത് തഹസിൽദാരുടെയും ശിപായികൾ തമ്മിൽ ഏറ്റുമുട്ടുകയും ചെറിയ കശപിശ ഉണ്ടാകുകയും ചെയ്തിരുന്നു. കഴിഞ്ഞശ്രാവണ മാസത്തിലും അത്തരത്തിൽ ഒരു വഴക്ക് ഉണ്ടായിരുന്നു. അന്ന് പൊലീസുകാർ പോലും വരേണ്ടിവന്നു. അവരാണ് അത് ഒത്തുതീർപ്പിലാക്കിയത്. അതിനുശേഷം എന്റെ വനമേഖലയിലെ ആരെയും അയാൾ ഉപദ്രവിക്കുവാൻ മുതിർന്നിട്ടില്ല. അവരോട് അഹിതമായി യാതൊന്നും പറയാറും ഇല്ല. ഇത്തരം ഒരു സന്ദർഭത്തിൽ രാസ്ബിഹാരി സിങ്ങിന്റെ ഹോളി ആഘോഷത്തിലേക്കുള്ള ക്ഷണം എന്നെ അമ്പരപ്പിച്ചു. ഞാൻ ഗണപത് തഹസിൽദാരെ വിളിച്ച് എന്തു ചെയ്യണം എന്ന ഉപദേശം തേടി. അയാൾ പറഞ്ഞു:

“ഞാനെന്തു പറയാനാണ് യജമാനനേ. അയാളെ വിശ്വസിക്കുവാൻ പാടില്ല. അയാൾക്ക് എന്തുചെയ്യാനും കഴിയും. അങ്ങയെ ക്ഷണിച്ചതിനു

പിന്നിലെ ഉദ്ദേശ്യം എന്താണെന്ന് ആർക്കറിയാം. അങ്ങ് പോകാതിരിക്കുന്നതാണ് നല്ലത് എന്നാണ് എനിക്ക് തോന്നുന്നത്."

എന്നാൽ അയാളുടെ അഭിപ്രായം എനിക്ക് സ്വീകാര്യമായിരുന്നില്ല. രാസ്ബിഹാരി സിങ്ങിന്റെ ക്ഷണം സ്വീകരിച്ചില്ലെങ്കിൽ ഞാൻ അയാളെ മനഃപൂർവ്വം അപമാനിച്ചതായി അയാൾ കരുതും. അതിനു കാരണമുണ്ട്. ഹോളി രജപുത്രന്മാരുടെ പ്രധാന ആഘോഷമാണ്. ഞാൻ ഭയപ്പെട്ട് പോകാതിരുന്നതാണെന്ന് കരുതുകയും ചെയ്യും. അയാൾ അങ്ങനെ കരുതിയാൽ അത് എനിക്ക് അപമാനമാകുകയും ചെയ്യും. അതൊരിക്കലും പാടില്ല. അതുകൊണ്ട് പോകുകതന്നെ വേണം. എന്തുവന്നാലും പോണം.

ഓഫീസിലുള്ള ഭൂരിഭാഗം ആളുകളും ഓരോ കാരണങ്ങൾ പറഞ്ഞ് എന്നെ വിലക്കി. വൃദ്ധനായ മുനീശ്വർസിങ് പറഞ്ഞു. "യജമാനനേ, പോകുന്നതൊക്കെ കൊള്ളാം. എന്നാൽ ഈ നാട്ടുകാരുടെ മനസ്ഥിതി അങ്ങേക്ക് അറിയുകയില്ല. അവർക്ക് ഇഷ്ടമില്ലാത്ത എന്തെങ്കിലും ഒരു വാക്ക് പറഞ്ഞാൽ കൊല്ലാനുംകൂടി മടിക്കാത്ത കൂട്ടരാണ്. ശരിക്കും തെമ്മാടികളുടെ നാടാണ് ഇതെന്നു പറയാം. എഴുത്തും വായനയും അറിയുന്നവർ ആരും തന്നെ ഇവരുടെ കൂട്ടത്തിൽ ഇല്ല. ഈ രാസ്ബിഹാരി സിങ്ങാകട്ടെ അതിഭയങ്കരനും ആണ്. അയാൾക്ക് ചെയ്യാൻ പറ്റാത്തതായി യാതൊരു ദുഷ്പ്രവൃത്തിയും ഇല്ല എന്നു പറയാം. കൊലപാതകം, കള്ളസാക്ഷി പറയൽ, തീവെയ്പ് എന്നീ കാര്യങ്ങളിലെല്ലാം അയാൾക്ക് നല്ല വഴക്കമുണ്ട്.

ഞാൻ അതൊന്നും കാര്യമായി എടുത്തില്ല. ഹോളി ദിവസം രാസ്ബിഹാരിയുടെ വീട്ടിൽ എത്തി. ഇഷ്ടിക കെട്ടി ഉയർത്തിയ ചുമരുകളോടു കൂടിയ ഓടിട്ട കെട്ടിടം. ഈ നാട്ടിലെ ധനികരുടെ വീടുകൾ പോലെയുള്ള വീട്. വീടിനു മുൻവശത്ത് നീണ്ട വരാന്ത. അതിൽ ടാറുകൾ പൂശിയ വലിയ തൂണുകൾ. അവിടെ രണ്ടു കയറുകട്ടിൽ! ആ കട്ടിലിൽ രണ്ടുപേർ ഇരുന്ന് നാടൻ ഹുക്ക വലിച്ചുകൊണ്ടിരിക്കുന്നു.

എന്റെ കുതിര രാസ്ബിഹാരിയുടെ വീടിന്റെ മുറ്റത്തു ചെന്നുനിന്നു. ആ സമയത്ത് അവിടെ വെടിയൊച്ച മുഴങ്ങി. രാസ്ബിഹാരിയുടെ സേവകന്മാർക്ക് എല്ലാം ഞാൻ പരിചിതനാണ്. അവർ ആ നാട്ടിലെ പതിവനുസരിച്ച് എന്നെ ആചാരപൂർവ്വം സ്വീകരിച്ചതാണെന്ന് എനിക്ക് മനസ്സിലായി. എന്നോടുള്ള ബഹുമാനസൂചകമായാണ് വെടിപൊട്ടിച്ചത്. എന്നാൽ ഗൃഹനാഥനെ കാണുന്നില്ല. ഗൃഹനാഥൻ വന്നാലല്ലാതെ കുതിരപ്പുറത്തു നിന്നും ഇറങ്ങുന്ന പതിവും അവിടെ ഇല്ല. അല്പസമയം കഴിഞ്ഞപ്പോൾ രാസ്ബിഹാരി സിങ്ങിന്റെ സഹോദരൻ രാസ് ഉല്ലാസ് സിങ് പുറത്തേക്ക് ഇറങ്ങിവന്നു. അയാൾ കൈകൂപ്പി അഭിവാദനം ചെയ്തശേഷം വിനീത സ്വരത്തിൽ പറഞ്ഞു. "വന്നാലും പ്രഭോ! വന്നാലും! ഈ പാവങ്ങളുടെ വീട്ടിലേക്കു പ്രവേശിച്ചാലും."

എന്റെ മനസ്സിലെ അസ്വാസ്ഥ്യം മാറി. രജപുത്ര വിഭാഗം ഒരാളെ അതിഥിയായി സ്വീകരിച്ചുകഴിഞ്ഞാൽ പിന്നെ അയാൾക്കു യാതൊരു

അനിഷ്ടവും അവർ പ്രവർത്തിക്കുകയില്ല. എന്നാൽ ആ സമയത്ത് ആരും പുറത്തേക്ക് ഇറങ്ങിവന്ന് എന്നെ സ്വീകരിച്ചില്ലായിരുന്നെങ്കിൽ കുതിരപ്പുറത്തുനിന്നും ഇറങ്ങാതെ ഞാൻ തിരിച്ചു പോരേണ്ടിവരുമായിരുന്നു.

മുറ്റം നിറയെ ആളുകൾ ഉണ്ട്. അവരിൽ ഭൂരിഭാഗം ആളുകളും ഗാംഗോത വിഭാഗത്തിൽ പെട്ടവരായിരുന്നു. ചുവപ്പുചായം പുരണ്ടതും മുഷിഞ്ഞതും കീറിയതുമായ വസ്ത്രങ്ങളാണ് അവരോരുത്തരും ധരിച്ചിരുന്നത്. അവരിൽ ചിലരെ ക്ഷണിച്ചിട്ടുണ്ടായിരിക്കണം. കുറേപ്പേർ ക്ഷണിക്കപ്പെടാതെ എത്തിയവരും ആണ്. മഹാജന്റെ വീട്ടിലെ ഹോളി ആഘോഷത്തിൽ പങ്കെടുക്കുവാൻ എത്തിയവരാണ് അവർ.

ഏതാണ്ട് അരമണിക്കൂർ കഴിഞ്ഞപ്പോൾ രാസ്ബിഹാരി സിങ് ഇറങ്ങിവന്നു. എന്നെ കണ്ടപ്പോൾ അയാൾ ശരിക്കും അമ്പരന്നുപോയി. അയാളുടെ ക്ഷണം സ്വീകരിച്ച് ഞാൻ എത്തിച്ചേരും എന്നയാൾ സ്വപ്നത്തിൽ പോലും വിചാരിച്ചിരുന്നില്ല. അതെന്തോ ആകട്ടെ, അയാൾ എന്നെ വേണ്ട വിധം സ്വീകരിച്ച് ആനയിച്ചു.

രാസ്ബിഹാരി എന്നെ ബഹുമാനപൂർവ്വം അടുത്ത മുറിയിലേക്ക് കൂട്ടിക്കൊണ്ടുപോയി. ആ മുറിയിൽ രണ്ടുമൂന്ന് മരക്കസേരകൾ നിരത്തിയിട്ടിരുന്നു. നല്ല വീട്ടിത്തടികൊണ്ട് നാടൻ ആശാരിമാർ നിർമ്മിച്ചതാണ് അവ. കസേരയുടെ കാലുകൾക്ക് സാമാന്യത്തിലധികം വണ്ണമുണ്ട്. മരംകൊണ്ടു നിർമ്മിച്ച ഒരു ബഞ്ചും ആ മുറിയിൽ കിടപ്പുണ്ടായിരുന്നു. ചുമരിൽ സിന്ദൂരവും ചന്ദനവും പൂശിയ ഒരു ഗണേശവിഗ്രഹവും ഉണ്ട്.

അല്പസമയം കഴിഞ്ഞപ്പോൾ ഒരു ആൺകുട്ടി വലിയ ഒരു താലവും കൊണ്ട് എന്റെ മുന്നിൽ വന്നു നിന്നു. അതിൽ കുറച്ച് കുങ്കുമം, പൂക്കൾ, കുറച്ചുരൂപ, പഞ്ചസാരയിൽ മുക്കിയ ഏലക്കായ, കൽക്കണ്ടം, ഒരു മാല എന്നിവയുണ്ടായിരുന്നു. രാസ്ബിഹാരി എന്റെ നെറ്റിയിൽ കുങ്കുമം തൊടുവിച്ചു. ഞാൻ തിരിച്ചും തിലകം ചാർത്തിക്കൊടുത്തു. തുടർന്ന് എന്തു ചെയ്യണം എന്നറിയാതെ കിണ്ണത്തിലേക്കു നോക്കി. രാസ്ബിഹാരി പറഞ്ഞു.

"ഇതെല്ലാം അങ്ങേക്കുള്ള കാഴ്ചദ്രവ്യങ്ങളാണ്. ദയവായി സ്വീകരിച്ചാലും."

എന്റെ പേഴ്സ് തുറന്ന് കുറച്ചു പണമെടുത്ത് ആ താലത്തിൽ ഇട്ട ശേഷം പറഞ്ഞു.

"ഇതുകൊണ്ട് എല്ലാവർക്കും മധുരപലഹാരം വാങ്ങിക്കൊടുത്താലും."

രാസ്ബിഹാരി തന്റെ സമ്പത്തും പ്രൗഢിയും കാണിക്കുന്നതിനുവേണ്ടി എന്നെയുംകൊണ്ട് വീടിന്റെ മുക്കിലും മൂലയിലും എല്ലാം നടന്നു. തൊഴുത്തിൽ പത്തറുപത്തഞ്ചു പശുക്കൾ നിരന്നു നിൽക്കുന്നു. ലായത്തിൽ എട്ടുകുതിരകൾ. അവയിൽ രണ്ടെണ്ണത്തിന് നന്നായി നൃത്തം ചെയ്യാൻ അറിയാമത്രേ. ഒരു ദിവസം കുതിരയുടെ നൃത്തം എനിക്കു കാണിച്ചു തരാമെന്നു പറയുകയും ചെയ്തു. അയാൾക്കു സ്വന്തമായി

ആനയില്ല. എന്നാൽ ഉടനെതന്നെ ആനയെ വാങ്ങാൻ ഉദ്ദേശ്യമുണ്ടത്രേ. ഈ നാട്ടിൽ പ്രൗഢിയുടെയും ആഭിജാത്യത്തിന്റെയും അടയാളം ആനയാണ്. എണ്ണൂറ് മന്ന് ഗോതമ്പ് ഒരു വർഷം വിളവെടുക്കും. രണ്ടു നേരം പത്തൊൻപതു പേർക്ക് ആഹാരം പാചകം ചെയ്യണം. രാസ്ബിഹാരി എന്നും രാവിലെ ഒന്നരസേർ പാലും ഒരു സേർ ബിക്കാനീറിലെ പലഹാരവും കഴിക്കുമത്രേ. കടകളിൽനിന്നും വാങ്ങുന്ന കൽക്കണ്ടം അയാൾ കഴിക്കുകയില്ല. ബിക്കാനീറിലെ കൽക്കണ്ടം മാത്രമേ അയാൾ കഴിക്കുകയുള്ളൂവത്രേ. രാവിലെ കൽക്കണ്ടം കഴിക്കുന്നതും ഈ പ്രദേശത്ത് ആഭിജാത്യത്തിന്റെ ലക്ഷണമായി കണക്കാക്കുന്നു.

രാസ്ബിഹാരി എന്നെ മറ്റൊരു മുറിയിലേക്കു കൂട്ടിക്കൊണ്ടു പോയി. ആ മുറിയിൽ ഏതാണ്ട് മൂവായിരം ചോളക്കുലകൾ കെട്ടി ഞാത്തി ഇട്ടിരിക്കുന്നു. അടുത്ത കൃഷിക്ക് വിത്തിനായി ഉപയോഗിക്കുവാൻ സൂക്ഷിച്ചിട്ടുള്ളതാണ് അവയെന്ന് അയാൾ പറഞ്ഞു. ഒരു ഭീമൻ ഇരുമ്പു പാത്രം എന്നെ കാണിച്ചു. അതിൽ നിത്യേന ഒന്നര മന്ന് പാലു കാച്ചി എടുക്കും. തന്റെ തറവാട്ടിലെ ആവശ്യത്തിന് ഒരു ദിവസം അത്രയും പാൽ വേണം. തൊട്ടടുത്തുള്ള ചെറിയ മുറി ആയുധപ്പുരയാണ്. അവിടെ വടി, കുന്തം, മഴു, വാള് തുടങ്ങി നിരവധി ആയുധങ്ങൾ ഉണ്ട്.

ആറ് ആൺമക്കളാണ് രാസ്ബിഹാരി സിങ്ങിനുള്ളത്. മൂത്തപുത്രന് മുപ്പതുവയസ്സായി. മൂത്ത നാലു മക്കൾക്കും രാസ്ബിഹാരിയുടെ ശരീരപ്രകൃതിയാണ്. അയാളുടെ അതേ തണ്ടും തടിയും അവന്മാർക്കും ഉണ്ട്. അയാളെപ്പോലെ തന്നെ അവർ മേൽ മീശയും കൃതാവും വച്ചിരിക്കുന്നു. അയാളുടെ ആയുധശേഖരവും മക്കളേയും കണ്ടപ്പോൾ സാധുക്കളും ദരിദ്രരുമായ ഗാംഗോത വിഭാഗക്കാർക്ക് ഇവരുടെ മുന്നിൽ പഞ്ചപുച്ഛമടക്കി നിൽക്കുകയല്ലാതെ മറ്റു മാർഗ്ഗങ്ങളില്ലെന്ന് എനിക്കു തോന്നി.

എന്തും ചെയ്യാൻ മടിക്കാത്ത അഹങ്കാരിയാണ് രാസ്ബിഹാരി സിങ്. ദുരഭിമാനത്തിന്റെ കാര്യമാണെങ്കിൽ പറയുകയും വേണ്ട. വെറ്റിലയിൽ നിന്നും ചുണ്ണാമ്പു വീണുപോയാൽ പോലും തന്റെ അഭിമാനത്തിനു ക്ഷതം പറ്റും എന്നു വിശ്വസിക്കുന്ന ആളാണ് അയാൾ. അതുകൊണ്ട് വളരെ സൂക്ഷിച്ചും ശ്രദ്ധിച്ചും വേണം അയാളെപ്പോലെ ഒരാളോട് ഇടപെടാൻ. അയാളുടെ അഭിമാന ബോധത്തിന് ക്ഷതമേൽക്കുന്നത് എപ്പോഴാണെന്ന് ആർക്കും അറിയില്ലല്ലോ.

സംസാരശൂന്യതയുടെ പാരമ്യത അയാളുടെ വീട്ടിൽ എനിക്കു കാണാൻ സാധിച്ചു. പാല്, ഗോതമ്പ്, ആവശ്യത്തിലധികം ചോളം, ബിക്കാരികൽക്കണ്ടം, അഹങ്കാരം, ആയുധം എന്നിവയെല്ലാം അവിടെ ആവശ്യത്തിലധികമുണ്ട്. ആവശ്യത്തിൽ അധികം ഇതെല്ലാം എന്തിനാണ്? എന്നാൽ ആ വീട്ടിലെ ഒരുമുറിയിൽപോലും ഒരു പുസ്തകമോ ചിത്രമോ ഞാൻ കണ്ടില്ല. വൃത്തിയുള്ള സോഫ, കസേര, കിടക്ക, തലയിണ എന്നിവ ഒന്നും ഇല്ല. ചുമരിൽ ചുണ്ണാമ്പും മുറുക്കി തുപ്പലും. വീടിനു പിറകിലെ ഓടയിൽ അഴുക്കുവെള്ളം കെട്ടിക്കിടക്കുന്നു. വീടും

പരിസരവും ചപ്പുചവറുകളും അഴുക്കും ചെളിയും എല്ലാം കെട്ടി കിടക്കുന്നു. വീടിന്റെ ആകൃതി തന്നെ വിരൂപത്തിലാണ്. ആ വീട്ടിലെ കുട്ടികൾ ആരുംതന്നെ പഠിക്കുന്നില്ല. അവരുടെ വസ്ത്രങ്ങളും ചെരുപ്പും എല്ലാം അഴുക്കും ചളിയും പറ്റിപ്പിടിച്ചതാണ്. കഴിഞ്ഞ വർഷം വസൂരി പിടിപെട്ട് ആ വീട്ടിലെ നാലുകുട്ടികൾ മരിച്ചിരുന്നു. ഈ വിധത്തിലുള്ള ക്രൂരമനസ്ഥിതിയും സംസ്കാര ശൂന്യതയുംകൊണ്ട് ആർക്ക് എന്ത് ഗുണമാണ് കിട്ടാൻ പോകുന്നത്. തികച്ചും സാധുക്കളും നിഷ്കളങ്കരുമായ ഗാംഗോത വിഭാഗത്തെ പറ്റിച്ചും ശിക്ഷിച്ചും സമ്പാദിച്ചു കൂട്ടുന്ന ധനം കൊണ്ട് ആർക്കും ഒരു പ്രയോജനവും ഉണ്ടാകാൻ പോകുന്നില്ല എന്ന് ഇയാൾക്ക് മനസ്സിലാകുന്നില്ലല്ലോ. രാസ്ബിഹാരി സിങ്ങിന്റെ അന്തസ്സ് വർദ്ധിച്ചുകൊണ്ടിരിക്കുന്നു എന്ന കാര്യം ഉറപ്പാണ്.

സദ്യയ്ക്ക് ഒരുക്കിയിരിക്കുന്ന വിഭവങ്ങളുടെ ധാരാളിത്തം എന്നെ അത്ഭുതപ്പെടുത്തി. ഇത്രയധികം സാധനങ്ങൾ ഒരു മനുഷ്യന് കഴിക്കുവാൻ സാധിക്കുമോ? ആനയുടെ ചെവിയുടെ വലുപ്പത്തിലുള്ള പതിനഞ്ച് പൂരി. ചെറിയ ചെറിയ മൺപാത്രങ്ങളിൽ വിവിധ പച്ചക്കറി ഉപയോഗിച്ചുണ്ടാക്കിയ കറികൾ. തൈര്, ലഡു, മൈദകൊണ്ട് ഉണ്ടാക്കിയ സ്വാദിഷ്ടമായ വിഭവം, ചട്നി, പപ്പടം! ഇതുകണ്ടപ്പോൾ എനിക്കു തോന്നിയത് ഇതെനിക്കു നാലുനേരം മൃഷ്ടാനം കഴിക്കാനുള്ള വിഭവങ്ങൾ ഉണ്ടല്ലോ എന്നാണ്. ഇതിന്റെ രണ്ടിരട്ടി രാസ്ബിഹാരി ഒരുനേരം അകത്താക്കുമത്രേ.

ആഹാരം കഴിച്ച് പുറത്തിറങ്ങിയപ്പോഴേക്കും സമയം ഏറെ വൈകി. രാസ്ബിഹാരിയുടെ പ്രജകൾ മുറ്റത്ത് നിരന്നിരുന്ന് ഇലയിൽ വിളമ്പിയ തൈരും ചീനപ്പുല്ലിന്റെ വറുത്ത അരിയും സന്തോഷത്തോടെ ഭക്ഷിക്കുന്നു. എല്ലാവരുടേയും വസ്ത്രത്തിൽ ചുവന്ന ചായം പുരണ്ടിട്ടുണ്ട്. സകലരുടേയും മുഖം പ്രസന്നമാണ്. രാസ്ബിഹാരിയുടെ അനുജൻ അവർക്കു ഭക്ഷണം കൊടുക്കുന്നതിൽ ശ്രദ്ധിച്ചുകൊണ്ട് ഓടി നടക്കുന്നു. അവർക്കു വിളമ്പിയ ആഹാരം എന്തായാലും ആ സാധുക്കൾ അതിൽ സംതൃപ്തരാണ്.

വളരെ ദിവസങ്ങൾക്കുശേഷം ആ വീട്ടിൽ വച്ച് എനിക്ക് ബാലനായ ധാതുരിയായുടെ നൃത്തം കാണാൻ സാധിച്ചു. അന്നത്തേതിലും അവൻ കുറച്ചുവലുതായിട്ടുണ്ട്. അവന്റെ നൃത്തവും കൂടുതൽ മെച്ചപ്പെട്ടിരിക്കുന്നു. ഹോളിയോടനുബന്ധിച്ച കലാപരിപാടികളിൽ നൃത്തംചെയ്യാൻ അവനെ പ്രത്യേകം ക്ഷണിച്ചു വരുത്തിയതാണ്.

ഞാൻ അവനെ അടുത്തു വിളിച്ച് ചോദിച്ചു.

"നിനക്ക് എന്നെ മനസ്സിലായോ ധാതുരിയാ?"

ധാതുരിയ ചിരിച്ചുകൊണ്ട് എന്നെ അഭിവാദനം ചെയ്തു. അവൻ പറഞ്ഞു.

"അറിയും യജമാനനേ, അങ്ങ് മാനേജർ ബാബു അല്ലേ? അങ്ങേക്കു സുഖം തന്നെ അല്ലേ, ബാബൂ.."

അതിമനോഹരമാണ് അവന്റെ പുഞ്ചിരി. അവനെ കാണുമ്പോൾ തന്നെ മനസ്സിൽ ഒരു പ്രത്യേകസ്നേഹവും ദയാവായ്പും ജനിക്കുന്നു. സ്വന്തം എന്നു പറയാൻ അവന് ആരും തന്നെയില്ല. ഈ കൊച്ചു പ്രായത്തിൽ അവൻ ആടിയും പാടിയും ആളുകളെ സന്തോഷിപ്പിക്കുന്നു. അതോടൊപ്പം അന്നന്നത്തെ അപ്പത്തിനുള്ള വഴി കാണുകയും ചെയ്യുന്നു. അതും രാസ്ബിഹാരിയെ പോലെ അഹങ്കാരിയും അരസികനുമായ ഒരുവന്റെ മുറ്റത്ത്.

“ഇന്ന് അർദ്ധരാത്രി വരെ നിനക്ക് ഇവിടെ ആടുകയും പാടുകയും വേണമല്ലോ. അതിനെന്തു പ്രതിഫലമാണ് ലഭിക്കുക?” ഞാൻ ചോദിച്ചു.

“കൂലിയായി നാലണ തരും പിന്നെ, വയറുനിറച്ച് ആഹാരവും ലഭിക്കും.” അവൻ ചിരിച്ചുകൊണ്ടു പറഞ്ഞു.

“എന്ത് ആഹാരമാണ് നിനക്ക് ഇവിടെ നിന്ന് ലഭിക്കുക?”

“തൈര്, ലഡു, പഞ്ചസാര ഇതെല്ലാം തരുമെന്ന് തോന്നുന്നു. കഴിഞ്ഞ ആണ്ടിൽ തന്നിരുന്നു.”

ഇത്രയും ആഹാരം ലഭിക്കുമല്ലോ എന്ന ചിന്തകൊണ്ട് അവന്റെ മുഖം വികസിച്ചിരുന്നു. അവന്റെ മുഖത്തെ പ്രസന്നത കണ്ട് ഞാൻ ചോദിച്ചു.

“എല്ലാ സ്ഥലത്തുനിന്നും ഇതുതന്നെ ആണോ ലഭിക്കുക?”

“ഏയ് രാസ്ബിഹാരി സിങ് വലിയ പണക്കാരനല്ലേ, അതുകൊണ്ട് അദ്ദേഹം നാലണയും കൂടെ ആഹാരവും തരുന്നു. ഗാംഗോതക്കാരുടെ വീട്ടിൽപ്പോയി നൃത്തം ചെയ്താൽ ആകെ രണ്ടണ മാത്രമാണ് കിട്ടുക. ആഹാരം തരില്ല. എന്നാൽ അരസേർ ചോളം വറുത്തു പൊടിച്ചതു തരാറുണ്ട്.”

“അതുകൊണ്ടു നിനക്ക് മതിയാകുമോ?”

“ഇല്ല ബാബൂ, നൃത്തം ചെയ്തതുകൊണ്ട് നിത്യവൃത്തി കഴിഞ്ഞു പോവുകയൊന്നുമില്ല. ആദ്യമെല്ലാം ഇതിലും ഭേദമായിരുന്നു. ഇപ്പോൾ എല്ലാവർക്കും കഷ്ടകാലമല്ലേ? ഈ അവസ്ഥയിൽ ആർക്കാണ് നൃത്തം കാണാൻ ആഗ്രഹം? നൃത്തംചെയ്യാൻ ആരും വിളിക്കാത്തപ്പോൾ വയലിൽ ജോലിക്ക് പോകും. കഴിഞ്ഞ വർഷം ഗോതമ്പു കൊയ്യാൻ പോയിരുന്നു. എന്തുചെയ്യാനാണ് യജമാനനേ, എന്തെങ്കിലും തിന്നാതെ കഴിയില്ലല്ലോ. എത്ര ആഗ്രഹിച്ചാണ് ഞാൻ ഛക്കർബാജി നൃത്തം പഠിച്ചത് എന്നറിയാമോ? ഗയയിൽ പോയിട്ടാണ് ഞാൻ പഠിച്ചത്. ഇവിടെ ആർക്കും അതുകാണണ്ട. കാരണം ആ നൃത്തത്തിൽ കൂലി കൂടുതൽ തരണമല്ലോ.”

ഓഫീസിൽ വന്ന് നൃത്തപരിപാടി നടത്താൻ ഞാൻ ധാതുരിയായെ ക്ഷണിച്ചു. ധാതുരിയാ ഒരു യഥാർത്ഥ കലാകാരനാണ്. ഒരു കലാകാരന്റെ അർപ്പണബോധവും നിസ്വാർത്ഥമായ മനസ്സും അവനുണ്ട്.

പൗർണ്ണമി ചന്ദ്രന്റെ നിലാവ് പരന്നൊഴുകിയപ്പോൾ ഞാൻ രാസ്ബിഹാരി സിങ്ങിനോടു യാത്ര പറഞ്ഞു. അപ്പോഴും രണ്ടുപ്രാവശ്യം വെടി

യൊച്ച മുഴങ്ങി. എന്റെ കുതിര അവരുടെ മുറ്റത്തുനിന്നും ഇറങ്ങിയതിന്റെ ബഹുമാനസൂചകമായ ഒരു പ്രവൃത്തിയായിരുന്നു അത്. തുറസ്സായ പ്രദേശത്ത് പരന്നൊഴുകുന്ന നിലാവിൽ പഞ്ചാരമണലിലൂടെയുള്ള യാത്ര ഹൃദ്യമായിരുന്നു. വിദൂരതയിൽനിന്നും പക്ഷിയുടെ കൂജനം കേൾക്കുന്നുണ്ട്. വിശാലവും വിജനവുമായ ഈ പ്രദേശത്ത് ചന്ദ്രികയിൽ കുളിച്ചു നിൽക്കുന്ന യാത്രയിൽ ആ പക്ഷി കൂട്ടം പിരിഞ്ഞ് വിലപിക്കുയാണോ?

പുറകിൽനിന്നും എന്നെ ആരോ വിളിച്ചു.

"യജമാനനേ, മാനേജർ ബാബൂ..."

ഞാൻ തിരിഞ്ഞുനോക്കി. ധാതുരിയ എന്റെ കുതിരയുടെ പിന്നാലെ ഓടിവരുന്നു. ഞാൻ കുതിരയെ നിർത്തിയശേഷം അവനോടു ചോദിച്ചു.

"എന്താ ധാതുരിയാ?"

അവൻ നിന്നു കിതയ്ക്കുകയായിരുന്നു. അല്പനേരം നിന്ന് കിതപ്പുമാറ്റിയശേഷം സംശയിച്ചും നാണിച്ചുംകൊണ്ട് ചോദിച്ചു.

"ബാബൂ... ഞാൻ ഒരു കാര്യം ചോദിച്ചോട്ടെ. ഞാൻ മുമ്പ് ഒരു കാര്യം പറഞ്ഞിരുന്നില്ലേ?"

അവന് ധൈര്യം കൊടുത്തുകൊണ്ട് ഞാൻ പറഞ്ഞു.

"പറയ്! എന്താണ് നിനക്കു വേണ്ടത്?"

"മാനേജർ ബാബുവിന്റെ നാട്ടിലേക്ക്, കൊൽക്കത്തയ്ക്ക് എന്നെ ഒരിക്കൽ കൊണ്ടുപോകുമോ?"

"അവിടെ പോയിട്ട് നീ എന്തു ചെയ്യാൻ?"

"ഞാൻ ഇതിനുമുമ്പൊരിക്കലും കൊൽക്കത്തയിൽ പോയിട്ടില്ല. അവിടെയുള്ളവർ പാട്ടും നൃത്തവും എല്ലാം നന്നായി ആസ്വദിക്കുന്നവരാണെന്ന് ഞാൻ കേട്ടിട്ടുണ്ട്. ഞാൻ വളരെ നല്ല രീതിയിൽ നൃത്തം അഭ്യസിച്ചിട്ടുണ്ട്. എന്നാൽ എന്തു കാര്യം? ഇവിടെ ആർക്കും അതുകാണാൻ നേരവുമില്ല, താല്പര്യവുമില്ല. എനിക്കതിൽ വലിയ ദുഃഖമുണ്ട്. ഛക്കർ ബാജി നൃത്തം ഞാൻ ഏതാണ്ട് മറന്നുതുടങ്ങി. എത്രമാത്രം കഷ്ടപ്പെട്ടിട്ടാണ് ഞാനത് പഠിച്ചത് എന്നറിയാമോ? അതൊരു വലിയ കഥയാണു ബാബൂ.."

രാസ് ബിഹാരിയുടെ വീട്ടിൽനിന്നും വളരെ ദൂരം പോന്നുകഴിഞ്ഞു. മൈതാനം വെണ്ണിലാവിൽ കുളിച്ചു നിൽക്കുകയാണ്. ആരും അറിയാതെയാണ് ഇവൻ എന്റെ പുറകെ ഓടി വന്നിട്ടുള്ളത്. രാസ്ബിഹാരി അറിഞ്ഞാൽ അയാൾ തീർച്ചയായും ഇവനെ ശകാരിക്കും. പൂത്തു നിൽക്കുന്ന പഞ്ഞിമരത്തിനു ചുവട്ടിൽ ഞാൻ കുതിരയെ നിർത്തി. അടുത്തുകണ്ട ഒരു കല്ലിൽ ഇരുന്ന ശേഷം ഞാൻ അവനോടു കഥ പറയാൻ പറഞ്ഞു.

"കേൾക്കട്ടെ, നിന്റെ കഥ."

"ഗയ ജില്ലയിലെ ഒരു ഗ്രാമത്തിൽ വിട്ടൽദാസ് എന്നു പേരുള്ള ഒരാളുണ്ടെന്നും ഛക്കർബാജി നൃത്തം അദ്ദേഹത്തിനു നന്നായി അറിയാമെന്നും അയാൾ ധാരാളം പേരെ നൃത്തം അഭ്യസിപ്പിക്കാറുണ്ടെന്നും പലരും പറയുന്നത് ഞാൻ കേട്ടിരുന്നു. ഛക്കർബാജി നൃത്തം പഠിക്കണെ

മെന്ന് എനിക്ക് വലിയ ആഗ്രഹമായിരുന്നു. ഞാൻ ഗയ ജില്ലയിൽ എത്തി. ഗ്രാമങ്ങൾ തോറും അലഞ്ഞ് വിട്ടൽദാസിനെ അന്വേഷിച്ചു. ആർക്കും അങ്ങനെ ഒരാളെ അറിയില്ല. അവസാനം ഒരു സന്ധ്യയ്ക്ക് ഞാൻ കന്നു മേയ്ക്കുന്ന ഒരുവന്റെ അടുത്ത് അഭയം തേടി. അവിടെ ആ ജോലി ചെയ്യുന്ന ധാരാളം ആളുകൾ ഉണ്ട്. അവർ സംസാരത്തിനിടയിൽ ഛക്കർബാജി നൃത്തത്തെക്കുറിച്ചു പറയുന്നതുകേട്ടു. രാത്രി ഒരുപാടായി. കഠിനമായ തണുപ്പും. ഞാൻ നിലത്ത് വൈക്കോൽ വിരിച്ച് തൊഴുത്തിന്റെ ഒരു കോണിൽ ഉറങ്ങാൻ കിടന്നു. ഛക്കർബാജി എന്ന വാക്ക് എന്റെ കാതിൽ പതിഞ്ഞതോടെ ഞാൻ ചാടി എഴുന്നേറ്റു. ഓടി അവരുടെ അടുത്തു ചെന്നിരുന്നു. എനിക്കുണ്ടായ സന്തോഷം ഞാനെങ്ങനെ അങ്ങയെ പറഞ്ഞറിയിക്കും? ഒരു താലൂക്ക് എനിക്ക് സ്വന്തമായി കിട്ടിയാൽപോലും ഇത്ര സന്തോഷം ഉണ്ടാവുകയില്ല. അവരിൽനിന്നും എനിക്ക് വിട്ടൽദാസിനെക്കുറിച്ച് മുഴുവൻ കാര്യങ്ങളും അറിയാൻ സാധിച്ചു. ആ ഗ്രാമത്തിൽനിന്നും ഏകദേശം നൂറ്റിനാല്പതുനാഴിക ദൂരെ തിൻടാങ്ങ എന്ന ഗ്രാമത്തിലാണ് വിട്ടൽദാസിന്റെ വീട്. ഞാൻ അവിടേക്കു നടന്നുപോയി."

അവന്റെ കഥ എനിക്ക് വളരെ അധികം ഇഷ്ടമായി. കലയോടുള്ള ഒരു കലാകാരന്റെ ഇഷ്ടം. അതു പഠിക്കാനുള്ള അവന്റെ ത്യാഗസന്നദ്ധത ഇതെല്ലാം എന്നെ വല്ലാതെ ആകർഷിച്ചു. ഞാനവനോടു ബാക്കി കൂടി പറയാൻ ആവശ്യപ്പെട്ടു.

"ഏറെ പരിശ്രമത്തിനൊടുവിൽ വിട്ടൽദാസിനെ കാണാൻ സാധിച്ചു. ഒരു വൃദ്ധനായിരുന്നു വിട്ടൽ. മുഖം നിറയെ വെളുത്ത താടി മീശ. എന്നെ കണ്ട ഉടനെ വിട്ടൽ ചോദിച്ചു.

'എന്തുവേണം?'

'എനിക്ക് ഛക്കർബാജി നൃത്തം പഠിക്കണം.'

എന്റെ ആവശ്യം അദ്ദേഹത്തെ ആശ്ചര്യപ്പെടുത്തി. അദ്ദേഹം എന്നോട് ചോദിച്ചു.

'ഈ തലമുറയിലെ കുട്ടികൾക്ക് ഈ നൃത്തം ഇഷ്ടമാണോ? സകലരും ഈ നൃത്തം മറന്നു കഴിഞ്ഞില്ലേ? ആർക്കും ഇതിനെക്കുറിച്ച് അറിയുക പോലും ഇല്ല.'

ഞാൻ അദ്ദേഹത്തിന്റെ പാദത്തിൽ തൊട്ടുകൊണ്ടു പറഞ്ഞു. 'അങ്ങ് എനിക്ക് ഈ നൃത്തം പഠിപ്പിച്ചു തരണം. അങ്ങയെക്കുറിച്ച് അറിഞ്ഞപ്പോൾ ഞാൻ വളരെ അകലെനിന്നും വന്നതാണ്.'

അദ്ദേഹത്തിന്റെ കണ്ണുകൾ നിറഞ്ഞു. തൊണ്ട ഇടറിക്കൊണ്ട് എന്നോടു പറഞ്ഞു.

'എന്റെ തറവാട്ടിൽ ഏഴു തലമുറയായി ഈ നൃത്തം അഭ്യസിച്ചു വരികയാണ്. എന്നാൽ എനിക്ക് ഒരു പുത്രൻ ഇല്ല. പുറത്തുനിന്ന് ആരും എന്റെ അടുത്ത് നൃത്തം അഭ്യസിപ്പിക്കുവാനായി വന്നതും ഇല്ല. എന്റെ ഈ പ്രായത്തിനിടയിൽ ഈ ആവശ്യവുമായി ആദ്യം എത്തിയത് നീയാ

ണ്. ഞാൻ എന്തായാലും നിന്നെ പഠിപ്പിക്കാം.'

ബാബൂ... അങ്ങേക്ക് ഇപ്പോൾ മനസ്സിലായില്ലേ, എത്രമാത്രം കഷ്ടപ്പെട്ടാണ് ഞാൻ ഈ നൃത്തം അഭ്യസിച്ചതെന്ന്. ഈ ഗാംഗോതകളുടെ മുന്നിൽ ഈ നൃത്തം കാണിച്ചിട്ട് എന്തുകാര്യമാണ്? കൊൽക്കത്തയിൽ ഉള്ളവർക്ക് നന്മയോട് ബഹുമാനമുണ്ടല്ലോ. അതുകൊണ്ട് എന്നെ അങ്ങ് കൊൽക്കത്തയിലേക്ക് കൊണ്ടുപോകണം. കൊണ്ടുപോകില്ലേ, ബാബൂ?"

"ധാതുരിയാ, നീ ഒരു ദിവസം എന്റെ ഓഫീസിലേക്ക് വരൂ. ഈ കാര്യത്തെക്കുറിച്ച് നമുക്ക് അപ്പോൾ സംസാരിക്കാം. നീ ഇപ്പോൾ പോ."

ധാതുരിയ സമാധാനത്തോടെ പോയി. ഇവൻ ഇത്രമാത്രം കഷ്ടപ്പെട്ടു പഠിച്ച ഈ ഗ്രാമീണനൃത്തം കൊൽക്കത്തയിൽ ആർക്കെങ്കിലും ഇഷ്ടപ്പെടുമോ? ഞാൻ ചിന്തിച്ചു. ഇവൻ തനിച്ച് കൊൽക്കത്തയിൽ പോയിട്ട് എന്തുചെയ്യും?

എട്ട്

പ്രകൃതി തന്റെ ഭക്തന്മാർക്ക് അത്യന്തം അമൂല്യമായ വരദാനമാണ് നൽകുക. എന്നാൽ വളരെക്കാലം പ്രകൃതിയെ ആരാധിച്ചാൽ മാത്രമേ ഈ വരദാനം ലഭിക്കുകയുള്ളൂ. പ്രകൃതി ദേവത അസൂയക്കാരിയാണ്. പ്രകൃതിയെ ആഗ്രഹിക്കുന്നെങ്കിൽ പ്രകൃതിയെ തന്നെ സ്വീകരിച്ചുകൊള്ളണം. മറ്റെവിടെക്കെങ്കിലും മനസ്സു പതറിപ്പോയാൽ ആ അഭിമാനിയായ പ്രകൃതി പിന്നെ അത്രവേഗമൊന്നും മൂടുപടം മാറ്റുകയില്ല.

എന്നാൽ പ്രകൃതിയിൽ മനസ്സർപ്പിച്ചുകൊണ്ട് അവൾ സകല വിധ ആനന്ദങ്ങളും ചൊരിയും. ആ അനുഗ്രഹങ്ങളും ആനന്ദവും അനുപമമായ ശാന്തിയും അനുഭവിക്കുമ്പോൾ സ്വയം ഉന്മത്തനായി തീരും. വിശ്വമോഹിനിയായ പ്രകൃതീദേവി പലവിധത്തിൽ നിന്നെ വശീകരിച്ചുകൊണ്ടിരിക്കും. പുതിയ കാഴ്ചപ്പാട് സംജ്ഞാതമാകും. മനസ്സിന് യുവത്വം ഉണ്ടാകും.

ചില അനുഭവങ്ങൾ പറയട്ടെ, ആ അനുഭവങ്ങൾ അമൂല്യമാണ്. അവ വിവരിക്കുമ്പോൾ പുസ്തകത്താളുകൾ എത്ര വേണ്ടിവരും. എത്ര പറഞ്ഞാലും എഴുതിയാലും തീരാത്തതാണ് അത്. എന്നാൽ പറയാൻ ആഗ്രഹിച്ചത് മുഴുവനും പറയണമെന്നില്ല. മറ്റൊരു കാര്യം, ഇതെല്ലാം കേൾക്കാൻ ആഗ്രഹിക്കുന്ന ആളുകളും കുറവായിരിക്കും. പ്രകൃതിയെ സർവ്വാത്മനാ സ്വീകരിക്കുകയും സ്നേഹിക്കുകയും ചെയ്യുന്ന എത്ര ആളുകൾ ഉണ്ട്?

വനപ്രദേശത്ത് ലബ്ടുലിയയുടെ തുറസ്സായ പുൽത്തകിടികൾ തോറും ദുധലിപ്പൂക്കൾ വിരിഞ്ഞ് വസന്തകാലത്തിന്റെ വരവ് അറിയിച്ചുകൊണ്ടിരിക്കും. അതിമനോഹരമാണ് ദുധലിപ്പൂക്കൾ. നക്ഷത്രത്തിന്റെ ആകൃതിയാണ് ആ പൂക്കൾക്ക്. മഞ്ഞനിറത്തിൽ തണ്ടിന്റെ അറ്റത്തായി

നീണ്ട ഇലകൾക്കു മുകളിലായി പൂക്കൾ വിരിഞ്ഞു നില്ക്കും. സൂര്യപ്രകാശം കൂടി വരുന്നതോടെ പൂക്കൾ കൂമ്പി മൊട്ടുകളുടെ രൂപം പ്രാപിക്കും. അടുത്ത ദിവസം പ്രഭാതമാകുമ്പോൾ വീണ്ടും ആ പൂക്കൾ വിടർന്നു വികസിച്ചു നിൽക്കുന്നതായി കാണാം.

ദോഹനപുര സംരക്ഷിത വനമേഖലയിലും ഞങ്ങളുടെ അതിർത്തിക്കു പുറത്തുള്ള കാടുകളിലും മഹാലിഖാരൂപവനങ്ങളിലും ചുവന്ന പ്ലാശിൽ പൂക്കൾ വിരിഞ്ഞുനിൽക്കുന്നു. ഈ സ്ഥലങ്ങളെല്ലാം ഞങ്ങളുടെ കൃഷിയിടത്തിൽനിന്നും വളരെ അകലെയാണ്. കുതിരപ്പുറത്തു പോയാൽ തന്നെ മൂന്നുനാല് മണിക്കൂർ എടുക്കും. പൂക്കളുടെ ഗന്ധം അവിടത്തെ കാറ്റിനെ ഉന്മത്തമാക്കിക്കൊണ്ടിരിക്കും. വെളുപ്പും ചുവപ്പും പൂക്കൾ വിടർന്നു വിലസുന്ന ആ കാടുകളുടെ ഒരു പ്രത്യേകത ആ കാടുകളിൽ കുയിലിന്റേയോ വാനമ്പാടിയുടേയോ വിഷുപക്ഷിയുടേയോ ഒന്നും പാട്ടുകൾ അവിടെ കേൾക്കാനില്ല. ആ കിളികൾക്ക് വിജനമായ ആരണ്യഭൂവിഭാഗം ഇഷ്ടമാവില്ലായിരിക്കും.

ചില ദിവസങ്ങളിൽ ബംഗാളിലേക്കു പോകാൻ എന്റെ മനസ്സ് വെമ്പും. വംഗദേശത്തെ ഗ്രാമങ്ങളിലെ വസന്താഗമം എന്റെ മനസ്സിൽ തെളിയും. കല്പട കെട്ടി പടുത്തിട്ടുള്ള കുളക്കടവിൽനിന്നും ഈറൻ വസ്ത്രത്തോടെ കുളിച്ചു കയറുന്ന സുന്ദരിയുടെ രൂപം, വയലരികത്ത് പൂക്കൾ വിരിഞ്ഞു നിൽക്കുന്ന ഘേണ്ടുവനം, പലവിധത്തിലുള്ള സുഗന്ധവും പേറിവരുന്ന മന്ദമാരുതൻ വീശുന്ന വൈകുന്നേരങ്ങൾ! ഞാൻ എന്റെ നാടിനെ ശരിയായ രീതിയിൽ മനസ്സിലാക്കിയത് ഇവിടെ എത്തിയപ്പോഴാണ്. സ്വന്തം നാട്ടിൽ കഴിയുമ്പോൾ എന്റെ മനസ്സിൽ ഇത്തരം തോന്നലുകൾ ഒന്നുംതന്നെ ഉണ്ടായിരുന്നില്ല. ഈ അനുഭൂതി ജീവിതത്തിൽ എപ്പോഴെങ്കിലും ഒരിക്കൽ അനുഭവിക്കേണ്ടതാണ്. അതിനു ഭാഗ്യമില്ലാത്തവർ ജീവിതത്തിലെ ഏറ്റവും ദിവ്യമായ അനുഭൂതിയാണ് അനുഭവിക്കാതെ പോകുന്നത്.

ഞാൻ പല പ്രകാരത്തിൽ, പലപ്പോഴും പറയാൻ ശ്രമിച്ചിട്ടുള്ളതും എന്നാൽ ഒരിക്കൽപ്പോലും കൃത്യമായി പറയാൻ സാധിച്ചിട്ടില്ലാത്തതും ആയ ആ രഹസ്യം ഒളിച്ചിരിക്കുന്നത് പ്രകൃതിയുടെ അനന്ത വിശാലതയിലാണ്. അനുഭവിച്ച് അറിഞ്ഞില്ലെങ്കിൽ അതൊരിക്കലും മനസ്സിലാക്കാൻ സാധിക്കുകയില്ല.

ലബ്ടുലിയ ബയിഹാറിലെ വനം വിജനവും വിശാലവുമാണ്. ആകാശം മുട്ടെ ഉയർന്നു നിൽക്കുന്ന കാഞ്ചിമരങ്ങളുടെ ഇടയിലൂടെ വൈകുന്നേരങ്ങളിൽ കുതിരപ്പുറത്ത് സഞ്ചരിക്കുമ്പോൾ മനസ്സിൽ ഉദയം ചെയ്യുന്ന ദിവ്യാനുഭൂതി അവർണ്ണനീയം തന്നെയാണ്. ചിലപ്പോൾ ഇതിന് മുകളിൽ ഭയത്തിന്റെ ഒരു ആവരണം ഉണ്ടാകും. ചിലപ്പോൾ അതിന് നിഷ്കാമമായ ഒരു ഉദാസീനഭാവമാകും. ചിലപ്പോൾ ഗാംഭീര്യം നിറഞ്ഞതാകും. എന്നാൽ മധുരസ്വപ്നങ്ങളുടെ രൂപത്തിലും ഇത് അനുഭവവേദ്യമാകും.

വീടും കുടുംബവുമായി സാധാരണജീവിതം നയിക്കുന്ന ആളുകൾ പ്രകൃതിയുടെ ഈ രൂപവും ദൃശ്യവും കാണാതിരിക്കുന്നതാണ് നല്ലത്. പ്രകൃതീമാതാവിന്റെ ഈ മോഹിനീരൂപത്തിന്റെ വശ്യത മനുഷ്യനെ വീട് ഉപേക്ഷിക്കുവാൻ പ്രേരിപ്പിക്കും. ഒരു ലക്ഷ്യവും ഇല്ലാതെ ലോക സഞ്ചാരം നടത്തുന്ന ഹഡ്സൺ, ജോൺസ്റ്റൺ, മാർക്കോപോളോ, ഷാക്കൽട്ടൻ എന്നിവരിൽ ഒരാളായി അയാളും മാറും. ഒരു ഗൃഹസ്ഥനാകുക എന്നത് അയാൾക്ക് ഒരിക്കലും സാദ്ധ്യമാകുകയില്ല. അയാൾക്ക് വീടുപണിക്ക് അത് അലങ്കരിച്ചുവയ്ക്കാൻ സാധിക്കുകയില്ല. പ്രകൃതിയുടെ ആ വിളി ഒരിക്കലെങ്കിലും കേട്ടാൽ, അവളുടെ ചേതോഹരമായ രൂപം ഒരിക്കലെങ്കിലും കണ്ടാൽ പിന്നീടൊരിക്കലും അവന് വീടെന്ന വിചാരം ഉണ്ടാവുകയില്ല.

അർദ്ധരാത്രിയിൽ മുറിക്കു പുറത്ത് ഒറ്റയ്ക്കിറങ്ങി നിന്ന് അന്ധകാരമായ പ്രകൃതിദൃശ്യവും ഞാൻ കണ്ടിട്ടുണ്ട്. ആ സൗന്ദര്യം ഏതൊരുവനേയും ഉന്മാദിയാക്കി മാറ്റും. ഞാൻ കൂടുതലൊന്നും പറയുന്നില്ല. ദുർബ്ബല മനസ്കർ ഇത്തരം കാഴ്ചകൾ കാണാതിരിക്കുന്നതാണു നല്ലത്. സർവ്വനാശം വരുത്താവുന്ന ആ സൗന്ദര്യം ഉണ്ടാക്കാവുന്ന വിപത്തിനെ തടഞ്ഞു നിർത്തുക എല്ലാവരാലും സാദ്ധ്യമായി എന്നുവരില്ല.

പ്രകൃതിയുടെ സൗന്ദര്യം ഈ രൂപത്തിൽ കാണാനും ആസ്വദിക്കുവാനും സാധിക്കുന്നത് ഒരു തരത്തിൽ ഭാഗ്യം തന്നെയാണ്. ഇത്രയും വിജനവും വിസ്തൃതവും തുറസ്സായതുമായ വനഭൂമി, പർവ്വത നിരകളും നിബിഡമായ കാശവനങ്ങളും മറ്റെവിടെ കാണാൻ സാധിക്കും? ഒപ്പം രാത്രിയുടെ അന്ധകാരവും നിശ്ശബ്ദതയും ശുക്ലപക്ഷത്തിലെ നിലാവും കൂടിച്ചേരുമ്പോഴുള്ള കാഴ്ച ഭൂമിയിൽ സുലഭമായി തീർന്നാൽ ഈ ഭൂമി കവികളേയും ഭ്രാന്തന്മാരെയുംകൊണ്ട് നിറയുമായിരുന്നു.

പ്രകൃതിയുടെ ഈ ദിവ്യസൗന്ദര്യം എങ്ങനെ ഞാൻ കണ്ട് ആസ്വദിച്ചു എന്ന് വിസ്തരിച്ചു പറയാം. പൂർണിയയിൽനിന്നും ഒരു ദിവസം വക്കീലിന്റെ കമ്പികിട്ടി. അടുത്തദിവസം കാലത്ത് ഞാൻ തന്നെ അവിടെ ഹാജരാകണം. അല്ലെങ്കിൽ എസ്റ്റേറ്റു വക ഒരു വലിയ കേസിൽ ഞങ്ങളുടെ തോൽവി നിശ്ചയമാകും.

ഞങ്ങളുടെ ഈ എസ്റ്റേറ്റ് പൂർണിയയിൽ നിന്ന് അമ്പത്തഞ്ചു നാഴിക അകലെയാണ്. രാത്രിയിൽ ഒരു തീവണ്ടിയുണ്ട്. കമ്പി കിട്ടിയ ഉടനെ തന്നെ തിരിച്ചാൽ പോലും പതിനേഴു നാഴിക അകലെയുള്ള കാടാരിയാ തീവണ്ടി ആപ്പീസിലെത്തി തീവണ്ടി കയറി യാത്ര ചെയ്യുക എന്നത് തീർത്തും അസാദ്ധ്യമായ കാര്യമാണ്.

അതുകൊണ്ട് ഉടനെ തന്നെ കുതിരപ്പുറത്തു കയറി യാത്ര ആരംഭിക്കാമെന്നു തീർച്ചയാക്കി.

സുദീർഘവും ആപത്തുകളും അപകടങ്ങളും നിറഞ്ഞതാണ് വഴി. പോരാത്തതിന് രാത്രിയും അതിനാൽ തഹസിൽദാർ സുജൻസിങ്ങും എന്റെ കൂടെ പോരുവാൻ തീർച്ചയാക്കി.

ഞങ്ങൾ രണ്ടുപേരും സന്ധ്യയോടെ കുതിരപ്പുറത്തു കയറി യാത്ര തിരിച്ചു. വനാന്തർഭാഗത്തേക്ക് കടന്നപ്പോഴെക്കും കൃഷ്ണപത്രത്തിലെ തൃതീയ ചന്ദ്രൻ ഉദിച്ചുയർന്നു. വനഭൂമിയിൽ എല്ലായിടത്തും നിലാവു പരക്കാത്തതിനാൽ അവിടം കൂടുതൽ അത്ഭുതകരമായ പ്രതീതി ജനിപ്പിച്ചു. പരസ്പരം ചേർന്നു ചേർന്നാണ് ഞാൻ യാത്ര ചെയ്തിരുന്നത്. നിരപ്പായ വഴിയൊന്നും ആയിരുന്നില്ല അത്. വെള്ളമണലിൽ ചന്ദ്രകിരണങ്ങൾ പതിക്കുമ്പോൾ അവിടം തിളങ്ങിക്കൊണ്ടിരുന്നു. ഇടയ്ക്കിടയ്ക്ക് കുറ്റിക്കാടുകൾ കണ്ണിൽപ്പെട്ടു. കാശപ്പുല്ലുകൾ ഇടതൂർന്ന് വളർന്നു നിൽക്കുന്നു. സുജൻസിങ് നിർത്താതെ സംസാരിക്കുന്നുണ്ട്. നിലാവെളിച്ചം കൂടുതൽ കൂടുതൽ പ്രകാശിച്ചു. നോക്കെത്താ ദൂരത്തോളം അതിവിശാലമായ മൈതാനഭൂമി പരന്നു കിടക്കുന്നു. മറുവശത്ത് കൊടുംകാട്. മനുഷ്യവാസം ഉള്ളതിന്റെ ലക്ഷണം ഒരിടത്തും പ്രകടമല്ല. ഏതോ അജ്ഞാതഗൃഹത്തിലെ രണ്ടുജീവികൾ കാട്ടുവഴിയിലൂടെ സഞ്ചരിക്കുകയാണെന്ന് തോന്നിപ്പോയി.

പെട്ടെന്ന് സുജൻ സിങ് കുതിരയെ നിർത്തി. എന്തുപറ്റി? ഇടതുഭാഗത്തുള്ള വനത്തിൽനിന്നും ഒരു തള്ളപ്പന്നി അതിന്റെ ഒരു പറ്റം കുഞ്ഞുങ്ങളുമായി ഞങ്ങളുടെ വഴിമുറിച്ചു കടക്കുകയാണ്.

സുജൻസിങ് പറഞ്ഞു. "എന്തായാലും ഭാഗ്യമായി. ഞാൻ കരുതി കാട്ടുപന്നി ആയിരിക്കുമെന്ന്. നമ്മൾ മോഹൻപുരാവനത്തിന് അടുത്ത് എത്തിയിരിക്കുന്നു. ഇവിടം കാട്ടുപോത്തുകളെ ഭയപ്പെടേണ്ട സ്ഥലമാണ്. ഇന്നാൾ ഒരു ദിവസം ഇവിടെ ഒരാൾ കാട്ടുപോത്തിന്റെ ആക്രമണത്തിൽ കൊല്ലപ്പെടുക ഉണ്ടായി."

കുറേക്കൂടി മുന്നോട്ടുപോയപ്പോൾ നിലാവെളിച്ചത്തിൽ കറുത്ത എന്തോ ഒരു വസ്തു കണ്ണിൽപ്പെട്ടു.

സുജൻസിങ് പറഞ്ഞു. "കുതിരയെ നിർത്തിയാട്ടെ, അങ്ങുന്നേ അത് ഭയപ്പെടും."

അത് അനങ്ങുന്നുമില്ല ചലിക്കുന്നുമില്ല. ഞങ്ങൾ സാവധാനത്തിൽ അതിനെ സമീപിച്ചു. അതൊരു പുൽമാടമാണെന്നു മനസ്സിലായി.

ഞങ്ങൾ കുതിരപ്പുറത്തു കയറി വേഗത്തിൽ ഓടിച്ചു പോയി. വനവും വയലും നിലാവെളിച്ചത്തിൽ അവർണനീയമായ സൗന്ദര്യം വർഷിച്ചുകൊണ്ടിരുന്നു. ഇണപിരിഞ്ഞുപോയ ഏതോ കിളി ദയനീയമായി വിലാപഗീതം ആലപിക്കുന്നു. കുതിരക്കുളമ്പേറ്റ് പൊടിമണ്ണ് ഉയരത്തിലേക്കു ഉയർന്നു പൊങ്ങുന്നു. കുതിരയെ ഒന്നു നിർത്താൻ ഒരുവഴിയും ഇല്ല. പറപ്പിച്ചു വിടുകതന്നെ.

വളരെയധികം സമയം കുതിരപ്പുറത്ത് ഒരേ ഇരിപ്പ് ഇരുന്നതിനാൽ പുറം വേദനിക്കാൻ തുടങ്ങി. ജീനിയയിലെ ഇരിപ്പിടം ചൂടുപിടിച്ചു. കുതിര സകല നിയന്ത്രണവും വിട്ടുകൊണ്ട് കുലുങ്ങിക്കുലുങ്ങി പായുകയാണ്. എന്റെ കുതിര വളരെ വേഗം ഭയപ്പെടുന്നവനാണ്. അതുകൊണ്ട് വളരെ ശ്രദ്ധയോടെ മുന്നിൽ നീണ്ടുകിടക്കുന്ന പാത വളരെ ദൂരം വരെ നോക്കി

തിട്ടപ്പെടുത്തിയാണ് പോയിക്കൊണ്ടിരുന്നത്. പെട്ടെന്ന് കുതിരയെ നിർത്തിയാൽ കുതിരപ്പുറത്തുനിന്നും തെറിച്ചുവീഴും എന്ന കാര്യം ഉറപ്പാണ്.

കാശപ്പുല്ലുകളുടെ തല പിടിച്ചു കെട്ടി കാട്ടിലെ വഴി തെളിച്ചു വച്ചിരിക്കുന്നു. വഴി എന്നൊന്നും പറയാൻ സാധിക്കുകയില്ല. കെട്ടിവച്ച കാശപ്പുല്ലിന്റെ തലപ്പുകൾ നോക്കിനോക്കി വഴി നിർണ്ണയിക്കാം.

“യജമാനനേ നമുക്ക് വഴിതെറ്റി എന്നു തോന്നുന്നു.” സുജൻ സിങ് പറഞ്ഞു.

ഞാൻ സപ്തർഷി മണ്ഡലം നോക്കി ധ്രുവനക്ഷത്രം കണ്ടുപിടിച്ചു. പൂർണിയാ ഞങ്ങളുടെ ദേശത്തുനിന്നും വടക്കുഭാഗത്താണ് സ്ഥിതി ചെയ്യുന്നത്. സഞ്ചരിച്ചുകൊണ്ടിരിക്കുന്ന വഴി ശരിയായ വഴി തന്നെയാണ്.

ഞാൻ സുജൻ സിങ്ങിനെ പറഞ്ഞു മനസ്സിലാക്കി. “അല്ല. യജമാനനേ, നമുക്ക് തെറ്റിയിരിക്കുന്നു. കുശീനദിയിലെ കടത്തുകടന്നു വേണം പോകാൻ. അക്കരെ ചെന്നശേഷം നേരെ വടക്കു ഭാഗത്തേക്കു പോകേണ്ടിയിരിക്കുന്നു. ഇനി നമുക്ക് വടക്കു കിഴക്കോട്ടു യാത്ര ചെയ്ത് അവിടേക്കു എത്തണം.” സുജൻ പറഞ്ഞു.

അവസാനം ശരിയായ വഴി കണ്ടെത്താൻ സാധിച്ചു.

നിലാവു പരന്നൊഴുകുന്നു. നിലാവിൽ കുളിച്ചു നിൽക്കുന്ന കാനനശോഭ വർണിക്കുവാൻ വാക്കുകൾ ഇല്ല. വിജനമായ മണൽത്തിണ്ടിന്മേൽ നീണ്ട കാഞ്ചി മരങ്ങളുടെ അരികിൽ കൂടി പോകുന്ന വഴിയിലെ വെണ്ണിലാവ് കാണാൻ ഭാഗ്യം ലഭിച്ചിട്ടില്ലാത്തവർക്ക് ആ സൗന്ദര്യത്തെക്കുറിച്ച് എത്രമാത്രം വിശദീകരിച്ചു. പറഞ്ഞാലും മനസ്സിലാകുക സാദ്ധ്യമല്ല. ആ സൗന്ദര്യം അനിർവചനീയമാണ്. ആ വശ്യസൗന്ദര്യം. എത്രപേർ ദർശിച്ചിട്ടുണ്ടാകും?

ഹോ! വല്ലാത്ത പാച്ചിൽ തന്നെയായിരുന്നു അത്. തോളോടുതോൾ ചേർന്ന് പായുന്ന രണ്ടു കുതിരകളും കിതയ്ക്കുന്നുണ്ട്. കഠിനമായ തണുപ്പുള്ള രാത്രിയായിട്ടുപോലും ഞങ്ങൾ രണ്ടുപേരും വിയർത്തുകുളിച്ചു.

കുറച്ചുകഴിഞ്ഞപ്പോൾ ഒരു പഞ്ഞിമരത്തിന്റെ ചുവട്ടിൽ ഞങ്ങൾ കുതിരയെ നിർത്തി പത്തുനിമിഷം വിശ്രമിച്ചു. ഒരു കൊച്ചരുവി ഒഴുകി അത്ര അകലെ അല്ലാത്ത കുശീനദിയിൽ ചെന്നു ചേരുന്നുണ്ട്. പഞ്ഞിമരം പൂത്തുലഞ്ഞു നിൽക്കുകയാണ്. നാലുവശത്തുനിന്നും വനം ഞങ്ങളെ വളഞ്ഞതുപോലെ തോന്നിപ്പിച്ചു. വഴിയുടെ ഒരു ലക്ഷണവും എവിടെയും കാണാനില്ല. ചുറ്റും ഉയരം കുറഞ്ഞ മരങ്ങൾ നിറഞ്ഞ വനമാണ്. പഞ്ഞിമരമാണ് ഏറ്റവും ഉയർന്നു നിൽക്കുന്നു. അവ വനമദ്ധ്യത്തിൽ തല ഉയർത്തി നിൽക്കുന്നു. ഞങ്ങൾക്കു രണ്ടുപേർക്കും വല്ലാത്ത ദാഹം അനുഭവപ്പെട്ടു.

നിലാവെളിച്ചം മങ്ങിത്തുടങ്ങി. കാട്ടുവഴി ഇരുളടഞ്ഞിരിക്കുന്നു. പശ്ചിമ ചക്രവാളത്തിനടുത്ത ശൈലനിരകൾക്കു പുറകിൽ രാത്രിയുടെ അവസാനയാമത്തിലെ ചന്ദ്രൻ അസ്തമയത്തോടടുക്കുന്നു. നിഴലുകൾക്ക് നീളം കൂടി വരുന്നു. കിളികളുടെ നാദം നിലച്ചു. എവിടെയും നിഴലു

കൾ! അന്ധകാരം നിറഞ്ഞ വനവും അതേപോലെ തുറസ്സായ സ്ഥലവും. രാത്രി അവസാനിക്കാറായതോടെ തണുത്തകാറ്റിന്റെ കാഠിന്യം ഏറിവന്നു. സമയം നാലുമണിയോടടുത്തു. മനസ്സിൽ പൊടുന്നനവേ ഒരു ഭയം ജനിച്ചു. ഇരുട്ടിന്റെ മറവിൽ കാട്ടാനകൾ എങ്ങാനും മുന്നിലേക്കു വന്നാലോ? മധുബനീ വനത്തിൽ കാട്ടാനകൾ ധാരാളമായുണ്ട്.

ഇരുവശത്തുമായി കൊച്ചു കൊച്ചു കുന്നുകൾ പ്രത്യക്ഷപ്പെടാൻ തുടങ്ങി. അവയ്ക്കു നടുവിലൂടെയാണ് വഴി. കുന്നുകൾക്കു മുകളിലായി ഇലകൾ ഇല്ലാത്തതും വെളുത്ത തടി ഉള്ളതുമായ ഗോൾഗോളി വൃക്ഷങ്ങൾ പൂത്തു നിൽക്കുന്നു. ചില സ്ഥലങ്ങളിൽ പ്ലാവുകൾ ഇടതൂർന്നു വളരുന്നു. ചന്ദ്രൻ അസ്തമിച്ച ഇരുട്ടിൽ വനഭൂമിയും പർവ്വത പ്രദേശവും ഒരു പ്രത്യേക ചാരുത ആർജ്ജിച്ചതുപോലെ.

അങ്ങകലെ വെള്ളകീറി തുടങ്ങി. പ്രഭാതത്തിലെ മന്ദമാരുതൻ ഒരു പുതിയ ഉത്സാഹം കൊണ്ടുവന്നു തന്നു. പക്ഷികളുടെ കളകൂജനം കാതിൽ എത്തി. കുതിരകൾ ആകെ വിയർത്തു കുളിച്ചിരിക്കുകയാണ്. എത്ര നേരമായി അവ ഒരു വിശ്രമവുമില്ലാതെ ഓടിക്കൊണ്ടേ ഇരിക്കുന്നു. വളരെ നല്ല കുതിരകൾ! അതുകൊണ്ടാണ് ദുർഘടം പിടിച്ച വഴിയിലൂടെ അവ നിർത്താതെ ഓടിക്കൊണ്ടിരുന്നത്. സന്ധ്യയോടെ ഓഫീസിൽനിന്നും പുറപ്പെട്ടതാണ്. ഇപ്പോൾ പ്രഭാതമായി. മുന്നിലെ വഴിക്കാണെങ്കിൽ ഒരവസാനവും കാണുന്നില്ല. വനവും മലയും തുടർന്നുകൊണ്ടേ ഇരിക്കുന്നു.

മുന്നിൽ കാണുന്ന മലയുടെ പുറകിൽനിന്നും കടും ചുവപ്പു നിറത്തിൽ സൂര്യൻ ഒരു പ്രകാശഗോളരൂപത്തിൽ ഉയർന്നുവരുന്നു. വഴിയോരത്തു കണ്ട ആദ്യഗ്രാമത്തിൽ തന്നെ കുതിരയെ നിർത്തി. ഞങ്ങൾ കുറച്ചുപാലുവാങ്ങി കുടിച്ചു. ഇനിയും രണ്ടുമണിക്കൂർ കൂടി യാത്ര ചെയ്താൽ മാത്രമേ പൂർണ്ണിയയിൽ എത്തുകയുള്ളൂ.

പൂർണ്ണിയയിൽ എത്തിയ ഉടനെ തന്നെ ജോലികൾ എല്ലാം വളരെ വേഗം ചെയ്തുതീർത്തു. എന്നിട്ടും മനസ്സ് പോന്ന വഴിയിൽ തന്നെ ആയിരുന്നു. സുജൻ സിങ്ങിന് ഉടനെ തിരിച്ചുപോരാൻ ആഗ്രഹം ഉണ്ടായിരുന്നു.

“വൈകിട്ടു പോയാൽ മതി.” ഞാൻ പറഞ്ഞു.

നിലാവു പെയ്യുന്ന രാത്രിയിൽ ഒരു പ്രാവശ്യം കൂടി കുതിര സവാരി ചെയ്ത് ആ വന്യവും വിചിത്രവുമായ സൗന്ദര്യം ഒരിക്കൽക്കൂടി ആസ്വദിക്കാനുള്ള അദമ്യമായ ആഗ്രഹമായിരുന്നു എന്റെ മനസ്സിൽ.

പോയപ്രകാരം തന്നെ തിരിച്ചും സഞ്ചരിച്ചു. തിരിച്ചു വരുമ്പോൾ സൂര്യൻ കുറച്ചു വൈകിയാണ് ഉദിച്ചതെങ്കിലും നേരം പുലരുന്നതുവരെ നിലാവുണ്ടായിരുന്നു. കൃഷ്ണപക്ഷത്തിലെ ചന്ദ്രികയുടെ സൗന്ദര്യം അതിമനോഹരമാണെന്നു പറയേണ്ടതില്ലല്ലോ. അത് ഒരു മായികലോകം സൃഷ്ടിച്ചു. നീളം കുറഞ്ഞ കാശമരങ്ങൾ പർവ്വതസാനുപ്രദേശങ്ങളിലെ ഗോൾഗോളി മരങ്ങൾ മഞ്ഞപ്പൂക്കളും പേറി നിൽക്കുന്നു.

വളരെ നാളുകൾക്കു ശേഷം ഈ സർവ്വതന്ത്ര സ്വതന്ത്രമായ ജീവിതം ഉപേക്ഷിച്ച് ഗാർഗസ്ഥ്യത്തിലേക്കു പ്രവേശിച്ചശേഷം കൊൽക്കത്ത നഗരത്തിലെ ഇടുങ്ങിയ വഴിക്കു സമീപമുള്ള വീട്ടിൽ ഭാര്യയുടെ തയ്യൽ മെഷിന്റെ കട കടാ ശബ്ദം കേട്ടുകൊണ്ട് ഇരിക്കുമ്പോൾ ആ രാത്രിയിലെ യാത്രയെപ്പറ്റി, അതിനുമുമ്പും പിമ്പും അനുഭവിക്കുവാൻ സാധിച്ചിട്ടില്ലാത്ത ആ അനിർവചനീയമായ ആനന്ദത്തെക്കുറിച്ച്, നിലാവിൽ കുളിച്ചു നിൽക്കുന്ന വനഭൂമിയുടെ നിഗൂഢമായ സൗന്ദര്യത്തെക്കുറിച്ച്, രാത്രിയുടെ അവസാനയാമത്തിൽ ചന്ദ്രൻ അസ്തമിച്ചതിനു ശേഷമുള്ള കുറച്ചുസമയത്തെ ഭയാവഹമായ അന്ധകാരത്തെക്കുറിച്ച്, ഉണങ്ങിയ കാശപ്പുല്ലുകളുടെ പുതുമണ്ണിന്റെ മണം അലിഞ്ഞുചേർന്ന സുഗന്ധത്തെക്കുറിച്ച്, മലയോരങ്ങളിൽ വിടർന്നു വിലസിയിരുന്ന ഗോൾഗോളി പൂക്കളെക്കുറിച്ച്... എന്തെന്തെല്ലാം ഓർമ്മകൾ! ആ സങ്കല്പനത്തിലൂടെ വീണ്ടും വീണ്ടും ആ വനത്തിലൂടെ കുതിരപ്പുറത്ത് പൂർണ്ണിയയിലേക്കു സഞ്ചരിച്ചിട്ടുണ്ട്.

2

മീനമാസം പകുതി പിന്നിട്ടപ്പോൾ ഒരു ദിവസം എന്നെ തേടി ഒരു വാർത്ത വന്നു. സീതാപുരം എന്ന ഗ്രാമത്തിൽ സേവനം ചെയ്തതിനു രാഖാൽ ബാബു എന്ന ഡോക്ടർ പെട്ടെന്നു മരിച്ചുപോയി എന്നതായിരുന്നു ആ വാർത്ത.

ഡോക്ടർ രാഖാൽ ബാബു എന്ന പേരു ഞാൻ ഇതിനു മുമ്പൊരിക്കലും കേട്ടിട്ടുണ്ടായിരുന്നില്ല. അങ്ങനെ ഒരാൾ അവിടെ ഉണ്ട് എന്ന കാര്യം പോലും ഞാൻ അറിഞ്ഞിരുന്നില്ല. പത്തിരുപത് വർഷമായിരുന്നുവത്രേ അദ്ദേഹം സീതാപുരഗ്രാമത്തിൽ തന്റെ സേവനം ആരംഭിച്ചിട്ട്. ആ കാര്യവും ഇന്നാണ് എനിക്ക് അറിയാൻ കഴിഞ്ഞത്. ഞങ്ങളുടെ പ്രദേശത്തും അദ്ദേഹത്തിന്റെ ചില രോഗികൾ ഉണ്ട്. അദ്ദേഹം സീതാപുര ഗ്രാമത്തിൽ സ്വന്തമായി വീടുപണിത് ഭാര്യയോടും മകനോടും ഒപ്പം താമസിക്കുകയായിരുന്നു.

ഈ നാട്ടുകാരൻ അല്ലാതെ ഒരു മനുഷ്യൻ ഈ നാട്ടിൽ വച്ച് പെട്ടെന്ന് മരിച്ചു. ഈ അവസരത്തിൽ അദ്ദേഹത്തിന്റെ ഭാര്യയുടെയും മകന്റെയും അവസ്ഥ എന്തായിരിക്കും? അവരുടെ കാര്യം നോക്കാൻ അവിടെ ആരെങ്കിലും ഉണ്ടാകുമോ? അദ്ദേഹത്തിന്റെ സംസ്കാരച്ചടങ്ങുകൾക്കും ശേഷക്രിയകൾക്കും വേണ്ട കാര്യങ്ങൾ ഏർപ്പാടാക്കിയിട്ടുണ്ടാകുമോ? എന്റെ മനസ്സിൽ വല്ലാത്തൊരു ഉത്കണ്ഠ ജനിച്ചു. സങ്കടപ്പെട്ടിരിക്കുന്ന ഡോക്ടറുടെ കുടുംബത്തെ ആശ്വസിപ്പിക്കേണ്ടതാണ് എന്റെ പ്രഥമ കർത്തവ്യം എന്ന് മനസ്സ് പറഞ്ഞുകൊണ്ടിരുന്നു.

സീതാപുരം ഗ്രാമം ഇവിടെനിന്നും ഏതാണ്ട് ഇരുപതു നാഴിക അകലെ ആണ് എന്നറിയാൻ കഴിഞ്ഞു. കരാരീ കൃഷിഭൂമിയുടെ

അതിർത്തിയിലാണ് അത്. വൈകുന്നേരത്തോടെ അവിടെ എത്തിച്ചേർന്നു. ഗ്രാമീണരോട് ഓരോരുത്തരോടായി ചോദിച്ച് രാഖാൽ ബാബുവിന്റെ വീട് കണ്ടുപിടിച്ചു. ഈ നാടിന്റെ രീതി അനുസരിച്ച് പണിത വീടാണ് അത്. രണ്ട് വലിയ മുറികളും മൂന്നു ചെറിയ മുറികളും ഉള്ള ഓടിട്ട ഒരു വീട്. ബംഗാളിയുടെ വീടാണെന്ന് തിരിച്ചറിയത്തക്ക യാതൊരു അടയാളവും പ്രകടമായി കാണാൻ ഉണ്ടായിരുന്നില്ല. ഇരിക്കാനുള്ള മുറിയിൽ ഇട്ടിരിക്കുന്ന കയറ്റുകട്ടിൽ തുടങ്ങി മുറ്റത്തുള്ള ഹനുമാൻ ധ്വജം വരെ സകലതും ഈ നാട്ടിലേതു പോലെതന്നെ.

ഞാൻ വിളിച്ചതുകേട്ട് പത്തു പതിനാലു വയസ്സായ ഒരു ആൺകുട്ടി പുറത്തേക്ക് ഇറങ്ങിവന്നു. എന്നെ കണ്ടപ്പോൾ അവൻ ഹിന്ദിയിൽ തപ്പിത്തടഞ്ഞുകൊണ്ടു ചോദിച്ചു.

“അങ്ങ് ആരെ കാണാനാണ് വന്നത്?”

അവന്റെ മുഖം കണ്ടാൽ ബംഗാളി ബാലനാണെന്ന് തോന്നുകയില്ല. കുടുമ വച്ചിട്ടുണ്ട്. കഴുത്തിൽ ഈ സമയത്ത് ആവശ്യമായി തീർന്ന തുണിക്ഷണം– അതെല്ലാം മനസ്സിലാക്കാം. എന്നാൽ അവന്റെ മുഖഭാവവും മറ്റും ഒരു ഹിന്ദുസ്ഥാനി ബാലനെപ്പോലെ ആയത് എങ്ങനെ?

ഞാൻ സ്വയം പരിചയപ്പെടുത്തിയശേഷം അവനോടു പറഞ്ഞു.

“ഈ വീട്ടിൽ മുതിർന്നവരായി ആരാണ് ഉള്ളത്? ഉണ്ടെങ്കിൽ വിളിച്ചുകൊണ്ടുവരാമോ?”

“ഞാനാണ് മൂത്തമകൻ. എനിക്ക് രണ്ട് അനുജന്മാരുണ്ട്. അമ്മ അല്ലാതെ വേറെ ആരും ഇല്ല.” അവൻ പറഞ്ഞു.

“എനിക്ക് നിന്റെ അമ്മയോട് സംസാരിക്കണം എന്നുണ്ട്. അവരെ ഒന്നുവിളിച്ചുകൊണ്ടു വരാമോ?” ഞാൻ ചോദിച്ചു.

അവൻ അകത്തേക്കു പോയിട്ട് അല്പ സമയത്തിനകം തിരിച്ചുവന്ന് എന്നെ കൂട്ടിക്കൊണ്ടുപോയി. ഒറ്റനോട്ടത്തിൽ തന്നെ ഡോക്ടർ രാഖാൽ ബാബുവിന്റെ ഭാര്യയ്ക്ക് പ്രായം വളരെ കുറവാണെന്നു മനസ്സിലായി. മുപ്പതുവയസ്സിൽ താഴെ മാത്രമേ അവർക്കു പ്രായം കാണൂ. വിധവയുടെ വേഷമാണ് അവർ ധരിച്ചിരുന്നത്. കരഞ്ഞുകരഞ്ഞ് കണ്ണുകൾ രണ്ടും വീർത്തിരിക്കുന്നു. ദാരിദ്ര്യം പേറുന്ന വീടാണ് അതെന്ന് ആ വീടിലെ ഗൃഹോപകരണങ്ങൾ കണ്ടാൽ മനസ്സിലാകും. ഒരു ഭാഗത്ത് നെല്ലിട്ടുവയ്ക്കുന്ന ചെറിയ പത്തായം. മുറിയുടെ വരാന്തയിൽ രണ്ടു കയറ്റുകട്ടിൽ. കട്ടിലിൽ കീറിയതും മുഷിഞ്ഞതുമായ വിരിപ്പുകളും പുതപ്പുകളും. തൊട്ടടുത്ത് ഒരു വലിയ പിച്ചളപാത്രം വച്ചിരിക്കുന്നു. അതിനു സമീപത്ത് വളരെ പഴയ ഒരു ഹുക്ക. പിന്നെ ഒരു പഴയ തകരപ്പെട്ടി.

“ഞാനൊരു ബംഗാളിയാണ്. നിങ്ങളുടെ തൊട്ടടുത്ത ഗ്രാമത്തിൽ താമസിക്കുന്നു. രാഖാൽ ബാബുവിന്റെ കാര്യം കേട്ടിട്ടുവന്നതാണ്. നിങ്ങളെ സഹായിക്കേണ്ട ചുമതല എനിക്കുണ്ടെന്നു തോന്നുന്നു. നിങ്ങൾക്ക് ഏതെങ്കിലും വിധത്തിൽ എന്റെ സഹായം ആവശ്യമുണ്ടെങ്കിൽ പറയാൻ മടിക്കരുത്.” ഞാൻ പറഞ്ഞു.

രാഖാൽ ബാബുവിന്റെ ഭാര്യ അലമാരയുടെ പുറകിൽ നിന്ന് കരഞ്ഞു കൊണ്ടിരിക്കുകയാണ്. ഞാൻ അവരെ ആശ്വസിപ്പിച്ചു. അങ്ങോട്ടു ചെന്നതിന്റെ ഉദ്ദേശ്യം അവർക്കു വ്യക്തമാക്കിക്കൊടുത്തു. അതോടെ അവർ എന്റെ മുന്നിലേക്ക് നീങ്ങിനിന്നു.

"അങ്ങ് എനിക്ക് എന്റെ സഹോദരനെപ്പോലെ ആണ്. ഞങ്ങൾക്ക് ഇത്ര വലിയ ആപത്തു സംഭവിച്ചിരിക്കുന്ന ഈ സമയത്ത് അങ്ങയെ ഇങ്ങോട്ട് അയച്ചത് സാക്ഷാൽ ഈശ്വരൻ തന്നെയാണ്." അവർ കരഞ്ഞുകൊണ്ടു പറഞ്ഞു.

അവരുമായി സംസാരിച്ചപ്പോൾ അവരുടെ ജീവിതത്തെക്കുറിച്ച് പല കാര്യങ്ങളും മനസ്സിലായി. ഈ ബംഗാളി കുടുംബം വിദേശത്ത് ആരുടേയും സഹായം ഇല്ലാതെ അരപ്പട്ടിണിയിലും മുഴുപ്പട്ടിണിയും ഇല്ലായ്മയിലും വല്ലായ്മയിലും കഴിഞ്ഞുകൂടുകയാണ്. കഴിഞ്ഞ ഒരു വർഷമായി രാഖാൽ ബാബു തീർത്തും കിടപ്പിലായിരുന്നു. ഉണ്ടായിരുന്ന ചെറിയ സമ്പാദ്യം അദ്ദേഹത്തിന്റെ ചികിത്സയ്ക്കുവേണ്ടി ചെലവായി. മരിച്ചു പോയ ആ മനുഷ്യന്റെ ശേഷക്രിയകളും അടിയന്തിരവും കഴിക്കാൻ ആ സാധുസ്ത്രീക്ക് മുന്നിൽ യാതൊരു മാർഗ്ഗവും ഇല്ല.

"രാഖാൽ ബാബു വളരെ കാലമായില്ലേ ഈ നാട്ടിൽ താമസിക്കാൻ തുടങ്ങിയിട്ട്. എന്നിട്ട് അദ്ദേഹത്തിന് യാതൊന്നും സമ്പാദിക്കുവാൻ കഴിഞ്ഞില്ലേ?" ഞാൻ ചോദിച്ചു.

നാണംകൊണ്ടും സങ്കോചംകൊണ്ടും രാഖാൽ ബാബുവിന്റെ ഭാര്യ പുറകിലോട്ടു നീങ്ങി നിൽക്കുകയായിരുന്നു. അല്പമൊരു വിശ്വാസവും ആശ്വാസവും അവർക്ക് തോന്നിത്തുടങ്ങിയിരുന്നു. മറുനാട്ടിൽ താമസിക്കുന്ന അവർ ഈ ആപൽഘട്ടത്തിൽ ഒരു ബംഗാളിയെ കണ്ടപ്പോൾ അവരുടെ സങ്കോചം നീങ്ങിയതായി എനിക്ക് തോന്നി. മറുകര കാണാൻ കഴിയാതെ സമുദ്രത്തിൽ ഉഴലുന്ന ഒരുവൻ പെട്ടെന്ന് കരയ്ക്കണഞ്ഞതുപോലുള്ള ആശ്വാസം അവരിൽ ജനിച്ചു.

"ആദ്യകാലത്ത് എത്രമാത്രം വരുമാനം ഉണ്ടായിരുന്നെന്നൊന്നും എനിക്ക് അറിയില്ല. അദ്ദേഹത്തിന്റെ ആദ്യഭാര്യ മരിച്ചുപോയതുകൊണ്ട് പിന്നീട് എന്നെ വിവാഹം കഴിക്കുകയാണ് ഉണ്ടായത്. ഞാൻ ഇവിടെ വരുമ്പോൾ വീട്ടുചെലവുകൾ ഒരു വിധം ഭംഗിയായി തന്നെ നടന്നു പോയിരുന്നു. രോഗിയെ ചികിത്സിച്ചാൽ പണമായി ഫീസു ലഭിക്കുന്ന രീതി ഇവിടെ പതിവില്ല. പ്രതിഫലമായി ഗോതമ്പും ചോളവും എല്ലാം ആണ് കൊണ്ടുവന്നു തരിക. കഴിഞ്ഞ മാഘമാസത്തിലാണ് അദ്ദേഹം രോഗബാധിതനായി കിടപ്പിലായത്. അതോടെ പിന്നെ ഒരു പൈസയുടെ വരുമാനം പോലും ഉണ്ടായിട്ടില്ല. ഈ നാട്ടുകാർ നല്ലവരായതുകൊണ്ട് അവരുടെ കൈവശം എന്തുണ്ടോ അത് കൊണ്ടുവന്നു തരുമായിരുന്നു. ഗോതമ്പ്, ചോളം, ഉഴുന്ന് അങ്ങനെ എന്തെങ്കിലും. അതുകാരണം ഞങ്ങളാരും പട്ടിണി കിടന്ന് മരിച്ചില്ല.

"നിങ്ങളുടെ അച്ഛന്റെ വീട് എവിടെയാണ്? അവിടെ വിവരം അറിയിച്ചില്ലേ?"

രാഖാൽ ബാബുവിന്റെ ഭാര്യ തെല്ലുനേരം നിശ്ശബ്ദയായി നിന്നതിനു ശേഷം പറഞ്ഞു.

"വിവരം അറിയിക്കാൻ അങ്ങനെ ഒരു വീടില്ല. ഞാൻ എന്റെ അച്ഛന്റെ വീട് കണ്ടിട്ടേയില്ല. അതിനെക്കുറിച്ച് എനിക്ക് പറഞ്ഞു കേട്ട അറിവു മാത്രമേ ഉള്ളൂ. മുർഷിദാബാദ് ജില്ലയിലായിരുന്നു എന്ന് കേട്ടിട്ടുണ്ട്. കുഞ്ഞായിരിക്കുമ്പോൾ തന്നെ ഞാൻ എന്റെ മൂത്ത സഹോദരിയോടൊപ്പമാണ് കഴിഞ്ഞിരുന്നത്. സാഹേബ് ഗഞ്ജിലായിരുന്നു അവരുടെ വീട്. അമ്മയും അച്ഛനും ഇല്ലാത്ത ഞങ്ങളെ സഹോദരീഭർത്താവ് വേണ്ട പോലെ നോക്കി സംരക്ഷിച്ചു പോന്നു. എന്റെ വിവാഹം കഴിഞ്ഞ ഉടനെ തന്നെ ചേച്ചി മരണമടഞ്ഞു. ചേച്ചിയുടെ ഭർത്താവ് പുനർവിവാഹം ചെയ്തു. ഇനി അവരുമായി എനിക്കെന്തു ബന്ധം?"

"രാഖാൽ ബാബുവിന് ബന്ധുക്കൾ ആരും തന്നെയില്ലേ?"

"അദ്ദേഹത്തിന് നാട്ടിൽ സഹോദരന്മാർ ഉണ്ടെന്നു പറഞ്ഞു കേട്ടിട്ടുണ്ട്. അവരാരും ഞങ്ങളെക്കുറിച്ച് അന്വേഷിക്കാറില്ല. അദ്ദേഹവും നാട്ടിലേക്കു പോകുകയോ ആരുമായും അടുപ്പം സൂക്ഷിക്കുകയോ ചെയ്തിരുന്നില്ല. അവരെ വിവരം അറിയിച്ചാലും ഇല്ലെങ്കിലും ഫലം ഒന്നുതന്നെ ആണ്. അദ്ദേഹത്തിന്റെ ഒരു ചെറിയച്ഛൻ കാശിയിൽ ഉണ്ടെന്നു കേട്ടിരുന്നു. എന്നാൽ അദ്ദേഹത്തിന്റെ മേൽവിലാസം എനിക്ക് അറിയില്ല."

നിസ്സഹായാവസ്ഥയുടെ അതിഭീകരരൂപം! സ്വന്തമെന്നു പറയാൻ ഒരാളും ഇല്ല. ആ സ്ത്രീയുടെ അവസ്ഥയെക്കുറിച്ചോർത്ത് എന്റെ മനസ്സ് തളർന്നുപോയി. പരിചയക്കാരോ സുഹൃത്തുക്കളോ ബന്ധുക്കളോ ആരുമില്ലാതെ ജനിച്ച നാട്ടിൽനിന്നും വളരെ അകലെയുള്ള പ്രദേശത്ത് രണ്ടു മൂന്ന് കൊച്ചു കുട്ടികളെയുംകൊണ്ട് അവരെങ്ങനെ ജീവിക്കും? അക്കാലത്തെ പതിവനുസരിച്ച് എന്തു ചെയ്യണമോ അതെല്ലാം ചെയ്ത് ഞാൻ ഓഫീസിലേക്കു തിരിച്ചു പോന്നു. നൂറുരൂപ അവർക്ക് സഹായധനമായി അനുവദിക്കണമെന്ന് ഉന്നതോദ്യോഗസ്ഥന് കത്തെഴുതി. ആ പണം ലഭിച്ചപ്പോൾ അതുകൊണ്ട് രാഖാൽ ബാബുവിന്റെ മരണാനന്തരക്രിയകൾ എല്ലാം ഭംഗിയായി നിർവ്വഹിച്ചു.

തുടർന്ന് ഞാൻ പലപ്രാവശ്യം രാഖാൽ ബാബുവിന്റെ വീട്ടിൽ പോയി. മാസം തോറും പത്തുരൂപ വേതനമായി അനുവദിക്കണമെന്ന് അപേക്ഷ നൽകിയപ്പോൾ അത് അനുവദിച്ചുകിട്ടി. ആദ്യത്തെ തവണ ആ തുകയുമായി ഞാൻ തന്നെ അവരുടെ വീട്ടിലേക്കുപോയി. ആ സഹോദരി എന്നെ വേണ്ടവിധം തന്നെ സ്വീകരിക്കാൻ ശ്രമിക്കാറുണ്ട്. സ്നേഹത്തോടും അടുപ്പത്തോടും കൂടിയുള്ള അവരുടെ സംസാരം ഏകാന്തമായ വനവാസത്തിൽ എനിക്ക് അല്പം ആശ്വാസം നൽകാറുണ്ട്. ആ സഹോദരിയുടെ സ്നേഹം എന്നെ അങ്ങോട്ടു പോകാൻ പലപ്പോഴും പ്രേരിപ്പിച്ചുകൊണ്ടിരുന്നു.

3

ലബ്ടുലിയയുടെ വടക്കുഭാഗം ഒരു വലിയ തടാകം പോലെയാണ്. ഇത്തരത്തിലുള്ള ജലാശയത്തിന് ഈ നാട്ടിൽ കുണ്ഡി എന്നാണു പറയുക. കുണ്ഡം എന്ന അർത്ഥത്തിലാവണം ഇങ്ങനെ ഒരു പേര് ഉണ്ടായത്. ഈ ജലാശയത്തിന്റെ പേര് സരസ്വതീ കുണ്ഡി എന്നാണ്.

സരസ്വതീ കുണ്ഡിയുടെ മൂന്നു ഭാഗത്തും ഘോരമായ വനമാണ്. ഇത്തരം നിബിഡവനം ഞങ്ങളുടെ ഓഫീസിന്റെ സമീപത്തോ ലബ്ടുലിയയിലോ ഇല്ല. വൻവൃക്ഷങ്ങൾ അടുത്തടുത്ത് നിൽക്കുകയാണ് ഈ വനത്തിൽ. ജലത്തിന്റെ സമൃദ്ധികൊണ്ടോ ഇനി മറ്റുവല്ല കാരണം കൊണ്ടോ എന്നറിയില്ല നിബിഡമായ അടിക്കാടും അവിടെ ഉണ്ട്. കുറ്റിച്ചെടികളും വള്ളികളും പൂത്തുലഞ്ഞു നിൽക്കുന്നു. ഈ വനഭൂമി സരസ്വതീ കുണ്ഡിയുടെ നീലജലത്തെ മൂന്നുവശത്തുനിന്നും വളഞ്ഞ് അർദ്ധചന്ദ്രാകൃതിയിൽ അതിർത്തിയായി നിൽക്കുന്നു. ഒരു ഭാഗം ഒഴിഞ്ഞുകിടക്കുന്നു. ആ ഭാഗത്തുകൂടി നോക്കിയാൽ കിഴക്കുഭാഗത്ത് ചക്രവാളം വരെ നീണ്ടു കിടക്കുന്ന നീലാകാശവും അകലെയുള്ള പർവ്വതനിരകളും കാണാൻ സാധിക്കും. കിഴക്കോ പടിഞ്ഞാറോ ഭാഗത്തിരുന്ന് ഇടതുഭാഗത്തേക്കോ വലതുഭാഗത്തേക്കോ നോക്കുമ്പോൾ സരസ്വതീ കുണ്ഡിയുടെ അപൂർവ്വ സൗന്ദര്യം ദർശിക്കാം. ജലാശയത്തിന്റെ ഗാംഭീര്യവും കാടിന്റെ വന്യതയും കിളികളുടെ പാട്ടും പൂക്കളുടെ പരിമളവും മനസ്സിനെ ആനന്ദസമുദ്രത്തിൽ ആറാടിപ്പിക്കും.

പലപ്പോഴും അവിടെയുള്ള പാറപ്പുറത്ത് ഞാൻ ഒറ്റയ്ക്കു ചെന്നിരിക്കാറുണ്ട്. ചിലപ്പോഴെല്ലാം വനമദ്ധ്യത്തിൽ വെറുതെ ചുറ്റിക്കറങ്ങും. പക്ഷികളുടെ പാട്ടുകേട്ട് വെറുതെ ഇരിക്കും. അപൂർവ്വങ്ങളായ ഇലകളും പൂക്കളും ശേഖരിക്കും. പഴങ്ങൾ ധാരാളം ഉള്ളതിനാലും ഉയർന്ന മരങ്ങൾ കൂടുകൂട്ടാൻ സൗകര്യം ഉള്ളതിനാലും ധാരാളം പക്ഷികൾ ഈ വനഭൂമിയിൽ ഉണ്ട്. എണ്ണിയാൽ തീരാത്തത്ര ജാതിപ്പൂച്ചെടികളും ഈ വനത്തിൽ ഉണ്ട്.

സരസ്വതീ കുണ്ഡിനു സമീപത്തെ നിബിഡവനത്തിന് ഏകദേശം മൂന്നു മൈലിൽ പരം നീളവും ഒന്നൊന്നര മൈൽ വീതിയും ഉണ്ടാകും. ജലാശയത്തിന്റെ അരികിൽക്കൂടി വനത്തിന്റെ തണലിൽ ഒരു നടവഴി നീണ്ടു കിടപ്പുണ്ട്. ആ വഴിയിൽ കൂടിയും ഞാൻ നടക്കുക പതിവുണ്ട്. അങ്ങനെ നടക്കുമ്പോൾ വൃക്ഷങ്ങളുടെ ഇടയിൽക്കൂടി സരസ്വതീ കുണ്ഡിലെ നീലജലത്തിൽ പതിയുന്ന ദൂരചക്രവാളത്തിന്റെ പർവ്വത നിരകളുടെയും പ്രതിബിംബം കാണാൻ സാധിക്കാറുണ്ട്. നേർത്ത ഇളം കാറ്റ് വീശുന്നുണ്ടാകും. പക്ഷികൾ അവരുടെ പാട്ട് മുറയ്ക്ക് തുടർന്നു കൊണ്ടിരിക്കും. കാട്ടുപൂക്കളുടെ സുഗന്ധം അന്തരീക്ഷത്തിൽ നിറഞ്ഞു നിൽക്കും. അത് ആസ്വദിച്ചു നിൽക്കുമ്പോൾ ലഭിക്കുന്ന അനുഭൂതി അനിർവ്വചനീയമായാണ്.

ഞാൻ ഒരു ദിവസം ഒരു വൃക്ഷത്തിൽ കയറി അതിന്റെ ഒരു ശാഖയിൽ ഇരിപ്പു പിടിച്ചു. ആ വേളയിൽ എനിക്കുണ്ടായ ആനന്ദാനുഭൂതിക്ക് അളവില്ലായിരുന്നു. എന്റെ തലയ്ക്കു മുകളിൽ പച്ചിലകൾ കുട നിവർത്തി നിൽക്കുന്നു. അവയ്ക്കിടയിലൂടെ നീലാകാശത്തിന്റെ കൊച്ചു കഷണങ്ങൾ ദൃശ്യമാകും. വലിയ ഒരു വള്ളിയിൽ പൂങ്കുലകൾ തിങ്ങിയാടുന്നു. കാലിനു കീഴെ തണുത്ത മണ്ണിൽ കൂണുകൾ കുഞ്ഞുകുടകൾ വിടർത്തി നിൽക്കുന്നു- എത്ര മനോഹരമായ കാഴ്ചയാണിത്. ഇത്തരം സ്ഥലങ്ങളിൽ വന്ന് വെറുതെ ഇരുന്ന് എന്തെങ്കിലുമൊക്കെ ചിന്തിച്ച് സമയം കളയാൻ ആരാണ് ആഗ്രഹിക്കാത്തത്? ഇത്തരം അവസരങ്ങളിൽ എന്തെല്ലാം പുതിയ പുതിയ അനുഭൂതികളാണ് മനസ്സിൽ ചേക്കേറുക. മനസ്സ് ആനന്ദത്തിൽ ആറാടുന്ന അവസ്ഥ! ഓരോ വൃക്ഷലതാദികളുടെ ഹൃദയസ്പന്ദനവും സ്വന്തം ഹൃദയമിടിപ്പിൽ അനുഭവിച്ചറിയാൻ കഴിയുന്നു.

ഞങ്ങളുടെ ഓഫീസിനും കൃഷിയിടത്തിനും സമീപത്തൊന്നും ഇത്ര മാത്രം വൈവിദ്ധ്യമുള്ള പക്ഷി സഞ്ചയം ഇല്ല. അവിടത്തെ വൃക്ഷലതാദികളും പക്ഷിമൃഗാദികളും മറ്റൊരു വിധത്തിലുള്ളതാണ്. സാധാരണ നമുക്ക് ചിരപരിചിതമായ സ്ഥലങ്ങളിൽ വസന്തകാലത്തിന്റെ ആഗമം ഉണ്ടാകുമ്പോൾ ലബ്ടുലിയായിൽ ഒരു കുയിലിന്റെ പാട്ടുപോലും കേൾക്കാൻ സാധിക്കുകയില്ല. വസന്തകാലത്ത് വിരിയാറുള്ള ഒരു പൂപോലും നമുക്ക് കാണാൻ കഴിയുകയില്ല. ഏറ്റവും കർക്കശയായ ഭൈരവീ മൂർത്തിയെപ്പോലെ സൗമ്യവും സുന്ദരവും ആണെങ്കിലും അതിന് മാധുര്യമില്ല.

സരസ്വതീ തടാകതീരം മധുരസ്വരരാഗങ്ങൾ നിറഞ്ഞതാണ്. അത് മനസ്സിനെ മൃദുലവും സ്വപ്നമയവും ആക്കി ഉയർത്തുന്നു. ആർദ്രമാക്കി മാറ്റുന്നു. ഫാൽഗുന-ചൈത്രമാസങ്ങളിൽ സ്തബ്ധമായ മദ്ധ്യാഹ്നത്തിൽ ഇവിടത്തെ വൃക്ഷത്തണലിൽ ഇരുന്ന് പക്ഷികളുടെ കളകളഗീതം കേൾക്കുമ്പോൾ മനസ്സ് എത്രയോ ദൂരത്തേക്ക് പറന്നെത്തുന്നു. കാട്ടുവേപ്പിന്റെ സുരഭിലമായ പൂക്കൾ! അവയുടെ സുഗന്ധം കാറ്റിൽ അലിഞ്ഞു ചേരുമ്പോൾ മനസ്സിൽ കുളിർമ്മ നിറയുന്നു. തടാകജലത്തിൽ ആമ്പൽ പൂക്കൾ വിടർന്നു നിൽക്കുന്ന കാഴ്ച എത്രനേരം നോക്കി ഇരുന്നിരിക്കുന്നു. സന്ധ്യയായാലും എഴുന്നേറ്റു പോരാൻ തോന്നില്ല. എങ്കിലും എഴുന്നേറ്റുപോരേണ്ടിവരുന്നു.

നാഢബയിഹാറിൽ ഭൂമി അളന്ന് കുടിയാന്മാർക്ക് കൊടുക്കുന്നതിനുവേണ്ടി സർവ്വേ ചെയ്തുകൊണ്ടിരിക്കുകയാണ്. സർവ്വേയർമാരുടെ ജോലിയിൽ മേൽനോട്ടം വഹിക്കുന്നതിനുവേണ്ടി അവിടേക്ക് പോകേണ്ടിവരാറുണ്ട്. തിരിച്ചുപോരേണ്ടി വരുമ്പോൾ തെക്കുകിഴക്കോട്ടു രണ്ടു നാഴിക കൂടുതൽ ചുറ്റിവരും. ഈ വനഭൂമിയിൽ കടന്നുചെന്ന് സരസ്വതീ കുണ്ഡിയുടെ കാനനവൃക്ഷങ്ങളുടെ തണലിൽ കുറച്ചുസമയം അലയാൻ വേണ്ടി മാത്രമാണ് ഞാൻ അങ്ങനെ ചെയ്തിരുന്നത്.

മൂന്നുമണിക്കാണ് ഞാൻ അന്ന് തിരിച്ചുവന്നത്. പൊരിവെയിലിൽ ചുട്ടുപഴുത്ത മൈതാനങ്ങളിൽ കൂടി വിയർത്തൊലിച്ച് നടന്ന് വെള്ളത്തിനു സമീപത്ത് എത്തി. ഞാൻ പോന്നിടത്തുനിന്നും ജലാതിർത്തി വരെയുള്ള ദൂരം ഒന്നൊന്നര നാഴികയിൽ കുറയുകയില്ല. ചിലവഴിയിലൂടെ വന്നാൽ അതിൽ കൂടുതൽ ദൂരം കാണും. ഒരു മരക്കൊമ്പിൽ കുതിരയെ കെട്ടിയ ശേഷം ഇടതൂർന്നു നിൽക്കുന്ന ഇലക്കൂട്ടത്തിനു താഴെ മെഴുമെഴുപ്പുള്ള ഒരു തുണിവിരിച്ച് നീണ്ടുനിവർന്നു കിടന്നു. നാലുപാടും വൃക്ഷങ്ങൾ ഇടതൂർന്നു വളരുന്നതിനാൽ അവയുടെ നടുവിൽ കിടക്കുന്ന എന്നെ ഒരാളും കാണുകയില്ല. രണ്ടുകൈ ഉയരത്തിലായി ചില്ലപ്പടർപ്പുകൾ മരത്തടിപോലെ തടിച്ച് ബലിഷ്ഠമായ തണ്ടുള്ള ഏതോ ഒരു കാട്ടുവള്ളി കയറി ചുറ്റിപ്പിണഞ്ഞിട്ട് ഒരു മേൽക്കൂര തന്നെ തീർത്തിട്ടുണ്ട്. മറ്റൊരു മരത്തിൽ ഒരു ചെടി പടർന്നിരിക്കുന്നതിൽനിന്നും കടുംപച്ച നിറത്തിലുള്ള കായകൾ ഏതാണ്ട് എന്റെ നെഞ്ചോടുതൊട്ടു കിടക്കുന്നു. മറ്റൊരു വൃക്ഷത്തിന്റെ കൊമ്പും ചില്ലയും ഈ കുറ്റിക്കാടിന്റെ പകുതിഭാഗവും അപഹരിച്ചിരിക്കുന്നു. ആ വൃക്ഷത്തിൽ കൊച്ചുകൊച്ചുപൂക്കൾ വിരിഞ്ഞു നിൽക്കുന്നു. തൊട്ടടുത്തുനിന്നു നോക്കിയാലേ അവ പൂക്കളാണെന്ന് മനസ്സിലാകൂ. അത്രയ്ക്ക് കൊച്ചുപൂക്കളാണ് അവ. അതീവ സുഗന്ധമാണ് ആ പൂക്കൾക്ക്. ഇലപ്പടർപ്പിനടിയിലെ ഈ രഹസ്യസങ്കേതം ആ അജ്ഞാതമായ കാട്ടുപൂക്കളുടെ സുഗന്ധംകൊണ്ട് നിറഞ്ഞിരിക്കുന്നു.

സരസ്വതീ തീരത്തെ ഈ വനം പക്ഷികളുടെ സങ്കേതമാണെന്ന് മുമ്പേ ഞാൻ പറഞ്ഞിരുന്നുവല്ലോ. എത്രമാത്രം വൈവിദ്ധ്യമുള്ള പക്ഷികളുടെ സങ്കേതമാണ് സരസ്വതീ കുണ്ഡിന്റെ തീരം എന്ന് വർണ്ണിക്കാനാവില്ല. എന്തെല്ലാം തരം? ഏതെല്ലാം നിറം? നിറങ്ങളുടെ വൈവിദ്ധ്യം എടുത്തുപറയേണ്ടതാണ്. മൈന, കാട്ടുതത്ത, കുരുവി, കാട്ടുതാറാവ്, വിവിധ തരത്തിലുള്ള പ്രാവുകൾ, ഏതുനേരവും ചിലച്ചുകൊണ്ടിരിക്കുന്ന കുഞ്ഞിക്കിളികൾ! ഇനി ഉയരമുള്ള മരങ്ങളുടെ നെറുകയിൽ കഴുകൻ, പരുന്ത് തുടങ്ങിയ വന്യസ്വഭാവം കാണിക്കുന്ന പക്ഷികൾ! ജലപക്ഷികളുടെ വൈവിദ്ധ്യം എത്ര പറഞ്ഞാലും മതിയാവില്ല. സരസ്വതിയുടെ നീലജലത്തിൽ വിവിധതരത്തിലുള്ള കൊക്കുകൾ, കുളക്കോഴി, ചുവന്നഹംസം, കുട്ടിത്താറാവുകൾ ഇവയ്ക്കു പുറമേ ഇണപിരിയാതെ ഒഴുകിനടക്കുന്ന മാണിക്യകിളികൾ. ജലത്തിൽ കഴിയുന്ന വേറെയും ധാരാളം പക്ഷികൾ. ഇവയുടെ എല്ലാം കളകൂജനത്താൽ മുഖരിതമാണ് ആ വനഭൂമി. അവിടെ കിടക്കുന്ന മനുഷ്യനെ അവർ വകവയ്ക്കുന്നേ ഇല്ല. ഞാൻ കിടക്കുന്നത് അവ കാണുന്നുണ്ട്. അവയിൽ ചിലതെല്ലാം എന്റെ ചുറ്റും തത്തിത്തത്തി നടക്കുന്നുണ്ട്. മരക്കൊമ്പിൽ ഇരുന്ന് കൂവുന്ന കിളികൾ എന്നെ വകവയ്ക്കുന്നതേയില്ല.

ആ പക്ഷി സഞ്ചയത്തിന്റെ നിർഭയത്വം എന്നെ വല്ലാതെ ആകർഷിച്ചു. ഞാൻ എഴുന്നേറ്റിട്ടും അവയ്ക്ക് യാതൊരു ഭാവമാറ്റവും കണ്ടില്ല. ചിലതെല്ലാം പറന്ന് ദൂരേക്കു മാറിയിരുന്നെങ്കിലും ഒന്നുപോലും അവിടം

വിട്ടുപോകാൻ തയ്യാറായില്ല. എന്നാൽ കുറച്ചുകഴിഞ്ഞപ്പോൾ അവയിൽ ചിലതെല്ലാം ആടിപ്പാടി എന്റെ വളരെ അടുത്തെത്തി.

ഇവിടെ വച്ച് ഞാൻ ആദ്യമായി ഒരു കാട്ടുമാനിനെ കണ്ടു. ഞങ്ങളുടെ കൃഷിയിടത്തോടുചേർന്നു കിടക്കുന്ന വനമേഖലയിൽ മാനുകൾ വിഹരിക്കുന്നുണ്ടെന്ന് കേട്ടിരുന്നു. എന്നാൽ ഒരിക്കൽപ്പോലും അവയൊന്നും എന്റെ കണ്ണിൽ പെട്ടിരുന്നില്ല.

ഞാൻ കിടപ്പുതുടർന്നു. പെട്ടെന്നാണ് ഒരു കാലൊച്ച എന്റെ കാതിൽ പെട്ടത്. ഞാൻ വേഗം എഴുന്നേറ്റിരുന്നു. തല തിരിച്ചു നോക്കിയപ്പോൾ അതാ ഒരു മാൻ നിൽക്കുന്നു. കുറ്റിക്കാടിന്റെ മറവിൽ കട്ടികൂടിയ വള്ളികളുടെ ഇടയിലായിട്ടാണ് അതിന്റെ നില്പ്. ഞാനതിനെ സൂക്ഷ്മമായി നിരീക്ഷിച്ചു. അത് പൂർണ്ണവളർച്ചയെത്തിയ മാനല്ല, ഒരുമാൻ കിടാവാണ്. എന്നെ കണ്ടപ്പോൾ അതിന്റെ കണ്ണിൽ അമ്പരപ്പായിരുന്നു. അതിന്റെ നീണ്ട കണ്ണുകൾകൊണ്ട് എന്നെ തുറിച്ചു നോക്കി ഒരേ നില്പു നിൽക്കുകയാണ്. ഇതെന്തൊരു വിചിത്ര ജീവിയാണ് എന്ന തോന്നലായിരിക്കും അതിന്.

ഏതാനും നിമിഷം രണ്ടുപേരും കണ്ണിമചിമ്മാതെ നോക്കി നിന്നു.

കുറച്ചു നിമിഷങ്ങൾ കഴിഞ്ഞപ്പോൾ എന്നെ നന്നായി കാണാനെന്നതുപോലെ എന്റെ സമീപത്തേക്കുവന്നു. ആ സാധുമൃഗത്തിന്റെ കണ്ണുകളിൽ മനുഷ്യശിശുവിന്റേതെന്നതുപോലെ സഹജമായ ഔത്സുക്യവും ജിജ്ഞാസയും തിളങ്ങിനിന്നു. കുറച്ചുകൂടി അടുത്തേക്കു വരാനായിരുന്നുവോ അതിന്റെ ഭാവം? അറിയില്ല. ആ വേളയിൽ എന്റെ കുതിര അതിന്റെ കാലൊന്നു നീട്ടി കുടഞ്ഞു. ഭയന്നുപോയ മാൻകിടാവ് കാട്ടിനുള്ളിലേക്കു തന്നെ ഓടിപ്പോയി. അത് അതിന്റെ അമ്മയെ തേടിപ്പോയതാവും.

ഞാൻ പിന്നെയും വളരെയധികം നേരം ആ വനമദ്ധ്യത്തിലെ മരച്ചുവട്ടിൽ ഇരുന്നു. മരങ്ങൾക്കിടയിലൂടെ സരസ്വതീ കുണ്ഡിലെ നീല ജലം എനിക്കു കാണാൻ സാധിക്കുമായിരുന്നു. ആകാശത്തിന്റെ നീലിമയും കണ്ണിൽ പെട്ടിരുന്നു. പക്ഷികൾ ബഹളം വയ്ക്കുന്നത് തുടർന്നുകൊണ്ടിരുന്നു. മാടപ്രാവുകളും കൊക്കുകളും എല്ലാം തങ്ങളുടെ വിരസത ബഹളത്തിലൂടെ വ്യക്തമാക്കുന്നുണ്ട്. ജലാശയത്തിനടുത്തുള്ള വൻവൃക്ഷത്തിൽ വെള്ളക്കൊക്കുകൾ കൂട്ടംകൂട്ടമായി ഇരിക്കുന്നതു ദൂരത്തു നിന്നു കണ്ടാൽ ആ മരം പൂത്തുലഞ്ഞ് നിൽക്കുന്നതല്ലേ എന്നു സംശയിച്ചു പോകും.

വെയിലിന്റെ നിറം ക്രമേണ മാറിത്തുടങ്ങി. അങ്ങകലെയുള്ള ഗിരിശൃംഗങ്ങൾക്ക് ചെമ്പിന്റെ ശോഭയാണ്. കൊക്കുകളുടെ സംഘം ചിറകുവിരിച്ച് പറക്കാൻ തുടങ്ങി. വൃക്ഷങ്ങളുടെ ഉയർന്ന കൊമ്പുകളിലേക്ക് വെയിൽ ഉയർന്നുപൊങ്ങാൻ തുടങ്ങി. പക്ഷികൾ മത്സരബുദ്ധിയോടെ പാട്ടുകൾ പാടിക്കൊണ്ടിരുന്നു. അവിടം മുഴുവനും സുഗന്ധം ഘനീഭവിച്ചു നിന്നു. ഒട്ടകലെ അല്ലാതെ ഒരു കീരി തലയുയർത്തി എന്റെ നേരെ

തുറിച്ചുനോക്കിക്കൊണ്ടു നിൽക്കുന്നു.

ഏകാന്തയുടെ ശാന്തി അവർണ്ണനീയം ആണ്. അത്ഭുതകരമായ വിജനത. ഈ അന്തരീക്ഷത്തിൽ ഏകദേശം മൂന്നുമണിക്കൂറുകളോളം ഞാൻ കഴിച്ചുകൂട്ടി. പക്ഷികളുടെ ശബ്ദമല്ലാതെ മറ്റൊരു ശബ്ദവും ആ കാട്ടിൽ കേൾക്കാനുണ്ടായിരുന്നില്ല. പക്ഷിക്കൂട്ടം ചുള്ളിക്കമ്പുകൾക്കിടയിലൂടെ നടക്കുമ്പോൾ ഉണ്ടാകുന്ന ശബ്ദം! ഉണക്കക്കമ്പുകളും ഇലകളും വീഴുമ്പോൾ ഉണ്ടാകുന്ന ശബ്ദവും വ്യക്തമായി കാതിൽ എത്തും. എന്നാൽ മനുഷ്യശബ്ദം അവിടെയൊന്നും കേൾക്കാൻ ഉണ്ടായിരുന്നില്ല.

ഓരോ വൃക്ഷങ്ങളുടെയും തലഭാഗം ഓരോ വിധത്തിലാണ്. സന്ധ്യാസമയത്ത് സൂര്യന്റെ ചെങ്കതിരുകൾ വീണ് അവ അതീവ മനോഹരമായ രീതിയിൽ പരിലസിച്ചു കൊണ്ടിരിക്കുന്നു. എന്നാൽ ഈ സൗന്ദര്യം ഇതിനു മുമ്പൊരിക്കലും എന്റെ കണ്ണിൽ പെട്ടിരുന്നില്ല. ചില മരങ്ങളുടെ മുകളറ്റം വരെ വള്ളികൾ പടർന്നു കയറിയിരിക്കുന്നു. ഇത്ര ഉയരത്തിൽ പടർന്നു കയറുന്ന വള്ളിച്ചെടികൾക്ക് ഭിയോരലത എന്നാണ് ഈ നാട്ടുകാർ പറയുന്നത്. ഈ വള്ളികൾ പൂക്കുന്ന കാലമാണിത്. കൊച്ചുകൊച്ചുവെള്ളപ്പൂക്കൾ കണ്ടാൽ കാട്ടുമുല്ലപ്പൂക്കൾപോലെ തോന്നും. ആ പൂക്കൾ വൃക്ഷങ്ങൾക്ക് പ്രത്യേക ശോഭയും ഭംഗിയും നൽകുന്നു. കടുകിന്റെ പൂക്കളുടെ ഗന്ധമാണ് ഈ പൂക്കൾക്കും.

ധാരാളം പവിഴമല്ലിച്ചെടികളും ഈ വനപ്രദേശത്തു വളർന്നു നിൽക്കുന്നുണ്ട്. ചില സ്ഥലങ്ങൾ പവിഴമല്ലിച്ചെടികളുടെ കൊച്ചുവനമാണെന്ന് പറയാം. പാറകളുടെ മുകളിൽ പരവതാനി വിരിച്ചതുപോലെയാണ് പൂക്കൾ കൊഴിഞ്ഞു കിടക്കുന്നത്. പാറകളോടുചേർന്ന് ഉയരമുള്ള ഒരുതരം പുല്ലുകൾ വളർന്നു നിൽക്കുന്നുണ്ട്. അവയോടുചേർന്ന് ഒരുതരം മുൾച്ചെടികളും വളരുന്നു. ആ ചെടികളുടെ മുകളിലും പുല്ലിലും പാറപ്പുറത്തും എല്ലാം അട്ടിയായി പവിഴമല്ലി പൂക്കൾ വീണു കിടക്കുന്നു. നനവും തണലും ഉള്ള പ്രദേശമായതിനാൽ രാവിലെ കൊഴിഞ്ഞു വീണ പൂക്കൾ ഈ നേരമായിട്ടും വാടിയിട്ടില്ല.

സരസ്വതീ തടാകത്തെയും അതിന്റെ തീരത്തേയും ഏതെല്ലാം വിധത്തിലാണ് ഞാൻ കണ്ടിട്ടുള്ളത്. തടാകതീരത്തെ വനത്തിൽ കടുവകൾ ഉണ്ടെന്ന് ഗ്രാമീണർ പറയാറുണ്ട്. ഞാൻ ഒരിക്കലും കണ്ടിട്ടില്ല. നിലാവുദിച്ചു നിൽക്കുന്ന രാത്രിയിൽ സരസ്വതീ തടാകത്തിലെ ജലം ചന്ദ്രികയിൽ കുളിച്ചു നിൽക്കുന്നതു കണ്ടാസ്വദിക്കാനായി ഞാൻ ഇവിടെ വന്നിട്ടുണ്ട്. ആജമാബാദിലെ ജില്ലാ ഓഫീസിലേക്കു പോകുകയാണ് എന്നു പറഞ്ഞ് തഹസിൽദാർ ബൻപാരിലാലിന്റെ കണ്ണിൽ പൊടിയിട്ടാണ് ലബ്ടുലിയായിലെ ഓഫീസിൽനിന്നും സാഹസികയാത്രയ്ക്ക് ഇറങ്ങിയിരുന്നത്. കാർത്തികമാസത്തിലെ പൗർണ്ണമിയുടെ സൗന്ദര്യം ആസ്വദിക്കുക എന്ന ഒരൊറ്റ ആഗ്രഹമാണ് എന്നെ ഇതിന് പ്രേരിപ്പിച്ചത്.

കടുവകളെ ഒന്നും എനിക്ക് കാണാൻ സാധിച്ചില്ല. മായാവിനികളായ വനദേവതകൾ അർദ്ധരാത്രിയിൽ സരസ്വതീ തടാകത്തിൽ നീരാ

ടാൻ ഇറങ്ങും എന്നൊരു തോന്നൽ എനിക്കുണ്ടായിരുന്നു. നാലുപാടും വന്യമായ നിശ്ശബ്ദത! കിഴക്കുദിക്കിൽനിന്നും കുറുക്കന്മാരുടെ ഓരിയിടൽ ശബ്ദം മാത്രം കേൾക്കാം. അങ്ങകലെ പർവ്വതങ്ങളും വനവൃക്ഷങ്ങളും തലപ്പുകളും അവ്യക്തമായി കാണാൻ സാധിച്ചു. ചന്ദ്രികയിൽ കുളിച്ച് വീശി അടിക്കുന്ന കാറ്റിൽ വനപുഷ്പങ്ങളുടെ പ്രത്യേകിച്ച് ഭിയോരലതയുടെ പൂക്കളുടെ ഗന്ധം അലിഞ്ഞു ചേർന്നിരിക്കുന്നു. ആ രാത്രിയിൽ വിരിഞ്ഞ പൂക്കൾക്ക് പ്രത്യേക സുഗന്ധം ആയിരുന്നു. എന്റെ മുന്നിലെ തടാകജലത്തിൽ ഹേമന്തചന്ദ്രിക ഓളം വെട്ടുന്നു. ഒരു നിഴലും പതിക്കാത്ത തടാകത്തിന്റെ ജലപ്പരപ്പിൽ പ്രതിബിംബിക്കുന്ന അലൗകികമായ പെൺനിലാവ്! ഭിയോരലതയുടെ പൂക്കൾ നിറഞ്ഞു നിൽക്കുന്ന വൃക്ഷശിഖിരങ്ങൾ കാറ്റിൽ ഉലയുമ്പോൾ അപ്സരസ്ത്രീകളുടെ വെള്ള വസ്ത്രങ്ങൾ മന്ദമാരുതനിൽ ഉലയുകയാണോ എന്നു തോന്നും.

ചീവിടിനെ പോലൊരു ജീവി ഒച്ചവയ്ക്കുന്നു. ഉണങ്ങിയ ഇലകൾ നിലംപതിക്കുന്ന നേർത്ത ശബ്ദം. കരിയിലകൾക്കു മുകളിൽ കാട്ടുമൃഗങ്ങൾ ഓടുമ്പോൾ ഉണ്ടാകുന്ന ശബ്ദം. മനുഷ്യരെ കണ്ടാൽ വനദേവതമാർ പ്രത്യക്ഷപ്പെടില്ല എന്നുണ്ടോ? രാത്രിയുടെ എത്രാംയാമത്തിലാണവോ അവരുടെ വരവ്? അധികസമയം ആ തണുപ്പേറ്റു നിൽക്കാൻ എനിക്കു സാധിച്ചില്ല. കുറേ മണിക്കൂറുകൾ അവിടെ ചെലവഴിച്ച ശേഷം ഞാൻ തിരിച്ചുപോന്നു.

സരസ്വതീ തടാകത്തിൽ നീരാടാൻ വരുന്ന വനദേവതകളെക്കുറിച്ചുള്ള കാര്യം ഇവിടെ വച്ചുതന്നെയാണ് ഞാൻ കേട്ടത്. ശ്രാവണമാസത്തിൽ ഒരു ദിവസം ഞങ്ങളുടെ വടക്കേ അതിർത്തിയിലെ ഭൂമി അളക്കുന്ന ഉദ്യോഗസ്ഥർ തങ്ങുന്ന ക്യാമ്പിൽ ഒരു രാത്രി കഴിച്ചുകൂട്ടേണ്ടതായി വന്നു. ആമീൻ രഘുവരപ്രസാദും എന്നോടൊപ്പം ഉണ്ടായിരുന്നു. മുമ്പ് അയാൾക്ക് സർക്കാർ ജോലി ആയിരുന്നു. മോഹൻപുര സംരക്ഷിത വനമേഖലയും ഈ വനഭൂമിയും ഏതാണ്ട് മുപ്പതുവർഷമായി അയാൾക്ക് പരിചിതമാണ്.

ഞാൻ രഘുവരപ്രസാദിനോട് സരസ്വതീ തടാകത്തെക്കുറിച്ച് പറഞ്ഞു. അതുകേട്ട ഉടനെ അയാൾ ഭയന്നു വിറച്ചുകൊണ്ട് എന്നോട് പറഞ്ഞു. "യജമാനനേ, അതൊരു മായാസരസ്സാണ്. രാത്രി കാലങ്ങളിൽ ആ തടാകത്തിൽ അപ്സരസ്സുകളും യക്ഷികളും എല്ലാം നീരാട്ടിനായി എത്താറുണ്ട്. പൗർണ്ണമി നാളിൽ ഇവർ പാറപ്പുറത്ത് തങ്ങളുടെ വസ്ത്രങ്ങൾ അഴിച്ചുവയ്ക്കും. എന്നിട്ട് തടാകജലത്തിലേക്ക് ആഴ്ന്നിറങ്ങും. ആ സമയത്ത് ഇവർ ആരുടെയെങ്കിലും ദൃഷ്ടിയിൽ പെട്ടാൽ അയാളെ ഇവർ വെള്ളത്തിന്റെ അഗാധതയിലേക്കു കൂട്ടിക്കൊണ്ടുപോകും. മുക്കിക്കൊല്ലുമെന്ന കാര്യം പ്രത്യേകിച്ച് പറയേണ്ടതില്ലല്ലോ. നിറഞ്ഞ ചന്ദ്രികയിൽ അവരുടെ മുഖം ജലോപരിതലത്തിൽ വിരിഞ്ഞു വിലസുന്ന താമരപ്പൂപോലെ പരിലസിക്കും. ഞാൻ ഈ കാഴ്ച ഒരിക്കൽപ്പോലും കണ്ടിട്ടില്ല കേട്ടോ. എന്നാൽ സർവ്വേയർ ഫത്തേഹ്സിങ് ഒരു ദിവസം കാണുകയു

ണ്ടായിട്ടുണ്ട്. ഒരു ദിവസം അർദ്ധരാത്രിയിൽ തടാകതീരത്തുകൂടി അദ്ദേഹത്തിനു സഞ്ചരിക്കേണ്ടതായി വന്നു. എന്നാൽ അടുത്തപ്രഭാതത്തിൽ അദ്ദേഹത്തിന്റെ മൃതശരീരമാണ് ഞങ്ങൾക്കു കാണാൻ സാധിച്ചത്. ചേതനയറ്റ ആ ശരീരം തടാകോപരിതലത്തിൽ പൊന്തിക്കിടക്കുന്നു. മത്സ്യങ്ങൾ അദ്ദേഹത്തിന്റെ കണ്ണുകൾ കൊത്തിപ്പറിച്ചെടുത്തിരിക്കുന്നു. ആ ശരീരത്തിൽ ചെവിയും ഉണ്ടായിരുന്നില്ല. യജമാനനേ, അവിടേക്കൊന്നും ഒറ്റയ്ക്കു പോകരുത്."

സരസ്വതീ തടാക തീരത്തു വച്ചു ഒരു ദിവസം ഉച്ചയ്ക്ക് ഒരു അത്ഭുതമനുഷ്യനെ കാണാൻ സാധിച്ചു.

സർവ്വേ ക്യാമ്പിൽനിന്നും ഒരു ദിവസം സരസ്വതീ തീരത്തെ ദുർഗമ മാർഗ്ഗത്തിലൂടെ വളരെ സാവധാനത്തിൽ കുതിരയെ ഓടിച്ചു വരുകയായിരുന്നു. വനത്തിന്റെ ഒത്ത നടുവിൽ എത്തിയപ്പോൾ അവിടെ ഇരുന്ന് ഒരാൾ മണ്ണുമാന്തിക്കൊണ്ടിരിക്കുന്നു. ഞാൻ ആദ്യം കരുതിയത് അയാൾ ഏതോ കാട്ടുകിഴങ്ങ് മാന്തി എടുക്കുകയാണെന്നായിരുന്നു. അത്തരം ചെടികൾ ഭൂമിയിൽ പടർന്നുകിടക്കുകയാവും. വേരിനോടുചേർന്ന് ഭൂമിക്കടിയിൽ വലിയ കിഴങ്ങുകൾ ഉണ്ടാകും. അത്തരം കിഴങ്ങുകൾ ആഹാരമായും മരുന്നായും ഉപയോഗിക്കാറുണ്ടാത്രേ! മരുന്നിന് ഉപയോഗിക്കുന്നതുകൊണ്ട് അതിനു നല്ല വില ലഭിക്കുകയുംചെയ്യും. അയാൾ എന്താണു ചെയ്യുന്നത് എന്നറിയാനുള്ള ജിജ്ഞാസ കാരണം ഞാൻ കുതിരപ്പുറത്തുനിന്നും ഇറങ്ങി അയാളുടെ സമീപത്തേക്കു നടന്നു. അടുത്തുചെന്നു നോക്കിയപ്പോൾ അയാൾ കിഴങ്ങു മാന്തിയെടുക്കുകയല്ലെന്നു മനസ്സിലായി. അയാൾ അവിടെ എന്തോ കുഴിച്ചിടുകയാണ്. എന്തിന്റെ വിത്താണ് അയാൾ നടുന്നതെന്ന് മനസ്സിലായില്ല.

എന്നെ ആ സമയത്ത് അവിടെ കണ്ടപ്പോൾ അയാൾ ആകെ അമ്പരന്നു പോയി. അയാൾ സംശയദൃഷ്ടിയോടെ എന്നെ നോക്കി. ആളൊരു വൃദ്ധനാണ്. തലയാകെ നരച്ചുപോയി. കൈയിൽ ഒരു സഞ്ചിയുണ്ട്. സഞ്ചിയിൽ ഒരു തൂമ്പ ഉള്ളതായി തോന്നി. തൂമ്പയുടെ കുറച്ചുഭാഗം പുറത്തേക്കു കാണാം. അയാളുടെ സമീപത്ത് ഒരു കമ്പിപ്പാര കിടപ്പുണ്ട്. സമീപത്തായി ചെറിയ കടലാസു പൊതികളും കിടപ്പുണ്ട്.

"നിങ്ങൾ ആരാണ്, ഇവിടെ എന്തു ചെയ്യുകയാണ്?" ഞാൻ ചോദിച്ചു.

"അങ്ങ് .ആരാണ്? മാനേജർ ബാബു ആണോ?"

അയാൾ തിരിച്ചു ചോദിച്ചു.

"അതെ നിങ്ങൾ ആരാണെന്നു പറഞ്ഞില്ലല്ലോ"

"നമസ്കാരം ബാബൂ. എന്റെ പേര് യുഗൽപ്രസാദ് എന്നാണ്. ഞാൻ ലബ്ടുലിയയിലെ അംശം അധികാരി ബൻവാരിലാലിന്റെ അച്ഛന്റെ സഹോദരന്റെ മകനാണ്.

എനിക്ക് കാര്യം ഒരുവിധം പിടികിട്ടി. ബൻവാരിലാൽ സംഭാഷണത്തിനിടെ ഒരിക്കൽ എന്നോട് ഇദ്ദേഹത്തിന്റെ കാര്യം പറയുകയുണ്ടായിട്ടുണ്ട്. പറയാൻ ഒരു കാരണമുണ്ട്. ഞാൻ താമസിക്കുന്നതിന് അടുത്തായി

ആജമാബാദിലെ ഓഫീസിൽ ഒരു ഗുമസ്തന്റെ ഒഴിവു വന്നു. പറ്റിയ ഒരാളെ അന്വേഷിച്ചുകണ്ടുപിടിച്ചുകൊണ്ടുവരാൻ ഞാൻ അയാളെ ഏല്പിച്ചു. ബൻവാരി തെല്ലൊരു വിഷമത്തോടെ എന്നോടു പറഞ്ഞു. ഒരാളുണ്ട് എന്റെ അച്ഛന്റെ അനുജന്റെ മകൻ. എന്നാൽ അയാളുടെ സ്വഭാവം അതിവിചിത്രമാണ്. സ്ഥിരമായി ഒരിടത്തും തങ്ങുകയില്ല. മുഖത്ത് സദാ വിഷാദഭാവമാണ്. വളരെ മനോഹരമായ കൈയക്ഷരമാണ്. ഹിന്ദിയിൽ എഴുതിയിരിക്കുന്നത് ആരെയും മോഹിപ്പിക്കും. വിദ്യാഭ്യാസവും അതിനു തക്ക അറിവും പാണ്ഡിത്യവും ഉണ്ട്. അയാളോളം അറിവുള്ള ഒരാൾ ഈ പ്രദേശത്ത് ഇല്ലത്രേ. 'എന്നിട്ട് അയാൾ എന്തു ചെയ്യുന്നു.' ഞാൻ ചോദിച്ചു.

'അയാൾ അരക്കിറുക്കനാണ് അങ്ങുന്നേ, ഓരോ സ്ഥലത്തും അലഞ്ഞു തിരിഞ്ഞു നടക്കുകയാണ് അയാളുടെ പതിവ്. വിവാഹിതനാണെങ്കിലും കുടുംബം സംരക്ഷിക്കുന്ന കാര്യത്തിലൊന്നും യാതൊരു താല്പര്യവും ഇല്ല. എന്നാൽ ആളൊരു സന്ന്യാസി ഒന്നും അല്ല. ഒരു പ്രത്യേക സ്വഭാവവിശേഷങ്ങളുള്ള മനുഷ്യൻ!'

അങ്ങനെയാണെങ്കിൽ ബൻവാരിലാലിന്റെ പിതൃ സഹോദരന്റെ മകൻ തന്നെയാണ് ഇയാൾ. എനിക്ക് ജിജ്ഞാസ വർദ്ധിച്ചു. ഞാൻ അയാളോടു ചോദിച്ചു.

"നിങ്ങൾ എന്താണ് അവിടെ കുഴിച്ചിടുന്നത്?"

താനെന്തോ രഹസ്യമായി ചെയ്യുന്ന കാര്യം കണ്ടുപിടിച്ചതിലെ ലജ്ജ മറച്ചുപിടിക്കാൻ ശ്രമിച്ചുകൊണ്ട് അയാൾ പറഞ്ഞു.

"ഏയ് പ്രത്യേകിച്ചൊന്നുമില്ല. ഒരു വൃക്ഷത്തിന്റെ വിത്തു നടുകയാണ്."

ഞാൻ ശരിക്കും അമ്പരന്നുപോയി. ഏതുവൃക്ഷത്തിന്റെ വിത്താണ്. അത് അയാൾക്ക് സ്വന്തമായുള്ള ഭൂമിയല്ല. നിബിഡവനത്തിൽ ഏതു വൃക്ഷത്തിന്റെ വിത്താകാം അയാൾ കുഴിച്ചിടുന്നത്? അതുകൊണ്ട് എന്തു നേട്ടമാണ് ഈ മനുഷ്യന് ഉണ്ടാകാൻ പോകുന്നത്? ഈ മണ്ണിൽ വിത്തുകൾ സ്വയമേവ വിതരണം ചെയ്യപ്പെടുകയില്ലേ? പിന്നെ ഇയാളുടെ പ്രവൃത്തിയുടെ അർത്ഥമെന്താണ്?

"പലവിധ വൃക്ഷങ്ങളുടെ വിത്തുകളുണ്ട് ബാബു. പൂർണ്ണിയായിലെ ഒരു സായ്പിന്റെ ബംഗ്ലാവിനു മുറ്റത്തെ തോട്ടത്തിൽ കണ്ടതാണ്. അതിമനോഹരമായ ചുവന്ന പൂക്കളാണ് അതിൽ വിരിഞ്ഞുനിന്നിരുന്നത്. വേറെയും പലതരത്തിലുള്ള മനോഹരമായ പൂക്കൾ ഉണ്ടാകുന്ന വനലതകളുടെ വിത്തുകളാണ് ഇത്. ഞാൻ ദൂരെ പലയിടത്തും തേടി കണ്ടുപിടിച്ച് ശേഖരിച്ചു കൊണ്ടുവന്നതാണ്. ഈ വനഭൂമിയിൽ നട്ടുപിടിപ്പിക്കുവാൻ. ഈ ചെടികളൊന്നും ഈ കാട്ടിൽ ഇല്ല. അതുകൊണ്ടാണ് ഞാൻ ഇവിടെ കുഴിച്ചിടുന്നത്. രണ്ടുവർഷംകൊണ്ട് ഇതെല്ലാം തഴച്ചു വളരും. ഈ ചെടികൾ എല്ലാം പൂക്കുന്നതോടെ വനഭംഗി ഇരട്ടിക്കും.

ആ സാധുമനുഷ്യന്റെ ഉദ്ദേശ്യം മനസ്സിലായപ്പോൾ അയാളെക്കുറി

ച്ചുള്ള എന്റെ മനോഭാവം മാറി. വല്ലാത്ത മതിപ്പുതോന്നി. വനഭൂമിയുടെ സൗന്ദര്യം വർദ്ധിക്കുന്നതിനുവേണ്ടി നിസ്വാർത്ഥമായി പ്രവർത്തിക്കുന്ന മനുഷ്യൻ. സ്വന്തമായി ഒരു തരി മണ്ണില്ലാത്ത ഒരുവൻ. ഈ മനുഷ്യൻ എന്നെ അത്ഭുതപ്പെടുത്തുന്നു.

ഞാൻ യുഗൽപ്രസാദിനെ അടുത്തേക്കു വിളിച്ചു. ഞങ്ങൾ ഒരു വൃക്ഷത്തണലിൽ പോയി ഇരുന്നു. അയാൾ സംസാരിച്ചു തുടങ്ങി. "ഞാൻ ഇതിനുമുമ്പും ഇത്തരം ജോലികൾ ചെയ്തിട്ടുണ്ട്. ഇന്ന് ലബ്ടു ലിയായിലെ വനമേഖലയിൽ കാണുന്ന പൂമരങ്ങളും വള്ളികളും എല്ലാം ഞാൻ വച്ചുപിടിപ്പിച്ചതാണ്. പന്ത്രണ്ടുവർഷം മുമ്പ് പൂർണ്ണിയാവനത്തിൽ നിന്നും ചിലതെല്ലാം ഭക്ഷണഭഗൽപൂരിലെ ലക്ഷ്മീപുര സംസ്ഥാനത്തെ മലകളിൽനിന്നും. കൊണ്ടുവന്ന് ഞാൻ നട്ടുനനച്ചു വളർത്തിയതാണ്. ഇപ്പോൾ അങ്ങ് കാണുന്നില്ലേ അവിടമെല്ലാം പൂക്കൾ വിരിഞ്ഞ് സുഗന്ധം പരത്തി നിൽക്കുന്നത്."

"നിങ്ങൾക്ക് ഈ ജോലി ചെയ്യാൻ ഇഷ്ടമാണല്ലേ?"

"ലബ്ടുലിയ ബയിഹാറിയിലെ വനഭൂമി ഏറ്റവും മനോഹരമായ പ്രദേശമാണ്. അവിടത്തെ കൊച്ചുകൊച്ചു മലകളിലും കുറ്റിക്കാടുകളിലും നവനവങ്ങളായ പൂക്കൾ വിരിഞ്ഞു നിൽക്കുന്നതും കാണാൻ ഞാൻ വളരെ നാളായി ആഗ്രഹിക്കുന്നു."

"ഏതുതരം പൂക്കൾ വിരിഞ്ഞു നിൽക്കുന്നത് കാണാനാണ് നിങ്ങൾക്ക് ആഗ്രഹം."

"യജമാനനേ ഈ വഴിയിലേക്ക് എന്റെ മനസ്സും ചിന്തയും തിരിയുവാനുണ്ടായ കാരണം ഞാൻ ആദ്യമായി വിശദമാക്കാം. എന്റെ വീട് ധരംപൂരിലാണ്. ഞങ്ങളുടെ നാട്ടിൽ എന്റെ കുട്ടിക്കാലത്ത് കാട്ടുവാക പ്പൂക്കൾ ഉണ്ടായിരുന്നില്ല. ആടുമാടുമേച്ചു നടക്കലായിരുന്നു കുട്ടിക്കാലത്തെ എന്റെ പ്രധാന ജോലി. അങ്ങനെ ഒരു ദിവസം ഞാൻ കുശിനദിയുടെ തീരത്ത് എത്തി. ഞങ്ങളുടെ നാട്ടിൽനിന്നും പത്തുപതിനഞ്ചും ക്രോശം അകലെയായിരുന്നു ആ തീരഭൂമി. ആ പ്രദേശത്തു മുഴുവൻ കാട്ടുപൂവാക പൂത്തു നിൽക്കുന്നത് എന്റെ മനസ്സിനെ വല്ലാതെ സന്തോഷിപ്പിച്ചു. അവിടെനിന്നും അതിന്റെ വിത്തുകൾ ശേഖരിച്ച് ഞാൻ എന്റെ നാട്ടിൻപുറത്ത് കൊണ്ടുവന്നു നട്ടുപിടിപ്പിച്ചു. വെറുതെ കാടുപിടിച്ചു കിടന്നിരുന്ന, ഞങ്ങളുടെ ഗ്രാമത്തിലെ വെളിമ്പറമ്പുകൾ എല്ലാം പൂവാകകൾ നിറഞ്ഞു നിൽക്കുന്നു. അന്നു മുതൽ എന്റെ ബുദ്ധിയും ചിന്തയും ഈ വഴിക്കുതിരിഞ്ഞു. എവിടെയെല്ലാം പൂക്കളും പൂച്ചെടികളും പൂമരങ്ങളും ഇല്ലാതെ ഉണ്ടോ അവിടെയെല്ലാം ഞാൻ പൂച്ചെടികൾ നട്ടുപിടിപ്പിച്ചു. പിന്നെ പിന്നെ അതെനിക്കൊരു ഭ്രമംപോലെ ആയി. ഇപ്പോൾ ഞാൻ നിരന്തരം ആ ജോലി ചെയ്തുകൊണ്ടിരിക്കുന്നു. പൂച്ചെടികൾക്കു വേണ്ടി ഞാൻ അലഞ്ഞു തിരിഞ്ഞു നടക്കുകയാണ്."

യുഗൽപ്രസാദിന് ഈ പ്രദേശത്തെ സകല പൂക്കളെയും മരങ്ങളെയുംകുറിച്ച് കൃത്യമായ അറിവുകൾ ഉണ്ട് എന്ന് എനിക്ക് മനസ്സിലാ

യി. വെറും അറിവ് എന്നു പറഞ്ഞാൽ പോരാ, അയാൾക്ക് വിശിഷ്ടമായ ജ്ഞാനം തന്നെ ഉണ്ട്. ഒരു സംശയവും ഇല്ലാത്ത കാര്യമാണ് അത്.

"അരിസ്റ്റോ യോക്കിയ എന്ന വള്ളിച്ചെടിയെക്കുറിച്ച് നിങ്ങൾക്ക് എന്തൊക്കെ അറിയാം?" ഞാൻ ചോദിച്ചു. ഞാൻ ആ ചെടിയെക്കുറിച്ചും അതിന്റെ പൂക്കളെക്കുറിച്ചും വിശദീകരിച്ചുകൊടുത്തപ്പോൾ അയാൾ ചോദിച്ചു. "ഓ, അത് ഹംസലതയാണ്. ആ വള്ളിയിൽ വിരിയുന്ന പൂക്കൾക്ക് അരയന്നത്തിന്റെ ആകൃതിയാണ്. അത് ഈ നാട്ടിൽ സാധാരണയായി കാണാറില്ല. പാറ്റ്നയിലെ വലിയ വലിയ ജമീന്ദാരീ ബാബുമാരുടെ പൂന്തോട്ടങ്ങളിൽ ഞാൻ ധാരാളമായി കണ്ടിട്ടുണ്ട്."

അയാളുടെ അറിവുകൾ എന്നെ അതിശയിപ്പിച്ചു ഇയാളെപ്പോലെ ഒരു പ്രകൃതി സൗന്ദര്യാരാധകനെ എവിടെ കാണാൻ കഴിയും? വനങ്ങൾ തോറും മനോഹരമായ പൂക്കൾ വിരിയുന്ന വൃക്ഷങ്ങളുടെയും വള്ളികളുടെയും വിത്തുകൾ പാകി മുളപ്പിച്ച് നട്ടുനനച്ചു വളർത്തുന്നത് ഒരു തരത്തിലുമുള്ള സ്വാർത്ഥ താല്പര്യങ്ങൾക്കു വേണ്ടിയും അല്ല. അഞ്ചു നയാപൈസ പോലും അയാൾക്ക് ഇതിൽനിന്നും ആദായമായി ലഭിക്കുന്നില്ല. എന്നാൽ ആളൊരു പരമദരിദ്രനാണുതാനും. എന്നിട്ട് വനത്തിന്റെ സൗന്ദര്യം മേൽക്കുമേൽ വർദ്ധിപ്പിക്കുക എന്ന ഒരേ ഒരു ലക്ഷ്യത്തോടെ ഈ മനുഷ്യൻ അശ്രാന്തപരിശ്രമം നടത്തിക്കൊണ്ടിരിക്കുന്നു.

യുഗൽപ്രസാദ് സംസാരം തുടർന്നു:

"സരസ്വതീ കുണ്ഡിയുടെ തീരത്തുള്ള വനപ്രദേശം പോലെ അതീവ മനോഹരമായ വനപ്രദേശം മറ്റൊരിടത്തും കാണുവാൻ സാധിക്കുകയില്ല, ബാബുജി. എന്തെല്ലാം വിധത്തിലുള്ള വൃക്ഷങ്ങളും വള്ളികളും ആണ് ഇവിടെ ഉള്ളത്. പിന്നെ ഈ ജലത്തിന്റെ സൗന്ദര്യത്തെക്കുറിച്ച് വിവരിക്കുവാൻ എനിക്കു വാക്കുകൾ ഇല്ല. അങ്ങ് കണ്ടറിഞ്ഞതല്ലേ അത്. ഞാൻ ഒരു കാര്യം ചോദിക്കട്ടെ, ഈ തടാകത്തിൽ താമര നട്ടാൽ വളരുമോ? അങ്ങയുടെ അഭിപ്രായം എന്താണ്? ധരംപൂരിലെ ഗ്രാമത്തിലെ കുളങ്ങളിൽ ധാരാളം താമരയുണ്ട്. അവിടെനിന്നും കുറച്ചു താമരക്കിഴങ്ങുകൾ കൊണ്ടുവന്ന് നട്ടാലോ എന്ന് ചിന്തിക്കുകയാണ്."

എങ്ങനെയെങ്കിലും ഈ മനുഷ്യനെ സഹായിക്കണമെന്ന് മനസ്സിൽ ഉറച്ചു. ഞങ്ങൾ രണ്ടുപേരും ചേർന്ന് ഈ വനഭൂമിയിൽ പുതിയ പൂക്കളും വള്ളിച്ചെടികളും കൊണ്ടുവന്നു നട്ട് കാനനത്തെ കൂടുതൽ സുന്ദരമാക്കണമെന്ന് മനസ്സിൽ ഉറപ്പിച്ചു. അന്നുമുതൽ എനിക്കും ഈ കാര്യം ഒരു ലഹരിപോലെ ആയി. യുഗൽപ്രസാദിന് അന്നന്നത്തെ ആഹാരത്തിന് പോലും വകയില്ല. അയാളുടെ വീട്ടിലുള്ളവരുടെ അവസ്ഥ പറയേണ്ടതില്ലല്ലോ. ഞാൻ പ്രധാന ഓഫീസിലേക്ക് കത്തെഴുതി അനുവാദം വാങ്ങി യുഗൽപ്രസാദിനെ പത്തുരൂപ ശമ്പളത്തിൽ ഗുമസ്തനായി നിയമിച്ചു. ആജമാബാദ് ഓഫീസിലായിരുന്നു അയാൾക്കു ജോലി.

ആ വർഷം ഞാൻ കൊൽക്കത്തയിലെ സട്ടൻ വിത്തുല്പാദന കമ്പനിയിൽനിന്നും വിത്തുകൾ വരുത്തിച്ചു. വിദേശവനങ്ങളിൽ വളരുന്ന പൂച്ചെ

ടികളുടെ വിത്തുകളായിരുന്നു അവ. ഡ്യൂയേഴ്സ് മലകളിൽനിന്ന് കാട്ടു മുല്ലച്ചെടികളുടെ കമ്പുകൾ കൊണ്ടുവന്നു. സരസ്വതീ തടാകതീരത്തെ വനഭൂമിയിൽ അവയെല്ലാം ധാരാളമായി വച്ചുപിടിപ്പിച്ചു.

യുഗൽപ്രസാദിന്റെ ഉത്സാഹവും സന്തോഷവും കാണേണ്ടതുതന്നെ ആയിരുന്നു. ഈ അമിതാവേശവും അത്യുത്സാഹവും ഓഫീസിലെ മറ്റു ജോലിക്കാരുടെ മുന്നിൽ പ്രകടിപ്പിക്കരുതെന്ന് ഞാൻ അയാളോടു പ്രത്യേകം പറഞ്ഞിരുന്നു. മറ്റുള്ളവരുടെ കണ്ണിൽ യുഗൽപ്രസാദ് ശരിക്കും ഒരു ഭ്രാന്തനായിരുന്നു. അവരത് അയാളുടെ മുഖത്തു നോക്കി പറയാനും മടിച്ചിരുന്നില്ല. ആ കൂട്ടത്തിൽ അവർ എന്നെയും ചേർക്കും. അടുത്ത വർഷക്കാലത്തെ മഴകിട്ടിയതോടെ ഞങ്ങൾ നട്ട ചെടികളെല്ലാം അത്ഭുതകരമായ വിധത്തിൽ വളരാൻ തുടങ്ങി. തടാകതീരത്തെ മണ്ണ് നല്ല വളക്കൂറുള്ളതാണ്. ഈ വനപ്രദേശത്തിന്റെ കാലാവസ്ഥയ്ക്ക് അനുയോജ്യമായ വിധത്തിലുള്ള ചെടികളാണ് ഞങ്ങൾ അവിടെ നട്ടുപിടിപ്പിച്ചിരുന്നത്.

സട്ടൺ വിത്തിന്റെ പാക്കറ്റുകൾ ഞങ്ങളെ ചെറുതായി ബുദ്ധിമുട്ടിച്ചു. ഓരോ പാക്കറ്റിലും പൂവിന്റെ പേരും പൂക്കളെക്കുറിച്ചുള്ള ലഘുവിവരണവും ഉണ്ടായിരുന്നു. വൈറ്റ്ബീം റെഡ്കാമ്പയിൻ, സ്റ്റിച്ച് വർട്ട് എന്നീ പൂച്ചെടികൾ ഞങ്ങൾ വിചാരിച്ചതിനേക്കാൾ വേഗത്തിൽ വളർന്നു. ഫോക്സ് ഗ്ലൗവും വുഡ് ആനിമോണും തരക്കേടില്ലാത്ത വളർച്ച കൈവരിച്ചു. എന്നാൽ എത്ര കഠിനശ്രമം നടത്തിയിട്ടും ഹണിസക്കിളും ഡോഗ് റോസും വേരുപിടിച്ചില്ല,

മഞ്ഞ നിറത്തിലുള്ള പൂക്കളുള്ള ചെടി തടാകതീരത്ത് നട്ടു. വളരെ വേഗം ആ ചെടിയിൽ പൂക്കൾ വിരിഞ്ഞു. യുഗൽപ്രസാദ് പൂർണ്ണിയയിലെ വനത്തിൽനിന്നും ഒരു വനലതയുടെ വള്ളികൊണ്ടുവന്നു. ബയഡ എന്നാണ് അതിനു അയാൾ പറഞ്ഞപേര്. ആ ലത ആ പ്രദേശമാകെ പടർന്നുപന്തലിച്ചു. സമീപത്തുള്ള കുറ്റിക്കാടുകളുടെ മുകൾവശംവരെ അതു പടർന്നു കയറി. അതിന്റെ പൂക്കൾ കാണാൻ വളരെ ഭംഗിയുള്ളതാണ്. മൃദുഗന്ധം ഏറെ ആകർഷകമാണ്.

ഹേമന്തത്തിന്റെ തുടക്കത്തിൽ ഒരു ദിവസം അവിടെ പോയി നോക്കിയപ്പോൾ ബയഡാ വള്ളിയിൽ ഒരു പഴുതില്ലാതെ പൂമൊട്ടുകൾ നിറഞ്ഞു നിൽക്കുന്നു.

യുഗൽപ്രസാദിനെ ഈ വിവരം അറിയിച്ചതോടെ അയാൾ പേന അടച്ചുവച്ച് ആജമാബാദിലെ ഓഫീസിൽനിന്നും ഏഴു നാഴിക അകലെയുള്ള സരസ്വതീ തടാകത്തിലേക്ക് ഓടി എത്തി.

അയാൾ എന്നോടു പറഞ്ഞു. "ബയഡാലത മുളയ്ക്കുകയും വളരുകയും ചെയ്യും. എന്നാൽ അത് പൂവിടുകയില്ല എന്ന് എത്ര പേരാണ് എന്നോടു പറഞ്ഞത്. പക്ഷേ, അങ്ങ് നോക്കൂ. വള്ളിയുടെ ഓരോ മുട്ടിലും മൊട്ടുകൾ ഉണ്ടായിരിക്കുന്നു."

തടാകജലത്തിൽ 'വാട്ടർ ക്രോഫ്റ്റ്' എന്നൊരു ചെടിയുടെ വിത്ത്

ഞാൻ കൊണ്ടുവന്ന് നട്ടിരുന്നു. വളരെ വേഗത്തിൽ അത് ജലോപരിതലം മുഴുവനും വളർന്നു പടർന്നു. അതിന്റെ വളർച്ച കണ്ടതോടെ യുഗൽ പ്രസാദിന് പേടി തോന്നിത്തുടങ്ങി. തടാകത്തിലെ താമരയുടെ സ്ഥാനം വാട്ടർക്രോഫ്ട് അപഹരിക്കുമോ എന്നതായിരുന്നു അയാളുടെ പേടി.

ബോഗൺവില്ല ചെടികൾ വച്ചുപിടിപ്പിക്കുവാൻ ഞങ്ങൾ തീരുമാനിച്ചു. ബോഗൺവില്ല നഗരത്തിലെ പാർക്കുകളിലും പൂന്തോട്ടങ്ങളിലും ധാരാളമായി വളരുന്ന ചെടിയാണ്. സരസ്വതീ തടാകതീരത്തിന്റെ നൈസർഗ്ഗികമായ വന്യഭംഗി ബോഗൺവില്ല നശിപ്പിക്കുകയില്ലേ എന്ന സംശയവും ജനിച്ചു. യുഗൽപ്രസാദിനും ഇതേ അഭിപ്രായം തന്നെ ആയിരുന്നു. അതോടെ ഞങ്ങൾ ആ പദ്ധതി ഉപേക്ഷിച്ചു.

പണവും കണക്കില്ലാതെ ചെലവാകുന്നുണ്ട്. ഒരു ദിവസം ഗാനോരിതിവാരി പറഞ്ഞു. കാരോ നദിയുടെ അക്കരെ ജയന്തി പർവ്വതത്തിലെ കാടുകളിൽ ഒരുതരം സവിശേഷമായ വനപുഷ്പങ്ങൾ വിരിഞ്ഞു നിൽക്കുന്നുണ്ട്. ഈ നാട്ടുകാർ അതിനെ 'ദുധിയ' എന്നാണ് വിളിക്കുന്നത്. ദുധിയയുടെ ഇലകൾ ഏതാണ്ട് മഞ്ഞൾ ചെടിയുടെ ഇലപോലിരിക്കും. ചെടിയുടെ വലുപ്പവും അത്രതന്നെ ഉള്ളൂ. ചെടിയുടെ കടയ്ക്കൽ നിന്നും നീളത്തിൽ ഒരു തണ്ട് വളരും. ആ തണ്ടിന്റെ അറ്റത്തായി പൂ വിരിയും. ഒരു ചെടിയിൽ അത്തരത്തിൽ നാലഞ്ചു തണ്ടുകൾ ഉണ്ടാകും. ഓരോ തണ്ടിലും നാലു വീതം പൂക്കളാണ് ഉണ്ടാവുക. മഞ്ഞനിറത്തിൽ വളരെ മനോഹരമായ പൂക്കൾ. നേർത്ത സുഗന്ധവും ഉണ്ട് ഈ പൂക്കൾക്ക്. ഈ ഗന്ധം രാത്രിയിൽ വളരെ ദൂരം വരെ എത്തും. ആ ചെടിയുടെ ഒരു തൈ കൊണ്ടുവന്നുവച്ചാൽ മതി, ഏതാനും ദിവസങ്ങൾക്കുള്ളിൽ അതിന്റെ വലിയ വനം തന്നെ ഉണ്ടാകും. അത്രപെട്ടെന്നാണ് അതിന്റെ വംശവൃദ്ധി.

ആ ചെടിയെക്കുറിച്ച് കേട്ടറിഞ്ഞതോടെ എന്റെ മനസ്സിന്റെ ശാന്തി നഷ്ടപ്പെട്ടു. എത്ര കഷ്ടപ്പെട്ടിട്ടായാലും അവിടെ പോയി ആ പൂച്ചെടി സംഘടിപ്പിച്ചു കൊണ്ടുവരിക തന്നെ വേണം. വർഷകാലത്തു മാത്രമേ അതു മുളയ്ക്കൂ. അതിന്റെ വേരിനോടു ചേർന്നുണ്ടാകുന്ന കിഴങ്ങാണ് നടേണ്ടത്. ഒരു കിഴങ്ങു കൊണ്ടുവന്നു നട്ടാൽ മതി വേണ്ടതുണ്ടാകും. ആവശ്യത്തിനു വെള്ളം കിട്ടിയിട്ടില്ലെങ്കിൽ അത് ഉണങ്ങി പോവുകയും ചെയ്യും.

വേണ്ടത്ര പണം കൊടുത്ത് യുഗൽപ്രസാദിനെ പറഞ്ഞയച്ചു. അയാൾ അവിടെയെല്ലാം അന്വേഷിച്ച് ധാരാളം പേരോട് ചോദിച്ച് ജയന്തി പർവ്വതത്തിന്റെ പ്രാന്തപ്രദേശത്തുള്ള ദുർഗ്ഗമമായ ഒരു കാട്ടിൽനിന്നും നന്നാലു കിഴങ്ങുകൾ കൂട്ടിക്കെട്ടിയ പത്തു പന്ത്രണ്ടു കെട്ടുമായി വന്നു.

ഒമ്പത്

ഏകദേശം മൂന്നുവർഷം കടന്നുപോയി. ഈ മൂന്നുവർഷത്തിനിടയ്ക്ക് എന്നിൽ പലമാറ്റങ്ങളും വന്നുചേർന്നു. ആജമാബാദ് - ലബ്ടുലിയയിലെ കാനനഭൂമി എന്തു മായക്കാഴ്ചകളാണ് എന്റെ കൺകളിൽ നിറച്ചതെന്ന് അറിയില്ല. നഗരജീവിതത്തെക്കുറിച്ചുള്ള എന്റെ ഓർമ്മകൾ ഏതാണ്ട് മുഴുവനും മറഞ്ഞുകഴിഞ്ഞു എന്നുപറയാം. ഞാനിപ്പോൾ സ്നേഹിക്കുന്നത് വിജനമായ വനപ്രദേശങ്ങളും നക്ഷത്രങ്ങൾ നിറഞ്ഞ ശൂന്യാകാശവുമൊക്കെ ആണ്. ആ ഒരു ഭ്രമം എന്നെ ആകെ ആവരണം ചെയ്തതുപോലെയാണ് അനുഭവപ്പെടുന്നത്. കുറച്ചുദിവസം പാറ്റ്നയിലേക്കു പോകേണ്ടി വന്നപ്പോൾ കരയിൽ പിടിച്ചിട്ട മീനിനെപ്പോലെ ഞാനാകെ വിഷമിച്ചുപോയി. ടാറിട്ട റോഡും അതിർത്തി നിശ്ചയിച്ച ജീവിതവും എല്ലാം തട്ടി നീക്കിക്കളഞ്ഞ് ലബ്ടുലിയയിൽ എപ്പോൾ എത്തിച്ചേരും എന്ന ഒരു ചിന്തമാത്രമേ ഉണ്ടായിരുന്നുള്ളു. വെള്ളിക്കിണ്ണം കമഴ്ത്തിവച്ചതുപോലുള്ള നീലാകാശത്തിനു കീഴിലുള്ള അനന്തമായ വനഭൂമിയും പാടശേഖരങ്ങളും മൈതാനങ്ങളും കാണാൻ എനിക്കു തിടുക്കമായി. തിരക്കുള്ള റോഡുകളും ശബ്ദിച്ചുകൊണ്ട് പായുന്നവാഹനങ്ങളും ഓടും ഇഷ്ടികയുംകൊണ്ട് നിർമ്മിച്ച വീടുകളും കണികാണാൻ പോലും കിട്ടാത്ത ആ വനത്തിലെത്താൻ എന്റെ മനസ്സ് കൊതിച്ചു. ആ വനപ്രദേശത്ത് ഉറങ്ങുന്ന രാത്രിയിൽ സമയമറിയിക്കുന്ന കുറുക്കന്മാരുടെ ഓരിയും വിരണ്ടോടുന്ന ചമരിപശുക്കളുടെ കാലടിശബ്ദവും കാട്ടുപോത്തുകളുടെ ഉച്ചത്തിലുള്ള കരച്ചിലും മാത്രമുള്ള വനം എന്നെ അത്രമാത്രം വശീകരിച്ചിരുന്നു.

എന്തുകൊണ്ട് ഞാൻ ക്രമപ്രകാരം ഈ ദേശത്തെ നിലം പാട്ടത്തിനുകൊടുക്കുന്നില്ല എന്നു ചോദിച്ചുകൊണ്ട് മേലുദ്യോഗസ്ഥന്മാർ എനിക്ക് ഇടയ്ക്കിടെ കത്തുകൾ എഴുതാറുണ്ട്. എന്റെ പ്രധാന ജോലി അതുത

ന്നെയാണ് എന്ന് എനിക്ക് വ്യക്തമായി അറിയാം. എന്നാൽ ഭൂമിപാട്ട ത്തിനു കൊടുത്തുകഴിഞ്ഞാൽ അതു ലഭിക്കുന്ന ഗ്രാമീണർ ആ ഭൂമി യുടെ സൗന്ദര്യം നശിപ്പിക്കും. അത് എനിക്ക് സഹിക്കാൻ പറ്റില്ല. നിലം തങ്ങളുടെ അധീനതയിൽ കിട്ടിക്കഴിഞ്ഞാൽ ഉടനെ ആ ഭൂമിയിലെ വൃക്ഷ ങ്ങളും കുറ്റിക്കാടുകളും വള്ളിക്കുടിലുകളും സുന്ദരമാക്കി വയ്ക്കാനല്ലേ പാട്ടത്തിനെടുക്കുന്നത്. ഭൂമി കൈയിൽ കിട്ടിയാൽ ഉടനെ അവിടം വെട്ടി വെളിപ്പിച്ച് വിത്തുപാകാൻ വേണ്ട കാര്യങ്ങൾ ചെയ്യും. വിജനമായ ആ പ്രദേശത്ത് വീടുവെച്ച് ജനനിബിഡമാക്കും. മനുഷ്യന്റെ തിരക്കിൽ ശ്വാസം മുട്ടാൻ തുടങ്ങിയാൽ വനലക്ഷ്മി വനപ്രദേശം വിട്ട് ഓടിപ്പോകും. വന ഭൂമിയുടെ സൗന്ദര്യം നശിച്ചുപോകും. അങ്ങനെ അവിടെ ഒരു വലിയ ജനപഥം സൃഷ്ടിക്കപ്പെടുന്നത് ഞാനെന്റെ കണ്ണിൽ കാണും.

ആ രീതിയിലുള്ള പട്ടണങ്ങൾ പാറ്റ്നായിലും പൂർണ്ണിയായിലും മുംഗേറിലും വളരെ അധികം ഉണ്ടായിക്കൊണ്ടിരിക്കുകയാണ്. ഒന്നോ രണ്ടോ നിലകൾ മാത്രമുള്ള തൊട്ടുതൊട്ടുള്ള കെട്ടിടങ്ങൾ, പുല്ലും വൈക്കോലും മേഞ്ഞ കൊച്ചുകൊച്ചു കുടിലുകൾ! സൗന്ദര്യത്തിന് എന്നോണം വളർത്തുന്ന പൂച്ചെടികൾ, കാലിത്തൊഴുത്തുകൾ, ചാണക ക്കൂമ്പാരങ്ങൾ! ഓരോ വീടിനു മുന്നിലും കാണുന്ന കിണറുകൾ, ദരിദ്രാ വസ്ഥയിൽ കഴിയുന്ന മനുഷ്യർ. ഹനുമാൻ ക്ഷേത്രത്തിനു മുകളിൽ പാറി പ്പറക്കുന്ന കൊടിക്കൂറകൾ...

ഈ കാണായ, വിശാലമായ, സ്വതന്ത്രമായ ബലവത്തായ സുന്ദര മായ കാനനഭൂമി നമ്മുടെ മാതൃരാജ്യത്തിന്റെ വലിയൊരു സമ്പത്താ ണ്. മറ്റു വല്ല രാജ്യത്താണെങ്കിൽ പ്രത്യേക നിയമമുണ്ടാക്കി വനഭൂമി സംരക്ഷിക്കുമായിരുന്നു.

ഭൂമി വിഭജിച്ച് ഓരോരുത്തർക്കായി കൊടുക്കാനുള്ള ജോലിക്കാണ് എന്നെ ഇവിടെ നിയമിച്ചത്. ഈ വനഭൂമിയെ വെട്ടിമുറിക്കാനായി വന്നിട്ട് ആ സുന്ദര പ്രകൃതിയിൽ ഞാൻ മുഗ്ദ്ധനായിപ്പോയി. അവളുമായി ഞാൻ പ്രണയത്തിലായി. ഈയിടെ ആ ദിനങ്ങളെ ഞാൻ പിന്നോട്ടു തള്ളി ക്കൊണ്ടു വരുകയാണ്. കുതിരപ്പുറത്തുകയറി നിഴലുകൾ നീളാൻ തുട ങ്ങുന്ന വൈകുന്നേരങ്ങളിൽ അല്ലെങ്കിൽ പാലുപോലത്തെ നിലാവുള്ള രാത്രികളിൽ ഒറ്റയ്ക്കു പുറത്തേക്കിറങ്ങിപ്പോകുമ്പോൾ നാലുപാടും കണ്ണോടിച്ച് മനസ്സിൽ കരുതും, ഇവയെല്ലാം എന്റെ കൈകൊണ്ടുതന്നെ നശിപ്പിക്കേണ്ടി വരുമോ?

ഒരു ജോലി ചെയ്യാൻ തുടങ്ങിക്കഴിഞ്ഞാൽ ആ ജോലി പൂർത്തീക രിക്കുക തന്നെ വേണം. മാഘമാസത്തിൽ പാറ്റ്നയിൽനിന്നും ഛട്ടുസിങ് എന്നു പേരുള്ള ഒരു രജപുത്രൻ വന്നിരുന്നു. അയാൾക്ക് ആയിരം ബീഘ ഭൂമി വേണമെന്ന അപേക്ഷ എന്നെ ധർമ്മസങ്കടത്തിലാക്കി. അത്രയും ഭൂമി അയാൾക്ക് അനുവദിച്ചുകൊടുത്താൽ വളരെ അധികം സ്ഥലം നഷ്ട പ്പെടും. അത്രമാത്രം സുന്ദരമായ വനവും അതിൽ നിറയെ വൃക്ഷലതാദി കളും ആണ്. അത്രയും വിസ്തൃതി എല്ലാം വെട്ടിനശിപ്പിക്കുമല്ലോ.

ഛട്ടുസിങ് വിടാനുള്ള ഭാവമില്ല. അയാളുടെ അപേക്ഷ ഞാൻ മേലാ ഫീസിലേക്ക് അയച്ചു. എന്റെ പ്രിയപ്പെട്ട വനഭൂമി നശിപ്പിക്കുന്നത് പര

മാവധി നീട്ടിക്കൊണ്ടുപോകാൻ ഞാൻ പരമാവധി ശ്രമിച്ചുകൊണ്ടിരുന്നു. വൈകാവുന്നിടത്തോളം കാലം വൈകട്ടെ.

2

ഒരു ദിവസം ലബ്ടുലിയ വനഭൂമിയുടെ വടക്കുഭാഗത്ത് നാഢബയിഹാറിലെ തുറന്ന സ്ഥലത്തുകൂടി ഉച്ചയ്ക്കുശേഷം വരികയായിരുന്നു. അവിടെ ഒരു കല്ലിൽ ഒരു മനുഷ്യൻ ഇരിക്കുന്നതുകണ്ടു. വഴിയോരത്തു തന്നെ. ആ മനുഷ്യന്റെ അരികിൽ ചെന്ന് കുതിരപ്പുറത്തുനിന്നും ഇറങ്ങി. അയാൾക്ക് അറുപതിനോടടുത്തു പ്രായം കാണും. മുഷിഞ്ഞ വസ്ത്രമാണ് അയാൾ ധരിച്ചിരുന്നത്. കീറിയ പുതപ്പുകൊണ്ട് അയാളുടെ ശരീരം പുതച്ചിരുന്നു.

തീർത്തും വിജനമായ പ്രദേശത്ത് മനുഷ്യൻ ഒറ്റയ്ക്കിരുന്ന് എന്തു ചെയ്യുകയാണ്.

“താങ്കൾ ആരാണ് ബാബൂ?” അയാൾ ചോദിച്ചു.

“ഞാൻ ഇവിടത്തെ ഓഫീസിലെ ഒരു ജോലിക്കാരനാണ്. അങ്ങാണോ മാനേജർ ബാബു?”

“എന്താ അങ്ങനെ ചോദിച്ചത്? എന്നെക്കൊണ്ട് എന്തെങ്കിലും ആവശ്യമുണ്ടോ? ഞാൻ തന്നെയാണ് മാനേജർ!”

അയാൾ ഇരുന്നേടത്തുനിന്നും എഴുന്നേറ്റ് എന്നെ ആശീർവദിക്കാൻ എന്നോണം കൈ ഉയർത്തി.

അയാൾ പറഞ്ഞു. “യജമാനനേ, എന്റെ പേര് മടുക് നാഥ് പാണ്ഡേ എന്നാണ്. ഞാൻ ഒരു ബ്രാഹ്മണനാണ്. അങ്ങയെ കാണാനായി വന്നതാണ്.”

‘എന്തിനാ എന്നെ കാണുന്നത്?”

“യജമാനനേ, ഞാനൊരു ദരിദ്രനാണ്. അങ്ങയെക്കുറിച്ച് എനിക്ക് കേട്ടറിവുണ്ട്. ഞാൻ വളരെ ദൂരെ നിന്നുമാണ് വരുന്നത്. രണ്ടുമൂന്നു ദിവസമായി നിർത്താതെ നടക്കുകയാണ്. ഈ കാട്ടുവഴിയിലൂടെ ഇങ്ങനെ നടന്നതിന്റെ ഉദ്ദേശ്യം ഇതാണ്. അങ്ങയെ കണ്ടു പറഞ്ഞാൽ ജീവസന്ധാരണത്തിന് എന്തെങ്കിലും ഒരു വഴികാണുമെന്ന് പ്രതീക്ഷിച്ചു.”

എനിക്ക് വല്ലാത്ത ജിജ്ഞാസയായി. ഞാൻ ചോദിച്ചു. “ഇത്രയും ദിവസം ഈ കാട്ടുവഴിയിലൂടെ തനിയെ നടക്കുമ്പോൾ നിങ്ങൾ എന്ത് ആഹാരമാണ് കഴിച്ചത്?”

മടുക് നാഥൻ തന്റെ മുഷിഞ്ഞ വസ്ത്രത്തിന്റെ അറ്റം അഴിച്ചുകാണിച്ചു. അതിൽ കുറച്ച് വറുത്ത പയർ ഉണ്ടായിരുന്നു. “ഈ ഭാണ്ഡത്തിൽ കുറച്ചു വറുത്തപയർ വീട്ടിൽനിന്നും പോരുമ്പോൾ കൊണ്ടുവന്നിരുന്നു. അതുതന്നെയാണ് ഈ ദിവസങ്ങളിലെ എന്റെ ഭക്ഷണം ഒരു ജോലി അന്വേഷിച്ച് ഇറങ്ങിയതാണു യജമാനനേ, പയറു തീരാറായി. ഇനി എല്ലാം ഭഗവാൻ തന്നെ തരണം.”

അസംബാദ്, നാഢബയിഹാർ തുടങ്ങിയ വിജനമായ വനഭൂമിയിൽക്കൂടി മുണ്ടിൽ പൊതിഞ്ഞ കുറച്ചു വറുത്ത പയറുമായി ഈ മനുഷ്യൻ എന്തു പ്രതീക്ഷയിലാണ് വന്നിരിക്കുന്നത്? എന്തു ജോലി കിട്ടും എന്ന പ്രതീക്ഷയിലാണ് ഇയാൾ ഇങ്ങനെ അലറുന്നതെന്ന് എനിക്ക് മനസ്സിലായില്ല. ഞാൻ അയാളോടു പറഞ്ഞു. “വലിയ നഗരങ്ങളായ ഭഗൽപ്പൂർ, പൂർണ്ണിയ, പാട്ന, മുഗേർ എന്നിവയെല്ലാം വിട്ടിട്ട് അങ്ങ് ഈ കാട്ടിലേക്കു വന്നത് എന്തിനാണ് പാണ്ഡേജി, ഇവിടെ നിന്ന് അങ്ങേയ്ക്ക് എന്തു കിട്ടാനാണ്? ഇവിടെ ഏതെങ്കിലും മനുഷ്യരുണ്ടോ നിങ്ങൾക്ക് ആര് എന്ത് തരാനാ?”

മടുക്നാഥൻ കഠിനമായ നിരാശയോടെ എന്റെ നേരെ നോക്കി. അയാൾ എന്നോടു പറഞ്ഞു.

“എനിക്ക് ഈ നാട്ടിൽ ഒരു ജോലിയും കിട്ടുകയില്ലേ ബാബൂ.. ഞാനിനി എവിടേക്കു പോകും? അങ്ങ് ഇപ്പോൾ കുറെ നഗരങ്ങളുടെ പേര് പറഞ്ഞില്ലേ ആ വൻനഗരങ്ങളിലെ ആരെയും എനിക്ക് അറിയില്ല. അവിടേക്കു എങ്ങനെ എത്തിച്ചേരും എന്നുപോലും എനിക്ക് അറിയില്ല. എനിക്ക് പേടിയാണ്. അതുകൊണ്ടാണ് ഞാൻ ഇങ്ങോട്ടുപോന്നത്?”

മടുക്നാഥൻ എന്ന ഈ മനുഷ്യൻ തീർത്തും നിസ്സഹായനാണ്. ആ പാവം വല്ലാതെ കഷ്ടപ്പെടുന്നുണ്ട്. അതുകൊണ്ടുതന്നെ അയാൾ നല്ലൊരു മനുഷ്യനാണ് എന്ന് എനിക്കു തോന്നി. ഞാൻ അയാളെ ഓഫീസിലേക്ക് കൂട്ടിക്കൊണ്ടുപോന്നു.

കുറച്ചുദിവസം അങ്ങനെ കഴിഞ്ഞു. എന്നിട്ടും മടുക് നാഥിന് ജോലിയൊന്നും ശരിയായില്ല. അയാൾക്ക് യാതൊരു ജോലിയും ചെയ്യാൻ അറിയുകയില്ല എന്ന് എനിക്ക് മനസ്സിലായി. കുറച്ചു സംസ്കൃതം പഠിച്ചിട്ടുണ്ട്. ബ്രാഹ്മണ പുരോഹിതന്റെ കർമ്മങ്ങൾ ചെയ്യാൻ അറിയാം. ഇടയ്ക്കൊക്കെ സംസ്കൃതപാഠശാലയിൽ പഠിപ്പിച്ചിട്ടുണ്ട്. വിശ്രമസമയങ്ങളിൽ എന്റെ അടുത്തുവന്നിരുന്ന് സംസ്കൃതശ്ലോകങ്ങൾ ഉച്ചത്തിൽ ചൊല്ലും. എന്നെക്കൊണ്ട് അംഗീകരിപ്പിക്കാനുള്ള ശ്രമമായിരിക്കും.

ഒരു ദിവസം അയാൾ എന്നോട് ഒരു കാര്യം പറഞ്ഞു.

“അങ്ങയുടെ ഓഫീസിന്റെ സമീപത്തായി കുറച്ചുസ്ഥലം തിരിച്ചെടുത്ത് അവിടെ ഒരു സംസ്കൃതപാഠശാല ആരംഭിച്ചാലോ യജമാനനേ.”

“ഇവിടെ പഠിക്കാനായിട്ട് ആരെ കിട്ടാനാ? ഈ പ്രദേശത്തുള്ള കാട്ടുപോത്തുകളും ചമരിപ്പശുക്കളുമോ? അവർക്ക് *കുമാരസംഭവവും ഭട്ടികാവ്യവും* എല്ലാം മനസ്സിലാകുമോ?” മടുക് നാഥൻ വളരെ നല്ലൊരു വ്യക്തിയാണ്. അയാൾ മുന്നും പിന്നും ആലോചിക്കാതെ പാഠശാലയുടെ കാര്യം പറഞ്ഞു പോയെന്നേ ഉള്ളൂ. ഏതാനും ദിവസം അതേക്കുറിച്ച് യാതൊന്നും സംസാരിച്ചില്ല. കുറച്ചുദിവസങ്ങൾക്കു ശേഷം അയാൾ എന്നോടു വീണ്ടും പറഞ്ഞു.

“അങ്ങ് ദയവുചെയ്ത് എനിക്കുവേണ്ടി പാഠശാല ആരംഭിക്കുവാൻ അനുവദിക്കണം. എന്താണു സംഭവിക്കുക എന്ന് നമുക്കു നോക്കാലോ.

ഒന്നു പരീക്ഷിച്ചു നോക്കുന്നതിൽ എന്താണ് തെറ്റ്? ഇതുകൂടി ഇല്ലെങ്കിൽ ഞാൻ എവിടേക്കുപോകും യജമാനനേ."

ഞാൻ ശരിക്കും വിഷമത്തിലായി. ഈ മനുഷ്യന് ഭ്രാന്താണോ? അയാളുടെ മുഖത്തേക്കു നോക്കുമ്പോൾ വല്ലാത്ത സഹതാപം തോന്നും. ജീവിതത്തിലെ വരുംവരായ്കകളെക്കുറിച്ചു ചിന്തിക്കാനുള്ള കഴിവൊന്നും ഇല്ല. ഇത്രയും നിഷ്കളങ്കരായ മനുഷ്യർ ഉണ്ടാകുമോ? അയാൾക്ക് ഒരു പാടു വിശ്വാസവും പ്രതീക്ഷയും ഉണ്ട്? ആരിലാണ് അയാൾക്ക് ഇത്രയധികം വിശ്വാസം? ആവോ ആർക്കറിയാം?

ഞാൻ അയാളെ കാര്യങ്ങൾ മനസ്സിലാക്കിക്കൊടുക്കുവാൻ ശ്രമിച്ചു. അയാളോടു ഞാൻ പറഞ്ഞു ഞാനയാൾക്ക് കുറച്ചുഭൂമി പാട്ടത്തിനു കൊടുക്കാം. ആ ഭൂമിയിൽ കൃഷി ചെയ്തു ജീവിക്കൂ എന്ന്.

മടുക്നാഥൻ അയാളുടെ സഹജമായ വിധേയത്വത്തോടെ പറഞ്ഞു.

"ഞങ്ങളുടെ പരമ്പര ബ്രാഹ്മണപണ്ഡിതരുടേതാണ്. കൃഷിപ്പണി ചെയ്യാൻ അറിയില്ല. ഇതുവരെ ചെയ്തിട്ടില്ല. അങ്ങ് തരുന്ന ഭൂമിവച്ച് ഞാൻ എന്തുചെയ്യും?"

പാണ്ഡിത്യവും ശാസ്ത്രബോധവും ഉള്ള ആളാണെങ്കിൽ മരിക്കാനായിട്ട് എന്തിനിങ്ങോട്ട് പോന്നു എന്ന് അയാളോടു ചോദിക്കണമെന്നുണ്ടായിരുന്നു. എന്നാൽ ഈ സാധു മനുഷ്യന്റെ മുഖത്തു നോക്കി അത്തരം കടുത്തവാക്കുകൾ ഒന്നും പറയാനുള്ള ശക്തി എനിക്കില്ലായിരുന്നു. അവസാനം അയാളുടെ നിർബ്ബന്ധത്തിനു വഴങ്ങി ഞാനയാൾക്ക് ഒരു പുര കെട്ടിക്കൊടുത്തു.

"ഇതാണ് നിങ്ങളുടെ സംസ്കൃത പാഠശാല. ഇനി പഠിക്കാൻ കുട്ടികളെ കിട്ടുമോ എന്നു നോക്കണം."

മടുക്നാഥൻ പൂജകളും അർച്ചനകളും എല്ലാം നിർവ്വഹിച്ചശേഷം രണ്ടുമൂന്ന് ബ്രാഹ്മണർക്ക് അന്നദാനം നിർവ്വഹിച്ചശേഷം പാഠശാലകളുടെ ഉദ്ഘാടനം നിർവ്വഹിച്ചു. ഈ കാട്ടിൽ വിശിഷ്ടഭോജ്യം ഉണ്ടാക്കാൻ വേണ്ട സാധനങ്ങൾ ഒന്നുംതന്നെ ലഭിക്കുകയില്ല. അയാളുടെ കൈവശം ഉണ്ടായിരുന്ന ചോളപ്പൊടികൊണ്ട് പൂരി ഉണ്ടാക്കി. കാട്ടുപീച്ചിങ്ങ പറിച്ച് കറിയുണ്ടാക്കി. കന്നുകാലിചെറുക്കന്റെ കൈയിൽനിന്നും പാലുവാങ്ങി തൈര് ഉണ്ടാക്കി. ക്ഷണിക്കപ്പെട്ട അതിഥികളുടെ കൂട്ടത്തിൽ ഞാനും ഉണ്ടായിരുന്നു എന്ന് പ്രത്യേകം പറയേണ്ടതില്ലല്ലോ.

പാഠശാല ആരംഭിച്ച് ആദ്യത്തെ കുറച്ചു ദിവസം മടുക് നാഥൻ വലിയ സന്തോഷത്തിലായിരുന്നു. ഭൂമിയിൽ ഇത്തരത്തിലുള്ള മനുഷ്യർ ഉണ്ടാകുമല്ലോ.

അതിരാവിലെ എഴുന്നേറ്റ് പ്രഭാതവന്ദനം നിർവ്വഹിച്ചശേഷം പാഠശാലയിൽ വന്നിരുന്ന് അയാൾ ഉച്ചത്തിൽ സംസ്കൃതശ്ലോകങ്ങൾ ചൊല്ലും. തന്റെ മുന്നിൽ ധാരാളം വിദ്യാർത്ഥികൾ ഇരിക്കുന്നുണ്ട് എന്ന ഭാവത്തിലാണ് അയാളുടെ ആലാപനം.

ഒരിക്കൽ തഹസിൽദാർ സജ്ജൻസിങ് പറഞ്ഞു: "പണ്ഡിറ്റ് ജിക്കു

ശരിക്കും ഭ്രാന്താണോ യജമാനനേ. അയാളുടെ പ്രവൃത്തികൾ അങ്ങ് കാണുന്നില്ലേ?"

രണ്ടുമാസം അങ്ങനെ കഴിഞ്ഞുകൂടി. മറ്റൊരു മനുഷ്യജീവിയില്ലാതെ ആ ഒറ്റമുറി ഷെഡിൽ അയാൾ ഉച്ചവരെ പാഠശാല നടത്തും.

അങ്ങനെയിരിക്കേ നവരാത്രി ഉത്സവം വന്നു. ഞാൻ ഓഫീസിൽ മഷിക്കുപ്പി വച്ചായിരുന്നു സരസ്വതീപൂജ നടത്തിക്കൊണ്ടിരുന്നത്. ഈ വനപ്രദേശത്ത് ദേവീവിഗ്രഹം എവിടെ കിട്ടാനാ?

മടുക്നാഥൻ തന്റെ പാഠശാലയിൽ പ്രത്യേകമായി സരസ്വതീപൂജ നടത്തുന്നുണ്ട്. അയാൾ സ്വന്തം കൈകൊണ്ടു ദേവീ വിഗ്രഹം ഉണ്ടാക്കുമത്രേ!

പ്രായം അറുപത്തിനോടടുത്ത ആ മനുഷ്യന്റെ വിശ്വാസവും ഉത്സാഹവും ആരേയും അത്ഭുതപ്പെടുത്തുന്നതാണ്.

മടുക്നാഥൻ സ്വയം ഒരു ദേവീ വിഗ്രഹം ഉണ്ടാക്കി തന്റെ പാഠശാലയിൽവച്ച് സരസ്വതീപൂജ നടത്തി.

ആ നിഷ്കളങ്കനായ മനുഷ്യൻ ചിരിച്ചുകൊണ്ട് എന്നോടു പറഞ്ഞു.

"ബാബുജീ, ഇതു ഞങ്ങളുടെ പൈതൃകമായ പൂജയാണ്. എന്റെ അച്ഛൻ അദ്ദേഹത്തിന്റെ പാഠശാലയിൽ സ്വന്തമായി വിഗ്രഹം ഉണ്ടാക്കി പൂജ ചെയ്തു വരികയാണ് പതിവ്. ഞാനെന്റെ കുട്ടിക്കാലത്ത് അതുകണ്ടിട്ടുണ്ട്. ഇപ്പോൾ എന്റെ പാഠശാലയിലും.."

പക്ഷേ, പാഠശാല എവിടെ ആണ്? ഞാനത് അയാളോടു ചോദിച്ചില്ല എന്ന കാര്യം പ്രത്യേകം പറയേണ്ടതില്ലല്ലോ.

3

സരസ്വതീപൂജാ ദിവസം ഏതാണ്ടു പന്ത്രണ്ടു മണി കഴിഞ്ഞപ്പോൾ, തന്റെ പാഠശാലയിൽ ഒരു വിദ്യാർത്ഥി വന്നിട്ടുണ്ടെന്ന് മടുക്നാഥൻ എന്നെ അറിയിച്ചു. സരസ്വതീപൂജാ ദിവസം തന്നെ എത്തുന്നതിനുവേണ്ടി ദൂരെ എവിടെ നിന്നോ വന്നതാണ്.

മടുക് നാഥൻ തന്റെ വിദ്യാർത്ഥിയെ എന്റെ മുന്നിൽ കൊണ്ടുവന്നു നിർത്തി. അവന് പത്തു പതിനാലു വയസ്സുകാണും. കറുത്തു മെലിഞ്ഞ ഒരു പയ്യൻ. ജന്മംകൊണ്ടു മൈഥിലി ബ്രാഹ്മണൻ. തീർത്തും ദരിദ്ര കുടുംബത്തിലാണ് ജനനം. ഉടുത്ത ഒരു വസ്ത്രമല്ലാതെ മാറി ഉടുക്കാൻ മറ്റൊരു നൂലിഴയില്ല.

മടുക് നാഥന്റെ ഉത്സാഹം കാണേണ്ടതുതന്നെ ആണ്. സ്വന്തം ആഹാരത്തിനുതന്നെ വഴിയില്ലാതിരിക്കുന്ന അയാൾ ആ വിദ്യാർത്ഥിയെ തീറ്റിപ്പോറ്റേണ്ടുന്ന ഉത്തരവാദിത്വം കൂടി ഏറ്റെടുത്തിരിക്കുകയാണ്. ഇതാണ് അവരുടെ കുലത്തിന്റെ പാരമ്പര്യം. പഠിക്കുന്നതിനായി വിദ്യാലയത്തിൽ എത്തുന്ന വിദ്യാർത്ഥികളുടെ സകല ചെലവുകളും പാഠശാലയിൽ നിന്നുതന്നെ നികത്തിക്കൊടുക്കണം. അങ്ങനെയാണ് ഇതുവ

രെയുള്ള പതിവ്. വിദ്യ അഭ്യസിക്കണം എന്ന ആഗ്രഹത്തോടെ ആരു വന്നാലും തിരിച്ചയയ്ക്കുവാൻ പാടില്ല. അതാണ് അവരുടെ പാരമ്പര്യം.

രണ്ടു മൂന്നു ദിവസത്തിനകം പിന്നെയും രണ്ടു മൂന്നുവിദ്യാർത്ഥികൾ കൂടി മടുക്നാഥന്റെ വിദ്യാലയത്തിൽ വന്നുചേർന്നു. ഇവർക്ക് ഒരു നേരം മാത്രമേ ഭക്ഷണം കഴിക്കാൻ ലഭിക്കൂ. മറ്റുള്ള സമയത്തെല്ലാം മുഴുപ്പട്ടിണി. ഓഫീസിലെ ജോലിക്കാർ പിരിവെടുത്ത് ചോളത്തിന്റെ പൊടി, ഗോതമ്പു പൊടി, ചീനപ്പുല്ലരി എന്നിവയെല്ലാം വിദ്യാർത്ഥികൾക്ക് കൊടുക്കുന്നുണ്ട്. ഞാനും എന്നാലാവുന്നവിധം കൊടുക്കുന്നുണ്ട്. വിദ്യാർത്ഥികൾ വനത്തിൽ പോയി ചീര പറിച്ചു കൊണ്ടുവരും. ചിലപ്പോൾ ആ ഇല ഉപ്പിട്ടു വേവിച്ചതു മാത്രം ആയിരിക്കും ഭക്ഷണം, മടുക്നാഥനും അതുതന്നെയാണ് കഴിക്കുക.

രാത്രി പത്തു പതിനൊന്നു മണിവരെ മടുക്നാഥൻ വിദ്യാർത്ഥികളെ പഠിപ്പിച്ചുകൊണ്ടിരിക്കും. എന്റെ മുറിയിൽ ഇരുന്നാൽ അയാൾ ഉച്ചത്തിൽ ശ്ലോകം ചൊല്ലി വിശദീകരിക്കുന്നത് കേൾക്കാൻ കഴിയും. ചിലപ്പോൾ തൊട്ടുമുന്നിലുള്ള ഒരു കടുക്കവൃക്ഷത്തിന്റെ ചുവട്ടിൽ വച്ചായിരിക്കും അദ്ധ്യാപനം. നിലാവുണ്ടെങ്കിൽ അങ്ങനെ, ഇരുട്ടാണെങ്കിൽ ഇരുട്ടത്തിരുന്ന് പഠിക്കണം. വിളക്കു കത്തിക്കണമെങ്കിൽ എണ്ണ എവിടെ നിന്നു ലഭിക്കാനാ?

എന്നെ അമ്പരപ്പിച്ചത് മറ്റൊരു കാര്യമാണ്. പാഠശാല പണിയാനായി കുറച്ചു സ്ഥലം ചോദിച്ചതല്ലാതെ മറ്റൊരു സഹായവും മടുക്നാഥൻ എന്നോട് ഇതേവരെ ചോദിച്ചിട്ടില്ല. എന്നെക്കൊണ്ട് ഈ വിദ്യാലയം കൊണ്ടുനടക്കാൻ സാധിക്കുന്നില്ല. എനിക്ക് എന്തെങ്കിലും സഹായം ചെയ്തുതരണം എന്ന വാക്കുകൾ ഇതുവരെ അയാളുടെ വായിൽനിന്നും വന്നിട്ടില്ല. എന്നോടെന്നല്ല മറ്റാരോടും അയാൾ ഒരു സഹായവും ചോദിച്ചിട്ടില്ല. ആളുകൾ അവരുടെ ഇഷ്ടപ്രകാരം എന്തെങ്കിലും കൊണ്ടുപോയി കൊടുത്താൽ അതു വാങ്ങുമെന്നു മാത്രം.

മേടംമുതൽ ചിങ്ങംവരെയുള്ള മാസങ്ങളിൽ പാഠശാലയിൽ എത്തുന്ന വിദ്യാർത്ഥികളുടെ എണ്ണം വളരെ വർദ്ധിച്ചു. അച്ഛനമ്മമാരോടു വഴക്കിട്ട് വീടുവിട്ടിറങ്ങിയ ദരിദ്രനാരായണന്മാരായ ബാലന്മാരാണ് അവരിൽ അധികവും. വിദ്യാലയത്തിൽ ജോലിയൊന്നും ചെയ്യേണ്ടതില്ല. അത്യാവശ്യം കഴിക്കാനെന്തെങ്കിലും കിട്ടുകയും ചെയ്യും. ഈ കാരണം കൊണ്ടാണ് കുട്ടികൾ പലയിടത്തുനിന്നും ഇവിടേക്ക് വരുന്നത്. ഇവരുടെ നാടുകളിൽ കാക്കകൾ പോലും വാർത്തകൾ എത്തിക്കും. വിദ്യാർത്ഥികളെ കണ്ടപ്പോൾ തന്നെ ഇവർ അതിനുമുമ്പ് കന്നാലിമേച്ച് നടന്നിരുന്നവരാണെന്ന് എനിക്ക് തോന്നി. ഒരെണ്ണത്തിനുപോലും ബുദ്ധി എന്നൊന്നില്ല. അങ്ങനെയുള്ള ഈ പിള്ളേരുണ്ടോ സംസ്കൃത കാവ്യവും വ്യാകരണവുമൊക്കെ പഠിക്കാൻ പോകുന്നു. നിഷ്കളങ്കനായ മടുക്നാഥനെ പറ്റി അറിഞ്ഞപ്പോൾ അയാളുടെ തലയിൽ കയറി നിരങ്ങാൻ വന്നിരിക്കുകയാണ്. മടുക്നാഥൻ ആ വക കാര്യങ്ങളൊന്നും ശ്രദ്ധിക്കാറില്ല.

വിദ്യാർത്ഥികളെ ലഭിച്ചുവല്ലോ! അയാൾക്ക് അതുമതി.

ഒരു ദിവസം ആഹാരത്തിനു വകയില്ലാത്തതിനാൽ കുട്ടികൾ എല്ലാവരും ഉപവാസത്തിലാണെന്ന് അറിയാൻ കഴിഞ്ഞു. ഞാൻ മടുക്നാഥനെ വിളിച്ച് കാര്യങ്ങൾ അന്വേഷിച്ചു. കേട്ടത് സത്യം തന്നെയാണ്. ഓഫീസിലെ ജോലിക്കാർ കൊണ്ടുകൊടുത്ത ധാന്യപ്പൊടികൾ എല്ലാംതന്നെ തീർന്നു. ഏതാനും ദിവസം കാട്ടുചീര കഴിച്ചു. ഇന്ന് അതും ഇല്ല. അതു കഴിക്കുമ്പോൾ വയറിന് അസുഖം വരുന്നതിനാൽ കുട്ടികൾ അതുകഴിക്കാൻ ഇഷ്ടപ്പെടുന്നുമില്ല.

"ഇനി നിങ്ങൾ എന്താണ് ചെയ്യാൻ പോകുന്നത് പണ്ഡിത്ജി"

"ആലോചിച്ചിട്ട് ഒരു വഴിയും കാണുന്നില്ല യജമാനനേ..."

"ഈ കൊച്ചുകുട്ടികൾ ഇങ്ങനെ പട്ടിണി കിടക്കുന്നത്...."

രണ്ടുമൂന്ന് ദിവസത്തേക്കു വേണ്ട അരിയും പരിപ്പും മറ്റു സാധനങ്ങളും ഞാൻ ഏർപ്പാടാക്കി കൊടുത്തു.

"നിങ്ങൾ ഈ പാഠശാല എങ്ങനെ മുന്നോട്ടു കൊണ്ടുപോകും. എല്ലാം അവസാനിപ്പിച്ചേക്കൂ. നിങ്ങൾ എന്തു ഭക്ഷിക്കും? കുട്ടികൾക്ക് എന്തു കൊടുക്കും?" ഞാൻ ചോദിച്ചു.

എന്റെ വാക്കുകൾ അയാളെ വല്ലാതെ വേദനിപ്പിച്ചു എന്ന് എനിക്ക് മനസ്സിലായി.

"അതെങ്ങനെയാണ് അങ്ങുന്നേ... ഒരിക്കൽ ആരംഭിച്ച പാഠശാല അടച്ചുപൂട്ടുന്നതെങ്ങനെ? എനിക്ക് പൈതൃകമായി ലഭിച്ച തൊഴിലല്ലേ ഇത്? പരമ്പരാഗതമായി തുടർന്നുവരുന്ന തൊഴിൽ അവസാനിപ്പിക്കുന്നത് ശരിയാണോ?" അയാൾ ചോദിച്ചു.

മടുക്നാഥന് സന്തോഷത്തിന് ഒരു കുറവുമില്ല. അയാൾക്ക് എന്തു പറഞ്ഞാലും മനസ്സിലാവില്ല. പഠിപ്പിക്കുവാൻ ഏതാനും വിദ്യാർത്ഥികളെ ലഭിച്ചതിൽ അയാൾ അതീവ സന്തുഷ്ടനായി ജീവിക്കുകയാണെന്ന് എനിക്കു മനസ്സിലായി.

ഈ വനപ്രദേശത്തിന്റെ ഒരു ഭാഗം പുരാതനകാലത്തെ ഋഷിമാരുടെ ആശ്രമം പോലെ ആയി മാറി. മടുക്നാഥന്റെ കൃപകൊണ്ട് ഉണ്ടായ ഒരു ഗുണമാണ് അത്. വിദ്യാർത്ഥികൾ വളരെ ഉച്ചത്തിൽ കൂവി വിളിച്ചു കൊണ്ടാണ് പഠനം. മുഗ്ദ്ധബോധത്തിലെ വ്യാകരണ നിയമങ്ങൾ ഉൾക്കൊള്ളുന്ന കാരികകൾ ആവർത്തിച്ച് പറഞ്ഞ് പഠിപ്പിക്കുന്നു. ഓഫീസിലെ ജോലിക്കാർ മുറ്റത്ത് നട്ടുവളർത്തുന്ന ചുരയ്ക്കയും കുമ്പളങ്ങയും എല്ലാം മോഷ്ടിച്ചു കൊണ്ടുപോകും. പൂക്കൾ പറിച്ചെടുക്കും. ചെടികളുടെ ഇലയും കൊമ്പും പറിച്ചെടുത്ത് നശിപ്പിക്കും. കൂടാതെ ജോലിക്കാരുടെ സാധനങ്ങൾ കളവുപോകാനും തുടങ്ങി. ജോലിക്കാർ ഇതേക്കുറിച്ച് സംസാരിക്കാറുണ്ട്. മടുക്നാഥന്റെ വിദ്യാലയത്തിലെ വിദ്യാർത്ഥികളാണ് ഇതെല്ലാം ചെയ്യുന്നതെന്ന് മനസ്സിലായി. ഒരു ദിവസം ഓഫീസിലെ പണപ്പെട്ടി തുറന്നു കിടക്കുന്നു. ആ പെട്ടിയിൽ സൂക്ഷിച്ചിരുന്ന കുറച്ചു പണവും ഗുമസ്തന്റെ സ്വർണ്ണമോതിരവും കാണാതായി. അതിന്റെ പേരിൽ വലിയ

ബഹളം തന്നെ നടന്നു. കുറച്ചുനാളുകൾ കഴിഞ്ഞപ്പോൾ ഒരു വിദ്യാർത്ഥി യുടെ അരയിൽ മോതിരം ചരടിൽ കോർത്തു കെട്ടിയിരിക്കുന്നത് ഒരാൾക ണ്ടു. അയാൾ ആ വിവരം ഉടനെ ഓഫീസിൽ അറിയിച്ചു. തൊണ്ടി മുത ലിനോടൊപ്പം മോഷ്ടാവിനേയും ഓഫീസിൽ ഹാജരാക്കി.

ആ നിമിഷം തന്നെ ഞാൻ മടക്നാഥനെ ഓഫീസിലേക്കു വിളിച്ചു വരുത്തി. ആ മനുഷ്യൻ സാധുവും നിഷ്കളങ്കനുമാണ്. ഇതു മുതലെടു ക്കുകയാണ് വിദ്യാർത്ഥികളായി എത്തിയിരിക്കുന്ന തെമ്മാടി ചെറുക്ക ന്മാർ. ഇതുതന്നെ തരം എന്നു കരുതി അവർ സന്തോഷിക്കുന്നു. പാഠ ശാല നിർത്തേണ്ട ആവശ്യമില്ല. എന്നാൽ ചിലരെയെല്ലാം അവിടെനിന്നും പറഞ്ഞയയ്ക്കുക തന്നെ വേണം. ബാക്കിയുള്ളവർക്ക് തുടർന്നു പഠിക്കാം. എന്നാൽ ജോലി ചെയ്ത് പഠിക്കാനേ സാധിക്കൂ. അവർക്ക് കുറച്ചുഭൂമി കൊടുക്കും. അതിൽ കൃഷി ചെയ്ത് അവർ അഷ്ടിക്കുവേണ്ട വക കണ്ടെ ത്തണം. ചോളമോ ചീനപ്പുല്ലോ കായ്കറികളോ എന്തുവേണമെങ്കിലും കൃഷി ചെയ്തോട്ടെ. അങ്ങനെ കൃഷി ചെയ്തു കിട്ടുന്ന സാധനങ്ങൾ കൊണ്ട് അവർ ആഹാരം കഴിക്കട്ടെ.

ഞാൻ പറഞ്ഞ ഈ കാര്യങ്ങൾ മടുക്നാഥൻ വിദ്യാർത്ഥികളോടു പറഞ്ഞു. പന്ത്രണ്ടു പേരുണ്ടായിരുന്നതിൽ എട്ടുപേർ ഈ കാര്യം കേട്ട ഉടനെ വിദ്യാഭ്യാസം അവസാനിപ്പിച്ച് അവിടം വിട്ടുപോയി. നാലുപേർ ബാക്കിയായി. വിദ്യാഭ്യാസം നേടാനുള്ള ആഗ്രഹം കൊണ്ടൊന്നുമല്ല അവർ അവിടെ നിൽക്കുന്നതെന്ന് എനിക്ക് വ്യക്തമായിട്ട് അറിയാം. അവർക്ക് വേറെ ഒരു വഴിയും ഇല്ല. പോകാൻ ഒരിടവും ഇല്ല. ആദ്യം കാലിമേച്ചുനടക്കുകയായിരുന്നു. ഇനി ആഹാരത്തിനു വകയുണ്ടാക്കണ മെങ്കിൽ കൃഷി ചെയ്യുകയല്ലാതെ യാതൊരു മാർഗ്ഗവും ഇല്ല.

4

ഛട്ടുസിങ്ങിനും വേറെ ചില ആളുകൾക്കും ഭൂമി പാട്ടത്തിനു നൽകി. എല്ലാംകൂടി ചേർത്താൽ ഏകദേശം ആയിരത്തഞ്ഞൂറു ബീഘാ നിലം ഉണ്ടാകും. നാഢബയിഹാറിലെ മണ്ണ് കൃഷിക്കു പറ്റിയതാണ്. വളരെ ഫലഭൂയിഷ്ഠം! അതുകൊണ്ട് ആ ഭാഗത്തെ ഭൂമി ഒരുമിച്ച് അവർക്ക് കൊടുത്തു. നാഢബയിഹാറിന്റെ അതിർത്തി പ്രദേശത്തെ വനമേഖല അത്യന്തം സുന്ദരമാണ്. പല വൈകുന്നേരങ്ങളിലും കുതിരസവാരി കഴി ഞ്ഞുവരുന്ന സമയത്ത് ഞാൻ ഈ വനസൗന്ദര്യം നന്നായി ആസ്വദിച്ചി ട്ടുണ്ട്. ലോകത്തിലെ തന്നെ സൗന്ദര്യബിന്ദുവാണ് ഈ സ്ഥലം എന്ന് എനിക്ക് പലപ്പോഴും തോന്നിയിട്ടുണ്ട്. അതും മാഞ്ഞുപോകുന്നു.

വനത്തിനു തീ വച്ചിരിക്കുന്നതായി ദൂരെനിന്നും കണ്ടു. കുറച്ചു സ്ഥലം ഇങ്ങനെ തീവച്ചു കരിച്ചില്ലെങ്കിൽ ഈ വനം വെട്ടിത്തെളിച്ച് കൃഷി ഭൂമിയാക്കി മാറ്റുക എളുപ്പമാവില്ല. എന്നാൽ ആ പ്രദേശം മുഴുവനും നിബിഡമായ വനം എന്നൊന്നും പറയാൻ സാധിക്കുകയില്ല. ചക്രവാളം

മുട്ടെ പരന്നുകിടക്കുന്ന പുൽത്തകിടിയുടെ അരികിലുള്ള പ്രദേശങ്ങളാണ് നിബിഡ വനങ്ങൾ. ഇടയിലിടയിൽ കുറ്റിക്കാടുകളും വള്ളിപ്പടർപ്പുകളും എല്ലാം ആണ്. അവിടെ വിരിഞ്ഞു നിൽക്കുന്ന പൂക്കളുടെ സൗന്ദര്യവും സുഗന്ധവും വർണിക്കുക അസാദ്ധ്യം.

'ചടപടാ'ന്നു പൊട്ടിത്തെറിച്ചുകൊണ്ടാണ് വനമേഖല കത്തിയമരുന്നത്. എത്രയോ അകലത്തുനിന്നുപോലും ആ ശബ്ദം കേൾക്കാം. എത്ര മനോഹരമായ ലതകളും ചെടികളുമാണ് കത്തി തീരുന്നതെന്ന് ഞാൻ ഏകാന്തതയിൽ ഇരുന്നു ചിന്തിച്ചു.

ആ പ്രദേശം കാണുമ്പോൾ മനസ്സിൽ വിഷാദം നിറയും. അതുകൊണ്ട് ഞാൻ ആ പ്രദേശത്തേക്ക് പോകാതായി. ഒരു പ്രദേശത്തിന്റെ ആകെ സമ്പത്ത് മനുഷ്യന് എല്ലാ കാലത്തേക്കും ശാന്തിയും സൗന്ദര്യവും പ്രദാനം ചെയ്യാൻ പര്യാപ്തമായ ദേശീയസമ്പത്ത് അല്പം ഗോതമ്പിനു വേണ്ടി കത്തിക്കരിച്ചു കളയുന്നു. ഒരു തരത്തിലുള്ള ബലിതന്നെ.

കാർത്തിക മാസത്തിന്റെ ആരംഭത്തിൽ ഒരു ദിവസം ഞാൻ ആ പ്രദേശം കാണുന്നതിനുവേണ്ടി പോയി. അവിടം മുഴുവനും ഉഴുതുമറിച്ച് കടുകുവിതച്ചിരിക്കുകയാണ്. ഇടയിലിടയിൽ വീടുവച്ച് ആളുകൾ താമസവും തുടങ്ങിയിരിക്കുന്നു. സ്ത്രീകളും കുട്ടികളും കന്നുകാലികളും എല്ലാമായി ആ പ്രദേശം ഗ്രാമമായി കഴിഞ്ഞിരിക്കുന്നു.

മഞ്ഞുകാലം പകുതിയായതോടെ കടുകുതോട്ടം മഞ്ഞപ്പൂക്കളുടെ പ്രഭ ചൊരിഞ്ഞ് നിൽക്കുകയാണ്. കണ്ണിനു മുന്നിൽ പ്രകാശമാനമായിരിക്കുന്ന ആ കാഴ്ച അവർണ്ണനീയം ആണ്. ആയിരത്തിയഞ്ഞൂറു ബീഘ വിസ്താരമുള്ള ആ ഭൂമി ചക്രവാള സീമവരെ മഞ്ഞ പരവതാനി വിരിച്ചതുപോലെ നീണ്ടു കിടക്കുന്നു. അതിനിടയിലെങ്ങും ഒരു വിടവോ വിരാമമോ ഇല്ല. മേലേ നീലാകാശം ഇന്ദ്രനീലക്കല്ലിന്റെ നീല നിറം. ആ നീലാകാശത്തിനു കീഴെ കണ്ണെത്താത്തിടത്തോളം നീണ്ടു കിടക്കുന്ന മഞ്ഞ പരവതാനി വിരിച്ച ഭൂമി. ഇതും കൊള്ളാമല്ലോ എന്ന് എനിക്കു തോന്നി.

പുതിയ ഗ്രാമം പരിശോധിക്കുന്നതിനായി ഒരു ദിവസം ഞാൻ പോയി. ഛട്ടുസിങ് ഒഴികെ ബാക്കിയുള്ളവരെല്ലാം വളരെ പാവപ്പെട്ട ഗ്രാമീണരാണ്. അവർക്കുവേണ്ടി ഒരു നിശാപാഠശാല ഒരുക്കിക്കൊടുക്കണമെന്ന് ഞാൻ കരുതി. ധാരാളം കുട്ടികൾ കടുകുപാടങ്ങൾക്കരികിൽ കളിച്ചു നടക്കുന്നതു കണ്ടപ്പോഴാണ് നിശാപാഠശാല എന്നൊരു ചിന്ത എന്റെ മനസ്സിൽ ഉടലെടുത്തത്.

എന്നാൽ പുതിയ ഗ്രാമവാസികൾ അധികം താമസിയാതെ തന്നെ കുഴപ്പങ്ങൾ സൃഷ്ടിച്ചുകൊണ്ടിരുന്നു. അവർ സമാധാനം ആഗ്രഹിക്കുന്നവരല്ലെന്ന് എനിക്കു തോന്നി. നാഢബയിഹാറിലെ ആളുകളുടെ ഇടയിൽ വലിയ ലഹള നടക്കുന്നു എന്ന വാർത്ത ഓഫീസിൽ എത്തി. ഭൂമിക്ക് ശരിയായ അതിർത്തി നിർണ്ണയിക്കാതിരുന്നതുകൊണ്ടാണ് അങ്ങനെ ഒരു ലഹള പൊട്ടിപ്പുറപ്പെട്ടത്. അഞ്ചു ബീഘ ഭൂമിയിലുള്ളവൻ പത്തുബീഘ ഭൂമിയിലുള്ളവന്റെ കൃഷിയിടത്തിൽ കയറി വിളവ് തട്ടിയെടുക്കുവാൻ ശ്രമിക്കുന്നു. അതിനേക്കാൾ ഗൗരവമുള്ള മറ്റൊരു വാർത്ത അതിനു പുറകേ

എത്തി. ഛട്ടുസിങ് തന്റെ നാട്ടിൽനിന്നും അടിയും തടയും പഠിച്ചിട്ടുള്ള കുറച്ചു രജപുത്രന്മാരെക്കൊണ്ടുവന്ന് ഒളിപ്പിച്ചു താമസിപ്പിച്ചിരിക്കുന്നു എന്ന്. അയാളുടെ ശരിയായ ഉദ്ദേശ്യം അപ്പോഴാണ് എനിക്കു മനസ്സിലായത്. തന്റെ നാന്നൂറു ബീഘാ നിലത്തിലെ വിളവിനു പുറമേ കയ്യൂക്കുകൊണ്ട് നാഢാബയിഹാറിലെ ആയിരത്തഞ്ഞൂറു ബീഘാ ഭൂമിയിലെ വിളവുമുഴുവനും സ്വന്തക്കണം അല്ലായെങ്കിൽ കിട്ടാവുന്നിടത്തോളം!

എന്റെ ഓഫീസിലെ ജോലിക്കാർ പറഞ്ഞു, "ഈ നാട്ടിലെ രീതി ഇങ്ങനെയാണു ബാബുജി. ആർക്കാണോ കൈക്കരുത്തും ആയുധങ്ങളും ഉള്ളത് അവർക്കുള്ളതാണ് വിളവ്!"

അത്തരത്തിൽ കൈക്കരുത്തില്ലാത്തവർ എന്റെ അടുത്തുവന്നു പരാതി പറയാൻ തുടങ്ങി. ആ പാവങ്ങളുടെ സങ്കടം എന്നെ വിഷമിപ്പിച്ചു. ആർക്കും ഒരു ദ്രോഹവും ചെയ്യാത്ത ശാന്തിയോടെയും സമാധാനത്തോടെയും ജീവിക്കുവാൻ ആഗ്രഹിക്കുന്ന ഗാംഗോതവിഭാഗത്തിൽ പെട്ട സാധുക്കളായിരുന്നു അവർ, ഏതാണ്ട് പത്തിരുപതു ബീഘ വനം വെട്ടിത്തെളിച്ച് കൃഷിയിടമാക്കി മാറ്റി അവിടെ കൃഷി ചെയ്തു ജീവിക്കുന്നവരാണ് അവർ. ഒരു വർഷത്തെ കഷ്ടപ്പാടുകളും പ്രയത്നങ്ങളും ആശങ്കകളും എല്ലാം കൈയൂക്കുള്ളവരുടെ അനീതിക്ക് വിധേയമാകുവാൻ പോവുകയാണ്.

ആ വാർത്തകേട്ട ഉടനെ രണ്ടു ജോലിക്കാരെ ഞാൻ സംഭവസ്ഥലത്തേക്ക് പറഞ്ഞയച്ചു; സ്ഥിതിഗതി എന്താണെന്ന് അന്വേഷിച്ച് അറിഞ്ഞു വരാൻ പറഞ്ഞ്. അവർ ഓടിക്കിതച്ച് തിരിച്ചെത്തി പറഞ്ഞു. "ബാബുജീ ഭീമാദാസ് ഗ്രാമാതിർത്തിയിൽ ഭയങ്കരമായ അടി നടക്കുന്നു."

ഞാൻ അപ്പോൾ തന്നെ തഹസിൽദാർ സജ്ജൻസിങ്ങിനെയും ഓഫീസിലെ മറ്റു ഗുമസ്തന്മാരെയും കൂട്ടിക്കൊണ്ട് കുതിരപ്പുറത്തു കയറി സംഭവസ്ഥലത്തേക്കു പോയി. വളരെ അകലെ വച്ചുതന്നെ അടിപിടി നടക്കുന്നതിന്റെ ബഹളം കേൾക്കാൻ സാധിച്ചു. നാഢാബയിഹാറിന്റെ മദ്ധ്യഭാഗത്തുകൂടി ഒരു കാട്ടരുവി ഒഴുകുന്നുണ്ട്. അതിന്റെ തീരത്താണത്രേ ലഹള നടക്കുന്നത്.

നദീതീരത്തെത്തിയപ്പോൾ നദിക്കരയിൽ രണ്ടുഭാഗത്തും ആളുകൾ കൂടി നിൽക്കുന്നതു കണ്ടു. ഒരു കരയിൽ ഏതാണ്ട് എഴുപത് പേരുകാണും. മറുകരയിൽ നാല്പതോളം ആളുകളും. അവരെല്ലാം കുന്തവും കൈയിലേന്തിയാണ് നില്പ്. ഛട്ടുസിങ് കൊണ്ടുവന്നിട്ടുള്ള രജപുത്രരാണ് അവർ. മറുകരയിൽ നിൽക്കുന്നവർ ഈ കരയിലേക്കു വരാൻ ശ്രമിക്കുകയാണ്. ഇക്കരെയുള്ളവർ അവരെ തടഞ്ഞുനിർത്തുന്നു. ഇതിനോടകം രണ്ടുപേർക്ക് നന്നായി പരിക്കേറ്റിട്ടുണ്ട്. അവർ ഇക്കരെയുള്ളവരാണ്. മുറിവേറ്റ രണ്ടുപേരും നദിയിൽ വീണു കിടക്കുകയാണ്. ഛട്ടുസിങ്ങിന്റെ ആളുകൾ മഴുകൊണ്ട് തലവെട്ടാൻ ശ്രമിക്കുന്നു. ഈ കരയിൽ ഉള്ളവർ നദിയിൽ വീണു കിടക്കുന്നവരെ വലിച്ചു കയറ്റാൻ ശ്രമിക്കുന്നുണ്ട്. നദിയിൽ കണങ്കാലുമുങ്ങാൻ പോലും വെള്ളമില്ല. ശീതകാലത്തെ കാട്ടരുവിയല്ലേ?

ഞങ്ങളെ കണ്ടപ്പോൾ സകലരും അടിപിടിയും വഴക്കും എല്ലാം നിർത്തിവച്ച് എന്റെ അടുത്തേക്ക് ഓടിവന്നു. രക്ഷക്കാർ സംസാരിക്കുമ്പോൾ അവർ യുധിഷ്ഠിരനും മറ്റവൻ ദുര്യോധനനും ആണെന്ന രീതിയിൽ സംസാരിക്കുവാൻ തുടങ്ങി. ഇത്തരത്തിലുള്ള വാക്കു തർക്കങ്ങളും ലഹളകളും നടക്കുമ്പോൾ അവിടെ ന്യായാന്യായങ്ങൾക്കൊന്നും യാതൊരു പ്രസക്തിയും ഇല്ല. രണ്ടുവിഭാഗക്കാരോടും ഞാൻ ഓഫീസിലേക്കു വരാൻ പറഞ്ഞു. വടികൊണ്ട് അടികിട്ടി എന്നതല്ലാതെ ആഴത്തിലുള്ള മുറിവുകളൊന്നും ആർക്കും ഇല്ല. അവരെയും ഓഫീസിലേക്ക് വരുത്തി.

ഛട്ടുസിങ്ങും സംഘവും ഉച്ചയ്ക്കുശേഷം ഓഫീസിൽ വന്നുകാണാം എന്നു പറഞ്ഞു. വഴക്കുകൾ എല്ലാം അവസാനിച്ചു എന്നാണ് ഞാൻ കരുതിയത്. എനിക്കിനിയും ഈ പ്രദേശത്തുള്ളവരെ മനസ്സിലാക്കാൻ സാധിച്ചിട്ടില്ല. ഉച്ചയാകുന്നതിനു മുമ്പുതന്നെ നാഢബയിഹാറിൽ വലിയ അടിനടക്കുന്നതായി വിവരം കിട്ടി. ആളുകളെ സംഘടിപ്പിച്ച് ഞാൻ പിന്നെയും അങ്ങോട്ട് ഓടി. ഒരാളെ നവഗാഛിയ പൊലീസ് സ്റ്റേഷനിലേക്ക് കുതിരപ്പുറത്ത് പറഞ്ഞയച്ചു. ഞാൻ അവിടെ ചെന്നപ്പോൾ കണ്ടത് നേരത്തെ കണ്ട അതേ കാഴ്ചതന്നെയാണ്. ഇത്തവണ ഛട്ടുസിങ്ങിന്റെ ആളുകളുടെ എണ്ണം കൂടുതലുണ്ടെന്നുമാത്രം. രസ്ബിഹാരി സിങ്ങും നന്ദലാൽ ഓഝയും ലഹളക്കാരനായ ഛട്ടുസിങ്ങിനെ സഹായിക്കുന്നുണ്ട് എന്ന വിവരം എനിക്ക് അറിയാൻ കഴിഞ്ഞു. എന്നാൽ സംഭവസ്ഥലത്ത് ഛട്ടുസിങ് ഉണ്ടായിരുന്നില്ല. അയാളുടെ സഹോദരൻ ഗജാർസിങ് കുറച്ചകലെ മാറി കുതിരപ്പുറത്ത് ഇരിക്കുന്നുണ്ട്. എന്നെക്കണ്ടതും അയാൾ അവിടെനിന്നും മാറിപ്പോയി. കൂടി നിന്നിരുന്ന രജപുത്രരിൽ രണ്ടുപേരുടെ കൈയിൽ തോക്കുകൾ കാണാൻ കഴിഞ്ഞു.

അക്കരെ നിന്ന് രജപുത്രന്മാരിൽ ഒരുവൻ ഇങ്ങനെ വിളിച്ചുപറഞ്ഞു.

“അങ്ങുന്നേ, നിങ്ങൾ ഇവിടെനിന്നും മാറിപ്പോണം. ഞങ്ങൾ ഈ കുരങ്ങു സന്തതികളായ ഗാംഗോതകളെ ഒരു പാഠം പഠിപ്പിക്കുവാൻ പോവുകയാണ്.”

ഞാനും എന്റെ ആളുകളും രണ്ടു പക്ഷക്കാരുടേയും നടുവിലായി ചെന്നു നിന്നു. ഞാൻ അവരോടു പറഞ്ഞു. “നോക്കൂ. നവഗാഛിയ പൊലീസ് സ്റ്റേഷനിലേക്ക് അറിയിപ്പു കൊടുത്തിട്ടുണ്ട്. അവരിപ്പോൾ പാതിവഴിയിൽ എത്തിക്കാണും. ഈ തോക്കുകൾ എല്ലാം ആരുടെ പേരിലാണ്? തോക്കിന്റെ ശബ്ദം പുറത്തുകേട്ടാൽ അതു കേൾപ്പിച്ചവൻ ജയിലിലാകും എന്ന കാര്യം ഉറപ്പാണ്. നിയമം നിങ്ങൾ വിചാരിക്കുന്നതിലും അധികം കഠിനമാണെന്ന കാര്യം ഓർക്കുന്നതു നന്ന്.”

തോക്കുധാരികളായ രണ്ടുപേരും കുറച്ചൊന്നുപുറകിലേക്കു മാറി.

ഞാൻ ഈ ഭാഗത്തുനിന്നിരുന്ന ഗാംഗോത വിഭാഗക്കാരെ വിളിച്ചു പറഞ്ഞു.

“അവരിനി ലഹളയ്ക്കു വരില്ല. നിങ്ങളും ലഹളയ്ക്ക് ഒരുങ്ങരുത്. എല്ലാവരും അവരവരുടെ വീട്ടിലേക്കു പൊയ്ക്കൊള്ളുക. ഞാൻ ഇവിടെ

തന്നെ ഉണ്ടാകും. എന്നോടൊപ്പം എല്ലാ ഉദ്യോഗസ്ഥന്മാരും ശിപായിമാരും ഉണ്ടാകും. നിങ്ങളുടെ വിളവിന് എന്തെങ്കിലും സംഭവിച്ചാൽ അതിന്റെ ഉത്തരവാദിത്വം ഞാൻ ഏറ്റെടുത്തുകൊള്ളാം." ഗാംഗോത വിഭാഗക്കാരുടെ നേതാവ് ഞാൻ പറഞ്ഞത് അനുസരിച്ചുകൊണ്ട് എല്ലാവരെയും വിളിച്ചുകൂട്ടി കുറച്ചകലെ ഒരു മരച്ചുവട്ടിൽ പോയിനിന്നു.

ഞാൻ പിന്നെയും വിളിച്ചു പറഞ്ഞു. "നിങ്ങളാരും അവിടേയും നിൽക്കേണ്ട. എല്ലാവരും വീട്ടിലേക്ക് പൊയ്ക്കോളൂ. ഇവിടേക്ക് ഇപ്പോൾ പൊലീസ് വരും."

രജപുത്രന്മാർ അത്രവേഗമൊന്നും അടങ്ങുന്ന കൂട്ടരല്ല. അക്കരെ നിന്ന് അവർ എന്തെല്ലാമോ കൂടിയാലോചനകൾ നടത്തുന്നുണ്ട്.

"അവിടെ എന്താ നടക്കുന്നത്? നമ്മളെ ആക്രമിക്കാനുള്ള പദ്ധതി തയ്യാറാക്കുകയൊന്നുമല്ലല്ലോ." ഞാൻ തഹസിൽദാരോടു ചോദിച്ചു.

"നന്ദലാൽ ഓഝാ ഇതിൽ ഇടപെട്ടതുകൊണ്ടാണ് പേടി. അയാൾ മഹാ അക്രമിയും തെമ്മാടിയും കൊള്ളക്കാരനും എല്ലാം ആണ്.

അങ്ങനെയെങ്കിൽ ശരിയായ തയ്യാറെടുപ്പോടുകൂടി നിൽക്കണം. നദി കടക്കാൻ ആരെയും അനുവദിക്കരുത്. രണ്ടുമണിക്കൂർ നേരം ലഹള പടരാതെ നോക്കണം. അപ്പോഴേക്കും പൊലീസുകാർ എത്തിയിരിക്കും."

രജപുത്രന്മാർ ആലോചിച്ച് എന്തു തീരുമാനത്തിൽ എത്തി എന്ന് മനസ്സിലാക്കാൻ സാധിച്ചില്ല. ഒരു കൂട്ടർ മുന്നോട്ടുവന്ന് എന്നോട് പറഞ്ഞു.

"യജമാനനേ, ഞങ്ങൾക്ക് ആ ഭാഗത്തേക്കു വരണം."

"എന്തിന്?" ഞാൻ ചോദിച്ചു.

"ഞങ്ങൾക്ക് അവിടെ ഭൂമിയില്ലേ?"

"ഈ കാര്യങ്ങളെല്ലാം നിങ്ങൾ പൊലീസിനോടു പറയുക. ദാ പൊലീസ് എത്തിക്കഴിഞ്ഞു. നിങ്ങളെ ഈ ഭാഗത്തേക്കു വരാൻ അനുവദിക്കുവാൻ എനിക്കു സാധിക്കുകയില്ല.

"ഓഫീസിൽ ഒരുപാടു പണം അടച്ച് കരാറെഴുതി നിലം വാങ്ങിയിട്ട് ഞങ്ങൾ വിളവ് നഷ്ടപ്പെടുത്തണോ? ഇത് തികച്ചും അന്യായമാണ്. തെറ്റാണ്."

"ആ കാര്യവും പൊലീസിനെ അറിയിച്ചേക്കൂ."

"ഞങ്ങളെ ആ ഭാഗത്തേക്ക് വരാൻ അനുവദിക്കുകയില്ല എന്ന കാര്യം ഉറപ്പാണോ?"

"ഇല്ല. പൊലീസ് വരുന്നതിനു മുമ്പ് വരാൻ ഒരിക്കലും അനുവദിക്കുകയില്ല. എന്റെ ഭൂമിയിൽ അനാവശ്യമായ ലഹളയും അടിപിടിയും ഒന്നും ഞാൻ അനുവദിക്കുകയില്ല."

ഇതിനിടയിൽ ഓഫീസിൽനിന്നും പിന്നെയും ധാരാളം പേർ അവിടേക്ക് വന്നുചേർന്നു. അവർ എത്തിയതും പൊലീസ് വരുന്നുണ്ട്. പൊലീസ് വരുന്നുണ്ട് എന്ന് ഉച്ചത്തിൽ വിളിച്ചു പറയാൻ തുടങ്ങി.

അതോടെ ഛട്ടുസിങ്ങിന്റെ ആളുകൾ ഓരോരുത്തരായി പിരിഞ്ഞു പോകാൻ തുടങ്ങി.

ആ ലഹളയും ഒരുവിധത്തിൽ സമാധാനത്തോടെ അവസാനിച്ചു എന്നു പറയാം. എങ്കിലും അടിപിടിയും പൊലീസിന്റെ വരവും കൊല്ലും കൊലയും തുടങ്ങിവച്ചതുപോലെ തന്നെ നടന്നുകൊണ്ടിരുന്നു. അവരുടെ ഗൂഢാലോചനയുടെ ഫലമായി ദിവസം തോറും അതു കൂടിക്കൂടി വന്നുവെന്നു പറയാം. അത് അവസാനിക്കുവാൻ പോകുന്നില്ല എന്ന് എനിക്ക് മനസ്സിലായി. ദുഷ്ടനും ദ്രോഹിയുമായി ഛട്ടുസിങ്ങിന് ഇത്രമാത്രം ഭൂമി പതിച്ചുകൊടുത്തതാണ് സകല കുഴപ്പങ്ങൾക്കും കാരണമെന്ന് അധികം താമസിയാതെ എനിക്കു മനസ്സിലായി.

ഛട്ടുസിങ്ങിനെ ഒരു ദിവസം ഞാനെന്റെ ഓഫീസിലേക്ക് വിളിച്ചുവരുത്തി.

“ഇവിടെ നടന്ന കാര്യങ്ങളെക്കുറിച്ചൊന്നും യാതൊരു അറിവും എനിക്കില്ല. ഛാപ്രയിലാണ് ഞാൻ അധികവും താമസിക്കുന്നത്. അവർ എന്റെ ആളുകളാണെന്ന കാര്യം ശരിയാണ്, എന്നുകരുതി അവർ ചെയ്യുന്നതിന്റെ ഒക്കെ ഉത്തരവാദിത്വം എനിക്ക് ഏറ്റെടുക്കുവാൻ സാധിക്കുമോ? ഞാനതിനൊന്നും ഉത്തരവാദിയല്ല.” അയാൾ പറഞ്ഞു.

അയാൾ ശരിക്കും പഠിച്ച കള്ളനാണെന്ന് എനിക്കു ബോദ്ധ്യമായി. മര്യാദയുടെ വാക്കുകൾ ഇവനെപ്പോലുള്ളവരുടെ അടുത്ത് ചെലവാകില്ല. ഇവനെ മെരുക്കണമെങ്കിൽ മറ്റെന്തെങ്കിലും മാർഗ്ഗം നോക്കുക തന്നെ വേണം.

ആ സംഭവത്തിനു ശേഷം ഗാംഗോത വിഭാഗക്കാർക്കല്ലാതെ മറ്റാർക്കും ഭൂമി പതിച്ചു കൊടുക്കുകയില്ല എന്ന തീരുമാനത്തിൽ ഞാൻ എത്തിച്ചേർന്നു. എന്നാലും ആദ്യം ചെയ്തുപോയ തെറ്റ് തിരുത്താൻ യാതൊരു മാർഗ്ഗവും ഇല്ലല്ലോ. നാഢബയിഹാറിലെ ശാന്തിയും സമാധാനവും നഷ്ടപ്പെട്ടു കഴിഞ്ഞു എന്നു പറഞ്ഞാൽ മതിയല്ലോ.

5

വനത്താൽ ചുറ്റപ്പെട്ടു കിടക്കുന്ന ഞങ്ങളുടെ കൃഷിയിടത്തിന്റെ അഞ്ഞൂറ് അറുന്നൂറേക്കർ സ്ഥലത്ത് കുടിയാന്മാർ വന്ന് കുടുംബത്തോടെ താമസം തുടങ്ങി. ധനുമാസത്തിന്റെ അവസാന ദിനങ്ങളിൽ ഒരു നാൾ എനിക്ക് അങ്ങോട്ട് പോകേണ്ടതായി വന്നു. അവിടത്തെ കാഴ്ച എന്നെ അത്ഭുതപ്പെടുത്തി. ആ പ്രദേശത്തിന്റെ മുഖഛായ ആകെ മാറിപ്പോയി.

ഫുൽകിയ വനത്തിൽനിന്നും പുറത്തുകടന്ന എനിക്ക് കാണാൻ സാധിച്ചത് ചക്രവാളസീമ വരെ നീണ്ടുകിടക്കുന്ന കടുകിൻ പാടങ്ങളാണ്. മഞ്ഞപരവതാനി വിരിച്ചതുപോലെ പൂത്തു നിൽക്കുന്ന കടുകിൻ ചെടികൾ. ആരാണ് ഇത്ര വിശാലമായ മഞ്ഞ പരവതാനി വിരിച്ചിട്ടിരിക്കുന്നത് എന്ന് അത്ഭുതപ്പെട്ടുപോകും അതു കണ്ടാൽ. ഇടയിൽ എവിടേയും ഒരു വിടവോ തടസ്സമോ ഒന്നുംതന്നെ കാണാൻ സാധിക്കുകയില്ല. അതങ്ങനെ നീണ്ടു പരന്നു കിടക്കുകയാണ്. വനാതിർത്തി മുതൽ കണ്ടെത്താത്ത ദൂരത്തോളം പരന്നുകിടക്കുന്നു. ചക്രവാളസീമയിൽ

എത്തിയാൽ നീലാകാശത്തെ സ്പർശിക്കുമോ എന്നു തോന്നിപ്പോകും. തലയ്ക്കു മുകളിലാകട്ടെ, തെളിഞ്ഞ നീലാകാശം. ശീതകാലത്തെ ഈ കാഴ്ച ആരേയും അതിശയിപ്പിക്കും. വയലിന്റെ ഇടയിലായി ചെറിയ ചെറിയ കുടിലുകൾ കാണാം. ആ പുൽമാടങ്ങൾ അവിടെ കൃഷി ചെയ്യുന്ന പാവപ്പെട്ട ഗ്രാമീണരുടേതാണ്. അവർ ഭാര്യമാരോടും കുട്ടികളോടുംകൂടി അതിൽ താമസിക്കുന്നു. ഈ കൊടുംതണുപ്പിൽ അവരെങ്ങനെ അതിനകത്ത് കഴിയുന്നുണ്ടാകും? കുടിലുകൾക്കു ചുറ്റും തുറസ്സായ സ്ഥലമാണ്. അതിനകത്ത് കഴിയുന്ന അവരുടെ അവസ്ഥ ഏറെ പരിതാപകരം തന്നെ.

അധികം താമസമില്ലാതെ വിള കൊയ്യാം. വിളവെടുക്കുന്നതിനുവേണ്ടി നാനാദിക്കുകളിൽനിന്നും തൊഴിലാളികൾ അവിടേക്ക് എത്തിച്ചേർന്നു തുടങ്ങിയിരിക്കുന്നു. ഇവരുടെ ജീവിതം ശരിക്കും ആശ്ചര്യകരം തന്നെയാണ്. പൂർണ്ണിയ, തരായി, ജയന്തി തുടങ്ങിയ മലയോര മേഖലകളിൽനിന്നും ഭഗൽപ്പൂരിൽനിന്നും എല്ലാം കുടുംബത്തോടെ ഇവിടെ എത്തി താല്ക്കാലികമായി പാർക്കാനുള്ള കുടിലുകൾ കെട്ടി കൊയ്ത്തുജോലിയിൽ ഏർപ്പെടുന്നു. വിളവിന്റെ ചെറിയ ഒരു ഭാഗം അവർക്ക് കൂലിയായി ലഭിക്കും. ജോലി തീർന്നു കഴിഞ്ഞാൽ കുടിലെല്ലാം പൊളിച്ചുകളഞ്ഞ് അവരെല്ലാം വന്നിടത്തേക്കു തന്നെ തിരിച്ചുപോകും. അടുത്ത വർഷം ഇതേപടി എല്ലാം ആവർത്തിക്കും. ഇവരിൽ പല വിഭാഗത്തിൽ പെടുന്ന ആളുകൾ ഉണ്ടെങ്കിലും ഗാംഗോതവിഭാഗക്കാർ തന്നെയാണ് കൂടുതലും. ഛത്രികളും സ്വന്തമായി പാർപ്പിടമില്ലാത്ത മൈഥിലി ബ്രാഹ്മണരെപ്പോലും അവരുടെ കൂട്ടത്തിൽ കാണാം.

വിളവെടുപ്പു കാലത്ത് കൃഷിയിടത്തിൽ ചെന്ന് അവിടെവച്ചു തന്നെ കരം വസൂൽ ചെയ്യണം എന്നതാണ് ഇവിടത്തെ നിയമം. വിളവ് കൃഷിയിടത്തിൽ നിന്നുംപുറത്തേക്ക് കൊണ്ടുപോയാൽ പിന്നെ ഈ പാവങ്ങളുടെ കൈവശം കരമെടുക്കാനുള്ള വക കാണില്ല. കരംപിരിക്കുന്നതിന്റെ ഭാഗമായി ഫുൽകിയ ബയിഹാറിലെ ഉലകം മുഴുവനും വ്യാപിച്ചു കിടക്കുന്ന വയലുകൾക്കു നടുവിൽ എനിക്ക് കുറച്ചധികം ദിവസം താമസിക്കേണ്ടതായി വന്നു.

"അങ്ങേക്ക് ഒരു ചെറിയ കൂടാരം കെട്ടിത്തരാം." തഹസിൽദാർ പറഞ്ഞു.

"ഒരു ദിവസംകൊണ്ട് കാശപ്പുൽകൊണ്ടുള്ള ഒരു ചെറിയ കുടിൽ കെട്ടിത്തരാൻ സാധിക്കുകയില്ലേ?"

"ഈ കൊടിയ തണുപ്പിൽ അങ്ങേക്ക് കുടിലിൽ കഴിയാൻ സാധിക്കുമോ?"

"ഓ... ധാരാളം... അങ്ങനെ ഒന്ന് കെട്ടിയുണ്ടാക്കി തന്നാൽ മതി."

അയാൾ അതുപോലെ ചെയ്തു. അടുത്തടുത്തായി കൊച്ചുകൊച്ചു നാലുകുടിലുകൾ. ഒന്ന് എനിക്ക് രാത്രി കിടന്നുറങ്ങാൻ. ഒന്ന് അടുക്കള. ഒന്നിൽ എന്റെ രണ്ട് ശിപായിമാർ. ഒന്നിൽ പാർവ്വത്യക്കാരൻ.

'ഖുപ്രി' എന്നാണ് കാശപ്പുല്ലുമേഞ്ഞ കുടിലുകൾക്ക് ഈ നാട്ടിൽ പറയുക. വാതിലിനും ജനലിനും എല്ലാം പകരമായി പുല്ലുകൊണ്ടുള്ള

കുറച്ചുസ്ഥലം മാറ്റിവച്ചിരിക്കുകയാണ്. അത് അടയ്ക്കാൻ സാധിക്കുകയില്ല. രാത്രിയിൽ കൊടും തണുപ്പുള്ള കാറ്റ് അകത്തേക്കു വീശി അടിച്ചുകയറും. ഉയരം കുറവായതുകൊണ്ട് മിക്കവാറും മുട്ടുകുത്തിവേണം അകത്തേക്കുകടക്കാൻ. നിലത്ത് നല്ലകട്ടിയിൽ കാശപ്പുല്ല് അടുക്കിവിരിച്ചിരിക്കുകയാണ്. എന്റെ ഖുപ്രിയയ്ക്ക് ഏഴുമുഴം നീളവും മൂന്നുമുഴം വീതിയും മൂന്നുമുഴം ഉയരവുമാണ്. അതുകൊണ്ട് അതിനുള്ളിൽ ആർക്കും നിവർന്നു നിൽക്കുക സാദ്ധ്യമല്ല.

എന്റെ പുതിയ വാസസ്ഥലം എനിക്ക് നന്നായി ഇഷ്ടപ്പെട്ടു. ഈ കുടിലിൽ കിടക്കുമ്പോൾ ലഭിക്കുന്ന സന്തോഷവും സുഖവും കൊൽക്കത്തയിലെ ഏതു മണിമാളികയിൽ കിടന്നാലും കിട്ടുകയില്ല. ചിലപ്പോൾ നീണ്ടനാളത്തെ താമസം എന്നെ ഇവിടത്തുകാരനാക്കിയിട്ടുണ്ടാകും. ഞാനും ഇവരെപ്പോലെ കാനനവാസി ആയിത്തീർന്നിരിക്കും. എന്റെ അഭിരുചി, കാഴ്ചപ്പാട്, ഇഷ്ടാനിഷ്ടങ്ങൾ എല്ലാറ്റിനും വനഭൂമിയുടെ പ്രഭാവം വന്നുകഴിഞ്ഞിരിക്കുന്നു എന്നു തോന്നുന്നു. അതുകൊണ്ടാകുമല്ലോ ഇങ്ങനെയെല്ലാം തോന്നുന്നത്.

ആർക്കറിയാം?

ഖുപ്രിയുടെ അകത്തു കയറിയപ്പോൾ ആദ്യം എന്നെ ആകർഷിച്ചത് അരിഞ്ഞു കൂട്ടിയിരിക്കുന്ന കാശപ്പുല്ലിന്റെ പച്ചമണമായിരുന്നു. ആ ഗന്ധം എന്നെ വല്ലാതെ ആകർഷിച്ചു. കാശച്ചെടിയുടെ തണ്ടുകൊണ്ടാണ് വേലിപോലെ കെട്ടിയിരിക്കുന്നത്. കിടക്കുമ്പോൾ തലയ്ക്കുമുകളിലായി ഒരു മുഴം ചതുരാകൃതിയിൽ ചെറിയൊരു കിളിവാതിൽ വച്ചിരിക്കുന്നതും എനിക്കു നന്നേ ബോധിച്ചു. ചാരിക്കിടക്കുമ്പോൾ ആ കിളിവാതിലിലൂടെ അനേകദൂരം നീണ്ടുപരന്നു കിടക്കുന്ന കടുകു പാടങ്ങളിൽ വിരിഞ്ഞു കിടക്കുന്ന മഞ്ഞപ്പൂക്കളുടെ സൗന്ദര്യം വർണ്ണനാതീതമാണ്. പ്രകൃതി വിരിച്ച മഞ്ഞപ്പരവതാനിയിലാണ് ഞാൻ കിടക്കുന്നതെന്നു തോന്നിപ്പോയി. കടുകിൻ പൂക്കളുടെ തീക്ഷ്ണഗന്ധം കാറ്റ് കൊണ്ടുവരുന്നുണ്ട്.

മഞ്ഞുവീഴ്ച ആരംഭിച്ചു കഴിഞ്ഞിരിക്കുന്നു. പടിഞ്ഞാറൻ കാറ്റിന് ഒരു ദിവസവും കുറവുണ്ടാവില്ല. എത്ര കടുത്ത വെയിലിനേയും പച്ചവെള്ളം പോലെ ശീതീകരിക്കുവാൻ ഈ കാറ്റിനു സാധിക്കും. ബയിഹാറിലെ വിസ്താരമേറിയ ബദരീ വനങ്ങളുടെ അരികിൽക്കൂടി കുതിരപ്പുറത്ത് തിരിച്ചുവരുമ്പോൾ അകലെയുള്ള പർവ്വത ശിഖിരങ്ങൾക്ക് അപ്പുറത്ത് മഞ്ഞുകാലത്തെ സൂര്യാസ്തമയം കാണാൻ സാധിക്കാറുണ്ട്. പശ്ചിമാകാശം ആകെ ചുവന്നു തുടുത്തു നിൽക്കുന്നു. ആളിക്കത്തുന്ന വലിയ അഗ്നിഗോളം പോലുള്ള സൂര്യബിംബം താണുതാണു പോകുന്നു. ഭൂമിയുടെ നിത്യേന സംഭവിക്കുന്ന ചലനമാണോ എന്ന് തോന്നി.

വെയിൽ മങ്ങാൻ തുടങ്ങുന്നതോടെ തണുപ്പും വന്നുതുടങ്ങും. പകൽ മുഴുവനും ശരിക്കും അദ്ധ്വാനം തന്നെയാണ്. കുതിരപ്പുറത്ത് ആണെങ്കിലും എപ്പോഴും അങ്ങോട്ടും ഇങ്ങോട്ടുമുള്ള ഓട്ടം തന്നെയാണ്. എല്ലാം ഒരുവിധം ഒന്നൊതുങ്ങാൻ സന്ധ്യയാവണം. സന്ധ്യ മയങ്ങിക്കഴിഞ്ഞാൽ 'ഖുപ്രി'ക്ക് മുന്നിൽ തീ കൂട്ടി അതിനുചുറ്റും ഞങ്ങൾ കൂടിയിരിക്കും.

ആകാശത്തിൽ ഇത്ര വ്യക്തമായി തിളങ്ങുന്ന നക്ഷത്രങ്ങളെ ബംഗാളിൽ ഒരിടത്തും കണ്ടിട്ടില്ല. തെളിഞ്ഞു കത്തുന്ന വൈദ്യുത വിളക്കുപോലെയാണ് ആ നക്ഷത്രങ്ങൾ തിളങ്ങിയിരുന്നത്. സപ്തർഷി മണ്ഡലവും കാർത്തിക നക്ഷത്രവും ഇത്ര തെളിവോടെ പ്രകാശിച്ചുനിൽക്കുന്നത് ഞാൻ ഇതിനു മുമ്പൊരിക്കലും കണ്ടിട്ടില്ല. അവരെ നോക്കിയിരുന്ന് അവരുമായി ഒരു ഗാഢബന്ധം അനുഭവപ്പെട്ടു തുടങ്ങി. താഴെ നിബിഡവനം! അതിനകത്ത് കനത്ത അന്ധകാരം. വിജനത. തലയ്ക്കുമുകളിൽ ജ്യോതിർഗോളങ്ങൾ. ചില ദിവസങ്ങളിൽ അവ്യക്തമായി തെളിയുന്ന ചന്ദ്രക്കല. അന്ധകാരത്തെ കീറിമുറിച്ചുകൊണ്ട് വല്ലപ്പോഴുമൊക്കെ പതിക്കുന്ന ഉത്ക്കകൾ. ചിലപ്പോഴാകട്ടെ, ഇടതടവില്ലാതെ ഉത്ക്കകൾ പതിക്കുന്നുണ്ട്.

ചില ദിവസങ്ങളിൽ ഗനോരിതിവാരിയും മറ്റു ചിലരും എന്റെ ഖുപ്രിയുടെ മുന്നിലേക്കു വരും. അങ്ങനെ ഒരിക്കലാണ് അത്ഭുതകരമായ ഒരു വിവരം അറിയാൻ കഴിഞ്ഞത്. പല വിഷയങ്ങൾ സംസാരിച്ചുകൊണ്ടിരിക്കേ ഒരിക്കൽ നായാട്ട് എന്നവിഷയത്തിൽ എത്തി. മോഹൻ പുര വന പ്രദേശത്തിലെ കാട്ടുപോത്തുകളെക്കുറിച്ചു പറയുകയായിരുന്നു.

ദശരഥസിങ് ഝണ്ടാവാല എന്നൊരു രജപുത്രൻ കാലിമേക്കാനുള്ള സ്ഥലങ്ങൾ ലേലംവിളിച്ച് പതിച്ചുകൊടുക്കുന്നതിനായി ലബ്ടുലിയ കച്ചേരിയിൽ എത്തി. ആ മനുഷ്യൻ ഒരു കാലത്ത് ധാരാളം വനങ്ങളിലൂടെ സഞ്ചരിച്ചിട്ടുണ്ട്. സമർത്ഥനും വാശിക്കാരനുമായ ഒരുനായാട്ടുകാരനാണ് എന്ന പേരും അയാൾ സമ്പാദിച്ചിട്ടുണ്ട്.

"ബാബുജി, അങ്ങേക്ക് ഒരു കാര്യം കേൾക്കണോ മോഹൻപുര വനത്തിൽ കാട്ടുപോത്തിനെ നായാടി പിടിക്കാൻ പോയപ്പോൾ ഒരിക്കൽ ഞാൻ 'ടാണ്ഡ്ബാരോ' കണ്ടു. അതിനെക്കുറിച്ചുപറയാം." അയാൾ പറഞ്ഞു.

ഒരിക്കൽ ഗനു മാഹാതോ ഈ 'ടാണ്ഡ്ബാരോ'യെപ്പറ്റി പറഞ്ഞത് ഞാൻ ഓർമ്മിച്ചു.

"എന്താണ്? എന്തുണ്ടായി?"

"അതു വളരെ നാളുകൾക്കു മുമ്പു നടന്ന സംഭവമാണ്. ബാബൂജീ, അന്ന് കുശീനദിക്ക് കുറുകെ പാലം കെട്ടിയിട്ടില്ല. കട്ടാരിയയുടെ രണ്ടു ചങ്ങാടം ഉണ്ടായിരുന്നു. അതിലൂടെയാണ് വണ്ടിയും യാത്രക്കാരും സാമാനങ്ങളും എല്ലാം കടത്തിയിരുന്നത്. അന്ന് ഞങ്ങളുടെ കമ്പം കുതിരയെ ഡാൻസ് അഭ്യസിപ്പിക്കുക എന്നതായിരുന്നു. ഛട്ടുസിങ് ഹരിഹര ഛത്രത്തിലെ ഉത്സവസമയത്ത് കുതിരയെ വാങ്ങിക്കൊണ്ടുവരും. ഞാനും ഛട്ടുസിങ്ങും കൂടിയാണ് കുതിരയെ നൃത്തം പഠിപ്പിക്കുക. അതിനുശേഷം ഇരട്ടിവിലയ്ക്ക് വിൽക്കും. രണ്ടുരീതിയിലാണ് നൃത്തം. ജമൈതിയും ഫനൈതിയും. ജമൈതി നൃത്തം പരിശീലിച്ച കുതിരകൾക്കാണ് പറയുന്ന വില കിട്ടുക. ഛട്ടുസിങ് ജമൈതി നൃത്തം അഭ്യസിപ്പിക്കും. ഞാൻ ഫനൈതിയും. രണ്ടുപേരും ചുരുങ്ങിയകാലംകൊണ്ട് അതായത് രണ്ടു മൂന്നുവർഷംകൊണ്ട് ധാരാളം പണമുണ്ടാക്കി. ഒരിക്കൽ ഛട്ടുസിങ് എന്നോടു പറഞ്ഞു ഡോൾബാജ്യ കാട്ടിൽനിന്നും കാട്ടുപോത്തിനെ

പിടിച്ച് വിൽക്കുന്ന തൊഴിൽ ആരംഭിക്കാമെന്ന്. അതിനുവേണ്ട ഒരുക്കങ്ങൾ എല്ലാം ചെയ്തു. ഡോൾബാജ്യ എന്നത് ദ്വാരഭാംഗ മഹാരാജാവിന്റെ സംരക്ഷിത വനമേഖലയിൽ പെട്ടതാണ്. ഞങ്ങൾ കുറെ പണം കൈക്കൂലി കൊടുത്ത് കാടിന്റെ മേൽനോട്ടക്കാരന്റെ കൈയിൽനിന്നും അനുമതി പത്രം വാങ്ങിക്കൊണ്ടുവന്നു. തുടർന്ന് ആ വനത്തിൽ കാട്ടുപോത്തുകളുടെ കാലടി ശബ്ദം കേൾക്കുന്നുണ്ടോ എന്ന് അന്വേഷിച്ചുകൊണ്ട് അലയാൻ തുടങ്ങി. അത് മഹാവനമാണ് ബാബുജീ, എന്നാൽ ഒരൊറ്റ പോത്തിനെപ്പോലും ഞങ്ങൾക്ക് അവിടെ കാണാൻ സാധിച്ചില്ല. അവസാനം വനവാസിയായ ഒരു സന്താളിനെ കണ്ടുകിട്ടി. അവൻ ഒരു മുളങ്കാട് ചൂണ്ടിക്കാണിച്ചുതന്നിട്ടു പറഞ്ഞു.

'അർദ്ധരാത്രിയായി കഴിഞ്ഞാൽ ആ മുളങ്കാടിനു ചുവട്ടിലൂടെ കാട്ടുപോത്തുകളുടെ കൂട്ടം വെള്ളം കുടിക്കാനായി പോകും.' ഞങ്ങൾ ആ വഴിയിൽ ചതിക്കുഴികൾ കുഴിച്ചു. ആഴത്തിലുള്ള കുഴി കുഴിച്ച് അതിന്റെ മുകളിൽ മുളനിരത്തിയശേഷം മണ്ണും പുല്ലും എല്ലാം ഇട്ട് മൂടി. അതിനു മുകളിലൂടെ പോകുന്ന പോത്തുകൾ കുഴിയിൽ വീഴുമെന്ന് ഞങ്ങൾ പ്രതീക്ഷിച്ചു.

ഞങ്ങളുടെ പദ്ധതി മനസ്സിലാക്കിയ ആ വനവാസി പറഞ്ഞു.

'നിങ്ങൾ എല്ലാ രീതിയും പരീക്ഷിച്ചു നോക്കിക്കോളൂ. എന്നാൽ ഡോൾബാജ്യ വനത്തിലെ കാട്ടുപോത്തുകളെ ആർക്കും ഉപദ്രവിക്കുവാൻ സാധിക്കുകയില്ല. ഇവിടെ 'ടാണ്ഡ്ബാരോ' ഉണ്ടല്ലോ.'

'ഞങ്ങൾ ആശ്ചര്യപ്പെട്ടുപോയി. 'എന്താണ് ടാണ്ഡ്ബാരോ?'

'ടാണ്ഡ്ബാരോ എന്നത് കാട്ടുപോത്തുകളുടെ ദേവതയാണ്. അത് എല്ലാ പോത്തുകളെയും ഒരു പോറൽ എല്പിക്കാതെ സംരക്ഷിച്ചുവരുന്നു.'

ഛട്ടുസിങ്ങിന് അത് ബോധിച്ചില്ല. അയാൾ പറഞ്ഞു. 'അതെല്ലാം വെറും കെട്ടുകഥകളാണ്. ഞങ്ങളാരും അത് വിശ്വസിക്കുന്നില്ല. ഞങ്ങൾ സന്താൾ വംശക്കാരല്ല. രജപുത്രരാണ്.'

അതുകഴിഞ്ഞ് എന്താണ് സംഭവിച്ചത് എന്നു കേട്ടാൽ അങ്ങുന്ന് ശരിക്കും അമ്പരപ്പെട്ടു പോകും. എനിക്ക് ആ കാര്യത്തെക്കുറിച്ച് ചിന്തിക്കുമ്പോൾ തന്നെ കുളിരുകോരും. നേരം പാതിര. ഞങ്ങൾ മുളങ്കാടിന്റെ പിന്നിൽ ശ്വാസം അടക്കിപ്പിടിച്ചുകൊണ്ട് നിന്നു. കാട്ടുപോത്തിന്റെ കാലടി ശബ്ദങ്ങൾ കേൾക്കാൻ തുടങ്ങി. അവറ്റകൾ ഈ ഭാഗത്തേക്കു തന്നെയാണ് നടന്നടുക്കുന്നത്. കാലടി ശബ്ദം അടുത്തേക്കടുത്തേക്ക് വന്നുതുടങ്ങി. ചതിക്കുഴികൾക്ക് ഏതാണ്ട് അമ്പതുമുഴം ദൂരത്ത് എത്തിയിരിക്കുന്നു. പെട്ടെന്ന് ഏതാണ്ട് പത്തുമുഴം അകലെയായി ചതിക്കുഴിയുടെ സമീപത്തായി ദീർഘകായനായ ഒരു പുണ്യപുരുഷൻ നിൽക്കുന്നു. ആ ആജാനബാഹു തന്റെ കൈകൾ മുകളിലേക്ക് ഉയർത്തി നിൽക്കുന്നു. ആ രൂപത്തിന്റെ ഉയരം നമ്മേ പേടിപ്പിക്കും. മുളയുടെ തുഞ്ചത്തെത്തുന്നതുവരെ അതിന് ഉയരം ഉണ്ട്. ആ രൂപം കണ്ടതോടെ കാട്ടുപോത്തുകൾ അന്തംവിട്ടുനിന്നു. നിമിഷങ്ങൾക്കകം അവ കൂട്ടം പിരിഞ്ഞ് ചിന്നിച്ചിതറിപാഞ്ഞുപോയി. ഒരെണ്ണം പോലും ചതിക്കുഴിയിൽ വീണില്ല എന്നല്ല,

അതിന്റെ സമീപത്തേക്കുപോലും എത്തി നോക്കിയില്ല. ബാബുജി, ഇത് നേരിൽ കണ്ടാലല്ലാതെ ആരും വിശ്വസിക്കുകയില്ല. എന്നാൽ ഞാനിത് എന്റെ കണ്ണുകൊണ്ടു കണ്ടതാണ് ബാബുജീ..

അതുകഴിഞ്ഞ് ഞങ്ങൾ പിന്നെയും ചില നായാട്ടുകാരോട് ഇതേ കാര്യത്തെക്കുറിച്ച് ചോദിച്ചു. അവരുമതേ, ഞങ്ങളോടു പറഞ്ഞത് കാട്ടു പോത്തുകളെ വേട്ടയാടാനുള്ള മോഹം ഉപേക്ഷിക്കാനാണ്. ടാണ്ഡ്ബാരോ ഒരു പോത്തിനെയും തൊടാൻ പോലും സമ്മതിക്കില്ല. പണം ചെലവ ഴിച്ച് അനുമതി പത്രം വാങ്ങിയത് വെറുതെയായി. ഒരു പോത്തിനെ പോലും കിട്ടിയില്ല. ഞങ്ങളുടെ കുട്ടിക്കാലം മുതൽ ടാണ്ഡ്ബാരോ എന്ന വനദേവതയുടെ കഥ ധാരാളമായി കേട്ടിട്ടുണ്ട്. അതെ ബാബുജീ, ശരിക്കും അങ്ങനെ ഒരു ദേവതയുണ്ട്. കാട്ടുപോത്തുകൾ ഏതെങ്കിലും വിധത്തിൽ അവശരായോ പരിക്കേറ്റോ പ്രാണൻ പോകാതെ കിടക്കുക യാണെങ്കിൽ തീർച്ചയായും ഈ ദേവത അവരെ കാത്തുരക്ഷിക്കും. ടാണ്ഡ്ബാരോ എന്ന ഈ വനദേവതയുടെ ദൃഷ്ടി കാട്ടിൽ എല്ലായിടത്തും ഉണ്ട്. ഈ കഥയിൽ എത്രമാത്രം പരമാർത്ഥമുണ്ടെന്ന കാര്യം അന്വേ ഷിച്ചറിയേണ്ട കാര്യമൊന്നും ഇല്ല. ഈ കഥ കേട്ടുകൊണ്ടിരിക്കേ, അന്ധ കാരമായ ആകാശത്തിലെ വാളേന്തിയ ജ്യോതിർമയനായ കാലപുരു ഷന്റെ നേരെ നോക്കി, വിജനമായ വനത്തിനുമുകളിൽ ഇരുണ്ട ആകാശം കമിഴ്ന്നു കിടക്കുന്നു. അകലെനിന്നും കാട്ടുകോഴികളുടെ കൂവൽ കേൾക്കാം. അന്ധകാരാവൃതവും നിശ്ശബ്ദവും ആയ ആകാശവും ഭൂമിയും തൊട്ടടുത്ത് വന്നിരുന്ന് കാതിൽ എന്തെല്ലാമോ മന്ത്രിക്കുന്നതുപോലെ തോന്നി. അങ്ങകലെയുള്ള മോഹൻപുരാ വനഭൂമിയുടെ അതിർത്തി രേഖ യിലേക്ക് നോക്കിയിരിക്കുമ്പോൾ ഞാൻ ഇതിനു മുമ്പൊരിക്കലും കേട്ടി ട്ടില്ലാത്തതും പോത്തുകളുടെ കാവലാളുമായ ആ വനദേവതയെക്കു റിച്ചോർത്തു. എന്റെ മേലാസകലം കുളിരുകോരി. നല്ല തണുത്ത രാത്രി യിൽ തീകാഞ്ഞിരുന്നുകൊണ്ട് ഇത്തരം കഥ കേട്ടിരിക്കുക നല്ല രസമാ ണ്.

പത്ത്

കൃത്യം പതിനഞ്ചു ദിവസം ഇവിടെ ശരിയായ വന്യജീവിതം നയിച്ചു. സാധുക്കളായ ഗാംഗോതകളും മറ്റു ദരിദ്ര കൃഷീവലന്മാരായ ഭൂമി ഹാര ബ്രാഹ്മണരും കഴിയുന്നതുപോലെ. വലിയ താല്പര്യത്തോടെ ഒന്നും അല്ലെങ്കിലും കൃത്യമായ ചുമതലബോധമാണ് എന്നെക്കൊണ്ട് ഇവിടെ താമസിപ്പിച്ചത്. ഈ വനഭൂമിയിൽനിന്നും എവിടെ നിന്ന് എന്തു കൊണ്ടുവരാനാണ്? ചോറുണ്ണും അതിന്റെ കൂടെ പീച്ചിങ്ങയുടെ കറിയോ കൂട്ടോ ഉണ്ടാകും. നല്ല മധുരമുള്ള കക്കിരിക്കയാണ് ഈ കാടുകളിൽ കിട്ടുക. ചില സമയത്ത് ജോലിക്കാർ കാടിനകത്തു കയറി മധുരക്കിഴങ്ങ് പറിച്ചുകൊണ്ടുവരും. എന്നിട്ട് അത് പുഴുങ്ങിയോ വറുത്തോ കഴിക്കും. മത്സ്യം പാല്, നെയ്യ് എന്നിവയൊന്നും കണികാണാൻ കിട്ടില്ല.

ഈ വനത്തിൽ മയിലുകളും കാട്ടുതാറാവുകളും ധാരാളമായിട്ടുണ്ടെന്ന് പറയേണ്ടതില്ലല്ലോ. എന്നാൽ പക്ഷികളെ വേട്ടയാടി പിടിച്ച് കൊന്നു തിന്നാൻ മനസ്സ് അനുവദിക്കുന്നില്ല. അതുകൊണ്ടു തോക്കുണ്ടായിരുന്നെങ്കിലും മുഴുവൻസമയ സസ്യാഹാരിയായി കഴിഞ്ഞുകൂടി.

പുലിയുടെ ഉപദ്രവവും അതിനെക്കുറിച്ചുള്ള ഭയവും വളരെയധികമുള്ള പ്രദേശമാണ് ഫുൽകിയബയിഹാർ. ഒരു ദിവസം അവിടെ നടന്ന സംഭവം വിശദീകരിക്കാം.

മരംകോച്ചുന്ന തണുപ്പുള്ള ഒരു രാത്രിയായിരുന്നു അന്ന്. ജോലിയെല്ലാം നേരത്തെ അവസാനിച്ചതിനാൽ രാത്രി പത്തുമണിയോടെ ഉറങ്ങാൻ കിടന്നു. വേഗംതന്നെ ഉറക്കത്തിലേക്കു വഴുതി വീഴുകയും ചെയ്തു. പെട്ടെന്ന് പുറത്തു ആളുകളുടെ ബഹളം കേട്ടപ്പോൾ ഞാൻ ഞെട്ടിപ്പിടഞ്ഞ് എഴുന്നേറ്റു. എന്റെ ഉറക്കവും ക്ഷീണവും എല്ലാം എവിടെയോ പോയി മറഞ്ഞു. ഞാൻ വേഗം എഴുന്നേറ്റ് വിളക്കു കൊളുത്തി;

ബഹളം കേട്ട് ശിപായിമാരെല്ലാം അവരവരുടെ 'ഖുപ്രി'യിൽനിന്നും ഇറങ്ങി വന്നു.

എന്താവാം സംഭവിച്ചതെന്ന് ഞങ്ങൾ പരസ്പരം പറഞ്ഞുകൊണ്ടിരുന്നു. ആ സമയത്ത് ഒരാൾ ഓടിക്കിതച്ചുവന്ന് പറഞ്ഞു.

"മാനേജർ ബാബു, തോക്കുമെടുത്ത് വേഗം വന്നാട്ടെ, ഒരു പുലി ഒരു കൊച്ചുകുട്ടിയെ കടിച്ചെടുത്ത് കൊണ്ടുപോയി. കുടിലിന്റെ അകത്തു കയറിയാണ് അതുകുട്ടിയെ കൊണ്ടുപോയത്."

വനാതിർത്തിയിൽനിന്നും ഏകദേശം ഇരുന്നൂറു മുഴം അകലെയായി ഡോമൻ എന്ന ഗാംഗോതയുടെ കുടിൽ ഉണ്ട്. അവന്റെ ഭാര്യയും ആറു മാസം പ്രായമുള്ള കുഞ്ഞും കുടിലിനകത്തു കിടന്ന് ഉറങ്ങുകയായിരുന്നു. തണുപ്പ് അസഹ്യമായതിനാൽ കുടിലനകത്തു തന്നെ തീപൂട്ടിയിരുന്നു. പുക പുറത്തേക്കു പോകാനായി കുടിലിന്റെ വാതിൽ കുറച്ചു തുറന്നുവച്ചിരുന്നു. പുലി അത് തള്ളിത്തുറന്ന് അകത്തു കയറി അമ്മയോടു ചേർന്ന് കിടന്ന് ഉറങ്ങിയിരുന്ന കുഞ്ഞിനേയും എടുത്തുകൊണ്ടു പോയി.

അത് പുലിയാണെന്ന് എങ്ങനെ മനസ്സിലായി? കുറുക്കനും ആയിക്കൂടേ? എന്നാൽ സംഭവസ്ഥലത്ത് എത്തിയതോടെ എന്റെ സകല സംശയവും മാറി. ആ വയലിലെ നനഞ്ഞ മണ്ണിൽ പുലിയുടെ കാല് വ്യക്തമായി പതിഞ്ഞു കാണാമായിരുന്നു.

പാർവ്വത്യക്കാരനും ശിപായിമാരും ഞങ്ങളുടെ കൃഷിയിടത്തിന് ചീത്തപ്പേരു വരുന്നതിൽ താല്പര്യമുള്ളവരായിരുന്നില്ല. അവർ ഉറപ്പിച്ചു പറഞ്ഞു.

"ഈ പുലി ഈ പ്രദേശത്തെ കാടുകളിൽ ഉള്ളതല്ല. ഇത് മോഹൻപുര സംരക്ഷിത വനമേഖലയിൽ ഉള്ളതാണ്. കാലടിപ്പാടുകൾ നോക്കൂ. അതെത്ര മാത്രം വലുതാണ്."

"പുലി ഏതു കാട്ടിലേതായാൽ നമുക്കെന്താ, ഇതിലും വലിയ ഒരു ആപത്ത് ഇനി എന്താ വരാനുള്ളത്?" ഞാൻ ചോദിച്ചു.

"വേഗം തന്നെ സകല ആളുകളേയും വിളിച്ചുകൂട്ടുക. വലിയ വലിയ പന്തങ്ങൾ തയ്യാറാക്കുക. നമുക്ക് കാടിനകത്തേക്കു പോയി നോക്കാം. ആ പാതിരാനേരത്ത് അതും പുലിയുടെ കാൽപ്പാടുകൾ കണ്ട് ഭയന്ന് വിറച്ചു നിൽക്കുമ്പോൾ ആരും തന്നെ കാടിനകത്തേക്കു കയറി പരിശോധിക്കുവാൻ തയ്യാറായില്ല. ശാസിച്ചും ശകാരിച്ചും ചുമതലബോധത്തെക്കുറിച്ച് നിരന്തരം ഓർമ്മിപ്പിച്ചും കൊണ്ടിരുന്നപ്പോൾ ഏകദേശം പത്തുപേർ എന്റെ കൂടെ വരാൻ തയ്യാറായി. പന്തം കൊളുത്തി പിടിച്ചും വലിയ വലിയ തകരപ്പാട്ടകൾ കൊട്ടി ശബ്ദമുണ്ടാക്കിയും എല്ലാവരും കൂടി കുറേ നേരം ഉൾക്കാട്ടിലേക്കു വരെ പോയിനോക്കി. അവിടെയൊന്നും ഒന്നും കാണാൻ സാധിച്ചില്ല.

അടുത്ത ദിവസം ഏതാണ്ട് പകൽ പത്തുമണിയായപ്പോൾ രണ്ടു നാഴിക അകലെ ഗ്രാമത്തിന്റെ തെക്കു കിഴക്കേ മൂലയിൽ ഉൾക്കാട്ടിനകത്തെ വലിയ വേങ്ങ മരത്തിൽ ചുവട്ടിലായി ഒരു വലിയ കാട്ടുമരത്തിനു

ചുവട്ടിൽ തലേന്നു പുലി പിടിച്ചുകൊണ്ടുപോയ കുട്ടിയുടെ രക്തം പുരണ്ട ശരീരാവശിഷ്ടങ്ങൾ ചിലർ കണ്ടു.

കൃഷ്ണപക്ഷത്തിലെ കൂരിരുട്ടുള്ള രാത്രികളാണ് അതിനെ തുടർന്ന് ഉണ്ടായത്.

പ്രധാന ഓഫീസിൽനിന്നും ബാംകേസിങ്ങിനെ വിളിച്ചുവരുത്തി. അയാൾ പേരുകേട്ട നായാട്ടുകാരനായിരുന്നു. പുലിയുടെ സഞ്ചാരഗതികളെക്കുറിച്ചും അതിന്റെ സ്വഭാവ വിശേഷങ്ങളും എല്ലാം വ്യക്തമായി മനസ്സിലാക്കിയിട്ടുള്ള ആളാണ് ബാംകേസിംഗ്.

“ബാബൂജീ, മനുഷ്യമാംസം തിന്നു ജീവിച്ച പുലികൾക്ക് ആക്രാന്തം കൂടും. തീർച്ചയായും അവൻ ഇനിയും ഇവിടേക്കു തന്നെ വരും. നമ്മൾ ശരിയായ തയ്യാറെടുപ്പോടെ തന്നെ ഇരിക്കണം.”

കൃത്യം മൂന്നു ദിവസം കഴിഞ്ഞപ്പോൾ വനത്തിന്റെ ഒരു ഓരത്തു വച്ച് സന്ധ്യനേരത്ത് കന്നുകാലിച്ചെറുക്കനെ പുലി പിടിച്ചു കൊണ്ടുപോയി. അതോടെ ആരും വീടിനു പുറത്തിറങ്ങാതായി.

രാത്രി കാലങ്ങളിലെ അവസ്ഥ എടുത്തു പറയേണ്ടതാണ്. ആരും രാത്രിയിൽ ഉറങ്ങാറില്ല. ബയിഹാറിയിലെ ഓരോ കുടിലിൽ നിന്നും തകരപ്പാട്ടകൊട്ടുന്ന ശബ്ദം കേൾക്കാം. കാശപ്പുല്ലിന്റെ തണ്ടുകൾ കൂട്ടിയിട്ട് കത്തിക്കും. പുലി മാത്രമല്ല ആക്രമിക്കാൻ വരുന്നത്, ഒരു ദിവസം മോഹൻപുര വനത്തിൽനിന്നും ഒരു വലിയ സംഘം കാട്ടുപോത്തുകൾ വന്ന് വിളഞ്ഞുകിടക്കുന്ന വയൽ മുഴുവനും നശിപ്പിച്ചു.

എന്റെ ഖുപ്രിയുടെ മുന്നിൽ ശിപായിമാർ വലിയ ഒരു തീകുണ്ഡം തയ്യാറാക്കിയിട്ടുണ്ട്. ഞാൻ ഇടയ്ക്കിടെ എഴുന്നേറ്റ് ആ തീകുണ്ഡത്തിൽ വിറകുകൾ ഇട്ടുകൊടുത്തുകൊണ്ടിരിക്കും. തൊട്ടടുത്തുള്ള പുൽമാടത്തിൽ ഇരുന്ന് ഗുമസ്തന്മാർ സംസാരിച്ചുകൊണ്ടിരിക്കുന്നു. ഞാൻ ഖുപ്രിക്കടുത്ത് കിടക്കുകയാണ്. തലയ്ക്കു മുകളിലുള്ള കിളിവാതിലിലൂടെ എനിക്ക് ആകാശം കാണാം. നക്ഷത്രങ്ങളുടെ മിന്നുന്ന വെളിച്ചത്തിൽ വനാതിർത്തി തെളിഞ്ഞുകാണാം. തണുത്ത കാറ്റ് ശക്തിയായി വീശിക്കൊണ്ടിരിക്കുന്നു. തണുപ്പിന്റെ ആധിക്യം കാരണം വിരിപ്പും പുതപ്പും എല്ലാം നനഞ്ഞു കുതിർന്നിരിക്കുന്നു. പുറത്തെ അഗ്നികുണ്ഡത്തിലെ തീയും എരിഞ്ഞു തീരാറായി തുടങ്ങിയിരിക്കുന്നു.

തണുപ്പ് അസഹ്യമാണ്. അതിനോടു കൂടെ പാടത്തിൽനിന്നും ആഞ്ഞുവീശുന്ന മഞ്ഞുപോലെ തണുത്തുറഞ്ഞ കാറ്റും, ഈ നാട്ടിൽ ജീവിക്കുന്നവർ ഈ തണുപ്പ് എങ്ങനെ സഹിക്കും? അവർ എങ്ങനെയാണ് ഇവിടെ ജീവിക്കുന്നത്? ശൂന്യാകാശത്തിനു കീഴിൽ വെറും ഒരു പുൽമാടത്തിനകത്ത് തണുത്ത നിലത്ത് എങ്ങനെയാണ് രാത്രികാലം കഴിച്ചുകൂട്ടുക? അതുമാത്രമോ അതിനെല്ലാം പുറമേ വിളവ് സംരക്ഷിക്കുക എന്നൊരു വലിയ ജോലികൂടി അവർക്കുണ്ട്. കാട്ടുപോത്തുകളും കാട്ടുപന്നികളും ശരിക്കും വിഹരിക്കുകയാണ് അവിടെ. ഇതിനെക്കൂടാതെയാണ് പുലിശല്യം. ദുരിതങ്ങൾക്ക് യാതൊരു കുറവുമില്ല.

ബംഗാളിലെ കർഷകർക്ക് ഇത്തരം കഠിനമായ അവസ്ഥയിലൂടെ കടന്നുപോകുവാൻ സാധിക്കുമോ എന്ന് എനിക്കറിയില്ല. ഫലഭൂയിഷ്ഠ മായ ഭൂമി, സ്വച്ഛമായ ഗ്രാമപശ്ചാത്തലം, നല്ലവിളവ് ഇതെല്ലാം ഉണ്ടാ യിട്ടും അവരുടെ പരാധീനതകൾക്ക് യാതൊരു കുറവുമില്ല.

എന്റെ കുടിലിൽനിന്നും ഏകദേശം മുന്നൂറു മുഴം ദൂരത്തായി ചിലർ കൊയ്ത്തു ജോലിക്കായി വന്നു താമസിക്കുന്നുണ്ട്. തെക്കൻ ഭഗൽപൂ രാണ് അവരുടെ ദേശം. ഒരു ദിവസം സന്ധ്യാസമയത്ത് ഞാൻ അവ രുടെ കുടിലിനു സമീപത്തുകൂടെ നടന്നുവരികയായിരുന്നു. അവരെല്ലാം അവിടെയിരുന്ന് തീ കായുകയായിരുന്നു. അവരുടെ ജീവിതരീതിയും സമ്പ്രദായങ്ങളും എല്ലാം എനിക്ക് തീർത്തും അജ്ഞാതമാണ്. അതെല്ലാം എങ്ങനെ ആയിരിക്കുമെന്ന് മനസ്സിലാക്കാം എന്നു കരുതി ഞാൻ അവ രുടെ അടുത്തേക്കു ചെന്നു.

"ബാബൂജി, അങ്ങ് എന്താണ് ചെയ്യുന്നത്?" ഞാൻ ചോദിച്ചു. അവ രുടെ സംഘത്തിൽ ഒരു വൃദ്ധൻ ഉണ്ടായിരുന്നു. അയാളോടാണ് ഞാൻ ചോദിച്ചത്. അയാൾ വേഗം എഴുന്നേറ്റ് എന്നെ വണങ്ങി. അവരോടൊപ്പ മിരുന്ന് തീ കായാൻ എന്നെയും ക്ഷണിച്ചു. മഞ്ഞുകാലത്ത് തീ കായാൻ ക്ഷണിക്കുക എന്നത് അവരുടെ സംസ്കാരത്തിന്റെ ലക്ഷണമാണ്.

ഞാൻ അവരോടൊപ്പം പോയിരുന്നു. കുടിലിനകത്തേക്ക് എത്തി നോക്കി. കിടക്കാനോ ഇരിക്കാനോ ആവശ്യമായിട്ടുള്ളത് യാതൊന്നും തന്നെ അതിനകത്തില്ല. വിരിപ്പോ പുതപ്പോ ഒന്നുമില്ല. നിലത്ത് കുറച്ച് ഉണങ്ങിയ പുല്ല് വിരിച്ചിട്ടുണ്ട്. ഒരു വലിയ പിച്ചള പാത്രം, ഒരു ചെറിയ കിണ്ണം, ഒരു പിച്ചള ഗ്ലാസ് അവരവർ ധരിച്ചിരുന്ന വസ്ത്രം. ഇതല്ലാതെ മറ്റൊന്നും തന്നെ അവിടെ ഇല്ല. കൊടുംതണുപ്പിൽ മരങ്കോച്ചുന്ന മഞ്ഞിൽ വിരിക്കാനും പുതയ്ക്കാനും എന്തെങ്കിലും വേണ്ടേ?

ഞാൻ അവരോട് ഈ കാര്യത്തെക്കുറിച്ച് ചോദിച്ചു.

ആ വൃദ്ധന്റെ പേര് നക്ഛേദി ഭക്ത്, ഗാംഗോത വിഭാഗത്തിൽപ്പെട്ട വർ തന്നെയാണ്.

അയാൾ പറഞ്ഞു. "അതൊന്നും കുഴപ്പമില്ല. കുടിലിന്റെ മൂലയിൽ പയറിന്റെ തൊലി കൂട്ടിയിട്ടിരിക്കുന്നത് കണ്ടില്ലേ."

അയാൾ പറഞ്ഞത് എനിക്ക് മനസ്സിലായില്ല. "രാത്രിയിൽ പയറിന്റെ തോലിന് തീയിടാനാണോ?" ഞാൻ ചോദിച്ചു.

എന്റെ വിവരക്കേട് നക്ഛേദിയെ ചിരിപ്പിച്ചു. അയാൾ പറഞ്ഞു. "അങ്ങനെയല്ല ബാബൂജീ, കുട്ടികൾ ആ പയറുതോലിനുള്ളിൽ കിടന്നു റങ്ങും. ഞങ്ങളും അത് ശരീരം മൂടുന്ന വിധത്തിൽ ശരീരത്തിലാകെ വിതറിയിടും. ഏകദേശം അഞ്ചു മന്നോളം പയറുതൊലി ഉണ്ട് ഇത്. നല്ല ചൂടുപകരുന്നതാണ് പയറുതൊലി. രണ്ടു കമ്പിളികൊണ്ടു പുതച്ചാൽ പോലും ഇത്രയും ചൂട് ലഭിക്കുകയില്ല. അല്ലെങ്കിൽ ഞങ്ങളെപ്പോലുള്ള ദരിദ്രവാസികൾക്ക് കമ്പിളി എല്ലാം എവിടെ നിന്നു കിട്ടാനാ?"

ഞങ്ങൾ സംസാരിച്ചുകൊണ്ടിരിക്കുന്നതിനിടയിൽ ഒരു അമ്മ

അതിന്റെ കുട്ടിയെ ഉറക്കിയശേഷം അതിനെ കുടിലിന്റെ മൂലയിലെ പയറുതൊലിയിൽ കൊണ്ടുപോയി കിടത്തി. എന്നിട്ട് കുഞ്ഞിന്റെ കാലുമുതൽ കഴുത്തുവരെ പയറുതോലുകൊണ്ട് മൂടിയിട്ടു. മുഖംമാത്രം പുറത്തേക്കു കാണാവുന്ന വിധത്തിൽ കുഞ്ഞിനെ കിടത്തിയ ശേഷം അവർ പുറത്തേക്കു വന്നു.

ഞാൻ ചിന്തിച്ചു, ഒരു മനുഷ്യന് മറ്റൊരു മനുഷ്യനെക്കുറിച്ച് എന്താണ് അറിയാവുന്നത്? ഇതിനു മുമ്പ് ഈ കാര്യത്തെക്കുറിച്ച് എനിക്ക് എന്തെങ്കിലും അറിയാമായിരുന്നുവോ?

യഥാർത്ഥമായ ഭാരതഭൂമിയെക്കുറിച്ച് ഞാൻ ഇന്നാണ് ശരിയായ രീതിയിൽ മനസ്സിലാക്കിയത്.

തീകൂട്ടിയിരിക്കുന്നിന്റെ എതിർവശത്തിരുന്ന് ഒരു സ്ത്രീ ഭക്ഷണം പാകം ചെയ്യുന്നുണ്ട്.

"എന്താണ് ഉണ്ടാക്കുന്നത്?" ഞാൻ ചോദിച്ചു.

"ഘാട്ടോ." നക്ഛേദി പറഞ്ഞു.

"ഘാട്ടോ എന്നാൽ എന്താണ്?"

പാചകം ചെയ്ത് കൊണ്ടിരിക്കുന്ന സ്ത്രീ കരുതുന്നുണ്ടാകും. സന്ധ്യാസമയത്ത് ഈ ബംഗാളി ബാബു എവിടെ നിന്നു വന്നു? ഇദ്ദേഹം ഭ്രാന്തനാണോ? ലോകത്തിലെ ഒരു കാര്യത്തെക്കുറിച്ചും ഇയാൾക്ക് യാതൊന്നും അറിയില്ലല്ലോ. ആ സ്ത്രീ ശബ്ദമുണ്ടാക്കി ചിരിച്ചുകൊണ്ടു പറഞ്ഞു.

"ബാബൂജീ, അങ്ങേയ്ക്ക് ഘാട്ടോ എന്താണെന്ന് അറിയില്ലേ? ചോളം വേവിച്ചതിനെ ആണ് ഘാട്ടോ എന്നുപറയുന്നത്. അരിവേവിച്ചതിനു ചോറ് എന്നു പറയില്ലേ അതുപോലെ."

ആ സ്ത്രീ എന്റെ അജ്ഞത ശരിക്കും മനസ്സിലാക്കിയിട്ടെന്നപോലെ ഒരു മരത്തവികൊണ്ട് അവൾ വേവിച്ച സാധനം കോരിയെടുത്ത് എന്റെ അടുത്തുകൊണ്ടുവന്നു കാണിച്ചു തന്നു.

"ഇത് എന്തുകൂട്ടിയാ നിങ്ങൾ കഴിക്കുക?"

എന്റെ ഈ ചോദ്യത്തിനുള്ള മറുപടിയും ആ സ്ത്രീതന്നെയാണ് പറഞ്ഞത്. അവൾ വിടർന്ന ചിരിയോടെ പറഞ്ഞു.

"ഉപ്പു ചേർത്തുകഴിക്കും. ചീരക്കറിയും ഉണ്ടാകും. അല്ലാതെ എന്തു കൂട്ടാനാ?"

"ചീരക്കറി ഉണ്ടാക്കി കഴിഞ്ഞുവോ?"

"ഘാട്ടോ വേവിച്ചു കഴിഞ്ഞതിനുശേഷം ചീരക്കറി ഉണ്ടാക്കും. ചീര പറിച്ചു കൊണ്ടുവന്നു വച്ചിട്ടുണ്ട്."

അവൾ മിടുക്കിയും കാര്യഗൗരവമുള്ളവളുമാണെന്ന് തോന്നി.

"ബാബൂജിയുടെ വീട് കൊൽക്കത്തയിൽ ആണോ?" അവൾ ചോദിച്ചു.

"അതെ."

"കൊൽക്കത്ത എങ്ങനെയുള്ള സ്ഥലമാണ്? കൊൽക്കത്തയിൽ

വൃക്ഷങ്ങളും ചെടികളും ഒന്നും വളരുകയില്ലേ? അവിടത്തെ മരങ്ങളെല്ലാം മുറിച്ചുകളഞ്ഞുവോ?"

"ഈ കാര്യങ്ങളെല്ലാം നിന്നോട് ആരാണ് പറഞ്ഞത്?"

"ഞങ്ങളുടെ ഒരു നാട്ടുകാരൻ കൊൽക്കത്തയിൽ ജോലിക്കു പോയിട്ടുണ്ട്. അയാൾ ഒരിക്കൽ പറഞ്ഞതാണ്. ഈ കൊൽക്കത്താ നഗരം കാണാൻ എങ്ങനെയിരിക്കും ബാബുജീ?"

ആധുനിക കാലത്തെ നഗരത്തെയും നഗരജീവിതത്തെയുംകുറിച്ച് എനിക്കാവും വിധം ലളിതമായി ഞാനവൾക്കു വിശദീകരിച്ചുകൊടുത്തു. എത്രത്തോളം കാര്യങ്ങൾ അവൾ മനസ്സിലാക്കി എടുത്തു, എനിക്ക് അറിയില്ല.

"എനിക്ക് കൊൽക്കത്ത നഗരം കാണാൻ വല്ലാത്ത മോഹമാ, എന്നെ ആരുകൊണ്ടുപോയി കാണിക്കാനാ?" അവൾ പറഞ്ഞു.

അതിനുശേഷം കുറെയധികം കാര്യങ്ങൾ അവളുമായി സംസാരിച്ചിരുന്നു. അവരുടെ പാചകം അവസാനിച്ചു. കുടിലിന്റെ അകത്തുനിന്നും വലിയ പിച്ചളക്കിണ്ണം കൊണ്ടുവന്നു അതിലേക്ക് കഞ്ഞിയുടെ രൂപത്തിലുള്ള 'ഘാട്ടോ' പകർന്നു. അതിനുമുകളിൽ കുറച്ച് ഉപ്പു വിതറി അത് എല്ലാവരുടേയും നടുവിലായി വച്ചു. അവരെല്ലാം അതിനു ചുറ്റും ഇരുന്നു. സ്ത്രീകളും കുട്ടികളും ഒരുമിച്ച് അത് കഴിക്കാൻ തുടങ്ങി.

"നിങ്ങൾ ഇനി സ്വന്തം നാട്ടിലേക്ക് എന്നാണ് പോകുക?" ഞാൻ ചോദിച്ചു.

"സ്വന്തം നാട്ടിലേക്ക് തിരിച്ചുപോകാൻ ഇനിയും വളരെ നാൾ കഴിയണം. ഇവിടത്തെ ജോലി അവസാനിച്ചു കഴിഞ്ഞാൽ ഞങ്ങൾ നേരെ ധരംപൂരിലേക്ക് പോകും. അവിടെ അപ്പോഴേക്കും കൊയ്തു ആരംഭിച്ചിരിക്കും. ഇവിടത്തെ പോലെയല്ല. അവിടത്തെ പ്രധാന കൃഷി നെല്ലാണ്. അതു കഴിഞ്ഞാൽ ഗോതമ്പു കൊയ്യുന്നതിനുവേണ്ടി മുംഗേർ ജില്ലയിലേക്കു പോകും. ഗോതമ്പിന്റെ ജോലി തീർന്നു കഴിയുമ്പോഴേക്കും അങ്ങയുടെ വയലുകളിൽ ജോലി ആരംഭിക്കും. അതിനു മുമ്പായിക്കൊണ്ട് ചാമ കൊയ്യുന്നതിനുവേണ്ടി ഞങ്ങൾ വരും. അതിനുശേഷം കുറച്ചു ദിവസം ജോലി ഒന്നും ഉണ്ടാവില്ല. പിന്നെ രണ്ടുമാസം ചോളത്തിന്റെ വിളവെടുപ്പുകാലമാണ്. അതുകഴിയുന്നതോടെ ഉഴുന്നും പയറും എല്ലാം മൂത്ത് വിളവെടുക്കാനുള്ള പാകമാകും. ആ സമയത്തു തന്നെ ധരംപൂരിലെ കൊയ്തു സമയവും. ഞങ്ങൾ ഇങ്ങനെ വർഷംതോറും ഓരോ ദിക്കിലേക്കു സഞ്ചരിച്ചു കൊണ്ടിരിക്കും. ഏതു ദിക്കിൽ എന്തു കൊയ്യാനുണ്ടോ അവിടെ ആ സമയത്ത് ഞങ്ങൾ എത്തിയിരിക്കും. അല്ലെങ്കിൽ ഞങ്ങൾ എങ്ങനെയാ ഓരോ ദിവസം തള്ളി നീക്കുക?" നക്ഛേദി വിശദമായി തന്നെ പറഞ്ഞു.

"നിങ്ങൾക്ക് വീടും കൂടും ഒന്നുമില്ലേ?"

എന്റെ ഈ ചോദ്യത്തിന് ഉത്തരം പറഞ്ഞത് ആ സ്ത്രീയാണ്. അവൾക്ക് പത്തിരുപത്തഞ്ചു വയസ്സുപ്രായം കാണും. നല്ല ആരോഗ്യം. കരിവീട്ടി കടഞ്ഞെടുത്തതുപോലുള്ള ശരീരം. വശ്യമായ സംസാരരീതി.

ദക്ഷിണ ബിഹാറിൽ സംസാരിക്കുന്ന ദേഹാതീ ഹിന്ദിയിൽ വളരെ മധുരമായ സ്വരത്തിൽ അവൾ സംസാരിക്കുന്നു.

“അതെന്താ, അങ്ങനെ ചോദിച്ചത് ബാബൂജി. ഞങ്ങൾക്ക് എല്ലാം ഉണ്ട്. എന്നാൽ സ്ഥിരമായി അവിടെ താമസിച്ചാൽ ഞങ്ങളുടെ കാര്യങ്ങൾ ഒന്നുംതന്നെ നടക്കുകയില്ല. വേനൽക്കാലം കഴിയാറാകുമ്പോൾ ഞങ്ങൾ വീട്ടിലേക്കു പോകും. മഴക്കാലത്തിന്റെ പകുതി വരെ ഞങ്ങൾ വീട്ടിൽ തന്നെ കഴിയും. അതുകഴിഞ്ഞാൽ ഞങ്ങൾക്ക് പിന്നെയും ഊരുചുറ്റാൻ സമയമായി. ഗ്രാമങ്ങളിലാണ് ഞങ്ങൾക്ക് അധികവും ജോലി. ഗ്രാമങ്ങളിലെ രസകരമായ കാഴ്ചകൾ അറിയാനും അനുഭവിക്കുവാനും എല്ലാം സാധിക്കും. ഈ പ്രദേശത്തെ കൊയ്ത്ത് ആരംഭിക്കുമ്പോൾ അങ്ങേക്കും എല്ലാം കാണാനും അറിയാനും സാധിക്കും. ഏതെല്ലാം നാട്ടിലെ ആളുകളാണ് ഇവിടേക്ക് സംഘം ചേർന്ന് വരുക എന്ന് അറിയാമോ? പല നാടുകളിലുള്ള പാട്ടും നൃത്തവും എല്ലാം കാണാം. നല്ല നല്ല നർത്തകിമാർ ഉണ്ടാകും. പലതരത്തിൽ വേഷം കെട്ടി ആളുകളെ ചിരിപ്പിക്കാനായും ധാരാളം ആളുകൾ ഉണ്ടാകും. അങ്ങ് ഇതൊന്നും കണ്ടിട്ടില്ല അല്ലേ? എങ്ങനെ കാണാൻ സാധിക്കും? അവിടം മുഴുവനും കാടു പിടിച്ചു കിടക്കുകയല്ലേ? ഇത്തവണ എന്തായാലും കൃഷി ഇറക്കിയിട്ടുണ്ടല്ലോ. പത്തുപതിനഞ്ചു ദിവസത്തിനുള്ളിൽ ഏതെല്ലാം വിധത്തിലുള്ള ആളുകൾ വന്നെത്തുമെന്ന് കാണാം. എല്ലാ ആളുകൾക്കും രണ്ടുകാശു സമ്പാദിക്കുവാനുള്ള സമയമാണല്ലോ അത്.”

അടുത്തൊന്നും ആരുമില്ല. തീർത്തും വിജനമായ സ്ഥലം. ദൂരെയുള്ള ഗ്രാമത്തിൽനിന്നും പാട്ട കൊട്ടുന്ന ശബ്ദം അടുത്തേക്കു വരുന്നു. മനസ്സിലേക്ക് ഓരോതരം ചിന്തകൾ കടന്നുകയറുന്നു. കാശപ്പുല്ലിന്റെ തണ്ടുകൾ കൊണ്ടുണ്ടാക്കിയ ഒട്ടും സുരക്ഷിതമല്ലാത്ത ചുമരുകൊണ്ടു മറച്ച കുടിലിൽ കൊച്ചുകുട്ടികളോടും സ്ത്രീകളോടും കൂടി കഴിയുന്ന ഈ പുരുഷന്മാർക്ക് സാമാന്യത്തിലധികം ധൈര്യമുണ്ട്. ഈ അടുത്ത ദിവസമാണ് ഇതുപോലൊരു മാടത്തിൽനിന്നും ഒരു കുഞ്ഞിനെ പിടിച്ചു കൊണ്ടുപോയത്.

ഇവിടെ ഇവർക്ക് ആരാണ് ആശ്രയം? ഞാൻ ഒരു കാര്യം മനസ്സിലാക്കി. ഇത്തരത്തിൽ ഭയപ്പെടേണ്ട കാര്യങ്ങളെക്കുറിച്ചൊന്നും അവർ ഗൗരവത്തിൽ എടുക്കുന്നില്ല. എന്തെങ്കിലും മുൻകരുതലോടെ ജീവിക്കണം എന്ന ചിന്തയും ഇവർക്കില്ല. വളരെയധികം സമയം തുറന്ന ആകാശത്തിനു കീഴിൽ എല്ലാവരും ഒന്നിച്ച് സംസാരിച്ചുകൊണ്ടിരിക്കുന്നു. സൗകര്യം പോലെ സാവധാനത്തിൽ ഭക്ഷണം പാകം ചെയ്ത് കഴിക്കുന്നു. പേടി എന്നൊരു വികാരം ഇവർക്കില്ല. അതു മനസ്സിലാക്കിയ ഞാൻ അവരോടു പറഞ്ഞു.

“നിങ്ങൾ കുറച്ചു മുൻകരുതലോടെ ഇരിക്കണം. മനുഷ്യരെ പിടിച്ചു തിന്നുന്ന പുലികൾ ഇറങ്ങി നടക്കുന്ന കാര്യങ്ങൾ എല്ലാം കേട്ടില്ലേ? അത്തരം വന്യമൃഗങ്ങളെ നമ്മൾ ഭയപ്പെടുക തന്നെ വേണം. ഒരിക്കൽ

ഇര കിട്ടിയ സ്ഥലത്തേക്ക് പിന്നെയും പിന്നെയും വന്നെത്തുന്ന സ്വഭാവ മുണ്ട് ഈ ജാതി മൃഗങ്ങൾക്ക്. അത്രയ്ക്കാണ് അവറ്റകളുടെ അത്യാഗ്ര ഹം. കുടിലിനു മുന്നിൽ എപ്പോഴും തീ ഇടണം. എല്ലാവരും രാത്രിയാ യാൽ കുടിലിനകത്തു കയറി ഇരിക്കണം. രാത്രികാലങ്ങളിൽ എന്താണു സംഭവിക്കുക എന്ന് നമുക്കൊരിക്കലും പറയാൻ സാധിക്കുകയില്ല."

"എന്റെ ബാബുജീ, ഞങ്ങൾക്ക് ഇതെല്ലാം പരിചിതമായിരിക്കുന്നു. പൂർണ്ണിമ ജില്ലയിൽ എല്ലാ വർഷവും ഞങ്ങൾ നെല്ലു കൊയ്യാൻ പോകാ റുണ്ട്. അവിടെ മലമുകളിൽനിന്നും കാട്ടാനകളാണ് ഇറങ്ങിവരുക. ആ കാടുകൾ ഭീകരങ്ങളാണ്. പ്രത്യേകിച്ചും നെല്ലുവിളഞ്ഞു കിടക്കുമ്പോൾ. ആ സമയത്ത് കാട്ടാനകൾ ഇറങ്ങിവന്ന് വിളവു മുഴുവനും നശിപ്പിക്കും." അവൾ പറഞ്ഞു.

കത്തുന്ന തീയിലേക്ക് കാഞ്ചിമരത്തിന്റെ ഉണങ്ങിയ കമ്പുകൾ എടു ത്തിട്ട് അവൾ കുറച്ചുകൂടി മുന്നിലേക്കു നീങ്ങിയിരുന്നിട്ട് പറഞ്ഞു.

"ആ പ്രാവശ്യം ഞങ്ങൾ അഖിൽ കുച പർവ്വതത്തിന്റെ ചുവട്ടിൽ ആയിരുന്നു. ഇതുപോലൊരു രാത്രി കുടിലിനു മുന്നിൽ ഇരുന്ന് ആഹാരം പാചകം ചെയ്യുകയായിരുന്നു. ആ സമയത്ത് അറിയാതെ ഒന്നു തിരിഞ്ഞു നോക്കി പോയതാണ്. അമ്പത് മുഴം അകലെയായി നാലഞ്ചു കാട്ടാന കൾ നിൽക്കുന്നു. ആ കൂരിരുട്ടിൽ നീലമലപോലെ തോന്നിപ്പിച്ചു. അതെല്ലാം ഞങ്ങളുടെ കുടിലിനു നേർക്കാണ് വരുന്നതെന്ന് തോന്നി. ചെറിയ കുഞ്ഞിനെ ഒക്കത്തെടുത്തുവച്ച് മൂത്ത കുഞ്ഞിന്റെ കൈയും പിടിച്ചു കൊണ്ട് മാടത്തിനകത്തേക്കു കയറി. അടുത്തൊന്നും ഒരു മനുഷ്യജീവി യില്ല. അല്പസമയത്തിനു ശേഷം ഞാൻ പുറത്തിറങ്ങി നോക്കിയപ്പോൾ ആനകൾ കുടിലിനു മുന്നിൽ ഒരേ നില്പാണ്. എന്റെ തൊണ്ടയാകെ വരണ്ടുപോയി. കൂരിരുട്ടുകാരണം ആനകൾക്ക് ഒന്നും വ്യക്തമായി കാണ ാൻ കഴിയുമായിരുന്നില്ല. കാറ്റിന്റെ ഗതി മറ്റൊരു വഴിക്കായതിനാൽ അവർക്ക് മണം പിടിക്കാൻ സാധിച്ചില്ലെന്നു തോന്നുന്നു. എന്തായാലും അവ വേറൊരു വഴിക്ക് തിരിച്ചുപോയി. അത് വല്ലാത്തൊരു അനുഭവമാ യിരുന്നു. ഇവിടത്തേയും സ്ഥിതി വ്യത്യസ്തമല്ല. രാത്രി മുഴുവനും തക രപ്പാട്ട കൊട്ടി ശബ്ദമുണ്ടാക്കിക്കൊണ്ടിരിക്കും. വിറകു പെറുക്കി കൂട്ടി തീ എരിക്കും. അവിടെ ആനയാണെങ്കിൽ ഇവിടെ കാട്ടുപോത്താണ് എന്നതു മാത്രമേ ഒരു വ്യത്യാസം ഉള്ളൂ. ഇപ്പോൾ എല്ലാം ശീലമായി കഴിഞ്ഞിരി ക്കുന്നു."

രാത്രി വളരെ വൈകിയതുകൊണ്ട് ഞാൻ എന്റെ കുടിലിലേക്കു പോന്നു.

പതിനഞ്ചു ദിവസം കഴിഞ്ഞതോടെ ഫുൽകിയ ബയിഹാറിന്റെ മട്ടും മാതിരിയും എല്ലാം മാറി. പൂത്തു നിന്നിരുന്ന കടുകുചെടികൾ ഉണങ്ങാൻ തുടങ്ങി. മണിപൊട്ടി പുറത്തുവരാൻ ആരംഭിച്ചു. എവിടെ നിന്നെന്നറി യില്ല പലതരത്തിലുള്ള ആളുകൾ വന്ന് ആ പ്രദേശം നിറഞ്ഞു. പുർണി യ, മുംഗാർ, ഛാപ്ര എന്നീ പ്രദേശങ്ങളിലുള്ള മാർവാഡി വ്യാപാരികൾ

വലിയ വലിയ ചാക്കുകളും തുലാസും കട്ടികളും എല്ലാമായി വന്ന് തമ്പടിച്ചു തുടങ്ങിയിരിക്കുന്നു. കടുകു വാങ്ങുകയാണ് അവരുടെ ലക്ഷ്യം.

മാർവാഡികളോടൊപ്പം കൂലിപ്പണിക്കാരും വണ്ടിക്കാരുമായി മറ്റൊരു സംഘം ആളുകൾ. ചില്ലറ വ്യാപാരികളുടെ ഒരു സംഘം തന്നെ ഉണ്ട്. പലവിധത്തിലുള്ള ആഹാരസാധനങ്ങളുടെ കച്ചവടം അവിടെ പൊടിപൊടിക്കുന്നുണ്ട്. പൂരി, ലഡു, കച്ചോരി എല്ലാം അവിടെ വാങ്ങാൻ കിട്ടും. വില കുറഞ്ഞ കളിപ്പാട്ടങ്ങൾ, സ്ഫടികപാത്രങ്ങൾ, ചീട്ടിത്തുണികൾ, എന്തിന് സിഗരറ്റുവരെ അവിടെ വിൽക്കുന്നുണ്ട്.

കഴിഞ്ഞ വർഷം കൂടി സന്ധ്യമയങ്ങി കഴിഞ്ഞാൽ പിന്നെ ഫുൽകിയ ബയിഹാറിലെ വനഭൂമിയിൽ കൂടി കുതിരപ്പുറത്തുപോകാൻ പോലും ഭയപ്പെട്ടിരുന്നു. ഈ വർഷം ഇവരുടെ സന്തോഷാതിരേകം കാണുമ്പോൾ ഞാൻ തികച്ചും ആശ്ചര്യഭരിതനാകുന്നു.

നാലുപാടും കളിച്ചു തിമർക്കുന്ന കുട്ടികൾ. വിലകുറഞ്ഞതാണെങ്കിലും കളിപ്പാട്ടങ്ങളുടെ ശബ്ദം. ചിലങ്ക കുലുക്കിക്കൊണ്ടുനടക്കുന്ന നർത്തകമാർ. എന്തെല്ലാം തമാശകളാണ് ആളുകൾ കാണിച്ചു കൂട്ടുന്നത്? സീതാരാമന്മാരുടെ വേഷഭൂഷാദികൾ അണിഞ്ഞ് ആളുകളുടെ കൈയിൽ നിന്നും പൂജയ്ക്കുള്ള സാധനങ്ങൾ ശേഖരിക്കുന്നു. സിന്ദൂരം പൂശിയ ആഞ്ജനേയപ്രതിമ കൈയിൽ പിടിച്ചുകൊണ്ട് ഹനുമാൻസ്വാമിയുടെ പേരിൽ വഴിപാടും ദക്ഷിണയും യാചിച്ചുവാങ്ങുന്നു. ഈ ഉത്സവവേളയിൽ സകലരും സന്തോഷിക്കുന്നു. അതുമാത്രമല്ല, ഓരോരുത്തർക്കും എന്തെങ്കിലും നാലുകാശ് സമ്പാദിക്കുവാനുള്ള അവസരം കൂടിയാണത്.

ഈ പ്രദേശത്തെ ജനസംഖ്യ വളരെ വർദ്ധിച്ചു കഴിച്ചു. പുതിയ പുതിയ കുടിലുകളും കൈയാല പോലുള്ള നീളൻ കുടിലുകളും ഉയർന്നുപൊന്താൻ രാത്രിയുടെ സമയമേ വേണ്ടതുള്ളൂ. കുടിലുണ്ടാക്കാൻ യാതൊരു ബുദ്ധിമുട്ടും ഇല്ല. വനം നിറഞ്ഞു നിൽക്കുന്ന കാശപ്പുല്ല്, കാഞ്ചിമരം. കുടിലുകെട്ടാൻ മറ്റു മരങ്ങൾക്കൊന്നിനും ഒരു ക്ഷാമവും ഇല്ല. ഉണങ്ങിയ പുല്ലുകൾ ചേർത്ത് പിരിച്ചെടുത്ത് നല്ല ഉറപ്പുള്ള കയറുകൾ പിരിക്കാൻ ഇവർക്ക് അറിയാം. മാത്രമല്ല, ഒരു കുടിലു കെട്ടാനുള്ള എല്ലാ പണികളും ഇവർ തന്നെ ചെയ്യുകയും ചെയ്യും.

ഫുൽകിയ തഹസിൽദാർ എന്റെ അടുത്തു വന്നുപറഞ്ഞു.

"ഈ ആളുകളെല്ലാം ഇവിടേക്ക് വരുന്നത് പണം സമ്പാദിക്കാനാണ്. ഇവരുടെ കൈയിൽനിന്നും കരം പിരിച്ചെടുക്കേണ്ടതാണ്. അങ്ങ് ഓഫീസ് തുറന്നിരുന്നാൽ മതി. ഓരോരുത്തരായി ഇവരെ ഞാൻ അങ്ങയുടെ മുന്നിൽ എത്തിച്ചുതരാം. ഓരോരുത്തരും അടയ്ക്കേണ്ട കരം എത്രയെന്ന് തിട്ടപ്പെടുത്തേണ്ടത് അത്യാവശ്യമാണ്.

ഇങ്ങനെ ഒരു നടപടികൊണ്ട് പലതരം ആളുകളെ കാണാനും പരിചയപ്പെടാനും സാധിച്ചു. കാലത്ത് പത്തുമണിവരെ ഓഫീസ് തുറന്നുവയ്ക്കും. ഉച്ചതിരിഞ്ഞ് മൂന്നുമണിക്ക് തുടങ്ങിയാൽ സന്ധ്യ വരെ തുടരും.

ഇവരൊന്നും അധികം നാളുകൾ ഇവിടെ തങ്ങുകയില്ല. കൊയ്ത്തും

മെതിയും വില്പനയും വാങ്ങലും എല്ലാം കഴിഞ്ഞാൽ അവരെല്ലാം പോകും. അതിനുമുമ്പ് അവരിൽനിന്നും തുക പിരിച്ചെടുക്കണം.

ഒരു മാർവാഡി കച്ചവടക്കാരൻ ഒരു കളത്തിൽനിന്നും സാധനങ്ങൾ അളന്നെടുക്കുന്നത് ഞാൻ കണ്ടു. അയാൾ സാധുക്കളായ കർഷകരെ നന്നായി പറ്റിക്കുന്നുണ്ടെന്ന് ഒറ്റനോട്ടത്തിൽ തന്നെ ബോദ്ധ്യമായി. അളവും തൂക്കവും എല്ലാം അയാൾക്ക് തോന്നിയതുപോലെയാണ് ചെയ്യുന്നത്. ഞാൻ പാർവത്യക്കാരനേയും തഹസിൽദാരെയും വിളിച്ചു പറഞ്ഞു.

"എല്ലാ വ്യാപാരികളുടേയും അളവു തൂക്ക ഉപകരണങ്ങളെല്ലാം പരിശോധിക്കണം."

അവർ മൂന്നും നാലും വ്യാപാരികളെ ഇടയ്ക്കിടയ്ക്ക് എന്റെ മുന്നിലേക്കു കൊണ്ടുവരും. അവരെല്ലാം അളവിലും തൂക്കത്തിലും സാധുക്കളെ പറ്റിക്കുന്നവരാണ്. അവരെയെല്ലാം ഞാൻ പുറത്താക്കി. സാധുക്കളായ കൃഷിക്കാർ എത്രമാത്രം കഷ്ടപ്പെട്ട് ഉണ്ടാക്കുന്ന വിളവാണ്; ഈ കള്ളന്മാർ തട്ടിച്ചെടുക്കുന്നത്. എന്റെ അധീനതയിലുള്ള പ്രദേശങ്ങളിൽ ഇത്തരം തട്ടിപ്പുകൾ അനുവദിച്ചുകൊടുക്കാൻ സാധിക്കുകയില്ല.

മാർവാഡിക്കച്ചവടക്കാർക്കു പുറമേ വേറെ ചിലരും ഈ സാധുക്കളുടെ മടിശ്ശീലയുടെ കനം കുറയ്ക്കാൻ ശ്രമിക്കുന്നുണ്ട്. അതിനു വഴിയൊരുക്കുന്ന ധാരാളം ആളുകൾ വേറെ ഉണ്ട്. റൊക്കം പണം കൊടുത്തുകൊണ്ടുള്ള വ്യാപാരം ഇവിടെ വളരെ കുറവാണ്. കൊണ്ടുനടന്നു വിൽക്കുന്നവരുടെ കൈയിൽനിന്നും എന്തെങ്കിലും വാങ്ങിയാൽ അതിനു പകരമായി കൊടുക്കുന്നത് മിക്കവാറും കടുകായിരിക്കും. സാധനത്തിന്റെ വിലയേക്കാൾ എത്രയോ ഇരട്ടിവിലയുള്ള കടുക് അവർ വസൂൽ ചെയ്തിരിക്കും. ഈ സാധുക്കൾ ഇതു മനസ്സിലാക്കുന്നില്ല. അവരെ വളരെ എളുപ്പത്തിൽ പറ്റിക്കാം. നാലിരട്ടി വിലയ്ക്കുള്ള കടുക് എടുത്ത് കൊടുക്കാൻ ഈ നിഷ്കളങ്കർക്ക് യാതൊരു മടിയും ഇല്ല.

പുരുഷന്മാർക്കും വലിയ കാര്യവിവരമൊന്നും ഇല്ല. അവരും ഇഷ്ടം പോലെ സിഗരറ്റും ചെരുപ്പും ഷർട്ടും എല്ലാം വാങ്ങിക്കൂട്ടും. വിളവിന്റെ പണം വീട്ടിലെത്തിയാൽ പെണ്ണുങ്ങളുടെ ബോധവും നഷ്ടപ്പെടും. അവരും നിറമുള്ള തുണിത്തരങ്ങളും വളകളും ഇനാമൽ പാത്രങ്ങളും എല്ലാം വാങ്ങിക്കൂട്ടും. ഒപ്പം മധുരപലഹാരങ്ങളും വേണം. ഇതിനുപുറമേയാണ് വഴിപാടിന്റെ പേരിലുള്ള തട്ടിപ്പുകൾ. പലതരത്തിൽ കരം ഒടുക്കേണ്ട അവസ്ഥയും ഉണ്ട്.

അതികഠിനമായ തണുപ്പിൽ വന്യമൃഗങ്ങളെ ഭയന്ന് നൂറുനൂറായിരം കഷ്ടനഷ്ടങ്ങൾ സഹിച്ച് ഒരു വർഷം മുഴുവൻ കഷ്ടപ്പെട്ട് ഉണ്ടാക്കുന്നവിളവാണ്. കേവലം പതിനഞ്ചു ദിവസത്തെ സന്തോഷത്തിനുവേണ്ടി അതു മുഴുവനും പുകച്ചുകളയാൻ അവർക്ക് യാതൊരു മടിയും ഇല്ല. എന്നാൽ ഇതിനൊരു മറുവശം ഉണ്ട്. അതു കാണാതെ പോയിക്കൂടാ. ഇവരാരും തന്നെ മദ്യപിച്ച് കാശ് നശിപ്പിക്കുന്നില്ല. ഗാംഗോത വിഭാഗക്കാർക്കോ

മൈഥിലി ബ്രാഹ്മണർക്കോ അത്തരം ദുസ്സ്വഭാവം ഇല്ല. 'സിദ്ധി' പലരും ഉപയോഗിക്കുന്നുണ്ട്. അത് പണം കൊടുത്ത് വാങ്ങേണ്ട ആവശ്യമില്ല. ലബ്ടുലിയയിലും ഫുൽകിയയിലും ഇത് കാടുപിടിച്ച് വളർന്നു കിടപ്പുണ്ട്. ഇല പറിച്ചു കൊണ്ടുവന്നാൽ മാത്രം മതി. അത് ആര് ചോദിക്കാനാ?

"ഒരു കച്ചവടക്കാരൻ കരം തരാൻ മടിച്ച് ഓടി രക്ഷപ്പെടുവാൻ ശ്രമിക്കുന്നുണ്ട്. അയാൾ കരം ഒടുക്കാതിരിക്കുന്നതിനുവേണ്ടി കടന്നുകളഞ്ഞു എന്നാണ് തോന്നുന്നത്. അയാളെ പിടിക്കാൻ അങ്ങ് ഉത്തരവ് ഇടുകയാണെങ്കിൽ..."

ഒരു ദിവസം മുനീശ്വർ സിങ് വന്നുപറഞ്ഞു.

"എങ്ങനെയാണ് കടന്നുകളഞ്ഞത്. ഓടിപ്പോയോ?" ഞാൻ വിസ്മയത്തോടെ ചോദിച്ചു.

"അവൻ കുതിര പായുന്നതുപോലെയാണ് ഓടുന്നത് ബാബുജീ, ഇപ്പോൾ അവൻ വലിയ തടാകത്തിന്റെ അക്കര കടന്ന് കാടിനടുത്തെത്തിയിരിക്കും."

"ഇത്തരത്തിലുള്ള കാപട്യക്കാരനാണെങ്കിൽ അവനെ പിടിക്കുക തന്നെ വേണം." അവനെ എങ്ങനെയും പിടിച്ചുകൊണ്ടുവരാൻ ഞാൻ അനുവാദം കൊടുത്തു.

ഒരു മണിക്കൂറിനകം നാലഞ്ചുപേർ ചേർന്ന് ഓടിപ്പോയവനെ പിടിച്ചുകൊണ്ടുവന്ന് എന്റെ മുന്നിൽ നിർത്തി.

ആ മനുഷ്യനെ കണ്ടപ്പോൾ എനിക്ക് ഒരക്ഷരം മിണ്ടാൻ സാധിച്ചില്ല. അയാൾക്ക് അറുപതിനോടടുത്ത പ്രായം കാണും. തല മുഴുവൻ നരച്ചു. കവിളിലെ തൊലി മുഴുവനും ചുക്കിചുളിഞ്ഞിരിക്കുന്നു. മുഖം കണ്ടാലറിയാം നിറച്ചുണ്ടിട്ട് എത്രയോ കാലമായിട്ടുണ്ടെന്ന്. ഫുൽകിയ ബയിഹാറിൽ വന്നതിനുശേഷമാണ് അയാളുടെ വയറ്റിലേക്ക് എന്തെങ്കിലും ചെന്നത്. അയാളെക്കുറിച്ച് പിന്നെയും പല കാര്യങ്ങളും കേട്ടു. വെണ്ണ കക്കുന്ന കണ്ണനായി വേഷം കെട്ടി അയാൾ കുറേയധികം പൈസ സമ്പാദിച്ചുവത്രേ. ഗ്രാന്റ് സായ്പിന്റെ വടവൃക്ഷച്ചുവട്ടിൽ ഒരു കുടിൽ കെട്ടിയായിരുന്നു അയാളുടെ താമസം. ഈ പ്രദേശത്തെ വിളവെടുപ്പ് കഴിഞ്ഞതോടെ ശിപ്പായിമാർ അയാളുടെ അടുത്തുചെന്ന് കരം കൊടുക്കാൻ നിർബ്ബന്ധിച്ചുകൊണ്ടിരുന്നു. വളവിൽ നിന്നുള്ള കരംപിടിക്കലെല്ലാം അവസാനിച്ചു കഴിഞ്ഞു. ഇന്ന് അയാളുടെ കണക്കുകൾ തീർക്കണം എന്നു കരുതിയിരുന്ന ദിവസമായിരുന്നു. ഉദ്യോഗസ്ഥർ അവിടെ എത്തിയപ്പോഴേക്കും അയാൾ കെട്ടും കെട്ടി സ്ഥലം വിട്ടിരുന്നു. മുനീശ്വർ സിങ് കാര്യം എന്താണെന്ന് അന്വേഷിക്കുവാൻ ചെന്നപ്പോൾ അയാൾ ബയിഹാർ വിട്ടു പോകാനുള്ള ഒരുക്കത്തിലാണ്. പൂർണിയ ലക്ഷ്യമാക്കിക്കൊണ്ടാണ് അയാൾ പോകുന്നത്. മുനീശ്വർ പുറകിൽ നിന്നും വിളിച്ചപ്പോൾ അയാൾ കൂടുതൽ വേഗതയിൽ ഓടുകയാണ് ഉണ്ടായത്.

ശിപായിമാരുടെ വാക്കുകൾ എനിക്ക് വിശ്വാസയോഗ്യമായി തോന്നിയില്ല. ഈ പ്രായത്തിൽ ഇയാൾ എങ്ങനെ വെണ്ണക്കള്ളനായ കൃഷ്ണന്റെ വേഷം കെട്ടും? ഇയാളെങ്ങനെ കുതിരയുടെ വേഗതയിൽ പായും?

ഈ പറഞ്ഞ രണ്ടു കാര്യങ്ങളും സത്യമാണെന്ന് അവിടെ കൂടി നിന്നിരുന്നവർ എല്ലാം സത്യം ചെയ്തു പറഞ്ഞു. ഞാൻ അയാളോട് ഗൗരവസ്വരത്തിൽ ചോദിച്ചു.

"നിങ്ങൾക്ക് ഇത്തരത്തിലുള്ള ദുർബുദ്ധി തോന്നാൽ എന്താണ് കാരണം? ജമീന്ദാർക്ക് കരം കൊടുക്കണം എന്ന കാര്യം നിങ്ങൾക്ക് അറിയുകയില്ലേ? ആട്ടെ, നിങ്ങളുടെ പേരെന്താണ്?"

അയാൾ ആലില പോലെ വിറയ്ക്കുകയായിരുന്നു. അത്രയ്ക്ക് ഭയപ്പെട്ടിരുന്നു എന്നത് സത്യമാണ്. എന്റെ ശിപായിമാരോട് എന്തു പറഞ്ഞുവോ അവർ അത് ചെയ്യും. പിടിച്ചുകൊണ്ടുവരാൻ പറഞ്ഞാൽ അവർ കൊണ്ടുവന്നിരിക്കും. ഈ വൃദ്ധനോട് അവർ ദയ കാണിച്ചിട്ടില്ല എന്ന് എനിക്കു മനസ്സിലായി. അയാളുടെ പെരുമാറ്റം കണ്ടാൽ അത് ആർക്കും മനസ്സിലാക്കും.

"എന്റെ പേര് ദശരഥൻ" അയാൾ ഭയന്നു വിറച്ചുകൊണ്ടു പറഞ്ഞു.

"നിങ്ങളുടെ ജാതി ഏതാണ്? വീടെവിടെയാണ്?"

"എന്റെ വീട് മുംഗോർ ജില്ലയിൽ സാഹെബ് പൂരിൽ ആണ്. ജാതിയിൽ ഞങ്ങൾ ഭുംയിഹാരബാദൻ."

"നിങ്ങൾ ഓടിയത് എന്തിനാണ്?"

"ഞാൻ ഓടിയിട്ടില്ല യജമാനനേ... ഞാൻ എന്തിന് ഓടണം?"

"ശരി അങ്ങനെയെങ്കിൽ കരം അടച്ചേക്കൂ!"

"എനിക്ക് ഒന്നും കിട്ടിയിട്ടില്ല. പിന്നെ ഞാൻ എങ്ങനെ കരം അടയ്ക്കും? നൃത്തം ചെയ്തു കാണിച്ചപ്പോൾ കിട്ടിയത് കുറച്ചു കടുകാണ്. അതുവിറ്റിട്ടാണ് ഇത്രയും ദിവസം ആഹാരം കഴിച്ചത്. ഹനുമാൻ സ്വാമിയുടെ കൃപാകടാക്ഷം!"

"ഇയാൾ പറയുന്നതെല്ലാം പച്ചക്കള്ളമാണ് ഒന്നും വിശ്വസിക്കരുത് യജമാനനേ. ഇയാൾ ധാരാളം ധനം സമ്പാദിച്ചിട്ടുണ്ട്. അതെല്ലാം ഇയാളുടെ കൈവശം ഉണ്ട്. അങ്ങു സമ്മതിക്കുകയാണെങ്കിൽ ഞങ്ങൾ ശരീര പരിശോധന നടത്താം."

അയാൾ ഭയന്നുവിറച്ച് കൈകൂപ്പിക്കൊണ്ട് ദയനീയ സ്വരത്തിൽ എന്നോടുപറഞ്ഞു.

"യജമാനനേ എന്റെ കൈയിൽ എന്തെല്ലാമുണ്ടെന്ന് ഞാൻ അങ്ങേക്കു കാണിച്ചുതരാം."

അയാൾ തന്റെ അരയിൽ തിരുകിയിരുന്ന കൊച്ചുതുണി സഞ്ചി പുറത്തെടുത്ത് അതെന്റെ മുന്നിൽ കുടഞ്ഞിട്ടു.

"ഇതു നോക്കിയാട്ടേ യജമാനനേ ആകെ എന്റെ കൈയിൽ ഉള്ളത് പതിമ്മൂന്ന് അണയാണ്. എനിക്ക് സ്വന്തക്കാരായി ആരും തന്നെയില്ല, ഈ വയസ്സുകാലത്ത് എനിക്ക് ഭക്ഷണത്തിനുള്ള വക ആരുതരും? കൊയ്ത്തുകാലത്ത് പാടത്തുപോയി നൃത്തം ചവുട്ടിയാണ് ഇതുതന്നെ നേടുന്നത്. അടുത്തകൊയ്ത്തുകാലം വരെ ഇതുകൊണ്ടുവേണം ജീവിക്കുവാൻ. ഗോതമ്പു കൊയ്യാറാകാൻ ഇനിയും മൂന്നുമാസം കഴിയണം.

അപ്പോൾ എന്തെങ്കിലും കിട്ടുന്നതുവരെ ഇതുകൊണ്ടുവേണം കഴിയാൻ. ഞാൻ എട്ടണ കരമൊടുക്കണമെന്നാണ് ഈ ശിപായിമാർ പറയുന്നത്. അതുകൊടുത്തു കഴിഞ്ഞാൽ പിന്നെ എന്റെ കൈയിൽ ശേഷിക്കുക വെറും അഞ്ചണയാണ്. അഞ്ചണകൊണ്ട് ഞാൻ എങ്ങനെ മൂന്നുമാസം കഴിച്ചുകൂട്ടുമെന്ന് അങ്ങുതന്നെ പറയൂ യജമാനനേ."

"നിങ്ങളുടെ ഭാണ്ഡക്കെട്ടിൽ എന്തൊക്കെയാണുള്ളത് അതു കാണിക്കൂ" ഞാൻ പറഞ്ഞു.

അയാൾ ആ ഭാണ്ഡക്കെട്ട് അഴിച്ചുകാണിച്ചു തന്നു. തകരത്തിന്റെ വക്കുള്ള ഒരു കണ്ണാടി, മയിൽപ്പീലി വച്ചുപിടിപ്പിച്ച ഒരു തകരകിരീടം, കവിളിൽ തേയ്ക്കാനുള്ള ചായം, ഒരു കല്ലുമാല, എല്ലാം കൃഷ്ണവേഷം കെട്ടാനുള്ള സാധനങ്ങളാണ്.

"നോക്കൂ യജമാനനേ, എന്റെ കൈയിൽ ഇപ്പോഴും ഒരു ഓടക്കുഴൽ ഇല്ല. തകരം കൊണ്ടുള്ള ഒരു ഓടക്കുഴലിന് കുറഞ്ഞത് എട്ടണയെങ്കിലും കൊടുക്കണം. ഇവിടെ ആമപ്പുല്ലുകൊണ്ടുള്ള ഓടക്കുഴൽകൊണ്ട് ഒരു വിധം ഒപ്പിച്ചു. ഇവിടെയുള്ളവർ ഗാംഗോത ജാതിക്കാരല്ലേ, ഞങ്ങളുടെ മുംഗോർ ജില്ലയിലുള്ളവരെ അങ്ങനെ പറ്റിക്കുവാൻ കഴിയില്ല. അവർ ബോധമുള്ളവരാണ്. ഓടക്കുഴൽ ഇല്ലെങ്കിൽ അവർ പരിഹസിച്ചുചിരിക്കും."

"ഒരു കാര്യം ചെയ്യാം. നിങ്ങൾക്ക് കരം കൊടുക്കാൻ വയ്യെങ്കിൽ പകരം നൃത്തം ചെയ്തു കാണിക്കൂ!"

ആ പാവത്തിനു സ്വർഗ്ഗം കിട്ടിയ സന്തോഷം. അയാൾ വേഗത്തിൽ മുഖത്തു ചായം തേച്ചു. തലയിൽ മയിൽപ്പീലി വച്ചുകെട്ടി. ഇത്രയും പ്രായമായിട്ടും പന്ത്രണ്ടു വയസ്സായ ബാലനെപ്പോലെ ചാഞ്ഞും ചെരിഞ്ഞും ശരീരമാകെ കുലുക്കിയും അയാൾ ആടുകയും പാടുകയും ചെയ്യുന്നതു കണ്ടപ്പോൾ എനിക്ക് കരയണോ അതോ ചിരിക്കണോ എന്നു മനസ്സിലായില്ല.

എന്റെ ശിപായിമാർ വായപൊത്തി ചിരിക്കുകയാണ്. അവർക്ക് എന്റെ മുന്നിൽ വച്ച് ഉറക്കെച്ചിരിക്കാൻ ധൈര്യമില്ല.

ഇങ്ങനെ വിചിത്രമായ ഒരു നൃത്തം ഞാൻ ഇതുവരെ കണ്ടിട്ടില്ല. യശോദ മാതാവിനെയും കൂട്ടുകാരെയും സങ്കല്പിച്ചുകൊണ്ട് അയാൾ നടത്തിയ അഭിനയം എല്ലാവരെയും ഏറെ ചിരിപ്പിച്ചു. ചിരിച്ചുചിരിച്ച് വയറുവേദനിക്കും എന്ന അവസ്ഥയായി. എന്നാലും കാണേണ്ട ഒരു കാഴ്ച തന്നെയായിരുന്നു അയാളുടെ നൃത്തപ്രകടനം.

നൃത്തം അവസാനിച്ചു. ഞാൻ അയാളെ വേണ്ടതിലധികം പ്രശംസിച്ചു. കൈയടിച്ച് പ്രോത്സാഹിപ്പിക്കുകയും ചെയ്തു.

"ഇത്ര മനോഹരമായ നൃത്തം ഞാൻ ഇതുവരെ കണ്ടിട്ടില്ല ദശരഥാ, നിങ്ങൾ വളരെ ഭംഗിയായി നൃത്തംചെയ്തു. അതുകൊണ്ട് നിങ്ങൾ കരംഒടുക്കേണ്ട കാര്യമില്ല. കൂടാതെ ഇതാ, ഞാൻ നിങ്ങൾക്ക് ഈ ഒരു സമ്മാനം കൂടി തരുന്നു." ഇങ്ങനെ പറഞ്ഞുകൊണ്ട് ഞാൻ അയാളുടെ കൈയിൽ രണ്ടുരൂപ വച്ചുകൊടുത്തു.

ഏകദേശം പത്തുദിവസം കഴിഞ്ഞപ്പോഴേക്കും അവിടത്തെ കൊയ്ത്തിന്റെ ജോലികൾ എല്ലാം അവസാനിച്ചു. ദൂരദേശങ്ങളിൽനിന്നും വന്നവരെല്ലാം അവരവരുടെ നാടുകളിലേക്ക് മടങ്ങിപ്പോയി. ഇവിടത്തെ കർഷകർ മാത്രം ബാക്കിയായി. താല്ക്കാലിക കച്ചവടക്കാരും തമാശകൾ കാണിച്ചു നടന്നിരുന്നവരും നർത്തകരും എല്ലാം പുതിയ മേച്ചിൽപ്പുറങ്ങൾ തേടിപ്പോയി. കൊയ്ത്തുകാരുടെ സംഘം ഇതുവരെ പോകാതെ നിന്നിരുന്നത് ഇവിടത്തെ രസകരമായ കാഴ്ചകൾ ആസ്വദിക്കുന്നതിനുവേണ്ടി ആയിരുന്നു. ഇപ്പോൾ അവരും പോകാൻ തയ്യാറെടുത്തുകൊണ്ട് കുടിലുകൾ പൊളിക്കാൻ തുടങ്ങി.

2

ഒരു ദിവസം വൈകുന്നേരത്തെ പതിവു നടത്തം കഴിഞ്ഞ് തിരിച്ചു പോരുമ്പോൾ എന്റെ പരിചയക്കാരനായ നക്ഛേദി ഭക്തിന്റെ കുടിലിലേക്കു കയറി.

സന്ധ്യമയങ്ങി തുടങ്ങിയിരുന്നു. ചക്രവാളം വരെ നീണ്ടുകിടക്കുന്ന ഫുൽകിയ ബയിഹാറിന്റെ പടിഞ്ഞാറേ ഭാഗത്തെ വനഭൂമിയുടെ ഹരിതരേഖയ്ക്കു കീഴിൽ ചുവന്നു തുടുത്ത വലിയ സൂര്യമണ്ഡലം അസ്തമിക്കുകയാണ്. അതിമനോഹരമാണ് ഇവിടത്തെ അസ്തമയം. ഞാൻ ആ കാഴ്ച ഇടയ്ക്കെല്ലാം നോക്കിനിൽക്കാറുണ്ട്. നക്ഛേദി തട്ടിപ്പിടഞ്ഞെഴുന്നേറ്റ് നെറ്റിയിൽ കൈവച്ച് എന്നെ അഭിവാദനം ചെയ്തു.

"ഏയ് മഞ്ചീ, ബാബുജിക്ക് ഇരിക്കാൻ എന്തെങ്കിലും വിരിച്ചുകൊടുക്ക്." അയാൾ ഉറക്കെ വിളിച്ചു പറഞ്ഞു.

നക്ഛേദിയുടെ കുടിലിൽ പ്രൗഢയായ ഒരു സ്ത്രീയുണ്ട്. അത് അയാളുടെ ഭാര്യയാണെന്ന് ഊഹിക്കുവാൻ യാതൊരു ബുദ്ധിമുട്ടും ഇല്ല. അവർ എല്ലായിപ്പോഴും പുറം പണികൾ ചെയ്തുകൊണ്ടു നടക്കുന്നതു കാണാം. വിറകുശേഖരിക്കുക, അകലെയുള്ള ഭീമാദാസ് ഗ്രാമത്തിൽ പോയി വെള്ളം കോരിക്കൊണ്ടു വരിക തുടങ്ങിയ ജോലികളിൽ വ്യാപൃതയായിരിക്കും എപ്പോഴും.

മഞ്ചി എന്നുവിളിച്ചത് അന്ന് കാട്ടാനയുടെ കഥ വിശദീകരിച്ചു തന്ന സ്ത്രീയെ ആണ്. അവൾ വന്ന് ഉണങ്ങിയ കാശപ്പുല്ലുകൊണ്ട് നെയ്ത ഒരു കൊച്ചുപായ എനിക്ക് ഇരിക്കാനായി നിവർത്തിയിട്ടു തന്നു.

അവൾ ഗ്രാമീണമായ ഉച്ചാരണത്തോടെ എന്നോടു ചോദിച്ചു. "മേള എങ്ങനെയുണ്ടായിരുന്നു ബാബുജീ, പാട്ടും നൃത്തവും ധാരാളം വിനോദപരിപാടികളും ഉണ്ടാകുമെന്ന് ഞാൻ പറഞ്ഞില്ലേ. മേളയ്ക്ക് എന്തെല്ലാം സാധനങ്ങളാണ് എത്തിയത് അല്ലേ, അതുപോട്ടെ ബാബുജി, ഈ വഴിക്കു വന്നിട്ട് കുറച്ചായല്ലോ. ഇരിക്കു ബാബുജീ, ഞങ്ങളും അധികം വൈകാതെ ഇവിടെനിന്നും പോകും."

അവരുടെ കുടിലിനു മുന്നിലുള്ള പകുതി ഉണങ്ങിയ പുല്ലിനു മുക

ളിൽ വിരിച്ച പായയിൽ ഞാൻ ഇരുന്നു. അങ്ങനെ ഇരിക്കുമ്പോൾ സൂര്യൻ അസ്തമിക്കുന്നത് എനിക്കു നേരിട്ടു കാണാൻ സാധിക്കുമായിരുന്നു. വർണ്ണിക്കാനാവാത്ത തരത്തിലുള്ള ശാന്തിയും സ്വച്ഛതയും ആ പ്രദേശം മുഴുവനും നിറഞ്ഞു നിന്നു. വനം മുഴുവനും ഒരു ചുവപ്പു രാശി പടർന്നിരുന്നു.

ഞാൻ, മഞ്ചി ചോദിച്ചതിനു മറുപടി പറയാൻ കുറച്ചുവൈകി എന്നു തോന്നുന്നു. അവൾ പിന്നെയും എന്തോ ചോദിച്ചു. അവളുടെ ഗ്രാമ്യ ഭാഷ എനിക്ക് മനസ്സിലായില്ല. അതു പറയുന്നതിനുപകരം ഞാനവളോടു മറു ചോദ്യം ചോദിച്ചു.

"നിങ്ങൾ നാളെ തന്നെ പോകുമോ?"

"അതെ ബാബൂജീ."

"എവിടേക്കാ നിങ്ങൾ പോകുന്നത്?"

"പൂർണിയായിലെ കിഷൻ ഗഞ്ജിലേക്ക്."

അവൾ സംസാരം അവസാനിപ്പിക്കുവാൻ ഭാവം ഉണ്ടായിരുന്നില്ല. "പാട്ടും നൃത്തവും എല്ലാം എങ്ങനെ ഉണ്ടായിരുന്നു ബാബൂജി, ഇപ്രാവശ്യം വളരെ നല്ല പാട്ടുകാരായിരുന്നു എല്ലാവരും. ഒരാൾ വായകൊണ്ട് ഡോലക് വായിച്ചിരുന്നത് ബാബൂജി കേട്ടോ? എന്തു ഗംഭീരമായിരുന്നു അല്ലേ അത്?"

സാധാരണ പെൺകുട്ടികളെപ്പോലെ പാട്ടും നൃത്തവും ആസ്വദിച്ച് അതിൽ സന്തോഷം കണ്ടെത്തുന്നവളാണ് മഞ്ചിയും എന്ന് എനിക്ക് മനസ്സിലായി. ഓരോ ദിവസവും ആരൊക്കെ എത്ര പാട്ടുകൾ പാടി എത്ര നൃത്തം വച്ചു എന്നതിന്റെ വിവരണം മാത്രമാണ് അവൾ നടത്തിക്കൊണ്ടിരുന്നത്. ഉത്സാഹവും സന്തോഷവും എല്ലാം അവളുടെ വാക്കുകളിൽ നിറഞ്ഞു നിന്നിരുന്നു.

"മതി, മതി. ഇനി ഈ സംസാരം അവസാനിപ്പിച്ചേക്ക്. ബാബുജി കൊൽക്കത്തെയിൽനിന്നും വന്ന ആളല്ലേ. ഇതിനേക്കാൾ എത്രയോ നല്ലത് അദ്ദേഹം അവിടെ കണ്ടിട്ടുണ്ടായിരിക്കും. ഇവൾക്ക് ഇതിനോടെല്ലാം വലിയ ഭ്രമമാണ് ബാബൂജീ. ഇവൾക്കു വേണ്ടിയാണ് ഞങ്ങൾ ഇത്രയും ദിവസം ഇവിടെ താമസിച്ചത്. ഇവൾ വല്ലാതെ നിർബ്ബന്ധം പിടിച്ചു പാട്ടും നൃത്തവും എല്ലാം കഴിഞ്ഞിട്ടുപോയാൽ മതി എന്നു പറഞ്ഞ്. ഈ ആളും ബഹളവും പാട്ടും നൃത്തവും എല്ലാം ഇവൾക്ക് വളരെ ഇഷ്ടമാണ്. കൊച്ചു കുട്ടിയെപ്പോലെ ആണ്. ഇപ്പോഴും കൊഞ്ചൽ മാറിയിട്ടില്ല." നക്ഛേദി പറഞ്ഞു.

മഞ്ചി നക്ഛേദിയുടെ മകളാണെന്നാണ് ഞാൻ കരുതിയിരുന്നത്. അയാളുടെ സംസാരത്തിൽനിന്നും എനിക്ക് അങ്ങനെയാണ് മനസ്സിലാക്കാൻ സാധിച്ചത്. അതുകൊണ്ട് ആരാണെന്ന് ഞാൻ പ്രത്യേകിച്ച് ചോദിച്ചു മനസ്സിലാക്കുക ഉണ്ടായില്ല.

"നിങ്ങളുടെ മകളെ എവിടേക്കാണ് വിവാഹം ചെയ്ത് അയച്ചിരിക്കുന്നത്?" ഞാൻ ചോദിച്ചു.

"എന്റെ മകളോ? എനിക്കെവിടെ മകൾ ബാബൂജീ?" നക്ഛേദി ആശ്ചര്യത്തോടെ ചോദിച്ചു.

"എന്ത്? ഈ മഞ്ചി നിങ്ങളുടെ മകളല്ലേ?"

എന്റെ ചോദ്യം കേട്ട് കൂടുതൽ പൊട്ടിച്ചിരിച്ചത് മഞ്ചിയായിരുന്നു. നക്ഛേദിയുടെ ഭാര്യയും വാ പൊത്തി ചിരിച്ചുകൊണ്ട് കുടിലിനകത്തേക്ക് പോയി.

അപമാനിതനായതുപോലെ നക്ഛേദി പറഞ്ഞു. "മകളൊന്നുമല്ല ബാബൂജീ, അവളെന്റെ രണ്ടാം ഭാര്യയാണ്."

"അവളോ?" ഞാൻ ചോദിച്ചു.

പിന്നെ കുറച്ചു സമയത്തേക്ക് ആരുമൊന്നും മിണ്ടിയില്ല. ഞാൻ ശരിക്കും അമ്പരന്നു പോയി. അതുകൊണ്ടു തന്നെ കുറച്ചു സമയത്തേക്ക് എനിക്ക് ഒന്നും മിണ്ടാൻ സാധിച്ചില്ല.

"തീയിട്ടു തരട്ടെ, വല്ലാത്ത തണുപ്പുണ്ടല്ലോ" മഞ്ചി പറഞ്ഞു.

അതിശക്തമായ മഞ്ഞുണ്ട്. സൂര്യൻ അസ്തമിച്ചതോടെ ഹിമാലയ പർവ്വതം താഴേക്ക് ഇറങ്ങി വരുന്നതുപോലെ അനുഭവപ്പെട്ടു. ആകാശത്തിന്റെ ഒരു ഭാഗം ചുവന്നും മറുഭാഗം ഇരുണ്ടും കാണപ്പെട്ടു.

കുടിലിനു കുറച്ചകലെയുള്ള ഉണങ്ങിയ കാശപ്പുല്ലിനു മഞ്ചി തീ കൊടുത്തു. നിമിഷങ്ങൾക്കകം അടുത്ത പത്തു പന്ത്രണ്ടടി ദൂരത്തെ പുല്ലിനു മുഴുവനും തീ പിടിച്ചു. തീ ആളിക്കത്താൻ തുടങ്ങിയപ്പോൾ ഞങ്ങൾ തീയുടെ സമീപത്തേക്കു നീങ്ങി ഇരുന്നു.

"ബാബൂജീ, ഇവൾ ഇപ്പോഴും കൊച്ചുപെൺകിടാവാണെന്നാണു ഭാവം. മേള സ്ഥലങ്ങളിൽനിന്നും സാധനങ്ങൾ വാങ്ങിക്കൂട്ടുന്നതിൽ ഇവൾക്ക് എന്തൊരു ഭ്രമമാണെന്ന് അറിയാമോ? ഇപ്രാവശ്യം ഏതാണ്ട് പത്തുമന്നോളം കടുക് കൂലിയായി ലഭിച്ചതാണ്. അതിൽ മൂന്ന് മന്ന് അവൾ ചെലവാക്കിക്കളഞ്ഞു. വെറുതെ ഓരോ സാധനങ്ങൾ വാങ്ങിക്കൂട്ടി. എത്ര കഷ്ടപ്പെട്ടിട്ടാണ് എന്തെങ്കിലും കൂലിയായിട്ട് കിട്ടുന്നത്? അതിങ്ങനെ ചെലവാക്കിക്കളയുന്നത് എന്തിനാണെന്ന് ഞാൻ ചോദിച്ചു. അതൊന്നും അവളുടെ തലയിൽ കയറില്ല. സമ്മതം കൊടുത്തില്ലെങ്കിൽ കരയാൻ തുടങ്ങും. ആ കരച്ചിൽ കാണുമ്പോൾ പോയി വാങ്ങിക്കോളാൻ ഞാൻ പറയുകയും ചെയ്യും." നക്ഛേദി പറഞ്ഞു.

യുവതിയായ ഭാര്യ എന്തെങ്കിലും കാര്യങ്ങൾ കരഞ്ഞുകൊണ്ട് ആവശ്യപ്പെടുമ്പോൾ വൃദ്ധനായ ഭർത്താവിന് അരുതെന്ന് വിലക്കാൻ സാധിക്കുമോ? എന്നു ഞാൻ മനസ്സിൽ കരുതി.

"എന്താ? ഇങ്ങനെ? ഗോതമ്പു കൊയ്യാൻ പോകുന്നിടത്ത് മേളയുണ്ടെങ്കിൽ അവിടന്ന് ഞാനൊന്നും വാങ്ങുകയില്ല എന്ന് നിങ്ങൾക്ക് വാക്കു തന്നല്ലോ? ഇവിടെ വളരെ നല്ല സാധനങ്ങൾ കുറഞ്ഞവിലയ്ക്കു കിട്ടിയതു കൊണ്ടല്ലേ ഞാൻ വാങ്ങിയത്?" മഞ്ചി പറഞ്ഞു. നക്ഛേദി കോപത്തോടെ മഞ്ചിക്ക് മറുപടി കൊടുത്തു.

"അതെ വിലക്കുറവ്. എട്ടും പൊട്ടും തിരിയാത്ത പെൺകിടാങ്ങളെ

വിലക്കുറവിന്റെ പേരും പറഞ്ഞ് കച്ചവടക്കാർ മന:പൂർവ്വം പറ്റിക്കുകയാണ്. ലാഭമാണത്രേ ലാഭം! അഞ്ചു സേർ കടുകു കൊടുത്തിട്ട് ഒരു ചീർപ്പു വാങ്ങുന്നത് ശരിക്കും ലാഭമാണല്ലോ."

"ബാബുജീ, കഴിഞ്ഞവർഷം എൺപത്തി മൂന്നാം നമ്പർ രത്തൻ ഗജ്ജിൽ ഗോതമ്പു കൊയ്ത്തു കഴിഞ്ഞിട്ട് ഞാൻ വാങ്ങിയ സാധനങ്ങൾ എല്ലാം കൊണ്ടുവന്നു കാണിക്കാം. അതുനോക്കിയിട്ട് ബാബൂജി തന്നെ പറയൂ. ഞാനിതെല്ലാം ലാഭത്തിനാണോ നഷ്ടത്തിനാണോ വാങ്ങിയതെന്ന്?" മഞ്ചി പറഞ്ഞു.

പറഞ്ഞു തീരുന്നതിനു മുമ്പ് അവൾ കുടിലനകത്തേക്ക് ഓടിപ്പോയി. തിരിച്ചിറങ്ങി വരുമ്പോൾ അവളുടെ കൈയിൽ കാശപ്പുല്ലിന്റെ തണ്ടു കൊണ്ടു മെടഞ്ഞുണ്ടാക്കിയ ഒരു കൂട ഉണ്ടായിരുന്നു. അതിന്റെ അടപ്പു തുറന്ന് അതിലെ സാധനങ്ങൾ ഒന്നൊന്നായി അവൾ എന്റെ മുന്നിൽ നിരത്തി.

"ബാബൂജീ, ഇതു നോക്കൂ. എത്ര വലിയ ചീർപ്പാണ്. അഞ്ചു സേർ കടുകു കൊടുക്കാതെ ഇങ്ങനെ ഒരു ചീർപ്പു കിട്ടുമോ? ഇതിന്റെ നിറം കണ്ടില്ലേ? എന്തൊരു ഭംഗിയാണിതിന്. ഇനി ഈ സോപ്പു നോക്കൂ. എന്തൊരു മണമാണിതിന്? അതിനും വെറും അഞ്ചുസേർ കടുകു മാത്രമേ കൊടുക്കേണ്ടി വന്നുള്ളൂ. ബാബൂജീ, അങ്ങുതന്നെ പറയൂ. ശരിക്കും ലാഭത്തിനല്ലേ ഞാൻ ഇതെല്ലാം വാങ്ങിയത്?"

എനിക്ക് ഈ കച്ചവടം ഒട്ടും ലാഭകരമായി തോന്നിയില്ല. ഇത്തരത്തിലൊരു സോപ്പിന് കൊൽക്കത്തയിൽ ഒരണയിലധികം വിലവരില്ല. അഞ്ചുസേർ പുതിയ കടുകിന് ഏതു കണ്ണുപൊട്ടനും ഏഴര അണ തരും. നിഷ്കളങ്കരായ ഈ കാട്ടുജാതിക്കാർക്ക് ഒരു സാധനത്തിന്റെയും വില അറിയുകയില്ല. ഇവരെ പറ്റിക്കുവാൻ വളരെ എളുപ്പമാണ്.

മഞ്ചി വേറെയും പല സാധനങ്ങളും എടുത്തു കാണിച്ചു. ഓരോ സാധനം കാണിക്കുമ്പോഴും അവളുടെ മുഖത്ത് പുഞ്ചിരി വിടരുമായിരുന്നു. തലമുടിയിൽ കുത്തുന്ന സ്ലൈഡ്, കല്ലുവച്ച മോതിരം, ചീന കളിമണ്ണു കൊണ്ടുണ്ടാക്കിയ പാവ, ഇനാമൽ ചായം പൂശിയ കിണ്ണം, വീതിയുള്ള ചുവന്ന റിബ്ബൺ, പിന്നെയും ഇതുപോലുള്ള സാധനങ്ങൾ.

ഒരു കാര്യം എനിക്കു മനസ്സിലായി. ഏതുദേശത്തെ പെൺകുട്ടികളായാലും അവരുടെ ഇഷ്ടങ്ങൾ ഒരുപോലെയാണ്. വനകുമാരിയായ മഞ്ചിക്കും പരിഷ്കൃതയായ അവളുടെ സഹോദരിയുടെയും ആഗ്രഹങ്ങൾക്കു തമ്മിൽ യാതൊരു വ്യത്യാസവും ഇല്ല. സാധനങ്ങൾ വാങ്ങിക്കൂട്ടുന്നതിലും അധികാരം പിടിച്ചുപറ്റുന്നതിലും അവർ ഒരുപോലെ തന്നെ ആണ്. ആ സ്വഭാവം പ്രകൃതി ദത്തമാണെന്നു പറയാം. കാര്യം ഇങ്ങനെ ആണെന്നിരിക്കേ നക്ഛേദി കോപിച്ചിട്ട് എന്തു ഫലം?

അവസാനം കാണിക്കാമെന്നു പറഞ്ഞ് അവൾ ഒരു സാധനം മറച്ചു പിടിച്ചിരുന്നു. അതെന്താണാവോ?

മഞ്ചി വലിയ സന്തോഷത്തോടെയും അഭിമാനത്തോടെയും കൂടി

അത് പുറത്തെടുത്തു കാണിച്ചു. അതൊരു മണിമാല ആയിരുന്നു. നീലയും മഞ്ഞയും മണികൾ കോർത്തുണ്ടാക്കിയ മാല.

അവളുടെ മുഖത്ത് അപ്പോഴുണ്ടായ സന്തോഷം പറഞ്ഞറിയിക്കുവാൻ വയ്യായിരുന്നു. അതിനനുസരിച്ച അഹങ്കാരവും ഉണ്ടായിരുന്നു. പരിഷ്കാരി പെൺകിടാങ്ങളെ പോലെ മുഖത്തു വിരിയുന്ന ഭാവം മറച്ചുപിടിക്കുവാൻ അവൾക്ക് സാധിക്കുകയില്ലല്ലോ. തനിക്ക് അർഹതയില്ലാത്ത വസ്തു സ്വന്തമായി കിട്ടിയ ഭാവം. അവളുടെ മുഖത്ത് സന്തോഷം നിറഞ്ഞു തുളുമ്പി നിന്നു.

"എങ്ങനെയുണ്ട്.... പറയൂ...."

"വളരെ നന്നായിട്ടുണ്ട്."

"ഇതിനു എന്തു വിലയുണ്ടാകും ബാബുജീ, കൊൽക്കത്തയിൽ ഉള്ളവർ ഇത്തരം മാല ധരിക്കാറില്ലേ?"

"കൊൽക്കത്തയിലെ പെണ്ണുങ്ങളാരും ഇത്തരം മാല ധരിക്കുന്നതായി ഞാൻ കണ്ടിട്ടില്ല. ഇതിന് ആറണയിലധികം വില വരില്ല.

ഇതിന് എന്തു വില കൊടുത്തു? പറയൂ."

"പതിനേഴു സേർ കടുക്. എന്താ ലാഭമല്ലേ?"

അവളെ ശരിക്കും പറ്റിച്ചിരിക്കുന്നു. ഇത്തരം സ്ഥലങ്ങളിൽ അങ്ങനെ സംഭവിച്ചില്ലെങ്കിലല്ലേ അത്ഭുതമുള്ളൂ. ഞാൻ പറഞ്ഞാൽ ഉറപ്പായിട്ടും അവളെ നക്ഛേദി ശകാരിക്കും. ഞാനെന്തിന് അവളുടെ ആഹ്ലാദം നഷ്ടപ്പെടുത്തണം?

അറിയാതെയാണെങ്കിലും ഞാനും ഇതിൽ തെറ്റുകാരൻ തന്നെയാണെന്ന് എനിക്കു തോന്നി. വിൽക്കുന്ന സാധനങ്ങളുടെ വില ഞാൻ അന്വേഷിക്കേണ്ടതായിരുന്നു. എന്നാൽ എനിക്കും ഇതെല്ലാം പുതിയ കാര്യമല്ലേ? ഈ നാട്ടിലെ കാര്യങ്ങളെ കുറിച്ചൊന്നും എനിക്ക് യാതൊരു അറിവും ഉണ്ടായിരുന്നില്ല. കൊയ്ത്തും മെതിയും നടക്കുമ്പോൾ ഇത്തരം മേള നടക്കും എന്നൊന്നും എനിക്കറിയില്ലായിരുന്നു. അടുത്തവർഷം ഇത്തരത്തിൽ തോന്നിയ വിലയ്ക്ക് ആരും വില്ക്കാതിരിക്കാനുള്ള മാർഗ്ഗം കണ്ടെത്തണം.

അടുത്ത ദിവസം രാവിലെ നക്ഛേദി തന്റെ രണ്ടു ഭാര്യമാരേയും മകനേയും കൂട്ടിയാത്രയായി. പോകുന്നതിനുമുമ്പ് നക്ഛേദി കരം അടയ്ക്കാനായി ഓഫീസിലേക്കു വന്നു. മഞ്ചി മണിമാല അണിഞ്ഞിട്ടുണ്ടായിരുന്നു. ചിരിച്ചുകൊണ്ട് അവൾ പറഞ്ഞു.

"ഞങ്ങൾ ഇനിയും വരും. ഭാദ്രമാസത്തിൽ ചോളം വെട്ടാൻ സമയമാകുമ്പോൾ ഞങ്ങൾ വരും. അപ്പോൾ ബാബുജി ഉണ്ടാവില്ലേ? ഞങ്ങൾ കാട്ടുകടുക്കകൊണ്ട് അച്ചാർ ഉണ്ടാക്കും. ചിങ്ങമാസത്തിലാണ് അത് ഉണ്ടാകുക. ഞങ്ങൾ വരുമ്പോൾ ബാബുജിക്കുവേണ്ടി കൊണ്ടുവരാം."

മഞ്ചിയെ എനിക്കു ഇഷ്ടമായി. അവൾ പോയപ്പോൾ ദുഃഖം തോന്നി.

പതിനൊന്ന്

അതിവിചിത്രമായ ഒരു അനുഭവം എനിക്കുണ്ടായി. മോഹൻപുര സംരക്ഷിത വനമേഖലയുടെ തെക്കുവശത്ത് പത്തിരുപത് നാഴിക അകലെയുള്ള ഒരു വലിയ വനം ലേലം ചെയ്യാൻ തയ്യാറാക്കിയിട്ടുണ്ട് എന്ന വിവരം അറിയാൻ കഴിഞ്ഞു. ആ വനപ്രദേശത്ത് സാലവൃക്ഷങ്ങളും ബീഡി തെറുക്കാൻ ഉപയോഗിക്കുന്ന ഇലകളുമുള്ള വൃക്ഷങ്ങളും ധാരാളം ഉണ്ട്. ജില്ല കളക്ടറാണ് സ്ഥലം ലേലം വിളിക്കുന്നത്. എന്റെ പ്രധാന ഓഫീസിലേക്ക് അതിവേഗം വിവരം അറിയിക്കാൻ കമ്പി സന്ദേശം ലഭിച്ചു.

ബീഡിയില വൃക്ഷങ്ങൾ നിറഞ്ഞ വനം ലേലത്തിൽ പിടിക്കാൻ ഞാൻ തന്നെ പോകണമെന്ന് നിർദ്ദേശിച്ചിരുന്നു.

ലേലത്തിൽ പങ്കെടുക്കുവാൻ പോകുന്നതിനുമുമ്പ് ആ വനമേഖല ഒന്നു നേരിട്ടു കാണേണ്ടത് ആവശ്യമാണെന്ന് എനിക്കു തോന്നി. ആ പ്രദേശത്ത് എന്തെല്ലാം ഉണ്ട്, എന്തെല്ലാം ഇല്ല എന്ന് മനസ്സിലാക്കിയിരിക്കണമല്ലോ. അതു വ്യക്തമായും കൃത്യമായും മനസ്സിലാക്കാതെ ലേലത്തിൽ പങ്കെടുക്കുവാൻ ഞാൻ തയ്യാറായിരുന്നില്ല. ലേലത്തിന്റെ ദിവസം അടുത്തടുത്തു വരുന്നു. കമ്പി കിട്ടിയതിന്റെ പിറ്റേ ദിവസം തന്നെ ഞാൻ അങ്ങോട്ടു പുറപ്പെട്ടു.

എന്റെ സഹായികൾ നേരം വെളുക്കുന്നതിനു മുമ്പു തന്നെ പെട്ടിയും കിടക്കയും മറ്റു സാധനങ്ങളുമായി അങ്ങോട്ടു പോയിക്കഴിഞ്ഞിരുന്നു. മോഹൻപുര വനാതിർത്തിയിൽ ഉള്ള കാരോനദി കടക്കുന്ന സമയത്ത് ഞാൻ അവരെ കണ്ടു. അവരോടൊപ്പം ഞങ്ങളുടെ പാർവ്വത്യക്കാരൻ ബൻവാരിലാലും ഉണ്ട്.

വീതിയും ആഴവും ഇല്ലാത്ത ഒരു കാട്ടരുവിയാണ് കാരോ. കഷ്ടിച്ചു

മുട്ടുവരെ വെള്ളം കാണും. പാറക്കെട്ടുകൾക്കിടയിലൂടെ കളകളാരവത്തോടെ ജലം ഒഴുകുന്നു. ഞങ്ങൾ കുതിരപ്പുറത്തുനിന്നും ഇറങ്ങി. പാറയിൽ വഴുക്കലുണ്ട്. കുതിര തെന്നിവീഴാൻ അതുമതി. ഇരുകരയിലുമുള്ള മണൽത്തിട്ടയിലും കുതിരയ്ക്കു കാലുറപ്പിച്ചു നിൽക്കാൻ ബുദ്ധിമുട്ടാണ്. മുട്ടുവരെ മണലിൽ കാല് താണു പോകുന്നുണ്ട്. മറുകരയിലെ ഉറച്ച നിലത്തെത്തിയപ്പോൾ ഏകദേശം പതിനൊന്നുമണിയായി.

"ഇവിടെ നമുക്ക് എന്തെങ്കിലും ആഹാരം പാചകം ചെയ്തു കഴിക്കാം. അതിനു ശേഷം യാത്ര തുടരാം. ഇവിടം വിട്ടാൽ പിന്നെ വെള്ളം കിട്ടുന്ന കാര്യം സംശയമാണ്."

അരുവിയുടെ ഇരുകരയിലും വനമാണ്. സമീപത്തൊന്നും ജനവാസത്തിന്റെ യാതൊരു ലക്ഷണവും ഇല്ല. എന്നാൽ അതിനെ കൊടുംകാട് എന്നൊന്നും പറയാൻ സാധിക്കുകയില്ല. ചെറിയ പ്ലാശ് മരങ്ങളും സാലവൃക്ഷങ്ങളും കേന്ദുകങ്ങളും നിറഞ്ഞ വനം. ചുറ്റും പാറക്കെട്ടുകൾ ഉണ്ട്. മനുഷ്യന്റെ യാതൊരു അടയാളവും ഇല്ല.

ഭക്ഷണം വേഗം പാകം ചെയ്തു കഴിച്ചെങ്കിലും അവിടെനിന്നും പുറപ്പെടാൻ ഒരു മണിയായി. സന്ധ്യ മയങ്ങാൻ തുടങ്ങിയിട്ടും വനത്തിന്റെ അതിർത്തിയിൽ എത്തുന്നതിന്റെ യാതൊരു ലക്ഷണവും കാണുന്നില്ല. ഇനിയും മുന്നോട്ടുപോകുന്നതിൽ അർത്ഥമില്ല. ഇവിടെ എവിടെയെങ്കിലും വിശ്രമിക്കുന്നതായിരിക്കും നല്ലതെന്ന് എനിക്ക് തോന്നി. വഴിമദ്ധ്യേ കുൽപാൽ, ബുരുഡി എന്നീ രണ്ടു ഗ്രാമങ്ങൾ കാണുകയുണ്ടായി. ഉച്ചതിരിഞ്ഞ് മൂന്നു മണിക്കാണ് ഞങ്ങൾ ആ ഗ്രാമത്തിലൂടെ യാത്ര ചെയ്തത്. സന്ധ്യയ്ക്കു മുമ്പ് വനം കടന്നുപോകാൻ സാധിക്കുകയില്ല എന്നു മനസ്സിലായിരുന്നെങ്കിൽ അവിടെ രാത്രി കഴിച്ചുകൂട്ടാമായിരുന്നു.

സന്ധ്യയായതോടെ കാട്ടിൽ ഇരുട്ട് പരക്കാൻ തുടങ്ങി. ആദ്യമാദ്യം ഇടതൂർന്ന വനം ആയിരുന്നില്ല. ഇടയ്ക്കിടയ്ക്ക് പഴുതുകൾ ഉണ്ടായിരുന്നു. വഴിയിലേക്ക് വലിയ വലിയ മരങ്ങൾ ഇറങ്ങി നിൽക്കുന്നു. ഇപ്പോൾ എന്റെ ചുറ്റും വന്മരങ്ങൾ ആകാശത്തെ മറച്ചുകൊണ്ടു നിൽക്കുന്നു. ഇതിനിടയിൽ രാത്രിയുടെ കൂരിരുട്ടുകൂടി ആയാലോ?

തുറന്ന സ്ഥലത്തെ വനഭൂമിയുടെ സൗന്ദര്യം വർണ്ണനാതീതമാണ്. പേരറിയാത്ത വലിയ മരത്തിൽ വെളുത്തപൂക്കൾ കുലകുലയായി വിരിഞ്ഞു നിൽക്കുന്നതിന്റെ സൗന്ദര്യം ഒരു നിമിഷം നോക്കി നിന്നുപോയി. ആരുടെയും കണ്ണിൽ പെടാതെ അതിമനോഹരമായി ഒരുക്കപ്പെട്ടിട്ടുള്ള സൗന്ദര്യം പ്രകൃതി ഒരുക്കിയിട്ടുള്ളത് ആർക്കും വേണ്ടിയാണ്.

"അത് കാട്ടുതേവുഡി പൂക്കളാണ്. ഈ സമയത്ത് കാടുമുഴുവൻ പൂത്തുലഞ്ഞു നിൽക്കും." ബൻവാരിലാൽ പറഞ്ഞു.

ഏതുഭാഗത്തേക്കു നോക്കിയാലും വൃക്ഷത്തലപ്പുകൾ മാത്രമേ കാണാനുള്ളൂ. നേർത്ത നീലനിറം കലർന്ന വെള്ളപ്പൂക്കളുടെ മഹോത്സവം. മരത്തിനുമുകളിൽ ആരോ പഞ്ഞിക്കെട്ട് വച്ചിരിക്കുകയാണോ എന്നു തോന്നും. ഇത് വനം മുഴുവനും ഉള്ള കാഴ്ചയാണ്. ഞാൻ ഇട

യ്ക്കിടയ്ക്ക് കുതിരയെ നിർത്തി ഈ വനസൗന്ദര്യം ആസ്വദിക്കും. ആ സൗന്ദര്യം ചിലപ്പോഴെങ്കിലും മനസ്സിൽ വിഷാദം നിറയ്ക്കും. ഞാൻ പരിഷ്കൃത സമൂഹത്തിൽനിന്നും എത്ര അകലെയാണ്.

വനഭൂമിയുടെ സൗന്ദര്യം ആസ്വദിച്ചു നിന്നതുകൊണ്ട് നേരം കൂടുതൽ വൈകി. പെട്ടുപോയത് ബൻവാരിലാലാണ്. എന്നെ കൂടാതെ പോകാൻ അയാൾക്കു കഴിയുമായിരുന്നില്ല. എന്നാൽ എതിർത്തു പറയുവാൻ ധൈര്യവുമില്ല.

'ഈ ബംഗാളി ബാബുവിന് തലയ്ക്ക് വട്ടാണെ'ന്ന് അയാൾ വിചാരിച്ചു കാണും.

'ഇയാളെക്കൊണ്ട് ജമീന്ദാരി കാര്യങ്ങൾ എങ്ങനെ നടത്തും.'

ഒരു വലിയ വേങ്ങമരത്തിൽ എല്ലാവരും തമ്പടിച്ചു. ഞങ്ങൾ ആകെ പത്തുപേരുണ്ട്.

"ഇവിടെ വലിയ ഒരു അഗ്നികുണ്ഡം ഉണ്ടാക്കാം. എല്ലാവരും ഒരുമിച്ചു ചേർന്നിരിക്കണം. അധികം അകലേക്ക് ആരും പോകരുത്. രാത്രിയിൽ ഈ വനഭൂമിയിൽ പതിയിരിക്കുന്ന ആപത്തുകളെക്കുറിച്ച് ആർക്കും ഒന്നും മുൻകൂട്ടി കാണാൻ സാധിക്കുകയില്ല."

വൃക്ഷച്ചുവട്ടിൽ കസേര നിവർത്തിയിട്ട് ഞാൻ ഇരുന്നു. തലയ്ക്കു മുകളിൽ തുറന്ന നീലാകാശം. ഇപ്പോഴും ഇരുട്ട് ശരിക്കും വ്യാപിച്ചു കഴിഞ്ഞിരുന്നില്ല. പരിസരപ്രദേശത്തുള്ള സകലമരങ്ങളിലും തേവുഡിവള്ളികൾ പടർന്ന് പൂത്തുലഞ്ഞു നിൽക്കുന്നു. എത്രയെന്ന് പറയാൻ സാധിക്കാത്തത്രയും വെളുത്ത പൂക്കൾ. ഞാനിരിക്കുന്നതിനു സമീപത്തായി ഉയരമുള്ള പുല്ലുകൾ ഉണങ്ങി നിൽക്കുന്നു. സ്വർണ്ണനിറമാണ് അതിന്. മണ്ണിന്റെയും ഉണക്കപ്പുല്ലിന്റെയും വനപുഷ്പങ്ങളുടെയും മണം അവിടം മുഴുവൻ നിറഞ്ഞു നിൽക്കുന്നു. മറ്റാരും ഉപദ്രവിക്കുവാനില്ലാതെ വിജനതയിൽ ഇരിക്കുമ്പോഴുള്ള ആനന്ദം അത് അനുഭവിച്ചുതന്നെ അറിയേണ്ടതാണ്. പറഞ്ഞറിയിക്കുവാൻ ആരെക്കൊണ്ടും സാദ്ധ്യമല്ല. അതാണ് ശരിയായ സ്വാതന്ത്ര്യം!

ഈ സമയത്ത് ഞങ്ങളുടെ ഒരു കൂലിക്കാരൻ പാർവ്വത്യക്കാരന്റെ അടുത്തുവന്നു പറഞ്ഞു.

"ഇന്നു കാട്ടിൽ ഉണങ്ങിയ വിറകൊടിക്കുവാൻ പോയപ്പോൾ എന്തോ ഒരു സാധനം കണ്ടു. ഈ പ്രദേശം ഒട്ടും നല്ലതല്ല. ഇത് ഭൂതങ്ങളുടെയും യക്ഷികളുടെയും ആവാസസ്ഥാനമാണെന്നു തോന്നുന്നു. ഇവിടെ നമ്മൾ തമ്പടിക്കേണ്ടായിരുന്നു."

"യജമാനനേ, നമുക്ക് അവിടെ ഒന്നു പോയി നോക്കാം. എന്താണെന്ന് അറിയാമല്ലോ." പാർവ്വത്യക്കാരൻ പറഞ്ഞു. കുറച്ചുനടന്നപ്പോൾ ഒരു സ്ഥലത്തേക്കു ചൂണ്ടിക്കാണിച്ചിട്ട് കൂലിക്കാരൻ പറഞ്ഞു.

"അതാ അവിടേക്കു പോയി നോക്കൂ. ബാബൂജീ എന്നാൽ വളരെ അടുത്തേക്കൊട്ടു പോവുകയും വേണ്ട കെട്ടോ."

വനത്തിനു നടുവിൽ കാട്ടുവള്ളികൾ ചുറ്റിപ്പടർന്നു കയറി ഒരു

സ്തംഭം നിൽക്കുന്നു. അതിനു മുകളിലായി വികലമായ ഒരു തലയുടെ രൂപവും നാട്ടിയിട്ടുണ്ട്. ഇരുട്ടിൽ അതുകണ്ടാൽ ആർക്കായാലും പേടി തോന്നും.

ഇതു മനുഷ്യനിർമ്മിതമാണെന്ന കാര്യത്തിന് യാതൊരു സംശയവും ഇല്ല. ഈ വിജനമായ പ്രദേശത്ത് അതും കാട്ടിൽ ഇങ്ങനെ ഒരു സ്തംഭം ആരുകൊണ്ടു വന്നു വച്ചതായിരിക്കും? എത്ര ആലോചിച്ചിട്ടും ഒരു പിടിയും കിട്ടിയില്ല. ഇതിന് എത്ര കാലത്തെ പഴക്കമുണ്ടെന്ന് അറിയാനും യാതൊരു മാർഗ്ഗവും ഇല്ല.

ആ രാത്രി അവിടെ എങ്ങനെയോ കഴിച്ചുകൂട്ടി എന്നു പറയാം. നേരം പുലർന്നതോടെ ഞങ്ങൾ യാത്ര ആരംഭിച്ചു. ഒമ്പതു മണി ആയപ്പോഴേക്കും ലക്ഷ്യസ്ഥാനത്ത് എത്തുകയും ചെയ്തു.

വനത്തിന്റെ ഇപ്പോഴത്തെ ഉടമസ്ഥനെ കണ്ടുപിടിക്കുവാൻ വലിയ ബുദ്ധിമുട്ടൊന്നും ഉണ്ടായില്ല. അയാളുടെ ജോലിക്കാർ എന്നെ വനം കാണിക്കുന്നതിനുവേണ്ടി കൊണ്ടുപോയി. പെട്ടെന്നാണ് വനമദ്ധ്യത്തിൽ ഇന്നലെ രാത്രി കണ്ടതുപോലെ ഒരു സ്തംഭം കണ്ണിൽപ്പെട്ടത്. സ്തംഭത്തിനു മുകളിൽ വികലമായ മുഖവും ഉണ്ട്.

ഞാൻ ബൻവാരിലാലിന് ആ സ്തംഭം കാണിച്ചുകൊടുത്തു. ഞങ്ങളോടൊപ്പം ഉണ്ടായിരുന്ന ജോലിക്കാരൻ ആ പ്രദേശത്തുകാരൻ തന്നെയാണ്. അയാൾ പറഞ്ഞു.

"ഇതുപോലെ മൂന്നു നാലു സ്തംഭങ്ങൾ ഈ പ്രദേശത്തുണ്ട്. ആദ്യകാലത്ത് ഇവിടെ കാട്ടുജാതിക്കാർ താമസിച്ചിരുന്നു. അവരാണ് ഇതെല്ലാം ഉണ്ടാക്കിവച്ചിട്ടുള്ളത്. അതിരുകൾ അടയാളപ്പെടുത്താൻ ഉള്ളതാണ് ഇത്."

"അത് നിങ്ങൾക്ക് എങ്ങനെ അറിയാം?" ഞാൻ ചോദിച്ചു.

"കാലാകാലങ്ങളായി പറഞ്ഞു കേൾക്കുന്നതാണ് ബാബുജീ. മാത്രമല്ല, ആ കാട്ടുവാസികളുടെ രാജാവ് ഇപ്പോഴും ജീവിച്ചിരിപ്പുണ്ട്."

എന്റെ ജിജ്ഞാസ വർദ്ധിച്ചു.

ഞാൻ തിടുക്കത്തിൽ ചോദിച്ചു.

"എവിടെ?"

അയാൾ വിദൂരതയിലേക്കു വിരൽ ചൂണ്ടിക്കൊണ്ടുപറഞ്ഞു.

ഈ കാടിന്റെ വടക്കുഭാഗത്തുള്ള അതിരിൽ ഒരു കൊച്ചുവീടുണ്ട്. അവിടെയാണ് അവർ താമസിക്കുന്നത്. ഈ പ്രദേശത്തുള്ള സകല ജനങ്ങളും അദ്ദേഹത്തെ ബഹുമാനിക്കുന്നു. അദ്ദേഹം ശക്തനായ രാജാവായിരുന്നു. വടക്ക് ഹിമാലയം, തെക്ക് ഛോട്ട നാഗ്പൂർ, കിഴക്ക് കുശീനദി, പടിഞ്ഞാറ് മുംഗേർ എന്നീ നാലതിർത്തിക്കുള്ളിലെ മുഴുവൻ ഭൂപ്രദേശവും വനപ്രദേശവും അദ്ദേഹവും അദ്ദേഹത്തിന്റെ ബന്ധുക്കളുമാണ് ഭരിച്ചിരുന്നത്.

മുമ്പൊരിക്കൽ എന്റെ ഓഫീസിൽവച്ച് ഗനോരി തിവാരി എന്ന സ്കൂൾ അദ്ധ്യാപകൻ എന്നോട് ഈ കഥ പറഞ്ഞിരുന്നത് എനിക്ക്

ഓർമ്മ വന്നു. ഈ വനപ്രദേശം മുമ്പു ഭരിച്ചിരുന്ന രാജവംശം ഇപ്പോഴും നിലനിൽക്കുന്നുണ്ട് എന്നാണ് അദ്ദേഹം എന്നോടു പറഞ്ഞിരുന്നത്.

വനഭൂമിയുടെ ഉടമസ്ഥന്റെ ജോലിക്കാരന്റെ പേര് ബുദ്ധുസിങ് എന്നാണെങ്കിലും ആൾ ശരിക്കും ബുദ്ധിമാൻ ആണ്. അയാൾ ഇവിടെ ജോലി നോക്കാൻ തുടങ്ങിയിട്ട് വളരെക്കാലമായത്രേ. ഈ പർവ്വതഭൂമിയുടെ സകല ചരിത്രവും അദ്ദേഹത്തിന് വളരെ വ്യക്തമായും കൃത്യമായും അറിയാം. രാജവംശത്തെക്കുറിച്ചുള്ള ചെറുവിവരണം തന്നെ ബുദ്ധുസിങ് നടത്തി.

മുഗൾചക്രവർത്തിമാരുടെ ഭരണകാലത്ത് അവർ മുഗൾ രാജവംശത്തിനെതിരെ യുദ്ധം ചെയ്തിട്ടുണ്ട്. ഈ വനപാതയിലൂടെ മുഗളന്മാർ ബംഗാളിലേക്കു പോകുമ്പോൾ ഇവർ അമ്പും വില്ലും ഉപയോഗിച്ച് അവരെ എതിർത്തു തോല്പിക്കുവാൻ ശ്രമിക്കാറുണ്ട്. എന്നാൽ മുഗളന്മാർ അവരെ തോല്പിച്ചു. അവരുടെ കൊട്ടാരത്തിൽ മുഗളന്മാരുടെ ഉദ്യോഗസ്ഥന്മാർ താമസമാക്കി. അങ്ങനെയാണ് അവർക്ക് അധികാരം നഷ്ടപ്പെട്ടത്.

നല്ല യുദ്ധവീരന്മാരായിരുന്ന ഈ വിഭാഗത്തിന് ഒന്നുമില്ലാതാവാൻ അധികം സമയം വേണ്ടിവന്നില്ല. എന്തെങ്കിലും ബാക്കി ഉണ്ടായിരുന്നെങ്കിൽ അത് 1862 ലെ സന്താൾ കലാപത്തോടുകൂടി മുഴുവനും നഷ്ടമായി. സന്താൾ വിപ്ലവം നയിച്ച ഇക്കൂട്ടരുടെ നേതാവ് ഇപ്പോഴും ജീവിച്ചിരിപ്പുണ്ട്. അദ്ദേഹമാണ് ഇപ്പോഴത്തെ രാജാവ്. അദ്ദേഹത്തിന്റെ പേര് ദോബരുപന്ന വീരവർദി. ഇപ്പോൾ അദ്ദേഹം വൃദ്ധനും ദരിദ്രനും ആണ്. എന്നിട്ടും ഈ പ്രദേശത്തെ എല്ലാ ജാതിക്കാരും അദ്ദേഹത്തെ ബഹുമാനിക്കുന്നു. രാജ്യമില്ലാത്ത രാജാവാണെങ്കിലും രാജകീയ പ്രൗഢി അദ്ദേഹത്തെ വിട്ടൊഴിഞ്ഞ് പോയിട്ടില്ല.

ആ രാജാവിനെ കാണാൻ ഞാനും ആഗ്രഹിച്ചു. രാജാവിനെ മുഖം കാണിക്കാൻ പോകുമ്പോൾ എന്തെങ്കിലും സാധനം കാഴ്ചവയ്ക്കേണ്ടതല്ലേ? പഴങ്ങളും കിഴങ്ങുകളും രണ്ടുവലിയ കോഴിയും അടുത്തഗ്രാമത്തിൽനിന്നും വാങ്ങിക്കൊണ്ടുവന്നു. ജോലി കഴിഞ്ഞപ്പോൾ ഞാൻ ബുദ്ധുസിങ്ങിനോടു പറഞ്ഞു.

“പോകാം. നമുക്ക് പോയി രാജാവിനെ കണ്ടിട്ടുവരാം.” ബുദ്ധുസിങ് വലിയ ഉത്സാഹമൊന്നും കാണിക്കുകയുണ്ടായില്ല. അയാൾ എന്നോടു ചോദിച്ചു.

“അങ്ങ് എന്തിനാണ് അങ്ങോട്ടു പോകുന്നത്? അങ്ങ് അവിടെ പോയി കാണാൻ മാത്രം യോഗ്യതയുള്ള ആളൊന്നുമല്ല ആ രാജാവ്. മലമ്പ്രദേശത്തു കഴിയുന്ന തീർത്തും അപരിഷ്കൃതരായ ഒരു വിഭാഗത്തിന്റെ രാജാവാണ് അയാൾ. അങ്ങയോടൊപ്പമിരുന്ന് സംസാരിക്കുവാനുള്ള അർഹതയൊന്നും അയാൾക്കില്ല. എന്തായാലും അങ്ങോട്ടുപോയി കാണേണ്ടുന്ന കാര്യമൊന്നും ഇല്ല.”

ബുദ്ധുസിങ്ങിന്റെ വാക്കുകൾ ഞാൻ കാര്യമായി എടുത്തില്ല. അയാളെയും കൂട്ടിക്കൊണ്ടു തന്നെ ഞാൻ രാജാവിനെ കാണാൻ പോയി.

രാജധാനി വളരെ ചെറുതാണ്. അവിടെയുള്ള ചെറിയ ചെറിയ മൺകുടിലുകളിൽ ഏകദേശം ഇരുപത്തഞ്ചോളം വീട്ടുകാർ താമസിക്കുന്നു. ഓടുമേഞ്ഞതും വളരെ വൃത്തിയിൽ മെഴുകിയതുമാണ്. ചുമരുകൾ കുമ്മായം പൂശിയതാണ്. ആ ചുമരിൽ സർപ്പം, താമര, വള്ളികൾ എന്നിവയുടെ ചിത്രങ്ങൾ ആലേഖനം ചെയ്തിരിക്കുന്നു. കൊച്ചു കുട്ടികൾ ഒച്ചവെച്ചു കളിച്ചു നടക്കുന്നു. സ്ത്രീകൾ ഓരോ ജോലികളിൽ വ്യാപൃതരാണ്. കൗമാരപ്രായക്കാരും യുവതികളുമായ സ്ത്രീകളുടെ ശരീരം ആരോഗ്യവും സൗന്ദര്യവും തുളുമ്പുന്നതാണ്. മുഖത്തിന് ഒരു പ്രത്യേക ആകർഷണീയത ഉണ്ട്. അവരെല്ലാം എന്നെ അത്ഭുതത്തോടെ നോക്കിക്കൊണ്ട് നിൽക്കുകയാണ്.

"രാജാവ് ഇവിടെ ഉണ്ടോ?" അവിടെ കണ്ട ഒരു സ്ത്രീയോട് ബുദ്ധുസിങ് ചോദിച്ചു.

"ഞാൻ കണ്ടില്ല. വീട്ടിൽ തന്നെ ഉണ്ടാകും. അല്ലാതെ എവിടെ പോകാനാ?" ആ സ്ത്രീ മറുപടി പറഞ്ഞു

2

രാജകൊട്ടാരത്തിനു മുന്നിലാണ് ഞങ്ങൾ വന്നു നിൽക്കുന്നതെന്ന് ബുദ്ധുസിങ്ങിന്റെ ഭാവത്തിൽനിന്നും എനിക്കു മനസ്സിലായി. രാജകൊട്ടാരത്തിന് ഒരു ചുറ്റുമതിൽ ഉണ്ട്. അത് ഒന്നുമാത്രമാണ് കൊട്ടാരത്തെ മറ്റു വീടുകളിൽനിന്നും വ്യത്യസ്തമാക്കുന്നത്.

ഗ്രാമത്തിനു പുറകിലായി വലിയ ഉയരമില്ലാത്ത ഒരു മലയുണ്ട്. ആ മലയിൽ നിന്നാണ് കല്ലുകൾ വെട്ടിക്കൊണ്ടു വരുന്നത്. രാജകൊട്ടാരത്തിൽ ചെറുപ്പക്കാരായ സ്ത്രീ പുരുഷന്മാർ വളരെ അധികം ഉണ്ട്. ചിലരെല്ലാം വളരെ ചെറുപ്പമാണ്.

അവരെല്ലാം കഴുത്തിൽ മുത്തുമാലകളും കണ്ണാടി മണിമാലകളും നീലം ചെടിയുടെ കുരുക്കൾ കൊണ്ടുള്ള മാലകളും ധരിച്ചിരിക്കുന്നു. ചില കുട്ടികൾക്ക് നല്ല മുഖശ്രീ ഉണ്ട്. ബുദ്ധുസിങ്ങിന്റെ വിളികേട്ട് പത്തുപതിനാറു വയസ്സുള്ള ഒരു പെൺകിടാവ് ഓടി പുറത്തേക്കു വന്നു. അപ്രതീക്ഷിതമായി അപരിചിതരായ ഞങ്ങളെ കണ്ട അവൾ ആകെ അന്ധാളിച്ചുപോയി. അവൾ വല്ലാതെ ഭയപ്പെട്ടിരിക്കുന്നു എന്ന് അവളുടെ കണ്ണുകൾ കണ്ടാൽ അറിയാം.

"രാജാവ് എവിടെയാണ്?" ബുദ്ധുസിങ് അവളോടു ചോദിച്ചു.

"ഈ പെൺകുട്ടി ആരാണ്?" ഞാൻ ബുദ്ധുസിങ്ങിനോട് ചോദിച്ചു.

"രാജാവിന്റെ പൗത്രന്റെ മകൾ" ബുദ്ധുസിങ് മറുപടി പറഞ്ഞു.

രാജാവ് ദീർഘായുഷ്മാൻ ആയിരിക്കുന്നതുകൊണ്ട് മക്കൾക്കോ മക്കളുടെ മക്കൾക്കോ ഒന്നും രാജ സിംഹാസനത്തിൽ ഇരിക്കാനുള്ള ഭാഗ്യം ഉണ്ടായില്ല.

“എന്റെ കൂടെ വരൂ. വല്യപ്പൂപ്പൻ മലയുടെ താഴ്‌വാരത്ത് കല്ലിൽ ഇരിക്കുകയാണ്.” ആ പെൺകുട്ടി പറഞ്ഞു.

ഞങ്ങൾക്കു വഴികാണിക്കുന്ന ആ പെൺകുട്ടി തികച്ചും ഒരു രാജ കന്യകയെപ്പോലെ തോന്നിപ്പിച്ചു.

അവളുടെ പൂർവ്വികന്മാർ ഈ വനഭൂമി വളരെയധികം കാലം ഭരിച്ചിട്ടുള്ളവരാണ്. ആ രാജകുലത്തിൽ പിറന്നതുകൊണ്ട് അതിന്റെ ഐശ്വര്യം അവളിൽ പ്രതിഫലിച്ചതിന് അത്ഭുതപ്പെടാനില്ല.

“ഈ പെൺകുട്ടിയുടെ പേരെന്താണെന്ന് ചോദിക്കൂ!” ഞാൻ ബുദ്ധു സിങ്ങിനോടു പറഞ്ഞു.

“അവളുടെ പേര് ഭാനുമതി” ബുദ്ധുസിങ് പറഞ്ഞു.

അതീവ സുന്ദരിയും ആരോഗ്യവതിയുമായ ഒരു കൗമാരക്കാരിയാണ് ഭാനുമതി. എന്നാൽ പരിഷ്കൃത സമൂഹത്തിലെ പെൺകിടാങ്ങൾ ധരിക്കുന്ന വസ്ത്രമല്ല അവൾ ധരിച്ചിരുന്നത്. പരിഷ്കൃത സമൂഹത്തിന്റെ ധാടിയും മോഡിയും ഒന്നും അതിനില്ല. തലമുടി എണ്ണ കാണാതെ പരുപരുത്തിരിക്കുന്നു. കഴുത്തിൽ കണ്ണാടി മണികളും ശംഖും കോർത്തമാല. അകലെയുള്ള വലിയ വൃക്ഷച്ചുവട്ടിൽ ഇരിക്കുന്ന ആളെ അവൾ ചൂണ്ടിക്കാണിച്ചു തന്നു.

“നിങ്ങൾ അങ്ങോട്ടുചെന്നോളൂ. വല്യപ്പൂപ്പൻ പശുവിനെ മേച്ചു കൊണ്ടിരിക്കുകയാണ്.” അവൾ പറഞ്ഞു.

ഞാനാകെ അന്തംവിട്ടുനിന്നുപോയി. ശരിക്കും ഞെട്ടിപ്പോയി എന്നു തന്നെ പറയാം. രാജാവ് പശുവിനെ മേയ്ക്കുകയോ?

ഞാൻ കൂടുതൽ എന്തെങ്കിലും ചോദിക്കുന്നതിനുമുമ്പ് ഭാനുമതി പോയി. ഞങ്ങൾ വൃക്ഷച്ചുവട്ടിലേക്കു നടന്നു. അവിടെ ഒരു വൃദ്ധൻ പച്ചിലയിൽ പുകയില വച്ചു ചുരുട്ടി ഇരുന്ന് വലിക്കുകയാണ്.

“സലാം രാജാ സാഹിബ്” ബുദ്ധുസിങ് പറഞ്ഞു.

രാജാവിന് ചെവി നന്നായി കേൾക്കാമെങ്കിലും കണ്ണിനു കാഴ്ച അത്രയ്ക്കു പോരാ എന്നു തോന്നി.

“ആരാണിത്, ബുദ്ധുസിങ്ങോ? കൂടെ ആരാണ്?” രാജാവ് ചോദിച്ചു.

“ഒരു ബംഗാളിബാബു ആണ്. അദ്ദേഹം അങ്ങനെ കാണാനായി വന്നതാണ്. അദ്ദേഹം കുറച്ചു കാഴ്ചവസ്തുക്കളും കൊണ്ടു വന്നിട്ടുണ്ട്. അങ്ങ് അതെല്ലാം സ്വീകരിച്ചാലും” ബുദ്ധുസിങ് പറഞ്ഞു.

ഞാൻ കൊണ്ടുവന്ന സാധനങ്ങളെല്ലാം അദ്ദേഹത്തിന്റെ മുന്നിലേക്ക് നീക്കിവച്ചു കൊണ്ടുപറഞ്ഞു.

“താങ്കൾ ഈ പ്രദേശത്തിന്റെ രാജാവല്ലേ, അതുകൊണ്ട് അങ്ങയെ ഒന്നു നേരിട്ടു കണ്ടുവണങ്ങാമെന്നു കരുതി. ഞാൻ വളരെ അകലെ നിന്നും വരികയാണ്.”

വൃദ്ധന്റെ നീണ്ടതും ഉറച്ചതുമായ ശരീരം കണ്ടപ്പോൾ തന്റെ യൗവനകാലത്ത് അദ്ദേഹം അതിസുന്ദരനായിരിക്കണം എന്നു തോന്നി. എന്നെ കണ്ടപ്പോൾ അദ്ദേഹത്തിന്റെ മുഖത്ത് സംതൃപ്തിയുടെ ഒരു പുഞ്ചിരി

വിടർന്നു.

"വീട് എവിടെയാണ്?" അദ്ദേഹം ചോദിച്ചു.

"കൊൽക്കത്ത" ഞാൻ പറഞ്ഞു.,

"ഓ അത് വളരെ ദൂരെ ആണല്ലോ. വളരെ നല്ല സ്ഥലമാണെന്ന് കേട്ടിട്ടുണ്ട്."

"താങ്കൾ ഒരിക്കലും പോയിട്ടില്ലേ?"

"ഇല്ല. ഞങ്ങൾക്ക് പട്ടണത്തിലേക്കു പോകാൻ നിവൃത്തിയില്ലല്ലോ. ഞങ്ങൾ ഇവിടെ ഈ വനത്തിൽ സുഖമായി വസിക്കുന്നു. ഇരിക്കൂ.. ഭാനു മതീ... ഭാനുമതീ... ഇവൾ എങ്ങോട്ടു പോയി?"

ഭാനുമതി ഓടിവന്ന് ചോദിച്ചു.

"എന്താ വല്യപ്പൂപ്പാ."

"ഈ ബംഗാളി ബാബുവും അദ്ദേഹത്തിന്റെ കൂടെയുള്ളയാളും ഇന്ന് നമ്മോടൊപ്പം ഇവിടെ താമസിക്കും. അവർക്കുള്ള ഭക്ഷണം തയ്യാറാ ക്കണം."

"അയ്യയ്യോ. അതൊന്നും വേണ്ട. ഒന്നു കാണണം എന്ന ഉദ്ദേ ശ്യത്തോടുകൂടി മാത്രം വന്നതാണ്. ഞങ്ങൾ ഇപ്പോൾത്തന്നെ തിരിച്ചു പോകും." ഞാൻ അദ്ദേഹത്തെ വിലക്കിക്കൊണ്ടു പറഞ്ഞു.

"അങ്ങനെ പറഞ്ഞാൽ ശരിയാവില്ല. ഭാനുമതീ ഇതെല്ലാം എടുത്തു കൊണ്ടുപോ..."

ഞാൻ ആംഗ്യം കാണിച്ചതിൻപ്രകാരം ബൻവാരിലാൽ തന്നെ സാധ നങ്ങളെല്ലാം എടുത്ത് ഭാനുമതിയുടെ പുറകേപോയി. വൃദ്ധന്റെ ക്ഷണം നിസ്സാരമായി തള്ളിക്കളയുവാൻ എനിക്കു മനസ്സുവന്നില്ല. ഓരോ നിമി ഷവും അദ്ദേഹത്തോടുള്ള ഭക്തിയും ബഹുമാനവുംകൊണ്ട് എന്റെ മനസ്സ് നിറഞ്ഞു.

സന്താൾ യുദ്ധം നയിച്ച പുരാതന ആഭിജാത വംശത്തിലെ വീര നായ രാജാവ് ദോബരുപന്നയാണ് അദ്ദേഹത്തോടൊപ്പം താമസിക്കുവാൻ എന്നെ ക്ഷണിക്കുന്നത്. ഏതു ജാതിയിൽ ജനിച്ചവനായാൽ എന്താ അദ്ദേ ഹത്തിന്റെ ക്ഷണം എനിക്കു ഒരു ആജ്ഞപോലെ അനുഭവപ്പെട്ടു.

ആദ്യകാഴ്ചയിൽ തന്നെ രാജാവ് പരമ ദരിദ്രനാണെന്നു മനസ്സിലാ കും. അദ്ദേഹം പശുവിനെ മേയ്ക്കുന്ന കാഴ്ച എന്നെ ശരിക്കും അമ്പര പ്പിച്ചു. ഇതുപോലെ എത്രയെത്ര രാജാക്കന്മാർ അഷ്ടിക്കു വകയില്ലാതെ ഇദ്ദേഹത്തെക്കാൾ മോശമായ അവസ്ഥയിൽ കഴിയുന്നുണ്ട്. പശുപരി പാലനം അത്രമോശമായ ജോലി ഒന്നും അല്ലല്ലോ.

സാലവൃക്ഷത്തിന്റെ ഇലയിൽ പുകയില ചുരുട്ട് ദോബരു രാജാവ് എന്റെ നേരെ നീട്ടി. തീപ്പെട്ടിയൊന്നും അവിടെ ഇല്ല. മരച്ചുവട്ടിൽ കനൽ എരിയുന്നുണ്ട്. അതിൽനിന്നും ഒരില കത്തിച്ച് എന്റെ നേർക്കു നീട്ടി.

"താങ്കൾ ഈ രാജ്യത്തെ അതിപ്രാചീന രാജവംശത്തിലെ ഒരു രാജാ വാണ്. അങ്ങയെ കാണാൻ സാധിച്ചത് വലിയ പുണ്യമായി ഞാൻ കണ ക്കാക്കുന്നു." ഞാൻ വിനയപൂർവ്വം അദ്ദേഹത്തോടു പറഞ്ഞു. "അതി

ലെന്തിരിക്കുന്നു? സൂര്യവംശമാണ് ഞങ്ങളുടേത്. ഈ കാണായ കാടും മലയും ഭൂമിയും എല്ലാം ഞങ്ങളുടെ രാജ്യമായിരുന്നു. എന്റെ യൗവന കാലത്ത് ഞാൻ കമ്പനിയുമായി യുദ്ധം ചെയ്തിട്ടുണ്ട്. ആ യുദ്ധത്തിൽ ഞങ്ങൾ പരാജയപ്പെട്ടു. അതോടെ സകലതും നഷ്ടപ്പെട്ടു. ഇപ്പോൾ പ്രായവും ഒരുപാട് അധികരിച്ചു." ഭോബരു രാജാവ് പറഞ്ഞു.

ഈ വനത്തിനു പുറത്തുള്ള ഒരു കാര്യത്തെക്കുറിച്ചും ദോബരു രാജാവിന് അറിവുണ്ടെന്നു തോന്നുന്നില്ല. എന്തോ ഒന്ന് പറയാൻ ഒരുങ്ങിയപ്പോഴെക്കും ഒരു യുവാവ് അങ്ങോട്ടു വന്നു.

"ഇവൻ ഏറ്റവും ഇളയ പൗത്രനാണ്. പേര് ജഗരുപന്ന. ഇവന്റെ അച്ഛൻ ലഛ്മിപൂരിലെ റാണി മാതാവിനെ കാണാൻ പോയിരിക്കുകയാണ്. മോനേ, ജഗരൂ വേഗം പോയി ബാബുജിക്കു ആഹാരം തയ്യാറാക്കൂ." ദോബരു രാജാവ് പറഞ്ഞു.

ആരോഗദൃഢഗാത്രനായ യുവാവാണ് ജഗരു. കടഞ്ഞെടുത്ത പോലുള്ള ശരീരം. അയാൾ എന്നോടായി ചോദിച്ചു.

"ബാബുജീ, മുള്ളൻ പന്നിയുടെ ഇറച്ചി കഴിക്കുമോ?"

അവൻ തന്റെ മുത്തച്ഛനോടായി ബാക്കി പറഞ്ഞു.

"ഇന്നലെ രാത്രി വനത്തിൽ കെണിവച്ചിരുന്നു. രണ്ടെണ്ണം കുടുങ്ങിയിട്ടുണ്ട്."

ദോബരു രാജാവിന് മൂന്ന് ആൺമക്കളാണ്. അവരുടെ മക്കളും മരുമക്കളും പേരക്കുട്ടികളുമായി ഒരു വലിയ സംഘം ആളുകൾ ഉണ്ട്. രാജകുടുംബാംഗങ്ങൾ എല്ലാവരും ഈ ഗ്രാമത്തിൽ ഒരുമിച്ച് താമസിക്കുന്നു. നായാട്ടും കന്നുകാലി വളർത്തലുമാണ് പ്രധാന ജോലി.

വനത്തിലെ ആദിവാസികളും ഗിരിവർഗ്ഗക്കാരുമെല്ലാം തങ്ങളുടെ ഇടയിലെ വഴക്കുകളും തർക്കങ്ങളും എല്ലാം തീർക്കാനായി രാജാവിന്റെ മുന്നിൽ എത്തും. അവരാരും തന്നെ വെറുംകൈയോടെ വരുന്ന പതിവില്ല. പാല്, ആട്, കോഴി, മാംസം, ഫലമൂലങ്ങൾ എന്നിവയെല്ലാം എല്ലാവരുടെയും കൈയിൽ ഉണ്ടാകും.

"താങ്കൾക്ക് സ്വന്തമായി കൃഷിഭൂമി ഉണ്ടോ? അങ്ങ് കൃഷി ചെയ്യാറുണ്ടോ?" ഞാൻ ചോദിച്ചു.

ദോബരുപന്ന കുറച്ചൊരു അഹങ്കാരം കലർന്ന സ്വരത്തിൽ പറഞ്ഞു.

"നായാട്ടാണ് ഞങ്ങളുടെ കുലധർമ്മം. നായാട്ടിൽ ഞങ്ങളെ വെല്ലാൻ ആരുംതന്നെ ഇല്ല. ഞങ്ങളുടെ അന്തസ്സും അതുതന്നെയാണ്. അമ്പും വില്ലും ഉപയോഗിച്ചു ചെയ്യുന്ന നായാട്ട് ദൈവകാര്യങ്ങൾക്ക് ഉപയോഗിക്കാറില്ല. അത് വീരോചിതം അല്ല. അതിന് ശൂലത്തിന്റെ അറ്റത്തുള്ള കുന്തംകൊണ്ടു വീഴ്ത്തിയ മൃഗംതന്നെ വേണം. കാലം മാറി. ഇപ്പോൾ എല്ലാം ചെയ്യുന്നുണ്ട്. എന്റെ മൂത്തമകൻ എനിക്കൊരു തോക്കുവാങ്ങി കൊണ്ടു തന്നു. ഞാനതെന്റെ കൈകൊണ്ടു തൊട്ടിട്ടില്ല. കുന്തം കൊണ്ടുള്ള നായാട്ടാണ് യഥാർത്ഥ നായാട്ട്."

ഭാനുമതി പിന്നെയും ഞങ്ങളുടെ സമീപത്തേക്കു വന്നു. ഒരു

കൽച്ചട്ടി ഞങ്ങളുടെ മുന്നിൽ കൊണ്ടുവന്നുവച്ചു.

“ഇത് എണ്ണയാണ്. ശരീരത്തിൽ നല്ലതുപോലെ തേച്ചോളൂ. അടുത്തുകൂടി ഒരു അരുവി ഒഴുകുന്നുണ്ട്. വേഗം പോയി കുളിച്ചു വരൂ.” രാജാവു പറഞ്ഞു.

കുളി കഴിഞ്ഞു വന്നപ്പോൾ ഞങ്ങളെ ഒരു മുറിയിലേക്കു കൂട്ടിക്കൊണ്ടുപോയി. ഭാനുമതി ഒരു ചൂരൽ കൊട്ടയിൽ അരിയും മധുരക്കിഴങ്ങും കൊണ്ടുവന്നു വച്ചു. ജഗരു മുള്ളൻ പന്നിയുടെ ഇറച്ചി വൃത്തിയാക്കിക്കൊണ്ടുവന്നു. ഞങ്ങളോടൊപ്പം പാചകം ചെയ്യുന്ന ബ്രാഹ്മണൻ ഉണ്ടായിരുന്നില്ല. അതുകൊണ്ട് ബൻവാരി മധുരക്കിഴങ്ങിന്റെ തോലുകളയാൻ ഇരുന്നു.

ഞാൻ വളരെ പ്രയാസപ്പെട്ട് തീപ്പിടുപ്പിക്കാൻ ശ്രമിച്ചുകൊണ്ടിരുന്നു. വലിയ വിറകിൽ തീപിടിച്ചു കിട്ടാൻ ശരിക്കും പ്രയാസപ്പെട്ടു. എന്നെക്കൊണ്ടു സാധിക്കുന്നില്ല എന്നു കണ്ടപ്പോൾ ഭാനുമതി ഓടിപ്പോയി ഒരു ഉണങ്ങിയ പക്ഷിക്കൂട് എടുത്തുകൊണ്ടു വന്ന് അടുപ്പിനുള്ളിലേക്ക് തള്ളി. നിമിഷങ്ങൾക്കകം തീ ആളിക്കത്തി.

ഭാനുമതി അകന്നു മാറി നിൽക്കുകയാണ്. അവൾ ശരിക്കുമൊരു രാജകുമാരി തന്നെ ആണ്. അത്രയ്ക്ക് കുലീനവും മര്യാദയോടു കൂടിയതുമായ പെരുമാറ്റം.

ഞങ്ങൾ ഭക്ഷണം പാചകം ചെയ്തുകൊണ്ടിരുന്ന മുറിയുടെ വാതിൽക്കൽ ദോബരുപന്ന ഇരിക്കുന്നുണ്ട്. ആതിഥ്യത്തിന് അല്പം പോലും കുറവുവരരുതെന്ന വാശി അദ്ദേഹത്തിന്റെ മുഖത്തു കാണാം. ആഹാരത്തിനു ശേഷം അദ്ദേഹം സംഭാഷണം ആരംഭിച്ചു.

“ഇവിടെ സൗകര്യമുള്ള മുറികൾ ഒന്നും ഇല്ല. അങ്ങേക്കു വലിയ ബുദ്ധിമുട്ടായിക്കാണും അല്ലേ? ഈ മലമുകളിൽ ഞങ്ങളുടെ പിതാമഹന്മാരായ രാജാക്കന്മാരുടെ വലിയ വലിയ വാസസ്ഥാനങ്ങളുടെ ബാക്കിപത്രങ്ങൾ ഇപ്പോഴും അവശേഷിച്ചിട്ടുണ്ട്. ഞങ്ങളുടെ പൂർവ്വികർ അവിടെയാണ് കഴിഞ്ഞിരുന്നതെന്ന് എന്റെ മുത്തച്ഛൻ പറഞ്ഞുതന്നിരുന്നു. ആ കാലമെല്ലാം പോയില്ലേ? അവർ ആരാധിച്ചിരുന്ന ദേവത ഇപ്പോഴും അവിടെ ഉണ്ട്.”

എനിക്ക് വലിയ ഉത്സാഹം തോന്നി. ഞാൻ പറഞ്ഞു.

“നമുക്ക് അവിടെ ഒന്നു പോയി വന്നാലോ? അങ്ങേക്ക് എന്തെങ്കിലും വിരോധമുണ്ടോ?”

“എന്തു വിരോധം? പക്ഷേ, കാണാൻ മാത്രം അവിടെ ഒന്നും ഇല്ല. എങ്കിലും പോകാം. ഞാനും കൂടെ വരാം. ജഗരൂ, നീയും കൂടെ വാ.”

അദ്ദേഹം വരേണ്ടതില്ല എന്ന് ഞാൻ നിർബ്ബന്ധപൂർവ്വം പറഞ്ഞു. പടുവൃദ്ധനായ ആ മനുഷ്യനെ മലമുകളിലേക്കു കയറ്റി കഷ്ടപ്പെടുത്താൻ എന്റെ മനസ്സ് അനുവദിച്ചില്ല. രാജാവ് എന്റെ വാക്കുകൾക്കു യാതൊരു വിലയും കല്പിച്ചില്ല. അദ്ദേഹം ചിരിച്ചുകൊണ്ടുപറഞ്ഞു.

“ആ മലമുകളിലേക്ക് ഞാൻ മിക്കപ്പോഴും കയറിപ്പോകാറുണ്ട്. അവി

ടെയാണ് ഞങ്ങളുടെ വംശത്തിലെ പൂർവ്വികരെ എല്ലാം അടക്കിയിരിക്കുന്നത്. എല്ലാ പൗർണ്ണമി നാളിലും എനിക്ക് അങ്ങോട്ടു പോകേണ്ടതായിട്ടുണ്ട്. ആ സ്ഥലവും കാണിച്ചുതരാം."

കുറച്ചു നടന്നപ്പോൾ അധികം ഉയരമില്ലാത്ത മലനിരകൾ കാണാൻ സാധിച്ചു. ധൻതധരി എന്നാണ് ആ പ്രദേശത്തിന്റെ പേര്. പൂർണ്ണമായും ഹരിതാഭമാണ് ആ പ്രദേശം. നിബിഡവനമൊന്നുമല്ല. വൃക്ഷങ്ങൾ തമ്മിൽ ചെറിയ അകലം ഉണ്ട്. വനവൃക്ഷങ്ങൾക്കു മുകളിൽ ചക്രവാളരേഖ വ്യക്തമായി കാണാം. സാലവൃക്ഷങ്ങളുടേയും പ്ലാശിന്റെയും കൊച്ചു കൊച്ചു തൈകൾ വളർന്നുവരുന്നതേയുള്ളൂ. ഞങ്ങൾ വനമദ്ധ്യത്തിലൂടെയുള്ള നേർത്ത ഒറ്റയടിപ്പാതയിലൂടെ മലമുകളിലേക്കു കയറി.

കുറേ കയറിച്ചെന്നപ്പോൾ ഒരിടത്ത് വലിയ ഒരു കരിങ്കല്ല് വിലങ്ങനെ കുഴിച്ചിട്ടിരിക്കുന്നു. അതിനു താഴെയായി കുശവന്മാർ മൺപാത്രങ്ങൾ ചൂളയ്ക്കുവയ്ക്കാൻ ഉണ്ടാക്കുന്നതുപോലെ ഒരു കുഴി. അതു ചിലപ്പോൾ കുറുക്കന്മാർ മാന്തിമാന്തി ഉണ്ടാക്കിയ മാളമാകാനും സാദ്ധ്യതയുണ്ട്. വലിയ ഗുഹാമുഖമായിരിക്കുവാനും മതി. അതിന്റെ മുന്നിലായി സാലവൃക്ഷത്തൈകൾ കാടുപോലെ പടർന്നു നിൽക്കുന്നു.

"നമുക്ക് ഈ ഗുഹയ്ക്കകത്തേക്ക് കടക്കണം. ഒന്നും പേടിക്കേണ്ട. എന്റെ കൂടെ വന്നാൽ മതി. ജാഗരൂ. നീ മുന്നിൽ നടക്ക്." ഞാൻ ജീവൻ കൈയിൽ പിടിച്ചതുപോലെ നടന്നു. ഗുഹയ്ക്കകം എങ്ങനെ ഇരിക്കും? കടുവയും കരടിയും എല്ലാം കാണുമോ? പാമ്പ് എന്തായാലും ഉണ്ടായിരിക്കും.

ഗുഹയ്ക്കകത്ത് കുറച്ചുദൂരം മുട്ടുകുത്തി നടക്കേണ്ടതായി വന്നു. പിന്നെ നിവർന്നു നിൽക്കാൻ സാധിച്ചു. വലിയ ഇരുട്ടാണ് ഗുഹയ്ക്കകത്ത്. ഇരുട്ടുമായി പരിചയിക്കുവാൻ കുറച്ചു സമയമെടുത്തു. വളരെ വലിയ ഗുഹയാണ് അത്. തുകൽ ഊറയ്ക്കിട്ടതുപോലുള്ള ഗന്ധം ഗുഹയിൽനിന്നും ഉയർന്നു പൊങ്ങുന്നുണ്ട്. വവ്വാലുകളുടെ ചിറകടിയൊച്ച ശരിക്കും ഭയപ്പെടുത്തുന്ന തരത്തിലായിരുന്നു. വവ്വാലിനെ കൂടാതെ മെരുക്, കാട്ടുപൂച്ച, കുറുക്കൻ തുടങ്ങിയ ജീവികളും ഈ ഗുഹയ്ക്കകത്ത് താമസമുണ്ടാത്രെ.

"നമുക്ക് പുറത്തേക്കു പോകാം. ഇവിടെ അധികസമയം നിന്ന് വെറുതെ നേരം വൈകിക്കേണ്ട." ബൻവാരിലാൽ പറഞ്ഞു.

ഇതുതന്നെയാണ് ദോബരുപന്നയുടെ പൂർവ്വികരുടെ കോട്ടയും കൊട്ടാരവും.

സത്യത്തിൽ ഈ ഗുഹ പ്രകൃത്യാ ഇവിടെ ഉള്ളതാണ്. പ്രാചീന കാലത്ത് ഉയർന്നമുഖമുള്ള ഗുഹകളിൽ അഭയം തേടിയാൽ ശത്രുക്കളുടെ ആക്രമണങ്ങളിൽനിന്നും വളരെ എളുപ്പത്തിൽ രക്ഷപ്പെടാൻ സാധിക്കും.

"ഈ ഗുഹയ്ക്ക് രഹസ്യമായ ഒരു മുഖം കൂടിയുണ്ട്. ആ വിവരം ആരോടും പറയരുതെന്നാണ് ഞങ്ങളുടെ കുലത്തിന്റെ നിയമം. ഞങ്ങ

ളുടെ വംശത്തിൽ ജനിച്ച എല്ലാവർക്കും ഈ രഹസ്യ വിവരം അറിയുകയും ചെയ്യും. ഇപ്പോൾ ഈ ഗുഹയ്ക്കകത്ത് ആരും താമസിക്കുന്നില്ലെങ്കിലും ആ നിയമം അതുപോലെ തുടർന്നു പോരുകയാണ്."

ഗുഹയ്ക്കകത്തുനിന്നും പുറത്തുകടന്നപ്പോൾ ശ്വാസം തിരിച്ചുകിട്ടിയതുപോലുള്ള ആശ്വാസം അനുഭവപ്പെട്ടു.

ഞങ്ങൾ പിന്നെയും കുറച്ചുകൂടി മുന്നോട്ടുകയറി. അവിടെ ഏതാണ്ട് ഒരു ബീഘ സ്ഥലത്ത് വളർന്നു പന്തലിച്ചു നിൽക്കുന്ന ഒരു ഭീമൻ വട വൃക്ഷം, അതിന്റെ വേരുകൾ താഴോട്ടിറങ്ങി മലമുകളിൽ മുഴുവനും വ്യാപിച്ചു നിൽക്കുന്നു. ഇത്രയും വലിയ പേരാൽ ഞാൻ കണ്ടിട്ടില്ല.

"ദയവുചെയ്ത് ചെരുപ്പ് അഴിച്ചിട്ടുവരൂ." രാജാവു പറഞ്ഞു. ആ പേരാലിനു ചുവട്ടിൽ വലിയ വലിയ അമ്മിക്കല്ലിന്റെ ആകൃതിയിലുള്ള കല്ലുകൾ സകലയിടത്തും പരന്നു കിടക്കുന്നു.

"ഇതാണ് ഞങ്ങളുടെ സമാധിസ്ഥാനം. ഓരോ കല്ലിനടിയിലും രാജ കുടുംബത്തിലെ ഓരോ വ്യക്തിയും ഉറങ്ങുന്നു.

ഭീമൻ പേരാൽ! അതിനു ചുവട്ടിൽ എണ്ണിയാൽ തീരാത്തത്ര കല്ലുകൾ. ചിലതിന് വളരെയധികം പഴക്കമുണ്ട്. അതിന്റെ ഇടയിലേക്കെല്ലാം ആലിന്റെ വേരുകൾ ഇറങ്ങിയിട്ടുണ്ട്. ചില വേരുകൾ മറ്റൊരു വൃക്ഷം പോലെ ആയിത്തീർന്നിട്ടുണ്ട്. അതിൽനിന്നും ആ സമാധികളുടെ പ്രാചീനത അനുമാനിക്കാവുന്നതാണ്. രാജാവ് പറഞ്ഞു,

"ഈ ഭീമൻ വടവൃക്ഷം ഇവിടെ പണ്ടുണ്ടായിരുന്നതല്ല. ഇവിടെ മറ്റു പല വൃക്ഷങ്ങളും കാടുപിടിച്ച് വളർന്നു നിൽക്കുകയായിരുന്നു. അവിടെ മുളച്ച ഒരു പേരാലിൻതൈ വളർന്നു വലുതായി മറ്റുവൃക്ഷങ്ങളെയെല്ലാം വിഴുങ്ങി. ആ വൃക്ഷത്തിന്റെ അന്നത്തെ തായ്ത്തടി ഇപ്പോൾ ഇല്ല. വേരിറങ്ങി തടിയായി മാറിയതാണ് ഇപ്പോൾ കാണുന്ന വൃക്ഷം. വേരുകൾ വെട്ടി മാറ്റിയാൽ അതിനടിയിൽ എത്രമാത്രം സമാധിക്കല്ലുകൾ ഉണ്ടെന്നു കാണാം. ഒന്നു ചിന്തിച്ചു നോക്കൂ. ഈ സമാധിസ്ഥാനത്തിന് എത്രമാത്രം പഴക്കമുണ്ടെന്ന്." രാജാവ് സംസാരം തുടർന്നു.

സത്യം പറഞ്ഞാൽ ഈ പേരാൽ വൃക്ഷത്തിനു ചുവട്ടിൽ നിന്നപ്പോൾ വിചിത്രമായ ഒരു ചിന്ത എന്റെ മനസ്സിൽ ഉദിക്കുകയുണ്ടായി. അത്തരം ചിന്ത മറ്റൊരിക്കലും എന്റെ മനസ്സിൽ ഉണ്ടായിട്ടില്ല. രാജാവിനെ കണ്ടപ്പോൾ പോലും തോന്നിയില്ല. അദ്ദേഹത്തെ കേവലം ഒരു സന്താൾ വൃദ്ധനെപ്പോലെയാണ് തോന്നിപ്പിച്ചത്. രാജകുമാരിയായ ഭാനുമതി പോലും എന്റെ മനസ്സിൽ ഒരു ചലനവും ഉണ്ടാക്കിയില്ല. രാജകൊട്ടാരം കണ്ടപ്പോഴും എന്റെ മനസ്സിൽ യാതൊരു ചാഞ്ചല്യവും ഉണ്ടായില്ല. അതൊരു ഭൂതസങ്കേതം പോലെയാണ് തോന്നിയത്. എന്നാൽ മലമുകളിലെ ഈ വിശാലമായ അതിപ്രാചീന വടവൃക്ഷത്തിനു ചുവട്ടിലെ സമാധിസ്ഥാനം. എന്റെ മനസ്സിൽ ഇതിനുമുമ്പ് അനുഭവിക്കാത്ത ഒരു അനുഭൂതി ഉണർത്തി.

ഈ സ്ഥലത്തിന്റെ ഗാംഭീര്യവും രഹസ്യവും പ്രാചീനതയും

അവർണ്ണനീയമാണ്. ഇരുട്ടിനു കട്ടികൂടി വരുന്നതിനു മുമ്പ്, രാജസമാധിസ്ഥാനവും വടവൃക്ഷച്ചുവടും ഇരുട്ടിൽ തീരെ കാണാതാകുന്നതിനു മുമ്പ് ആ മലമുകളിൽനിന്നും ഞങ്ങൾ ഇറങ്ങിപ്പോന്നു.

തിരിച്ചുപോരുമ്പോൾ ആ കാട്ടുവഴിയിൽ സിന്ദൂരം തൊടുവിച്ച ഒരു കല്ലുകണ്ടു. അതിനു ചുറ്റുപാടും നട്ടുവളർത്തിയ ചെട്ടിപ്പൂക്കളുടേയും നാലുമണിപ്പൂക്കളുടേയും ചെടികൾ. തൊട്ടുമുന്നിലായി മറ്റൊരു കല്ല്. അതിലും കുങ്കുമം ചാർത്തിയിരിക്കുന്നു. ഈ ദേവസ്ഥാനം ഇവിടെ പ്രതിഷ്ഠിക്കപ്പെട്ടിട്ട് വളരെക്കാലമായി എന്നുപറയപ്പെടുന്നു. രാജവംശത്തിന്റെ കുലദേവതയാണത്രേ. ഇവിടെ നരബലി നടന്നിരുന്ന കാലം വരെ ഉണ്ടായിരുന്നു. മുന്നിൽ കിടക്കുന്ന വലിയ കല്ലിലാണ് നരബലി നടത്തിയിരുന്നത്. ഇപ്പോൾ കോഴിയേയും പ്രാവിനേയും ആണ് ബലി നൽകുന്നത്.

"ഏതു ദൈവമാണ് ഇത്?" ഞാൻ ചോദിച്ചു.

"ടാണ്ഡ്ബാരോ. വനമഹിഷങ്ങളുടെ ദേവത" ദോബരു രാജാവ് പറഞ്ഞു.

അപ്പോഴാണ് കഴിഞ്ഞ മഞ്ഞുകാലത്ത് ഗനു മഹാതോ പറഞ്ഞ കഥയെക്കുറിച്ച് ഞാൻ ഓർമ്മിച്ചത്.

"ഉഗ്രമൂർത്തിയാണ് ടാണ്ഡ്ബാരോ. ഈ ദേവതയുടെ സംരക്ഷണം ഇല്ലായിരുന്നെങ്കിൽ തോലിനും കൊമ്പിനും വേണ്ടി നായാട്ടുകാർ കാട്ടുപോത്തുകളുടെ വംശനാശം തന്നെ വരുത്തിയേനെ. ഈ ദേവതയാണ് അവറ്റകളെ സംരക്ഷിക്കുന്നത്. കെണിയിൽ വീഴുന്നതിനുമുമ്പ് ഈ ദേവത പോത്തുകളുടെ സംഘത്തിനു മുന്നിൽ പോയി നിന്ന് അവരെ തടുത്ത് രക്ഷപ്പെടുത്തും. ഇത്തരം സംഭവങ്ങൾക്കു ധാരാളം ആളുകൾ ദൃക്സാക്ഷികൾ ആയി ഉണ്ട്." രാജാവ് പറഞ്ഞു.

ഈ വനവാസികളുടെ വനദേവതയെ ആധുനികലോകം അംഗീകരിക്കുകയില്ല. ഇത് അന്ധവിശ്വാസമോ ഭാവനയോ അല്ല. സത്യമായ കാര്യമാണ്. കാട്ടുമൃഗങ്ങൾ നിറഞ്ഞ വനത്തിലും മലമുകളിലും സഞ്ചരിച്ചും താമസിച്ചും ഈ പ്രദേശങ്ങളിലെ സൗന്ദര്യം ആസ്വദിച്ചും അവയുടെ നിഗൂഢതകൾ മനസ്സിലാക്കിയതുകൊണ്ടാണ് അത് സത്യമാണെന്ന ചിന്ത എന്റെ മനസ്സിൽ ഉദിച്ചത്.

വളരെ നാളുകൾക്കു ശേഷം കൊൽക്കത്തയിൽ തിരിച്ചെത്തിയപ്പോൾ ഒരു അനുഭവം ഉണ്ടായി. അന്ന് നല്ല ചൂടുള്ള ഒരു ദിവസമായിരുന്നു. ഒരു ദിവസം വലിയ കാലിച്ചന്തയിൽ വച്ച് ഒരു കാഴ്ച കാണാൻ ഇടയായി. ഒരു വണ്ടിക്കാരൻ വലിയ ഭാരം കയറ്റിയ വണ്ടി വലിക്കുന്ന പോത്തുകളെ അവയുടെ തൊലി ഉരിഞ്ഞുപോകുന്ന വിധത്തിൽ പുറം അടിച്ചു പൊളിക്കുന്നു.

ആ സമയത്ത് ഇത്തരത്തിൽ ഒരു ചിന്ത എന്റെ മനസ്സിൽ ഉദയം ചെയ്യുകയുണ്ടായി.

"അല്ലയോ ടാണ്ഡ്ബാരോ ദേവാ, ഈ പാവം മൃഗങ്ങളെ രക്ഷിക്കുവാൻ അങ്ങേക്ക് സാധിക്കുകയില്ലേ? ഇത് ഛോട്ടാ നാഗ്പൂരിലെയോ മദ്ധ്യ

പ്രദേശിലെയെ വനഭൂമിയല്ല. അങ്ങയുടെ കരുണാപൂർണ്ണമായ കൈകൾ കശാപ്പു ചെയ്യപ്പെടുന്ന ഈ സാധുമൃഗങ്ങളെ ഇവിടെ വന്ന് എങ്ങനെ രക്ഷിക്കും? ഇത് ഇരുപതാം നൂറ്റാണ്ടിലെ ആര്യസംസ്കാരത്തിൽ അഭിരമിക്കുന്ന കൊൽക്കത്താ നഗരമേ, പരാജിതനായ ആദിമ രാജാദോബാരുവിനെപ്പോലെ തന്നെ ഇവിടെ നീയും നിസ്സഹായരാണ്."

നവാദയിൽനിന്നും റോഡുമാർഗ്ഗം, സന്ധ്യയ്ക്കു ശേഷം ഞാൻ ഗയയിൽ എത്തിക്കോളാം എന്നു പറഞ്ഞ് യാത്രയായി. ബൻവാരിലാൽ എന്റെ കുതിരയേയും കൊണ്ടു കൂടാരത്തിലേക്കു തിരിച്ചുപോയി. തിരികെ പോരുമ്പോൾ ഭാനുമതി രാജകുമാരിയെ ഒരിക്കൽക്കൂടി കാണുകയുണ്ടായി. ഒരു പാത്രം എരുമപ്പാലും കൈയിൽ പിടിച്ചുകൊണ്ട് അവൾ ഞങ്ങളെ കാത്തുനിന്നിരുന്നു. രാജഗൃഹത്തിനു മുന്നിൽ അവളെ കണ്ടപ്പോൾ സന്തോഷം തോന്നി.

പന്ത്രണ്ട്

ഒരു ദിവസം രാജുപാണ്ഡേ ഓഫീസിലേക്ക് ഒരു വിവരം അറിയിച്ചിരിക്കുന്നു. അയാളുടെ ചീനപ്പുൽ വയലിൽ കാട്ടുപന്നികൾ കൂട്ടംകൂട്ടമായി വന്ന് ആക്രമിക്കുന്നു. രാത്രികാലങ്ങളിൽ കൂട്ടത്തോടെ ഇറങ്ങുന്ന പന്നികളുടെ കൂട്ടത്തിൽ വലിയ പല്ലുകളും തേറ്റകളും ഉണ്ടായിരുന്നതിനാൽ പാട്ട കൊട്ടി ഓടിക്കുവാൻ ശ്രമിക്കുകയല്ലാതെ മറ്റൊരു മാർഗ്ഗവും ഇല്ലത്രേ. ഓഫീസിൽനിന്നും ഇതിനെന്തെങ്കിലും പരിഹാരം കണ്ടില്ലെങ്കിൽ അയാളുടെ കൃഷി മുഴുവനും നശിച്ചുപോകുമെന്ന് അയാൾ ഭയപ്പെടുന്നു.

അന്നു വൈകുന്നേരം ഞാൻ തോക്കുമെടുത്ത് അങ്ങോട്ടുപോയി. രാജുവിന്റെ കുടിലും കൃഷിയിടവും നിബിഡമായ വനത്തിനു നടുവിലാണ്. ആ ഭാഗത്ത് മനുഷ്യവാസം ആരംഭിച്ചിട്ടില്ല. കൃഷിഭൂമിയും വളരെ ചെറുതാണ്. അതുകൊണ്ടാണ് വന്യമൃഗങ്ങൾ ഇത്രയധികം ദ്രോഹം ചെയ്യുന്നത്.

രാജു തന്റെ വയലിൽ ഇരുന്ന് ജോലി ചെയ്യുകയാണ്. എന്നെ കണ്ട മാത്രയിൽ ചെയ്തിരുന്ന ജോലി അവിടെ ഉപേക്ഷിച്ച് എന്റെ അടുത്തേക്കു ഓടിവന്നു. എന്റെ കൈയിൽനിന്നും കുതിരയുടെ കടിഞ്ഞാൺ വാങ്ങിയശേഷം കുതിരയെ അടുത്തുള്ള കടുക്കമരത്തിൽ ബന്ധിച്ചു.

"എന്താ രാജൂ, നിങ്ങളെ പിന്നെ ഓഫീസിലേക്കൊന്നും കണ്ടില്ലല്ലോ. എന്താ വരാതിരുന്നത്?" ഞാൻ അയാളോടു ചോദിച്ചു.

രാജുവിന്റെ കുടിലിനു ചുറ്റും കാശപ്പുല്ല് കാടുപിടിച്ച് വളർന്നു നിൽക്കുന്നു. അവിടവിടെയായി കേന്ദുകമരവും കടുക്ക മരവും വളർന്നു നിൽക്കുന്നു. ഇത്രമാത്രം വിജനമായ സ്ഥലത്ത് ഈ രാജു എങ്ങനെ തനിച്ചു കഴിയുന്നു. വൈകുന്നേരമെങ്കിലും ആരോടെങ്കിലും എന്തെങ്കിലും

മിണ്ടണം എന്നു തോന്നിയാൽ ഒരു മനുഷ്യനും അവിടെയെങ്ങും ഇല്ല. രാജു ശരിക്കും ഒരു അത്ഭുതമനുഷ്യൻ തന്നെ!

"സമയം കിട്ടണ്ടേ? സമയം ഉണ്ടെങ്കിലല്ലേ എങ്ങോട്ടെങ്കിലും പോകാൻ സാധിക്കൂ! കൃഷിയിടത്തിനു കാവലിരുന്ന് എനിക്ക് മടുത്തു. ഇതിനു പുറമേ ഇപ്പോൾ എരുമകളെയും വളർത്തുന്നുണ്ട്."

"രാജൂ, മൂന്നു പോത്തുകളെ പോറ്റാനും ഒന്നര ബീഘ ഭൂമിയിൽ ചീനപ്പുല്ലു കൃഷി ചെയ്യാനും ഇത്രയധികം സമയം വേണോ? അത് ഇത്ര വലിയ ജോലിയാണോ?"

രാജു തന്റെ ദിനചര്യയുടെ പട്ടിക എന്റെ മുന്നിൽ നിരത്തി. അതു കേട്ടു കഴിഞ്ഞപ്പോൾ എനിക്കു മനസ്സിലായി, അയാൾ പറഞ്ഞത് ശരിയാണ്. രാജുവിന് നേരാംവണ്ണം ശ്വാസംവിടാൻ പോലും നേരം കാണുന്നില്ല. വയലിലെ ജോലിക്കു പുറമേ, എരുമയെ തീറ്റാൻ കൊണ്ടുപോകണം. അതിനെ കറക്കണം, പാലു കാച്ചി ഉറയൊഴിച്ച് വെണ്ണ എടുക്കണം. തുടർന്ന് കുളി, പൂജ, വായന, നാമജപം, രാമായണപാരായണം, ഭക്ഷണം പാകം ചെയ്യൽ... ജോലിയുടെ പട്ടിക കേട്ടപ്പോൾ എനിക്കു ശ്വാസം മുട്ടുന്നതുപോലെ തോന്നി.

കഠിനമായി അദ്ധ്വാനിക്കുന്ന ആളാണ് രാജു എന്നതിന് യാതൊരു സംശയവും ഇല്ല. അതിനെല്ലാം പുറമേ, ഇപ്പോൾ രാത്രിയിൽ ഉറക്കമൊഴിച്ചിരുന്ന് പാട്ടകൊട്ടി പന്നിയെ ഓടിക്കയും വേണം.

"പന്നികൾ എപ്പോഴാണ് ഇറങ്ങുന്നത്?" ഞാൻ ചോദിച്ചു.

"സമയം കൃത്യമായി പറയാൻ ഒക്കുകയില്ല ബാബൂജീ, അവിടുന്ന് ഇരുന്നാലും. രാത്രിയായാൽ തീർച്ചയായും വരും. കുറച്ചുകഴിഞ്ഞാൽ വരും. എത്രയെണ്ണം ഉണ്ടാകുമെന്ന് കാണാമല്ലോ."

രാജു ഇവിടെ എങ്ങനെ തനിച്ചു താമസിക്കുന്നു എന്നത് എന്നെ വല്ലാതെ അത്ഭുതപ്പെടുത്തി. ഒരു മനുഷ്യജീവി ഇല്ലാത്ത സ്ഥലം. ഞാനാകാര്യം അയാളോടു ചോദിച്ചു. രാജുവിന്റെ മറുപടി ഇപ്രകാരം ആയിരുന്നു.

"ഇതെല്ലാം പരിചയപ്പെട്ടുപോയി ബാബൂജീ, വളരെക്കാലമായി ഞാൻ തനിച്ചു താമസിക്കുന്നു. ഒറ്റയ്ക്ക് കഴിയുന്നതിൽ എനിക്ക് വിഷമമെല്ലാം ഉണ്ട്. എങ്കിലും ഞാൻ സന്തോഷത്തോടുകൂടിയാണ് ഇവിടെ ഒറ്റയ്ക്കു കഴിയുന്നത്. പകലന്തിയോളം എല്ലുമുറിയെ പണിയെടുക്കും. കഴിയാവുന്നിടത്തോളം സമയം നാമം ജപിക്കും. വളരെ സുഖമായി എന്റെ ഓരോ ദിവസങ്ങളും കടന്നുപോകുന്നു."

രാജു, ഗനുമഹാതോ, ജയപാൽ... ഇതുപോലെ ഉള്ള ആളുകൾ ഇനിയും ധാരാളം ഉണ്ട്. അവരെല്ലാം ഒറ്റയ്ക്കു കഴിയുന്നവരാണ്. അവരുടേത് മറ്റൊരു തരം ലോകമാണ്. ആ ലോകം എനിക്ക് അപരിചിതമാണ്.

സാധാരണ ആളുകളെപ്പോലെ ലൗകിക ജീവിതം ആസ്വദിക്കുവാൻ രാജുവിന് ആഗ്രഹമുണ്ടെന്ന് എനിക്കു മനസ്സിലായി. അയാൾക്ക് നല്ല

ചായ കുടിക്കാൻ ആഗ്രഹമുണ്ട്. എന്നാൽ ഈ കൊടുംകാട്ടിൽ നല്ല ചായയ്ക്കു വേണ്ട വിഭവങ്ങൾ എവിടെനിന്നും ലഭിക്കും? അതു കരുതി ഞാൻ കുറച്ച് തേയിലയും പഞ്ചസാരയും കൊണ്ടുവന്നിരുന്നു.

"രാജു കുറച്ചു ചായ ഉണ്ടാക്കൂ. ചായയ്ക്കു വേണ്ട സാധനങ്ങളെല്ലാം ഞാൻ കൊണ്ടു വന്നിട്ടുണ്ട്." ഞാൻ പറഞ്ഞു. രാജുവിന് സന്തോഷമായി. അയാൾ ഉടനെ തന്നെ മൂന്നുസേർ കൊള്ളുന്ന ഒരു മൊന്തയിൽ വെള്ളം തിളപ്പിക്കാനായി അടുപ്പത്തു വച്ചു. ചായ തയ്യാറായി. ഒഴിച്ചു കുടിക്കാൻ ഒരു ചെറിയ കിണ്ണം മാത്രമേ ഉള്ളൂ. വേറെ ചെറിയ പാത്രങ്ങൾ ഒന്നും തന്നെയില്ല. ആ കിണ്ണത്തിൽ എനിക്കു ചായ പകർന്നു തന്നു. ബാക്കിയുള്ളത് അയാൾ വലിയ മൊന്തയിൽനിന്നും കുടിക്കാൻ തുടങ്ങി.

രാജുവിന് ഹിന്ദി എഴുതാനും വായിക്കാനും അറിയാം. എന്നാൽ ബാഹ്യലോകത്തെക്കുറിച്ച് അയാളുടെ അറിവ് പരിമിതമാണ്. കൊൽക്കത്ത എന്ന പേരു കേട്ടിട്ടുണ്ടെന്നല്ലാതെ അവിടെ പോയിട്ടൊന്നും ഇല്ല. ഡൽഹി, മുംബൈ എന്നീ പട്ടണങ്ങളെക്കുറിച്ചുള്ള അറിവ് കേവലം ചന്ദ്രമണ്ഡലത്തെ എന്നതുപോലെയാണ്. അയാൾ കണ്ടിട്ടുള്ള ഏക നഗരം പൂർണ്ണിയ മാത്രമാണ്. അതു വളരെ വർഷങ്ങൾക്കു മുമ്പ്. കുറച്ചുകാലം മാത്രമേ അവിടെ താമസിച്ചിട്ടുള്ളൂ താനും.

"രാജു മോട്ടോർ വണ്ടി കണ്ടിട്ടുണ്ടോ?" ഞാൻ ചോദിച്ചു.

"ഇല്ല ബാബൂജീ, ഞാൻ കേട്ടിട്ടുണ്ട്. കുതിരയും കാളയും ഒന്നും ഇല്ലാതെ ഓടുന്ന വണ്ടിയാണെന്ന് അറിയാം. അത്തരം വണ്ടികൾ പൂർണ്ണിയായിൽ ധാരാളം ഉണ്ടത്രേ. ഞങ്ങൾ വളരെ കാലമായി അവിടേക്കെല്ലാം പോയിട്ട്. ഞങ്ങൾ നിർദ്ധനരല്ലേ? നഗരത്തിൽ പോകണമെങ്കിൽ കൈയിൽ ധാരാളം പണം വേണ്ടേ?"

"രാജുവിന് പോകാൻ ആഗ്രഹമുണ്ടെങ്കിൽ ഒരിക്കൽ ഞാൻ കൊണ്ടു പോകാം. പൈസയൊന്നും വേണ്ട."

"പട്ടണം എന്നത് ഏറ്റവും ചീത്തസ്ഥലമാണെന്ന് കേട്ടിട്ടുണ്ട്. പട്ടണം എന്നു പറയുന്നത് കള്ളന്മാരുടെയും കൊള്ളക്കാരുടെയും ചൂതുകളിക്കാരുടെയും പിടിച്ചു പറിക്കാരുടെയും സങ്കേതമാണ്. അങ്ങോട്ടു പോയാൽ ജാതിയിൽനിന്നും പുറത്താകും. അവിടെയുള്ള സകലരും തെമ്മാടികളാണ്. എന്റെ ഒരു പരിചയക്കാരൻ കാലിന് അസുഖം വന്നിട്ട് ചികിത്സിക്കാനായി പട്ടണത്തിലേക്കു പോയിരുന്നു. ഡോക്ടർ അയാളുടെ കാലുമുറിച്ചു. എന്നിട്ട് എത്ര രൂപ തരും എന്നു ചോദിച്ചുവത്രേ. പത്തു രൂപ തരാമെന്നു പറഞ്ഞപ്പോൾ ഡോക്ടർ അയാളുടെ കാലിൽ പിന്നെയും മുറിവുണ്ടാക്കി എന്നും ഡോക്ടർ ചോദിക്കുന്ന പൈസ കൊടുത്തിട്ടു പോലും അയാളുടെ കാലുമുറിച്ചു കളഞ്ഞു എന്നും എനിക്ക് അറിയാൻ കഴിഞ്ഞു. ഒന്ന് ആലോചിച്ചു നോക്കൂ. എന്തൊരു കഷ്ടമാണ് ഇതെല്ലാം?"

രാജുവിന്റെ സംസാരം കേട്ട് ചിരിക്കുന്നത് മര്യാദയല്ല എന്ന് എനിക്കു തോന്നി.

രാജുവിന്റെ കുടിലിനു മുന്നിൽ ഒരു വലിയ പനച്ചിമരം നില്പുണ്ട്. ആ മരത്തിനു ചുവട്ടിൽ ഇരുന്നാണ് ഞങ്ങൾ ചായ കുടിക്കുന്നത്. അവിടെ ഇരുന്ന് എങ്ങോട്ടു തിരിഞ്ഞു നോക്കിയാലും നിബിഡവനം മാത്രമേ കാണാൻ സാധിക്കൂ! വൻ വൃക്ഷങ്ങളിൽ വള്ളികൾ പടർന്നു കയറിയിരിക്കുന്നു. പൂക്കളുടെ സുഗന്ധം അവിടെയെല്ലാം നിറഞ്ഞു നിൽക്കുകയാണ്.

"രാജു എന്താ ഭാര്യയെ ഇങ്ങോട്ടു കൊണ്ടുവരാത്തത്? അങ്ങനെയെങ്കിൽ വയലിലെ ജോലി കഴിഞ്ഞാൽ പിന്നെ ഭക്ഷണം ഉണ്ടാക്കേണ്ട ഉത്തരവാദിത്വം ഉണ്ടാവുകയില്ലല്ലോ. ആഹാരം ഭാര്യ പാചകം ചെയ്തു തരില്ലേ?"

"എന്റെ ഭാര്യ മരിച്ചിട്ട് പത്തു പതിനെട്ടു വർഷമായി. അതിനുശേഷം എനിക്കു വീട്ടിലേക്കു പോകണമെന്ന് തോന്നാറില്ല. വീടിനോട് യാതൊരു താല്പര്യവും തോന്നാറില്ല എന്നതാണ് സത്യം."

രാജുവിന്റെ ജീവിതത്തിൽ പ്രണയത്തിനും ഒരു സ്ഥാനമുണ്ടായിരുന്നു എന്ന് എനിക്ക് ചിന്തിക്കാൻ പോലും സാധിക്കുന്നില്ല. എന്നാൽ തുടർന്ന് രാജു പറഞ്ഞ കാര്യങ്ങൾ കേട്ടപ്പോൾ ആ അനുഭവത്തെ അതേ പേരു കൊണ്ടുതന്നെ അറിയണം എന്ന് എനിക്കു തോന്നി.

രാജുവിന്റെ ഭാര്യയുടെ പേര് സർജ്ജു (അതായത് സരയൂ) എന്നായിരുന്നു. രാജുവിന് പതിനെട്ടും സരയൂവിന് പതിനാലും വയസ്സു പ്രായമുള്ളപ്പോൾ വടക്കേധരംപൂരിൽ സരയൂവിന്റെ അച്ഛന്റെ സംസ്കൃത പാഠശാലയിൽ രാജു വ്യാകരണം പഠിക്കാൻ പോയി.

"അവിടെ എത്രകാലം പഠിച്ചു?"

"അധിക കാലമൊന്നും ഉണ്ടായില്ല. ഒരു വർഷം മാത്രം. എന്നാൽ പരീക്ഷ എഴുതാൻ സാധിച്ചില്ല. അവിടെ വച്ചാണ് ഞങ്ങൾ തമ്മിൽ കണ്ടതും പരിചയപ്പെട്ടതും ക്രമേണ ആ പരിചയം...."

രാജു ഒന്നു ചുമച്ചു. പിന്നെ അയാൾ നിശ്ശബ്ദനായി. ഞാൻ അയാളെ പ്രോത്സാഹിപ്പിച്ചു.

"പറയൂ! പിന്നീട് എന്തുണ്ടായി?"

"ബാബുജീ, അവളുടെ അച്ഛൻ എന്റെ അദ്ധ്യാപകനല്ലേ, ഞാനെങ്ങനെ അദ്ദേഹത്തോട് ഈ കാര്യം പറയും? കാർത്തികമാസത്തിലെ ഒരു അവധി ദിവസം എന്തോ പൂജ നടക്കുകയായിരുന്നു.

സരയൂ മനോഹരമായ മഞ്ഞസാരി ഉടുത്ത് കുശീനദിയിൽ കുളിക്കാൻ പോവുകയായിരുന്നു. അവളോടൊപ്പം ധാരാളം കൂട്ടുകാരികളും ഉണ്ടായിരുന്നു. ഞാൻ..."

രാജു പിന്നെയും ചുമച്ചു. അയാൾ സംസാരം നിർത്തി. ഞാൻ പിന്നെയും പ്രോത്സാഹിപ്പിച്ചു.

"അവളെ കാണുന്നതിനു വേണ്ടി ഞാനൊരു മരത്തിനു മറവിൽ ഒളിച്ചു നിന്നു. അവളുടെ കല്യാണക്കാര്യം ആലോചിക്കുന്നുണ്ടെന്ന് അറിയാൻ കഴിഞ്ഞിരുന്നു. കാർത്തികമാസത്തിലെ ഛട്ടപൂജ ദിവസം പെൺകു

ട്ടികൾ വിളക്കും പൂക്കളും മറ്റുമുള്ള തട്ടുകൾ നദിയിലെ വെള്ളത്തിൽ ഒഴുക്കുന്ന ഒരു ചടങ്ങുണ്ടല്ലോ. സരയുവും കൂട്ടുകാരും പാട്ടുപാടി എന്റെ മുന്നിൽ വന്നുനിന്നു. ഞാൻ മരം മറഞ്ഞു നിൽക്കുന്നത് അവർ കണ്ടു. അവൾ എന്നെ നോക്കി ചിരിച്ചു. ഞാനും ചിരിച്ചു. ഒന്നു പുറകോട്ടു നീങ്ങി നിൽക്കാനായി ഞാൻ കൈകൊണ്ട് ആംഗ്യം കാണിച്ചു. ഇപ്പോഴല്ല. തിരിച്ചു പോകുമ്പോൾ എന്ന് അവളും ആംഗ്യരൂപേണ എന്നെ അറിയിച്ചു."

ഈ കാര്യങ്ങൾ വിവരിക്കുമ്പോൾ രാജുവിന്റെ അമ്പത്തിരണ്ടു വയസ്സു പ്രായമുള്ള മുഖത്ത് ഇരുപതു വയസ്സുള്ള യുവാവിന്റെ ലജ്ജ തെളിഞ്ഞു കാണായി. ആ കണ്ണുകൾ സ്വപ്നം കാണുന്നുണ്ടായിരുന്നു. ആ പതിന്നാലുകാരി സരയൂ ഇന്ന് ഈ ഭൂമിയിൽ ഇല്ല. എന്നിട്ടും ആ മനുഷ്യന്റെ മനസ്സ് അവളെ കുറിച്ചോർത്ത് വിഷമിച്ചുകൊണ്ടിരുന്നു.

രാജുവിന്റെ കഥ എന്നെ വല്ലാതെ ആകർഷിച്ചു. എനിക്കതു കേൾക്കാൻ വല്ലാത്ത ഉത്സാഹം തോന്നി. ഞാൻ ചോദിച്ചുകൊണ്ടിരുന്നു.

"എന്നിട്ടെന്തുണ്ടായി?"

തിരിച്ചു പോരുമ്പോൾ ഞങ്ങൾ പരസ്പരം കണ്ടു. അവൾ കൂട്ടുകാരികളിൽനിന്നും കുറച്ചകന്നാണ് നടന്നിരുന്നത്. ഞാൻ അവളോടു പറഞ്ഞു.

'സരയൂ, എനിക്ക് വലിയ വിഷമമുണ്ട്. നിന്നെ കാണാൻ കഴിയാത്തതുകൊണ്ട് എനിക്ക് ശരിക്കു പഠിക്കുവാൻ സാധിക്കുന്നില്ല. ഇങ്ങനെ കഴിയുന്നത് എന്തിനാണ്? ഞാൻ പഠനം അവസാനിപ്പിച്ച് പോവുകയാണ്. ഈ മാസാവസാനത്തോടെ ഞാൻ പഠിപ്പു നിർത്തി പോകും.'

അതുകേട്ടതും അവൾ കരയാൻ തുടങ്ങി. അവൾ പറഞ്ഞു.

'അച്ഛനോടു പറയൂ. അച്ഛനോടു പറയാൻ എന്തിനാണ് മടിക്കുന്നത്?'

സരയുവിന്റെ കരച്ചിൽ കണ്ട് ഞാനാകെ തകർന്നു പോയി. എനിക്ക് ഈ കാര്യം എന്റെ അദ്ധ്യാപകനോടു പറയാൻ ഒരിക്കലും സാധിക്കുകയില്ല. എന്നാൽ സരയുവിന്റെ കണ്ണുനീർ! രണ്ടും കല്പിച്ച് ഞാൻ അദ്ദേഹത്തോടുകാര്യം പറഞ്ഞു.

എന്നാൽ വിവാഹത്തിനു വലിയ തടസ്സം ഒന്നും ഉണ്ടായില്ല. സ്വന്തം ജാതി, സ്വന്തം വർഗ്ഗം അങ്ങനെ വിവാഹം വളരെ വേഗം നടന്നു."

വളരെ സ്വാഭാവികവും സാധാരണവുമായ ഒരു പ്രണയകഥ. കൊൽക്കത്ത നഗരത്തിലിരുന്നാണ് ഈ കഥ കേട്ടിരുന്നതെങ്കിൽ ഇതിനെ വെറുമൊരു വിവാഹക്കാര്യമായി മാത്രമേ തോന്നുകയുള്ളൂ, യൗവനകാലത്ത് മനസ്സിൽ ഉദിച്ച ഒരു പ്രണയം. എന്നാൽ ഇതിലെ നൂതനത്വവും സൗന്ദര്യവും എന്നെ വല്ലാതെ ആകർഷിച്ചു.

ഞങ്ങളുടെ ചായ കുടി കഴിഞ്ഞപ്പോഴേക്കും നേരം സന്ധ്യയോടടുത്തു. ആകാശത്തിൽ ചന്ദ്രന്റെ നേർത്ത പ്രകാശം തെളിഞ്ഞു. ഷഷ്ഠിയോ സപ്തമിയോ ആയിരിക്കണം.

ഞാൻ തോക്ക് കൈയിൽ എടുത്തുകൊണ്ടു പറഞ്ഞു.

"രാജൂ, നമുക്കു പോയി നോക്കാം. ഇന്ന് നിങ്ങളുടെ കൃഷിസ്ഥലത്ത് എവിടെയാണ് പന്നികൾ ഇറങ്ങുക എന്ന നോക്കണമല്ലോ."

തോട്ടത്തിന്റെ ഒരു ഭാഗത്തായി വലിയൊരു മൾബറീവൃക്ഷം നില്പുണ്ട്.

രാജു ആ വൃക്ഷത്തെ ചൂണ്ടികാണിച്ചുകൊണ്ടു പറഞ്ഞു.

"ഈ മരത്തിനു മുകളിൽ കയറണം ബാബൂജീ, ഇന്നു രാവിലെ ആ വൃക്ഷത്തിന്റെ കവരത്തിൽ ഒരു തട്ട് കെട്ടിവച്ചിട്ടുണ്ട്.

ഇത് അത്ര എളുപ്പമുള്ള കാര്യമല്ല എന്ന് എനിക്കു തോന്നി. വളരെക്കാലമായി ഞാൻ ഒരു മരത്തിൽ കയറിയിട്ട്. എന്നിട്ടാണ് രാത്രിയിൽ വലിയ മരത്തിൽ കയറാൻ ഒരുങ്ങുന്നത്. എന്നാൽ രാജു എന്നെ പ്രോത്സാഹിപ്പിച്ചുകൊണ്ടിരുന്നു. അയാൾ പറഞ്ഞു.

"യാതൊരു വിഷമവും കൂടാതെ കയറാൻ സാധിക്കും ബാബൂജീ. കമ്പുള്ള മുളയേണി ചാരിവച്ചിട്ടുണ്ട്. താഴെ കൊമ്പുകളും ഉണ്ട്. വളരെ എളുപ്പത്തിൽ കയറാൻ സാധിക്കും."

തോക്ക് രാജുവിന്റെ കൈയിൽ കൊടുത്തിട്ട് ഞാൻ സാവധാനത്തിൽ പിടിച്ചുകയറി തട്ടിന്മേൽ ഇരുന്നു. രാജു യാതൊരു വിഷമവും കൂടാതെ എന്റെ പുറകേ കയറിവന്നു. ഞങ്ങൾ താഴേക്ക് നോക്കി ഉന്നം പിടിച്ചുകൊണ്ട് ഇരുന്നു.

നിലാവ് നല്ലതുപോലെ പ്രകാശിക്കുവാൻ തുടങ്ങി. ഈ മൾബറിവൃക്ഷത്തിനു മുകളിൽ ഇരിക്കുമ്പോൾ വനത്തിന്റെ സൗന്ദര്യം കൂടുതൽ ആസ്വാദ്യകരമായി തോന്നി. അതും ഒരു പുതിയ അനുഭവം തന്നെ.

കുറച്ചുസമയം കഴിഞ്ഞപ്പോൾ അകലെനിന്നും കുറുക്കന്റെ ഓരിയിടൽ കേൾക്കാൻ തുടങ്ങി. അതോടൊപ്പം ഒരു കറുത്ത മൃഗം വനത്തിനുള്ളിൽനിന്നും പുറത്തുകടന്ന് രാജുവിന്റെ വയലിലേക്കു പ്രവേശിച്ചു. രാജു അതിനെ കണ്ടിട്ട് ഇങ്ങനെ പറഞ്ഞു.

"ബാബൂജീ, അങ്ങോട്ടു നോക്കൂ."

ഞാൻ തോക്കെടുത്ത് ഉന്നം പിടിച്ചു നിൽക്കുമ്പോൾ അത് പന്നിയല്ല ചമരിയാടാണ് എന്നു മനസ്സിലായി. അതിനെ കൊല്ലേണ്ടി വന്നില്ല. രാജു പോ... പോ... എന്ന് ആട്ടിയപ്പോൾ അത് വനത്തിനകത്തേക്ക് കയറിപ്പോയി.

ഞാൻ വെറുതെ ഒരു വെടിപൊട്ടിച്ചു.

രണ്ടുമണിക്കൂർ നേരം കഴിഞ്ഞു. ഒരു കാട്ടുകോഴി കൂകി. തേറ്റയുള്ള പന്നിയെ വെടിവെക്കാനായി വന്നതാണ്. എന്നിട്ട് എനിക്ക് ഒരു പന്നിക്കുട്ടിയെ പോലും കാണാൻ കിട്ടിയില്ല. ഞാൻ വെറുതെ വെടിവച്ചതാണ് അബദ്ധമായത്. ഇനി പന്നി വരികയുണ്ടാവില്ല.

"ബാബൂജീ, നമുക്ക് താഴേക്ക് ഇറങ്ങാം. അങ്ങേക്കു കഴിക്കാൻ ആഹാരം എന്തെങ്കിലും ഉണ്ടാക്കണ്ടേ? വരൂ പോകാം." രാജു പറഞ്ഞു.

"ഭക്ഷണമൊന്നും വേണ്ട. ഞാൻ തിരിച്ചുപോവുകയാണ്. എനിക്ക് ഓഫീസിൽ എത്തിയേ തീരൂ. പത്തുമണി പോലും ആയിട്ടില്ല. എന്താ

യാലും ഇന്നിവിടെ താമസിക്കുവാൻ സാധിക്കുകയില്ല. നാളെ രാവിലെ സർവ്വേക്യാമ്പിലേക്ക് പോകണം."

"എന്തെങ്കിലും കഴിച്ചശേഷം പോകാം."

"ഇനിയും വൈകിയാൽ നാഢബയിഹാറിലെ വനത്തിൽ കൂടി യാത്ര ചെയ്യുന്നത് ശരിയല്ല. അതും ഞാൻ ഒറ്റയ്ക്കല്ലേ, അതുകൊണ്ട് ഇപ്പോൾ തന്നെ പുറപ്പെടുകയാണ്. രാജൂ നിങ്ങൾ മറിച്ചൊന്നും വിചാരിക്കരുത്."

"വല്ലപ്പോഴും ഇവിടേക്ക് ചായ കുടിക്കാൻ വരുന്നതിന് രാജുവിന് വിരോധം ഒന്നും ഇല്ലല്ലോ." കുതിരപ്പുറത്ത് കയറുന്നതിനിടയിൽ ഞാൻ ചോദിച്ചു.

"അങ്ങ് എന്താണ് ഇങ്ങനെയെല്ലാം പറയുന്നത്? ഞാൻ ഈ കൊടും കാട്ടിൽ തനിച്ചു പാർക്കുന്നു. ഒരു ദരിദ്രനായ മനുഷ്യൻ. എന്നിട്ടും എന്നെ സ്നേഹിക്കുന്നതു കൊണ്ടല്ലേ അങ്ങ് തേയിലയും പഞ്ചസാരയും കൊണ്ടുവന്ന് നമ്മൾ ഒരുമിച്ചിരുന്ന് ചായ കുടിച്ചത്. ഇങ്ങനെ എല്ലാം പറഞ്ഞ് എന്നെ പരിഹസിക്കരുതേ... ബാബൂജീ.."

ഇതു പറയുന്ന രാജുവിന്റെ മുഖത്തു നോക്കിയപ്പോൾ അയാൾ ഈ പ്രായത്തിലും സുന്ദരനാണെന്ന് എനിക്കു തോന്നി. അയാളുടെ യൗവന കാലത്ത് എത്ര സുന്ദരൻ ആയിരുന്നിരിക്കണം? അതുകൊണ്ടല്ലേ, അദ്ധ്യാപകന്റെ പ്രിയപുത്രി അയാളിൽ അനുരക്തയായത്.

നേരം നല്ലവണ്ണം ഇരുട്ടിക്കഴിഞ്ഞിരിക്കുന്നു. നിലാവും അസ്തമിച്ചു. വെളിച്ചത്തിന്റെ ഒരു നാളം പോലും എവിടെയും ഇല്ല. ഭയാനകമായ നിശ്ശബ്ദത എല്ലായിടത്തും തളം കെട്ടി നിൽക്കുന്നു. ചിവീടിനെ പോലുള്ള പ്രാണിയുടെ മൂളൽ മാത്രം കേൾക്കാം. നന്നായി ചെകിടോർത്താൽ ആ ശബ്ദത്തോടൊപ്പം വേറെയും രണ്ടോ മൂന്നോ തരം ശബ്ദം കൂടി കേൾക്കുന്നുണ്ട് എന്നു മനസ്സിലാക്കും.

2

മിഛരി നദിയുടെ വടക്കുഭാഗത്തുള്ള വനത്തിനും മലനിരകൾക്കും ഇടയിലുള്ള സ്ഥലത്തിന്റെ അളവ് നടന്നു കൊണ്ടിരിക്കുകയാണ്. അതുകൊണ്ട് എട്ടുപത്തു ദിവസമായി ഇവിടെ തമ്പടിച്ചിരിക്കുകയാണ്. ഇനി പത്തു പന്ത്രണ്ടുദിവസം കൂടി ഇവിടെ തന്നെ താമസിക്കേണ്ടതായി വരും.

ഞങ്ങളുടെ കൃഷിയിടത്തുനിന്നും വളരെ അകലെയാണ് ഈ പ്രദേശം. ദോബരു വന്ന രാജാവിന്റെ രാജ്യത്തിന് തൊട്ടടുത്ത്.

പ്രകൃതി രമണീയമാണ് ഈ സ്ഥലം. വളരെ വിസ്തൃതമായ താഴ്വാരം. വൃക്ഷങ്ങളും വള്ളികളും ധാരാളമായി വളർന്നുനിൽക്കുന്ന ഭൂപ്രദേശം. മലമുകളിൽനിന്നും ധാരാളം കൊച്ചരുവികൾ ഒഴുകി വരുന്നു. അരുവികളുടെ തീരത്തെ വനങ്ങൾക്ക് നിബിഡത കൂടുതലാണ്. ഇത്തരം വനങ്ങളിൽ പുലികൾ ധാരാളമായി ഉണ്ടാകും എന്ന് ഇത്രയും കാലത്തെ പരിചയത്തിൽനിന്നും എനിക്കു മനസ്സിലാക്കാൻ കഴിഞ്ഞിട്ടുണ്ട്. മാനും

കാട്ടുകോഴികളും എല്ലാം ഇവിടെ ധാരാളമായി കാണുന്നുണ്ട്. രാത്രിയുടെ രണ്ടാം യാമത്തിൽ കോഴിയുടെ കൂകലും കുറുക്കന്റെ ഓരിയിടലും കേൾക്കാം. എന്നാൽ ഇതുവരെയും ഒരു പുലിയെപ്പോലും കണ്ടിട്ടില്ല.

കിഴക്കു ഭാഗത്തെ മലയിൽ വലിയൊരു ഗുഹയുണ്ട്. ഗുഹാമുഖത്തെ മറച്ചുകൊണ്ട് വലിയൊരു പേരാൽ വൃക്ഷം. ചിലപ്പോൾ ഈ ഗുഹയും പ്രാചീനകാലത്തെ ഏതെങ്കിലും വനരാജാവിന്റെ വാസസ്ഥാനമായിരുന്നിരിക്കും. ഈ ഗുഹയുടെ പുറകിലും എന്തെല്ലാമോ കൊത്തി വച്ചിട്ടുണ്ട്. ഒട്ടും തെളിച്ചമില്ലാത്തതിനാൽ ചിത്രമാണോ, ഇനി എന്തെങ്കിലും എഴുതിയതാണോ എന്നു വ്യക്തമല്ല.

ഗുഹാമുഖത്തിനു കുറച്ചു ദൂരത്തായി കാട്ടരുവിയുടെ തീരത്തുള്ള വനമദ്ധ്യത്തിൽ തുറസ്സായ കുറച്ചു സ്ഥലമുണ്ട്. അവിടെ ഒരു ഗോണ്ഡാ കുടുംബം താമസിക്കുന്നു. വലുതും ചെറുതുമായി രണ്ടു കുടിലുകൾ. വനവൃക്ഷങ്ങളുടെ കൊമ്പും ചില്ലയും ഉപയോഗിച്ച് വേലികെട്ടി മറച്ചിരിക്കുന്നു. കാട്ടുമരങ്ങളുടെ ഇലകൾ കൊണ്ടാണ് കുടിലുകൾ മേഞ്ഞിരിക്കുന്നത്. കുടിലിനു മുന്നിൽ തന്നെ വലിയ കല്ലുകൾകൊണ്ട് അടുപ്പു കൂട്ടിയിരിക്കുന്നു. ഭീമൻ ബദാം വൃക്ഷത്തിന്റെ ചുവട്ടിലാണ് കുടിലുകൾ. പഴുത്തുണങ്ങിയ ബദാമിന്റെ ഇലകൾ മുറ്റത്ത് ചിതറി കിടക്കുന്നു.

ഗോണ്ഡാകുടുംബത്തിൽ രണ്ടു പെൺകിടാങ്ങൾ ഉണ്ട്. പതിനാറും പതിനാലും വയസ്സാണ് അവരുടെ പ്രായം. നിറം കറുപ്പാണെങ്കിലും നല്ല മുഖശ്രീയുള്ള കുട്ടികൾ! രണ്ടു പെൺകുട്ടികളും നല്ല ആരോഗ്യവതികളാണ്. അവർ എല്ലാദിവസവും രാവിലെ എരുമകളെ തീറ്റാനായി മലഞ്ചെരുവിലേക്കു പോകുന്നത് കാണാറുണ്ട്. സന്ധ്യമയങ്ങിയ ശേഷം, ഞാൻ എന്റെ കൂടാരത്തിൽ തിരിച്ചെത്തി ചായ കുടിക്കുന്ന സമയത്താണ് അവരുടെ തിരിച്ചുപോക്ക്.

ഒരു ദിവസം അവർ പോകുന്നവഴിക്ക് മൂത്തപെൺകുട്ടി ഇളയവളെ എന്റെ അടുത്തേക്ക് പറഞ്ഞയച്ചു. അവൾ എന്റെ കൂടാരത്തിനു മുന്നിൽ വന്നു നിന്നിട്ട് ചോദിച്ചു.

"സലാം ബാബൂജീ, അങ്ങയുടെ കൈയിൽ ബീഡിയുണ്ടോ?"

"നിങ്ങൾ ബീഡി വലിക്കുമോ?"

"ഞാൻ വലിക്കില്ല. ചേച്ചി വലിക്കും. അങ്ങയുടെ കൈയിൽ ഉണ്ടെങ്കിൽ ഒരെണ്ണം തരൂ."

"എന്റെ കൈയിൽ ബീഡി ഇല്ല. ചുരുട്ട് ഉണ്ട്. അതുപക്ഷേ, നിങ്ങൾക്കു തരാൻ പറ്റില്ല. വളരെ വീര്യം കൂടിയതാണ്."

അവൾ തിരിച്ചുപോയി.

കുറച്ചുസമയം കഴിഞ്ഞപ്പോൾ ഞാൻ അവരുടെ വീട്ടിലേക്കു കയറിച്ചെന്നു. എന്നെ കണ്ട് ഗൃഹനാഥൻ അത്ഭുതപ്പെട്ടു. അയാൾ ആദരപൂർവ്വം എന്നെ വിളിച്ചിരുത്തി. പെൺകുട്ടികൾ രണ്ടുപേരും ഉപ്പിട്ടു തിളപ്പിച്ച ചോളം കഴിച്ചുകൊണ്ടിരിക്കുകയാണ്. ഉപ്പല്ലാതെ ചോളത്തിൽ വേറെ യാതൊന്നും ചേർക്കാതെയാണ് അവർ കഴിക്കുന്നത്. അവരുടെ അമ്മ

അടുപ്പത്ത് എന്തോ ഇളക്കിക്കൊണ്ടിരിക്കുന്നു. ചെറിയ കുട്ടികൾ മുറ്റത്തിരുന്ന് കളിക്കുന്നുണ്ട്.

ഗൃഹനാഥന് അമ്പതിലധികം വയസ്സു കാണാം. ഞാൻ അവരുടെ കാര്യങ്ങൾ ഒന്നൊന്നായി ചോദിച്ചുകൊണ്ടിരുന്നപ്പോൾ അയാൾ അവരെക്കുറിച്ചുള്ള കാര്യങ്ങൾ പറയാൻ തുടങ്ങി.

അവരുടെ വീട് സിവുനിജില്ലയിൽ ആണ്. ഇവിടത്തെ കാട്ടിൽ ധാരാളം പുല്ലും വെള്ളവും ലഭിക്കുന്നതിനാൽ എരുമകളെ മേയ്ക്കാൻ സൗകര്യമുണ്ട്. ഇവർ ഏതാനും വർഷങ്ങളായി ഇവിടെയാണ് താമസം. ഈ കാട്ടിലെ മുളകൾകൊണ്ട് കൊട്ടയും തൊപ്പിയും ഉണ്ടാക്കാം. ശിവരാത്രിക്കാലത്ത് അഖിൽ കുച്ചയിലെ ഉത്സവത്തിന് അതെല്ലാം കൊണ്ടുപോയി വിറ്റാൽ എന്തെങ്കിലും രണ്ടു കാശ് മിച്ചം പിടിക്കാൻ കഴിയും.

"നിങ്ങൾ ഇവിടെ എത്രകാലം ഉണ്ടാകും?"

"മനസ്സിന് മടുപ്പു തോന്നാത്തിടത്തോളം കാലം ഇവിടെത്തന്നെ കഴിയും. എന്നാൽ ഈ സ്ഥലം എനിക്ക് വളരെയധികം ഇഷ്ടപ്പെട്ടു. ഇവിടെ മറ്റൊരു സൗകര്യം കൂടിയുണ്ട്. മലമുകളിൽ ധാരാളം ആത്തച്ചക്ക ഉണ്ടാകുന്നുണ്ട്. കഴിഞ്ഞ അശ്വനി മാസത്തിൽ ഈ പെൺകുട്ടികൾ എരുമയെ തീറ്റാൻ മലമുകളിൽ പോയി മടങ്ങും വഴി രണ്ടു വലിയ കൊട്ട നിറയെ ആണ് പഴുത്തചക്ക കൊണ്ടുവന്നത്. രണ്ടുമാസം അതുമാത്രം ഭക്ഷിച്ചാണ് ഞങ്ങൾ കഴിഞ്ഞുകൂടിയത്. ആത്തച്ചക്ക കിട്ടുമല്ലോ എന്നു കരുതിയാണ് ഞങ്ങൾ ഇവിടം വിട്ടുപോകാൻ ഒരുങ്ങാത്തത്. അങ്ങ് ഈ കുട്ടികളോടു ചോദിച്ചു നോക്കിയാട്ടെ."

മൂത്ത പെൺകുട്ടി ആഹാരം കഴിച്ചുകൊണ്ടിരിക്കുന്നതിനിടയിൽ തുടുത്ത മുഖത്തോടെ ഇപ്രകാരം പറഞ്ഞു.

"ആഹ്... അവിടെ ഒരു സ്ഥലമുണ്ട്. കിഴക്കേ മലയുടെ ഒരു ഭാഗത്തായി. അവിടെ നിറയെ ആത്തയാണ്. അതിലെല്ലാം പഴുത്ത ആത്തച്ചക്കയും ഉണ്ടാകും. എത്രമാത്രം ചക്കകളാണ് താഴെ വീണു കിടക്കുന്നത്. ആരും അതെടുത്ത് തിന്നാറില്ല. ഞങ്ങൾ ഓരോ ദിവസവും കൊട്ട നിറയെ പറിച്ചുകൊണ്ടു വരും."

ഞങ്ങൾ സംസാരിച്ചു കൊണ്ടിരിക്കുന്നതിനിടയിൽ കാടിനുള്ളിൽ നിന്നും ഒരു മനുഷ്യൻ നടന്നുവന്ന് കുടിലിന്റെ മുന്നിൽ നിന്നു.

"സീതാറാം... സീതാറാം... ജയ് സീതാറാം. ഇത്തിരി തീ തരുമോ?" അയാൾ ചോദിച്ചു.

"ബാബാജീ... വന്നാലും ഇരുന്നാലും." ഗൃഹനാഥൻ അയാളെ ക്ഷണിച്ചു.

ജടധാരിയായ വൃദ്ധസന്ന്യാസി. അദ്ദേഹം എന്നെക്കണ്ടതോടെ വല്ലാതെ പരിഭ്രമിച്ചതുപോലെ തോന്നി. ഭയഭക്തി ബഹുമാനത്തോടെ ഒരു ഭാഗത്തേക്ക് മാറിനിന്നു.

"നമസ്കാരം... ബാബൂജി!" ഞാൻ പറഞ്ഞു.

സന്ന്യാസി എന്നെ ആശീർവദിച്ചു. അപ്പോഴും അദ്ദേഹത്തിന്റെ

മുഖത്തെ ഭയവും പരിഭ്രമവും മാറിയിരുന്നില്ല. അദ്ദേഹത്തിന്റെ പരിഭ്രമം നീങ്ങുന്നതിനുവേണ്ടി ഞാൻ ചോദിച്ചു.

“താങ്കൾ എവിടെയാണ് താമസിക്കുന്നത്.” എന്റെ ചോദ്യത്തിന് മറുപടി പറഞ്ഞത് ഗൃഹനാഥൻ ആണ്.

“അദ്ദേഹം ഈ കൊടുംകാട്ടിൽ തനിച്ചു കഴിയുന്നു. അങ്ങുദൂരെ രണ്ടുമലകൾ കൂടിച്ചേരുന്ന ഒരു ഇടം കാണാം. വളരെ കാലമായി അദ്ദേഹം അവിടെ തനിച്ചു കഴിയുകയാണ്.” സന്ന്യാസി ഇരിക്കാൻ തയ്യാറായി.

“എത്രകാലമായി അങ്ങ് ഇവിടെ താമസിക്കുവാൻ തുടങ്ങിയിട്ട്?” ഞാൻ ചോദിച്ചു.

സന്ന്യാസിയുടെ ഭയവും പരിഭ്രമവും മുഴുവനായും നീങ്ങിയതുപോലെ തോന്നി.

“പത്തു പതിനഞ്ചു വർഷത്തോളമായി ബാബൂജി!” അദ്ദേഹം പറഞ്ഞു.

“അങ്ങ് തനിച്ചാണോ താമസിക്കുന്നത്? ഈ വനത്തിൽ പുലികൾ ഉണ്ടെന്ന് പറയുന്നുണ്ടല്ലോ? അങ്ങേക്ക് പേടിയൊന്നും ഇല്ലേ?” ഞാൻ ചോദിച്ചു.

“എന്നോടൊപ്പം ആരു താമസിക്കാനാണ് ബാബൂജീ? പരമാത്മാവിന്റെ നാമം ജപിച്ചുകൊണ്ട് അങ്ങനെ കഴിഞ്ഞുകൂടുന്നു. പേടിച്ചിരുന്നാൽ എങ്ങനെ കഴിയാനാ?” അദ്ദേഹം ചോദിച്ചു.

“ആട്ടെ, എനിക്ക് എത്ര പ്രായമായിക്കാണും എന്ന് അങ്ങേക്ക് പറയാൻ സാധിക്കുമോ?” അദ്ദേഹം ചോദിച്ചു.

ഞാൻ അദ്ദേഹത്തെ അടിമുടി വീക്ഷിച്ചു കൊണ്ടുപറഞ്ഞു. “എഴുപതായിക്കാണും.”

സന്ന്യാസിവര്യൻ ചിരിച്ചുകൊണ്ടു പറഞ്ഞു.

“അങ്ങേക്കു തെറ്റി ബാബുജീ, എനിക്ക് തൊണ്ണൂറ്റു വയസ്സു കഴിഞ്ഞിട്ട് കാലങ്ങൾ ഏറെയായി. ഏകദേശം പത്തുവർഷത്തെ കാലം ഗയയ്ക്കു സമീപമുള്ള ഒരു വനത്തിലായിരുന്നു താമസം. അതിനുശേഷം പാട്ടത്തിനു കൊടുത്ത വനങ്ങളിൽ. അവിടെ കുടിയാന്മാർ മരംവെട്ടാൻ ആരംഭിച്ചപ്പോൾ അവിടെനിന്നും ഓടിപ്പോയി. അവിടെയെല്ലാം ഇപ്പോൾ ഗ്രാമീണർ താമസം തുടങ്ങി. മനുഷ്യവാസം കൂടുതലുള്ള സ്ഥലങ്ങളിൽ താമസിക്കുവാൻ ഞാൻ ഇഷ്ടപ്പെടുന്നില്ല.”

“ബാബൂജീ, അവിടെ ഗുഹയുണ്ടല്ലോ. അങ്ങേയ്ക്ക് അവിടെ താമസിക്കാമല്ലോ.”

“ഒരു ഗുഹയൊന്നുമല്ല. ധാരാളം ഗുഹകൾ ഉണ്ട്. ഞാൻ ഇപ്പോൾ താമസിക്കുന്ന സ്ഥലവും ഏതാണ്ട് ഗുഹ പോലെ തന്നെയാണ്. ഗുഹയല്ലന്നേ ഉള്ളൂ. മുൻഭാഗം മാത്രം തുറന്നിരിക്കുന്ന ഇടം. രണ്ടുഭാഗത്തും മുകളിലുമായി പാറക്കല്ലുകൾ കൊണ്ടുള്ള ചുവരും മേൽക്കൂരയും.”

“അങ്ങയുടെ ആഹാരം എങ്ങനെയാണ്? ഭിക്ഷ വാങ്ങാനായി പോകാറുണ്ടോ?”

“ഏയ്... ഒരിക്കലും ഇല്ല. ഞാൻ ഒരിടത്തും പോകാറില്ല. പരമാത്മാവ് എങ്ങനെയെങ്കിലും ആഹാരം എത്തിച്ചുതരും. മുളങ്കൂമ്പ് വേവിച്ചു കഴിക്കും. പിന്നെ ഈ വനത്തിൽ നല്ല മധുരമുള്ള കിഴങ്ങ് കിട്ടും. അതും വേവിച്ച് കഴിക്കും. നെല്ലിക്കയും സീതപ്പഴവും എല്ലാം ഈ കാട്ടിൽ ധാരാളമായിട്ടുണ്ട്. നെല്ലിക്ക എല്ലാ ദിവസവും കഴിക്കും. നെല്ലിക്ക മനുഷ്യരുടെ വാർദ്ധക്യത്തെ അകറ്റി നിർത്തും. യൗവനം നിലനിർത്താൻ നെല്ലിക്ക വളരെ നല്ലതാണ്. അതുകൂടാതെ ഗ്രാമവാസികൾ ചിലപ്പോഴെല്ലാം എന്നെ കാണാനായി വരും. അവർ പാലും ചോളപ്പൊടിയും ശർക്കരയും എല്ലാം കൊണ്ടുവരും. ഞാൻ അങ്ങനെ കഴിഞ്ഞു കൂടുന്നു എന്നു പറയാം.”

“അങ്ങേയ്ക്ക് കാട്ടുമൃഗങ്ങളെ ഒന്നും ഭയമില്ലേ? എപ്പോഴെങ്കിലും അവറ്റകളുടെ മുന്നിൽ ചെന്നുപെട്ടിട്ടുണ്ടോ?”

“ഒരിക്കലും ഉണ്ടായിട്ടില്ല. എന്നാൽ ഭീകരനായ ഒരു തരം മലമ്പാമ്പിനെ മറ്റൊരു കാട്ടിൽവച്ച് കണ്ടിട്ടുണ്ട്. അതങ്ങനെ അനങ്ങാതെ ചത്തതുപോലെ കിടക്കും. ഭീമൻ പനയുടെ തടിയുടെ വണ്ണമുണ്ടാകും അതിന്. തൊലി പുറമെ പച്ചയും കറുപ്പും കലർന്ന കള്ളികൾ കാണാം. കണ്ണുകൾ പക്ഷേ, കത്തി ജ്വലിക്കുന്നതുപോലെ വെട്ടിത്തിളങ്ങും. ആ കാട്ടിൽ ഇപ്പോഴും ഇത്തരം പാമ്പുകൾ ഉണ്ട്. ഒരു അരുവിയുടെ തീരത്ത് ഒരിക്കൽ ഞാൻ ഒന്നിനെ കണ്ടിട്ടുണ്ട്. ബാബാസാഹിബ് ഞാനിനി പോയ്ക്കോട്ടെ? നേരം രാത്രിയാകുന്നു.” സന്ന്യാസി സംസാരം അവസാനിപ്പിച്ച് പോകാൻ ഒരുങ്ങി.

ഗൃഹനാഥൻ കൊടുത്ത തീയും വാങ്ങിക്കൊണ്ട് സന്ന്യാസി പോയി. വല്ലപ്പോഴും അദ്ദേഹം ഇവിടെ വന്ന് കുറച്ചുസമയം സംസാരിച്ച് ഇരിക്കാറുണ്ടത്രേ. തീ വാങ്ങാൻ തന്നെയാണത്രേ എപ്പോഴും വരാറുള്ളത് എന്ന് ഗൃഹനാഥൻ പറയുകയുണ്ടായി.

നേരം നല്ലതുപോലെ ഇരുട്ടിത്തുടങ്ങിയിരിക്കുന്നു. നേരിയ നിലാവ് പരക്കാൻ തുടങ്ങിയിട്ടുണ്ട്. താഴ്വര മുഴുവനും വന്യമായ നിശ്ശബ്ദതയിൽ മുങ്ങിയിരിക്കുന്നു. സമീപത്തുകൂടി ഒഴുകുന്ന അരുവിയുടെ കളകളാരവവും കാട്ടുകോഴികളുടെ കൂകലും അല്ലാതെ മറ്റൊരു ശബ്ദവും കേൾക്കാനില്ല.

ഞാൻ എന്റെ കൂടാരത്തിലേക്ക് യാത്രയായി. വഴിയോരത്തുള്ള ഇലവു വൃക്ഷത്തിൽ കൂട്ടംകൂട്ടമായി മിന്നാമിനുങ്ങുകൾ തിളങ്ങുന്നു. അവയുടെ ചലനം ആകർഷകമാണ്. ചിലത് വൃത്താകൃതിയിൽ കറങ്ങുന്നു. മേലോട്ടും താഴോട്ടും ഉയർന്നു പൊങ്ങുന്നു. ഇരുട്ടും വെളിച്ചവും ചേർന്നുണ്ടാകുന്ന വിചിത്രചിത്രങ്ങൾ രചിക്കുകയാണ് അവ.

3

ഒരു ദിവസം ഇവിടേക്ക് കവി വെങ്കിടേശ്വര പ്രസാദ് വന്നിരുന്നു. നല്ല ഉയരവും നീണ്ട മുഖവും ഉള്ള മനുഷ്യൻ. കറുത്തകോട്ടും മുഷിഞ്ഞ മുണ്ടുമാണ് അദ്ദേഹത്തിന്റെ വേഷം. എണ്ണമയമില്ലാത്ത മുടി പാറിപ്പറന്ന് കിടക്കുന്നു. പ്രായം നാല്പതിനോടടുത്തു കാണും.

അയാളുടെ വേഷവും ഭാവവും എല്ലാം കണ്ടപ്പോൾ ജോലി അന്വേഷിച്ചു വന്നതായിരിക്കും എന്നു തോന്നി.

"എന്തുവേണം?" ഞാൻ ചോദിച്ചു.

"ഞാൻ ബാബുജിയെ ഒന്നു കാണുന്നതിനുവേണ്ടി വന്നതാണ്. വെങ്കിടേശ്വരപ്രസാദ് എന്നാണ് എന്റെ പേര്. ബിഹാറിലെ പാറ്റ്ന ജില്ലയിലാണ് എന്റെ വീട്. ഞാൻ ഇവിടെ ചക്മടിടോലയിൽ ആണ് താമസിക്കുന്നത്. ഇവിടെനിന്നും ഏകദേശം മൂന്നുനാഴിക അകലെ."

"അതു ശരി. ഇങ്ങോട്ട് വന്നത് എന്തിനാണെന്ന് പറയൂ."

"ബാബുജിക്ക് എന്നോടു ദയവുണ്ടെങ്കിൽ ഞാൻ എല്ലാം പറയാം. ഞാൻ അങ്ങയുടെ സമയം നഷ്ടപ്പെടുത്തുകയില്ല കേട്ടോ."

അയാൾ ജോലി തേടിതന്നെ വന്നതായിരിക്കും എന്നാണ് അപ്പോഴും ഞാൻ കരുതിയത്. അയാളുടെ സംഭാഷണത്തിലെ പ്രത്യേകതകൾ എന്നെ ആകർഷിച്ചു.

"ഏതായാലും ഇരിക്കൂ! വളരെ അകലെനിന്ന് ഈ കൊടുംചൂടിൽ നടന്ന് ഇവിടം വരെ വന്നതല്ലേ?" ഞാൻ പറഞ്ഞു.

വേറൊരു കാര്യം കൂടി ഞാൻ ശ്രദ്ധിക്കുകയുണ്ടായി. ശുദ്ധമായ ഹിന്ദിയിലാണ് അദ്ദേഹം സംസാരിക്കുന്നത്. ഇത്ര ഭംഗിയായി എനിക്ക് ഹിന്ദി സംസാരിക്കുവാൻ സാധിക്കുകയില്ല. ശുദ്ധഗ്രാമീണരോടും കൂലിക്കാരോടും ശിപ്പായിമാരോടും എല്ലാം അല്ലേ, എന്റെ സഹവാസം? അവരുടെ ഗ്രാമ്യഭാഷയോട് ബംഗാളി ചേർത്ത് പറയുന്ന ഒരുതരം വെങ്കല ഹിന്ദിയാണ് എന്റേത്. ഇത്രയും ശ്രേഷ്ഠമായ ഹിന്ദി ഞാൻ ഇതിനു മുമ്പൊരിക്കലും കേട്ടിട്ടില്ല. അദ്ദേഹവുമായി എങ്ങനെ സംസാരിക്കും? വളരെ ശ്രദ്ധയോടെയും സൂക്ഷിച്ചും സംസാരിക്കുവാൻ ഞാൻ തീർച്ചയാക്കി.

"താങ്കൾ എന്തിനാണ് വന്നതെന്ന് പറയൂ!" ഞാൻ വീണ്ടും ചോദിച്ചു.

"ഞാൻ താങ്കളെ ഒരു കവിത ചൊല്ലികേൾപ്പിക്കുന്നതിനു വേണ്ടി വന്നതാണ്."

ഞാൻ ശരിക്കും അന്തംവിട്ടു നിന്നുപോയി. ഈ കൊടുംകാട്ടിൽ വന്ന് എന്നെ കവിത പാടി കേൾപ്പിക്കണമെന്ന ചിന്ത ഈ മനുഷ്യന് എങ്ങനെ ഉണ്ടായി? എന്തായാലും ആളൊരു കവിയാണ്. ഇങ്ങനെയും കവികൾ ഉണ്ടാകുമോ ഉണ്ടാകുമായിരിക്കും.

"ഓ, അപ്പോൾ താങ്കൾ ഒരു കവിയാണ് അല്ലേ? അങ്ങയെ പരിചയ

പ്പെടാൻ കഴിഞ്ഞതിൽ സന്തോഷം! ഞാൻ സന്തോഷത്തോടുകൂടിത്തന്നെ താങ്കളുടെ കവിത കേൾക്കാം. ആട്ടെ, താങ്കൾ എന്നെക്കുറിച്ച് എങ്ങനെ മനസ്സിലാക്കി?"

"ഇവിടെനിന്നും കേവലം മൂന്നു നാഴിക മാത്രം അകലമേയുള്ളൂ. എന്റെ വീടുമായിട്ട്. മലയുടെ മറുഭാഗത്ത്.

ഗ്രാമവാസികൾ ഒന്നടങ്കം പറയുന്നതുകേട്ടു കൊൽക്കത്തയിൽ നിന്നും ഒരു ബംഗാളിബാബു ഇവിടെ വന്നു താമസിക്കുന്നുണ്ട്. അദ്ദേഹത്തിന് എല്ലാവിധ അറിവുകളോടും വിദ്യകളോടും എല്ലാം അതിയായ ബഹുമാനമുണ്ട് എന്ന്."

അയാൾ താൻ എഴുതിയ കവിത എന്നെ ചൊല്ലി കേൾപ്പിച്ചു. ഏതോ ഒരു തീവണ്ടിപ്പാത, ടിക്കറ്റ് പരിശോധകൻ, സ്റ്റേഷൻ മാസ്റ്റർ, കാവൽക്കാരൻ തുടങ്ങി സകലരുടേയും പേരുകൾ കൂട്ടിച്ചേർത്ത് എഴുതിപ്പിടിച്ചിട്ടുള്ള കവിത. ആ കവിതയ്ക്ക് യാതൊരുവിധ പ്രത്യേകതയും എനിക്ക് തോന്നിയില്ല. എന്നാൽ ഞാൻ കവിയെ നിരുത്സാഹപ്പെടുത്താനൊന്നും തയ്യാറായില്ല. സത്യം പറഞ്ഞാൽ ആ കവിത കേട്ടിട്ട് എനിക്ക് യാതൊന്നും മനസ്സിലായില്ല.

എന്നാലും ഞാൻ അദ്ദേഹത്തെ പ്രോത്സാഹിപ്പിച്ചുകൊണ്ടിരുന്നു.

അങ്ങനെ കുറേസമയം കടന്നുപോയി. അയാൾ ആലാപനം നിർത്താനുള്ള ഭാവമില്ല. പോകണം എന്ന ഒരു ചിന്തയും അയാൾക്കുള്ളതായി തോന്നിയില്ല.

രണ്ടു മണിക്കൂർ കഴിഞ്ഞപ്പോൾ നേർത്ത പുഞ്ചിരിയോടെ എന്നോടു ചോദിച്ചു.

"എന്റെ കവിത ബാബുജിക്ക് ഇഷ്ടമായോ?"

"നല്ല കവിതയാണ്. ഇത്തരത്തിലുള്ള കവിതകൾ വളരെ അപൂർവ്വമായി മാത്രമേ ഞാൻ കേട്ടിട്ടുള്ളൂ. ഏതെങ്കിലും വാരികയിലേക്ക് ഈ കവിത അയച്ചു കൊടുക്കാത്തത് എന്താണ്?" നേർത്ത സങ്കടത്തോടെ വെങ്കിടേശ്വരൻ പറഞ്ഞു.

"ബാബുജീ, ഇവിടെ ആരും എന്നെ കവിയായി അംഗീകരിക്കുന്നില്ല. എല്ലാവരും എന്നെ ഭ്രാന്തനായാണ് കണക്കാക്കുന്നത്. കവിത മനസ്സിലാക്കാൻ കഴിയുന്ന ആരെങ്കിലും ഈ കാട്ടിലുണ്ടെന്ന് അങ്ങ് കരുതുന്നുണ്ടോ? അങ്ങയെ കവിത ചൊല്ലി കേൾപ്പിച്ചപ്പോൾ എനിക്ക് വലിയ ചാരിതാർത്ഥ്യം തോന്നുന്നു. ആസ്വദിക്കാൻ കഴിവുള്ളവരെ വേണം കവിത കേൾപ്പിക്കാൻ. അങ്ങയെക്കുറിച്ച് കേട്ടപ്പോൾ തന്നെ ഞാൻ മനസ്സിൽ ഉറപ്പിച്ചിരുന്നതാണ് ഒരു ദിവസം അങ്ങയെ എന്റെ കവിത കേൾപ്പിക്കണം എന്ന്."

അടുത്ത ദിവസം ഉച്ചകഴിഞ്ഞപ്പോൾ അയാൾ വീണ്ടും വന്നു. അയാളുടെ വീട്ടിലേക്ക് ഒരു പ്രാവശ്യം ചെല്ലണം എന്നുപറഞ്ഞ് എന്നെ വല്ലാതെ നിർബ്ബന്ധിച്ചു. തള്ളിക്കളയാൻ സാധിക്കാത്തതുകൊണ്ട് ഞാൻ അയാളോടൊപ്പം പോയി.

ചക്മകി ഗ്രാമത്തിലാണ് അയാളുടെ വീട്. നേരം സന്ധ്യമയങ്ങി തുടങ്ങി. മുന്നിൽ ഗോതമ്പിന്റെയും യവത്തിന്റെയും വയലുകൾ നീണ്ടു പരന്നു കിടക്കുന്നു. ഗ്രാമവാസികളായ കുട്ടികൾ അരുവിയുടെ ഇരുവശത്തും ഇരുന്ന് ചൂണ്ടയിടുന്നുണ്ട്.

ഗ്രാമത്തിൽ വീടുകൾ അടുത്തടുത്താണ്. ഒരു ഇടത്തരം വീട്ടിലേക്ക് എന്നെകൂട്ടിക്കൊണ്ടു പോയി. വൈക്കോൽകൊണ്ടു മേഞ്ഞ വീടാണ്. എന്നെ ഒരു കട്ടിലിൽ ഇരുത്തിയിട്ട് കവി അകത്തേക്കുപോയി. കുറച്ചുകഴിഞ്ഞപ്പോൾ അയാളുടെ ഭാര്യ പുറത്തേക്കു വന്നു. തൈരുവടയും ചോളം വറുത്തതും കൊണ്ടുവന്ന് കുടിലിന്റെ ഒരു ഭാഗത്തു വച്ചു. അവൾ തലയോ മുഖമോ ഒന്നും മറിച്ചിരുന്നില്ല. പത്തിരുപത്തഞ്ചു വയസ്സുപ്രായം കാണും. ഇരുണ്ട നിറമാണെങ്കിലും മുഖശ്രീയുണ്ട്. പെരുമാറ്റത്തിൽ കുലീനത പ്രകടമായിരുന്നു. സംസ്കാര സമ്പന്നയായ സ്ത്രീ എന്ന് ഒറ്റനോട്ടത്തിൽ തന്നെ ആർക്കും മനസ്സിലാകും.

അവരുടെ ആരോഗ്യം തുളമ്പുന്ന ശരീരം ഞാൻ ശ്രദ്ധിച്ചു. ബംഗാളി സ്ത്രീകളുമായി താരതമ്യം ചെയ്യുമ്പോൾ ഈ നാട്ടിലെ സ്ത്രീകൾ കൂടുതൽ ആരോഗ്യവതികളാണെന്ന് എനിക്ക് പലപ്പോഴും തോന്നിയിട്ടുണ്ട്. ഭൂരിഭാഗം എല്ലാവർക്കും ഒത്ത ഉയരവും മെലിഞ്ഞ ശരീരവുമാണ്. ബംഗാളിൽ ഇത്തരം സ്ത്രീകളെ വളരെ അപൂർവ്വമായി മാത്രമേ കാണാറുള്ളൂ.

കവിയുടെ ഭാര്യയും നല്ല ആരോഗ്യവതിയായ സ്ത്രീയാണ്. അവർ ഒരു പാത്രം തൈര് എന്റെ കട്ടിലിൽ കൊണ്ടുവന്നു വച്ച് കതകിനു പിന്നിൽ പോയി നിന്നു. കതകിന്റെ ചങ്ങല കുലുക്കി ശബ്ദമുണ്ടാക്കിയപ്പോൾ വെങ്കിടേശ്വര പ്രസാദ് എഴുന്നേറ്റു പോയി ഭാര്യയോടു സംസാരിച്ചു. ഗൂഢമായ മന്ദസ്മിതത്തോടെയാണ് അയാൾ തിരിച്ചുവന്നത്. അയാൾ എന്നോടു പറഞ്ഞു.

“എന്റെ ഭാര്യ പറയുകയാണ്, താങ്കൾ ഞങ്ങളുടെ സ്നേഹിതനായി കഴിഞ്ഞു എന്ന്. സ്നേഹിതന്റെ മനസ്സിനെ തണുപ്പിക്കുന്നതിനുവേണ്ടിയാണ് എരുമത്തൈരിൽ പിപ്പിലി, ചുക്ക്, മുളക് എന്നിവയുടെ പൊടി ധാരാളമായി കലർത്തിയിരിക്കുന്നത്.” ഞാൻ ചിരിച്ചുകൊണ്ടു പറഞ്ഞു.

“അങ്ങനെയെങ്കിൽ എല്ലാവരുടെ കണ്ണിൽനിന്നും വെള്ളം ഒരുമിച്ച് വരട്ടെ. ഇത് മൂന്നുപേർക്കും കൂടി കഴിക്കാം വരൂ.”

കവി പത്നി വാതിൽ മറഞ്ഞുനിന്നു ചിരിച്ചു. പ്രത്യക്ഷത്തിൽ ഇറങ്ങിവരാൻ അവർ മടിച്ചു. ഞാൻ നിർബ്ബന്ധിച്ച് അവരെക്കൊണ്ടും തൈര് കഴിപ്പിച്ചു.

“ബാബൂജിക്ക് എരിയുന്നുണ്ടാകും. വീട്ടിൽ ഉണ്ടാക്കിയ പേഡ കഴിക്കാൻ അദ്ദേഹത്തോടു പറയൂ!”

മനോഹരമായ സ്വരത്തിൽ വ്യക്തമായ ഹിന്ദിയിലാണ് അവരുടെ സംസാരം.

ഇവരുടെ ഹിന്ദി സംഭാഷണം കേൾക്കാൻ നല്ല രസമാണ്. എനിക്ക്

അവരെപ്പോലെ സംസാരിക്കുവാൻ അറിയാത്തതുകൊണ്ടാണ് അവരുടെ ഹിന്ദി കേൾക്കുമ്പോൾ ഇത്ര ആകർഷണീയത തോന്നുന്നത്. മണ്ണിന്റെ മണമുള്ള ഹിന്ദിയാണ് ഇവർ സംസാരിക്കുന്നത്.

ഞാൻ കവിയോടു പറഞ്ഞു.

"താങ്കൾ ഒന്നോ രണ്ടോ കവിത ചൊല്ലി കേൾപ്പിക്കുമോ?"

വെങ്കിടേശ്വര പ്രസാദിന്റെ മുഖം സന്തോഷംകൊണ്ടും അഭിമാനം കൊണ്ടും തിളങ്ങി. ആദ്യത്തെ കവിതയുടെ പ്രമേയം ഒരു ഗ്രാമീണ പ്രണയകഥയായിരുന്നു. ഈ കവിത വെങ്കിടേശ്വരപ്രസാദിന്റെ സ്വന്തം അനുഭവ കഥയാണോ എന്ന് ഞാൻ സംശയിച്ചു.

കവിയുടെ ഭാര്യയുടെ പേര് രുഗ്മ എന്നാണ്. രണ്ടാമത്തെ കവിതയുടെ പേരും 'രുഗ്മ' എന്നാണ്. ഇത്ര ഗുണവതിയും സുന്ദരിയുമായ രുഗ്മയെ ഭാര്യയായി ലഭിച്ചിട്ടും കവിയുടെ ആദ്യപ്രണയത്തിന്റെ ഓർമ്മ അയാളുടെ മനസ്സിൽ നിറഞ്ഞു നിൽക്കുന്നു.

എന്നെ എന്റെ കൂടാരത്തിലേക്കു തിരിച്ചുകൊണ്ടുപോകുന്ന വഴിക്ക് ഒരു കൂറ്റൻ വടവൃക്ഷം കാണിച്ചു തന്നിട്ട് വെങ്കിടേശ്വര പ്രസാദ് എന്നോടു പറഞ്ഞു.

"ബാബുജീ, അങ്ങ് ആ വലിയ വൃക്ഷം കാണുന്നില്ലേ, അതിന്റെ ചുവട്ടിൽ ഒരിക്കൽ ഒരു കവിസമ്മേളനം നടക്കുകയുണ്ടായി. വളരെയധികം കവികൾ അന്ന് അവിടെ സ്വന്തം കവിത അവതരിപ്പിക്കുകയുണ്ടായി. അത്തരം കവിസമ്മേളനങ്ങൾക്ക് ഇവിടെ പറയുന്ന പേര് മുഷായെര എന്നാണ്. അതിലേക്ക് എന്നെയും ക്ഷണിച്ചിരുന്നു. ബാബൂജീ, അങ്ങ് ഈശ്വര പ്രസാദ് ദുബേ എന്ന കവിയെക്കുറിച്ച് കേട്ടിട്ടുണ്ടോ? അദ്ദേഹം *ദൂത്* എന്ന പത്രത്തിന്റെ പത്രാധിപരാണ്. ഒപ്പം നല്ല കലാബോധമുള്ള വ്യക്തിയും. എന്റെ കവിത കേട്ടിട്ട് അദ്ദേഹം വളരെയധികം പ്രശംസിച്ചു സംസാരിച്ചു."

കവിയുടെ വാക്കുകൾ കേട്ടിട്ട് അദ്ദേഹം ആകെ ഒരു പ്രാവശ്യം മാത്രമേ കവിസമ്മേളനത്തിൽ പങ്കെടുത്തിട്ടുള്ളൂ എന്ന് തോന്നി. കവിസമ്മേളനത്തിൽ കവിത വായിച്ച ദിവസം തന്റെ ജീവിതത്തിലെ അവിസ്മരണീയ ദിനമായി അയാൾ കരുതുന്നു. അത്ര വലിയ ഒരു ആദരം അദ്ദേഹത്തിനു മറ്റൊരിക്കലും ലഭിച്ചിട്ടില്ല.

പതിമൂന്ന്

മൂന്നുമാസം കഴിഞ്ഞശേഷമാണ് എനിക്ക് എന്റെ സ്വന്തം ഓഫീസിലേക്കു പോകാൻ സാധിച്ചത്. ഭൂമിയുടെ അളവ് തീരാൻ അത്രയും ദിവസം വേണ്ടിവന്നു.

പത്തിരുപതു നാഴിക വഴിയുണ്ട് ഓഫീസിലെത്താൻ. ആ വഴിയിലൂടെയാണ് ധനുസംക്രാന്തി മേളയ്ക്ക് ഞാൻ പോയത്. വഴിക്കിരുവശവും സാലവൃക്ഷങ്ങളും പ്ലാശുകളും വളർന്നു നിൽക്കുന്നു. ഇടയ്ക്കിടയ്ക്ക് തുറസ്സായ സ്ഥലങ്ങളും കാണാം. ദൂരെ മലനിരകളും കാണാം. രണ്ടു മണിക്കൂർ യാത്ര ചെയ്തപ്പോൾ വളരെ അകലെയായി മോഹൻ പുര സംരക്ഷിത മേഖല കാണാൻ സാധിച്ചു.

മൂന്നുമാസത്തിനു ശേഷം മോഹൻപുര സംരക്ഷിത മേഖലയുടെ അതിർത്തി കണ്ണിൽപെട്ടപ്പോൾ ഏറെ നാളത്തെ വിദേശവാസത്തിനു ശേഷം സ്വദേശത്തേക്കു തിരിച്ചെത്തിയപ്പോൾ ഉണ്ടാകുന്നതു പോലുള്ള ആനന്ദമാണ് അനുഭവപ്പെടുന്നത്. ഇനിയും ഏകദേശം എട്ടുനാഴിക സഞ്ചരിച്ചാൽ മാത്രമേ ലബ്ടുലിയയുടെ അതിർത്തിയിൽ എത്തുകയുള്ളൂ.

ഒരു മലഞ്ചെരുവിൽ കാടുവെട്ടിത്തെളിച്ച് കുങ്കുമപ്പൂ കൃഷി ചെയ്തിരിക്കുന്നു. ഈ പൂക്കൾ വിളവെടുക്കേണ്ട സമയമാണ്. ധാരാളം ഗ്രാമീണർ ആ ജോലിയിൽ ഏർപ്പെട്ടിരിക്കുന്നു.

തോട്ടത്തിനു സമീപത്തുകൂടി ഞാൻ പോകുന്ന സമയത്ത് ഒരു വിളി കേട്ടു.

"ബാബുജീ... ബാബുജീ..."

ഞാൻ തിരിഞ്ഞു നോക്കി. അത് മഞ്ചി ആയിരുന്നു. കഴിഞ്ഞവർഷം ജോലിക്കു വന്ന മഞ്ചി.

എനിക്ക് സന്തോഷവും അത്ഭുതവും തോന്നി. ഞാൻ കുതിരയെ

നിർത്തിയപ്പോഴെക്കും അവൾ മുഖം നിറഞ്ഞ ചിരിയുമായി ഓടി അടുത്തേക്ക് വന്നു. കൈയിൽ അരിവാളും ഉണ്ടായിരുന്നു.

“ദൂരെ നിന്നും കുതിരയെ കണ്ടപ്പോൾ തന്നെ എനിക്ക് മനസ്സിലായി. ബാബൂജി എങ്ങോട്ടു പോയതായിരുന്നു?” അവൾ ചോദിച്ചു.

മഞ്ചിക്ക് യാതൊരു മാറ്റവും ഇല്ല. കൂടുതൽ ആരോഗ്യവതിയായിരിക്കുന്നു. കുങ്കുമപ്പൂക്കൾ കൈയിൽ എടുക്കുന്നതുകൊണ്ട് വിരൽത്തുമ്പിലും സാരിയിലും ചുവപ്പു പരന്നിട്ടുണ്ട്.

“ബഹരബാരു മലയുടെ താഴ്വരയിൽ ജോലി ഉണ്ടായിരുന്നു. മൂന്നു മാസം അവിടെത്തന്നെയായിരുന്നു. ഇന്നാണ് തിരിച്ചു വരുന്നത്. നിങ്ങൾ ഇവിടെ എന്തു ചെയ്യുന്നു?”

“കുങ്കുമപ്പൂ വിളവെടുക്കുകയാണ്. നേരം സന്ധ്യമയങ്ങി വരുന്നു. ഞങ്ങളുടെ കുടിൽ ഇവിടെ അടുത്താണ്.”

ഞാൻ പറഞ്ഞ ഒഴിവുകഴിവുകൾ ഒന്നും അവൾ സ്വീകരിക്കുവാൻ തയ്യാറായില്ല. അവൾ ജോലി അവസാനിപ്പിച്ച് എന്നെ അവളുടെ കുടിലിലേക്ക് കൂട്ടിക്കൊണ്ടുപോയി. ഞാൻ വന്നു എന്ന വിവരം നക്ഛേദി ഭക്ത് അറിഞ്ഞ ഉടനെ അദ്ദേഹവും വയലിലെ ജോലി ഉപേക്ഷിച്ച് ഉടനെ തന്നെ വീട്ടിൽ എത്തി.

നക്ഛേദി ഭക്തിന്റെ ആദ്യഭാര്യ കുടിലിനകത്തിരുന്ന് ഭക്ഷണം പാചകം ചെയ്യുകയാണ്. എന്നെക്കണ്ടപ്പോൾ അവരും സന്തോഷത്തോടുകൂടി പുറത്തേക്കിറങ്ങി വന്നു.

മഞ്ചിയാണ് എല്ലാ കാര്യങ്ങളും മുമ്പിൽനിന്നും ചെയ്യുന്നത്. അവൾ ഗോതമ്പിന്റെ വയൽ നല്ല കട്ടിയിൽ വിരിച്ച് എനിക്ക് ഇരിപ്പിടം ഒരുക്കി. ചെറിയ ഓടത്തിൽ ഇരിപ്പയുടെ എണ്ണകൊണ്ടുവന്ന് എനിക്കു തന്നശേഷം പോയി കുളിച്ചു വരാൻ പറഞ്ഞു.

“ബാബൂജീ, നടന്നാട്ടെ, ഞാനും കൂടെ വരാം. ഈ ഗ്രാമത്തിന്റെ തെക്കുവശത്തായി ഒരു ചെറിയ കുളമുണ്ട്. അതിൽ നല്ല വെള്ളമാ..” മഞ്ചി എന്നോടു പറഞ്ഞു.

“ആ വെള്ളത്തിൽ ഞാൻ കുളിക്കുകയില്ല മഞ്ചീ, ഈ ഗ്രാമത്തിലുള്ളവരെല്ലാം തുണി കഴുകുന്നതും പാത്രം കഴുകുന്നതും മുഖം കഴുകുന്നതും കുളിക്കുന്നതും എല്ലാം ആ വെള്ളത്തിലല്ലേ? ഈ വെള്ളത്തിന് ഒട്ടും വൃത്തിയുണ്ടാവില്ല. നിങ്ങൾ ഈ വെള്ളമാണോ കുടിക്കുന്നത്? ഞാൻ എന്തായാലും പോവുകയാണ്. ഈ വെള്ളം എന്തായാലും ഞാൻ കുടിക്കുകയില്ല.”

മഞ്ചി ചിന്താമഗ്നയായി നിന്നു.

“ഈ വെള്ളമല്ലാതെ കുടിക്കാൻ ശുദ്ധജലം എവിടെ കിട്ടും? വെള്ളം കുടിക്കാതെ എങ്ങനെ കഴിയും?”

മഞ്ചിയുടെ വിഷാദഭാവം എന്നെ സങ്കടപ്പെടുത്തി. എത്ര സന്തോഷത്തോടെയാണ് ഇവരെല്ലാം ഈ മലിനജലം കുടിച്ച് സന്തോഷത്തോടെ

കഴിയുന്നത്. ആ വെള്ളത്തിൽ എന്തെല്ലാം അഴുക്കുകൾ ഉണ്ടാകും എന്ന കാര്യത്തെക്കുറിച്ച് അവരാരും ചിന്തിക്കുന്നതേയില്ല. ആ വെള്ളത്തിൽ ഞാൻ അവരുടെ ഭക്ഷണം നിരസിച്ച് പോയാൽ ഈ നിഷ്കളങ്കയായ പെൺകുട്ടിക്ക് വളരെയധികം വിഷമം ഉണ്ടാകും.

"എങ്കിൽ ശരി കുറച്ചു വെള്ളം നന്നായി തിളപ്പിച്ചു തരൂ... ഞാൻ കുടിക്കാം. കുളിയുടെ കാര്യമെല്ലാം പിന്നെ നോക്കാം..."

"എന്റെ ബാബൂജീ, അങ്ങേക്കു ഞാൻ ഒരു പാട്ട വെള്ളം തന്നെ തിളപ്പിച്ചു തരാം. ആ വെള്ളം ഉപയോഗിച്ച് അങ്ങേക്കു കുളിക്കാമല്ലോ. നേരം അത്രയൊന്നും വൈകിയിട്ടില്ലല്ലോ. അങ്ങ് ഇരുന്നാലും. ഞാൻ ഉടനെ വെള്ളം കൊണ്ടുവന്നുതരാം."

മഞ്ചി വെള്ളം കൊണ്ടുവന്നു. ഭക്ഷണം പാചകം ചെയ്യാൻ വേണ്ട സാധനങ്ങളെല്ലാം ഒരുക്കിത്തന്ന ശേഷം പറഞ്ഞു.

"ബാബൂജി തന്നെ പാചകം ചെയ്തുകൊള്ളൂ. ഞാൻ പാചകം ചെയ്തത് അങ്ങ് കഴിക്കുകയില്ലല്ലോ."

"എന്താ കഴിക്കാതെ? നിനക്ക് അറിയുന്ന രീതിയിൽ ഉണ്ടാക്കിയാൽ മതി."

"അതു പാടില്ല ബാബൂജീ, അവിടുന്നു തന്നെ പാചകം ചെയ്താട്ടെ ഒരു ദിവസത്തിനു വേണ്ടി വെറുതെ ജാതി കളയുന്നതെന്തിനാ? എനിക്കു പാപം കിട്ടും."

"ഒരു പാപവും ഇല്ല. ജാതിയും പോവില്ല, ഞാനല്ലേ, പറയുന്നത്, നീ പാചകം ചെയ്ത ഭക്ഷണം കഴിച്ചതുകൊണ്ട് എനിക്ക് യാതൊരു ദോഷവും വരാൻ പോകുന്നില്ല."

നിവൃത്തിയില്ലെന്നു കണ്ടപ്പോൾ മഞ്ചി തന്നെ പാചകം ചെയ്യാൻ തയ്യാറായി. പ്രത്യേകിച്ച് വിഭവങ്ങളൊന്നും ഇല്ല. കൈകൊണ്ടു പരത്തി ചുട്ടെടുത്ത നല്ല കനത്തിലുള്ള ഗോതമ്പു പത്തിരിയും കാട്ടുപീച്ചിങ്ങ കൊണ്ടുണ്ടാക്കിയ കറിയും.

നക്ഛേദി എവിടെ നിന്നോ ഒരു പാത്രം നിറയെ എരുമപ്പാൽ കൊണ്ടുവന്നിരുന്നു. അതും ഞാൻ കുടിക്കേണ്ടതായി വന്നു.

ഭക്ഷണം പാചകം ചെയ്യുന്ന വേളയിൽ അവർ ഇതിനു മുമ്പ് എവിടെയെല്ലാം സഞ്ചരിച്ചു എന്ന കാര്യങ്ങളാണ് മഞ്ചി പറഞ്ഞു കൊണ്ടിരുന്നത്. ഒരു മലമ്പ്രദേശത്ത് പയറും ഉഴുന്നും കൊയ്യാൻ പോയപ്പോൾ അവരവിടെ ഒരു കോലാടിന്റെ കുഞ്ഞിനെ വളർത്തി. അത് ഒരു ദിവസം എവിടേക്കോ ഓടിപ്പോയത്രേ. ഇങ്ങനെ പല പല കഥകൾ ഞാനവിടെയിരുന്ന് കേട്ടു.

"ബാബൂജീ, കാങ്കോയാഡാരാ രാജാവിന്റെ അധികാരപരിധിയിലുള്ള കൃഷിഭൂമിയിൽ ഒരു ചൂടുവെള്ള തടാകമുണ്ട് എന്നു കേട്ടിട്ടുണ്ട്. അങ്ങ് അതിനടുത്തു വരെ പോയതല്ലേ? അവിടെപ്പോയി അതുകണ്ടുവോ?" മഞ്ചി ചോദിച്ചു.

"ഞാൻ അതിനെപ്പറ്റി കേട്ടിരുന്നു. പക്ഷേ, അവിടേക്കു പോകാൻ

സാധിച്ചില്ല.” ഞാൻ പറഞ്ഞു.

“ബാബുജിക്ക് ഒരു കാര്യം കേൾക്കണോ, ഞാനവിടെ കുളിക്കാൻ പോയിട്ട് അടി വാങ്ങിച്ചു. എന്നെ കുളിക്കാനൊട്ടു സമ്മതിച്ചതുമില്ല. മഞ്ചി സങ്കടത്തോടെ പറഞ്ഞു.

കഥയുടെ ബാക്കി പറഞ്ഞത് മഞ്ചിയുടെ ഭർത്താവാണ്.

“അതെ ബാബുജീ, അത് ശരിക്കും പുലിവാലായിപ്പോയി. അവിടത്തെ പാണ്ഡകൾ ശരിയായ തെമ്മാടികൾ ആണ്. പാണ്ഡമാർ പുരോഹിതരാണ് എന്നൊന്നും പറഞ്ഞിട്ട് കാര്യമില്ല. ശരിക്കും അക്രമിക്കൂട്ടം.”

“എന്താണ് ഉണ്ടായത്?” ഞാൻ ചോദിച്ചു.

മഞ്ചി ഭർത്താവിനോട് എല്ലാം പറയാൻ ആവശ്യപ്പെട്ടു.

“ബാബുജിയോടു നിങ്ങൾതന്നെ എല്ലാം പറഞ്ഞുകൊടുക്കൂ. ബാബുജി കൊൽക്കത്തയിൽനിന്നും വന്ന ആളല്ലേ? അദ്ദേഹം എല്ലാം എഴുതി അറിയിക്കും. അപ്പോൾ ഈ അക്രമിക്കൂട്ടത്തിന് ശരിയായ ശിക്ഷ കിട്ടും.”

“ബാബുജി, അവിടം സൂര്യകുണ്ഡം എന്ന മനോഹരമായ ഒരു സ്ഥലമാണ്. തീർത്ഥാടനത്തിനു വരുന്നവർ അവിടെ കുളിക്കുക പതിവാണ്. ഞങ്ങൾ ആമ്ലതലി എന്നു പേരുള്ള മലയുടെ താഴ്വരയിൽ ഉഴുന്നു കൊയ്യുകയായിരുന്നു. ഒരു പൗർണ്ണമി ദിവസം ഞങ്ങൾ വേഗം ജോലി അവസാനിപ്പിച്ചു. അന്ന് മഞ്ചി അവിടേക്കു കുളിക്കാൻ പോയി. എനിക്ക് അന്ന് പനിയായിരുന്നു. അതുകൊണ്ട് കുളിക്കാൻ പോയില്ല. എന്റെ ആദ്യഭാര്യ തുളസിയും കുളിക്കാൻ പോയില്ല. അവൾക്ക് അത്ര ധർമ്മബോധമൊന്നുമില്ല. മഞ്ചി സൂര്യകുണ്ഡത്തിലേക്ക് ഇറങ്ങിയപ്പോൾ അവിടെ ഉണ്ടായിരുന്ന പുരോഹിതർ എന്തിനാണ് അവിടേക്ക് ഇറങ്ങുന്നതെന്ന് ചോദിച്ചു. കുളിക്കാനാണെന്നു മഞ്ചി പറഞ്ഞു. അപ്പോൾ അവർ അവളുടെ ജാതി ചോദിച്ചു. ഗാംഗോത ജാതിയാണെന്നു മഞ്ചി മറുപടി പറഞ്ഞപ്പോൾ അവർ ഗാംഗോതർ ഇവിടെ കുളിക്കാൻ പാടില്ല എന്ന് പറഞ്ഞ് ആർത്തട്ടഹസിച്ചു. മഞ്ചിയുടെ സാമർത്ഥ്യം അങ്ങേക്ക് അറിയാമല്ലോ. അവൾ ഒട്ടും വിട്ടുകൊടുത്തില്ല. അവരുമായി വാക്കേറ്റത്തിനു മുതിർന്നു. ഇത് മലഞ്ചെരിവിലെ അരുവിയല്ലേ ആരുടെയും സ്വന്തമെന്ന് അവകാശപ്പെടാനൊന്നും ആവില്ലല്ലോ. ആർക്കുവേണമെങ്കിലും കുളിക്കാമല്ലോ. ഇതിനിടയിൽ എത്രയധികം ആളുകൾ കുളിച്ചു പോയിട്ടുണ്ട്, അവരെല്ലാം ബ്രാഹ്മണരും ക്ഷത്രികളും ആണോ? എന്നുപറഞ്ഞുകൊണ്ട് അവൾ പിന്നെയും വെള്ളത്തിൽ ഇറങ്ങാൻ തയ്യാറായി. അപ്പോൾ രണ്ടുപേർ ഓടിവന്ന് അവളെ പിടിച്ചുകയറ്റിയിട്ട് പൊതിരെ തല്ലി. അടിച്ചോടിച്ചു എന്നു പറഞ്ഞാൽ മതിയല്ലോ? അവൾ കരഞ്ഞുകൊണ്ട് വീട്ടിലേക്ക് ഓടിവന്നു.”

“പിന്നെ എന്തു സംഭവിച്ചു?” ഞാൻ ചോദിച്ചു.

“എന്തുണ്ടാകാനാ ഭഗവാനേ, ഞങ്ങൾ സാധുക്കളായ ഗാംഗോത ജാതിക്കാരല്ലേ? വെറും കൊയ്ത്തുകാർ. ഞങ്ങളുടെ ആവലാതികളും സങ്കടങ്ങളും ആരു കേൾക്കാൻ? മുംഗേരിലെ സീതാകുണ്ഡത്തിൽ കുളി

ക്കാൻ കൊണ്ടുപോകാമെന്നു പറഞ്ഞ് ഞാനവളെ സമാധാനിപ്പിച്ചു."

"ഈ വിവരങ്ങളെല്ലാം അങ്ങ് എഴുതണം. അങ്ങയുടെ നാട്ടിൽ ബംഗാളി ബാബുമാരില്ലേ? അവരുടെ പേനയ്ക്ക് നല്ല മൂർച്ചയുണ്ടല്ലോ. ആ ദുഷ്ടകൂട്ടങ്ങളെ ശരിക്കും ഒരു പാഠം പഠിപ്പിക്കണം."

"അതിനെന്താ, ഞാൻ തീർച്ചയായും കൊൽക്കത്തയിലേക്ക് എഴുതാം." ഞാൻ ഉത്സാഹത്തോടെ പറഞ്ഞു.

മഞ്ചി വളരെ ശ്രദ്ധയോടെ എനിക്ക് ഭക്ഷണം വിളമ്പി തന്നു. അവളുടെ ആതിഥ്യമനോഭാവവും ആത്മാർത്ഥമായ പെരുമാറ്റവും എന്നെ വല്ലാതെ ആകർഷിച്ചു.

യാത്ര പറഞ്ഞ് പോരുന്ന അവസരത്തിൽ ഞാൻ അവരോടു വീണ്ടും പറഞ്ഞു.

"വരുന്ന മേടമാസമാകുമ്പോൾ ഗോതമ്പും യവവും വിളയും. അതു കൊയ്യുന്ന സമയമാകുമ്പോൾ നിങ്ങൾ തീർച്ചയായും ലബ്ടുലിയായിലേക്ക് വരണം. ഒരു കാരണവശാലും വരാതിരിക്കരുത്."

"ഞങ്ങൾ തീർച്ചയായിട്ടും വരും. അത് പറയേണ്ട കാര്യമുണ്ടോ ബാബുജീ." മഞ്ചി പറഞ്ഞു.

മഞ്ചിയുടെ ആതിഥ്യം സ്വീകരിച്ച് തിരിച്ചുപോരുമ്പോൾ അവൾ ഒരു പ്രത്യേകതരം സ്ത്രീയാണെന്ന് എനിക്കു തോന്നി. സന്തോഷം, ആരോഗ്യം, ആത്മാർത്ഥത എന്നീ ഗുണങ്ങളുടെ പ്രതീകമാണവൾ. ആ വനഭൂമിയിലെ വനലക്ഷ്മി. വല്ലാത്തൊരു പ്രസാദാത്മകതയാണ് അവൾക്ക്. സ്നേഹമയിയും തേജസ്വിനിയും മുഗ്ദ്ധയും യൗവനയുക്തയും ആണ് അവൾ.

വിദ്യാഭ്യാസമില്ലാത്ത മഞ്ചിക്ക് നിഷ്കളങ്കയായ ബാലികയുടെ സ്വഭാവമാണ്. ബംഗാളി ലേഖകരിൽ അവൾക്കുള്ള വിശ്വാസം എന്നെ അത്ഭുതപ്പെടുത്തിയിരുന്നു. അതുകൊണ്ട് അവളോട് ഏറ്റുപോന്ന കാര്യം ഞാൻ നിറവേറ്റുകയുണ്ടായി. എത്രകാലം കഴിഞ്ഞാലാണ് അതുകൊണ്ട് ഉപകാരമുണ്ടാകുക എന്നൊന്നും അറിയില്ല. അന്ന് അവൾ ജീവിച്ചിരിപ്പുണ്ടാകുമോ എന്നു പോലും പറയാൻ പറ്റില്ല.

2

കർക്കടകമാസം പിറന്നു. മഴ ആർത്തു പെയ്യുകയാണ്. നിൽക്കാത്ത മഴ തുടങ്ങിയിട്ട് കുറേ ദിവസമായി. നാഢ, ലബ്ടുലിയ ബയിഹാറിലും ഗ്രാന്റ് സായിപ്പിന്റെ വടവൃക്ഷത്തിനു ചുവട്ടിലും നിന്ന് നാലുഭാഗത്തേക്കു നോക്കിയാൽ ഹരിതസമുദ്രം പോലെയാണ്. പുതുതായി മുളച്ചുയർന്ന കാശപ്പുല്ലുകൾ. ശരിക്കും കാടുപോലെയാണ് പുല്ലുകൾ വളർന്നു നിൽക്കുന്നത്.

ഒരു ദിവസം രാജാദോബരുവിന്റെ കത്തുകിട്ടിയതിനാൽ അവിടത്തെ ശ്രാവണപൂർണ്ണിമ ഉത്സവത്തിൽ പങ്കെടുക്കുവാൻ പോയി. രാജുവും മടു

ക്നാഥനും എന്റെ കൂടെ വരാൻ തയ്യാറായി. അവർ നടന്നു വരുന്നതു കൊണ്ട് എനിക്കു മുമ്പേ യാത്ര പുറപ്പെട്ടു.

ഉച്ചയ്ക്ക് ഒന്നരമണിയായപ്പോൾ മിഛി നദി കടന്നു കഴിഞ്ഞു. ചെറു തോണിയിൽ എല്ലാവരും മറുകര എത്തിയപ്പോൾ കൂടെ ഉണ്ടായിരുന്ന വരെ എല്ലാം പുറകിലാക്കി ഞാൻ കുതിരയോടിച്ചുപോയി.

അപ്പോഴാണ് പെരുമഴ ആരംഭിച്ചത്. കാട്ടിലെ കാറ്റും മഴയും ആദ്യ മായാണ് കാണാൻ സാധിച്ചത്. മലകളെല്ലാം മേഘാവരണം കാരണം നീലനിറം പൂണ്ടു നിൽക്കുന്നു. വഴിയരികിൽ മയിലുകൾ നൃത്തം വയ്ക്കു ന്നു. ഗ്രാമീണ ബാലന്മാർ പുതുവെള്ളത്തിൽ ചൂണ്ടയിടുന്നു ചാരനിറ മുള്ള പാറക്കല്ലുകൾ മഴനനഞ്ഞ് കറുത്തതായി മാറിയിരിക്കുന്നു. ആ കല്ലുകൾക്കു മുകളിലിരുന്ന് മാടുമേയ്ക്കുന്ന ബാലന്മാർ സാലവൃക്ഷ ത്തിന്റെ ഇലയിൽ ചുരുട്ടിയുണ്ടാക്കിയ ബീഡി വലിക്കുന്നു.

സന്ധ്യയ്ക്കു മുമ്പ് ഞാൻ ദോബരു രാജാവിന്റെ കൊട്ടാരത്തിൽ എത്തി. മുമ്പ് ഞാൻ പോയപ്പോൾ അതിഥി സത്ക്കാരത്തിന് ഒരുക്കി ത്തന്ന അതേ മുറിയിൽ നല്ലപോലെ ചാണകം മെഴുകി വൃത്തിയായി അലങ്കരിച്ചു വച്ചിരിക്കുന്നു. ചുമരിൽ താമര, മയിൽ എന്നിവയുടെ ചിത്രം വരച്ചുവച്ചിരിക്കുന്നു. എന്റെ കിടക്ക ഇതുവരെയും എത്തിയിട്ടില്ല. ഞാൻ കുതിരപ്പുറത്ത് വന്നതുകൊണ്ട് ആദ്യം എത്തിയല്ലോ. ആ മുറിയിൽ പുതിയ ഒരു പുല്ലുപായ വിരിച്ചിരിക്കുന്നു. രണ്ടു വെളുത്ത തലയിണയും അവിടെ ഉണ്ടായിരുന്നു.

അല്പസമയം കഴിഞ്ഞപ്പോൾ ഒരു വലിയ തളികയിൽ പഴങ്ങളും ഒരു വലിയ പാത്രം നിറയെ പാലുമായി ഭാനുമതി വന്നു. അതേ പ്രായ ത്തിലുള്ള മറ്റൊരു പെൺകുട്ടിയും അവളോടൊപ്പം ഉണ്ടായിരുന്നു. അവ ളുടെ കൈയിൽ താമ്പൂലം നിറച്ച ഒരു പാത്രം ഉണ്ടായിരുന്നു. വിസ്ത രിച്ചു മുറുക്കാനുള്ള സകല വസ്തുക്കളും അതിൽ ഉണ്ടായിരുന്നു.

ഭാനുമതി കടുംനിറത്തിലുള്ള ഒരു സാരിയാണ് ഉടുത്തിരുന്നത്. കഴു ത്തിൽ മുത്തുമാല ധരിച്ചിരിക്കുന്നു. വെളുത്ത പൂക്കൾ കോർത്ത ഒരു മാല തലമുടിയിൽ അണിഞ്ഞിട്ടുണ്ട്. മുമ്പു കണ്ടതിലും സുന്ദരിയും ആരോഗ്യവതിയും ആയിട്ടുണ്ട് ഭാനുമതി ഇപ്പോൾ. അവളുടെ കൊഴു ത്തുരുണ്ട ശരീരത്തിൽ താരുണ്യം നിറഞ്ഞൊഴുകുന്നു. കണ്ണുകളിൽ ഇപ്പോഴും നിഷ്കളങ്കത തന്നെയാണ് തുളുമ്പി നിൽക്കുന്നത്. കൊച്ചു കുട്ടിയുടേതുപോലുള്ള പെരുമാറ്റവും.

"ഭാനുമതീ സുഖം തന്നെയല്ലേ?" ഞാൻ അവളോടു ചോദിച്ചു.

ഭാനുമതിക്ക് ഉപചാരപൂർവ്വം സംസാരിക്കുവാൻ അറിയില്ല. എന്റെ ചോദ്യം കേട്ടപ്പോൾ അവൾ മനോഹരമായി ചിരിച്ചു.

"അങ്ങേയ്ക്കു സുഖമാണോ ബാബുജീ."

"എനിക്കു സുഖം തന്നെ."

"അങ്ങ് എന്തെങ്കിലും കഴിച്ചാട്ടെ. പകൽ മുഴുവനും കുതിരയെ ഓടിച്ചു വന്നതല്ലേ? നല്ലതുപോലെ വിശപ്പും ക്ഷീണവും ഉണ്ടാകും."

എന്റെ മറുപടിക്കു കാത്തു നിൽക്കാതെ അവൾ വേഗം കാലുമടക്കി നിലത്തിരുന്നു. പാൽപ്പാത്രവും പഴുത്ത പപ്പായക്കഷണവും എനിക്കു നീട്ടിതന്നു. ഞാൻ കൈയിൽ വാങ്ങുന്നതു വരെ അവളത് പിടിച്ചു നിന്നു.

ആ പെൺകിടാങ്ങളുടെ നിഷ്കളങ്ക സ്നേഹവും പെരുമാറ്റവും എന്നെ വല്ലാതെ ആകർഷിച്ചു. ബംഗാളികളായ പുരുഷന്മാരെ സംബന്ധിച്ചിടത്തോളം ഇത്തരം സങ്കോചരഹിതമായ പെരുമാറ്റം അത്യന്തം വിസ്മയകരവും അപ്രതീക്ഷിതമായ മധുരോദാരവുമായ അനുഭവമാണ്. ഒരു ബന്ധുവുമില്ലാത്ത പുരുഷനോടു ഏതു ബംഗാളിലെ ഏതു കൗമാരക്കാരിയാണ് ഇങ്ങനെ പെരുമാറുക? പെൺകുട്ടികളെ കുറിച്ചുള്ള നമ്മുടെ ചിന്തകൾ എന്തിലൊക്കെയോ കെട്ടുപിണഞ്ഞു കിടക്കുകയാണ്. ഇപ്പോഴും അവരോടു മനസ്സു തുറന്നു ചിരിക്കാനോ ഇഷ്ടംപോലെ ഇടപഴകാനോ ഒരിക്കലും സാദ്ധ്യമല്ല.

വേറൊരു കാര്യവും ഞാൻ ശ്രദ്ധിക്കുകയുണ്ടായി. ഈ പ്രദേശത്തെ മൈതാനങ്ങൾ എത്രമാത്രം വിശാലവും മഹാവനങ്ങൾ, മേഘപാളികൾ, പർവ്വതനിരകൾ എന്നിവ എത്രമാത്രം സ്വതന്ത്രവും ദൂരവ്യാപിയും ആയിരിക്കുന്നുവോ അതുപോലെ തന്നെ ഭാനുമതിയുടെ സ്വഭാവവും പെരുമാറ്റവും സങ്കോചരഹിതവും മൃദുലവും നിഷ്കളങ്കവും സ്വാഭാവികവും ആണ്.

ഒരു മനുഷ്യൻ മറ്റൊരു മനുഷ്യനോട് എങ്ങനെയാണോ പെരുമാറേണ്ടത് അതുപോലെ തന്നെ സ്വാഭാവികമായ പെരുമാറ്റമാണ് ഭാനുമതിയിൽനിന്നും മഞ്ചിയിൽനിന്നും വെങ്കിടേശ്വര പ്രസാദിന്റെ ഭാര്യയിൽ നിന്നും ഉണ്ടായത്. വനഭൂമിയും പർവ്വതപ്രദേശങ്ങളും അവരുടെ മനസ്സിന് സ്വാതന്ത്ര്യം നൽകിയിരിക്കുന്നു. അവരുടെ വീക്ഷണം വിശാലമാക്കിയിരിക്കുന്നു. ഇവരുടെ സ്നേഹം സ്വാതന്ത്രവും ദൃഢവും ഉദാരവും ആയിരിക്കുന്നു. അവരുടെ മനസ്സ് ഉത്ക്കൃഷ്ടമായതുകൊണ്ട് അവരുടെ സ്നേഹവും ഉത്കൃഷ്ടമാണ്.

ഭാനുമതി എന്റെ അടുത്തിരുന്ന് ഓരോ സാധനങ്ങൾ എടുത്തുതന്ന് കഴിക്കുവാൻ നിർബ്ബന്ധിച്ചുകൊണ്ടിരുന്നു. ആ സ്നേഹത്തെ താരതമ്യം ചെയ്യാൻ മറ്റൊന്നും ഇല്ല. ഒരു സ്ത്രീയുടെ സങ്കോചരഹിതമായ പെരുമാറ്റത്തിന്റെ മനോഹാരിത എന്തെന്ന് ഞാൻ ശരിക്കും അന്ന് അനുഭവിച്ചറിഞ്ഞു. പരിഷ്കൃത സമൂഹത്തിലെ സ്ത്രീമനസ്സ് സംസ്കാരത്തിന്റെയും ബന്ധനങ്ങളുടെയും ഇടയിൽ കിടന്ന് ഞെരുങ്ങുകയാണ്. ഭാനുമതിയുടെ ഉള്ളിൽ ഇപ്പോഴും ആദിമനാരി കുടികൊള്ളുന്നുണ്ട് എന്നതു വ്യക്തമാണ്.

ആദ്യത്തെ പ്രാവശ്യം ഞാൻ ഇവിടേക്കു വന്നപ്പോൾ വളരെ നല്ല പെരുമാറ്റം തന്നെ ആയിരുന്നു ഭാനുമതിയുടേത്. എന്നാൽ ഇത്തവണ അവൾക്കു വളരെ വേണ്ടപ്പെട്ട ഒരാളോടെന്ന പോലെയായിരുന്നു അവളുടെ പെരുമാറ്റം. ഈ ബംഗാളി ബാബു അവരുടെ കുടുംബസുഹൃത്താ

ണ്. അവരുടെ അഭ്യുദയകാംക്ഷിയാണ്. അതുകൊണ്ടുതന്നെ ഏറ്റവും സ്വന്തമായ ആളായി കണക്കാക്കി അടുത്തു പെരുമാറാവുന്നതാണ്. അവളിൽനിന്നും എനിക്കു ലഭിച്ച സ്നേഹവും അടുപ്പവും എന്റെ സ്വന്തം സഹോദരിയിൽ നിന്നെന്നതുപോലെ ആയിരുന്നു.

ഈ സംഭവങ്ങളെല്ലാം നടന്നു കഴിഞ്ഞിട്ട് കാലം എത്രയോ കഴിഞ്ഞു. എന്നാലും ഭാനുമതിയുടെ സ്നേഹവും അടുത്ത സുഹൃത്തിനോടോ സഹോദരനോടോ എന്നതുപോലെയുള്ള മനസ്സു തുറന്ന പെരുമാറ്റം ഇതൊന്നും ഒരു കാലത്തും എന്റെ മനസ്സിൽനിന്നും മായുകയില്ല.

ദോബരു രാജാവ് അന്നത്തെ ആഘോഷത്തിൽ മുഴുകി നടക്കുകയാണ്. തിരക്കൊഴിഞ്ഞ് എന്റെ അടുത്തേക്കു വന്നപ്പോൾ ഞാൻ ചോദിച്ചു.

"ഈ മഹോത്സവം ഇവിടെ എല്ലാവർഷവും നടത്താറുണ്ടോ?"

"ഞങ്ങളുടെ വംശം കാലാകാലങ്ങളായി നടത്തിവരാറുള്ള ആഘോഷമാണിത്. ദൂരെയുള്ള ഞങ്ങളുടെ ബന്ധുക്കളെല്ലാം ആ ആഘോഷത്തിൽ പങ്കെടുക്കാനും നൃത്തംചെയ്യാനുമായി ഇവിടെ എത്തിച്ചേരും. രണ്ടര മന്ന് അരി വയ്ക്കും ഓരോ പ്രാവശ്യവും.

പണ്ഡിതന്മാർക്കുള്ള ദാനവും ആദരവും ലഭിക്കും എന്ന പ്രതീക്ഷയിലാണ് മടുക്നാഥൻ വന്നിരിക്കുന്നത്. വലിയ രാജകൊട്ടാരവും അവിടത്തെ കാഴ്ചകളും കാണാം എന്ന പ്രതീക്ഷയായിരുന്നു അയാൾക്ക്. വന്നു കണ്ടതോടെ അയാൾ തീർത്തും നിരാശനായി. ഗ്രാമത്തിലെ ഒരു സാധാരണവീട് ഈ രാജകൊട്ടാരത്തെക്കാൾ എത്രയോ ഭേദമാണ്.

രാജുവിന് തന്റെ മനസ്സിൽ തോന്നിയ കാര്യം മറച്ചു വയ്ക്കാൻ സാധിച്ചില്ല. അതുകൊണ്ട് അയാൾ അതു തുറന്നു പറഞ്ഞു.

"ബാബൂജി, രാജാവ് എവിടെ? ഇദ്ദേഹം വെറും ഒരു സന്താൾ സർദാർ ആണല്ലോ. എനിക്കു സ്വന്തമായി ഉള്ളത്ര പോത്തുകൾ പോലും ഇയാൾക്ക് സ്വന്തമായി ഇല്ല എന്നാണല്ലോ കേൾക്കുന്നത്."

രാജു വരുന്ന വഴി രാജാവിനെക്കുറിച്ചുള്ള സകലവിവരങ്ങളും അന്വേഷിച്ചറിഞ്ഞ് മനസ്സിലാക്കിയിരുന്നു. ആരാണ് ഏറ്റവും കൂടുതൽ പോത്തുകൾ സ്വന്തമായി ഉള്ളവൻ അവനാണ് ഏറ്റവും വലിയ ധനികൻ എന്നതാണ് ഈ നാട്ടിലെ കണക്ക്.

നേരം അർദ്ധരാത്രിയായി. നിലാവ് പരന്നൊഴുകാൻ തുടങ്ങി. രാജകൊട്ടാരത്തിനകത്തുനിന്നും ധാരാളം സ്ത്രീകളുടെ ഒരുമിച്ചുള്ള പാട്ട് കേൾക്കാൻ തുടങ്ങി. നാളെയാണ് ദോള പൗർണ്ണമി. അന്നാണ് ശരിയായ ഉത്സവം. പുതുതായി എത്തിച്ചേർന്നവരും അവിടെ സ്ഥിരതാമസമാക്കിയവരും എല്ലാം ചേർന്ന് നാളെ പാടേണ്ട ഗാനം പരിശീലിക്കുകയാണ്. രാത്രി മുഴുവനും ഈ പരിശീലനം തുടരും എന്നാണ് അറിയാൻ കഴിഞ്ഞത്.

കൊട്ടിന്റെയും പാട്ടിന്റെയും ബഹളത്തിൽ ഞാനെപ്പോഴാണ് ഉറങ്ങിപ്പോയത് എന്നറിഞ്ഞില്ല. ഉറക്കത്തിലും കൊട്ടും പാട്ടും കേൾക്കുന്നുണ്ടായിരുന്നു.

3

അടുത്ത ദിവസം ഉത്സവം കണ്ടുകഴിഞ്ഞപ്പോൾ മടുക്നാഥനും രാജുവും മാത്രമല്ല, മുനീശ്വർസിങ് പോലും അതിശയിച്ചുപോയി.

ഭാനുമതിയുടെ പ്രായത്തിലുള്ള മുപ്പതു പെൺകിടാങ്ങൾ സമീപ ഗ്രാമങ്ങളിൽ നിന്നെല്ലാം ഉത്സവത്തിൽ പങ്കെടുക്കുവാനായി എത്തിച്ചേർന്നിരിക്കുകയാണ്. ഇത്രയും പേർ ഒന്നിച്ച് ആടുകയും പാടുകയും ചെയ്യുന്നു. എന്നാൽ ഒരാൾ പോലും മദ്യപിച്ചിരുന്നില്ല എന്നത് എന്നെ അത്ഭുതപ്പെടുത്തി. മഹുവയുടെ മദ്യം ഇവിടെ പ്രധാനമാണ്. ഈ കാര്യത്തെക്കുറിച്ച് രാജാവിനോടു ചോദിച്ചപ്പോൾ അദ്ദേഹം ചിരിച്ചുകൊണ്ട് അഭിമാനബോധത്തോടെ ഇപ്രകാരം പറഞ്ഞു:

“ഞങ്ങളുടെ വംശത്തിലെ സ്ത്രീകളുടെ ഇടയിൽ ഇങ്ങനെ ഒരു പതിവില്ല. അതാണ്, നിയമം. ഇനി ഞാൻ അനുവാദം നൽകിയാലല്ലാതെ ആരും തന്നെ എന്റെ പെൺകുട്ടികളുടേയും സ്ത്രീകളുടേയും മുന്നിൽവച്ച് മദ്യപിക്കുകയും ഇല്ല.”

ഉച്ചയായപ്പോൾ മടുക്നാഥൻ എന്റെ അടുത്തുവന്ന് സ്വകാര്യമായി പറഞ്ഞു.

“ഈ രാജാവ് എന്നെക്കാൾ ദരിദ്രനാണെന്നു തോന്നുന്നു. ആഹാരത്തിനു കൊടുത്തയച്ചിരിക്കുന്ന സാധനങ്ങൾ കണ്ടില്ലേ? നല്ല മുഴുത്ത അരി, മൂത്തു മൊരച്ച കുമ്പളങ്ങ, കാട്ടുപീച്ചിങ്ങയും. ഇതുവച്ച് ഇത്രയും പേർക്ക് ഞാനെങ്ങനെ ആഹാരം ഉണ്ടാക്കും?”

നേരം വെളുത്തതിനു ശേഷം ഭാനുമതിയെ കണ്ടതേയില്ല. ഞാൻ ആഹാരം കഴിക്കാൻ ഇരുന്നപ്പോൾ അവൾ ഒരു പാത്രം പാലുമായി എന്റെ മുന്നിൽ വന്നിരുന്നു.

“ഇന്നലെ രാത്രിയിൽ നിങ്ങൾ പാടിയ പാട്ട് മനോഹരമായിരുന്നു കേട്ടോ.” ഞാൻ അവളോടു പറഞ്ഞു.

“ഞങ്ങളുടെ പാട്ട് അങ്ങേക്കു മനസ്സിലാകുമോ?” അവൾ ചിരിച്ചുകൊണ്ടു ചോദിച്ചു.

“എന്തുകൊണ്ടു മനസ്സിലാകില്ല.” എത്രനാളായി ഞാൻ നിങ്ങളോടു കൂടി കഴിയാൻ തുടങ്ങിയിട്ട്. പിന്നെ എനിക്ക് നിങ്ങളുടെ പാട്ട് മനസ്സിലാകാതിരിക്കുമോ?”

“ബാബൂജീ, ഇന്നു വൈകുന്നേരം ഞങ്ങളുടെ ഉത്സവം കാണാൻ വരുന്നുണ്ടോ?”

“പിന്നെ വരാതെ? അതിനല്ലേ, ഞാൻ ഇത്രയും ദൂരം വന്നത്? ഇവിടെ നിന്നും എത്ര അകലെയാണ് ഉത്സവം നടക്കുന്ന സ്ഥലം? എങ്ങനെയാണ് അവിടേക്കു പോകുക?”

ധൻഝരി മലയുടെ മുകളിലേക്ക് വിരൽ ചൂണ്ടിക്കാണിച്ചുകൊണ്ട് ഭാനുമതി പറഞ്ഞു.

"ബാബൂജീ, ആ മലയുടെ മുകളിലേക്ക് പോയിട്ടുണ്ടല്ലോ. അല്ലേ? അവിടെ ഞങ്ങളുടെ അമ്പലം കണ്ടിട്ടില്ലേ?"

ഞങ്ങൾ സംസാരിച്ചു കൊണ്ടിരിക്കുന്നതിനിടയിൽ ഭാനുമതിയുടെ പ്രായക്കാരായ ഒരു കൂട്ടം പെൺകുട്ടികൾ ഞാൻ ഭക്ഷണം കഴിക്കാൻ ഇരിക്കുന്ന മുറിയുടെ വാതിൽക്കൽ വന്നു നിന്നു. ബംഗാളി ബാബു ഭക്ഷണം കഴിക്കുന്നത് അവർ കൗതുകത്തോടെ നോക്കുകയും പരസ്പരം അഭിപ്രായപ്രകടനങ്ങൾ നടത്തുകയും ചെയ്തുകൊണ്ടിരുന്നു.

അവരെ ഭാനുമതി ശാസിച്ചു.

"എല്ലാവരും ഇവിടെനിന്നും പോവിൻ? നിങ്ങൾക്ക് എന്താണ് ഇവിടെ കാര്യം? എല്ലാവരോടും പോകാനാണു പറഞ്ഞത്!"

ഭാനുമതിയെക്കാൾ ധൈര്യവതികളാണ് ആ പെൺകിടാങ്ങൾ ഓരോരുത്തരും.

ഒരുത്തി മുന്നിൽ കയറിവന്നു ചോദിച്ചു.

"ബാബൂജിക്ക് ഈ ഉത്സവ ദിവസത്തിൽ ഉപ്പിലിട്ട കരഞ്ജക്കായ കഴിക്കാൻ കൊടുക്കാത്തത് എന്താണ്?"

അവളുടെ ചോദ്യം കേട്ട് അവളുടെ കൂടെ ഉണ്ടായിരുന്ന പെൺകിടാങ്ങൾ കൂട്ടത്തോടെ ചിരിക്കാൻ തുടങ്ങി. ചിരിക്കുക എന്നു പറഞ്ഞാലും ഉണ്ട്. ഉരുണ്ടു പിരണ്ട് ചിരിക്കുക.

അവരുടെ ചിരി കണ്ട് ഞാൻ ചോദിച്ചു.

"ഇവർ ഇങ്ങനെ ചിരിക്കുന്നത് എന്തിനാണ്?"

ഭാനുമതി നാണിച്ച് തല കുനിച്ച് ശബ്ദം താഴ്ത്തി പറഞ്ഞു "അവരോടു തന്നെ ചോദിക്കൂ! എനിക്കെങ്ങനെ അറിയാം!"

പെട്ടെന്നായിരുന്നു ഒരു പെൺകുട്ടി എന്റെ മുന്നിലേക്കു വന്നതും വലിയ പഴുത്ത ഒരു ഉണ്ടമുളക് എന്റെ കിണ്ണത്തിലേക്കു വച്ചതും.

അവൾ ചിരിച്ചുകൊണ്ടുപറഞ്ഞു.

"ബാബൂജീ, അങ്ങ് ഇതൊന്നു കഴിച്ചുനോക്കൂ. മുളകിന്റെ അച്ചാർ ആണ്. ഭാനുമതി അങ്ങേക്കു തന്നത് മധുരമുള്ള സാധനങ്ങൾ മാത്ര മല്ലേ? അതുമാത്രം കഴിച്ചാൽ പോരല്ലോ? ഞങ്ങൾ അങ്ങയെക്കൊണ്ട് കുറച്ച് എരിവുള്ള സാധനങ്ങളും കഴിപ്പിക്കുവാൻ പോവുകയാണ്."

ആ പെൺകിടാങ്ങൾ പിന്നെയും ചിരി തുടങ്ങി. എത്രയെത്ര പെൺകുട്ടികളാണ് ഒരുമിച്ചു പൊട്ടിച്ചിരിക്കുന്നത്.

പകൽ സമയത്ത് പൂർണ്ണചന്ദ്രൻ ഉദിച്ചതുപോലുള്ള തോന്നലാണ് ആ ചിരി എന്നിൽ ഉയർത്തിയത്.

സന്ധ്യമയങ്ങുന്നതിനു മുമ്പായി ഒരു സംഘം യുവതിയുവാക്കൾ മലമുകളിലേക്കു പോയി കഴിഞ്ഞിരുന്നു.

ആ സംഘത്തിനു പിന്നാലെ ഞങ്ങളും പുറപ്പെട്ടു ശരിയായ ഘോഷയാത്ര!

നവാദലചർമി പുരയുടെ അതിർത്തിയിലാണ് ധൻഝരി പർവ്വതം. അതിനു താഴെ വടക്കോട്ട് ഒഴുകുന്ന മിചരി നദി. വനവൃക്ഷങ്ങളുടെ നെറു

കയിൽ പൂർണ്ണചന്ദ്രൻ ഉദിച്ചുയർന്നു നിൽക്കുന്നു. താഴ്‌വരയിൽ മരങ്ങൾ ഇടതൂർന്നു വളരുന്നതിനാൽ അവിടം മുഴുവനും ഹരിതാഭമാണ്.

ഏതാനും നാഴിക നടന്നപ്പോൾ ഞങ്ങൾ താഴ്‌വാരത്തിൽ എത്തി. കുറച്ചുദൂരം മുകളിലേക്കു കയറിയപ്പോൾ ഒരുസമതല പ്രദേശത്ത് എത്തി. ആ സമതലഭൂമിയുടെ ഒത്ത നടുവിലായി ഒരു വൃദ്ധൻ പിയാല മരം. ആ മരത്തിൽ നിറയെ വള്ളികൾ പടർന്നു കയറിയിരിക്കുന്നു. അതിൽ മുഴുവനും മനോഹരമായ പൂക്കളും.

രാജ്ദോബരു പറഞ്ഞു. "വളരെ പഴക്കമുള്ള ഒരു വൃക്ഷമാണിത്. എന്റെ കുട്ടിക്കാലത്ത് ഈ ഉത്സവത്തിന് മുതിർന്ന ആൺകുട്ടികളും പെൺകുട്ടികളും ഈ വൃക്ഷച്ചുവട്ടിൽ നൃത്തംവയ്ക്കുന്ന കാഴ്ച ഇപ്പോഴും എന്റെ ഓർമ്മയിൽ ഉണ്ട്."

ഒരു ഭാഗത്ത് പനയോലപ്പായ വിരിച്ച് ഞങ്ങൾ അതിലിരുന്നു. ഏകദേശം മുപ്പത് സുന്ദരി പെൺകുട്ടികൾ ആ വൃക്ഷത്തിനു ചുറ്റും നൃത്തം വച്ചുകൊണ്ടിരിക്കുന്നു. മദ്ദളം കൊട്ടിക്കൊണ്ട് അത്രയും തന്നെ ആൺകുട്ടികളും ആ പൂനിലാവിൽ മുങ്ങി നില്പുണ്ട്.

ഭാനുമതിയുടെ നേതൃത്വത്തിലാണ് പെൺകുട്ടികളുടെ നൃത്തം. എല്ലാ പെൺകുട്ടികളും തലമുടിയിൽ പൂചൂടിയിരുന്നു എന്നു മാത്രമല്ല, കഴുത്തിലും കൈകളിലും പൂമാല ചുറ്റിയിരിക്കുന്നു.

രാത്രി വളരെ വൈകുന്നതുവരെ പാട്ടും നൃത്തവും തുടർന്നു. ക്ഷീണിച്ചു കഴിഞ്ഞാൽ അല്പസമയം ഇരുന്ന് വിശ്രമിച്ചശേഷം പിന്നെയും നൃത്തം തുടരും. വല്ലാത്ത ഒരു തരം അനുഭൂതിയാണ് ആ രംഗങ്ങൾ പകർന്നു നൽകിയത്.

ചന്ദ്രൻ വനവൃക്ഷങ്ങളുടെ പുറകിലേക്കു മറഞ്ഞപ്പോഴേക്കും നേരം അർദ്ധരാത്രികഴിഞ്ഞിരുന്നു. അതോടെ ഞങ്ങൾ ഓരോരുത്തരും മലയിറങ്ങാൻ തുടങ്ങി. ആകാശത്ത് മേഘത്തിന്റെ ഒരംശം പോലും കാണാൻ ഇല്ല എന്നത് ആശ്വാസത്തിനു വക തന്നു. തണുത്തകാറ്റ് ശരീരത്തെ മരവിപ്പിച്ചുകൊണ്ടിരുന്നു.

രാത്രിയുടെ അവസാനയാമത്തിൽ ഞാൻ ഭക്ഷണത്തിനിരുന്നപ്പോൾ ഭാനുമതി പാലും പേഡയുമായി എത്തി.

"നിങ്ങളുടെ നൃത്തം വളരെ നന്നായിരുന്നു." ഞാൻ പറഞ്ഞു

"ബാബുജീ, നിങ്ങളെപ്പോലുള്ളവർക്ക് ആ നൃത്തം എത്രമാത്രം ഇഷ്ടപ്പെടും? താങ്കളുടെ നാട്ടിൽ ഇതിനേക്കാൾ എത്രയോ മനോഹരമായ നൃത്തം ഇല്ലേ? നിങ്ങളെപ്പോലുള്ളവർ ഇത്തരം നൃത്തം കാണുമോ?"

അടുത്ത ദിവസം ഞങ്ങൾ തിരികെ പോരാൻ തുടങ്ങിയപ്പോൾ ഭാനുമതിയും അവളുടെ മുതുമുത്തച്ഛൻ രാജാദോബരുവും ഞങ്ങളെ തിരിച്ചു പോരാൻ അനുവദിച്ചില്ല. എന്നാൽ എനിക്ക് അത്രമാത്രം ജോലിത്തിരക്കുണ്ടായിരുന്നു. അതുകൊണ്ട് ക്ഷണം സ്വീകരിക്കുവാൻ നിവൃത്തി ഉണ്ടായിരുന്നില്ല. അവരെ ഒരു വിധം പറഞ്ഞു സമ്മതിപ്പിച്ച് ഞങ്ങൾ തിരികെ പോന്നു. പോരാൻ ഇറങ്ങിവന്നപ്പോൾ ഭാനുമതി എന്നോടു

പറഞ്ഞു.

"ബാബൂജീ, കൊൽക്കത്തെയിൽനിന്നും എനിക്കൊരു കണ്ണാടികൊണ്ടുവന്നുതരുമോ? എന്റെ കൈയിൽ ഒന്നുണ്ടായിരുന്നു. കുറേനാൾക്കു മുമ്പ് അത് ഉടഞ്ഞുപോയി."

പതിനാറു വയസ്സുമാത്രം പ്രായമായ അതിസുന്ദരിയായ പെൺകുട്ടിക്ക് കണ്ണാടിയില്ലെന്നോ? കണ്ണാടി ഉണ്ടാക്കിയിരിക്കുന്നത് തന്നെ അവളെപ്പോലുള്ളവർക്കല്ലേ? ഒരാഴ്ചയ്ക്കകം പൂർണ്ണിയായിൽനിന്നും ഒരു നല്ല കണ്ണാടി വാങ്ങിപ്പിച്ച് അവൾക്ക് എത്തിച്ചുകൊടുത്തു.

പതിനാല്

കുറച്ചുമാസം കഴിഞ്ഞ് ഒരു ദിവസം ലബ്ടുലിയയിൽ നിന്ന് ഞാൻ എന്റെ ഓഫീസിലേക്ക് മടങ്ങിവരുകയായിരുന്നു. വനത്തിനു നടുവിലെ ചെറിയ ജലാശയത്തിനരികെ എത്തിയപ്പോൾ ചിലരുടെ ചിരിയും ബംഗാളിഭാഷയിലുള്ള സംസാരവും കേട്ടു. അടുത്തടുത്തു ചെല്ലുന്തോറും എന്റെ ആശ്ചര്യവും അമ്പരപ്പും വർദ്ധിച്ചു. അവരുടെ കൂട്ടത്തിൽനിന്നും സ്ത്രീകളുടെ ശബ്ദവും കേൾക്കുന്നുണ്ടായിരുന്നു. എന്താണ് കാര്യം? ജലാശയത്തിനടുത്തേക്ക് കുതിരയെ പതുക്കെ നടത്തിക്കൊണ്ട് ഞാൻ പോയി. അവിടെ വലിയ ഒരു വൃക്ഷത്തിനു ചുവട്ടിൽ പരവതാനിവിരിച്ച് എട്ടുപത്തു ബംഗാളികൾ ഇരുന്നു സംസാരിക്കുന്നു. നാലഞ്ചു സ്ത്രീകൾ ആഹാരം പാചകം ചെയ്യുന്നു. ചെറിയ കുട്ടികൾ ഓടിക്കളിക്കുന്നു. ഇത്രയും ആളുകൾ എവിടെ നിന്നാണ് ഈ കൊടുംകാട്ടിൽ എത്തിയത്. കൊച്ചുകുട്ടികളേയുംകൊണ്ട് ഈ കൊടുംവനത്തിൽ വന്നിരിക്കുന്നത് ഒരു വിനോദത്തിനു വേണ്ടിയാണെന്നു കേട്ട് ഞാൻ അമ്പരന്നു നിന്നു പോയി. അവരുടെ ദൃഷ്ടി എന്റെ മേൽ പതിഞ്ഞു.

അവരിൽ ഒരാൾ ബംഗാളിയിൽ എന്നോടു ചോദിച്ചു. “ഈ കൊടുംകാട്ടിൽ ഇങ്ങനെ ഒരു മനുഷ്യൻ, എവിടെനിന്നും വന്നതാണ്? ശല്യമായിപ്പോയല്ലോ!”

ഞാൻ സാവധാനത്തിൽ നടന്ന് അവരുടെ അടുത്തെത്തി.

“നിങ്ങൾ ബംഗാളികളാണെന്നു തോന്നുന്നു. എവിടെനിന്നും വരുന്നു?”

ഞാൻ ബംഗാളിയിൽ സംസാരിച്ചപ്പോൾ അവരുടെ മുഖത്ത് ആശ്ചര്യവും വിഷമവും തെളിഞ്ഞു കണ്ടു.

“ഓഹോ, അങ്ങ് ബംഗാളിയാണോ? ഞങ്ങൾ പറഞ്ഞതുകേട്ട് അങ്ങേക്കു വിഷമമൊന്നും തോന്നരുതേ.. ഞങ്ങൾ കരുതി...”

"ഏയ്... ഇതിലെന്തിരിക്കുന്നു? നിങ്ങൾ എവിടെനിന്നും ആണ് ഇവിടേക്ക് വന്നിരിക്കുന്നത്, പ്രത്യേകിച്ചു സ്ത്രീകളെയും കുട്ടികളെയും എല്ലാം കൂട്ടിക്കൊണ്ട്..."

ഞങ്ങൾ വളരെയധികം കാര്യങ്ങൾ സംസാരിച്ചു. അവരിൽ ഏറ്റവും മുതിർന്ന ആൾ മുൻ ഡെപ്യൂട്ടി മജിസ്ട്രേറ്റ് റായ് ബഹദൂർ ആണ്. ബാക്കിയുള്ളവർ അദ്ദേഹത്തിന്റെ മക്കൾ, മരുമകൻ, മരുമകൾ, മകൾ, മകളുടെ മകൾ, ജാമാതാവ്, പിന്നെ അവരുടെ സ്നേഹിതരും. റായ് ബഹദൂർ കൊൽക്കത്തയിൽ താമസിക്കുന്ന കാലത്ത് വായിച്ച പുസ്തകങ്ങളിൽ നിന്നും പൂർണ്ണിയ നായാട്ടിനു പറ്റിയ സ്ഥലമുണ്ടെന്നു മനസ്സിലാക്കി. അതനുസരിച്ച് ഇന്നു രാവിലെ തീവണ്ടിമാർഗ്ഗം കാട്ടാരിയിലെത്തി. അവിടെനിന്നും കുശീനദിയിൽ കൂടി വഞ്ചിയിൽ യാത്ര ചെയ്ത് ഇവിടെ എത്തി. ഈ വനം കണ്ടിട്ടില്ലെങ്കിൽ മറ്റൊരു വനവും കണ്ടിട്ട് കാര്യമില്ലെന്ന് പലരും പറഞ്ഞുകേട്ടിട്ടും ഉണ്ടത്രേ. നായാട്ടും വിനോദവും എല്ലാം കഴിഞ്ഞ ശേഷം അവർക്ക് വഞ്ചിയിൽ കയറി തിരിച്ചുപോണം. വഞ്ചി കയറാൻ കുശീനദിക്കരയിൽ എത്തണമെങ്കിൽ തന്നെ നാലുനാഴിക നടക്കണം. മോഹൻപുരവനത്തിന്റെ അടുത്തുനിന്ന് വഞ്ചിയിൽ യാത്ര ചെയ്ത് ഇന്നു തന്നെ കാട്ടാരിയിൽ എത്തിച്ചേരണം.

ഞാൻ ശരിക്കും അത്ഭുതപ്പെട്ടുപോയി. ആകെ സ്വരക്ഷയ്ക്കുള്ള ആയുധം എന്നു പറയാൻ ഒരു ഷോട്ട് ഗൺ മാത്രമേ ഉള്ളൂ. അതിൽ വിശ്വാസം അർപ്പിച്ചിട്ടാണ് ഇവർ കുഞ്ഞുകുട്ടി പരാധീനങ്ങൾ അടക്കം കൊടുങ്കാട്ടിൽ വിനോദയാത്രയ്ക്കു വന്നിട്ടുള്ളത്. ധൈര്യത്തെ സമ്മതിച്ചുകൊടുക്കുക തന്നെ വേണം. എന്നാൽ എനിക്കത് ധൈര്യമായി തോന്നിയില്ല. ഇത്രയും ലോക പരിജ്ഞാനമുള്ള റായ് ബഹദൂർ കുറച്ചെങ്കിലും കരുതലോടെ യാത്ര ചെയ്യേണ്ടതായിരുന്നു. മോഹൻപുര വനത്തിനരികിൽക്കൂടി ഇവിടെയുള്ള വനവാസികൾ പോലും സന്ധ്യയ്ക്കു ശേഷം വഴി നടക്കുക പതിവില്ല. കാട്ടുപോത്തുകളുടെ ശല്യം അത്രയ്ക്കുണ്ട്. പന്നിയുടെയും പാമ്പുകളുടെയും കാര്യം പറയേണ്ടതില്ല. കുട്ടികളെയും കൊണ്ട് ആനന്ദിക്കുവാൻ പറ്റിയ സ്ഥലത്തേക്കു തന്നെയാണ് അവർ വന്നിരിക്കുന്നത്.

എന്തു പറഞ്ഞിട്ടും റായ് ബഹദൂർ എന്നെ പോകാൻ അനുവദിക്കുന്നില്ല. ഞാനിവിടെ മരക്കച്ചവടം ചെയ്യുകയാണോ, എനിക്ക് എന്താണ് ഈ കാട്ടിൽ കാര്യം? ഞാൻ എന്റെ ജീവചരിത്രം മുഴുവൻ അവരുമായി പങ്കുവച്ചു.

ഞാനവരോട് അന്ന് എന്റെ ഓഫീസിൽ കഴിയാം എന്നു പറഞ്ഞ് നിർബ്ബന്ധിക്കുകയുണ്ടായി. എന്നാൽ അവരതിന് സമ്മതിച്ചില്ല. രാത്രി പത്തുമണിക്കുള്ള തീവണ്ടിക്ക് കാട്ടാരിയയിൽ നിന്നു കയറി ഇന്നു രാത്രി പന്ത്രണ്ടു മണിക്ക് പൂർണ്ണിയയിൽ അവർക്ക് എത്തിച്ചേരണം.

ഈ കൊടുങ്കാടിന്റെ നടുവിൽ വിനോദയാത്രയ്ക്കായി തെരഞ്ഞെടുത്തത് എന്തിനാണെന്ന് എനിക്ക് മനസ്സിലാക്കാൻ സാധിച്ചില്ല. അവ

രുടെ കൂടെയുള്ള സ്ത്രീകളും പെൺകുട്ടികളും ഇത്ര ചിന്താശക്തി ഇല്ലാത്തവരായിപ്പോയല്ലോ. ഇത്തരം ആളുകളെ ഞാൻ ഇതിനുമുമ്പു കണ്ടിട്ടില്ല. അവർ തോന്നിയപോലെ ഓടി നടക്കുന്നു. കാട്ടിനകത്തേക്കു കടന്ന് വിറക് തേടി പോകുന്നു. വായിൽനിന്നും ശകാരവാക്കുകൾ പുറത്തേക്കു വരുന്നുണ്ട്. ഒരിക്കലും ചുറ്റുപാടും നോക്കാൻ അവർക്കു തോന്നുന്നില്ല. ആഹാരം പാകം ചെയ്യുന്നത് കൊടുംകാടിന്റെ നടുവിലാണെന്ന് അവർ അറിയുന്നതേയില്ല.

വൈകിട്ട് അഞ്ചുമണി ആയതോടെ അവർ എല്ലാവരും പോയി.

കാലിയായ പാലിന്റെയും ജാമിന്റെ ടിന്നുകളും കാട്ടിൽ വലിച്ചെറിഞ്ഞിട്ടാണ് അവർ പോയത്. അത് വനത്തിന് അപമാനമാണ്.

2

വസന്തം അവസാനിക്കാറായപ്പോഴേക്കും ലബ്ടുലിയയിലെ വയലുകളിൽ ഗോതമ്പു വിളയാൻ തുടങ്ങി. ഞങ്ങളുടെ കൃഷിയിടത്തിൽ കഴിഞ്ഞവർഷത്തിൽ കടുകുകൃഷിയായിരുന്നു. ഇത്തവണ ഭൂരിഭാഗം പ്രദേശത്തും ഗോതമ്പാണ് വിതച്ചിരുന്നത്. അതുകൊണ്ട് കൊയ്ത്തുത്സവം നടക്കുക വൈശാഖ മാസത്തിന്റെ ആരംഭത്തിലാണ്.

കൊയ്ത്തു തൊഴിലാളികൾക്ക് എല്ലാ കാര്യത്തിലും നല്ല ഓർമ്മയാണ്. ശൈത്യകാലം കഴിഞ്ഞപ്പോൾ അവർ വരുകയുണ്ടായില്ല. ഈ സമയമായപ്പോഴേക്കും അവർ സംഘം ചേർന്നു വന്ന് കാട്ടിനരികിലും വയൽ വരമ്പിലും കുടിലുകൾ കെട്ടി താമസം ആരംഭിച്ചു. മുന്നൂറ് ഏക്കറോളം ഭൂമിയിൽ കൊയ്ത്തുണ്ടാകും. ഏതാണ്ട് നാലായിരത്തോളം കൊയ്ത്തുകാർ എത്തിയിട്ടുണ്ട്. ഇനിയും ആളുകൾ വരുമെന്നു കേൾക്കുന്നു.

നേരം വെളുക്കുമ്പോൾ തന്നെ ഞാൻ കുതിരപ്പുറത്തു കയറി പുറത്തേക്കിറങ്ങും. സന്ധ്യമയങ്ങിക്കഴിഞ്ഞാലേ തിരിച്ചുകയറൂ. എത്രയെത്ര പുതിയ പുതിയ ആളുകളാണ് ഓരോ ദിവസവും എത്തിച്ചേരുന്നത്. ആ കൂട്ടത്തിൽ തെമ്മാടികളും കള്ളന്മാരും അക്രമികളും രോഗികളും എല്ലാം ഉണ്ട്. എല്ലാവരെയും നല്ലതുപോലെ ശ്രദ്ധിക്കേണ്ടതുണ്ട്. അല്ലെങ്കിൽ പോലീസ് കാവൽ ഇല്ലാത്ത ഈ സ്ഥലത്ത് എന്തുവേണമെങ്കിലും സംഭവിക്കാം. ഇടയ്ക്കെല്ലാം അനിഷ്ട സംഭവങ്ങൾ ഉണ്ടാകാറുണ്ട്.

ഒന്നു രണ്ടു സംഭവങ്ങളെക്കുറിച്ച് ഞാൻ പറയാം.

ഒരു ദിവസം വഴിയോരത്തിരുന്ന് കരയുന്ന രണ്ട് ആൺകുട്ടികളെയും ഒരു പെൺകുട്ടിയെയും കണ്ടു. ഞാൻ കുതിരപ്പുറത്തുനിന്നും ഇറങ്ങി കരയുന്നതിന്റെ കാരണം അന്വേഷിച്ചു.

അവർ പറഞ്ഞതിന്റെ രത്നച്ചുരുക്കം ഇതാണ്. നന്ദലാൽ ഓഝാ ഗോപാലയുടെ ഗ്രാമത്തിലാണ് അവരുടെ വീട്. കുട്ടികൾ മൂന്നുപേരും സഹോദരങ്ങളാണ്. ഈ പ്രദേശത്തെ കൊയ്ത്തും മേളയും കാണാനായിട്ടാണ് അവർ വന്നിരിക്കുന്നത്. അവർ ഇവിടെ ഒരു ചൂതാട്ടക്കാരന്റെ

വലയിൽ പെട്ടു. അവരുടെ കൈയിലുണ്ടായിരുന്ന മുഴുവൻ പണവും ചൂതുകളിയിലൂടെ നഷ്ടപ്പെട്ടു. ഇപ്പോൾ ഭക്ഷണത്തിനുപോലും ഒരു നയാ പൈസ കൈയിൽ ഇല്ല. എന്തെങ്കിലും വാങ്ങാമെന്ന മോഹവും മേളകാണലും ഒന്നും നടക്കുകയില്ല എന്നു മാത്രമല്ല. ആഹാരത്തിനുള്ള മാർഗ്ഗം പോലും ഇല്ലാതായിരിക്കുന്നു.

ഞാൻ അവരോടു കരച്ചിൽ അവസാനിപ്പിക്കുവാൻ പറഞ്ഞു. അവരെയുംകൊണ്ട് ചൂതാട്ടക്കാരന്റെ അടുത്തേക്കു പോയി. കുട്ടികൾ കാണിച്ചുതന്ന കടുക്ക മരത്തിന്റെ ചുവട്ടിൽ പോയി നോക്കിയപ്പോൾ അവിടെ ആടുകിടന്നിടത്ത് പൂട പോലും അവശേഷിച്ചിട്ടില്ല എന്ന അവസ്ഥയാണ്. അവിടെ ഒരു മനുഷ്യൻ പോലും ഉണ്ടായിരുന്നില്ല. എന്നോടൊപ്പം രൂപസിങ് ജമാദാർ ഉണ്ടായിരുന്നു. അയാൾ പറഞ്ഞു:

"ഇങ്ങനെ പറ്റിക്കാൻ നടക്കുന്ന ചൂതാട്ടക്കാർ ഒരു സ്ഥലത്ത് അധികനേരം നിൽക്കുകയില്ല. അവൻ മറ്റെവിടേക്കെങ്കിലും ഓടിപ്പോയി കാണും."

നേരം വൈകുന്നേരമായപ്പോഴേക്കും ആ ചൂതാട്ടക്കാരനെ പിടികിട്ടി. അയാൾ മൂന്നു നാഴിക അകലെയുള്ള ഗ്രാമത്തിൽ അതേകളി കളിച്ചുകൊണ്ടിരിക്കുകയാണ്. അല്ല, സാധുക്കളെക്കൊണ്ട് കളിപ്പിച്ചുകൊണ്ടിരിക്കുകയാണ്. എന്റെ ശിപായിമാർ അവനെ പിടിച്ചുകൊണ്ടുവന്നു. അവനെ കണ്ടപാടെ കുട്ടികൾ മൂന്നുപേരും തിരിച്ചറിഞ്ഞു.

അവൻ പണം തിരിച്ചുകൊടുക്കാൻ തയ്യാറായില്ല. അവൻ ആ പൈസ കുട്ടികളുടെ കൈയിൽനിന്നും തട്ടിപ്പറിച്ചതല്ല, അവർ കളിച്ച് നഷ്ടപ്പെടുത്തിയതാണ്. അതിൽ അവൻ തെറ്റുകാരനല്ല എന്നതാണ് അവന്റെ ഭാവം. അവസാനം അവനെക്കൊണ്ട് കുട്ടികളുടെ പൈസ തിരിച്ചുകൊടുപ്പിച്ചു. അവനെ പൊലീസിൽ ഏല്പിക്കുവാനും പറഞ്ഞു.

അവൻ എന്റെ കൈയും കാലും പിടിച്ച് കരയാൻ ആരംഭിച്ചു. "നിന്റെ വീടെവിടെ ആണ്?" ഞാൻ ചോദിച്ചു.

"ബാലിയ ജില്ലയിൽ."

"ഇങ്ങനെ ആളുകളെ പറ്റിക്കുന്നത് തെറ്റല്ലേ? പാവങ്ങളെ പറ്റിച്ച് എത്ര പണമുണ്ടാക്കി?"

"ഞാനൊരു പാവമാണ് ബാബുജീ, എന്നെ പൊലീസിൽ ഏല്പിക്കരുതേ... മൂന്നു ദിവസംകൊണ്ട് വെറും രണ്ടുരൂപയും മൂന്നണയുമാണ് ഞാൻ സമ്പാദിച്ചത്."

"ഓ കഷ്ടപ്പെട്ട് ജോലിയെടുക്കുന്നവരെക്കാളും കൂടുതൽ സമ്പാദിച്ചുവല്ലോ."

"വർഷത്തിൽ എത്ര പ്രാവശ്യം ഇങ്ങനെ കിട്ടും ബാബുജീ, ഒരു വർഷത്തിൽ ഏറിവന്നാൽ മുപ്പതു-നാല്പതു രൂപ കിട്ടും."

ഞാനെന്തായാലും അവനെ വെറുതെ വിട്ടു. ഞങ്ങളുടെ പ്രദേശത്തുനിന്നും ഇന്നുതന്നെ പോകണം എന്നു പറഞ്ഞു. അതിനുശേഷം ഒരിക്കൽ പോലും ഞങ്ങളുടെ വനാതിർത്തിയിൽ കണ്ടിട്ടില്ല.

കൊയ്ത്തുകാരുടെ ഇടയിൽ മഞ്ചിയെ കാണാതായപ്പോൾ എനിക്ക് ഉത്ക്കണ്ഠയും അത്ഭുതവും തോന്നി. ഗോതമ്പുവിളയുന്ന സമയത്ത് അവൾ എന്തായാലും വരും എന്ന് എന്നോടു പറഞ്ഞതായിരുന്നു. കൊയ്ത്തിന്റെ ബഹളവും മേളയും എല്ലാം അവസാനിച്ചു. എന്തു കൊണ്ട് അവൾ വന്നില്ല എന്ന ചോദ്യത്തിനുമാത്രം ഉത്തരം കിട്ടിയില്ല.

കൊയ്ത്തുകാരിൽ പലരോടും ഞാൻ ചോദിച്ചു. ഫലമൊന്നും ഉണ്ടായില്ല. ഞാൻ പല കാര്യങ്ങളും ചിന്തിച്ചു. ഇത്ര വലിയ കൃഷിയിടവും ഇത്ര ഗംഭീരമായ വിളവും വേറെ എവിടേയും ഇല്ല. കുശീനദിയുടെ തെക്കുഭാഗത്തായി ഇതുപോലൊരു കൃഷിയിടമുണ്ട്. പക്ഷേ, എന്തിനവർ അങ്ങോട്ടു പോകണം. അത് എത്രമാത്രം ദൂരെയാണ്. കൂലിയാണെങ്കിൽ രണ്ടിടത്തും ഒരുപോലെയാണുതാനും.

കൊയ്ത്തുത്സവം അവസാനിക്കുന്ന ദിവസം ഗാംഗോത പണിക്കാരനിൽനിന്നും മഞ്ചിയുടെ വിവരം അറിയാൻ കഴിഞ്ഞു. അവന് മഞ്ചിയേയും നക്ഛേദിയേയും നന്നായി അറിയാമെന്നു പറഞ്ഞു. അവരോടൊപ്പം പലയിടത്തും അവൻ ജോലിക്കു പോയിട്ടുണ്ടത്രേ. അവർ തമ്മിൽ അവസാനമായി കണ്ടത് അക്ബർപൂരിലെ ഒരു കൃഷിയിടത്തിൽ വച്ചാണ്. അവരെല്ലാം അവിടെ കൊയ്ത്തിനുവന്നതാണ്. എന്നാൽ അതിനുശേഷം അവർ എങ്ങോട്ടു പോയി എന്നതിനെക്കുറിച്ച് അയാൾക്ക് യാതൊരു വിവരവും ഇല്ല.

ഇടവമാസം പകുതിയായപ്പോൾ കൊയ്ത്തുത്സവം പൂർണ്ണമായും അവസാനിച്ചു. അപ്പോഴാണ് നക്ഛേദി മുറ്റത്തു നിൽക്കുന്നതു കണ്ടത്. അയാളെക്കണ്ടപ്പോൾ ഞാൻ ശരിക്കും അത്ഭുതപ്പെട്ടുപോയി. അയാൾ എന്റെ കാലിൽ കെട്ടിപ്പിടിച്ച് ഉറക്കെ കരയാൻ തുടങ്ങി. എനിക്ക് കൂടുതൽ വിഷമവും വിസ്മയവും അനുഭവപ്പെട്ടു. ഞാൻ കാലുകൾ വിടുവിപ്പിച്ച് അയാളോടു കാര്യങ്ങൾ പറയാൻ ആവശ്യപ്പെട്ടു.

"നിങ്ങൾ ആരും കൊയ്ത്തുത്സവത്തിന് വരാതിരുന്നത് എന്താ, മഞ്ചി എവിടെപ്പോയി? അവൾക്കു സുഖം തന്നെയല്ലേ, അവളെ കണ്ടില്ലല്ലോ."

നക്ഛേദിയുടെ മറുപടി ഇങ്ങനെ ആയിരുന്നു.

"മഞ്ചി എങ്ങോട്ടു പോയി എന്ന് അറിയില്ല. ജോലി ചെയ്തുകൊണ്ടിരിക്കുന്നതിനിടയിൽ ഒരു ദിവസം അവളെ കാണാതായി. എവിടേക്ക് ഓടിപ്പോയി എന്നൊന്നും അറിയില്ല. എത്ര അന്വേഷിച്ചിട്ടും അവളെക്കുറിച്ചുള്ള യാതൊരു വിവരവും അറിയാൻ സാധിച്ചില്ല."

എനിക്ക് എന്തുചെയ്യണം എന്തു പറയണം എന്നു മനസ്സിലായില്ല. ഞാനാകെ ഞെട്ടിയെങ്കിലും എനിക്ക് നക്ഛേദിയോടു യാതൊരു സഹതാപവും തോന്നിയില്ല. എന്റെ ചിന്ത മുഴുവനും ഗ്രാമീണ കന്യകയായ മഞ്ചിയെ കുറിച്ചായിരുന്നു.

ആരെങ്കിലും അവളെ തട്ടിക്കൊണ്ടു പോയതായിരിക്കുമോ? ആരായിരിക്കും അവളെ പറഞ്ഞു പറ്റിച്ച് കടത്തിക്കൊണ്ടു പോയിട്ടുണ്ടാകുക? വില കുറഞ്ഞ കൗതുകവസ്തുക്കളോടും ആഡംബര വസ്തുക്കളോടും

എല്ലാം അവൾക്ക് വലിയ ഭ്രമമായിരുന്നു. അതുകൊടുക്കാമെന്നു പറഞ്ഞ് പ്രലോഭിപ്പിച്ച് അവളെ കൂട്ടിക്കൊണ്ടു പോകാൻ ആർക്കും വലിയ പ്രയാസം ഒന്നും ഇല്ല. അങ്ങനെ തന്നെ ആകും സംഭവിച്ചിട്ടുണ്ടാകുക എന്ന് ഞാൻ ഉറച്ചു വിശ്വസിച്ചു.

"അവളുടെ മകനെവിടെ?" ഞാൻ ചോദിച്ചു.

"അവൻ മരിച്ചുപോയി. വസൂരിരോഗം പിടിപെട്ട് കഴിഞ്ഞ മാഘമാസത്തിൽ അവൻ മരിച്ചു."

അതുകേട്ടപ്പോൾ എനിക്കു വല്ലാത്ത സങ്കടം തോന്നി. മകൻ മരിച്ച ദുഃഖം താങ്ങാനാകാതെ അവൾ എവിടേക്കെങ്കിലും ഇറങ്ങി പോയതായിരിക്കും. കുറച്ചുകഴിഞ്ഞപ്പോൾ ഞാൻ ചോദിച്ചു.

"തുളസി എവിടെ?"

"അവൾ ഇവിടെ എന്റെ കൂടെ ഉണ്ട്. ബാബൂജീ, എനിക്കു കുറച്ചു ഭൂമി പാട്ടത്തിനു നൽകാമോ? ഞങ്ങൾക്കു പ്രായമായി ഇനി കൊയ്ത്തു ഭൂമി അന്വേഷിച്ചു നടക്കാൻ വയ്യ. ജീവിക്കാനുള്ള വഴി കണ്ടെത്താൻ സാധിക്കുന്നില്ല. മഞ്ചിയുണ്ടായിരുന്നപ്പോൾ ഈ വക ഒരു ബുദ്ധിമുട്ടും ഉണ്ടായിരുന്നില്ല. എല്ലാ കാര്യത്തിനും അവളുടെ സഹായം ഉണ്ടാകുമായിരുന്നു. അവൾ പോയതോടെ എന്റെ ഒരു ഭാഗം തളർന്നതുപോലെ ആയി."

സന്ധ്യയായപ്പോൾ ഞാൻ നക്ഛേദിയുടെ കുടിലിലേക്കു പോയി. തുളസിയും മക്കളും കൂടി ചീനപ്പുല്ലരിവൃത്തിയാക്കിക്കൊണ്ടിരിക്കുന്നു. എന്നെ കണ്ട മാത്രയിൽ അവൾ കരയാൻ തുടങ്ങി. മഞ്ചി പോയതിൽ തുളസിക്കും നല്ല സങ്കടമുണ്ടെന്ന് മനസ്സിലായി.

അവൾ പറഞ്ഞു.

"ബാബൂജീ, എല്ലാം കിഴവൻ ഉണ്ടാക്കിയതാണ്. സർക്കാർ ഉദ്യോഗസ്ഥന്മാർ കുത്തിവയ്ക്കാനായി വന്നതാണ്. ഇയാൾ കൈക്കൂലി കൊടുത്ത് ആരെയും കുത്തിവയ്ക്കാൻ സമ്മതിച്ചില്ല. കുത്തി വച്ചാൽ വസൂരി വരും എന്നു പറഞ്ഞ് സകലരേയും ഭയപ്പെടുത്തി. മൂന്നുദിവസം കഴിഞ്ഞില്ല മഞ്ചിയുടെ മകന് വസൂരിരോഗം പിടിപെട്ടു. രണ്ടുദിവസത്തിനകം ആ കുഞ്ഞ് മരിച്ചുപോയി. ആ ദുഃഖം മഞ്ചിക്ക് സഹിക്കാൻ കഴിഞ്ഞില്ല. അവൾക്ക് ഭ്രാന്തുപിടിച്ചതുപോലെ ആയിരുന്നു. ഊണില്ല, ഉറക്കമില്ല. രാവും പകലും കരച്ചിൽ മാത്രം."

"എന്നിട്ട്?"

"ഞങ്ങളെ ആ കൃഷിയിടത്തിൽനിന്നും പുറത്താക്കി. വസൂരി ബാധിച്ച് മരിച്ച വീട്ടിലെ ആളുകളെ താമസിപ്പിക്കുകയില്ല എന്ന് തീർത്തു പറഞ്ഞു. ഒരു രജപുത്രപയ്യൻ എപ്പോഴും മഞ്ചിയെ ചുറ്റിപ്പറ്റി നടക്കാറുണ്ടായിരുന്നു. ഞങ്ങൾ അവിടം വിട്ടുപോന്ന ദിവസമാണ് മഞ്ചിയെ കാണാതായത്. അന്നു രാവിലെ കൂടി ആ ചെറുക്കൻ ഞങ്ങളുടെ കുടിലിനു ചുറ്റും കറങ്ങുന്നത് ഞാൻ കണ്ടതാണ്. അവനാണ് ബാബൂജി, അവളെ കൂട്ടിക്കൊണ്ടുപോയത്. കൊൽക്കത്ത കാണണം എന്ന് അവൾ എപ്പോഴും

പറയാറുണ്ടായിരുന്നു. എനിക്ക് അന്നേ അറിയാമായിരുന്നു. ഇങ്ങനെ എന്തെങ്കിലും സംഭവിക്കുമായിരുന്നു എന്ന്."

കഴിഞ്ഞവർഷം നേരിൽ കണ്ടപ്പോൾ അവൾ എന്നോട് ആ ആഗ്രഹം പറഞ്ഞതായി ഞാൻ ഓർത്തു. അതിൽ ആശ്ചര്യപ്പെടാൻ ഒന്നുമില്ല. കൊൽക്കത്ത കാണിക്കാമെന്നു പറഞ്ഞു ആ ആഭാസൻ അവളെക്കൂട്ടിക്കൊണ്ടു പോയിട്ടുണ്ടാകും.

ഈ നാട്ടിലെ പെൺകുട്ടികൾക്ക് ഇത്തരം അവസ്ഥയിൽ എന്തു സംഭവിക്കും എന്ന് എനിക്ക് ഊഹിക്കുവാൻ സാധിക്കും. അവസാനം അവർ ചെന്നെത്തുക അസമിലെ തേയില തോട്ടങ്ങളിൽ ആയിരിക്കും. മഞ്ചിയുടെ വിധിയും അതുതന്നെ ആയിരിക്കുമോ? ആരോരുമില്ലാതെ അസമിലെ തേയിലത്തോട്ടത്തിൽ അടിമയായി കഴിയാനുള്ള വിധി ആയിരിക്കുമോ കാലം അവൾക്കു കാത്തു വച്ചിട്ടുണ്ടാകുക?

നക്ഛേദിയോട് എനിക്ക് ശരിക്കും കോപം തോന്നി. സകല കുഴപ്പങ്ങൾക്കും കാരണം ഈ വൃദ്ധനാണ്. അയാൾ ഈ പ്രായത്തിൽ അവളെപ്പോലൊരു പെൺകിടാവിനെ എന്തിനു വിവാഹം കഴിച്ചു? പ്രതിരോധകുത്തിവയ്പ്പിനു വന്ന ഉദ്യോഗസ്ഥനെ തിരിച്ചയച്ചത് എന്തിനായിരുന്നു. ഞാൻ കുറച്ചു ഭൂമി കൊടുക്കുകയാണെങ്കിൽ തന്നെ അതൊരിക്കലും ഈ വൃദ്ധനെ കരുതിയിട്ടല്ല. ആ സ്ത്രീയേയും മക്കളേയും വിചാരിച്ചിട്ടാണ്. തുളസിയുടെയും മക്കളുടെയും മുഖത്തേക്കു നോക്കുമ്പോൾ ശരിക്കും സഹതാപം തോന്നുന്നു.

നാഢബയിഹാറിൽ ആദ്യമായി ഭൂമി നൽകിയത് നക്ഛേദിക്ക് ആയിരുന്നു. മൂന്നുനാലു കുടുംബങ്ങൾ അവിടെ വീടുവച്ചു കഴിയാൻ തുടങ്ങിയിരിക്കുന്നു. വനഭൂമി കണ്ടപ്പോൾ നക്ഛേദി പിന്തിരിയാൻ തുടങ്ങി. അയാൾ ആവലാതി പറഞ്ഞു.

"ബാബുജീ, ഇവിടെ എങ്ങനെ കഴിയും? പകൽപോലും ഇവിടെ ഇറങ്ങി നടക്കാൻ സാധിക്കുകയില്ലല്ലോ. പുലി പിടിക്കില്ലേ? കുട്ടികളേയും കൊണ്ട് ഇവിടെ താമസിക്കുവാൻ പറ്റുമെന്ന് എനിക്കു തോന്നുന്നില്ല."

"ശരി. അങ്ങനെയെങ്കിൽ വേറെ എവിടെയെങ്കിലും പോയി ശ്രമിച്ചു നോക്കിക്കൊള്ളൂ." ഞാൻ കർശനമായി തന്നെ പറഞ്ഞു. മറ്റുമാർഗ്ഗങ്ങളൊന്നും ഇല്ലാത്തതിനാൽ ആ സ്ഥലം വാങ്ങാൻ നിർബ്ബന്ധിതനായി.

3

അവർ ഇവിടെ വന്ന് സ്ഥിരതാമസമാക്കിയതിൽ പിന്നെ ഞാൻ അവരുടെ കുടിലിലേക്കു പോകുകയുണ്ടായിട്ടില്ല. ഒരു ദിവസം സന്ധ്യയ്ക്ക് നാഢബയിഹാറിലെ കാട്ടിലൂടെ വരുമ്പോൾ ഒരു തുറസ്സായ സ്ഥലം കണ്ടു. അവിടെ കാശപ്പുല്ലു മേഞ്ഞ രണ്ടു കുടിലുകൾ കണ്ടു. ഒന്നിൽ നിന്നും വെളിച്ചം പുറത്തേക്കു കാണുന്നുണ്ട്.

കുതിരക്കുളമ്പടി ശബ്ദം കേട്ടപ്പോൾ കുടിലിനകത്തുനിന്നും ഒരു സ്ത്രീ പുറത്തേക്കു വന്നു. അത് നക്ഛേദിയുടെ ഭാര്യ തുളസി ആയിരുന്നു. നക്ഛേദിയും കുടുംബവും ഇവിടെയാണ് താമസിക്കുന്നത് എന്ന കാര്യം എനിക്ക് അറിഞ്ഞുകൂടായിരുന്നു.

"നിങ്ങൾ ഇവിടെയാണോ സ്ഥലം എടുത്തത്? നക്ഛേദി എവിടെ?" ഞാൻ ചോദിച്ചു.

നിനച്ചിരിക്കാത്ത സമയത്ത് എന്നെക്കണ്ടത് തുളസിയെ പരിഭ്രമിപ്പിച്ചു. ആ സാധുസ്ത്രീ എന്തു ചെയ്യണം എന്നറിയാതെ വല്ലാതെ കുഴങ്ങി. ഗോതമ്പിന്റെ ഉമി നിറച്ചചാക്കുകെട്ട് തട്ടിയൊതുക്കി എനിക്ക് ഇരിക്കാനായി തയ്യാറാക്കി.

"ബാബുജീ, കുതിരപ്പുറത്തുനിന്നും ഇറങ്ങിയാലും ഇവിടെ ഇരിക്കൂ! നക്ഛേദി ലബ്ടുലിയയിലേക്കു പോയിരിക്കുകയാണ്. എണ്ണ, ഉപ്പ് തുടങ്ങിയ സാധനങ്ങൾ എല്ലാം വാങ്ങാൻ. കട അവിടെ അല്ലേ? മൂത്ത മകനെയും കൂടെ കൂട്ടിയിട്ടുണ്ട്."

"ഈ കൊടും വനത്തിൽ നിങ്ങൾ ഒറ്റയ്ക്കാണോ?"

"അതെല്ലാം ഞങ്ങൾക്ക് പരിചയമായി. ഞങ്ങളെ പോലെയുള്ള പാവങ്ങൾക്ക് പേടിച്ചിരിക്കുവാൻ സാധിക്കുകയില്ലല്ലോ. ഇങ്ങനെ ഒറ്റയ്ക്ക് കഴിയേണ്ടിവരുമെന്ന് വിചാരിച്ചതല്ല. മഞ്ചി ഉണ്ടായിരുന്നപ്പോൾ ഒന്നിനെകുറിച്ചും ഒരു ഭയവും ഇല്ലായിരുന്നു. അവൾക്ക് നല്ല ധൈര്യമായിരുന്നു. നല്ല സാമർത്ഥ്യവും."

തുളസി അവളുടെ ഭർത്താവിന്റെ യുവതിയായ രണ്ടാംഭാര്യയെ ശരിക്കും സ്നേഹിച്ചിരുന്നു. അവളെ പറ്റി നല്ലതു പറഞ്ഞാൽ ബംഗാളി ബാബുവിന് സന്തോഷമാകും എന്ന കാര്യവും അവൾക്ക് നന്നായി അറിയാമായിരുന്നു.

തുളസിയുടെ മകൾ സൂരതിയ എന്നോടു പറഞ്ഞു. "ഞങ്ങൾ ഒരു മലങ്കാളക്കുഞ്ഞിനെ പിടിച്ചുവച്ചിട്ടുണ്ട്. അങ്ങേക്ക് കാണണോ, ഇന്നാളൊരു ദിവസം അത് ഞങ്ങളുടെ കുടിലിന്റെ പുറകിൽ വന്നു നിന്നു. വനത്തിൽനിന്നും ഇറങ്ങിവന്നതാണ്. ഞാനതിന്റെ അടുത്തു ചെന്ന് അതിനെ പിടിച്ചുകൊണ്ടുവന്നു. നല്ല ഓമനത്തമുള്ള കാളക്കുഞ്ഞ്."

"അതിന് എന്താണ് തിന്നാൻ കൊടുക്കുക?" ഞാൻ ചോദിച്ചു.

"ചീനപ്പുല്ലരിയുടെ ഉമിയും പിന്നെ തളിരിലകളും. അത് എല്ലാം തിന്നും." തുളസി പറഞ്ഞു.

"നീ ബാബൂജിക്ക് അതിനെ കൊണ്ടുവന്നു കാണിച്ചു കൊടുക്ക്." തുളസി പറഞ്ഞു.

സൂരതിയ ഒരു മാൻകിടാവിനെപ്പോലെ ഓടിപ്പോയി. പോയ ഉടനെ അവളുടെ ഉച്ചത്തിലുള്ള സംസാരം കേട്ടു. "അയ്യോ. ഇത് ഓടിപ്പോകാൻ ശ്രമിക്കുകയാണ്. ഛനിയ, നീ ഒന്ന് വേഗം ഇങ്ങോട്ടുവരൂ. വേഗം വന്ന് അതിനെ പിടിക്ക്."

സഹോദരിമാർ രണ്ടുപേരും കൂടി ഒരുവിധം ആ കൊച്ചു മൃഗത്തെ

പിടിച്ചുകൊണ്ടുവന്നു. കിതച്ചുകൊണ്ടാണ് അവർ എന്റെ മുന്നിൽ നിന്നത്. വിജയിയുടെ ഭാവത്തിൽ അവർ ആ കാളക്കുഞ്ഞിനെ എന്റെ മുന്നിൽ നിർത്തി.

ഇരുട്ടായി തുടങ്ങിയതിനാൽ ഒരു വിറകു കൊള്ളി ഉയർത്തിപ്പിടിച്ചു.

"നല്ലതല്ലേ, ബാബൂജീ, ഇതിനെ പിടിക്കാനായി ഇന്നലെ രാത്രി കരടി വന്നിരുന്നു. ആ ഇരിപ്പമരത്തിനു മുകളിൽ അത് കയറിയിരിപ്പായിരുന്നു. നേരം അർദ്ധരാത്രിയായി. അച്ഛനും അമ്മയും നല്ല ഉറക്കം. എനിക്ക് പുറത്തുനടക്കുന്നത് എല്ലാം മനസ്സിലാകുന്നുണ്ടായിരുന്നു. കുറേനേരം കഴിഞ്ഞപ്പോൾ കരടി താഴെ ഇറങ്ങി ഞങ്ങളുടെ കുടിലിന്റെ പുറകിൽ വന്നു നിന്നു. ഞാൻ ഈ കാളക്കുഞ്ഞിനെ മാറോടു ചേർത്ത് പിടിച്ചു കിടന്നു. കരടിയുടെ കാലൊച്ച അടുത്തടുത്തു വന്നപ്പോൾ ഞാൻ അതിന്റെ വായ പൊത്തി പിടിച്ചു. ഇതിനെ അമർത്തി പിടിച്ചു കിടന്നു." സൂരതിയ പറഞ്ഞു.

"നിനക്ക് ഭയമൊന്നും തോന്നിയില്ലേ?"

"ഏയ്! പേടിയോ, എന്തിന്? ഞാനൊരിക്കലും ഒന്നിനേയും ഭയപ്പെടാറില്ല. ഭയപ്പെട്ടാൽ ജീവിക്കാൻ സാധിക്കുമോ? ബാബൂജീ, വിറകുപറക്കാൻ കാട്ടിലേക്കു പോകുമ്പോൾ എത്രയെത്ര കരടികളെയാണ് കാണാറുള്ളതെന്ന് അറിയാമോ? എനിക്ക് പേടിയൊന്നും തോന്നാറില്ല. പേടിച്ചാൽ ജീവിക്കുവാൻ സാധിക്കുകയില്ല."

സൂരതിയായുടെ മുഖത്ത് ശരിയായ ഒരു ജ്ഞാനിയുടെ ഭാവമായിരുന്നു.

ഞാൻ ചോദിച്ചു. "മഞ്ചി അവളുടെ സാധനങ്ങളെല്ലാം കൊണ്ടുപോയിരുന്നുവോ?"

അതിനു മറുപടി പറഞ്ഞത് സൂരതിയ ആയിരുന്നു. "ഇല്ല. ചെറിയമ്മ പോയപ്പോൾ യാതൊന്നും കൊണ്ടുപോയിട്ടില്ല. കഴിഞ്ഞപ്രാവശ്യം ബാബൂജീക്ക് ഒരു പെട്ടി കാണിച്ചു തന്നില്ലേ. അതുപോലും കൊണ്ടുപോയിട്ടില്ല. അതുപോലും ഇവിടെ വച്ചിട്ടാണ് പോയിരിക്കുന്നത്. അങ്ങേക്ക് കാണണോ?"

അവൾ അകത്തേക്ക് ഓടിപ്പോയി. തിരിച്ചുവരുമ്പോൾ അവളുടെ കൈയിൽ മഞ്ചി ഉപേക്ഷിച്ചുപോയ ആ പെട്ടി ഉണ്ടായിരുന്നു. അവൾ എന്റെ മുന്നിൽവച്ച് ആ പെട്ടി തുറന്നു. കണ്ണാടി, മണിമാല, പൂക്കൾ തുന്നിയ തൂവാല തുടങ്ങി കൗതുകമുണർത്തുന്ന പല വസ്തുക്കളും അതിൽ ഉണ്ടായിരുന്നു. എന്നാൽ ആ കണ്ണാടി മണിമാല മാത്രം അതിൽ ഉണ്ടായിരുന്നില്ല. അത് ലബ്ടുലിയ പാടശേഖരത്തിലെ കൊയ്ത്ത് ഉത്സവത്തിന് വാങ്ങിയതായിരുന്നു.

സ്വന്തം ആളുകളെയും വീടും ഉപേക്ഷിച്ച് അവൾ എങ്ങോട്ടായിരിക്കും പോയിട്ടുണ്ടാകുക? ഇവർക്ക് ഭൂമി കിട്ടിയതോടെ അവർ അവിടെ സ്ഥിരതാമസം ആരംഭിച്ചു. ഇവരുടെ ഇടയിൽ ഓടി നടക്കാൻ ഇഷ്ടപ്പെട്ടിരുന്ന ആ യുവതിക്കാണ് ഇങ്ങനെ വന്നത്.

ഞാൻ തിരികെ പോകാനായി കുതിരപ്പുറത്തു കയറിമ്പോൾ സൂരതിയ പറഞ്ഞു.

"ബാബൂജീ, അവിടുന്ന് ഇനിയും ഇങ്ങോട്ടു വരണേ... ഞങ്ങൾ വല വിരിച്ച് പക്ഷികളെ പിടിക്കാറുണ്ട്. അതിനുവേണ്ടി പുതിയ വല ഉണ്ടാക്കിയിട്ടുണ്ട്. അങ്ങനെ കിട്ടിയ ഒരു കൊളക്കോഴിയേയും താറാവിനേയും ഞാൻ വളർത്തുന്നുണ്ട്. അവ രണ്ടും ഒച്ചവയ്ക്കുമ്പോൾ കാട്ടിലെ മറ്റു കിളികൾ ഇറങ്ങിവരും. അവ വലയിൽ കുരുങ്ങും. ഇന്നിപ്പോൾ നേരം പോയില്ലേ, അല്ലെങ്കിൽ എങ്ങനെയാണ് പിടിക്കുന്നത് എന്ന് കാണിച്ചു തരാമായിരുന്നു.

നാഢബയിഹാറിലെ വനപ്രദേശത്തുകൂടി രാത്രിയിൽ സഞ്ചരിക്കുവാൻ പേടി തോന്നുന്നുണ്ട്. ഇടതുവശത്ത് ഒരു അരുവി കളകള ശബ്ദം ഉണ്ടാക്കിക്കൊണ്ട് ഒഴുകുന്നുണ്ട്. എവിടെയോ കാട്ടുപൂക്കൾ വിരിഞ്ഞിട്ടുണ്ട്. അന്ധകാരത്തിൽ സുഗന്ധം നിറഞ്ഞു നിൽക്കുന്നു.

വിവിധതരം വൃക്ഷങ്ങളും വള്ളികളും നിറഞ്ഞ ഈ വനം പക്ഷിമൃഗാദികളുടെ ആശ്രയ സ്ഥാനമാണ്. പ്രകൃതി അളവില്ലാത്തത്ര സമ്പത്തുകൾ നൽകി ഈ വനത്തെ അനുഗ്രഹിച്ചിട്ടുണ്ട്. അതിന്റെ വടക്കേ അതിർത്തിയിൽ ആണ് സരസ്വതീ തടാകം. പ്രാചീനകാലത്ത് കുശീ നദിയുടെ തടവും അവിടെ ഉണ്ടായിരുന്നു എന്ന് പഴമക്കാർ പറയാറുണ്ട്. ഇപ്പോൾ അവിടമെല്ലാം വനമാണ്. തടാകത്തിലെ വെള്ളം മാത്രം അവശേഷിച്ചു. നദീതടം കൊടുംകാടായി മാറി.

വനഭൂമി മുഴുവനും ഗ്രാമീണർക്ക് കൃഷി ചെയ്യാനായി വീതിച്ചു നൽകിയതോടെ ആളുകൾ അവിടം മുഴുവനും വെട്ടിവെളിപ്പിച്ച് കുടിലുകൾ ഉണ്ടാക്കി. വൃത്തികെട്ട ഗ്രാമങ്ങളായി അതിമനോഹരമായ വനഭൂമി മാറാൻ അധികസമയം വേണ്ടിവന്നില്ല.

ഏതാനും ഓടിട്ട വീടുകൾ, വലിയ വലിയ കയ്യാലകൾ, തൊഴുത്തുകൾ, ചോളത്തിന്റെയും ഗോതമ്പിന്റെയും വയലുകൾ, ചാണകക്കൂമ്പാരം, ആഞ്ജനേയരുടെയും കൊടി, കള്ളിച്ചെടികൾ, വിവിധതരത്തിലുള്ള പുകയിലകൾ... ഒപ്പം കോളറയും വസൂരിയും.

'അല്ലയോ ആരണ്യമേ... എന്നോടു ക്ഷമിച്ചാലും... എന്നോടു ക്ഷമിച്ചാലും..'

സൂരതിയായുടെ പക്ഷിപിടുത്തം കാണാനായി മറ്റൊരു ദിവസം ഞാൻ പോയി.

സൂരതിയയും ഛനിയയും രണ്ടു കെണി കൈയിൽ എടുത്ത് എന്നെയും കൂട്ടി നാഢബയിഹാറിനു പുറത്തുള്ള തുറന്ന സ്ഥലത്തേക്കു പോയി. ഒരു പഞ്ഞിമരത്തിന്റെ ചുവട്ടിൽ അവർ കെണികൾ രണ്ടും വച്ചു. ഒന്നിനുള്ളിൽ കൊളക്കോഴിയും മറ്റതിൽ കാട്ടുതാറാവും. അവ രണ്ടിനും ആ പെൺകുട്ടികൾ വേണ്ട പരിശീലനം കൊടുത്തിട്ടുണ്ട്. കാട്ടിലെ കിളികളെ ആകർഷിക്കുന്ന തരത്തിൽ അവ കൂകാൻ തുടങ്ങി. കാട്ടുതാറാവിന് ഒച്ചവയ്ക്കാൻ തെല്ലൊരു അമാന്തം ഉണ്ടായിരുന്നു. സൂരതിയ ചൂളം

വിളിച്ച് കൈഞൊടിച്ച് അതിനോട് ഇങ്ങനെ പറഞ്ഞു.

"എന്റെ പൊന്നു സഹോദരീ, ഒന്നു ശബ്ദമുണ്ടാക്ക്."

ഉടനെ അത് ശബ്ദം ഉണ്ടാക്കാൻ ആരംഭിച്ചു.

"ഡക്ക്... ഡക്... ഡക്..."

സുന്ദരമായ തുറന്ന ആകാശത്തിൻ കീഴിൽ ഈ അത്ഭുതശബ്ദങ്ങൾ പ്രതിദ്ധ്വനിച്ചു. മഞ്ഞപ്പൂക്കൾ വിരിഞ്ഞുനില്ക്കുന്ന കുറ്റിച്ചെടിയുടെ മുകളിലാണ് കുട്ടികൾ കെണി വച്ചിരുന്നത്. പക്ഷിക്കൂടുപോലെ മുളകൊണ്ട് ഉണ്ടാക്കിയതായിരുന്നു കെണി. അവളുടെ പക്ഷികളുടെ കൂട് മറച്ചുവച്ചു.

സൂരതിയ എന്നോടു പറഞ്ഞു. "വരൂ.. ബാബൂജീ... നമുക്ക് ഒളിച്ചിരിക്കാം. ആ കുറ്റിക്കാടിന്റെ പിന്നിൽ പോയി ഇരിക്കാം. മനുഷ്യരെ കണ്ടാൽ പക്ഷികൾ അടുത്തു വരില്ല. അവ ഓടിപ്പോകും," സാലവൃക്ഷത്തൈകളുടെ പുറകിലായി ഞങ്ങൾ മറഞ്ഞിരുന്നു.

കുളക്കോഴി ശബ്ദമുണ്ടാക്കുന്നത് ഇടയ്ക്കിടെ നിർത്തുന്നുണ്ട്. എന്നാൽ കാട്ടുതാറാവ് നിർത്താതെ ശബ്ദമുണ്ടാക്കിക്കൊണ്ടിരിക്കുകയാണ്. ആ ശബ്ദത്തിന് അലൗകികമായ ഒരു മധുരധ്വനിയുണ്ടെന്ന് എനിക്കു തോന്നി.

ഞാൻ ചോദിച്ചു. "സൂരതിയ, നിന്റെ പക്ഷിയെ വിൽക്കുമോ? എന്തു വില തരണം?"

"മിണ്ടരുത്. ബാബൂജീ മിണ്ടരുത്. അതാ, അങ്ങോട്ടു നോക്കൂ. കാട്ടുകിളികൾ വരുന്നുണ്ട്."

അല്പസമയത്തിനകം മൈതാനത്തിന്റെ എതിർവശത്തുനിന്നും ഒരു പക്ഷിയുടെ ശബ്ദം കേട്ടുതുടങ്ങി.

എന്റെ ശരീരം ആസകലം കോരിത്തരിച്ചു. കാട്ടിലെ കിളി, കൂട്ടിലെ കിളിയുടെ ശബ്ദത്തിന് മറുശബ്ദം ഉണ്ടാക്കുന്നു. കുറച്ചു സമയം കഴിഞ്ഞപ്പോൾ രണ്ടു പക്ഷികളുടേയും ശബ്ദം അടുത്തടുത്തു നിന്ന് കേൾക്കാൻ കഴിഞ്ഞു. പിന്നെ ഒന്നിന്റെ ശബ്ദം മാത്രമായി കൂട്ടിലെ കിളിയുടേതുമാത്രം.

ഛനിയയും സൂരതിയയും ഓടിച്ചെന്നു. അവർ വിളിച്ചു പറഞ്ഞു.

"വലയിൽ പക്ഷി കുടുങ്ങി, പക്ഷി കുടുങ്ങി."

ഞാനും അവരുടെ പിറകെ ഓടിച്ചെന്നു. വലയിൽ കാല് കുരുങ്ങിയതിനാൽ പക്ഷി കിടന്ന് ചാടിത്തുള്ളുകയാണ്. വലയിൽ കുടുങ്ങിയതോടെ അതിന്റെ ശബ്ദം നിലച്ചു. അത്ഭുതകരമായ കാഴ്ച! എനിക്ക് വിശ്വസിക്കാനായില്ല. സൂരതിയ പക്ഷിയെ കൈയിലെടുത്ത് എന്നെ കാണിച്ചു.

"നോക്കൂ, ബാബൂജീ, അതിന്റെ കാല് എങ്ങനെയാണ് വലയിൽ കുരുങ്ങിയതെന്ന് കണ്ടില്ലേ?"

"ഈ പക്ഷിയെ നീ എന്തുചെയ്യും?"

"അച്ഛൻ ചന്തയിൽ കൊണ്ടുപോയി വിൽക്കും. ഒന്നിന് രണ്ടു പൈസ കിട്ടും. ഒരു കൊളക്കോഴിക്ക് ഏഴുപൈസ."

"ഞാൻ വാങ്ങിക്കോളാം. വില ഞാൻ തരാം."

സൂരതിയ അപ്പോൾ പിടിച്ച പക്ഷിയെ എനിക്കു തന്നു. എന്തു പറഞ്ഞിട്ടും അവൾ വില വാങ്ങിയില്ല.

4

കന്നിമാസം പിറന്ന് കുറച്ചുദിവസം കഴിഞ്ഞപ്പോൾ എനിക്ക് ഒരു കത്തുകിട്ടി. രാജാദോബരുപന്ന മരിച്ചുപോയി. രാജകുടുംബാംഗങ്ങൾ എല്ലാവരും വലിയ ദുഃഖിതരാണ്. അതുകൊണ്ട് സമയം കിട്ടുകയാണെങ്കിൽ ഞാൻ ഒന്ന് അവിടം വരെ ചെല്ലണം. കത്തെഴുതിയിരിക്കുന്നത് ഭാനുമതിയുടെ അച്ഛൻ ജഗരുപന്നയാണ്.

വിവരം അറിഞ്ഞ ഉടനെ ഞാൻ അങ്ങോട്ടു പുറപ്പെട്ടു. സന്ധ്യമയങ്ങുന്നതിനു മുമ്പായി ചക് മകി ഗ്രാമത്തിൽ എത്തിച്ചേർന്നു. രാജാവിന്റെ മൂത്തമകനും പൗത്രനും ചേർന്ന് എന്നെ സ്വീകരിച്ച് കൂട്ടിക്കൊണ്ടുപോയി.

രാജാദോബരു കന്നുകാലികളെ മേച്ചുകൊണ്ടിരിക്കുമ്പോൾ വീണു പരിക്കുപറ്റി. ആ പരിക്ക് അദ്ദേഹത്തിന്റെ മരണകാരണമായി തീർന്നു.

അദ്ദേഹം മരിച്ചു എന്ന വിവരം അറിഞ്ഞപ്പോൾ തന്നെ മഹാജൻ പശുക്കളേയും എരുമകളേയും തന്റെ സ്വന്തം സ്ഥലത്ത് കൊണ്ടുപോയി കൊടുത്തു. കൊടുക്കാനുള്ള പണം മുഴുവനും കൊടുത്തു തീർത്താൽ മാത്രമേ അയാൾ കാലികളെ തിരിച്ചുകൊടുക്കൂ എന്നു വാശിപിടിച്ചു.

പുതിയ രാജാവിനെ അഭിഷേകം ചെയ്യുന്നത് അടുത്ത ദിവസമാണ്. അതിനും വളരെയധികം ചെലവുകൾ ഉണ്ട്. അതിനുള്ള പണത്തിനുള്ള മാർഗ്ഗമൊന്നും ഇല്ലതാനും. അതിനു പുറമേയാണ് മഹാജന്റെ പ്രവൃത്തി. അയാൾ കാലികളെ വിട്ടു കൊടുത്തില്ലെങ്കിൽ കാര്യങ്ങൾ ശരിക്കും വഷളാകും. പാലും നെയ്യും വിറ്റുകിട്ടുന്ന പണം കൊണ്ടാണ് അവിടത്തെ എല്ലാ ചെലവുകളും നടന്നു പോകുന്നത്. ഇനി എന്തുചെയ്യും, എല്ലാവരും പട്ടിണികിടന്ന് മരിക്കുകതന്നെ. അല്ലാതെ വേറെ വഴിയില്ല.

ഞാൻ മഹാജനെ വിളിച്ചുവരുത്തി. അയാളുടെ പേര് വീർബൽസിങ് എന്നായിരുന്നു. എന്റെ വാക്കുകൾക്കു ചെവി തരാൻ അയാൾ ഒട്ടും തയ്യാറായില്ല. റൊക്കം പണം കിട്ടാതെ കന്നുകാലികളെ വിട്ടുകൊടുക്കുകയില്ല എന്നയാൾ തീർത്തു പറഞ്ഞു.

വീർബൽസിങ് മര്യാദക്കാരനല്ല എന്ന് എനിക്കു മനസ്സിലായി.

ഭാനുമതി എന്നെ കണ്ടതും കരയാൻ തുടങ്ങി. അവൾ തന്റെ വല്യമുത്തച്ഛനെ അത്രമാത്രം സ്നേഹിച്ചിരുന്നു. ഒരു വടവൃക്ഷത്തിന്റെ തണലിൽ എന്നതുപോലെയാണ് അദ്ദേഹം ജീവിച്ചിരുന്നപ്പോൾ അവൾ കഴിഞ്ഞിരുന്നത്. അദ്ദേഹത്തിന്റെ കണ്ണടഞ്ഞതോടെ കുഴപ്പങ്ങളുടെ ഒരു ഘോഷയാത്ര തന്നെയാണ്. ഇതെല്ലാം പറഞ്ഞുകൊണ്ടിരിക്കുമ്പോൾ അവളുടെ കണ്ണിൽനിന്നും കണ്ണുനീർ ധാരധാരയായി ഒഴുകിക്കൊണ്ടിരിക്കുകയായിരുന്നു.

ഭാനുമതി പറഞ്ഞു. "ബാബൂജി എന്നോടൊപ്പം വരൂ! വല്യമുത്തച്ഛന്റെ കുഴിമാടം ഞാൻ കാണിച്ചുതരാം. എനിക്ക് ഒന്നും ചെയ്യാൻ തോന്നുന്നില്ല. ഒന്നിലും ഒരു താല്പര്യവും ഇല്ല. ആ കുഴിമാടത്തിനടുത്ത് വെറുതെ ചെന്നിരിക്കണം എന്നുള്ള ചിന്ത മാത്രമേ ഉള്ളൂ!"

വീർബൽസിങ്ങിന്റെ കാര്യത്തിൽ എന്തെങ്കിലും ഒരു തീരുമാനത്തിൽ എത്തണം എന്നിട്ടേ ഞാൻ തിരിച്ചുപോകുന്നുള്ളൂ എന്ന് തീരുമാനിച്ചു.

ആ കാര്യത്തിൽ എനിക്കൊന്നും ചെയ്യാൻ സാധിച്ചില്ല. മഹാദുഷ്ടനായ രജപുത്രനാണ് വീർബൽസിങ്. ആര് എന്തു പറഞ്ഞാലും അയാൾക്ക് മനസ്സിലാകുകയില്ല. ഒരു വിധത്തിൽ അവസാനം കന്നുകാലികളെ ഇവരുടെ വീട്ടിൽ തന്നെ കെട്ടാമെന്നു സമ്മതിച്ചു. അവയുടെ പാലു കറന്നെടുക്കാൻ അവകാശം കൊടുത്തില്ല. രണ്ടുമാസത്തിനു ശേഷം അതിനു പരിഹാരം കാണാനായി. ആ കാര്യം പിന്നെ പറയാം.

ഭാനുമതി എന്റെ കൂടെ മലമുകളിലേക്ക് വന്നു. ആ സാധുപെൺകുട്ടി അവളുടെ അടുത്ത ബന്ധുവായി എന്നെ കണക്കാക്കി കഴിഞ്ഞിരിക്കുന്നു. ഞാൻ അവരുടെ കുടുംബത്തിലെ അടുത്ത ബന്ധുവാണ് എന്നതരത്തിലാണ് അവളുടെ പെരുമാറ്റം. അവളുടെ നിഷ്കളങ്കമായ പെരുമാറ്റം എന്നെ വളരെയധികം സന്തോഷിപ്പിച്ചു.

വൈകുന്നേരമായതോടെ താഴ്വരയിൽ നിഴലുകൾ പതിയാൻ തുടങ്ങി.

തിടുക്കത്തിൽ ഓടിക്കയറുന്ന മാൻകിടാവിനെപ്പോലെയാണ് ഭാനുമതി മലകയറിയിരുന്നത്. ഞാൻ അവളോടു പറഞ്ഞു. "ഭാനുമതീ, നീ ഞാൻ പറയുന്നത് കേൾക്കുന്നുണ്ടോ? കുറച്ചു സാവധാനത്തിൽ കയറിയാൽ മതി. ഇവിടെ പവിഴമല്ലിച്ചെടി എവിടെയാണുള്ളത്?"

ആ നാട്ടിൽ പവിഴമല്ലിക്ക് വേറെ എന്തോ പേരാണ് പറയുന്നത്? അതുകൊണ്ട് അതു പറഞ്ഞു മനസ്സിലാക്കിക്കൊടുക്കാൻ ഞാൻ വല്ലാതെ ബുദ്ധിമുട്ടി. കാറ്റ് വളരെ ശക്തിയായി വീശിക്കൊണ്ടിരുന്നു.

ഭാനുമതി കുറേദൂരം വളരെ വേഗത്തിൽ കയറിശേഷം നിന്നു. അവൾ എന്നോടു ചോദിച്ചു.

"ബാബൂജീ, കയറാൻ വിഷമം തോന്നുന്നുണ്ടോ?"

"ഏയ്, ഇല്ല. കുറച്ചു സാവധാനത്തിൽ കയറിയാൽ മതി എന്നു മാത്രം."

സാവധാനത്തിൽ നടക്കുന്നതിനിടയിൽ അവൾ എന്നോടു പറഞ്ഞു.

"വല്യമുത്തച്ഛൻ പോയതോടെ എനിക്ക് ആരുമില്ലാതായി ബാബൂജീ."

കൊച്ചുകുട്ടിയെപ്പോലെ വിതുമ്പിക്കൊണ്ടാണ് അവൾ അതു പറഞ്ഞത്.

അവളുടെ സംസാരം കേട്ടപ്പോൾ എനിക്കു ചിരിയാണു വന്നത്.

പടുവൃദ്ധനായ ഒരാളല്ലേ മരിച്ചുപോയത്?

ബാക്കി എല്ലാവരും ഇല്ലേ, അച്ഛൻ, സഹോദരൻ, മുത്തച്ഛനും മുത്ത

ശ്ശിയും... അവരെല്ലാം നല്ല ആരോഗ്യത്തോടെ ഇരിക്കുന്നുണ്ടുതാനും.

ആരൊക്കെ ഉണ്ടെങ്കിലും ഭാനുമതി ഒരു പെൺകുട്ടി ആണല്ലോ. പുരുഷന്മാരിൽനിന്നും സഹാനുഭൂതി പ്രതീക്ഷിക്കുക എന്ന സ്ത്രീ സഹജമായ സ്വഭാവം അവളിലും ഉണ്ടാകുമല്ലോ.

അവൾ വിഷാദത്തോടെ പറഞ്ഞു. "ബാബുജീ, അങ്ങ് ഇടയ്ക്കെല്ലാം ഇങ്ങോട്ടു വരണം. ഞങ്ങളുടെ കാര്യങ്ങൾ അന്വേഷിക്കണം. ഞങ്ങളെ മറക്കുകയില്ലല്ലോ!"

"നിങ്ങളെയെല്ലാം മറക്കുകയോ, ഒരിക്കലും ഇല്ല. തീർച്ചയായിട്ടും ഞാൻ വരും."

"ഒരിക്കൽ കൊൽക്കത്തയിലേക്കു പോയി കഴിഞ്ഞാൽ പിന്നെ ഞങ്ങളെക്കുറിച്ച് ഓർക്കുമോ? ബംഗാളിൽ താമസിക്കുന്ന ആളുടെ മനസ്സിൽ ഈ കാടും മലയും ഒക്കെ ഉണ്ടാകുമോ?" കുറച്ചൊരു പരിഭവത്തോടെ ഭാനുമതി പറഞ്ഞു.

"അതെന്താ, നീ അങ്ങനെ പറയുന്നത്? നിനക്കു ഞാൻ ഓർമ്മ വച്ച് കണ്ണാടി വാങ്ങി കൊടുത്തയച്ചില്ലേ, അത് എനിക്ക് ഓർമ്മയില്ലാത്തതു കൊണ്ടാണോ?" ഞാൻ സ്നേഹത്തോടെ പറഞ്ഞു. ഭാനുമതിയുടെ മുഖം ഉദയ സൂര്യനെപ്പോലെ പ്രകാശിച്ചു. അവൾ പറഞ്ഞു.

"എത്ര നല്ല കണ്ണാടിയാണ് അത്. സത്യമായിട്ടും ആ കാര്യം ഞാൻ മറന്നുപോയി കേട്ടോ."

കുഴിമാടത്തിനടുത്തുള്ള വടവൃക്ഷച്ചുവട്ടിൽ ചെന്നു നിന്നപ്പോൾ പകൽ അവസാനിച്ചുകഴിഞ്ഞു എന്നു പറയാം. എങ്കിലും പർവ്വത ശ്രേണിയുടെ മറവിലേക്ക് സൂര്യൻ പതുക്കെ ഒഴുകി വീഴുന്നതേ ഉണ്ടായിരുന്നുള്ളൂ. അതിനിടയിലൂടെ ക്ഷീണിച്ചു പരവശനായ ചന്ദ്രൻ എത്തി നോക്കാൻ തുടങ്ങി.

കുറച്ചു കാട്ടുപൂക്കൾ പറിച്ചുകൊണ്ടു വരാൻ ഞാൻ ഭാനുമതിയോടു പറഞ്ഞു. കുഴിമാടത്തിൽ പൂക്കൾ അർപ്പിക്കുന്ന കാര്യം ഇവർക്കു അറിഞ്ഞുകൂടാ. ഞാൻ നിർബ്ബന്ധിച്ചതുകൊണ്ട് ഭാനുമതി അടുത്തുള്ള പവിഴമല്ലിയുടെ കൊഴിഞ്ഞു കിടക്കുന്ന പൂക്കൾ പെറുക്കിക്കൊണ്ടുവന്നു. ഞങ്ങൾ രണ്ടുപേരും കൂടി ആ പൂക്കൾ രാജാദോബരുപന്നയുടെ കുഴിമാടത്തിൽ വിതറി.

ആ വേളയിൽ കുറെ കൊച്ചുകിളികൾ ചിറകടിച്ചുകൊണ്ടും ശബ്ദമുണ്ടാക്കിക്കൊണ്ടും ആ വടവൃക്ഷത്തിന്റെ മുകളിലെ കൊമ്പിൽനിന്നും പറന്നകന്നു പോയി. ആ കിളികളുടെ ശബ്ദത്തിലൂടെ മൺമറഞ്ഞു പോയവരും അവഗണിക്കപ്പെട്ടവരുമായ പൂർവ്വ പുരുഷന്മാർ തങ്ങളുടെ കൃതജ്ഞത പ്രകടിപ്പിച്ചതായാണ് എനിക്കു തോന്നിയത്.

പതിനഞ്ച്

ധാവതാൽ സാഹു എന്ന പലിശക്കാരന്റെ മുന്നിൽ ചെന്ന് ഒരിക്കൽ എനിക്ക് കൈനീട്ടേണ്ടതായി വന്നിട്ടുണ്ട്. ആ പ്രാവശ്യം ആദായം വളരെ കുറവായിരുന്നു. എന്നാൽ പതിനായിരം രൂപ നികുതി അടയ്ക്കുക തന്നെ വേണം. ധാവതാൽ സാഹുവിന്റെ കൈയിൽനിന്നും ആവശ്യത്തിനുള്ള തുക കടമായി വാങ്ങാമല്ലോ എന്ന് തഹസിൽദാർ ബൻവാരിലാൽ അഭിപ്രായപ്പെട്ടു. എനിക്ക് യാതൊരു മടിയും കൂടാതെ അയാൾ കടം തരും എന്നും ബൻവാരിലാൽ പറഞ്ഞു.

ഞങ്ങളുടെ കൃഷിയിടത്തിന്റെ പരിധിയിലല്ല അയാൾ താമസിക്കുന്നത്. സർക്കാർ വക കൃഷിയിടത്തിലാണ് അയാളുടെ താമസം. ഞാനുമായോ ഞങ്ങളുടെ ഓഫീസുമായോ അയാൾക്ക് യാതൊരു ബന്ധവും ഉണ്ടായിരുന്നില്ല. അങ്ങനെയുള്ള ഒരാളോട് മൂവായിരം രൂപ കടമായി ചോദിക്കുന്നത് എങ്ങനെ? എന്റെ മനസ്സിൽനിന്നും അപ്പോഴും സംശയം മാറിയില്ല.

എന്റെ ആവശ്യം വളരെ വലുതായിരുന്നു. ഒരു ദിവസം ബൻവാരിലാലിനേയും കൂട്ടി മറ്റൊരാളും അറിയാതെ ധാവതാൽ സാഹുവിന്റെ വീട്ടിലെത്തി. എന്റെ ഓഫീസിലെ മറ്റാരും തന്നെ ഇത് അറിയാൻ പാടില്ല എന്ന നിർബ്ബന്ധം എനിക്കുണ്ടായിരുന്നു. ഞാൻ കടം വാങ്ങിയാണ് കാര്യം നടത്തുന്നതെന്ന് സകലരും അറിയുന്നത് എനിക്ക് ഭൂഷണമല്ല.

പവസദിയയിലെ, ആളുകൾ തിങ്ങിനിറഞ്ഞു താമസിക്കുന്ന ഒരു ഗ്രാമത്തിലാണ് ധാവതാൽ സാഹു താമസിക്കുന്നത്. വളരെ വലുതാണ് അയാളുടെ വീട്. വീട്ടുമുറ്റത്ത് ഏതാനും കയറ്റുകട്ടിലുകൾ നിരത്തിയിട്ടിരിക്കുന്നു.

മുറ്റത്തിന്റെ ഒരു ഭാഗത്ത് പുകയില കൃഷി ചെയ്യുന്ന സ്ഥലത്തെ

കളയെല്ലാം പറിച്ച് വൃത്തിയാക്കിയിട്ടിരിക്കുന്നു. ഞങ്ങളെക്കണ്ട ഉടനെ സാഹു ഞങ്ങളുടെ അടുത്തേക്ക് ഓടി വന്നു. ഞങ്ങളെ എങ്ങനെ സ്വീകരിക്കണം, എവിടെ ഇരുത്തണം, എന്തുപറയണം എന്നൊക്കെ ചിന്തിച്ച് അയാൾ ചെറുതായി പരിഭ്രമിച്ചതായി തോന്നി.

"അയ്യോ... അവിടുന്ന് ഈ പാവപ്പെട്ടവന്റെ വീട്ടിലേക്ക് വരുകയോ, വരൂ.. വരൂ... ഇരിക്കൂ.. ഇവിടെ ഇരിക്കൂ... തഹസീൽ ബാബുവും ഇരിക്കൂ."

അവിടെ പ്രത്യേകിച്ച് ജോലിക്കാരെ ആരേയും കണ്ടില്ല. രാമലഖിയ എന്നു പേരുള്ള ഒരു പൗത്രൻ ഉണ്ട് അയാൾക്ക്. അവൻ ഞങ്ങളെ സത്ക്കരിക്കുന്നതിനുവേണ്ടി അങ്ങോട്ടും ഇങ്ങോട്ടും കിടന്ന് ഓടുന്നുണ്ട്. ആ വീടും പരിസരവും വീട്ടുസാധനങ്ങളും കണ്ടാൽ അതൊരു ലക്ഷാധിപതിയുടെ വീടാണെന്ന് ആരും പറയുകയില്ല.

രാമലഖിയ കുതിരയുടെ കടിഞ്ഞാൺ അതിന്റെ കഴുത്തിൽനിന്നും എടുത്ത് കുതിരയെ തണലത്തുകൊണ്ടുപോയി തളച്ചു. ഞങ്ങൾക്കു കാലുകഴുകാൻ വേണ്ട വെള്ളം കൊണ്ടുവന്നു വച്ചു. ധാവതാൽ സാഹു സ്വയം ഒരു വിശറികൊണ്ട് ഞങ്ങളെ വീശുന്നു. സാഹുജിയുടെ ഒരു പൗത്രി ഞങ്ങൾക്കു ഹുക്ക തയ്യാറാക്കി കൊണ്ടുവന്നു. അവരുടെ ആതിഥ്യമര്യാദ അതിരു കടന്നപ്പോൾ ഞാൻ പറഞ്ഞു.

"ഹുക്കയൊന്നും വേണ്ട. എന്റെ കൈയിൽ ചുരുട്ടുണ്ട്."

അവരുടെ സ്നേഹപൂർവ്വമുള്ള പരിചരണം നിഷേധിക്കുവാൻ സാധിച്ചില്ല. എല്ലാം സന്തോഷത്തോടെ സ്വീകരിച്ചു. എന്നാൽ വന്നകാര്യം പറയാൻ ഇനിയും സാധിച്ചിട്ടില്ല. ശ്രദ്ധിച്ചു കൈകാര്യം ചെയ്യേണ്ട ഒന്നാണല്ലോ പണത്തിന്റെ കാര്യം. എങ്ങനെ തുടങ്ങണം, എന്തുപറയണം എന്നൊന്നും ഒരു നിശ്ചയം ഉണ്ടായിരുന്നില്ല.

ധാവതാൽ സാഹു ചോദിച്ചു. "എന്താണാവോ, ഈ വഴിക്ക് ഇറങ്ങാൻ കാരണം? പക്ഷിയെ വെടിവയ്ക്കാനോ മറ്റോ ആണോ?"

"അല്ല, സാഹുജീ, ഇവിടേക്കായിട്ട് തന്നെ വന്നതാണ്."

"എന്റെ അടുത്തേക്കോ യജമാനനേ, ഞാൻ എന്താണ് ചെയ്യേണ്ടത് എന്നു പറഞ്ഞാലും."

"ഞങ്ങളുടെ ഓഫീസിലെ കണക്കുപ്രകാരം കുറച്ചു പണത്തിന്റെ കുറവുണ്ട്. മൂവായിരത്തി അഞ്ഞൂറു രൂപ. അതിനായിട്ടാണ് ഇപ്പോൾ ഇങ്ങോട്ടു വന്നത്."

ഞാൻ ഒരു വിധത്തിൽ എങ്ങനെയോ പറഞ്ഞൊപ്പിച്ചു.

ഒരു നിമിഷം പോലും ആലോചിക്കാതെ സാഹു പറഞ്ഞു. "അതിനുവേണ്ടി ഇത്രമാത്രം ആലോചിക്കുവാൻ എന്തിരിക്കുന്നു? പണത്തിനെല്ലാം നമുക്ക് വഴിയുണ്ടാക്കാം. പക്ഷേ, ഇതിനുവേണ്ടി ഇത്ര ബുദ്ധിമുട്ടി ഇങ്ങോട്ടു വരേണ്ട കാര്യമുണ്ടായിരുന്നില്ല. ഒരു കുറിപ്പെഴുതി കൊടുത്ത് തഹസിൽദാരെ ഇങ്ങോട്ടയച്ചാൽ പോരായിരുന്നുവോ? ഞാൻ അയാളുടെ കൈയിൽ പണം കൊടുത്തയയ്ക്കുമായിരുന്നല്ലോ."

യഥാർത്ഥ കാര്യം അയാളെ അറിയിക്കണം എന്ന ഉദ്ദേശ്യത്തോടെ

ഞാൻ പറഞ്ഞു.

"പണം എന്റെ വ്യക്തിപരമായ ആവശ്യത്തിന് എന്നതുപോലെ തന്നാൽ മതി. ജമീന്ദാരുടെ പേരിൽ കടം വാങ്ങാൻ ആവശ്യമായ മുക്തിയാർ ആധാരങ്ങൾ ഒന്നും എന്റെ കൈവശം ഇല്ല."

അല്പം സങ്കോചത്തോടെയാണ് ഞാൻ ഇതു പറഞ്ഞത്. ഇതുകേട്ടാൽ ധാവതാൽ എനിക്ക് പണം കടം തരുമോ? ഞാൻ തികച്ചും അന്യനാട്ടുകാരൻ! എനിക്ക് ഇവിടെ യാതൊരു വിധ സ്വത്തുവകകളും ഇല്ല. വെറുതെ പണമെടുത്ത് എന്റെ കൈയിൽ തരുകയില്ലല്ലോ. വളരെ ശ്രദ്ധാപൂർവ്വം ഞാൻ പറഞ്ഞു.

"സാഹുജീ പണത്തിനുള്ള കരാറെഴുതുന്നത് എന്റെ പേരിൽ മാത്രമായിരിക്കണം. ഒരിക്കലും ജമീന്ദാരുടെ പേരിൽ ആവരുത്."

എന്റെ വാക്കുകൾ അയാളെ അത്ഭുതപ്പെടുത്തി. അയാൾ പറഞ്ഞു.

"കാരാറെഴുതുകയോ? കരാറെല്ലാം എന്തിനാണ്? തത്ക്കാലം കുറച്ചു പണത്തിന്റെ ആവശ്യം വന്നതുകൊണ്ട് ആ തുക കടമായി വാങ്ങുന്നതിനു വേണ്ടി എന്റെ വീട്ടിലേക്കു വന്നു. അതിനായി താങ്കൾ വരേണ്ട ആവശ്യം തന്നെ ഇല്ലായിരുന്നു. പണം വേണമെന്ന് പറഞ്ഞ് ഒരാളെ അയച്ചിരുന്നു എങ്കിൽ പണം അവിടേക്ക് എത്തിക്കുമായിരുന്നു. എന്തായാലും വന്ന സ്ഥിതിക്ക് എഴുത്തും കുത്തും കരാറും ഒന്നും ആവശ്യമില്ല. യാതൊരു മടിയും വിചാരിക്കേണ്ട അങ്ങേക്ക് എത്ര പണം വേണമോ അതു കൊണ്ടുപോകാം."

"ശരി ഞാൻ പണം വാങ്ങിയതായി എഴുതിത്തരാം. സ്റ്റാമ്പും കൊണ്ടു വന്നിട്ടുണ്ട്. അതില്ലെങ്കിൽ അങ്ങയുടെ കണക്കു പുസ്തകത്തിൽ ഞാൻ ഒപ്പിട്ടുതരാം." ധാവതാൽ കൈക്കൂപ്പിക്കൊണ്ടു പറഞ്ഞു.

"അയ്യയ്യോ എന്നോടു ക്ഷമിക്കണേ... ഇത്തരത്തിൽ ഒരു കാരണവശാലും സംസാരിക്കരുത്. എനിക്ക് അങ്ങയുടെ ഈ വാക്കുകൾ വലിയ വിഷമം ഉണ്ടാക്കുന്നു. എഴുത്തും ഒപ്പും ഒന്നും ആവശ്യമില്ല. താങ്കൾക്ക് ആവശ്യമുള്ളത്ര തുക കൊണ്ടുപോകാം."

ഞാൻ എത്ര നിർബ്ബന്ധിച്ചിട്ടും അതൊന്നും കേൾക്കാനോ അനുസരിക്കാനോ ധാവതാൽ തയ്യാറായില്ല. അയാൾ അകത്തേക്കുപോയി. നോട്ടുകെട്ടുകളുമായി പുറത്തുവന്നു. പണം എണ്ണി എന്നെ ഏല്പിച്ചശേഷം പറഞ്ഞു.

"എനിക്ക് ഒരു അപേക്ഷയുണ്ട്."

"എന്താണത്?"

"അങ്ങ് ഉടനെ പോകരുത്. ആഹാരം പാചകം ചെയ്യാൻ വേണ്ട വസ്തുക്കൾ എല്ലാം ഞാൻ എത്തിച്ചുതരാം. പാകം ചെയ്ത് കഴിച്ചശേഷം പോയാൽ മതി."

അതിന്റെ ഒന്നും ആവശ്യമില്ലെന്ന് ഞാൻ എത്ര നിർബ്ബന്ധിച്ചു പറഞ്ഞിട്ടും അയാൾ അതൊന്നും കേൾക്കാൻ തയ്യാറായില്ല.

"എന്താ, ബൻവാരിലാൽ, ഭക്ഷണം പാചകം ചെയ്യാമല്ലോ അല്ലേ?

എന്നെ സംബന്ധിച്ചിടത്തോളം പാചകം ഒട്ടും താല്പര്യമുള്ള കാര്യമല്ല.''

"അയ്യോ... അങ്ങനെ പറയല്ലേ. ഭക്ഷണം താങ്കൾ തന്നെ പാചകം ചെയ്യണം. ഞാൻ പാചകം ചെയ്ത ആഹാരം കഴിച്ചാൽ താങ്കൾക്ക് ഈ ഗ്രാമത്തിലാകെ ചീത്തപ്പേരാകും. ജാതി പോകും. ഞാൻ പറഞ്ഞില്ല എന്നുവേണ്ട.''

ധാവതാലിന്റെ പൗത്രൻ ഞങ്ങളുടെ മുന്നിൽ ഒരു പാത്രം കൊണ്ടുവന്നുവച്ചു. അരിയും പരിപ്പും പച്ചക്കറികളും എല്ലാം ചേർത്ത് പാചകം ചെയ്തുകൊണ്ടിരിക്കുമ്പോൾ മുത്തച്ഛനും പൗത്രനും എനിക്ക് നിരവധി ഉപദേശങ്ങൾ തന്നുകൊണ്ടിരുന്നു. പാചകത്തെക്കുറിച്ച് അവർ വിലപ്പെട്ട പല ഉപദേശങ്ങളും തന്നു. മുത്തച്ഛൻ എഴുന്നേറ്റു പോയപ്പോൾ കൊച്ചുമകൻ എന്നോടു പറഞ്ഞു.

"എന്റെ ബാബൂജീ, ഈ മുത്തശ്ശൻ സകലതും നശിപ്പിക്കും എന്നാണ് എനിക്കു തോന്നുന്നത്. എത്രപേരാണ് അദ്ദേഹത്തിന്റെ കൈയിൽ നിന്നും പണം കടം വാങ്ങിക്കൊണ്ടുപോകുന്നത് എന്നറിയാമോ? പലിശയുമില്ല, കരാറുമില്ല, പണയവസ്തുവും ഇല്ല. സമ്മതപത്രമോ തെളിവു രേഖകളോ യാതൊന്നും തന്നെ ഇല്ല. കൊടുത്ത പണം തിരിച്ചു വാങ്ങണം എന്ന യാതൊരു ചിന്തയും ഇല്ല. എല്ലാവരും മടക്കിത്തരും എന്ന വിശ്വാസത്തിൽ ചോദിക്കുന്ന പണം കൊടുക്കുകയാണ്. എത്ര ആളുകൾ ഇതിനോടകം പറ്റിച്ചിരിക്കുന്നു എന്നറിയാമോ? അതുകൂടാതെ ഓരോ വീട്ടിലും കയറിയിറങ്ങി ആർക്കെങ്കിലും പണം വേണമോ എന്നന്വേഷിച്ച് അവർക്കു വേണ്ട പണം കൊടുത്തിട്ടു പോരും.''

ഗ്രാമീണരിൽ ഒരുവൻ അവിടെ ഇരിക്കുന്നുണ്ടായിരുന്നു. അയാൾ പറഞ്ഞു.

"ആപത്തു സമയത്ത് ഇദ്ദേഹത്തിന്റെ അടുത്ത് ചെന്ന് കൈനീട്ടിയാൽ ആരും വെറും കൈയോടെ പോരേണ്ടതായി വന്നിട്ടില്ല. മഹാജൻ പഴയ മട്ടിലുള്ള ഒരാളാണ്. ആർക്കെതിരെയും ഇതുവരെ കേസുമായി കോടതി കയറിയിട്ടില്ല. കോടതിയിൽ പോകുക എന്നത് അദ്ദേഹത്തിന് ഭയമാണ്.''

അദ്ദേഹത്തിൽനിന്ന് വാങ്ങിയ പണം തിരികെ കൊടുക്കുവാൻ ആറു മാസം വേണ്ടിവന്നു. ആ ആറുമാസത്തിനിടെ ധാവതാൽ സാഹു ഞങ്ങളുടെ ഇസ്മൈൽ പൂരിലെ കൃഷിഭൂമിയുടെ അതിർത്തിയിൽ പോലും വന്നിട്ടില്ല. അവിടെ എങ്ങാനും അദ്ദേഹത്തെ കണ്ടാൽ പണം തിരികെ ചോദിക്കുവാൻ വന്നതാണെന്ന് ഞാൻ ധരിച്ചെങ്കിലോ എന്ന് കരുതിയിട്ട്. അദ്ദേഹത്തെ അല്ലാതെ ആരെയാണ് മാന്യൻ എന്നു വിളിക്കുക.

2

ഒരു വർഷത്തിൽ അധികമായി ഞാൻ രാഖാൽ ബാബുവിന്റെ വീട്ടിലേക്കു പോയിട്ട്. കൊയ്ത്തുത്സവവും മേളയും കഴിഞ്ഞശേഷം ഒരു ദിവസം ഞാൻ അവിടേക്കു പോയി. രാഖാൽ ബാബുവിന്റെ ഭാര്യയ്ക്ക് എന്നെ കണ്ടപ്പോൾ വളരെ സന്തോഷമായി. അവർ നിറഞ്ഞ ചിരിയോടെ എന്നോടു ചോദിച്ചു.

"പിന്നെ ഇവിടേക്കു കണ്ടതേയില്ലല്ലോ ചേട്ടാ. ഞങ്ങളെക്കുറിച്ചൊന്ന് അന്വേഷിച്ചതു പോലുമില്ലല്ലോ. ആരോരുമില്ലാത്ത ഈ പ്രദേശത്ത് ഒരു ബംഗാളിയുടെ മുഖം കാണുക എന്നതുതന്നെ ഒരു ഭാഗ്യമല്ലേ? പ്രത്യേകിച്ചും ഞങ്ങളുടെ ഈ അവസ്ഥയിൽ!"

പറഞ്ഞു മുഴുവനാക്കുന്നതിനു മുമ്പു തന്നെ ആ സഹോദരി കരയാൻ തുടങ്ങി.

ഞാൻ നാലുപാടും ഒന്നു കണ്ണോടിച്ചു. ആ വീടിന്റെ അവസ്ഥ പഴയ പടി തന്നെ ആണ്. പഴയതുപോലെ ദരിദ്രമയം. എന്നാൽ അന്നു കണ്ടതുപോലെയുള്ള അച്ചടക്കമില്ലായ്മ ഇപ്പോൾ ഇല്ല.

രാഖാൽബാബുവിന്റെ മൂത്തമകൻ വീട്ടിൽ ഇരുന്ന് തകരത്തിന്റെ ജോലി ചെയ്യുന്നുണ്ട്. അതിൽനിന്നുള്ള വരുമാനംകൊണ്ട് പട്ടിണിയില്ലാതെ കഴിഞ്ഞു കൂടുന്നു.

"ഇളയ മകനെ കാശിയിലുള്ള അവന്റെ അമ്മാവന്റെ അടുത്ത് പറഞ്ഞയച്ച് പഠിപ്പിച്ചുകൂടേ?" ഞാൻ അവരോടു ചോദിച്ചു.

അവർ പറഞ്ഞു. "സ്വന്തം അമ്മാവൻ! രണ്ടുമൂന്നു കത്തുകൾ അയച്ചിരുന്നു. ഇവിടെ സംഭവിച്ച അത്യാപത്തിനെക്കുറിച്ച് എഴുതി അറിയിച്ചപ്പോൾ പത്തുരൂപ അയച്ചു തന്നു. പിന്നെ കത്തിന് ഒരു മറുപടി പോലും അയച്ചില്ല. അവിടെ പോകുന്നതിനേക്കാൾ എത്രയോ ഭേദമാണ് ഇവിടെ. ചോളം വെട്ടാൻ പോകാം. എരുമകളെ മേയ്ക്കാൻ പോകാം. ഇങ്ങനെയുള്ള അമ്മാവന്റെ അടുത്ത് പോകുന്നതിനേക്കാൾ എത്രയോ ഭേദം ഇത്തരം ജോലി ചെയ്ത് ഇവിടെ താമസിക്കുകയാണ്."

ഞാൻ കുതിരപ്പുറത്തു കയറി തിരിച്ചുപോരാൻ ഒരുങ്ങി. എന്നാൽ അവർ എന്നെ ഒരുതരത്തിലും വിട്ടില്ല. എന്നെ ഭക്ഷണം കഴിപ്പിച്ചേ വീടൂ എന്നു പറഞ്ഞ് അവർ വാശി പിടിച്ചു. എനിക്കുവേണ്ടി എന്തോ പാചകം ചെയ്യാൻ തുടങ്ങി. അതിനുവേണ്ടി കാത്തിരിക്കേണ്ടി വന്നു.

ചോളപ്പൊടിയും നെയ്യും പഞ്ചസാരയും കൂടി വറുത്ത് പൊടിച്ച് ഉരുട്ടിയെടുത്ത ഒരു പലഹാരം എനിക്ക് കഴിക്കാനായി കൊണ്ടുവന്നു വച്ചു. ഒരു ദരിദ്ര കുടുംബത്തിൽനിന്നും ഇതിലും വലിയ സ്വീകരണം പ്രതീക്ഷിക്കുവാൻ സാധിക്കുകയില്ല. നിറഞ്ഞ സ്നേഹത്തോടെയാണ് അവർ എനിക്ക് ആഹാരം വിളമ്പിയത്.

"ചേട്ടാ, ചിങ്ങമാസത്തിലെ ചോളം ഞാൻ അങ്ങേക്കുവേണ്ടി സൂക്ഷിച്ചു വച്ചിരുന്നു. അങ്ങേക്ക് ചോളം വേവിച്ചത് കഴിക്കാൻ ഇഷ്ടമാ

ണെന്ന് എനിക്കറിയാമായിരുന്നു." അവർ തെല്ലൊരു നിരാശ കലർന്ന സ്വരത്തിൽ പറഞ്ഞു. "നിങ്ങൾക്ക് ചോളം എവിടെ നിന്നു ലഭിച്ചു? പണം കൊടുത്തു വാങ്ങിയതാണോ?"

"ഏയ് അല്ല. ചോളം വിളവെടുത്തു കഴിഞ്ഞാൽ അവിടെ കുറെ കൊഴിഞ്ഞിട്ടുണ്ടാകും. അതു പെറുക്കി എടുത്തു കൊണ്ടുവരുന്നാണ്. ഗ്രാമത്തിലെ സ്ത്രീകളും കുട്ടികളും ചോളം പെറുക്കാൻ പോകുമ്പോൾ ഞാനും അവരോടൊപ്പം പോകും. ഓരോ ദിവസവും ഒന്നൊന്നര കൊട്ട വീതം എല്ലാ ദിവസവും കിട്ടും."

ഞാൻ അമ്പരപ്പോടെ ചോദിച്ചു. "നിങ്ങൾ വയലിൽ ചോളം പെറുക്കാൻ പോകുകയോ?"

"അതെ ചേട്ടാ, ഞാൻ രാത്രിയിൽ പോകും. അപ്പോൾ ആരും കാണുകയില്ലല്ലോ. ധാരാളം സ്ത്രീകൾ ഇങ്ങനെ രാത്രിയിൽ ചോളം പെറുക്കാൻ വരാറുണ്ട്. കഴിഞ്ഞ ചിങ്ങമാസത്തിൽ പത്തുകൊട്ടയിൽ അധികം ചോളം ഞാൻ പെറുക്കി കൊണ്ടുവന്നിരുന്നു.

ആ സാധു സ്ത്രീയുടെ വാക്കുകൾ കേട്ടപ്പോൾ എനിക്ക് വളരെയധികം സങ്കടം തോന്നി. അതീവ ദരിദ്രരായ ഗാംഗോത പെൺകുട്ടികളാണ് സാധാരണ ഇത്തരം ജോലിക്ക് പോകാറുള്ളത്. ഈ നാട്ടിലെ ക്ഷത്രി-രജപുത്ര സ്ത്രീകൾ എത്ര ദരിദ്രരായിരുന്നെങ്കിലും കൊയ്യാനും പെറുക്കാനും പോകുക പതിവില്ല. എന്നിട്ടും ഒരു ബംഗാളി വനിതയ്ക്ക് ഈ ജോലിക്ക് പോകേണ്ടിവന്നു എന്നു കേൾക്കുന്നതുതന്നെ മനസ്സിൽ വല്ലാത്ത നീറ്റൽ ഉണ്ടാക്കുന്നു.

വിദ്യാഭ്യാസവും പരിഷ്കാരവും ഇല്ലാത്ത ഗാംഗോത സ്ത്രീകളുടെ കൂടെ താമസിച്ച് ഈ സഹോദരിയും ഇത്തരം നിസ്സാരമായ ജോലിക്ക് പോകേണ്ടി വരുന്നു. ആ ജോലികളെല്ലാം വളരെ വേഗം പഠിക്കുകയും ചെയ്തിരിക്കുന്നു. ദാരിദ്ര്യം ഒന്നു മാത്രമാണ് അതിന്റെ പുറകിലുള്ള കാര്യം എന്നതിന് യാതൊരു സംശയവും ഇല്ല.

അവരോട് എന്തു പറയണമെന്നറിയാതെ ഞാൻ നിന്നു. ഞാനെന്തെങ്കിലും പറഞ്ഞാൽ അത് അവരെ കൂടുതൽ ദുഃഖിപ്പിക്കുകയും ചെയ്യും. അവരിവിടെ നിത്യദാരിദ്ര്യത്തിൽ കഴിയുന്നു. ഒരു ബംഗാളി വനിതയ്ക്കുള്ള പഠിപ്പും ലോകവിവരവും ഒന്നും അവർക്കില്ലതാനും. അതൊന്നും ഉണ്ടാക്കിയെടുക്കാനുള്ള കഴിവും ഇല്ല. കുറച്ചുകാലം ബംഗാളിൽ താമസിച്ചു എന്നല്ലാതെ പിന്നെ ശേഷിച്ച കാലം മുഴുവൻ ഗാംഗോത കൃഷിക്കാരിയായി മാറിയതാണ്. എല്ലാ കാര്യങ്ങളിലും- ഭാഷ, ജീവിതരീതി, സ്വഭാവം, പെരുമാറ്റം തുടങ്ങി എല്ലാ കാര്യങ്ങളിലും അവർ ഇവിടത്തെ ജീവിതവുമായി പൊരുത്തപ്പെട്ടുകഴിഞ്ഞു. ആ വഴിയിലൂടെ ഏറെ മുന്നോട്ടുപോകുകയും ചെയ്തുകഴിഞ്ഞു.

തീവണ്ടി ഓഫീസിൽനിന്നും വളരെ അകലെയായി ഇത്തരത്തിലുള്ള ഒന്നു രണ്ടു ബംഗാളി കുടുംബം താമസിക്കുന്നതായി ഞാൻ കേട്ടിട്ടുണ്ട്. ഇത്തരം വീടുകളിലെ പെൺകുട്ടികളുടെ വിവാഹം നടക്കാൻ

വളരെ ബുദ്ധിമുട്ടാണ്. ഒരു ബംഗാളി ബ്രാഹ്മണനെ ഒരിക്കൽ പരിചയപ്പെടുത്തുകയുണ്ടായി. ബീഹാറിലെ തെക്കുഭാഗത്തെ ഒരു കുഗ്രാമത്തിലാണ് അവർ താമസിച്ചിരുന്നത്. വളരെ മോശമായ അവസ്ഥ. ആ വീട്ടിൽ മൂന്നുപെൺകുട്ടികൾ ഉണ്ട്. ഇരുപത്തിരണ്ട്, ഇരുപത്, പതിനേഴ് വയസ്സുപ്രായം. ഇവരുടെ ആരുടെയും വിവാഹം കഴിഞ്ഞിട്ടില്ല. ഇനി വിവാഹം നടക്കാൻ സാദ്ധ്യതയുണ്ടെന്ന് തോന്നുമില്ല. ചേരുന്ന കുടുംബത്തിൽ നിന്നും ബന്ധം കിട്ടണം. വരൻ ബ്രാഹ്മണനായിരിക്കണമെന്ന കാര്യം നിർബ്ബന്ധമാണ്. അതൊക്കെ ഈ ഗ്രാമത്തിൽ എവിടെനിന്നും കിട്ടാനാ?

കാണാൻ സുന്ദരിയാണ് മൂത്ത പെൺകുട്ടി. ഒരക്ഷരം പോലും ബംഗാളി ഭാഷ അറിയില്ല. ആകൃതിയിലും പ്രകൃതിയിലും തനി ഗ്രാമീണ ബീഹാറി പെൺകുട്ടിയാണ്. വയലിൽനിന്നും ഉഴുന്നു ചാക്കുകൾ തലയിൽ വച്ചുകൊണ്ടുവരും. ഗോതമ്പിന്റെ ഉമിയും തലയിൽ ചുമക്കും. ധ്രുവ എന്നാണ് അവളുടെ പേര്. പ്രാചീനയായ ബീഹാറി പേര്.

ആ പെൺകുട്ടികളുടെ അച്ഛനാണ് ഇവിടേക്ക് ആദ്യം വന്നത്. ഹോമിയോപ്പതി ഡോക്ടറായി ജോലി ചെയ്തിരുന്ന അയാൾ പിന്നെ കൃഷിപ്പണിയിലേക്കു തിരിഞ്ഞു. അദ്ദേഹം മരിച്ചുപോയി. മൂത്തമകൻ തനി ഹിന്ദുസ്ഥാനി. കൃഷിപ്പണിയുടെ മേൽനോട്ടം നടത്തുന്നു. പ്രായം തികഞ്ഞു നിൽക്കുന്ന സഹോദരിമാരുടെ വിവാഹത്തിനുവേണ്ടി വളരെയധികം ശ്രമിച്ചിട്ടും ഒന്നും നടക്കുന്നില്ല. ഏറ്റവും പ്രധാനപ്പെട്ട കാര്യം സ്ത്രീധനം കൊടുക്കാൻ യാതൊന്നും കൈയിൽ ഇല്ല എന്നതാണ്.

ധ്രുവ നല്ല പേശീബലമുള്ള പെൺകുട്ടിയാണ്. അവൾ എന്നെ ഭയ്യ എന്നാണ് വിളിച്ചിരുന്നത്. ഗോതമ്പ് പൊടിക്കാനും ചോളം പൊടിക്കാനും ചുമട് എടുക്കാനും മാടു മേയ്ക്കാനും എല്ലാം നല്ല വൈഭവമുണ്ട്. വീട് പണി വളരെ വൃത്തിയായി ചെയ്യും. അവളെ സഹോദരൻ വളരെ താഴേക്ക് ഇറങ്ങി ഒരു കാര്യം പറഞ്ഞു. നല്ലൊരു വരനെ ലഭിക്കുകയാണെങ്കിൽ, അയാൾ ഒരുക്കമാണെങ്കിൽ മൂന്നുപേരെയും അയാൾക്ക് കെട്ടിച്ചു കൊടുക്കാൻ ആ സഹോദരൻ ഒരുക്കമാണത്രേ. പെൺകുട്ടികൾക്കും ആ കാര്യത്തിൽ എതിർപ്പുണ്ടായിരുന്നില്ല.

രണ്ടാമത്തെ പെൺകുട്ടിയുടെ പേര് ചെമ്പരത്തി എന്നർത്ഥം വരുന്ന ജബ എന്നാണ്. അവളോട് ഞാനൊരിക്കൽ ചോദിച്ചു.

“നിനക്ക് ബംഗാൾ കാണാൻ ആഗ്രഹമുണ്ടോ?”

“ഇല്ല. ഭയ്യ! അവിടത്തെ വെള്ളത്തിന് ഭയങ്കര തണുപ്പാണ്.”

വിവാഹിതയാകാൻ ധ്രുവയ്ക്ക് അതിയായ ആഗ്രഹമുണ്ടെന്ന് എനിക്ക് മനസ്സിലായി. ആരോ ഒരാളോട് അവൾ തന്നെ വിവാഹം കഴിക്കാമോ എന്ന് ചോദിച്ചുവത്രേ. തന്നെ വിവാഹം കഴിച്ചാൽ വീട്ടിലെ ചോളവും ഗോതമ്പും എല്ലാം അവൾ പൊടിച്ചുകൊടുക്കും. പശുക്കളെ കറക്കും. ഒരു മണിക്കൂറിൽ അഞ്ചുസേർ ഗോതമ്പു പൊടിക്കാൻ അവൾക്ക് സാധിക്കും. ആ ബംഗാളി പെൺകുട്ടിയോട് സഹതപിക്കാനല്ലാതെ എന്തുചെയ്യാൻ സാധിക്കും?

ശാന്തവും വിശാലവുമായ ആ മൈതാനത്തിലേക്ക് സന്ധ്യ ഇറങ്ങി വരുമ്പോൾ, മലഞ്ചെരിവിലെ വനത്തിൽക്കൂടി യൗവനം നഷ്ടപ്പെട്ട ദരിദ്രയായ ധ്രുവ ഉണങ്ങിയ വിറകുകെട്ടുമായി മലഞ്ചെരിവിലൂടെ ഇറങ്ങി വരുന്നുണ്ടാകും. അങ്ങനെ ഒരു ചിത്രം എത്രയോ പ്രാവശ്യം എന്റെ മനോമുകുരത്തിൽ തെളിഞ്ഞിട്ടുണ്ട്. അതേപോലെ രാഖാൽ ബാബുവിന്റെ ഭാര്യയുടെ ചിത്രവും എന്റെ മനസ്സിൽ തെളിയാറുണ്ട്. അവർ ഇപ്പോഴും ഗാംഗോത സ്ത്രീയെപ്പോലെ അർദ്ധരാത്രിയിൽ ഒളിച്ചും പതുങ്ങിയും വയലിൽ പൊഴിഞ്ഞു കിടക്കുന്ന ചോളം പെറുക്കിയെടുത്തുകൊണ്ടു വീട്ടിലേക്കു തിരികെ പോകുന്നുണ്ടാകും.

3

രാജാവിന്റെ മരണാനന്തര ചടങ്ങിൽ പങ്കെടുത്ത് തിരിച്ചു വന്നതിനു ശേഷം കർക്കടമാസം പകുതിയോടു കൂടി ശക്തമായ കാലവർഷം ആരംഭിച്ചു. രാവും പകലും തിരിമുറിയാതെ മഴ പെയ്തു കൊണ്ടിരിക്കുകയാണ്. കാർമേഘം നിറഞ്ഞ ആകാശം കറുത്തിരുണ്ടിരിക്കുന്നു. കിഴക്കുഭാഗത്തെ കുശീനദിയിലും തെക്ക് കാരോനദിയിലും വെള്ളപ്പൊക്കം ഉണ്ടായി എന്നു കേൾക്കുകയുണ്ടായി.

നാഴികകളോളം പരന്നുകിടക്കുന്ന കാശപ്പുല്ലു മേടും കാഞ്ചിവനവും മഴയിൽ നനഞ്ഞ് കുതിർന്നു കിടക്കുന്നു. ഞങ്ങളുടെ ഓഫീസിനു മുന്നിൽ നിന്നു നോക്കിയാൽ ഈ കാഴ്ച വ്യക്തമായി കാണാം. വൃക്ഷങ്ങളിൽ നനഞ്ഞു കുതിർന്നിരിക്കുന്ന പക്ഷികൾ ആരിലും സങ്കടം ഉണർത്തും.

മഴ നിർത്താതെ പെയ്യുന്ന ഇത്തരം ദിവസങ്ങളിൽ ഒന്നും ചെയ്യാതെ വെറുതെ ഇരുന്ന് സമയം കൊല്ലാൻ എനിക്ക് വല്ലാത്ത മടിയാണ്. ഞാൻ കോട്ടെടുത്ത് ധരിച്ച് കുതിരപ്പുറത്ത് കയറിയാത്രയായി. എന്തൊരു സുഖം! മനോഹരമായ ജീവിതം! അളവില്ലാത്ത സ്വാതന്ത്ര്യം! കൺമുന്നിൽ ശരിക്കും പച്ചനിറത്തിലുള്ള സമുദ്രം. മഴക്കാലമായാൽ ചെടികളിൽ പുതുനാമ്പു വരും. അത് മനോഹരമായ കാഴ്ചയാണ്. മോഹൻപുര വനമേഖലയുടെ അതിർത്തി വരെ ഈ ഹരിതശോഭ പരന്നു കിടക്കുകയാണ്.

മഴയിൽ കുതിർന്ന വിശാലമായ പച്ചപിടിച്ച വനഭൂമിയിലൂടെ കുതിരയെ ഓടിച്ച് ധാരാളം മൈലുകൾ സഞ്ചരിച്ചു. ഒരിക്കൽ സരസ്വതീ തീരത്തെ വനാന്തരത്തിൽ കയറിനോക്കി. പ്രകൃതി സൗന്ദര്യം കനിഞ്ഞ് അനുഗ്രഹിച്ചിരിക്കുന്ന വനഭൂമി. യുഗൽപ്രസാദ് തന്റെ സ്വന്തം കൈകൊണ്ട് വച്ചുപിടിപ്പിച്ച് വലുതായ നാനാജാതിച്ചെടികളും വൃക്ഷങ്ങളും പൂത്തുലഞ്ഞു നിൽക്കുന്നു. ലതകളാണ് മരങ്ങൾക്ക് മാസ്മരിക സൗന്ദര്യം നൽകുന്നത്.

സരസ്വതീ തടാകവും അതിന്റെ തീരത്തെ വനഭൂമിയും പോലെ ഇത്രയും സുന്ദരമായ ഭൂപ്രദേശം ഈ ഭാരതഭൂമിയിൽ വേറെ ഉണ്ടെന്നു

തോന്നുന്നില്ല. എനിക്കത് ഉറപ്പിച്ചു പറയാൻ സാധിക്കും യുഗൽപ്രസാദ് പിന്നെയും അവിടെ പൂച്ചെടികൾ കൊണ്ടു നട്ടതായി എനിക്ക് അറിയാം. അയാൾ ആജമാബാദിലെ ഓഫീസിൽ ഗുമസ്തജോലി ഇപ്പോഴും തുടരുന്നുണ്ട്. എന്നാലും അയാളുടെ മനസ്സുമുഴുവനും സരസ്വതീ തടാകത്തിലും അതിന്റെ തീരത്തുള്ള വൃക്ഷലതാദികളിലുമാണ്.

സരസ്വതീ തീരത്തെ വനത്തിൽനിന്നും ഞാൻ പുറത്തുകടന്നു. തുറസ്സായ മൈതാനം നീണ്ടുപരന്നു കിടക്കുകയാണ്. വനവൃക്ഷങ്ങളുടെ തലപ്പത്ത് മഴമേഘങ്ങൾ എത്തിക്കഴിഞ്ഞു. ഒരു മഴ കോരിച്ചൊരിഞ്ഞ് പെയ്തിറങ്ങുമ്പോഴേക്കും അടുത്ത മഴ ശക്തമാകുകയാണ്. ചക്രവാള സീമ കണ്ടെത്തുവാൻ കഴിയുന്നില്ല.

സന്ധ്യമയങ്ങാൻ ഇനി അധികസമയമില്ല. അന്തമില്ലാതെ പരന്നു കിടക്കുന്ന ഫുൽകിയ ബയിഹാറിലെ വനമദ്ധ്യത്തിൽനിന്നും കുറുക്കന്മാർ ഓരിയിടാൻ തുടങ്ങുന്നതിന് അധികസമയമില്ല. മേഘം നിറഞ്ഞുനിൽക്കുന്നതുകൊണ്ട് അന്ധകാരം പരന്നിട്ടുണ്ട്. ഒപ്പം സന്ധ്യ മയങ്ങാൻ തുടങ്ങുന്നതുകൊണ്ടുള്ള പ്രകാശക്കുറവും കണക്കിലെടുക്കാതെ ഞാൻ ഓഫീസിനെ ലക്ഷ്യമാക്കി കുതിരയെ ഓടിക്കുവാൻ തുടങ്ങി.

മഴ പൊടുന്നനവേ നിന്നു. ഇത്തരം സന്ധ്യാ സമയങ്ങളിൽ ഇതുപോലുള്ള സ്ഥലങ്ങളിൽ ദൈവത്തിന്റെ അദൃശ്യസാന്നിദ്ധ്യം എനിക്ക് അനുഭവപ്പെട്ടിട്ടുണ്ട്. ഇതേവനം, ഇതേ സമയം, മത്സരിച്ച് ഓരിയിടുന്ന കുറുക്കന്മാർ, സരസ്വതീ തടാകത്തിലെ ജലപുഷ്പങ്ങൾ, മഞ്ചി, രാജു പാണ്ഡേ, ഭാനുമതി, മഹാലിഖാരൂപയിലെ പർവ്വതങ്ങൾ, ദരിദ്രരായ ബ്രാഹ്മണ കുടുംബങ്ങൾ, ഈ ആകാശം എന്നിവയിലെല്ലാം ആ ദൈവ സാന്നിദ്ധ്യം ഉണ്ട്. ആ ശക്തിയെ ഭയപ്പെടേണ്ടതൊന്നുമില്ല. വിശാലമായ ഫുൽകിയ ബയിഹാറിനേക്കാളും വിസ്തൃതമായ മേഘാവൃതമായ ആകാശത്തേക്കാളും അഗാധമാണ് ആ പ്രപഞ്ചശക്തിയുടെ പ്രേമവും അനുഗ്രഹവും. ഒരുവൻ എത്രമാത്രം ചെറിയവനാകുന്നുവോ എത്രത്തോളം ഹീനനാകുന്നോ, അതിന് ആനുപാതികമായി ആ വിശ്വരൂപിയായ പ്രപഞ്ചശക്തിയുടെ അന്യാദൃശമായ അനുകമ്പയും പ്രസാദവും അവന്റെ മേൽ കൂടുതലായി ചൊരിയുന്നതായിരിക്കും.

എന്റെ മനസ്സിൽ ദൈവീകസങ്കല്പം ഒരു വിദഗ്ദ്ധനായ ന്യായാധിപന്റെയോ ജ്ഞാനിയുടേയോ ദാർശനികന്റെയോ ഒന്നും അല്ല. എന്റെ ദൈവം കലാസൃഷ്ടിയും കാല്പനികതയും കവിതയും സൗന്ദര്യവും എല്ലാമാണ്. അദ്ദേഹം എല്ലാവരിലും പ്രേമം ചൊരിയുന്നു. അദ്ദേഹത്തിന്റെ സൃഷ്ടികൾ മനോഹരമാണ്. എല്ലാവരിലും ഒരേപോലെ സ്നേഹം വിഭജിച്ചുകൊടുക്കുന്നു. അതേസമയം എല്ലാം അറിയുന്ന നിപുണനായ ശാസ്ത്രജ്ഞന്റെ കഴിവോടും ദൃഷ്ടിയോടും കൂടി ഗ്രഹനക്ഷത്ര തേജോപുഞ്ജങ്ങൾ സൃഷ്ടിക്കുന്നു.

4

മഴ കോരിച്ചൊരിയുന്ന കർക്കട മാസത്തിലെ ഒരു ദിവസം ധാതുരിയാ, ഓഫീസിലേക്കു കയറിവന്നു.

കുറേ നാളുകൾക്കു ശേഷം അവനെ കാണാൻ സാധിച്ചതിൽ എനിക്ക് വളരെയധികം സന്തോഷം തോന്നി. "എന്തൊക്കെയുണ്ട് ധാതുരിയാ, സുഖം തന്നെയല്ലേ?" തന്റെ സകല ഭൗതിക സമ്പത്തും വച്ചുകെട്ടിയിരുന്ന ആ ചെറിയ ഭാണ്ഡം നിലത്തുവച്ചിട്ട്, കൈയുയർത്തി എന്നെ അഭിവാദനം ചെയ്തപ്പോൾ അവൻ പറഞ്ഞു.

"ബാബുജീ, ഞാൻ അങ്ങയെ നൃത്തം കാണിക്കുന്നതിനു വേണ്ടി വന്നതാണ്. ഞാനിപ്പോ വല്ലാത്ത കഷ്ടപ്പാടിലാണ് കഴിയുന്നത് ബാബുജി.. കഴിഞ്ഞ ഒരു മാസമായി എന്റെ നൃത്തം കാണാൻ ഒരാളും ഉണ്ടായില്ല. അപ്പോഴാണ് എനിക്കു തോന്നിയത് ഇവിടെ വന്ന് അങ്ങയെ കാണാമെന്ന്. അങ്ങ് തീർച്ചയായും എന്റെ നൃത്തം കാണുമെന്ന് എനിക്ക് വിശ്വാസമുണ്ട്. ഞാൻ പിന്നെയും പുതിയ പുതിയ കുറേ നൃത്തങ്ങൾ കൂടി അഭ്യസിച്ചിട്ടുണ്ട്."

പണ്ടുകണ്ടതിനേക്കാളും വല്ലാതെ ശോഷിച്ചിരിക്കുകയാണ് ധാതുരിയ. കണ്ടാൽ കഷ്ടം തോന്നുന്ന അവസ്ഥ! ഞാൻ ചോദിച്ചു.

"ധാതുരിയാ, നിനക്ക് എന്തെങ്കിലും കഴിക്കണോ?" അവൻ വേണമെന്നർത്ഥത്തിൽ തോളൊന്ന് ഇളക്കിക്കൊണ്ടു പറഞ്ഞു.

"അങ്ങ് എന്തുതന്നാലും ഞാൻ കഴിക്കും."

എന്റെ പാചകക്കാരനെ വിളിച്ച് ധാതുരിയയ്ക്ക് കഴിക്കാൻ എന്തെങ്കിലും കൊടുക്കാൻ പറഞ്ഞു. ചോറ് ഉണ്ടായിരുന്നില്ല. അതുകൊണ്ട് പാലും അവിലും കൊടുത്തു അവനതു വാരി വിഴുങ്ങുന്നതു കണ്ടപ്പോൾ ആ പാവം രണ്ടു ദിവസമായി യാതൊന്നും കഴിച്ചിട്ടില്ലെന്ന് എനിക്കു തോന്നി.

സന്ധ്യയാകുന്നതിനുമുമ്പ് ധാതുരിയ നൃത്തംചെയ്തു കാണിച്ചു തന്നു. വനമദ്ധ്യത്തിലായിട്ടുകൂടി ധാരാളം ആളുകൾ നൃത്തം കാണുന്നതിനുവേണ്ടി ഓഫീസിനു മുന്നിൽ നിരന്നിരുന്നു. അവന്റെ പാട്ടും നൃത്തവും പണ്ടത്തേതിനേക്കാളും മെച്ചപ്പെട്ടിട്ടുണ്ട്. അവന്റെ ഉള്ളിൽ ഒരു യഥാർത്ഥ കലാകാരന്റെ വേദനയും കഠിനാദ്ധ്വാനവും ഉണ്ട്.

എന്റെ വകയായി കുറച്ചു പണം ഞാൻ അവന്റെ കൈയിൽ വച്ചുകൊടുത്തു. അവിടെ കൂടിയിരുന്നവരിൽ നിന്നെല്ലാം പിരിച്ചെടുത്ത ചെറിയ ഒരു തുക ഉണ്ടായിരുന്നു. അതും അവനു സമ്മാനിച്ചു. എങ്കിലും ആ തുകകൊണ്ട് അവന് എത്ര കാലം കഴിയാനാകും?

അടുത്തദിവസം അതിരാവിലെ അവൻ യാത്ര പറയുന്നതിനുവേണ്ടി എന്റെ അടുത്തുവന്നു. അവൻ എന്നോടു ചോദിച്ചു.

"ബാബുജീ, അങ്ങ് ഇനി എന്നാണ് കൊൽക്കത്തയ്ക്ക് പോകുന്നത്?"

"എന്തേ..."

"അങ്ങ് ഇനി പോകുമ്പോൾ എന്നെക്കൂടി കൊണ്ടുപോകാമോ? ഞാൻ മുമ്പ് അങ്ങയോട് പറഞ്ഞിട്ടുണ്ടായിരുന്നുവല്ലോ, ഇനി പോകുമ്പോൾ എന്നെയും കൊണ്ടുപോകണമെന്ന്."

"ആട്ടെ, നീ ഇപ്പോൾ എങ്ങോട്ടാണു പോകുന്നത്? എന്തായാലും ആഹാരം കഴിച്ചശേഷം പോയാൽ മതി."

"ഇല്ല ബാബുജീ, എനിക്ക് ഉടനെ പോകണം. ഝല്ലു ഗ്രാമത്തിലെ ഒരു ബ്രാഹ്മണകുടുംബത്തിൽ വിവാഹമുണ്ട്. അവിടെ എത്തിയാൽ ചിലപ്പോൾ എന്നോട് നൃത്തംചെയ്യാൻ ആവശ്യപ്പെട്ടേക്കും. ഞാൻ അവിടേക്കു പോകുകയാണ്. ഇവിടെനിന്നും എട്ടു ക്രോശം വഴിയുണ്ട്. ഇപ്പോൾ ഇവിടെനിന്നും ഇറങ്ങിയാൽ വൈകുന്നേരമാകുമ്പോഴേക്കും അവിടെ എത്തിച്ചേരാൻ പറ്റും."

ധാതുരിയായെ പറഞ്ഞുവിടാൻ എന്റെ മനസ്സനുവദിച്ചില്ല. ഞാൻ ചോദിച്ചു.

"നിനക്ക് കുറച്ചുഭൂമി തരുകയാണെങ്കിൽ നീ ഇവിടെ താമസിക്കുമോ? കൃഷി ചെയ്ത് നിനക്ക് ഇവിടെ കഴിയാമല്ലോ."

മടുക്നാഥനും ധാതുരിയായെ ഇഷ്ടപ്പെട്ട മട്ടുണ്ട്. അവനെ തന്റെ പാഠശാലയിൽ ചേർത്ത് വ്യാകരണവും പുരാണവും പഠിപ്പിക്കാമെന്ന് അയാൾ കരുതുന്നു.

"ഇവൻ ഇവിടെ നിൽക്കട്ടെ. ബാബുജി, ഇവനോട് ഇവിടെ തുടരാൻ അങ്ങുതന്നെ പറയൂ. രണ്ടുവർഷംകൊണ്ട് മുഗ്ദ്ധബോധം മുഴുവനും പഠിപ്പിക്കാം. അവൻ ഇവിടെ നിൽക്കട്ടെ ബാബുജീ.."

ഭൂമി നല്കാമെന്ന് പറഞ്ഞതിന് ധാതുരിയാ പറഞ്ഞ മറുപടി ഇങ്ങനെയാണ്.

"ബാബുജീ, അങ്ങ് എന്റെ സ്വന്തം സഹോദരൻ തന്നെയാണ്. അങ്ങ് എത്രമാത്രം ദയയുള്ള ആളാണ്. എന്നാൽ കൃഷിപ്പണി ചെയ്യാൻ എന്നെക്കൊണ്ട് സാധിക്കുമെന്ന് തോന്നുന്നില്ല. കൃഷി എനിക്ക് ഇഷ്ടമല്ല എന്നതാണ് ഒന്നാമത്തെ കാര്യം. നൃത്തംചെയ്യാൻ അവസരം കിട്ടിയാൽ മാത്രം മതി ഞാൻ സന്തുഷ്ടനാകാൻ. എന്നാൽ വേറെ ഒരു ജോലിയും ചെയ്യാൻ എനിക്ക് താല്പര്യമില്ല."

"നിന്നോട് നൃത്തം ചെയ്യേണ്ട എന്നൊന്നും ആരും പറഞ്ഞില്ലല്ലോ. നീ നൃത്തം ചെയ്തോ, കൃഷിപ്പണിയുടെ ഇടയിൽ നിനക്ക് നൃത്തം ചെയ്യുകയും ആകാമല്ലോ. ഇവിടെ ആരും നിന്നെ പിടിച്ചു കെട്ടിയിടുകയൊന്നും ഇല്ല."

എന്റെ വാക്കുകൾ അവനെ സന്തോഷിപ്പിച്ചു. "ശരി ബാബുജീ, അങ്ങ് പറയുന്നുപോലെ. അങ്ങ് എന്തു പറഞ്ഞാലും ഞാൻ അത് അനുസരിക്കും. എനിക്ക് അങ്ങയെ എത്രമാത്രം ഇഷ്ടമാണെന്ന് അങ്ങേക്ക് അറിയാമോ? എന്നാലും ഇന്നു ഞാൻ ഝല്ലുഗ്രാമത്തിലേക്ക് പോട്ടെ. അവിടെ നിന്നും ഇവിടേക്കു തന്നെ വരും."

മടുക്നാഥൻ പറഞ്ഞു. "വരുന്ന ദിവസം തന്നെ നിന്നെ ഞാൻ എന്റെ പാഠശാലയിൽ ചേർക്കാം. എല്ലാ ദിവസവും രാത്രിയിൽ എന്റെ അടുത്തു വന്നിരുന്ന് പഠിച്ചുകൊള്ളണം. നീ മരമണ്ടനാണോ ബുദ്ധിമാനാണോ എന്നതൊന്നും ഒരു പ്രശ്നമല്ല. കുറച്ചുവ്യാകരണവും കവിതയും അറിഞ്ഞിരിക്കേണ്ടതു നിർബ്ബന്ധമാണ്.

ധാതുരിയ പിന്നെയും കുറച്ചുനേരം അവിടെ ഇരുന്ന് നൃത്തകലയെക്കുറിച്ച് കുറെ കാര്യങ്ങൾ വിശദീകരിച്ചുകൊണ്ടിരുന്നു. അവൻ പറഞ്ഞതൊന്നും എനിക്ക് മനസ്സിലായില്ല. നൃത്തരൂപങ്ങൾ തമ്മിലുള്ള വ്യത്യാസങ്ങളായിരുന്നു കൂടുതലായി അവൻ പറഞ്ഞിരുന്നത്. മുദ്രകൾ കാണിച്ചുകൊണ്ടായിരുന്നു അവന്റെ വിശദീകരണം മുഴുവനും.

"ബാബുജീ, അങ്ങ് ബാലിയ ജില്ലയിലെ ഛട്ട് ഉത്സവത്തിന് പെൺകുട്ടികൾ നൃത്തംചെയ്യുന്നത് കണ്ടിട്ടുണ്ടോ? അതിന് ഛക്കർബാജീ നൃത്തവുമായി നല്ല സാമ്യമുണ്ട്. അങ്ങയുടെ നാട്ടിൽ ഏതു രീതിയിൽ ഉള്ള നൃത്തമാണ് ആളുകൾ സാധാരണയായി ഇഷ്ടപ്പെടുന്നത്?"

കഴിഞ്ഞ വർഷം കൊയ്ത്തുത്സവത്തോടനുബന്ധിച്ചുണ്ടായ വെണ്ണക്കണ്ണന്റെ നൃത്തത്തെക്കുറിച്ച് ഞാൻ അവനോടു പറഞ്ഞു.

അതുകേട്ട ധാതുരിയ ഉറക്കെ ചിരിച്ചുകൊണ്ടു പറഞ്ഞു.

"അയ്യോ, ബാബുജി അത് ശരിയായ നൃത്തമൊന്നുമല്ല. മുഗേറിലെ ഗ്രാമത്തിലെ ഒരുതരം നൃത്താഭാസമാണത് എന്നു പറയാം. ഗാംഗോതകളെ സന്തോഷിപ്പിക്കുന്നതിനു വേണ്ടിയുള്ള നൃത്തം. അതിൽ യഥാർത്ഥ നൃത്തത്തിന്റെ ഒരംശവും ഇല്ല."

"ആ നൃത്തം നിനക്ക് അറിയാമോ? ഒന്നു ചെയ്തു കാണിക്കുവാൻ സാധിക്കുമോ?"

ധാതുരിയ നൃത്തകലയിൽ ഏതാണ്ട് എല്ലാം തന്നെ നല്ലരീതിയിൽ പഠിച്ചിട്ടുണ്ട് എന്നു മനസ്സിലായി. വെണ്ണക്കള്ളനായ ഉണ്ണികൃഷ്ണന്റെ ബാലലീലകൾ വളരെ മനോഹരമായിട്ടാണ് ധാതുരിയ അവതരിപ്പിച്ചത്.

കൊച്ചുകുട്ടികളെപ്പോലെ ഒച്ചയുണ്ടാക്കിക്കൊണ്ടുള്ള കരച്ചിൽ, താൻ മോഷ്ടിച്ച വെണ്ണ കൂട്ടുകാർക്ക് വീതിച്ചുകൊടുക്കൽ എല്ലാം അവൻ ഭംഗിയായി അവതരിപ്പിച്ചു. അവനും ഒരു ബാലനായിരുന്നതുകൊണ്ട് ആ അംഗചലനങ്ങൾ അവന് കൂടുതൽ ചേരുന്നതായി എനിക്ക് തോന്നി.

ധാതുരിയ എന്നോടു യാത്ര പറഞ്ഞിറങ്ങി. അവൻ തിരിഞ്ഞു നിന്ന് പിന്നെയും എന്നെ ഓർമ്മിപ്പിച്ചു.

"അങ്ങ് എന്നോട് അല്പമെങ്കിലും ദയ കാണിക്കണം. ബാബുജീ, അങ്ങ് ഒരിക്കലെങ്കിലും എന്നെ കൊൽക്കത്തയ്ക്ക് കൊണ്ടുപോകണം. അവിടെയുള്ളവർ നൃത്തത്തെ ബഹുമാനത്തോടെ കാണുന്നവരാണ്."

ഞാനും ധാതുരിയയും തമ്മിലുള്ള അവസാനത്തെ കൂടിക്കാഴ്ച ഇങ്ങനെ ആയിരുന്നു.

രണ്ടുമാസം കഴിഞ്ഞപ്പോൾ ഒരു വിവരം എന്റെ കാതിൽ എത്തി. കാട്ടാരിയ തീവണ്ടിയാപ്പീസിന് അടുത്തായി റെയിൽ ലൈനിൽ നിന്ന്

ഒരു ബാലന്റെ മൃതദേഹം കിട്ടിയിരിക്കുന്നു. നർത്തകനായ ധാതുരിയയുടെ മൃതശരീരമാണ് അതെന്ന് എല്ലാവരും വേഗം തന്നെ തിരിച്ചറിഞ്ഞു. ആത്മഹത്യയാണോ അപകടമരണമാണോ എന്ന് തീർച്ചപ്പെടുത്താൻ സാധിച്ചില്ല. ആത്മഹത്യയാണെങ്കിൽ അതെന്തിനായിരുന്നു? എന്തു ദുഃഖമായിരുന്നിരിക്കണം അവനെ അതിനെ പ്രേരിപ്പിച്ചിരിക്കുക?

ആ വനഭൂമിയിൽ രണ്ടുവർഷം ജീവിച്ചതിനിടയിൽ എത്ര സ്ത്രീപുരുഷന്മാരെ പരിചയപ്പെട്ടു! അവരിൽ നിന്നെല്ലാം തികച്ചും വ്യത്യസ്തനായിരുന്നു ധാതുരിയ. നൃത്തത്തിനുവേണ്ടി മാറ്റിവച്ച ജീവിതം. പ്രസന്നമായ മുഖഭാവം. കലാബോധമുള്ള മനസ്സ് ഇതെല്ലാം കൂടിച്ചേർന്നതാണ് അവൻ. വനപ്രദേശത്തു മാത്രമല്ല, പരിഷ്കൃത സമൂഹത്തിലും ഇങ്ങനെ ഒരുവനെ കാണുക എളുപ്പമല്ല.

5

പിന്നെയും മൂന്നുവർഷം കടന്നുപോയി. നാഢബയിഹാറിലേയും ലബ്ടുലിയായിലേയും മുഴുവനും വനഭൂമി കുടിയാന്മാർക്കായി വിതരണം ചെയ്തു കഴിഞ്ഞു. പണ്ടത്തെപ്പോലെ വനഭൂമിയൊന്നും ഇപ്പോൾ കാണാനില്ല. പ്രകൃതി എത്രയോ കാലംകൊണ്ട് ഏകാന്തതയിലും നിഗൂഢതയിലും നിർമ്മിച്ചുണ്ടാക്കി സംരക്ഷിച്ച കുറ്റിക്കാടുകൾ, വള്ളിക്കുടിലുകൾ ഇതെല്ലാം കൃഷിക്കാരുടെ കൈകൊണ്ട് വെട്ടിനശിപ്പിച്ചു കഴിഞ്ഞിരിക്കുന്നു. അത് നിർമ്മിക്കുവാൻ ചുരുങ്ങിയത് അമ്പതു വർഷമെങ്കിലും വേണ്ടിവന്നിരുന്നു. എന്നാൽ എല്ലാം ഇല്ലാതാക്കാൻ കേവലം ഒരു ദിവസം മാത്രമേ വേണ്ടിവന്നുള്ളൂ. ഇപ്പോൾ ഒരിടത്തും വിദൂരമായി വ്യാപിച്ചു കിടക്കുന്ന പുൽത്തകിടികൾ ഇല്ല. നിലാവുദിച്ചു നിൽക്കുന്ന രാത്രിയിൽ മായാദേവികൾ ഇറങ്ങിവരാറുള്ള സ്ഥലങ്ങൾ ഇല്ല. കാട്ടുപോത്തുകളെ സംരക്ഷിച്ചിരുന്ന ടാണ്ഡ്ബാരോ കൈ ഉയർത്തി ആ മിണ്ടാപ്രാണികളെ രക്ഷിച്ചു നിർത്തിയിരുന്ന സ്ഥലങ്ങളും ഇല്ലാതായി.

നാഢബയിഹാർ എന്ന പേരുതന്നെ ഇല്ലാതായി. ലബ്ടുലിയ ഇപ്പോൾ കേവലം ഒരു ദരിദ്രഗ്രാമം. എവിടേക്കു നോക്കിയാലും അവിടെയെല്ലാം മേൽക്കൂരകൾ തമ്മിൽ തൊട്ടുതൊട്ടു നിൽക്കുന്ന വൃത്തികെട്ട കുടിലുകൾ മാത്രം. ഇടയ്ക്കിടയ്ക്ക് കാശപ്പുല്ലു മേഞ്ഞ മാടങ്ങളും ഉണ്ട്. ഒഴിഞ്ഞ സ്ഥലം എന്നു പറയാവുന്നത് കൃഷിയിടങ്ങൾ മാത്രമാണ്. വയലിനു ചുറ്റും വേലിയായി കള്ളിച്ചെടികൾ നട്ടുവളർത്തിയിരിക്കുന്നു. ഭൂമീദേവിയെ ചെറുതുണ്ടങ്ങളാക്കി വെട്ടിനുറുക്കി അതിന്റെ മുഗ്ധ സൗന്ദര്യം ആകെ നശിപ്പിച്ചിരിക്കുന്നു. സരസ്വതീ തടാകവും അതിന്റെ തീരത്തുള്ള വനവും മാത്രം ഇപ്പോഴും ബാക്കിയുണ്ട്.

ജമീന്ദാരുടെ സ്വാർത്ഥലാഭത്തിനു വേണ്ടി സകലഭൂമിയിലും ഞാൻ കുടിയാന്മാരെ പാർപ്പിച്ചു കഴിഞ്ഞു. എന്നാൽ യുഗൽപ്രസാദിന്റെ

കൈകൊണ്ട് നട്ടുവളർത്തിയ സരസ്വതീ തടാകതീരത്തിലെ വനഭൂമി മാത്രം വെട്ടിമുറിച്ച് വിതരണം ചെയ്തുകൊടുക്കാൻ എന്റെ മനസ്സ് അനുവദിച്ചില്ല. അതിനുവേണ്ടി എന്നെ സമീപിച്ച ആളുകൾക്ക് ഒരു കൈയും കണക്കും ഇല്ലായിരുന്നു. എത്ര വലിയ തുക കരം അടയ്ക്കാനും എനിക്ക് വലിയ സമ്മാനങ്ങൾ തരാൻ തയ്യാറായവരും ധാരാളമായിരുന്നു. ആ ഭൂമി ഏറ്റവും ഫലഭൂയിഷ്ഠമാണ് എന്നതുതന്നെ അതിനെല്ലാം കാരണം. സമൃദ്ധിയായിട്ട് വെള്ളവുമുണ്ട്. ചോളം പോലുള്ള കൃഷിക്ക് ഏറ്റവും യോജിച്ചതാണ് ആ പ്രദേശം. എന്നാൽ ഞാനതിന് സമ്മതിച്ചില്ല.

എത്രകാലം എനിക്കു ഭൂമി കാത്തുസൂക്ഷിക്കാൻ സാധിക്കും. മേലാപ്പീസിൽനിന്നും ദിനംപ്രതി എന്നോണം കത്തുകൾ വന്നുകൊണ്ടിരിക്കുകയാണ്. എന്തുകൊണ്ടാണ് സരസ്വതീ തടാകതീരത്തെ വനഭൂമി കർഷകർക്ക് പതിച്ചുകൊടുക്കുന്നില്ല എന്നറിയുന്നതിനുവേണ്ടി. ഓരോ ഒഴിവുകഴിവുകൾ പറഞ്ഞ് ഇത്രയും കാലം പിടിച്ചുനിന്നു. ഇനിയും അധികകാലം അതിനെ രക്ഷിച്ചു നിർത്താൻ സാധിക്കുമെന്ന് എനിക്ക് തോന്നുന്നില്ല. മനുഷ്യർക്ക് ദുരാഗ്രഹം എപ്പോഴും കൂടുമല്ലോ. ഇത്തിരി ചോളത്തിനും ചീനപ്പുല്ലിന്റെ തിനയ്ക്കും വേണ്ടി പ്രകൃതിയുടെ സൗന്ദര്യം അപ്പാടെ തല്ലി തകർക്കുവാൻ ആർക്കും ഒരു മടിയും ഇല്ല. മൃഗങ്ങളെപ്പോലെ വയറുനിറയ്ക്കാനുള്ള വസ്തുവകകൾ കിട്ടിയാൽ ഈ ഗ്രാമീണർക്ക് തൃപ്തിയായി. ഇവർക്ക് വൃക്ഷലതാദികളുടെ സൗന്ദര്യം ആസ്വദിക്കുവാനുള്ള സഹൃദയത്വം ഇല്ല. ജമീന്ദാർമാർക്കാണെങ്കിൽ, എത്ര കരം കിട്ടി, കാഴ്ചപ്പണം എത്രവന്നു, കുടിശ്ശികയും പാട്ടബാക്കിയും പിരിച്ചെടുത്തുവോ, ഇന്നത്തേയും ഇന്നലത്തേയും കണക്കുകൾ എല്ലാം ശരിയല്ലേ എന്നൊക്കെ അറിഞ്ഞാൽ മതി.

ഇങ്ങനെയുള്ള ആളുകളുടെ ഇടയിൽ യുഗൽപ്രസാദിനെപ്പോലെ ഒരാൾ എങ്ങനെ ജീവിച്ചു എന്നത് ഉത്തരം കിട്ടാത്ത ചോദ്യമാണ്. ആ മനുഷ്യന്റെ മുഖത്തേക്കു നോക്കിയാണ് സരസ്വതീ തീരത്തെ വനം അതിന്റെ മുഴുവൻ സൗന്ദര്യത്തോടെ നിലനിൽക്കുന്നത്.

എന്നാൽ എത്രനാൾ അതിനു കഴിയും?

മൂന്നുവർഷം കഴിഞ്ഞു ബംഗാളിലേക്കു പോയിട്ട്. പിറന്ന നാടിനെക്കുറിച്ച് ആലോചിച്ച് എന്റെ മനസ്സ് പിടയുന്നുണ്ട്. ബംഗാൾ എന്നാൽ എന്റെ വീടാണ്. അവിടെ പെൺകിടാങ്ങൾ സന്ധ്യാദീപം കൊളുത്തുന്നു. ഇവിടെ ഉള്ളതുപോലുള്ള നിബിഡവനങ്ങൾ അവിടെ ഇല്ല.

നല്ല നിലാവുള്ള രാത്രി ഉടനെ കുതിരപ്പുറത്തു കയറി സരസ്വതീ തടാകത്തിനു നേർക്ക് തിരിച്ചു. ഇപ്പോൾ നാഢ–ലബ്ടുലിയ ഹാറിലെ വനങ്ങൾ ഇല്ലാതായി എന്നുപറയാം. ഇത്തിക്കാടുകൾ ബാക്കിയുണ്ടെങ്കിൽ, വിജനസ്ഥലം ഉണ്ടെങ്കിൽ അത് സരസ്വതീ തടാകത്തിന്റെ ചുറ്റുമാണ്. അവിടെ എത്തിയാൽ മാത്രമേ യഥാർത്ഥ പ്രകൃതി സൗന്ദര്യം ആസ്വദിക്കുവാൻ കഴിയൂ. ആ ആനന്ദം അനുഭവിക്കണമെങ്കിൽ അവിടേക്കു തന്നെ എത്തണം.

സരസ്വതീ തടാകത്തിലെ ഓളങ്ങളിൽ ചന്ദ്രിക മുറിഞ്ഞു മുറിഞ്ഞു പോകുമ്പോഴുള്ള തിളക്കം ഒന്നു വേറെ തന്നെ ആണ്. ഓരോ ഓളത്തിലും നിലാവ് സ്ഫടികം പോലെ തകർന്നു പോകുകയാണ്. വിജനവും സ്തബ്ധവുമായ വനം തടാകത്തിന്റെ മൂന്നുവശവും ഹരിതാഭ ചാർത്തി നിൽക്കുന്നു. പന്ത്രണ്ടുമാസവും ഈ കാടുകളിൽ പവിഴമല്ലി പൂത്തു നിൽക്കുന്നത് ഞാൻ കണ്ടിട്ടുണ്ട്.

തടാകതീരത്ത് അങ്ങോട്ടും ഇങ്ങോട്ടും കുറെനേരം കുതിരയെ പായിച്ചു. തടാകത്തിൽ താമരപ്പൂക്കൾ വിരിഞ്ഞു നിൽക്കുന്നു. യുഗൽപ്രസാദ് കൊണ്ടുവന്ന നട്ട അപൂർവ്വമായ ചെടികൾ പൂത്തുലഞ്ഞു നിൽക്കുന്നു. എല്ലാം എത്ര നാളേക്ക്? ഞാനെന്റെ നാട്ടിലേക്ക് പോയിട്ട് എത്ര കാലമായി. നാട്ടിലേക്കു പോയാൽ ഈ ആരണ്യത്തിലെ ഏകാന്തവാസത്തിൽ നിന്നും മോചനം ലഭിക്കും. ബംഗാളി സ്ത്രീകളുടെ കൈകൊണ്ട് പാചകം ചെയ്ത ആഹാരം കഴിക്കാം. പട്ടണത്തിൽ പോയാൽ നാടകവും സിനിമയും കാണാം. എന്റെ സുഹൃത്തുക്കളെ എത്രകാലത്തിനുശേഷമാണ് കാണാൻ പോകുന്നത്?

ഇതിനുമുമ്പ് ഒരിക്കലും അനുഭവിക്കാത്ത ആനന്ദത്തിൽ എന്റെ മനസ്സ് ആറാടുകയാണ്. എല്ലാം ആശ്ചര്യകരമായ വിധത്തിൽ മനം ചേർന്നിരിക്കുന്നു. ഇത്രയും കാലത്തെ ആരണ്യവാസത്തിനുശേഷം സ്വന്തം നാട്ടിലേക്കു തിരിച്ചുപോകുക! ഒരു പക്ഷേ, തിരിച്ച് ഇവിടേക്കു വന്നില്ല എന്നു വരാം. ജനിച്ച നാട്ടിൽ വച്ചുതന്നെ മരിച്ചുപോയെന്നു വരാം. അതുകൊണ്ട് സരസ്വതീതടാകമേ നിന്നോടു ഞാൻ യാത്ര ചോദിക്കുന്നു. എനിക്ക് വിട തരിക! വനവൃക്ഷങ്ങളെ വിട.. നിലാവിന്റെ വെളിച്ചവും പേറി നിൽക്കുന്ന മഹാവനമേ ഞാൻ നിങ്ങളോടു വിട പറയുന്നു.

കൊൽക്കത്തയിലെ തിക്കിലും തിരക്കിലും നിൽക്കുമ്പോൾ ഈ വനപ്രദേശത്തിന്റെ ഓർമ്മകൾ മനസ്സിലേക്ക് തിക്കി കയറി വരും. യുഗൽ പ്രസാദ് നട്ടുനനച്ചു വളർത്തിയ വൃക്ഷലതാദികളുടേയും ജല സസ്യങ്ങളുടെയും ഓർമ്മകൾ മനസ്സിലേക്കു തിക്കിക്കയറി വരും. അവ ഓർമ്മയിൽനിന്നും മായുകയില്ല. പ്രകൃതി കനിഞ്ഞു നൽകിയിരിക്കുന്ന ഈ സൗന്ദര്യം എത്ര ശ്രമിച്ചാലും മനസ്സിൽനിന്നും മായുകയില്ല. തടാകമേ, ഈ വിജനതയോടും നിന്നിലെ അഗാധമായ ജലത്തിനോടും ഞാൻ വിട പറയുന്നു. സരസ്വതീ തടാകമേ, എനിക്കു വിട നൽകിയാലും.

തിരിച്ചുവരുമ്പോൾ സരസ്വതീ തടാക തീരത്തെ വനങ്ങൾ താണ്ടി ഏതാനും നാഴിക പോന്നശേഷം ഒരു സ്ഥലത്ത് കാടുവെട്ടി വെളുപ്പിച്ച് വീടുവച്ചിരിക്കുന്നതായി കണ്ടു. അവിടെ ആൾത്താമസമുണ്ട്. ഈ പ്രദേശത്തിന് ഇപ്പോൾ 'നയാ ലബ്ടുലിയ' എന്നാണ് പേര്. മരങ്ങളുടെ കൊമ്പും ചില്ലയും ഉപയോഗിച്ചാണ് വീടുണ്ടാക്കിയിരിക്കുന്നത്. അടുത്തൊന്നും വനമില്ല. സരസ്വതീതീരത്തുനിന്നും തന്നെയാണ് വെട്ടിക്കൊണ്ടുവന്നതെന്ന് ഉറപ്പിക്കാം. മേൽഭാഗം പുല്ലുമേഞ്ഞിരിക്കുന്നു. ഒരേ പോലെ നാലുകുടിലുകൾ ഉണ്ട്. എല്ലാം ഉയരം കുറഞ്ഞവയാണ്.

കുടിലുകളുടെ നിലം ഇനിയും നന്നായി ഉണങ്ങിയിട്ടില്ല. കറുത്ത് നഗ്നനായ ഒരു കുട്ടി ആ നിലത്ത് മുട്ടുകുത്തി ഇഴയുന്നു. നനുത്ത ചൂരലിന്റെ കൊട്ടകൾ, ആരോഗ്യവതിയായ കറുത്തയുവതി, കുറച്ച് പിച്ചള പാത്രങ്ങൾ, കിണ്ണം, ലോട്ട മുതലായവ, വെട്ടുകത്തി, അരിവാൾ, കോടാലി തുടങ്ങിയ ആയുധങ്ങളും ആ കുടിലിൽ ഉണ്ട്. ഇത്രയും സാധനസാമഗ്രികൾ കൊണ്ടാണ് അവർ കുടുംബജീവിതം നയിക്കുന്നത്.

കേട്ടുപരിചയമുള്ള ശബ്ദം കേട്ടപ്പോൾ തിരിഞ്ഞു നോക്കി. രാജു പാണ്ഡെയാണ്. ഒരു കുടിലിന്റെ മുറ്റത്തിരുന്ന് ധർമ്മശാസ്ത്രത്തെക്കുറിച്ച് വിവരിക്കുകയാണ് രാജു. രാജുവിനെ കണ്ടപ്പോൾ ഞാൻ കുതിരപ്പുറത്തുനിന്നും ഇറങ്ങി. എല്ലാവരും എന്നെ ബഹുമാനപുരസ്സരം സ്വീകരിച്ചിരുത്തി. രാജു അവരെ ചികിത്സിക്കുവാൻ വന്നതാണ്. കുറച്ചുയവവും എട്ടുപൈസയും ആണ് ഇത്രയും ദൂരെ വന്ന് ചികിത്സ നടത്തിയാൽ അയാൾക്കു കിട്ടുന്ന കൂലി. അതിൽ രാജു അത്യധികം സന്തുഷ്ടനാണ്. ചികിത്സ കഴിഞ്ഞ ശേഷം അവർ ചർച്ച ചെയ്യുന്നത് ദാർശനിക വിഷയങ്ങളാണ്.

അയാൾ എന്നോടു ചോദിച്ചു. “ബാബുജീ, ഈ ലോകത്തിന് എവിടെയെങ്കിലും അവസാനം ഉണ്ടോ? ആകാശത്തിന് അവസാനമില്ലാത്തതു പോലെ ഭൂമിക്കും അന്തമില്ലെന്ന് ഞാൻ ഇവരോടു പറയുകയായിരുന്നു. അത് അങ്ങനെ തന്നെ അല്ലേ, ബാബുജീ.”

വെറുതെ അലഞ്ഞു തിരിഞ്ഞു നടക്കാൻ ഇറങ്ങിയിട്ട് പെട്ടെന്ന് ഇത്തരം ചോദ്യങ്ങൾക്ക് മറുപടി പറയേണ്ടിവരും എന്നു വിചാരിച്ചില്ല.

രാജുപാണ്ഡെയുടെ മനസ്സ് എപ്പോഴും ഗഹനമായ വിഷയങ്ങളിൽ വ്യാപൃതമായിരിക്കുകയാണെന്ന് എനിക്കറിയാം. അയാൾ എന്നോടുള്ള ചോദ്യങ്ങൾ തുടർന്നുകൊണ്ടിരുന്നു.

“സൂര്യൻ കിഴക്കുദിക്കുന്നത് എന്തുകൊണ്ടാണ്? എന്തുകൊണ്ട് പടിഞ്ഞാറ് അസ്തമിക്കുന്നു? സൂര്യൻ ഉദിച്ചുയരുന്നത് ഏതു സമുദ്രത്തിൽ നിന്നാണ്? ഏതു സമുദ്രത്തിലാണ് മുങ്ങി മറയുന്നത്?”

രാജു സംസ്കൃതം പഠിച്ചിട്ടുണ്ട്. അയാളുടെ സംസാരം കേട്ട് അവിടെ കൂടിയിരുന്നിരുന്നവർ ആദരവോടെ അയാളെ നോക്കുന്നുണ്ട്. ഇംഗ്ലീഷ് അറിയുന്ന ബംഗാളി ബാബുവിനെ സംശയങ്ങൾ ചോദിച്ച് അയാൾ മുട്ടുകുത്തിക്കുകയാണോ എന്നവർ സംശയിച്ചു.

“രാജൂ, ഈ കാണുന്നതെല്ലാം നിന്റെ കണ്ണിന്റെ വഞ്ചനയാണ്. സൂര്യൻ ഒരു സ്ഥലത്തേക്കും പോകുന്നില്ല. ഒരേ സ്ഥാനത്തുതന്നെ സ്ഥിരമായി നിൽക്കുകയാണ്.”

രാജുവിന് എന്റെ വാക്കുകൾ വിശ്വസിക്കുവാനായില്ല. അയാൾ എന്റെ മുഖത്തേക്കു സൂക്ഷിച്ചുനോക്കി. മറ്റുള്ളവരാകട്ടെ, എന്നെ കളിയാക്കി ചിരിക്കുന്നതുപോലെ ചിരിച്ചു.

വിസ്മയത്തോടെ രാജു ചോദിച്ചു. “സൂര്യഭഗവാൻ കിഴക്ക് ഉദയഗിരിയിൽനിന്നും ഉയർന്ന് പടിഞ്ഞാറെ സാഗരത്തിൽ അസ്തമിക്കുന്നില്ലേ?”

"ഇല്ല." ഞാൻ പറഞ്ഞു.

"ഇത് ഇംഗ്ലീഷ് പുസ്തകത്തിൽ എഴുതിയിട്ടുണ്ടോ?"

"ഉണ്ട്."

അറിവ് മനുഷ്യനെ ധീരനാക്കുന്നു. ഒരിക്കലും ഒച്ചയുയർത്തി സംസാരിക്കാത്ത രാജു ശക്തമായ സ്വരത്തിൽ എന്നോടു പറഞ്ഞു.

"അത് തെറ്റാണ് ബാബുജീ, ഉദയഗിരിയിൽനിന്നും എന്നും സൂര്യഭഗവാൻ ഉയർന്നു പൊങ്ങുന്നു. ആ സ്ഥലം മുംഗോറിലെ സന്ന്യാസി കണ്ടിട്ടുണ്ട്. വളരെ ദൂരെയാണത്. കിഴക്കേ അതിർത്തിയിൽ സാധാരണക്കാർക്ക് അവിടെ പോകാനും കാണാനും സാധിക്കുകയില്ല. മഹർഷിമാർക്കു മാത്രമേ അവിടെ എത്താൻ സാധിക്കൂ!"

സംഭാഷണം അവസാനിപ്പിച്ച് രാജു ഗാംഗോതകളുടെ മുഖത്തേക്ക് അന്തസ്സോടെ നോക്കി. ഉദയഗിരിയിൽനിന്നും സൂര്യൻ ഉദിച്ചുയരുന്ന കാര്യം ദൃക്സാക്ഷിയുടെ തെളിവുകൾ നിരത്തി കഴിഞ്ഞാൽ അതിനപ്പുറം ഞാൻ എന്തുപറയാനാണ്. സൂര്യഭഗവാന്റെ രഥത്തിന്റെ ഒരു കഷണം പോലും ആ സന്ന്യാസികൊണ്ടുവന്നിരുന്നവത്രേ. ഞാൻ മൗനം അവലംബിച്ചു.

പതിനാറ്

യുഗൽപ്രസാദിനെ കണ്ട ഒരു ദിവസം ഞാൻ അയാളോടു പറഞ്ഞു.

"നമുക്ക് പോയി പുതിയ വല്ല ചെടികളും കിട്ടുമോ എന്നു നോക്കിയാലോ... മഹാലിഖാരൂപയുടെ മലയിലേക്കു നമുക്ക് പോകാം..."

യുഗൽപ്രസാദിന് ഉത്സാഹമായി. അയാൾ പറഞ്ഞു. "ഒരു പ്രത്യേക തരത്തിലുള്ള വള്ളിച്ചെടി അവിടെ ഉണ്ട്. ആ മലയോരത്തെ കാടുകളിലല്ലാതെ അത് വേറെ എവിടേയും ഇല്ല. 'ചഹീസ' എന്നാണ് ആ വള്ളിച്ചെടിയെ ഇവിടത്തുകാർ പറയുന്നത്. ഇപ്പോൾ അവിടെ ഉണ്ടോ എന്ന് നമുക്ക് അന്വേഷിക്കാം."

നാഢബയിഹാറിലെ പുതുതായി സൃഷ്ടിക്കപ്പെട്ട ഗ്രാമങ്ങളിലൂടെയാണ് യാത്ര. ഗ്രാമത്തലവന്മാരുടെ പേരിനോടുബന്ധമുള്ള പേരാണ് ഓരോ ഗ്രാമങ്ങൾക്കും കൊടുത്തിരിക്കുന്നത്. ഝല്ലുടോല, രൂപദാസടോല, ബേഗം ടോല എന്നിങ്ങനെ. ടോല എന്നാൽ ഗ്രാമം എന്നാണ് അർത്ഥം.

ഗ്രാമീണ ജീവിതത്തിന്റെ ചിത്രം ആ വഴിയിലൂടെ പോകുമ്പോൾ കാണാൻ കഴിഞ്ഞു. ഉരലിലിട്ട് യവം ഇടിച്ചു പൊടിക്കുന്നു. മൺകൂനകളിൽനിന്നും പുക ഉയരുന്നു. കറുത്ത കുട്ടികൾ വഴിയിൽ ഓടിക്കളിക്കുന്നു. അവരുടെ ശരീരത്തിൽ മണ്ണും പൊടിയും പറ്റിപ്പിടിച്ചിരിക്കുന്നു.

നാഢബയിഹാറിന്റെ വടക്കുഭാഗം ഇപ്പോഴും നിബിഡ വനമാണ്. എന്നാൽ ലബ്ടുലിയഹാറിൽ വനവും എന്തിന് വൃക്ഷങ്ങൾ തന്നെ ഇല്ലാതായി. നാഢബയിഹാറിലെ സുന്ദരമായ വനത്തിന്റെ മുക്കാൽഭാഗവും അവസാനിച്ചിരിക്കുന്നു. വടക്കുഭാഗത്തെ അതിർത്തി പ്രദേശത്ത് ഏതാണ്ട് രണ്ടായിരം ബീഘ സ്ഥലം ഇപ്പോഴും വിതരണം ചെയ്യാതെ ബാക്കി കിടക്കുന്നുണ്ട്. വനം ഇത്തരത്തിൽ നശിപ്പിച്ചതിനാൽ യുഗൽപ്രസാദ് വളരെ

ദുഃഖിതനാണ് എന്ന് എനിക്ക് മനസ്സിലായി.

"ഈ ഗാംഗോതകൾ ഇവിടെ വന്നു താമസിച്ച് സകലതും നശിപ്പിച്ചു കളഞ്ഞു, ബാബൂജീ. ഇവർക്ക് വീടും കൂടും ഒന്നുമില്ല. പരമദരിദ്രർ. ഇന്നിവിടെയാണെങ്കിൽ നാളെ അവിടെ. കഷ്ടം! എന്നാലും വനത്തെ ഇങ്ങനെ നശിപ്പിക്കാമോ?"

"അതൊന്നും അവരുടെ കുറ്റമല്ല. യുഗൽപ്രസാദ്. ഭൂമി വെറുതെയിട്ടാലും ജമീന്ദാർ സർക്കാരിലേക്ക് കരം അടയ്ക്കേണ്ടതല്ലേ! ആരെങ്കിലും സ്വന്തം സമ്പാദ്യത്തിൽനിന്നും പണമെടുത്ത് കരം അടയ്ക്കാൻ തയ്യാറാകുമോ? അതുകൊണ്ട് ജമീന്ദാർമാരാണ് ഇത്തരം ആളുകളെ കൊണ്ടുവന്ന് ഇവിടെ കുടിപ്പാർപ്പിക്കുന്നത്. അതിൽ ഈ സാധുക്കളെ ഒറ്റപ്പെടുത്തേണ്ട കാര്യമില്ല."

"സരസ്വതീ തടാകവും അതിന്റെ തീരത്തുള്ള വനപ്രദേശവും കൊടുക്കല്ലേ, ബാബൂജീ. എത്ര കഷ്ടപ്പെട്ട് വച്ചുപിടിപ്പിച്ചിട്ടുള്ളതാണ് അത്."

"എന്റെ ഇഷ്ടപ്രകാരം അതു നടക്കില്ല. ഞാനങ്ങനെ ഒരിക്കലും ചെയ്യുകയില്ല. ഇത്രയും കാലം അതു കാത്തുസൂക്ഷിച്ചതുതന്നെ വലിയ കാര്യമായി കരുതാം. ഇനിയും എത്രകാലം അത് തുടരാൻ സാധിക്കും എന്ന് പറയാൻ കഴിയില്ല. ഭൂമി നല്ലതാണെന്നു മനസ്സിലാക്കിയ ആളുകൾ കിട്ടാൻ വേണ്ടി അശ്രാന്തപരിശ്രമം നടത്തുന്നുണ്ട്."

ഞങ്ങളോടൊപ്പം രണ്ടുമൂന്ന് ശിപായിമാരും കൂടിവന്നിട്ടുണ്ട്. അവർക്ക് ഞങ്ങൾ സംസാരിച്ചത് യാതൊന്നും മനസ്സിലായില്ല. അവർ എന്നോടു പറഞ്ഞു.

"ബാബൂജീ, അവിടന്ന് ഒട്ടും വിചാരപ്പെടേണ്ട. അടുത്ത ചൈത്രമാസത്തിലെ കൊയ്ത്തു കഴിഞ്ഞാൽ സരസ്വതീ കുണ്ഡിന്റെ ചുറ്റുമുള്ള സ്ഥലം മുഴുവനും പാട്ടത്തിനെടുക്കാനായി ആളുകൾ തിക്കിത്തിരക്കി വരും."

മഹാലിഖാരൂപയിലെ പർവ്വതത്തിലേക്ക് ഏതാണ്ട് ഒമ്പതു നാഴിക ദൂരം ഉണ്ട്. പർവ്വതത്തിന്റെ താഴ്‌വരയിൽ എത്തിയപ്പോൾ നേരം പത്തുമണി കഴിഞ്ഞു.

സുന്ദരമായ നീലാകാശം! ഇത്ര മനോഹരമായ നീലാകാശം ഞാൻ ഇതിനു മുമ്പ് കണ്ടിട്ടില്ല. വെയിലിന്റെ ശോഭയും മനസ്സിനെ ആകർഷിക്കുന്നതാണ്. ആകാശത്തിന്റെ സൗന്ദര്യം എന്റെ മനസ്സിനെ ഉന്മത്തനാക്കുന്നു. ഇളംതളിരിലകളിൽ വെയിലു വീഴുമ്പോൾ വെട്ടിത്തിളങ്ങുന്നു.

നാഢബയിഹാറിലേയും ലബ്ടുലിയയിലേയും വനങ്ങൾ വെട്ടിവെളിപ്പിച്ചപ്പോൾ ആ കാടുകളിൽ ഉണ്ടായിരുന്ന പക്ഷികൾ അധികവും സരസ്വതീ തടാകക്കരയിലെ വനത്തിലും മോഹൻപുര സംരക്ഷിത വനമേഖലയിലും കുടിയേറിയിരിക്കുകയാണ്. ഞങ്ങളെക്കണ്ടതുകൊണ്ടായിരിക്കുമോ, അവ നിർത്താതെ കൂവിക്കൊണ്ടിരിക്കുന്നു.

നിബിഡവനം! ഇങ്ങനെ നിബിഡവും കനത്തതുമായ വനഭൂമിയിൽ എത്തുമ്പോൾ അനിർവ്വചനീയമായ ഒരുതരം ശാന്തിയാണ് അനുഭവപ്പെ

ടുക. വൃക്ഷങ്ങളും ലതകളും ചെടികളും മനസ്സിനെ ആകർഷിക്കുന്നു. അവിടവിടെയായി ചിതറിക്കിടക്കുന്നതുപോലെ പാറക്കെട്ടുകൾ! എവിടെ വേണമെങ്കിലും ഇരിക്കാം, കിടക്കാം. മനസ്സ് അസ്വസ്ഥമാകുന്ന സമയത്ത് പൂത്തുലഞ്ഞു നിൽക്കുന്ന പിയാല വൃക്ഷച്ചുവട്ടിൽ അലസമായിരുന്ന് ആശ്വാസം നേടാം. ആ വനഭൂമി ക്ഷീണിച്ച സിരകളെ ഉത്തേജിപ്പിക്കുമെന്ന് ഉറപ്പാണ്.

ഞങ്ങൾ മലമുകളിലേക്ക് കയറാൻ തുടങ്ങി. ഉയരത്തിലുള്ള വൃക്ഷങ്ങളുടെ ശാഖകൾ സൂര്യകിരണങ്ങളെ തടഞ്ഞുനിർത്തുന്നു. കളകളാരവം പൊഴിക്കുന്ന കാട്ടരുവികൾ താഴോട്ട് ഒഴുകുന്നു. വൃക്ഷങ്ങളുടെ ഇലകളിൽ ശക്തമായ കാറ്റടിക്കുമ്പോൾ ചൂളം വിളിപോലുള്ള ശബ്ദം കേൾക്കാം. തേക്കിന്റെ ഇലപോലെ കട്ടിയും വലുപ്പവും ഉള്ള ഇലകളാണ് അധികവും. മുകളിലേക്ക് കയറുന്തോറും മയിലിന്റെ ശബ്ദവും കേൾക്കാൻ സാധിച്ചു.

"യുഗൽപ്രസാദ്, ചീഹസലതയും അതിന്റെ പഴങ്ങളും എവിടെയാണുള്ളതെന്നു നോക്കൂ!" ഞാൻ പറഞ്ഞു.

പിന്നെയും വളരെയധികം മുകളിലേക്കു കയറിയ ശേഷമാണ് ഞങ്ങൾ അന്വേഷിച്ച ലത കാണാൻ സാധിച്ചത്. അതിന്റെ ഇല നീലത്താമരയുടെ ഇലപോലെയാണ്. നല്ല കട്ടിയുള്ള വള്ളി. അതിന്റെ കായ നല്ല വലിപ്പമുള്ളതാണ്. ഞങ്ങൾ കരിയില കത്തിച്ച് കായകൾ അതിലിട്ട് ചുട്ടുതിന്നു. ഉരുളക്കിഴങ്ങിന്റെ രുചിയായിരുന്നു ആ കായകൾക്ക്.

ഞങ്ങൾ വളരെയധികം മുകളിലേക്ക് കയറിക്കഴിഞ്ഞിരുന്നു. ദൂരെ മോഹൻപുര വനഭൂമി കാണാം. തെക്കുഭാഗത്താണ് ഞങ്ങളുടെ കൃഷിയിടം. സരസ്വതീ തടാകതീരത്തെ വനങ്ങളും അവ്യക്തമായി കാണാം. കുറേ അകലെയായി കുശീനദി മോഹൻപുര വനത്തെ തൊട്ടുകൊണ്ട് ഒഴുകുന്നു. അവിടെനിന്നും താഴേക്കു നോക്കുമ്പോൾ കാണുന്ന ഭൂമിയുടെ ചിത്രം അതീവ മനോഹരമാണ്.

ഒരു മയിൽ എന്റെ തലയ്ക്കു മുകളിലുള്ള വൃക്ഷക്കൊമ്പിൽ ഇരിക്കുന്നതു കണ്ടപ്പോൾ ശിപായി തോക്കുമായി വന്നു. ഞാൻ അയാളെ തടഞ്ഞു.

യുഗൽപ്രസാദ് പറഞ്ഞു. "ഈ മലയിലെ കാട്ടിൽ ഒരു ഗുഹയുണ്ട് ബാബുജി, ഉൾക്കാട്ടിൽ എവിടെയോ ആണ്. ഗുഹയുടെ ചുവരിൽ ധാരാളം ചിത്രങ്ങൾ വരച്ചുവച്ചിട്ടുണ്ട്. ആ ചിത്രങ്ങൾക്ക് എത്രകാലത്തെ പഴക്കമുണ്ടെന്ന് ആർക്കും കണക്കാക്കാൻ സാധിച്ചിട്ടില്ല. നമുക്ക് അതും കാണാൻ സാധിക്കുമോ എന്നു നോക്കാം."

ചരിത്രാതീതകാലത്തെ ഗുഹാചിത്രങ്ങൾ കാണാനുള്ള ആഗ്രഹം കൊണ്ട് ഞങ്ങൾ ഉത്സാഹപൂർവ്വം കാട്ടിലൂടെ നടന്നു. അവസാനം ഗുഹ കണ്ടുകിട്ടി. അതിനകത്ത് കൂരിരുട്ടാണ്. അകത്തേക്കു കയറി നോക്കാനുള്ള ധൈര്യം ഞങ്ങൾക്കുണ്ടായില്ല. ഇനി എങ്ങനെയെങ്കിലും ധൈര്യം അവലംബിച്ച് അതിനുള്ളിലേക്കു കടന്നാലും ഈ ഇരുട്ടിൽ എന്തെങ്കിലും

കാണാൻ സാധിക്കുമോ? ഇരുട്ടത്ത് തപ്പിത്തടഞ്ഞ് വിഷസർപ്പങ്ങളുടെ കടിയേറ്റ് മരിക്കാൻ നിക്കണ്ട എന്ന് അവസാനം തീരുമാനിച്ചു. പ്രാചീന മനുഷ്യന്റെ കരവിരുത് കാണാനുള്ള മോഹം മനസ്സിൽ തന്നെ അടക്കി വച്ചു.

ഈ ഗുഹ വിഷസർപ്പങ്ങളുടെ വാസസ്ഥലമാണെന്നത് തീർച്ചയാണ്. ഞങ്ങളുടെ പ്രാണൻ അവറ്റകൾക്ക് കൊടുക്കേണ്ട ആവശ്യമില്ലല്ലോ.

"ഈ വനഭൂമിയിൽ പുതിയ തരം കുറച്ചുചെടികൾ വച്ചുപിടിപ്പിക്കണം. ഇത് കൊടും കാടല്ലേ, വെട്ടിക്കളയാൻ ഇവിടെ ആരും വരികയില്ല; ലബ്ടുലിയയിൽ ഇനി ഒന്നും ബാക്കിയില്ല. സരസ്വതീ തീരത്തെക്കുറിച്ചും എനിക്കു വലിയ പ്രതീക്ഷയില്ല." ഞാൻ യുഗൽപ്രസാദിനോടു പറഞ്ഞു.

"ബാബുജി പറഞ്ഞത് സത്യം തന്നെയാണ്. എനിക്കും ഈ ആശയം ഇഷ്ടമായി. പക്ഷേ, മരം വച്ചുപിടിപ്പിക്കുവാൻ എന്നോടൊപ്പം അങ്ങ് ഉണ്ടാവുകയില്ലല്ലോ. ഞാൻ തനിച്ചു ചെയ്യേണ്ടേ?"

"ഇടയ്ക്കിടയ്ക്ക് ഞാനും വന്നു നോക്കാം. എന്തായാലും തൈകൾ നട്ടുകൊള്ളൂ."

മഹാലിഖാരൂപ എന്നത് അധികം ഉയരമില്ലാത്ത പർവ്വതനിരയാണ്. എന്നാൽ ചിലയിടത്ത് ആയിരത്തഞ്ഞൂറടി ഉയരമുള്ളതായി കാണാം. ഹിമാലയത്തിന്റെ പാദത്തിലെ ഏറ്റവും ഉയരം കുറഞ്ഞ ശാഖയാണിത്. താഴ്‌വാരത്തിലെ വനവും സാക്ഷാൽ ഹിമാലയ പർവ്വതവും തമ്മിൽ ഇവിടെനിന്നും നൂറ്റമ്പത് നാഴിക അകലം മാത്രമേ ഉള്ളൂ.

യുഗൽപ്രസാദ് എട്ടോ പത്തോ തരം പുതിയ ചെടികളും വള്ളികളും കാണിച്ചുതന്നു. ഇവയെല്ലാം സമതലപ്രദേശത്ത് ഇല്ലാത്തതാണ്.

നേരം പോകുകയാണ്. സന്ധ്യമയങ്ങാൻ ഇനി അധികമില്ല. ഏതോ ഒരു വനവൃക്ഷം പൂത്തതുപോലെ അവിടമാകെ സുഗന്ധ പൂരിതമായി. വൃക്ഷക്കൊമ്പിൽ പ്രാവുകളും മലന്തത്തയും മറ്റനേകം കിളികളും കലപില കൂട്ടാൻ തുടങ്ങി.

പുലിയെക്കുറിച്ചുള്ള ഭയമുള്ളതിനാൽ കൂടെയുള്ളവർക്ക് താഴോട്ടിറങ്ങാൻ ധൃതിയായിരുന്നു. എനിക്കാകട്ടെ ആ വന്യസൗന്ദര്യം ഉപേക്ഷിച്ചു പോകാൻ ഒട്ടും മനസ്സുണ്ടായിരുന്നില്ല.

"യജമാനനേ മോഹൻപുര കാടുകളെക്കാൾ കൂടുതൽ കടുവകളുടെ ശല്യമുള്ള സ്ഥലമാണ് ഇത്. ഉച്ചകഴിഞ്ഞാൽ വിറകുപെറുക്കാൻ വരുന്നവരാരും ഇവിടെ നിൽക്കുകയില്ല. അവരെല്ലാം താഴോട്ടിറങ്ങിയിരിക്കും. കൂട്ടത്തോടെ അല്ലാതെ ആരും ഒറ്റയ്ക്ക് ഇവിടേക്ക് വരുക പതിവില്ല. പാമ്പും പുലിയും എല്ലാം ഇവിടെ ഉണ്ട്. ഇടതൂർന്ന് നിൽക്കുന്ന വൃക്ഷങ്ങളെക്കൊണ്ട് നിബിഡമല്ലേ, ഈ വനം അങ്ങ് കാണുന്നില്ലേ?

ഞാൻ മനസ്സില്ലാമനസ്സോടെ ആണ് മലയിറങ്ങിയത്. മലയിലെ കാട്ടിൽ നിൽക്കുന്ന കദംബവൃക്ഷത്തിന്റെ വലിയ വലിയ ഇലകൾക്കിടയിൽ കൂടി ശുക്രനും വ്യാഴനും മിന്നിത്തിളങ്ങുന്നത് കാണാനുണ്ട്.

2

ഒരു ദിവസം ഒരു പുതിയ ഗൃഹസ്ഥന്റെ വീടിന്റെ മുന്നിൽ ഗനോരി തിവാരിമാസ്റ്റർ, സാവവൃക്ഷത്തിന്റെ ഇലയിൽ വറുത്തുപൊടിച്ച പയറ് പനന്തേങ്ങയുടെ കാമ്പുചേർത്ത് കുഴച്ചു തിന്നുകൊണ്ടിരുന്നു. എന്നെ കണ്ടപാടേ അദ്ദേഹം ചോദിച്ചു.

"അല്ല ഇതാര്? ബാബൂജിയോ, അങ്ങേക്ക് സുഖമല്ലേ?"

"സുഖം തന്നെ നിങ്ങൾ ഇപ്പോൾ എവിടെനിന്നും വന്നു? എവിടെ ആയിരുന്നു? ഇവർ നിങ്ങളുടെ ആരെങ്കിലും ആണോ?"

"എന്റെ ആരുമല്ല. ഞാൻ ഈ വഴി പോകുകയായിരുന്നു. നേരം വൈകി. ഇവർ ബ്രാഹ്മണരാണ്. ഇവിടെ ഇവരുടെ അതിഥിയായി അവർ തന്നത് തിന്നുകയാണ്. മുൻപരിചയമൊന്നുമില്ല. ഇപ്പോൾ പരിചയമായി."

ഗൃഹനാഥൻ ഇറങ്ങിവന്നു. അയാൾ എന്നെ അഭിവാദനം ചെയ്തു.

"വരൂ ബാബുജി. ഇവിടെ വന്ന് ഇരിക്കൂ!"

"ഇല്ല. ഇരിക്കുന്നില്ല. ഞാൻ ഇവിടെ നിന്നോളാം. നിങ്ങൾ ഭൂമി ഏറ്റെടുത്തിട്ട് എത്രനാളായി?"

"രണ്ടുമാസമായി ബാബൂജീ, ഇനിയും ഭൂമിയിൽ കൃഷി ഒന്നും ചെയ്യാൻ സാധിച്ചിട്ടില്ല."

ഒരു കൊച്ചു പെൺകുട്ടി വന്ന് തിവാരിക്ക് ഒരു പച്ചമുളക് കൊണ്ടുകൊടുത്തു. ഓരോ സ്ഥലത്ത് അലഞ്ഞുതിരിഞ്ഞു നടക്കുന്ന സ്വഭാവക്കാരനാണ് തിവാരി. അയാൾ ഇരിക്കുന്നതിന്റെ ഒരു ഭാഗത്ത് ഒരു ഭാണ്ഡം ഉണ്ട്. അതുമാത്രമാണ് ആ മനുഷ്യന്റെ ആകെയുള്ള സ്വത്ത്. ഞാൻ തിവാരിയോടു പറഞ്ഞു.

"എനിക്ക് കുറച്ചു തിരക്കുണ്ട്. നിങ്ങൾ വൈകുന്നേരം ഓഫീസിലേക്കു വരൂ."

"വൈകുന്നേരമായപ്പോൾ ഗനോരി ഓഫീസിലേക്കു വന്നു.

"നിങ്ങൾ എവിടെയായിരുന്നു. ഇത്രയും കാലം? ഇങ്ങനെ നടന്ന് എന്താ ചെയ്യുന്നത്?"

"പള്ളിക്കൂടം കെട്ടി കുട്ടികളെ പഠിപ്പിച്ചുകൊണ്ടിരിക്കുന്നു."

"ഒരു പള്ളിക്കൂടവും സ്ഥിരമായി ഇല്ലേ?"

"രണ്ടോ മൂന്നോ മാസത്തിലധികം നടക്കാറില്ല ബാബൂജീ, ആരും കാശ് തരില്ല."

"നിങ്ങൾ വിവാഹിതനാണോ? എത്ര വയസ്സായി?"

"സ്വന്തം വയറു കഴിയാൻ വകയില്ല. പിന്നെയല്ലേ കല്യാണം? വയസ്സ് മുപ്പത്തഞ്ചിനടുത്തായി."

ഗനോരിയെപ്പോലെ ദരിദ്രനായി ആരും തന്നെ ഈ പ്രദേശത്തില്ല. ഞാനിവിടെ വന്നകാലത്ത് ഒരു ദിവസം ക്ഷണിക്കാതെ തന്നെ ഭക്ഷണത്തിനായി ഇവിടെ വന്നത് ഇപ്പോഴും ഞാൻ ഓർക്കുന്നു. ഓരോ ദിവസം

ഓരോരുത്തരുടെ അതിഥിയായി കാലം കഴിച്ചുകൂട്ടുകയാണ്.

"ഗനോരീ, ഇന്നു രാത്രി ഇവിടെ നിന്നു ഭക്ഷണം കഴിക്കാം. കുണ്ടു മിശ്രനാണ് ആഹാരം പാചകം ചെയ്യുന്നത്. അയാൾ പാചകം ചെയ്യുന്ന ആഹാരം കഴിക്കുന്നത് അങ്ങേക്കു വിരോധമില്ലല്ലോ."

ഗനോരി അത്യധികം സന്തുഷ്ടനായി ചിരിച്ചുകൊണ്ടു പറഞ്ഞു. "കുണ്ടു ഞങ്ങളുടെ ജാതി ബ്രാഹ്മണൻ ആണ്. അയാളുടെ കൈകൊണ്ട് പാകം ചെയ്തത് ഞാൻ ഇതിനുമുമ്പും കഴിച്ചിട്ടുണ്ടല്ലോ. പിന്നെ ഇപ്പോൾ എന്തു വിരോധം ഉണ്ടാകാനാ?" അല്പസമയം മൗനമായി ഇരുന്നശേഷം അയാൾ സംസാരം തുടർന്നു. "ബാബൂജീ എന്റെ വിവാഹക്കാര്യം ചോദിച്ചതുകൊണ്ട് ഞാൻ പറയുകയാണ്. കഴിഞ്ഞ വർഷം ശ്രാവണ മാസത്തിൽ ഒരു ഗ്രാമത്തിൽ ഞാനൊരു പാഠശാല തുടങ്ങുകയുണ്ടായി. അവിടെയുള്ള ഒരു ബ്രാഹ്മണഗൃഹത്തിലായിരുന്നു എന്റെ താമസം. ആ വീട്ടിലെ ഒരു പെൺകുട്ടിയുമായി എന്റെ വിവാഹം നിശ്ചയിച്ചതായിരുന്നു. ഞാൻ മുംഗേറിൽ പോയി ഒരു നല്ല കോട്ടടക്കം വാങ്ങിച്ചതായിരുന്നു.

എന്നാൽ ആ ഗ്രാമത്തിലെ മറ്റുള്ളവർ എല്ലാവരും ആ വിവാഹം എതിർത്തു. അയാൾക്ക് വീടും കുടിയും ഇല്ല. സ്ഥിരമായ വരുമാനം ഇല്ല. യാതൊന്നുമില്ല. ദരിദ്രനായ ഇയാൾക്ക് മകളെ കെട്ടിച്ചുകൊടുക്കല്ലേ എന്ന് ഗ്രാമവാസികൾ ഒന്നടങ്കം പറഞ്ഞു. അങ്ങനെ ആ വിവാഹം നടന്നില്ല. ഞാൻ പിന്നെ അവിടെ നിന്നില്ല. ഉടനെ തന്നെ ആ ഗ്രാമം വിട്ടുപോന്നു."

"നിങ്ങൾ പെൺകുട്ടിയെ കണ്ടിരുന്നുവോ? കാണാൻ കൊള്ളാമോ?"

"കൊള്ളാമോ എന്നോ! നല്ല പെൺകുട്ടിയാണ്. അവരെന്തിന് നല്ല പെൺകുട്ടിയെ എനിക്ക് തരണം? എനിക്ക് സ്വന്തമായി എന്താണുള്ളത്?"

വിവാഹം നടക്കാത്തതിൽ ഗനോരി അത്യന്തം ദുഃഖിതനാണെന്ന് എനിക്ക് മനസ്സിലായി. പെൺകുട്ടിയെ അയാൾ വല്ലാതെ ഇഷ്ടപ്പെട്ടിരുന്നു. വിവാഹമൊട്ടു നടന്നതുമില്ല.

പിന്നെയും കുറെ സമയം അവിടെ ഇരുന്ന് സംസാരിച്ചു. ജീവിതത്തിൽ യാതൊന്നും തന്നെ അയാൾ നേടിയിട്ടില്ലെന്ന് സംസാരം കഴിഞ്ഞപ്പോൾ എനിക്ക് ബോദ്ധ്യമായി. ഗ്രാമഗ്രാമാന്തരങ്ങളിലൂടെ അലഞ്ഞു തിരിഞ്ഞു നടക്കുക. അതിലൂടെ അന്നന്നത്തെ ആഹാരത്തിനുള്ള വഴി കണ്ടെത്തുക. ജീവിതത്തിന്റെ ഏറിയ പങ്കും ഗാംഗോതകളുടെ വീടുകൾക്കു മുന്നിൽ ചെന്ന് അവരുടെ ദയവിൽ കഴിഞ്ഞുകൂടുന്നു.

"വളരെ നാളുകൾക്കു ശേഷമാണ് ലബ്ടുലിയയിലേക്കു വന്നത്. പുതിയ പുതിയ ഗ്രാമങ്ങളും വീടുകളും ധാരാളമായി ഉണ്ടായിക്കൊണ്ടിരിക്കുന്നു. വിശാലമായ കൃഷിഭൂമികളിലും കാടും എല്ലാം അപ്രത്യക്ഷമായി. ഇവിടെ ഒരു പാഠശാല ആരംഭിച്ചാലോ എന്ന് ഞാൻ ആലോചിക്കുകയാണ്. അങ്ങനെ ചെയ്താലോ ബാബൂജീ." അയാൾ പറഞ്ഞു.

ഒരു പാഠശാല തുടങ്ങി ഗനോരിയെ അതിലെ അദ്ധ്യാപകനായി വയ്ക്കണമെന്ന് ഞാൻ തീരുമാനിച്ചു. ഓരോ വീട്ടിലും ധാരാളം ചെറിയ കുട്ടികൾ ഉണ്ട്. എന്റെ കൃഷിയിടത്തിലും കുട്ടികളുണ്ട്. ആ കുട്ടികളുടെ

വിദ്യാഭ്യാസത്തിനു വേണ്ടിയും എന്തെങ്കിലും ചെയ്യേണ്ടത് എന്റെ കടമ യാണല്ലോ. എന്തെങ്കിലും ചെയ്യാൻ പറ്റുമോ എന്നു നോക്കണം.

3

അതീവ മനോഹരവും നിലാവു പൊഴിയുന്നതുമായ രാത്രി! യുഗൽപാണ്ഡെയും രാജുപാണ്ഡെയും വെറുതെ സംസാരിച്ചിരിക്കുവാനായി വന്നു. ഓഫീസിൽനിന്നും കുറച്ചകലെയായി സൃഷ്ടിക്കപ്പെട്ട ഗ്രാമത്തിലെ ഒരാളും വന്നിട്ടുണ്ട്. നാലു ദിവസം മുമ്പാണ് അയാളും കുടുംബവും ഇവിടേക്കു താമസം മാറിയത്.

അയാൾ തന്റെ ഭാര്യയേയും മകനേയും കൂട്ടി വളരെയധികം സ്ഥലങ്ങളിൽ സഞ്ചരിച്ചു. പല വനങ്ങളും വെട്ടിത്തെളിയിച്ച് കുടിൽകെട്ടി താമസിച്ചു. കുശീനദിയുടെ തീരത്ത് പത്തുവർഷം താമസിച്ചുവത്രേ. എവിടെനിന്നും ഒരു മേൽഗതി ഉണ്ടായില്ല. അതു പ്രതീക്ഷിച്ചാണ് ഇപ്പോൾ ലബ്ടുലിയ ബയിഹാറിലെത്തിയിരിക്കുന്നത്.

ലബ്ടുലിയ വനത്തിൽ അഞ്ചോ പത്തോ ബീഘ ഭൂമി പാട്ടത്തിനെടുത്ത് ഗോതമ്പുകൃഷി ചെയ്ത് ജീവിക്കുമ്പോൾ എന്തുതരം ഉയർച്ചയാണ് ഉണ്ടാകാൻ പോകുന്നതെന്ന് എനിക്കു മനസ്സിലായില്ല.

അയാളുടെ പേര് ബലഭദ്രസംഗായി. വയസ്സ് അമ്പതു കഴിഞ്ഞു എണ്ണയാട്ടുന്ന കുലജാതിക്കാരാണ്.

"ഇതിനുമുമ്പ് എവിടെ ആയിരുന്നു?" ഞാൻ ചോദിച്ചു.

"മുംഗേർ ജില്ലയിൽ. രണ്ടുവർഷം അവിടെ താമസിച്ചു. അവിടെ വിളവെല്ലാം നശിച്ചു. കൃഷി പിടിക്കാതായി. നട്ട ചോളം മുഴുവനും ഉണങ്ങിപ്പോയി. അവിടെ നിന്നിട്ട് കാര്യമില്ലെന്ന് മനസ്സിലായി. ഇവിടെ ഒന്നു പരീക്ഷിച്ചു നോക്കാമെന്ന് കരുതി. എല്ലാറ്റിനും അങ്ങയുടെ സഹായം വേണം."

"എനിക്ക് ഇവിടെ വരുന്ന സമയത്ത് ആറ് എരുമകളാണ് ഉണ്ടായിരുന്നത്. ഇപ്പോൾ അത് പത്തായി." രാജുപാണ്ഡെ പറഞ്ഞു.

"എനിക്കും രണ്ട് എരുമകളെ വാങ്ങിത്തരൂ. ഇത്തവണത്തെ വിളവ് കൊയ്തു കഴിഞ്ഞാൽ പണം തരാം." ബലഭദ്രൻ പറഞ്ഞു:

ഞാൻ ഇവരുടെ സംഭാഷണം കേട്ടുകൊണ്ടിരുന്നു. അയാൾ പറഞ്ഞു.

"നിങ്ങൾ പറഞ്ഞതു ശരിയാണ്. രണ്ട് എരുമയെ വാങ്ങണം എന്ന മോഹം എനിക്കും ഉണ്ട്. കൃഷിചെയ്യാനായി കുറച്ചുഭൂമിയും കിട്ടിയെങ്കിൽ..."

ഇവരുടെ സംസാരം എന്നിൽ ആശ്ചര്യം ഉണ്ടാക്കി. യുഗൽപ്രസാദ് ഇത്തരം ലൗകികകാര്യങ്ങളിൽ യാതൊരു താല്പര്യവും കാണിച്ചില്ല. ചില പ്രത്യേക ലക്ഷ്യത്തോടെ ഭൂമിയിൽ വന്നുപിറന്ന വ്യക്തിയാണ്

അയാൾ. എരുമ, ഭൂമി, കൃഷി, തുടങ്ങിയ കാര്യങ്ങളെക്കുറിച്ചൊന്നും സംസാരിക്കുവാൻ അദ്ദേഹത്തിന് താല്പര്യമില്ല.

“സരസ്വതീ തടാകത്തിന്റെ തീരത്തുള്ള വനങ്ങളിൽ വച്ചുപിടിപ്പിച്ച വൃക്ഷലതാദികൾ എത്രമാത്രമാണ് വലുതായിരിക്കുന്നത്. ഇത്തവണ വെള്ളത്തിലെ ലില്ലികൾ ധാരാളമായി പൂത്തിരിക്കുന്നു. നമുക്ക് ഒന്നു ചുറ്റിക്കറങ്ങി വന്നാലോ?” യുഗൽപ്രസാദ് പറഞ്ഞു.

ആലോചിച്ചു നോക്കിയാൽ ശരിക്കും സങ്കടം വരും. യുഗൽപ്രസാദ് വളരെയധികം ശ്രദ്ധചെലുത്തി നട്ടു വളർത്തിയ വനവൃക്ഷങ്ങൾ എത്ര കാലം നിലനില്ക്കും? ഹംസലതകളും പവിഴമല്ലിക്കാടും എവിടെയോ പോയി മറയും. ആ സ്ഥലത്ത് യവവും ചോളവും വിളഞ്ഞു നിൽക്കും. സമീപത്ത് കുടിലുകൾ കൊണ്ടു നിറയും. കുടിലിന്റെ മുന്നിൽ കയറുകട്ടിലുകൾ, ചാണക കൂമ്പാരം, അയവിറക്കി കിടക്കുന്ന മാടുകൾ...

അപ്പോൾ അവിടേക്ക് മടുക്നാഥൻ കയറി വന്നു. ഇപ്പോൾ അദ്ദേഹത്തിന്റെ പാഠശാലയിൽ പതിനഞ്ചോളം വിദ്യാർത്ഥികൾ പഠിക്കുന്നുണ്ട്. അവർ മുഗ്ധബോധവും സംസ്കൃതവ്യാകരണവും പഠിച്ചുകൊണ്ടിരിക്കുന്നു. അവിടത്തെ സ്ഥിതി ഇപ്പോൾ പഴയതുപോലെ ദയനീയമല്ല. കൊയ്ത്തു കഴിഞ്ഞപ്പോൾ വിദ്യാർത്ഥികൾ വീട്ടിൽനിന്നും ഗോതമ്പും ചോളവും ധാരാളമായി കൊണ്ടുവന്നു. അവ സൂക്ഷിക്കുവാൻ ഒരു അറ ഉണ്ടാക്കേണ്ടി വന്നു.

നിശ്ചയദാർഢ്യത്തോടെ പ്രവർത്തിച്ചാൽ തീർച്ചയായും ഉയർച്ച ഉണ്ടാകും. മടുക്നാഥൻ തന്നെ അതിനുള്ള ഏറ്റവും വലിയ തെളിവ്. എന്റെ ഓഫീസിലെ ശിപായിമാർ മടുക് നാഥനെ ഭ്രാന്തൻ എന്നു കരുതി അവഗണിച്ചതായിരുന്നു. പാഠശാലയുടെ മുറ്റത്ത് ധാന്യം സൂക്ഷിക്കുവാനുള്ള അറ ഉണ്ടായതോടെ അയാളെ സകലരും ബഹുമാനിക്കുവാൻ തുടങ്ങി. എന്നാൽ യുഗൽപ്രസാദിനെ ആരും വില വയ്ക്കുന്നില്ല. രാജു പാണ്ഡെയ്ക്കും പുതിയ ആളുകളുടെ ഇടയിൽ നല്ല സ്ഥാനമുണ്ട്. അയാൾക്ക് പണം വലിയ പ്രശ്നമല്ല. തന്നെ സകലരും ബഹുമാനിക്കുന്നുണ്ട് എന്ന് അറിയുന്നതുതന്നെ അയാൾക്ക് സന്തോഷം നൽകുന്നു.

4

മൂന്നുനാല് മാസംകൂടി കഴിഞ്ഞതോടെ മഹാലിഖാരൂപയിലെ പർവ്വതത്തിന്റെ അടിവാരത്തിലെ പ്രദേശത്തു മുഴുവൻ ജനങ്ങൾ തിങ്ങിപ്പാർക്കാൻ തുടങ്ങി. നിലം മുമ്പുതന്നെ പതിച്ചുകൊടുത്തിരുന്നു. എങ്കിലും ആളുകൾ കുടിലുകെട്ടി താമസിക്കുവാൻ തുടങ്ങിയിട്ടുണ്ടായിരുന്നില്ല. ഈ വർഷം ആളുകൾ കൂട്ടത്തോടെ വന്ന് രായ്ക്കുരാമാനം കുടിലുകെട്ടി താമസം തുടങ്ങി.

എന്തെല്ലാം തരത്തിലുള്ള ആളുകളാണ് ഓരോ ദിവസവും വരുന്നത്. മെലിഞ്ഞ കുതിരപ്പുറത്ത് കിടക്കാനുള്ള വസ്തുക്കൾ, പാത്രങ്ങൾ,

പിച്ചളക്കുടം, കട്ടിൽ, അടുപ്പ്, കുലദൈവം തുടങ്ങിയ സാധനങ്ങൾ കയറ്റിവച്ച് ഒരു കുടുംബം വരുന്നതുകണ്ടു.

എരുമയുടെ പുറത്ത് കുട്ടികളെ ഇരുത്തി പാത്രങ്ങളും ഉടഞ്ഞ വിളക്കും കട്ടിലും എല്ലാമായി മറ്റൊരു കുടുംബം വരുന്നു. വേറെ ചിലർ ഭാര്യാഭർത്താക്കന്മാർ തലയിൽ വീട്ടുസാധനങ്ങളും ചുമന്ന് കുട്ടികളെ നടത്തിച്ചുകൊണ്ട് എത്രയോ ദൂരത്തുനിന്നും വരുന്നു.

അവരുടെ കൂട്ടത്തിൽ ആചാരാനുഷ്ഠാനങ്ങളിൽനിന്നും അണുവിട വ്യതിചലിക്കാത്ത മൈഥിലി ബ്രാഹ്മണർ മുതൽ ഗാംഗോത, ഭോസാദ വരെ എല്ലാവിധ ജാതിമനുഷ്യരും ഉണ്ട്.

യുഗൽപ്രസാദിനോടു ഞാൻ ചോദിച്ചു "ഇവർക്കൊക്കെ ഇത്രയും നാൾ വീടും കൂടും ഒന്നും ഉണ്ടായിരുന്നില്ലേ? ഇത്രയും ആളുകൾ പൊടുന്നനവേ എവിടെനിന്നും വരുന്നു?"

യുഗൽപ്രസാദ് ആകെ അസ്വസ്ഥനാണ്. എന്നാലും പറഞ്ഞു: "ഈ നാട്ടിലെ ആളുകളെല്ലാം ഇങ്ങനെയാണ്. ഇവിടെ ഭൂമി പാട്ടത്തിനു കൊടുക്കുന്നു എന്നു കേട്ടപ്പോൾ ഇങ്ങോട്ടു ഓടിവന്നു. ഇഷ്ടപ്പെട്ടാൽ കുറച്ചു കാലം താമസിക്കും. അല്ലെങ്കിൽ കൂടും കുടുക്കയും എടുത്ത് ഇവിടെ നിന്നുപോകും."

"പൂർവ്വികന്മാർ താമസിച്ചിരുന്ന സ്ഥലത്തെക്കുറിച്ച് ഇവർക്ക് കൂറും മമതയും ഒന്നുമില്ലേ?"

"അങ്ങനെ ഒന്നുമില്ല, ബാബൂജീ, ഇവരുടെ ജീവിതരീതി ഇങ്ങനെ ഒക്കെയാണ്. എവിടെ പുതുതായി കുടികേറി പാർക്കുവാൻ സാധിക്കുമോ അവിടെ പാർക്കുക, എവിടെയാണ് നിലം പതിച്ചു കൊടുക്കുക, അവിടേക്ക് ഓടി എത്തും. എത്ര വിളവ് കിട്ടും എന്നതിനെ ആശ്രയിച്ചായിരിക്കും ആ പ്രദേശത്ത് തങ്ങുക. നല്ല വിളവു കിട്ടിയാൽ കുറെക്കാലം താമസിക്കും. അല്ലെങ്കിൽ എല്ലാം ഇട്ടെറിഞ്ഞ് സ്ഥലം വിടും."

"പിന്നെയോ?"

"അവർ അന്വേഷിച്ചുകൊണ്ടിരിക്കും. പുതുതായി എവിടെയാണ് നിലം പതിച്ചു കൊടുക്കുന്നതെന്ന്. ഇതുതന്നെ അവരുടെ തൊഴിൽ."

5

അന്ന് ഗ്രാന്റ് സായ്പ്പ് വടവൃക്ഷത്തിനു ചുറ്റുപാടുമുള്ള ഭൂമി അളന്നു തിട്ടപ്പെടുത്തി പതിച്ചു കൊടുക്കുന്നതിനുവേണ്ടി പോയി. അഷരഫിടിണ്ഡൽ ഭൂമി അളക്കുന്നു. ഞാൻ കുതിരപ്പുറത്തിരുന്നു കൊണ്ടുതന്നെ മേൽനോട്ടം വഹിക്കുന്നു. അപ്പോഴാണ് ഗ്രാമവീഥിയിലൂടെ കുന്ത നടന്നു പോകുന്നതുകണ്ടത്. വളരെ നാളായിരുന്നു കുന്തയെ കണ്ടിട്ട്.

"കുന്ത ഇപ്പോൾ എവിടെയാണ്? കണ്ടിട്ട് കുറേ നാളായല്ലോ? ഞാൻ അഷരഫിടിണ്ഡലിനോടു ചോദിച്ചു.

"അവളുടെ കാര്യങ്ങളൊന്നും ബാബുജി അറിഞ്ഞില്ലേ? കുറച്ചു നാളായി അവൾ ഇവിടെ ഉണ്ടായിരുന്നില്ല."

"എവിടെപ്പോയി?"

"രാസ്ബിഹാരിസിങ് അവളെ അയാളുടെ വീട്ടിലേക്കു കൂട്ടിക്കൊണ്ടുപോയി. നീ ഞങ്ങളുടെ ജാതിയിൽ പെട്ട ഒരുവന്റെ ഭാര്യയല്ലേ എന്റെ വീട്ടിൽ താമസിച്ചോ എന്നു പറഞ്ഞു."

"നന്നായി."

"അവിടെ കുറച്ചുനാൾ താമസിച്ചു. ആ സമയത്തെ അവളുടെ മുഖവും വേഷവും ബാബുജി കണ്ടിട്ടുണ്ടോ? അവൾ വളരെ കഷ്ടത്തിലാണ് രാസ്ബിഹാരിയുടെ വീട്ടിൽ താമസിച്ചിരുന്നത്. അയാൾ അവളോട് എന്തെല്ലാമോ വേണ്ടാതീനം പറഞ്ഞു. അവളെ മാനഭംഗപ്പെടുത്താൻ ശ്രമിച്ചു. ഏതാനും മാസം മുമ്പ് അവിടെനിന്നും ഓടിപ്പോന്നു. അയാൾ കത്തികാണിച്ചുപോലും അവളെ ഭീഷണിപ്പെടുത്തുക പതിവായിരുന്നുവത്രേ. അവൾ അയാളോടു പറഞ്ഞു. നിങ്ങൾക്കു വേണമെങ്കിൽ എന്റെ പ്രാണൻ എടുക്കാം. എന്നാൽ മാനം ഞാൻ അടിയറ വയ്ക്കുകയില്ല."

"അവൾ ഇപ്പോൾ എവിടെയാണ് താമസിക്കുന്നത്?"

"ഝല്ലുഗ്രാമത്തിലെ ഒരു ഗാംഗോത കുടുംബത്തിൽ അഭയം കിട്ടി. അവരുടെ തൊഴിത്തിനു സമീപം കുടിൽവച്ചു കെട്ടി അതിൽ താമസിക്കുന്നു."

"എങ്ങനെ കഴിഞ്ഞുകൂടുന്നു? അവൾക്ക് രണ്ടുമൂന്നു കുട്ടികൾ ഉള്ളതല്ല?"

"ഭിക്ഷയെടുക്കും. കൊയ്ത്തു കഴിഞ്ഞ വയലിൽ കതിരുപെറുക്കാൻ പോകും. ഉഴുന്നും ഗോതമ്പും കൊയ്യാൻ പോകും. നല്ലൊരു പെണ്ണാണ് കുന്ത. പാട്ടുകാരി ബായിജീയുടെ മകളായാലെന്താ, തറവാട്ടിൽ പിറന്ന പെണ്ണാണ്. അന്തസ്സുള്ള സ്വഭാവവും പെരുമാറ്റവും. നാണംകെട്ട ഒരു പണിയും ചെയ്യാൻ അവളെക്കൊണ്ടാവില്ല."

അളവുകൾ എല്ലാം കഴിഞ്ഞു. ബാലിയ ജില്ലയിലെ ഒരു വ്യക്തിയാണ് ആ ഭൂമി മുഴുവനും പാട്ടത്തിനെടുത്തിരിക്കുന്നത്. നാളെത്തന്നെ അവനും കുടുംബവും കുടിൽകെട്ടി ഇവിടെ താമസിക്കും. അങ്ങനെ ആ പ്രദേശത്തിന്റെ മഹിമയും ഇന്നത്തോടെ അവസാനിക്കും."

ലബ്ടുലിയയിലും നാഢബയിഹാറിലും ഒരിഞ്ചു സ്ഥലം പോലും ഇനി ബാക്കി ഉണ്ടാവില്ല. കൂട്ടംകൂട്ടമായി അപരിചിതർ വന്ന് ഭൂമി ഏറ്റെടുത്തു കഴിഞ്ഞു. എന്നാൽ കാലാകാലങ്ങളായി ഈ വനഭൂമിയിൽ ജീവിച്ചിരുന്നവർക്ക് ഭൂമി വാങ്ങാൻ പണമുണ്ടായിരുന്നില്ല. അതുകൊണ്ട് അവർക്ക് ഭൂമിയും ലഭിച്ചില്ല. ആ നിർഭാഗ്യവാന്മാർ എന്നും ദാരിദ്ര്യത്തിൽ കഴിയുന്നു. അവർ അങ്ങനെ കഴിയേണ്ടവരാണോ. ഇവിടുന്ന് പോകുന്നതിനുമുമ്പ് അവർക്ക് എന്തെങ്കിലും സഹായം ചെയ്തുകൊടുക്കണം എന്നുണ്ട്.

"കുന്തയെ നാളെ ഒന്നിങ്ങോട്ടു കൊണ്ടുവരുമോ? ഒരു കാര്യം പറയാനുണ്ടായിരുന്നു." ഞാൻ അഷരഫിയോടു പറഞ്ഞു.

"തീർച്ചയായും എപ്പോൾ വേണമെന്നു പറഞ്ഞാൽ മതി."

പിറ്റേദിവസം രാവിലെ ഏതാണ്ട് ഒമ്പതുമണി കഴിഞ്ഞപ്പോൾ കുന്ത വന്നു. അഷരഫി വിളിച്ചുകൊണ്ടു വന്നതാണ്.

"എന്താ കുന്തേ, സുഖം തന്നെ അല്ലേ?"

കൈകൾ ചേർത്തുപിടിച്ച് അഭിവാദനം ചെയ്തുകൊണ്ട് അവൾ പറഞ്ഞു.

"സുഖം തന്നെ. അങ്ങയുടെ ദയവുകൊണ്ട്."

"നിന്റെ കുട്ടികളോ, മൂത്തവന് എത്രപ്രായമായി?"

"എട്ടുവയസ്സ്."

"അവന് ആടുമാടുകളെ മേയ്ക്കാൻ സാധിക്കുമോ?"

"അവൻ കുട്ടിയല്ലേ, അവനെക്കൊണ്ട് മാടുമേയ്ക്കാൻ സാധിക്കുമോ."

ഇത്ര കഠിനമായ ജീവിതാവസ്ഥയിലും കുന്ത സുന്ദരിയാണ്. നിസ്സഹായതയുടെ നിഴലുകൾ അവളുടെ മുഖത്തുവീണിട്ടുണ്ട്. കാശിയിലെ നർത്തകിയുടെ മകൾ... അവളുടെ മനസ്സിൽ ഇപ്പോഴും പ്രണയം കെടാതെ കത്തി നിൽക്കുന്നുണ്ട്. എത്ര കഠിനമായ ദുഃഖവും ദാരിദ്ര്യവും ഇല്ലായ്മയും സഹിക്കേണ്ടി വന്നിട്ടും പ്രണയത്തിന്റെ പവിത്രത ഇന്നും കുന്ത കാത്തുസൂക്ഷിച്ചുപോരുന്നു.

"കുന്തയ്ക്കു കുറച്ചു ഭൂമി തരട്ടെ?"

കുന്തയ്ക്ക് താൻ കേട്ടത് വിശ്വസിക്കാനായില്ല. അവൾ അന്തം വിട്ടു നിന്നു.

"ഭൂമിയോ യജമാനനേ.."

"അതെ. പുതുതായി വിതരണം ചെയ്യാൻ ഉദ്ദേശിക്കുന്ന ഭൂമി?"

അല്പസമയം ചിന്തിച്ച ശേഷം അവൾ പറഞ്ഞു.

"പണ്ട് ഞങ്ങൾക്ക് എത്ര ഭൂമിയും പണിക്കാരും ഉണ്ടായിരുന്നതാണ്? കുറേശ്ശെ കുറേശ്ശെയായി എല്ലാം നഷ്ടപ്പെട്ടു. ഇനി ഞാൻ എന്തു തന്നിട്ട് ഭൂമി വാങ്ങും?"

"നിനക്ക് ആദ്യഗഡു പണം തരാൻ സാധിക്കില്ലേ?"

"എങ്ങനെ തരും? രാത്രിയിൽ പെറുക്കാൻ പോയാൽ കിട്ടുന്ന ഉഴുന്നോ ചോളമോ പൊടിച്ച് കുട്ടികൾക്ക് കഴിക്കാൻ കൊടുക്കുകയാണ് പതിവ്. എനിക്ക് കഴിക്കാൻ ഒന്നും ഉണ്ടാകാറില്ല."

പൊടുന്നനവേ അവൾ സംസാരം നിർത്തി. രണ്ടു കണ്ണിൽനിന്നും കണ്ണുനീർ ധാരധാരയായി ഒഴുകുന്നുണ്ടായിരുന്നു.

അഷരഫി അവിടെനിന്നും മാറിപ്പോയി. അവനു മറ്റുള്ളവരുടെ സങ്കടം കണ്ടുനിൽക്കാനുള്ള മനഃശക്തി ഇല്ല.

"കുന്തേ നീ പണമൊന്നും തരേണ്ടതില്ല.."

അവൾ കണ്ണുതുടച്ചു കേട്ടതുവിശ്വസിക്കാനാവാതെ എന്റെ നേരെ നോക്കി.

അഷരഫി ഓടിവന്ന് അവളോട് എന്തെല്ലാമോ പറഞ്ഞു.

"യജമാനൻ നിനക്ക് പണം കൊടുക്കാതെ ഭൂമി തരാമെന്ന്, മനസ്സിലായോ?"

"ഇവൾക്ക് ഭൂമി കൊടുത്താലും ഇവൾ തനിച്ച് എങ്ങനെ കൃഷി ചെയ്യും? പണി ആയുധങ്ങൾ എന്തെങ്കിലും ഉണ്ടോ?" ഞാൻ അഷരഫിയോടു ചോദിച്ചു.

"അവൾക്കു വേണ്ട സഹായങ്ങൾ എല്ലാം ഞങ്ങൾ എല്ലാവരും കൂടി ചെയ്തു കൊടുക്കും. ഭൂമി ലഭിച്ചാൽ പിന്നെ കൃഷിചെയ്യാനാണോ പ്രയാസം? ആ കാര്യങ്ങളെല്ലാം ഞാൻ ഏറ്റു യജമാനനേ..."

"ശരി. അവൾക്ക് എത്ര ഭൂമി കൊടുക്കണം?"

"കൊടുക്കാൻ തീരുമാനിച്ച സ്ഥിതിക്ക് പത്തു ബീഘയെങ്കിലും കൊടുക്കാൻ ദയവുണ്ടാകണം."

ഞാൻ കുന്തയോടു പറഞ്ഞു. "പത്തു ബീഘ നിലം ഞാൻ നിനക്കു പതിച്ചുതരാം. വിളവ് എടുത്തുകഴിഞ്ഞാൽ കൃത്യമായി കരം അടയ്ക്കണം. ആദ്യം അടയ്ക്കേണ്ട തുക നീ അടയ്ക്കേണ്ടതില്ല. ഇനി ഒരു ഇളവുകൂടി ഞാൻ നിനക്കു ചെയ്തുതരാം. ആദ്യത്തെ രണ്ടുവർഷം നീ കരം അടയ്ക്കേണ്ടതില്ല. മൂന്നാമത്തെ വർഷം മുതൽ കൃത്യമായി അടയ്ക്കുകയും വേണം.

കുന്തയ്ക്ക് എന്റെ വാക്കുകൾ വിശ്വസിക്കാനായില്ല.

ഞാനെന്തോ തമാശ പറയുകയാണെന്നാണ് അവൾ കരുതിയത്. അമ്പരപ്പോടെയും അതിശയത്തോടെയും അവൾ പറഞ്ഞു.

"പത്തു ബീഘ കൃഷിഭൂമി!"

"അതെ. യജമാനൻ നിനക്ക് പത്തു ബീഘ കൃഷി ഭൂമി നൽകുന്നു. മൂന്നാമത്തെ വർഷം മുതൽ കരം അടയ്ക്കണം. നിനക്ക് സമ്മതമല്ലേ." അഷരഫി പറഞ്ഞു.

കുന്ത ലജ്ജയോടെ എന്റെ നേരെ നോക്കി.

"യജമാനനേ അങ്ങ് എത്രമാത്രം കാരുണ്യവാനാണ്?"

അവൾക്ക് വികാരങ്ങൾ നിയന്ത്രിക്കാനായില്ല. അവൾ മുളചീന്തും പോലെ പൊട്ടിപ്പൊട്ടി കരഞ്ഞു.

ഞാൻ ആംഗ്യം കാണിച്ചതനുസരിച്ച് അഷരഫി അവളേയും കൂട്ടിക്കൊണ്ട് അവിടെ നിന്നു പോയി.

പതിനേഴ്

സന്ധ്യമയങ്ങിക്കഴിഞ്ഞാൽ ലബ്ടുലിയയിലെ പുത്തൻ ഗ്രാമങ്ങൾക്ക് അനിർവ്വചനീയമായ ശോഭയാണ്. മൂടൽമഞ്ഞ് പെയ്യുന്നതുകൊണ്ട് നിലാവ് കുറച്ചു മങ്ങിയതുപോലെ. പരന്നു കിടക്കുന്ന കൃഷിഭൂമികൾ. വിദൂരഗ്രാമങ്ങളിൽ വിളക്കെരിയുന്നുണ്ട്.

അല്പം ആഹാരത്തിനായി എത്രയധികം ജനങ്ങളാണ് കാടുവെട്ടിത്തെളിച്ച് കൃഷി ആരംഭിച്ചിരിക്കുന്നത്. ഈ പുതിയ ഗ്രാമങ്ങളുടെ ഒന്നും പേര് എനിക്കറിയില്ല. ആളുകളേയും തിരിച്ചറിയില്ല. ഈ ഗ്രാമീണർ രഹസ്യസ്വഭാവമുള്ള ജീവിതം നയിക്കുന്നതുപോലെയാണ് എനിക്കു തോന്നുന്നത്. ഞാൻ പരിചയപ്പെട്ട ചിലരുടെ കാഴ്ചപ്പാടും ജീവിതരീതിയും ഏറ്റവും അത്ഭുതകരമായി തോന്നി.

അവരുടെ ഭക്ഷണരീതി തന്നെ വിചിത്രമാണ്. മൂന്നുതരം ധാന്യങ്ങളാണ് ഇവിടെ വിളയുന്നത്. ഗോതമ്പും ചോളവും ഉഴുന്നും. ചോളക്കൃഷിക്ക് യോജിച്ച ഭൂമി അല്ലാത്തതുകൊണ്ട് ചോളത്തിന് വിളവ് കുറവാണ്. ഉഴുന്നിന്റെ പകുതി ഗോതമ്പ്. അതുകൊണ്ട് ഉഴുന്നുപൊടിയാണ് പ്രധാനഭക്ഷണം. ഉഴുന്ന് വറുത്തുപൊടിച്ചും കഞ്ഞിയായിട്ടും എല്ലാം കഴിക്കും. നെല്ല് ഒട്ടുംതന്നെ കൃഷി ചെയ്യുന്നില്ല. നെൽക്കൃഷിക്കു പറ്റിയ ഭൂമിയല്ല ഇത്. ചോറ് എന്നത് സ്വപ്നം കാണാൻപോലും ഈ പാവങ്ങൾക്ക് സാദ്ധ്യമല്ല. ചിലരെല്ലാം ഗോതമ്പും ഉഴുന്നും വിറ്റ് ആ പണത്തിന് കുറച്ചു നെല്ലു വാങ്ങും. എന്നാൽ അങ്ങനെയുള്ളവരുടെ എണ്ണം വിരലിൽ എണ്ണാവുന്നതേ ഉള്ളൂ.

വീടിന്റെ കാര്യം എടുത്താൽ അത് ഏറ്റവും വിശേഷമാണ്. ഞങ്ങളുടെ കൈവശം ഉണ്ടായിരുന്ന പതിനായിരം ബീഘ വനഭൂമിയിൽ ഇപ്പോൾ എണ്ണിയാൽ തീരാത്തത്ര ഗ്രാമങ്ങൾ ഉണ്ടായി കഴിഞ്ഞിരിക്കു

ന്നു. കാശപ്പുല്ലു മേഞ്ഞ കുടിലുകളാണ് എല്ലാം. കാശപ്പുല്ലിന്റെ തണ്ടു കൊണ്ട് ചുമരുണ്ടാക്കി. അതിൽ ചിലരെല്ലാം മണ്ണുതേച്ചുപിടിപ്പിക്കും. ഈ നാട്ടിൽ മുള ഇല്ല എന്നതും ഒരു പ്രത്യേകതയാണ്. അതുകൊണ്ട് കാട്ടു മരങ്ങൾ വെട്ടിക്കൊണ്ടു വന്നാണ് തൂണുകളും മേൽക്കൂരയ്ക്കുള്ള താങ്ങു കളും എല്ലാം ഉണ്ടാക്കുന്നത്.

ഹിന്ദുക്കളാണ് എല്ലാവരും. ഹനുമാനാണ് എല്ലാവരുടേയും ഇഷ്ട ദൈവം. ഓരോഗ്രാമത്തിലും ഉയർത്തിയിട്ടുള്ള കൊടിമരത്തിൽ ആഞ്ജ നേയ സ്വാമിയുടെ കൊടി പാറിക്കളിക്കുന്നു. കൊടിമരത്തിന് വിധിയാം വണ്ണം പൂജയും ചെയ്യുന്നുണ്ട്. അതിനെ പച്ചിലകൾകൊണ്ട് അലങ്കരി ക്കുകയും കുങ്കുമം തൊടുവിക്കുകയും എല്ലാം ചെയ്യും. സീതാരാ മൻമാരുടെ കഥയും ചിലപ്പോൾ കേൾക്കാം. മറ്റു ദേവന്മാർക്കാർക്കു വേണ്ടിയുള്ള പൂജകളൊന്നും ഇവിടെ ആരും ചെയ്യുന്നതായി കണ്ടിട്ടില്ല.

ദ്രോണാമഹാത്തോ എന്ന ഒരു ശിവ ഭക്തനെ കണ്ടിട്ടുണ്ട്. അയാൾ ഒരു കല്ലുകൊണ്ടുവന്ന് ആഞ്ജനേയരുടെ കൊടിമരത്തിനു താഴെ വച്ചു. ആ കല്ലിന്മേൽ ഞങ്ങളുടെ ശിപായിമാർ ചിലപ്പോഴെല്ലാം വെള്ളം ഒഴി ക്കുന്നതായും കുങ്കുമം പൂശുന്നതായും കാണാം.

ദ്രോണാമഹാത്തോ പുതിയ ഒരു ഗ്രാമത്തിൽ വീടുവെച്ച് താമസം തുടങ്ങിയിട്ടുണ്ട്. ഗാംഗോത ജാതിക്കാരനാണ് അയാൾ. എഴുപതിലധികം വയസ്സ് കാണും അയാൾക്ക്.

ഒരു ദിവസം ആ വൃദ്ധൻ ഓഫീസിലേക്കു കയറിവന്നു. അയാൾ നേരെ പോയത് ഹനുമാൻജിയുടെ കൊടിമരത്തിന്റെ അടുത്തേക്കാണ്. അതിനുശേഷം എല്ലാദിവസവും രാവിലെ കൽബലിയ നദിയിൽ മുങ്ങി കുളിച്ച് ഒരു ലോട്ടവെള്ളം കൊണ്ടുവന്ന് ആ കല്ലിന്മേൽ ഭക്തിപൂർവ്വം അഭിഷേകം ചെയ്തശേഷം ഏഴുപ്രദക്ഷിണം വയ്ക്കും. തുടർന്നു സാഷ്ടാംഗ നമസ്കാരം ചെയ്ത് വീട്ടിലേക്ക് തിരികെ പോകും. ഒരു ദിവസം ഞാൻ ദ്രോണയോടു ചോദിച്ചു.

"കൽബലിയ നദി ഒരു ക്രോശം അകലെയല്ലേ, നിങ്ങൾക്ക് ഇവിടെ അടുത്ത് എവിടെനിന്ന് എങ്കിലും വെള്ളമെടുത്താൽ പോരെ?" ദ്രോണർ പറഞ്ഞു. "മഹാദേവ്ജീ ഒഴുകുന്ന ജലം കിട്ടിയാൽ കൂടുതൽ സന്തുഷ്ട നാകും. ബാബൂജീ, എന്റെ ജന്മം സഫലമായി. എല്ലാദിവവും എനിക്ക് നദീജലം എടുത്തുകൊണ്ടുവന്ന് അഭിഷേകം ചെയ്യാൻ സാധിക്കുന്നുണ്ട ല്ലോ...

എല്ലാ കാലത്തും ഭക്തനാണ് ഭഗവാനെ സൃഷ്ടിക്കുന്നത്. ദ്രോണാ മഹാത്തോയുടെ ശിവപൂജയുടെ വിവരം ഓരോ ഗ്രാമവാസികളുടെയും കാതുകളിൽ എത്തി. അടുത്തഗ്രാമങ്ങളിലേക്കും ഈ വിവരം പടരാൻ അധികസമയം വേണ്ടിവന്നില്ല. നാലും അഞ്ചും ആളുകൾ ഓരോ ദിവ സവും വരാൻ തുടങ്ങി. ഈ പ്രദേശത്ത് സുഗന്ധമുള്ള ഒരു പുല്ലുവളരു ന്നുണ്ട്. അതു പറിച്ചെടുത്ത് വീശിയാൽ മതി അതിൽനിന്നും സുഗന്ധം പ്രസരിക്കും. പുല്ല് ഉണങ്ങുന്നതിനനുസരിച്ച് അതിന്റെ ഗന്ധം തീവ്രമാ

കും. ആരോ ഒരാൾ ശിവ പ്രതിഷ്ഠയുടെ സമീപത്ത് ഈ പുല്ലുകൊണ്ടു വന്നു നട്ടു. ഒരു ദിവസം മടുക്നാഥൻ എന്റെ അടുത്തുവന്നു പറഞ്ഞു.

"ഗാംഗോത ശിവനെ അഭിഷേകം ചെയ്യുന്നത് ശരിയാണോ? ബാബുജീ..."

"പണ്ഡിത്ജീ, ആ ഗാംഗോതയല്ലേ ശിവനെ ഇവിടെ കൊണ്ടുവന്ന് പ്രതിഷ്ഠിച്ചതും പ്രചരിപ്പിച്ചതും? ഇത്രയും നാൾ നിങ്ങളും ഇവിടെ ഉണ്ടായിരുന്നില്ലേ, ഒരു ലോട്ട ജലം കൊണ്ടുവന്ന് ഒഴിക്കുന്നത് ഞാൻ കണ്ടിട്ടില്ലല്ലോ."

അയാൾ കോപാകുലനായി എന്തു പറയണമെന്നറിയാതെ നിന്നു. അവസാനം പറഞ്ഞു.

"അത് ശിവനൊന്നുമല്ല, ബാബുജീ, ശരിയായ രീതിയിൽ പ്രതിഷ്ഠ നടത്താതെ പൂജ ചെയ്യാനൊന്നും പാടില്ല. ഇത് കേവലം ഒരു കല്ലു മാത്രമാണ്."

"ഒരു കല്ലിൽ വെള്ളം ഒഴിക്കുന്നതിന് നിങ്ങൾ ഇങ്ങനെ കോപിക്കുന്നത് എന്തിനാണ്? എന്തിനാണ് എതിർക്കാൻ പോകുന്നത്?"

അന്നു മുതൽ ദ്രോണാ മഹാത്തോ അവിടത്തെ ഔദ്യോഗിക പൂജാരിയായി തീർന്നു.

തുലാമാസത്തിൽ ഇവിടെ ഗംഭീരമായി ഛട് ഉത്സവം നടക്കും. സമീപഗ്രാമത്തിലെ പെൺകുട്ടികളും സ്ത്രീകളും എല്ലാം മഞ്ഞൾ പുരട്ടിയ സാരി ഉടുത്ത് സംഘം ചേർന്ന് പാട്ടുപാടി കൽബലിയ നദിയിൽ 'ഛട്ട' ഒഴുക്കി തിരിച്ചുവരും. രാവും പകലും ഉത്സവമേളം. ആൺകുട്ടികൾ പാട്ടുപാടും. പെൺകുട്ടികൾ നൃത്തം വയ്ക്കും. സ്ത്രീകൾ വിവിധങ്ങളായ പലഹാരങ്ങൾ ഉണ്ടാക്കും.

ഉത്സവം നടക്കുന്ന ദിവസം സന്ധ്യയ്ക്ക് ഝല്ലുഗ്രാമത്തിലേക്ക് അവരുടെ ക്ഷണം സ്വീകരിച്ച് പോയി. വേറെയും പത്തുപതിനഞ്ചു ഗ്രാമങ്ങളിൽ നിന്ന് എനിക്കും എന്റെ ഓഫീസിലെ ജോലിക്കാർക്കും ക്ഷണം ലഭിച്ചിട്ടുണ്ടായിരുന്നു. ഞങ്ങൾ ആദ്യം പോയത് ഝല്ലുഗ്രാമത്തിലെ ഝല്ലു മഹാത്തോയുടെ വീട്ടിലേക്കാണ്. വീടിന്റെ മുൻഭാഗത്ത് ഇപ്പോഴും കുറച്ചുവനം ബാക്കി കിടക്കുന്നതു കണ്ടു.

മുറ്റത്തെ പന്തലിൽ ഞങ്ങളെ സ്വീകരിച്ചിരുത്തി,

ഗ്രാമവാസികൾ എല്ലാവരും വെളുത്ത മുണ്ടും കൈയില്ലാത്ത കോട്ടും ധരിച്ചാണ് വന്നിട്ടുള്ളത്. പുല്ലുകൊണ്ടു നെയ്ത പായയിൽ അവരെല്ലാം നിരന്നിരുന്നു.

ഞാൻ ചെന്നപാടേ ഭക്ഷണം കഴിക്കാൻ നിൽക്കുന്നില്ല എന്നും മറ്റു ക്ഷണിക്കപ്പെട്ട ഗ്രാമങ്ങളിൽ പോകേണ്ടതുണ്ട് എന്നും പറഞ്ഞു.

ഝല്ലു പറഞ്ഞു.

"അങ്ങനെ പറയരുത്. കുറച്ചു മധുരം കഴിക്കണം. എന്തെങ്കിലും മധുരം നുണയാതെ പോയാൽ സ്ത്രീകൾക്കു സങ്കടമാകും. താങ്കൾ ഇങ്ങോട്ടുവരുന്നു എന്നറിഞ്ഞപ്പോൾ അവർ വലിയ ഉത്സാഹത്തോടെ 'പീഠേ' തയ്യാറാക്കി വച്ചിട്ടുണ്ട്.

കഴിക്കുകയല്ലാത്ത മറ്റൊരു മാർഗ്ഗമില്ല. ഗോഷ്ഠാബാബുവും ഞാനും രാജു പാണ്ഡെയും ഇരുന്നു. സാലവൃക്ഷത്തിന്റെ വലിയ ഇലയിൽ പീഠേ കൊണ്ടുവന്നു വച്ചു. പെൺകിടാങ്ങൾ വലിയ സ്നേഹത്തോടെ മുന്നിൽ കൊണ്ടുവച്ച പലഹാരത്തോട് വേണ്ടത്ര നീതി പുലർത്താൻ സാധിച്ചില്ല. ഒട്ടും രുചികരമായിരുന്നില്ല. മധുരവും തീരെ ഇല്ല. ഗാംഗോത സ്ത്രീകൾക്ക് സ്വാദിഷ്ടമായി ഭക്ഷണം പാചകം ചെയ്യാൻ അറിയില്ല എന്നു മനസ്സിലായി. രാജുപാണ്ഡെ കുറെയധികം അകത്താക്കി. എന്റെ മുന്നിൽവെച്ച് കൂടുതൽ ആവശ്യപ്പെടാൻ ലജ്ജ തോന്നിക്കാണും.

അവിടെനിന്നും ഇറങ്ങി ഞങ്ങൾ മറ്റു പല ഗ്രാമങ്ങളും സന്ദർശിച്ചു. എല്ലായിടത്തും ആട്ടവും പാട്ടും കളിചിരികളും തന്നെ. ഇന്നത്തെ രാത്രി മുഴുവനും അവരിങ്ങനെ ആനന്ദിച്ചു കഴിയും. ഒരുപോള കണ്ണടയ്ക്കുകയില്ല. വിവിധ മധുര പലഹാരങ്ങൾ തിന്നുകൊണ്ട് ആടുകയും പാടുകയും ചെയ്യുക.

ഗ്രാമീണ സ്ത്രീകൾ എല്ലാവരും തന്നെ സ്നേഹത്തോടെയും ശ്രദ്ധയോടെയും എനിക്കുവേണ്ടി പലഹാരങ്ങൾ തയ്യാറാക്കി എന്ന് അറിയാൻ കഴിഞ്ഞു. മാനേജർ ബാബു ക്ഷണം സ്വീകരിച്ച് വരുന്നു എന്ന് അറിഞ്ഞപ്പോൾ അവരെല്ലാം മത്സരിച്ച് പാചകം ചെയ്യുകയായിരുന്നുവത്രേ. അവരുടെ സ്നേഹത്തിന് ഞാൻ നന്ദി പറഞ്ഞെങ്കിലും പാചകത്തെ പുകഴ്ത്താൻ എനിക്കായില്ല. ഢല്ലുവിന്റെ വീട്ടിൽനിന്നും ലഭിച്ച പീഠേയേക്കാൾ ദയനീയമായിരുന്നു മറ്റുവീടുകളിൽ വിളമ്പിയത്.

ബഹുവിധ വർണ്ണത്തിലുള്ള സാരിചുറ്റിയ പെൺകുട്ടികൾ ബംഗാളി ബാബു ഭക്ഷണം കഴിക്കുന്നത് നോക്കി നിൽക്കുകയാണ്. രാജുപാണ്ഡെ ആരെയും നിരാശരാക്കിയില്ല. അയാളുടെ തീറ്റ അതിരു കടക്കുന്നതായി എനിക്കു തോന്നി.

നാഢബയിഹാറിലെ ഛനിയയുടെയും സൂരതിയയുടേയും വീട്ടിലേക്കു പോയി. ഞങ്ങളെ കണ്ടപ്പോൾ സൂരതിയ ഓടി വന്നു. അവൾ പറഞ്ഞു.

"ബാബുജീ, വരാൻ ഇത്രയും വൈകിയതെന്തേ? ഞാനും അമ്മയും കൂടി അങ്ങേക്കു വേണ്ടി പീഠേ ഉണ്ടാക്കി കാത്തിരിക്കുകയായിരുന്നു. നേരം വൈകുന്നതു കണ്ടപ്പോൾ ഇനി വരില്യ എന്നു കരുതി."

"വരൂ... വരൂ..." നക്ഛേദി എല്ലാവരേയും ബഹുമാനപൂർവ്വം സ്വീകരിച്ചിരുത്തി. തുളസി ശ്രദ്ധാപൂർവ്വം ഭക്ഷണം കഴിക്കാനുള്ള സ്ഥലം തയ്യാറാക്കുന്നതു കണ്ടപ്പോൾ ഞാൻ മനസ്സിൽ ചിരിച്ചു.

'ഇവിടെ നിന്നുകൂടി കഴിക്കാനുള്ള ആരോഗ്യം എന്റെ വയറിനുണ്ടോ?'

ഞാൻ സൂരതിയായോടു പറഞ്ഞു. "നിന്റെ അമ്മയോട് ഇതെല്ലാം എടുത്തുവയ്ക്കാൻ പറയൂ! എനിക്ക് ഇത്രയധികമൊന്നും കഴിക്കാൻ സാധിക്കുകയില്ല."

സൂരതിയ എന്നെ വിസ്മയത്തോടെ നോക്കി പറഞ്ഞു.

"എന്താ, ബാബൂജീ, ഇങ്ങനെ പറയുന്നത്? ഇത്രയും കഴിക്കാൻ അങ്ങേക്ക് കഴിയില്ലേ? ഞാനും ഛനിയയും കൂടി പത്തു പതിനാറെണ്ണം കഴിച്ചു. ബാബൂജിക്കു വേണ്ടി അമ്മ ഉണക്കമുന്തിരിയെല്ലാം ചേർത്തു ണ്ടാക്കിയതാണ്?"

തീർത്തും വേണ്ട എന്നുപറഞ്ഞത് ശരിയായില്ല എന്നു തോന്നി. ആ കുട്ടികളെ സന്തോഷിപ്പിക്കുവാൻ വേണ്ടി രണ്ടെണ്ണം തിന്നു.

"വളരെ നന്നായിട്ടുണ്ട്. എല്ലാ വീട്ടിൽനിന്നും കുറച്ചു കുറച്ചുകഴിച്ച ശേഷം ഇതിൽ കൂടുതൽ കഴിക്കാൻ വയ്യ. മറ്റൊരു ദിവസം വന്ന് ധാരാളം കഴിക്കാം."

രാജു പാണ്ഡെയുടെ കൈയിൽ ഒരു ഭാണ്ഡം കണ്ടു. പോയ വീടു കളിൽ നിന്നെല്ലാം പലഹാരം പൊതിഞ്ഞു വാങ്ങിയിട്ടും ഉണ്ട്. കുറ ഞ്ഞത് പത്തുസേറെങ്കിലും കാണും.

അയാൾ അത്യന്തം സന്തുഷ്ടനാണ്.

"ഈ പീഠേ അത്രവേഗം കേടുവരികയില്ല. മൂന്നു ദിവസം ധാരാളം കഴിക്കാൻ സാധിക്കും. മറ്റൊന്നും പാകം ചെയ്യേണ്ടതില്ല."

ഉത്സവപ്പിറ്റേന്ന് ഓഫീസിൽ ചെന്നപ്പോൾ കുന്ത ഒരു പിച്ചള താല ത്തിൽ എന്തോ ആഹാരസാധനവുമായി വന്നു. അവൾ വളരെ സങ്കോ ചത്തോടെ ആ താലം എന്റെ മുന്നിൽവച്ചു. വൃത്തിയുള്ള വെളുത്ത തുണി ക്കഷണം കൊണ്ടു മൂടിയതായിരുന്നു ആ താലം.

"കുന്താ, എന്താണിത്?"

അവൾ ലജ്ജിച്ചു തലതാഴ്ത്തി പറഞ്ഞു. "ഇന്നലെ ഛട്ട് പൂജയാ യിരുന്നില്ലേ ബാബൂജീ, കൊണ്ടുവന്നതെല്ലാം തിരിച്ചു കൊണ്ടുപോകേണ്ടി വന്നു."

"ഇന്നലെ വളരെ വൈകിയാണ് ഞാൻ തിരിച്ചെത്തിയത്. ഉത്സവ ത്തിനു ചെല്ലാൻ കുറെയധികം വീട്ടുകാർ എന്നെ ക്ഷണിച്ചിരുന്നു. ശരി അവിടെ വച്ചേക്ക് ഞാൻ കഴിച്ചോളാം."

മൂടിയിരുന്ന തുണി എടുത്തുമാറ്റി. ആ താലത്തിൽ ഏതാനും പീഠേ, കുറച്ച് പഞ്ചസാര, രണ്ടുപഴം, ഒരു കഷണം തേങ്ങ, ഒരു മധുരനാരങ്ങ എന്നിവയായിരുന്നു.

"പീഠേ വളരെ നന്നായിട്ടുണ്ടല്ലോ. കാണാൻ നന്നായിട്ടുണ്ട്."

കുന്ത ശബ്ദമുയർത്താതെ പറഞ്ഞു.

"ബാബൂജീ, എല്ലാം കഴിക്കാൻ ദയവുണ്ടാകണം. ബാബൂജി കഴിക്കാൻ ഉണ്ടാകുമല്ലോ എന്നു കരുതി കുറെ ഉണ്ടാക്കി. എന്നിട്ടും ചൂടോടെ തരാൻ സാധിച്ചില്ലല്ലോ എന്ന ദുഃഖമാണ് എനിക്ക്."

"അതൊന്നും സാരമില്ല. ഞാൻ കഴിച്ചോളാം. കാഴ്ചയ്ക്ക് വളരെ നന്നായിരിക്കുന്നു."

കുന്ത കൈകൂപ്പി തൊഴുതശേഷം പോയി.

2

ഒരു ദിവസം മുനീശ്വർസിങ് ഓടിവന്നു പറഞ്ഞു.

"യജമാനനേ, ദൂരെ വനത്തിലുള്ള ഒരു മരച്ചുവട്ടിൽ ഒരു മനുഷ്യൻ കീറത്തുണി വിരിച്ച് കിടക്കുന്നുണ്ട്. ഗ്രാമത്തിലേക്ക് ഇറങ്ങി വരാൻ ആരും അയാളെ അനുവദിക്കുന്നില്ല. എല്ലാവരും അയാളെ കല്ലെറിഞ്ഞ് ഓടിക്കുകയാണ്."

ഇതുകേട്ടപ്പോൾ എനിക്ക് വലിയ ആശ്ചര്യം തോന്നി. സന്ധ്യയാകാൻ ഇനി അധിക സമയം ബാക്കിയില്ല. കാർത്തിക മാസമായതുകൊണ്ട് മഞ്ഞു വീഴ്ചയുണ്ട്. അങ്ങനെയുള്ള സ്ഥിതിയിൽ ഒരാൾ കാട്ടിൽ വന്നു കിടക്കുന്നു. ആളുകൾ അയാളെ കല്ലെറിഞ്ഞ് ഓടിക്കുന്നത് എന്തിനാണാവോ?

കാടിനുള്ളിലെ മരുതുമരത്തിന്റെ ചുവട്ടിൽ ഒരാൾ കിടപ്പുണ്ട്. മുഷിഞ്ഞതും കീറിയതുമായ തുണിയാണ് അയാളുടെ ശരീരത്തിൽ ഉള്ളത്. ഇരുട്ടായതുകൊണ്ട് ആളെ ശരിക്കു കാണാനോ തിരിച്ചറിയുവാനോ സാധിക്കുന്നില്ല.

"ആരാണ് ഇവിടെ കിടക്കുന്നത്? നിങ്ങളുടെ വീട് എവിടെ ആണ്? എഴുന്നേറ്റു വരൂ!" ഞാൻ ആഗതനെ ഉദ്ദേശിച്ച് വിളിച്ചു ചോദിച്ചു.

അയാൾ സാവധാനത്തിൽ ഒരു വിധം മുട്ടുകുത്തി എഴുന്നേറ്റു. പ്രായം അമ്പതിനോടടുത്തു കാണും. മെലിഞ്ഞ ശരീരം. കീറിപ്പറിഞ്ഞ വസ്ത്രം. അയാൾ ഭയന്നുവിറച്ച് കുറ്റിക്കാടിനു പുറകിൽനിന്നും പുറത്തേക്കു വന്നു. ഇടത്തെ കൈയിലും കാലിലും വ്രണങ്ങൾ ഉണ്ട്. അതു കണ്ടതുകൊണ്ടാവും ആളുകൾ കല്ലെറിയുന്നത്. അയാൾക്ക് നിവർന്നു നിൽക്കാൻ വലിയ ബുദ്ധിമുട്ടുണ്ട്.

"ഇയാളുടെ ഈ മുറിവുകളും വ്രണങ്ങളും കണ്ടിട്ടാകും ആളുകൾ ഗ്രാമത്തിനകത്തേക്ക് കടത്താത്തത്. ദാഹജലം പോലും കൊടുക്കുന്നില്ല. എല്ലാവരും കല്ലെറിഞ്ഞ് ഓടിച്ചു വിടുകയാണ്?" മുനീശ്വർ സിങ് പറഞ്ഞു.

"ശരിയാണ് മറ്റു മാർഗ്ഗങ്ങളൊന്നും ഇല്ലാത്തതുകൊണ്ടാണ് മൃഗങ്ങളെപ്പോലെ വനത്തിൽ കഴിയുന്നത്. അല്ലാതെ ഈ മഞ്ഞുപൊഴിയുന്ന രാത്രിയിൽ ഇങ്ങനെ കിടക്കുകയില്ലല്ലോ."

ഞാൻ അയാളോടു ചോദിച്ചു.

"നിങ്ങളുടെ പേരെന്താണ്? വീട് എവിടെയാണ്?"

അയാളുടെ ഭയം വർദ്ധിച്ചു. ദയനീയമായി എന്നെ നോക്കി. എന്റെ പിന്നിൽ കൈയിൽ വടിയുമായി ശിപായിമാർ നില്പുണ്ട്. വനത്തിൽ വന്നു കിടന്നതും തെറ്റായിപ്പോയോ എന്നയാൾ ചിന്തിക്കുന്നുണ്ടാകും. ആ തെറ്റിന്റെ പേരിൽ തന്നെ പിടിക്കാൻ വന്നതാണോ? തന്നെ ഇവിടെനിന്നും കൂടി ഇറക്കിവിടാനായിരിക്കുമോ, വടിയുമായി വന്നിരിക്കുന്നത്? ഇതെല്ലാം ആയിരിക്കും അയാളെ ഇങ്ങനെ ഭയപ്പെടുത്തുന്നത്.

“എന്റെ പേര്... യജമാനനേ... എന്റെ പേര് ഗിരിധാരിലാൽ. വീട്, തീൻടാങ്ങയിൽ.”

അടുത്ത നിമിഷത്തിൽ അത്യന്തം ദയനീയതയോടെ സഹിക്കാനാവാത്ത വിഷമത്തോടെ ചോദിച്ചു.

“കുറച്ചുവെള്ളം!... എനിക്കു കുറച്ചുവെള്ളം തരുമോ!”

മുമ്പൊരിക്കൽ ഇയാളെ കണ്ടിട്ടുണ്ടെന്ന് എനിക്ക് ഓർമ്മവന്നു. പാവങ്ങളോട് ദൈവം എന്തിനിത്ര ക്രൂരത ചെയ്യുന്നു എന്ന് എനിക്ക് തോന്നി. ഞാൻ മുനീശ്വർ സിങ്ങിനോട് പറഞ്ഞു.

“വേഗം ഓഫീസിൽ പോയി ഒരു കട്ടിലും നാലഞ്ചാളുകളെയും കൂട്ടിക്കൊണ്ടു വരൂ!”

മുനീശ്വർ പോയപ്പോൾ ഞാൻ അയാളോടു ചോദിച്ചു.

“എന്തുപറ്റി, ഗിരിധാരിലാൽ? നിങ്ങൾക്ക് എന്നെ മനസ്സിലായില്ലേ നമ്മൾ തമ്മിൽ ബ്രഹ്മാമഹോതയുടെ തമ്പിൽവച്ച് കണ്ടിട്ടുണ്ട്. നിങ്ങൾ ഒട്ടും പേടിക്കേണ്ട കേട്ടോ. എന്താണ് സംഭവിച്ചതെന്ന് പറയൂ.”

ഗിരിധാരിലാൽ ഉച്ചത്തിൽ കരയാൻ തുടങ്ങി. കരച്ചിലിനിടയിൽ അയാൾ ഇങ്ങനെ പറഞ്ഞു. “കൈയിലും കാലിലും മുറിവുപറ്റിയതാണ്. ഉണങ്ങുന്നതേയില്ല. ഓരോരുത്തരും പറയുന്നതുകേട്ട് ഓരോ ചികിത്സകൾ ചെയ്തുനോക്കി. ഒരു ഫലവും ഉണ്ടായില്ല എന്നു മാത്രമല്ല വ്രണം കൂടുതൽ പഴുക്കാൻ തുടങ്ങി. അതുകൂടി ആയപ്പോൾ എനിക്കു കുഷ്ഠമാണെന്നാണ് ആളുകൾ പറയുന്നത്. ഒരു ഗ്രാമത്തിലേക്കും കടക്കാൻ സമ്മതിക്കുന്നില്ല. ഭിക്ഷയെടുക്കുകയാണ്. രാത്രി കിടക്കാൻ ഈ കൊടുംകാടിനെ ആശ്രയിക്കുന്നു.”

“ഈ വഴിയിലൂടെ നിങ്ങൾ എവിടേക്ക് പോവുകയായിരുന്നു? ഇവിടെ എങ്ങനെ എത്തി?”

അയാൾക്ക് ശ്വാസം മുട്ടുന്നതുപോലെ തോന്നി. അല്പസമയത്തിനുശേഷം പറഞ്ഞു.

“പൂർണ്ണിയായിലെ ആശുപത്രിയിലേക്ക്. ആശുപത്രിയിൽ പോയാലല്ലാതെ ഈ മുറിവ് ഉണങ്ങുമെന്ന് തോന്നുന്നില്ല.”

“പൂർണ്ണിയ ഇവിടെനിന്നും നാല്പത് നാഴിക അകലെയാണ്. മോഹൻ പുരവനം കടന്നുവേണം പോകാൻ. മനുഷ്യനെ കൊന്നുതിന്നുന്ന ഹിംസ്രമൃഗങ്ങൾ നിറഞ്ഞതാണ് ആ വനമേഖല. ഇയാളുടെ കൈകാലുകൾ വേണ്ടരീതിയിൽ ചലിക്കുന്നുപോലും ഇല്ല. എന്നിട്ടും ദുർഗ്ഗമമായ വനം താണ്ടി പൂർണ്ണിയയിലെ ആശുപത്രിയിൽ എത്തണം എന്നാണ് ആഗ്രഹം.

കട്ടിൽ എത്തി. ഗുമസ്തന്മാർ താമസിക്കുന്ന സ്ഥലത്തിനു സമീപത്തുള്ള ഒരു ഒഴിഞ്ഞ മുറിയിൽ ഗിരിധാരിലാലിനെ കൊണ്ടുപോയിക്കിടത്തി. മനസ്സോടെ ആയിരുന്നില്ല ജോലിക്കാർ ഇതെല്ലാം ചെയ്തത്. അയാൾക്ക് കുഷ്ഠമാണ് എന്ന ചിന്തയായിരുന്നു അവർക്ക്. ഞാൻ എല്ലാം

പറഞ്ഞു മനസ്സിലാക്കി കൊടുത്തത് കൊണ്ടു അവർ തയ്യാറായി എന്നു മാത്രം.

ഗിരിധാരിലാലിന് നല്ല വിശപ്പും ദാഹവും ഉണ്ടെന്നു മനസ്സിലായി. കുറച്ചു ചൂടുപാൽ കുടിച്ചപ്പോൾ ജീവൻ വീണു എന്നു പറയാം.

സന്ധ്യകഴിഞ്ഞപ്പോൾ ഞാൻ മുറിയിൽ ചെന്നുനോക്കി. അയാൾ നല്ല ഉറക്കമാണ്. അടുത്തദിവസം അവിടത്തെ ആസ്ഥാന വൈദ്യൻ രാജു പാണ്ഡെവന്ന് നാഡി പരിശോധിച്ചു. വ്രണങ്ങളും വിശദമായി പരിശോധിച്ചു.

"എന്താ രാജൂ, എന്തെങ്കിലും ചെയ്യാൻ സാധിക്കുമോ? അതോ പൂർണ്ണിയയിലേക്കു പറഞ്ഞയയ്ക്കണോ?

അഭിമാനക്ഷതമേറ്റ രാജു പരിഭവസ്വരത്തിൽ പറഞ്ഞു.

"യജമാനനേ ഗുരുകാരണവന്മാരുടെ അനുഗ്രഹത്തോടെ എത്ര കാലമായി ഞാൻ ഈ ജോലി ചെയ്യുന്നു? പതിനഞ്ചു നാളുകൾക്കകം എല്ലാം ഭേദമാകും."

ഗിരിധാരിയെ ആശുപത്രിയിലേക്ക് അയയ്ക്കാമായിരുന്നു എന്ന ചിന്ത മനസ്സിൽ കടന്നുകൂടി. വ്രണത്തെ ഭയന്നിട്ടോ രാജുവിനെ വിശ്വാസമില്ലാഞ്ഞിട്ടോ അല്ല. രോഗിക്ക് വേണ്ടകാര്യങ്ങൾ ശ്രദ്ധയോടെ ചെയ്തു കൊടുക്കാൻ ആരുമില്ലല്ലോ. മുറിവു വച്ചുകെട്ടാനും ആഹാരം കൊടുക്കാനും ആരും തയ്യാറായില്ല. രാജുവിന്റെ പച്ചമരുന്നു ചികിത്സകൊണ്ട് അഞ്ചാറുദിവസമായപ്പോഴേക്കും മുറിവുകൾ കരിയാൻ ആരംഭിച്ചു.

പെട്ടെന്ന് ഗിരിധാരിക്ക് കടുത്ത പനി പിടിച്ചു. ഞാൻ കുന്തയെ വിളിച്ചു പറഞ്ഞു,

"കുന്തേ, നിന്റെ ഗ്രാമത്തിൽ പോയി ഗാംഗോത ആണിനെയോ പെണ്ണിനെയോ വിളിച്ചുകൊണ്ടുവാ. രോഗിയെ നല്ലതുപോലെ നോക്കണം. വേണ്ട പണം കൊടുക്കാം."

ഒട്ടും ആലോചിക്കാതെ കുന്ത പറഞ്ഞു.

"ഞാൻ നോക്കിക്കൊള്ളാം ബാബൂജീ, കാശൊന്നും തരണ്ട."

കുന്ത രജപുത്ര സ്ത്രീയാണ്. എന്നിട്ടും ഗാംഗോത രോഗിയെ ശുശ്രൂഷിക്കാൻ തയ്യാറാകുന്നു. ഞാൻ പിന്നെയും പറഞ്ഞു.

"നോക്ക്... അയാളുടെ എച്ചിൽ പാത്രം കഴുകണം. ഭക്ഷണം കൊടുക്കണം. അയാൾക്കാണെങ്കിൽ ഒട്ടും എണീക്കാൻ വയ്യാത്തസ്ഥിതിയാണ്."

"അങ്ങ് എന്തുപറയുന്നുവോ, അതിലപ്പുറം എനിക്കൊന്നുമില്ല. എന്നെ രജപുത്ര സ്ത്രീ എന്നൊന്നും പറയേണ്ടതില്ല. എനിക്ക് സ്വന്തമെന്നു പറയാൻ ആരുമില്ല. ഇതേവരെ എന്നെ ഒരാളും അന്വേഷിച്ചിട്ടില്ല. അങ്ങ് എന്തുപറയുന്നുവോ അതെല്ലാം ചെയ്യാൻ ഞാൻ തയ്യാറാണ്. എനിക്കെന്തു ജാതി?"

രാജു പാണ്ഡെയുടെ മരുന്നിന്റെ ഗുണവും കുന്തയുടെ ശുശ്രൂഷയും കാരണം ഒരു മാസത്തിനകം ഗിരിധാരി പൂർണ്ണസുഖം പ്രാപിച്ചു. കുന്തയ്ക്ക് പണം കൊടുത്തെങ്കിലും അവൾ വാങ്ങിയില്ല. അവൾ ഗിരി

ധാരിയെ അച്ഛൻ എന്ന അർത്ഥമുള്ള 'ബാബ' എന്നാണ് വിളിച്ചിരുന്നത്. സ്വന്തം പിതാവിനെ ശുശ്രൂഷിക്കുന്നതിന് ആരെങ്കിലും പണം വാങ്ങുമോ? മുകളിൽ ഒരാളില്ലേ? എന്നാണ് അവൾ പറഞ്ഞത്.

ജീവിതത്തിൽ കുറച്ച് നല്ല കാര്യം ചെയ്യാൻ സാധിച്ചതിൽ ഏറ്റവും പ്രധാനം ഗിരിധാരിലാലിന് കരം ഒഴിവാക്കി കുറച്ചു ഭൂമി പതിച്ചുകൊടുക്കാൻ സാധിച്ചു എന്നതാണ്.

ഒരു ദിവസം ഞാൻ അയാളുടെ കുടിലിലേക്കു പോയി. തന്റെ അഞ്ചു ബീഘ ഭൂമി സ്വന്തം കൈകൊണ്ട് വൃത്തിയാക്കി ഗോതമ്പ് വിതച്ചിരിക്കുന്നു. കുടിലിനു ചുറ്റും നാരകം നട്ടിരിക്കുന്നു.

"ഇത്രയധികം നാരകം നട്ടിരിക്കുന്നത് എന്തിനാണ്?"

"യജമാനനേ, സർവ്വത്തുണ്ടാക്കാൻ പറ്റിയ നാരങ്ങയുണ്ടാകുന്ന നാരകമാണിത്. പഞ്ചസാര ഇല്ലെങ്കിലും ശർക്കര വെള്ളത്തിൽ നാരങ്ങ പിഴിഞ്ഞു കുടിച്ചാൽ നല്ല സ്വാദാണ്. വലിയ നാരങ്ങ ഉണ്ടാകുന്ന ചെടികളാണ് ഇത്. എന്നെങ്കിലും കാലത്ത് കുറച്ചുഭൂമി കിട്ടിയാൽ നാരകം നട്ടുവളർത്തണമെന്ന് ഞാൻ പണ്ടുമുതലേ ആഗ്രഹിച്ചിരുന്നതാണ്. മറ്റാളുകളോടു പോയി ചോദിക്കേണ്ടി വന്നപ്പോൾ എത്രമാത്രം അപമാനിതനായിട്ടുണ്ടെന്നു അറിയാമോ?

പതിനെട്ട്

ഇവിടം വിട്ടുപോകാൻ സമയമായി. പോകുന്നതിനു മുമ്പ് ഭാനുമതിയെ ഒന്നുകൂടി കാണണമെന്നു തോന്നി. യുഗൽപ്രസാദിനെയും കൂട്ടി ഞങ്ങൾ യാത്രയായി. ഞങ്ങളുടെ അതിർത്തി കടന്നതോടെ യുഗൽപ്രസാദ് പറഞ്ഞു.

"യജമാനനേ, ഈ കുതിരയേയുംകൊണ്ട് പോകാനാവില്ല. ഈ വഴിയിലൂടെ പോയാൽ കുതിരയുടെ മാത്രമല്ല, എന്റെയും കൈയും കാലും ഒടിയും. കുതിരയെ മാറ്റിക്കൊണ്ടുവരാം."

യുഗൽപ്രസാദിന് വഴിയെക്കുറിച്ച് നല്ല ബോധമുണ്ട്. അതുകൊണ്ട് യാത്ര തുടർന്നു. ഞങ്ങൾ കാരോ നദിക്കരിയിൽ എത്തി. അതിനു ശേഷം ഘോരവനമാണ്. സുന്ദരവും ഇടതൂർന്നതുമായ വനം! കയറ്റവും ഇറക്കവും നിറഞ്ഞവഴി. വഴിയിൽ കാട്ടാനകളുടെ കാലടിപ്പാടുകളും കാണാം. മനുഷ്യർ മാത്രം ഇല്ല.

ലബ്ടുലിയയിലെ പുതിയ ഗ്രാമങ്ങൾ താണ്ടി വിശാലമായ കൃഷിയിടങ്ങളും കഴിഞ്ഞ് വനഭൂമിയിൽ എത്തിയപ്പോൾ ശ്വാസം നേരെ വീണു. കാറ്റിന് നല്ല തണുപ്പുണ്ട്. സമീപത്തൊന്നും ഇത്തരം വനം കാണാനില്ല.

ദൂരെ ധൻരധരി പർവ്വതനിര വളരെ വ്യക്തമായി കാണാൻ കഴിയുന്നു.

സന്ധ്യയായതോടെ ഓഫീസിൽ എത്തി. ബീഡി ഇലകളുടെ മരം നിറഞ്ഞ കാട് ഞങ്ങൾ ലേലം വിളിച്ചെടുത്തിരുന്നു. അബ്ദുൾ ഹഫേദ് എന്ന ആളാണ് അവിടുത്തെ കാര്യങ്ങൾ നോക്കുന്നത്.

"സന്ധ്യയ്ക്ക് മുമ്പ് എത്തിയത് നന്നായി ബാബൂജീ, കാട്ടിൽ പുലിയുടെ ഉപദ്രവം നല്ലതുപോലെ ഉണ്ട്." തീർത്തും വിജനമായ രാത്രി.

വലിയ വലിയ മരങ്ങളിൽ കാറ്റടിക്കുന്ന ശബ്ദം കേൾക്കാം.

വരാന്തയിൽ ഇരിക്കാൻ പേടി തോന്നി. മുറിക്കകത്ത് ജനവാതിൽ

തുറന്നിട്ട് ഞങ്ങൾ ഇരിക്കുകയാണ്. പെട്ടെന്നാണ് വനത്തിന്റെ അകത്തു നിന്നും മൃഗത്തിന്റെ ശബ്ദം കേട്ടത്.

"ഏതുമൃഗത്തിന്റെ ശബ്ദമാണത്?"

"കുറുക്കൻ" യുഗൽപ്രസാദ് പറഞ്ഞു.

അർദ്ധരാത്രിയിൽ ഹയനയുടെ ശബ്ദം കേട്ടു. വിചാരിക്കാതിരിക്കുന്ന സമയത്ത് ആ ശബ്ദം കേൾക്കുമ്പോൾ നെഞ്ചിലെ രക്തം ഉറഞ്ഞു പോകും. ക്ഷയരോഗിയുടെ ചുമ പോലുള്ള ശബ്ദം.

അടുത്ത ദിവസം അതിരാവിലെ പുറപ്പെട്ട് ഒമ്പതുമണിയോടെ ദോബരുപന്നയുടെ രാജധാനിയായ ചക്മകിടോലയിൽ എത്തി.

അവിചാരിതമായി എന്നെ കണ്ടപ്പോൾ ഭാനുമതിക്കുണ്ടായ സന്തോഷം പറഞ്ഞറിയിക്കുവാൻ വയ്യ. അവളുടെ മുഖം വികസിച്ചു. കണ്ണുകൾ തിളങ്ങി.

"അങ്ങയെക്കുറിച്ച് ഇന്നലെ പോലും ഓർത്തു ബാബൂജീ, ഇത്രയും നാൾ എന്താ ഇങ്ങോട്ടൊന്നു വരാതിരുന്നത്?"

ഭാനുമതി കുറച്ചു ഉയരം വച്ചിട്ടുണ്ട്. അതുകൊണ്ട് മെലിഞ്ഞതു പോലെ തോന്നുന്നു. മുഖശ്രീയും ശരീരവടിവും കൂടിയിട്ടേ ഉള്ളൂ.

"അങ്ങേക്ക് കുളിക്കേണ്ടേ? എന്തെണ്ണയാണു വേണ്ടത്? ഇരിപ്പയുടെ എണ്ണയോ, അതോ കടുകെണ്ണയോ? ഈ വർഷത്തിൽ അരുവിയിൽ എത്ര മാത്രം വെള്ളം പൊങ്ങി എന്നറിയാമോ? കാണണോ?"

സന്താൾ ജാതിയിലെ മറ്റു പെൺകുട്ടികളെ അപേക്ഷിച്ച് ഭാനുമതി വളരെ വെടിപ്പും വൃത്തിയും ഉള്ള കൂട്ടത്തിലാണ്. വസ്ത്രധാരണത്തിലെ ശ്രദ്ധയും സൗന്ദര്യബോധവും രുചിവിശേഷങ്ങളും എല്ലാം ആഭിജാത കുലജാതയാണെന്ന് വിളിച്ചുപറയുന്നു.

ഞങ്ങൾ മൺകുടിലിന്റെ ഇറയത്തിരുന്നു. കുടിലിനു ചുറ്റും മരങ്ങൾ ഇടതൂർന്നു വളർന്നു നിൽക്കുന്നു. വസന്തത്തിന്റെ വരവറിയിച്ചുകൊണ്ട് ഒരു പറ്റം പനന്തത്തകൾ അവിടെയിരുന്ന് കലപില ശബ്ദം ഉണ്ടാക്കുന്നു. വെയിൽ ഉണ്ടെങ്കിലും കാറ്റിനു തണുപ്പുണ്ട്. അരനാഴികദൂരത്തിൽ ധൻഝരി പർവ്വതനിര തലയെടുപ്പോടെ നിൽക്കുന്നു. ഗയജില്ലയിലെ പർവ്വതശ്രേണിയും വിദൂരതയിൽ ദർശിക്കാം.

ഭാനുമതിയുടെ നാട്ടിലെ ഈ വനത്തെ ആരും നശിപ്പിക്കാൻ ഇട വരല്ലേ, എന്നു പ്രാർത്ഥിച്ചു. ഈ മണ്ണ് ഫലഭൂയിഷ്ഠമല്ലാത്തതുകൊണ്ടാണ് ആരും ഇതു വെട്ടിത്തെളിച്ച് കൃഷിയിറക്കാൻ തയ്യാറാകാത്തത്. വിളവു തരുന്ന മണ്ണായിരുന്നെങ്കിൽ എന്നേ ഈ വനം കൃഷിഭൂമിയായി മാറുമായിരുന്നു.

ഭാനുമതി എണ്ണകൊണ്ടുവന്ന് മുന്നിൽ വച്ചു. അവളുടെ വീട്ടിലെ എല്ലാ ആളുകളും എന്റെ മുന്നിൽ വന്ന് നമസ്കാരം പറഞ്ഞു. ഭാനുമതിയുടെ ചെറിയച്ഛൻ ജാഗരു ചിരിച്ചുകൊണ്ട് എന്റെ സമീപത്തേക്കു വന്നു. അയാളെ എനിക്കിഷ്ടമാണ്. രജപുത്രരുടെ ഛായയുള്ള മുഖം കറുത്തിട്ടാണെങ്കിലും നല്ലഭംഗിയാണ്. ഈ കുടുംബത്തിലെ ഇയാളെയും ഭാനുമതിയെയും കണ്ടാൽ അവർ ആഭിജാത കുലരാണെന്ന് ആരും സമ്മതിക്കും.

"ജാഗരൂ, നായാട്ടെല്ലാം എങ്ങനെ നടക്കുന്നു?" ഞാൻ അയാളെ നോക്കി ചിരിച്ചുകൊണ്ട് ചോദിച്ചു.

"താങ്കൾക്ക് ഇന്ന് ഭക്ഷണത്തിന് ഒരുക്കിത്തരാം. എന്താണു വേണ്ടത് എന്നു പറഞ്ഞാൽ മതി. മുള്ളൻ പന്നിയോ കാട്ടുകോഴിയോ താറാവോ എന്തു വേണമെന്നു പറയൂ!" ജാഗരു പറഞ്ഞു.

കുളികഴിഞ്ഞു വന്നപ്പോൾ ഭാനുമതി ഞാനവൾക്കു വാങ്ങിക്കൊടുത്ത കണ്ണാടിയും ചീപ്പുമായി വന്നു,

ആഹാരത്തിനു ശേഷം അല്പസമയം വിശ്രമിച്ചു. നേരം ഉച്ച തിരിഞ്ഞപ്പോൾ ഭാനുമതി വന്നുപറഞ്ഞു.

"ബാബൂജീ, നമുക്ക് മല മുകളിലേക്കു പോകാം. ബാബൂജിക്ക് അത് വളരെ ഇഷ്ടമല്ലേ?"

യുഗൽപ്രസാദ് ഉറങ്ങുകയായിരുന്നു. ഉണർന്നപ്പോൾ ഞങ്ങൾ നടക്കാൻ ഇറങ്ങി. ഒപ്പം ഭാനുമതിയും അവളുടെ ചെറിയച്ഛന്റെ മകളും ഉണ്ടായിരുന്നു. അരനാഴിക നടന്നപ്പോൾ മലഞ്ചെരുവിൽ എത്തി.

അല്പനേരം ആ വന്യസൗന്ദര്യം ആസ്വദിച്ചു നിന്നു. എങ്ങോട്ടു നോക്കിയാലും കൂറ്റൻവൃക്ഷങ്ങൾ, അതിലെല്ലാം വള്ളികൾ ചുറ്റി പടർന്നു കിടക്കുന്നു. പാറക്കെട്ടുകളിൽ തട്ടിച്ചിതറി ഒഴുകി വരുന്ന കാട്ടരുവി. മരങ്ങൾക്കിടയിലൂടെ നേർത്ത നീലാകാശം കാണാം. ഉണങ്ങി വരണ്ട മണ്ണാണ് എവിടേയും.

കൊടിയ വനത്തിലൂടെ മരക്കൊമ്പുകളും വള്ളികളും വകഞ്ഞുമാറ്റിക്കൊണ്ടു നടക്കുക അല്പം ബുദ്ധിമുട്ടുതന്നെയാണ്. കാറ്റിലൂടെ പരിചയമുള്ള സുഗന്ധം ഒഴുകിവന്നു. ചുറ്റും കണ്ണോടിച്ചപ്പോഴാണ് മനസ്സിലായത്. ചുറ്റും ഏഴിലം പാല പൂത്ത് സുഗന്ധം പരത്തി നിൽക്കുന്നു. ധൻഝരി പർവ്വതത്തിലെ പാലപൂക്കുന്ന സമയമാണ്.

രണ്ടോ മൂന്നോ പാലകളല്ല. പാലകളുടെ വനമാണ്. ഒപ്പം കദംബ വൃക്ഷങ്ങളും. കദംബത്തിൽ പൂക്കളില്ല. വലിയ ഇലകളുള്ള കൊമ്പും ചില്ലകളുമായി പടർന്നു നിൽക്കുന്ന വൃക്ഷങ്ങളാണ് അവ,

സുഗന്ധ പൂരിതമായ ആ വനഭൂമിയിൽ സുന്ദരിയായ ഭാനുമതി വനദേവതയെപ്പോലെ ശോഭിച്ചു. അവൾ എന്തായാലും ഒരു രാജകുമാരി ആണല്ലോ. ഈ പ്രദേശം മുഴുവൻ അടക്കി വാണിരുന്ന രാജവംശത്തിലെ അവസാനത്തെ കണ്ണിയാണ് ഈ പെൺകിടാവ്. ആ ചൈതന്യം അവളിൽ പ്രകടമായാൽ അത് അത്ഭുതമൊന്നുമല്ലല്ലോ.

കാലം മാറിയതോടെ പുതിയ അന്തരീക്ഷവും സംസ്കാരവും ആ രാജവംശത്തെ ഇല്ലാതാക്കി. ഇപ്പോൾ ദരിദ്രരും ബലഹീനരുമായി ജീവിക്കേണ്ടിവരുന്നു. ഭാനുമതി കണ്ണിൽ തെളിയുന്നു.

ഇന്നത്തെ സായാഹ്നം മറ്റു സായാഹ്നങ്ങളെ അപേക്ഷിച്ച് ഏറ്റവും മധുരോദാരമായിരിക്കുന്നു. സ്വപ്നം പോലെ മധുരം!

"എഴുന്നേൽക്കുന്നില്ലേ, എന്താ മുകളിലേക്ക് കയറുന്നില്ലേ?" അവൾ ചോദിച്ചു.

"എത്ര ഹൃദ്യമായ സുഗന്ധം! ഇവിടെ കുറച്ചുസമയം കൂടി ഇരിക്കാ

മല്ലോ. സൂര്യൻ അസ്തമിക്കുവാൻ ഒരുങ്ങുകയാണ് ഈ അസ്തമയം ഒന്നു കാണണ്ടേ?" ഭാനുമതി ചിരിച്ചു കൊണ്ടുചോദിച്ചു.

"എല്ലാം ബാബൂജിയുടെ ഇഷ്ടംപോലെ. ഇവിടെ ഇരിക്കാമെന്നാണെങ്കിൽ ഇരിക്കാം. എന്നാൽ വല്യമുത്തച്ഛന്റെ കുഴിമാടത്തിൽ പൂക്കൾ അർപ്പിക്കേണ്ടേ? അന്ന് വന്നപ്പോൾ അങ്ങ് അവിടെ പൂക്കൾ അർപ്പിച്ചതല്ലേ? ഞാൻ എല്ലാ ദിവസവും വന്ന് പൂക്കൾ വച്ചിട്ടാണ് തിരികെ പോകാറ്. ഇപ്പോൾ ഈ കാടുനിറയെ പൂക്കളാണ്."

മിഛി നദി വടക്കോട്ടൊഴുകി പർവ്വത താഴ്വാരത്തിൽ ചുറ്റിപ്പോകുന്നു. നവാദയുടെ ഭാഗത്തെ പർവ്വതശ്രേണികൾ അവ്യക്തമായി മാത്രം കാണുന്നുണ്ട്. സൂര്യൻ അതിന്റെ പുറകിലേക്ക് മറഞ്ഞു പൊയ്ക്കൊണ്ടിരിക്കുന്നു. കാറ്റിനും തണുപ്പിനും ശക്തി കൂടിക്കൂടി വരുന്നു. പാലപ്പൂക്കളുടെ മണം തീവ്രമായിക്കൊണ്ടിരിക്കുന്നു. നിഴലുകൾക്കു ഘനം വയ്ക്കുന്നു. ആ പർവ്വത പ്രദേശം മുഴുവൻ ഇരുട്ടിൽ മുങ്ങി.

ഒരുകുല പാലപ്പൂവ് പറിച്ച് ഭാനുമതി തലയിൽ ചൂടി. "ബാബൂജി ഇനിയിവിടെ ഇരിക്കാനാണോ ഭാവം? എണീക്കുന്നില്ലേ," അവൾ ചോദിച്ചു.

എല്ലാവരുടെ കൈകളിലും പൂങ്കുലകൾ ഉണ്ട്. ഒരുവിധം ഞങ്ങൾ മുകളിൽ എത്തി. വൃദ്ധൻ വടവൃക്ഷത്തിനു ചുവട്ടിൽ മൺമറഞ്ഞുപോയ രാജാക്കന്മാരുടെ സമാധി. വലിയവലിയ കല്ലുകൾ! അങ്ങിങ്ങായി ചിതറിക്കിടക്കുന്നുണ്ട്. രാജാദോബരുപന്നയുടെ കുഴിമാടത്തിൽ ഭാനുമതിയും അനുജത്തിയും പൂക്കൾ വിതറി. അവരോടൊപ്പം ഞാനും യുഗൽ പ്രസാദും പൂക്കൾ സമർപ്പിച്ചു.

കൗമാരപ്രായത്തിലേക്കു കടന്നെങ്കിലും ബാലികയുടെ സ്വഭാവത്തോടെയാണ് അവൾ പെരുമാറുന്നത്. ശിശുസഹജമായ കൊഞ്ചലോടെ അവൾ പറഞ്ഞു.

"നമുക്ക് ഇവിടെ കുറച്ചുസമയം നിന്നാലോ ബാബൂജീ. ഇവിടെ നിൽക്കുമ്പോൾ നല്ല സുഖം തോന്നുന്നുണ്ട്."

ഇത് ഇവിടേക്കുള്ള അവസാനത്തെ വരവാണ് എന്ന കാര്യമാണ് അപ്പോൾ ഞാൻ ചിന്തിച്ചുകൊണ്ടിരുന്നത്. ഇനി ഇവിടേക്ക് ഒരു വരവുണ്ടാവില്ല.

ധൻഝരി പർവ്വതശ്രേണിയിലെ പൂത്തുനിൽക്കുന്ന ഏഴിലം പാലകളോടും ഭാനുമതിയോടും ഞാൻ എന്നെന്നേക്കുമായി യാത്ര പറയുകയാണ്. ആറു വർഷം നീണ്ടുനിന്ന വനവാസം അവസാനിപ്പിച്ച് ഞാൻ കൊൽക്കത്തയിലേക്ക് മടങ്ങുകയാണ്. പോകാനുള്ള ദിവസം അടുത്തുവരുന്തോറും ഈ പ്രദേശത്തോടും ഇവിടെ ഉള്ളവരോടും ഉള്ള എന്റെ മമത കൂടിക്കൂടി വരികയാണ്.

ഞാനിനി വരികയില്ല എന്ന കാര്യം ഭാനുമതിയോടു പറയണമെന്നുണ്ട്. അതുകേട്ടാൽ അവളുടെ പ്രതികരണം എങ്ങനെ ആയിരിക്കണം എന്ന് അറിയാൻ കൗതുകം തോന്നി. നിഷ്കളങ്കയായ ആ ബാലികയെ വേദനിപ്പിച്ചിട്ട് എന്തു കാര്യം?

തൊട്ടടുത്തുള്ള പവിഴമല്ലി മരങ്ങളിൽനിന്നും പവിഴമല്ലി പൂക്കളുടെ സുഗന്ധം ഒഴുകി വന്നു. ഇവിടെ ഏഴിലംപാലകൾ ഇല്ല. അവ കാണണ

മെങ്കിൽ കുറേക്കൂടി താഴേക്ക് ഇറങ്ങണം. വൃക്ഷശാഖകളിൽ മിന്നാമിനുങ്ങുകൾ വെളിച്ചം വിതറാൻ തുടങ്ങി.

ഇവിടത്തെ കാറ്റ് പ്രാണനെ വരെ കുളിർപ്പിക്കുന്നതാണ്. രാവിലെയും വൈകുന്നേരവും ഈ വായു ശ്വസിച്ചാൽ ആരുടെ ആയുസ്സാണ് കൂടാതിരിക്കുക?

ഇറങ്ങിപ്പോരാൻ മനസ്സനുവദിച്ചില്ലെങ്കിലും വന്യമൃഗങ്ങളെ ഭയപ്പെടേണ്ടേ? ഭാനുമതിയും സഹോദരിയും എന്നോടൊപ്പമുണ്ട്. പുതിയ ഏതെങ്കിലും ചെടിയോ വള്ളിയോ തേടുകയാവും യുഗൽപ്രസാദ്. ഏതു ചെടി കണ്ടാലും അതിൽ മുഗ്ദ്ധനായിപ്പോകുന്ന ആളാണ് യുഗൽപ്രസാദ്. അയാൾ തന്റെ വഴിയിൽ യാതൊന്നും കാണുകയില്ല. കാണണമെന്ന് ആഗ്രഹവും ഇല്ല. അത് സാധാരണക്കാർക്ക് മനസ്സിലാക്കാൻ സാധിക്കാത്ത ഒരുതരം ഭ്രാന്താണ്.

യുഗൽപ്രസാദ് ഈ ലോകത്തിൽനിന്നും ഇല്ലാതായാലും അയാൾ സരസ്വതീ തടാകതീരത്ത് കൊണ്ടുനട്ട ജലലില്ലി എന്നും പടർന്നു നിൽക്കും. അവയിലെ പൂക്കൾ തടാകതീരത്തെ സുഗന്ധപൂരിതമാക്കിക്കൊണ്ടിരിക്കും. നൂറു വർഷം കഴിഞ്ഞാലും അത് അവിടെ തന്നെ ഉണ്ടാകും. വനത്തിലെ ഹംസലതകൾ കൊണ്ടുവന്ന് നട്ടത് യുഗൽപ്രസാദാണെന്ന കാര്യം ആരും ഓർക്കുകപോലും ഉണ്ടാവില്ല.

വളരെ ദൂരം താഴേക്ക് ഇറങ്ങിക്കഴിഞ്ഞു. ഏഴിലം പാലക്കാടുകളുടെ അടുത്തെത്തിയപ്പോൾ ഞാൻ ഭാനുമതിയോടു പറഞ്ഞു.

“ഇവിടെ കുറച്ചുസമയം ഇരിക്കട്ടെ.”

കുറച്ചുസമയം കഴിഞ്ഞപ്പോൾ ഇരുട്ടു നിറഞ്ഞ വനവീഥിയിൽ കൂടി ഇറങ്ങിവരുമ്പോൾ പലകാര്യങ്ങളും ചിന്തിച്ചു. ലബ്ടുലിയ പോയി. ഫുൽകിയ ബയിഹാറും നഷ്ടപ്പെട്ടു. എന്നാൽ മഹാലിഖാരൂപ പർവ്വതനിരകൾ ഇപ്പോഴും ഉണ്ട്. ധൻഝരി പർവ്വതവും അതിനു ചുറ്റുമുള്ള വനഭൂമിയും ഇപ്പോഴും ഉണ്ട്. കുറച്ചുകഴിഞ്ഞാൽ മനുഷ്യർക്ക് കാട് കാണാൻ തന്നെ കിട്ടുകയില്ല എന്ന അവസ്ഥയും വന്നേക്കാം. ഭാവിയിലെ പ്രകൃതിസ്നേഹികൾക്കായി കുറച്ചെങ്കിലും വനഭൂമി നിലനിന്നിരുന്നെങ്കിൽ എന്ന് ആശിച്ചു പോകുന്നു.

രാത്രി ജാഗരുപന്നയും സഹോദരനും പല കാര്യങ്ങളും എന്നോടു സംസാരിച്ചു. അവരിൽനിന്നും പുതിയ പല കാര്യങ്ങളും എനിക്ക് അറിയാനും സാധിച്ചു. മഹാജന് കടം മുഴുവനും കൊടുത്തു തീർക്കാൻ ഇനിയും സാധിച്ചിട്ടില്ല.

ഭാനുമതി ഇറയത്തിന്റെ ഒരുവശത്ത് വന്നിരുന്നു. ചായപ്രിയനായ യുഗൽപ്രസാദ് ചായ ഉണ്ടാക്കാൻ വേണ്ട സാധനങ്ങൾ എല്ലാം കൊണ്ടുവന്നിട്ടുണ്ട്. തിളച്ച വെള്ളം ചോദിക്കുവാൻ മടിച്ചു കൊണ്ടിരിക്കുകയാണ് അയാൾ.

“കുറച്ചു വെള്ളം തിളപ്പിച്ചു തരാമോ?” ഞാൻ ഭാനുമതിയോടു ചോദിച്ചു. അവൾ ഒരു മൺപാത്രത്തിൽ വെള്ളം തിളപ്പിച്ചുകൊണ്ടുവന്നു. ഭാനുമതിയോടു ചായ രുചിച്ചു നോക്കാൻ പറഞ്ഞു. അവൾക്ക് വലിയ താല്പര്യം ഉണ്ടായിരുന്നില്ല. ജാഗരുപന്ന ഒരു കിണ്ണം ചായ വളരെ വേഗം

കുടിച്ചുതീർത്തു. ചായകുടി കഴിഞ്ഞ് എല്ലാവരും പോയിട്ടും ഭാനുമതി മാത്രം പോയില്ല.

"ബാബൂജീ, എത്ര ദിവസം കൂടി ഇവിടെ ഉണ്ടാകും?" അവൾ ചോദിച്ചു.

വളരെ നാളുകൾ കൂടിയാണ് ഇത്തവണ ഇങ്ങോട്ടു വന്നത്. നാളെ പോകാൻ എന്തായാലും അനുവദിക്കുകയില്ല.

"നാളെ നമുക്ക് ഒരിടത്തു പോകാം. നല്ലഭംഗിയുള്ള വെള്ളച്ചാട്ടം ഉണ്ട്. അത് കാണാം. കൊടുംകാടാണ്. കാട്ടാനകളെയും മയിലുകളേയും എല്ലാം കാണാം. ലോകത്തിൽ എവിടെയും ഇത്രയും മനോഹരമായ സ്ഥലം കാണാൻ സാധിക്കുകയില്ല. അത്ര സുന്ദരം!"

ഭാനുമതിയുടെ ലോകം എത്ര വലുതാണ് എന്ന് അറിയാൻ ആഗ്രഹിച്ചുകൊണ്ട് ഞാൻ ചോദിച്ചു.

"ഭാനുമതി ഏതെങ്കിലും പട്ടണം കണ്ടിട്ടുണ്ടോ?"

"ഇല്ല. ബാബൂജീ."

"ഏതെങ്കിലും നഗരത്തിന്റെ പേര് അറിയാമോ?"

"ഞുംഗേർ, ഗയ, പാറ്റ്ന."

"കൊൽക്കത്ത എന്നു കേട്ടിട്ടുണ്ടോ?"

"ഉവ്വ്."

"അത് എവിടെയാണ്?"

"ഞാൻ എങ്ങനെ അറിയാനാണ്."

"നമ്മുടെ രാജ്യത്തിന്റെ പേരറിയാമോ?"

"ഗയ ജില്ലയിൽ."

"ഭാരതം എന്നു കേട്ടിട്ടുണ്ടോ?"

ഭാനുമതി ഇല്ല എന്നർത്ഥത്തിൽ തലയാട്ടി. ചക്മി ടോല വിട്ട് എവിടേക്കും അവൾ പോയിട്ടില്ല. അവളോടല്ലേ ഭാരതത്തെക്കുറിച്ച് ചോദിക്കുന്നത്.

അല്പസമയത്തിനുശേഷം അവൾ വീണ്ടും കഥ പറയാൻ തുടങ്ങി.

"കുറെമുമ്പ് വല്യമുത്തച്ഛൻ ഒരു എരുമയെ വാങ്ങി. നല്ല കറവയുള്ള എരുമ. അന്ന് ഞങ്ങളുടെ അവസ്ഥ ഇതുപോലെ ഒന്നും ആയിരുന്നില്ല. അന്ന് ബാബൂജി വന്നിരുന്നെങ്കിൽ എപ്പോഴും പാലു കുറുക്കി ഉണ്ടാക്കുന്ന 'ഖോയ' തരുമായിരുന്നു. വല്യമുത്തച്ഛൻ തന്നെയാണ് അതുണ്ടാക്കുക. എന്തൊരു സ്വാദാണെന്നോ? ഇപ്പോൾ ആവശ്യത്തിനു പാലുപോലും ഇല്ല. എന്നിട്ടല്ലേ ഖോയ! അന്ന് ഇവിടെ ഞങ്ങൾക്ക് നല്ല പേരും പെരുമയും ഉണ്ടായിരുന്നു."

കൈകൾ ഉയർത്തി നാലുഭാഗത്തേക്കും ചൂണ്ടിക്കൊണ്ട് അവൾ പറഞ്ഞു.

"ഈ കാണുന്ന സ്ഥലമെല്ലാം ഞങ്ങളുടേതായിരുന്നു എന്ന കാര്യം ബാബൂജീക്ക് അറിയാമോ? വനവാസികളായ ഗോണ്ഡരും സന്താളരും എല്ലാം ഞങ്ങളുടെ പ്രജകളായിരുന്നു. ഞങ്ങളെ അവർ അവരുടെ രാജാക്കന്മാരായി കാണുകയും ബഹുമാനിക്കുകയും ചെയ്യുന്നു."

അവളുടെ വാക്കുകൾ കേട്ട് എനിക്ക് ചിരിയും കരച്ചിലും വന്നു. മഹാജന്റെ കടം തീർക്കാത്തതിന്റെ പേരിൽ രണ്ടു തവണ എരുമയെ പിടിച്ചുകൊണ്ടുപോയി. എന്നിട്ടും രാജവംശത്തെക്കുറിച്ച് അവൾ ഇപ്പോഴും അഭിമാനിച്ചുകൊണ്ടിരിക്കുന്നു.

"ഭാനുമതീ, നിങ്ങളുടെ വശംമഹിമയെക്കുറിച്ച് എനിക്ക് നന്നായി അറിയാം."

"ബാക്കികൂടി കേൾക്കൂ ബാബൂജീ, ആ എരുമയെ പിന്നീട് ഒരു പുലിപിടിച്ച് കൊണ്ടുപോയി."

"എങ്ങനെ?"

"ആ പർവ്വതത്തിന്റെ അടിവാരത്തിൽ മേയാൻ കൊണ്ടുപോയതാണ്. അദ്ദേഹം ഒരു വൃക്ഷച്ചുവട്ടിൽ ഇരുന്ന് എരുമയെ മേയാൻ വിട്ടു. അത് പുല്ലുതിന്ന് അകന്നകന്ന് പോയി. അപ്പോഴാണ് പുലി വന്ന് പിടിച്ചത്."

"ഭാനുമതി പുലിയെ കണ്ടിട്ടുണ്ടോ?"

ഭാനുമതി അവളുടെ കറുത്ത പുരികം മേലോട്ടുയർത്തി ആശ്ചര്യത്തോടെ പറഞ്ഞു.

"പുലിയ കണ്ടിട്ടുണ്ടോ എന്നോ! തണുപ്പു കാലത്ത് ഇവിടേക്കു വരൂ, ബാബൂജീ, വീടിന്റെ മുറ്റത്തുനിന്ന് കന്നുകുട്ടികളെ പുലി പിടിച്ചുകൊണ്ടുപോകുന്നതു കാണാം."

അവളുടെ അനുജത്തിയുടെ നേർക്ക് തിരിഞ്ഞ് പറഞ്ഞു.

"നിശ്ചരനീ, ബാബൂജീക്ക് ഒന്നു പറഞ്ഞുകൊടുക്ക്. കഴിഞ്ഞ തണുപ്പുകാലത്ത് നമ്മുടെ മുറ്റത്ത് പുലി വന്നുപോകാറുള്ള കാര്യം പറയ്."

ജഗരു വലവച്ചു നോക്കിയത്രേ. വലയിൽ കുടുങ്ങിയതൊന്നുമില്ല.

ഞങ്ങൾ ഊണു കഴിക്കാൻ ഇരുന്നു. ഭാനുമതിയുടെ വീട്ടിൽ ആതിഥ്യത്തിന്റെ കാര്യത്തിൽ യാതൊരു കുറവും ഇല്ല.

ആ ഗ്രാമത്തിൽ പച്ചക്കറി കിട്ടുകയില്ല. എന്നിട്ടും ജാഗരൂ എവിടെയെല്ലാമോ പോയി വഴുതനങ്ങയും ഉരുളക്കിഴങ്ങും കൊണ്ടുവന്നു. ഉഴുന്നുപരിപ്പ്, പക്ഷിമാംസം, വീട്ടിൽ തയ്യാറാക്കിയ നെയ്യ്, പാല് തുടങ്ങിയവ എല്ലാം ഉണ്ട്. യുഗൽപ്രസാദിന്റെ കൈപുണ്യമുള്ള പാചകം അതിവിശേഷം.

"ഇന്ന് നമുക്ക് എല്ലാവർക്കും ചേർന്ന് ആഹാരം കഴിക്കാം." ഇത്തരം ഭക്ഷണം വല്ലപ്പോഴും മാത്രമേ അവർക്ക് കഴിക്കാൻ ലഭിക്കുകയുള്ളൂ. കുറച്ചകലെയായി അവർക്കിരുന്ന് ഉണ്ണാം. യുഗൽപ്രസാദിന് വിളമ്പാനും സൗകര്യമാകും.

എന്നാൽ ആരും എന്റെ അഭിപ്രായത്തോട് യോജിച്ചില്ല. ഞങ്ങൾ കഴിച്ചു കഴിഞ്ഞല്ലാതെ അവർ കഴിക്കുകയില്ല എന്നവർ വാശി പിടിച്ചു.

അടുത്തദിവസം ഞങ്ങൾ പോരാനായി പുറത്തിറങ്ങിയപ്പോൾ ഭാനുമതി എന്റെ കൈയിൽ കടന്നുപിടിച്ചുകൊണ്ട് പറഞ്ഞു.

"ബാബൂജിയെ പോകാൻ അനുവദിക്കുകയില്ല."

ഞാൻ ആശ്ചര്യപ്പെട്ടു. അവളുടെ മുഖത്തേക്കു തന്നെ നോക്കിനിന്നു. വിഷമം തോന്നി. അവൾ നിർത്താതെ അപേക്ഷിച്ചതുകൊണ്ട്

ഞങ്ങൾ രാവിലെ പുറപ്പെട്ടില്ല. ഉച്ചഭക്ഷണം കഴിച്ചശേഷം യാത്ര പറഞ്ഞ് ഇറങ്ങി.

ഓഫീസിൽ തിരിച്ചെത്തിയശേഷം ഒരാഴ്ച കഴിഞ്ഞപ്പോൾ ഞാൻ എല്ലാവരോടും യാത്ര പറഞ്ഞ് ലബ്ടുലിയയിൽനിന്നും പോന്നു.

വികാരനിർഭരമായിരുന്നു യാത്ര പറച്ചിൽ. രാജു പാണ്ഡെ, ഗനോരി, യുഗൽപ്രസാദ് അഷരഫിടിണ്ഡെൽ തുടങ്ങിയവരെല്ലാം അതിർത്തി ഗ്രാമമായ മഹാരാജടേല വരെ എന്നെ അനുഗമിച്ചു.

മടുക്നാഥൻ സംസ്കൃത ശ്ലോകം ചൊല്ലി എന്നെ അനുഗ്രഹിച്ചു.

"യജമാനനേ, അങ്ങു പോയാൽ ഈ ലബ്ടുലിയ അനാഥമാകും" രാജു പറഞ്ഞു.

എന്നെ യാത്രയയയ്ക്കുന്ന സമയത്ത് ഒരു സ്ത്രീ വാവിട്ടു കരഞ്ഞു. അതു കുന്തയല്ലാതെ മറ്റാരും ആയിരുന്നില്ല.

യാതൊരു ആശ്രയവും ഇല്ലാത്ത കുന്തയ്ക്ക് ഞാൻ കൃഷിഭൂമി കൊടുത്തു. അവൾക്ക് ഒരു ജീവിതമാർഗ്ഗം കാണിച്ചുകൊടുത്തു. ഞാൻ ചെയ്ത ഏറ്റവും നല്ല പുണ്യപ്രവൃത്തി.

മറ്റൊരു വനപുഷ്പമായിരുന്ന മഞ്ചിക്കുവേണ്ടി യാതൊന്നും ചെയ്യാൻ സാധിച്ചില്ല എന്നതിൽ എനിക്ക് ദുഃഖമുണ്ട്. അവളിപ്പോൾ എവിടെയാണാവോ. ആരാണ് അവളെ പറഞ്ഞു പറ്റിച്ചു കൊണ്ടു പോയത്? അവൾ ഇവിടെ ഉണ്ടായിരുന്നെങ്കിൽ അവളുടെ പേരിലും കുറച്ചു ഭൂമി പതിച്ചു കൊടുക്കാമായിരുന്നു.

നാഢബയിഹാറിന്റെ അതിർത്തി പ്രദേശത്തെത്തിയപ്പോൾ നക്ഛേദിയുടെ കുടിൽ കണ്ടു. അതോടെ മഞ്ചിയുടെ ചിത്രം കൂടുതൽ മിഴിവോടെ മനസ്സിൽ തെളിഞ്ഞു.

സൂരതിയ പുറത്തേക്കിറങ്ങിയപ്പോൾ എന്നെ കണ്ടു അവൾ ഉച്ചത്തിൽ വിളിച്ചുകൊണ്ട് എന്റെ സമീപത്തേക്ക് ഓടിവന്നു.

"ബാബൂജീ, ഒന്നു നിൽക്കൂ!" അവളോടൊപ്പം അനുജത്തി ഛനിയയും ഉണ്ടായിരുന്നു.

"ബാബൂജി എങ്ങോട്ടുപോകുന്നു.?"

"ഭഗൽപൂരിലേക്ക്. നിന്റെ അച്ഛനെവിടെ?"

"ഝല്ലു ഗ്രാമത്തിലേക്ക് ഗോതമ്പ് വാങ്ങാൻ പോയിരിക്കുകയാണ്. ബാബൂജി ഇനി എന്നാണ് വരിക?"

"ഇനി വരില്ല."

"ഏയ് നുണ പറയരുത്."

നാഢബയിഹാറിന്റെ അതിർത്തി കടന്നശേഷം ഞാൻ പല്ലക്കിൽ നിന്നും തല പുറത്തേക്കിട്ട് തിരിഞ്ഞു നോക്കി.

എത്രയെത്ര ഗ്രാമങ്ങൾ! തൊട്ടുതൊട്ടു കിടക്കുന്ന വീടുകൾ! കുടിലുകൾ! മനുഷ്യരുണ്ടാക്കുന്ന ബഹളം. കുട്ടികളുടെ കളിചിരിയൊച്ച. ലക്കും ലഗാനുമില്ലാതെ നടക്കുന്ന എരുമകളും പശുക്കളും. കൊയ്തു കൂട്ടിയിരിക്കുന്ന കൂമ്പാരങ്ങൾ!

വനം വെട്ടിവെളുപ്പിച്ച് വെറും ആറേഴു കൊല്ലം കൊണ്ടാണ് ഇത്തരം മാറ്റങ്ങൾ ഉണ്ടാക്കിയിരിക്കുന്നത്. ഇന്നലെ പോരുന്നതിനു മുമ്പുകൂടി അവർ പറഞ്ഞത് ഇതിനെക്കുറിച്ചു തന്നെയാണ്.

"ബാബുജീ, ഇവിടെ ചെയ്ത കാര്യങ്ങൾ കാണുമ്പോൾ ഞങ്ങൾ എല്ലാം അതിശയിക്കുകയാണ്. ഈ നാഢബയിഹാർ, ലബ്ടുലിയ എന്നിവയുടെ അവസ്ഥ എന്തായിരുന്നു. അത് ഇപ്പോൾ എത്ര മാത്രം മാറിപ്പോയി?"

ഞാനും ഇതേകാര്യം തന്നെയാണ് ചിന്തിച്ചുകൊണ്ടിരുന്നത്. ചക്രവാളത്തിനോടു ചേർന്നു നിൽക്കുന്ന മഹാലിഖാരൂപ പർവ്വതനിരകളേയും മോഹൻപുര സംരക്ഷിത വനമേഖലകളെയും അതിനും അപ്പുറത്തുള്ള ഘോര വനങ്ങളെയും ഉദ്ദേശിച്ചുകൊണ്ട് ഞാനെന്റെ വിദൂരനമസ്കാരം അറിയിച്ചു.

വനദേവതമാർ എന്നോടു പൊറുക്കണമേ... ദേവതമാരേ എനിക്കു മാപ്പുതന്നാലും... ഞാൻ വിട പറയുകയാണ്.

2

കാലം എത്രയോ കടന്നുപോയി. പതിനഞ്ചോ പതിനാറോ വർഷങ്ങൾ!

ഞാൻ ബദാം മരച്ചുവട്ടിലിരുന്ന് പോയകാലത്തെക്കുറിച്ച് ഓർക്കുകയായിരുന്നു. നേരം സന്ധ്യയോടടുത്തു.

നാഢ-ലബ്ടുലിയ പ്രദേശത്തെ വനഭൂമി മുഴുവനും എന്റെ കൈകൊണ്ടല്ലേ നശിപ്പിക്കപ്പെട്ടത്. സരസ്വതീ തടാകതീരത്തെ മനോഹരവും അപൂർവ്വയിനം വൃക്ഷങ്ങളും ലതകളും നിറഞ്ഞ കാനനഭൂമി ഇടയ്ക്കെല്ലാം സ്വപ്നത്തിലെന്നപോലെ മനസ്സിലേക്ക് തിക്കിക്കയറി വരും.

കുന്ത എങ്ങനെ ജീവിക്കുന്നുണ്ടാകും? സൂരതിയ എത്രമാത്രം വലുതായിട്ടുണ്ടാകും? മടുക്നാഥന്റെ സംസ്കൃത പാഠശാല ഇപ്പോഴും നടക്കുന്നുണ്ടാകുമോ? ഭാനുമതി അവളുടെ കാടുംമലയും ചുറ്റപ്പെട്ടു കിടക്കുന്ന താമസസ്ഥലത്ത് എന്തുചെയ്യുകയാവും? രാപാൽ ബാബുവിന്റെ ഭാര്യ, ധ്രുവ, ഗിരിധാരിലാൽ– ഇത്രയും കാലം കഴിഞ്ഞില്ലേ? അവരുടെ എല്ലാം ഇപ്പോഴത്തെ അവസ്ഥ എന്തായിരിക്കും?

മഞ്ചിയുടെ കാര്യം ഓർമ്മ വരുമ്പോൾ ഒരു തേങ്ങലാണ്. ഗതികിട്ടാതെ വരുമ്പോൾ പശ്ചാത്തപിച്ച് അവൾ ഭർത്താവിന്റെ അടുത്ത് തിരിച്ചെത്തിയിരിക്കുമോ, അതോ അസ്സമിലെ ഏതെങ്കിലും ചായത്തോട്ടത്തിൽ തേയില നുള്ളി കാലംകഴിച്ചുകൂടുകയായിരിക്കുമോ?

ഇതെല്ലാം നടന്നിട്ട് നാളുകൾ ഏറെയായി. ആരുടെയും ഒരു വിവരവും അറിയില്ല. ഓർമ്മകൾ മാത്രം ജ്വലിച്ചു നിൽക്കുന്നു.

www.ingramcontent.com/pod-product-compliance
Lightning Source LLC
LaVergne TN
LVHW090307051026
849518LV00005B/1687